வெட்டுப்புலி

தமிழ்மகன்

விலை : ரூ. 375

மின்னங்காடி

பதிப்பக வெளியீடு 1

வெட்டுப்புலி / நாவல்

ஆசிரியர் : © தமிழ்மகன்
முதல் பதிப்பு : டிசம்பர் 2009
ஐந்தாம் பதிப்பு : ஜூன் 2021
வெளியீடு : மின்னங்காடி பதிப்பகம்
24, அண்ணா 3-வது குறுக்குத் தெரு,
அவ்வை நகர், பாடி, சென்னை - 50.

Vettuppuli / Novel

Author : © Tamilmagan
First Edition : Dec 2009
5th Edition : June 2021
Published by : Minnangadi Publications
24, Anna 3rd Cross Street,
Avvai Nagar, Padi, Chennai - 50

www.minnangadi.com
minnangadipublications@gmail.com

ISBN : 978-81-953318-0-2

ஆசிரியர் குறிப்பு

பிறப்பு, படிப்பு, பணி

- தமிழ்மகன் என்கிற பா.வெங்கடேசன் சென்னையில் 1964-ல் பிறந்தவர்.
- படிப்பு; B.Sc., M.A. மாநிலக் கல்லூரி, சென்னைப் பல்கலைக்கழகம்.
- 1989 தொடங்கி போலீஸ் செய்தி, தமிழன் நாளிதழ், வண்ணத்திரை, தினமணி, குமுதம், குங்குமம், ஆனந்த விகடன் இதழ்களில் 2019 வரை பணியாற்றியவர்.
- மாநிலக் கல்லூரியில் படித்தபோது 'பூமிக்குப் புரியவைப்போம்', 'ஆறறிவு மரங்கள்' என இரண்டு கவிதைத் தொகுதிகள் வெளியாகின.
- இளைஞர் ஆண்டையொட்டி, 1984-ல் டி.வி.எஸ். நிறுவனமும் இதயம் பேசுகிறது இதழும் இணைந்து நடத்திய போட்டியில் இவரது வெள்ளை நிறத்தில் ஒரு காதல் புதினம் முதல் பரிசு பெற்றது. இதயம் பேசிறது இதழில் தொடராக வெளியானது. அரசியல் விமர்சகர் சின்னக்குத்தூசி தேர்வு செய்தார். இதுவும் கல்லூரி படிக்கும்போதே நிகழ்ந்தது. பேராசிரியர்கள் இரா.இளவரசு, கவிஞர் மு.மேத்தா, பொன். செல்வகணபதி, இ.மறைமலை, பி.சிவகுமார் போன்றோர் ஆசிரியர்களாக – வழிகாட்டிகளாக- அமைந்தனர்.

விருதுகள்

- 1984-ல் இதயம் பேசுகிறது - டி.வி.எஸ் நிறுவனம் நடத்திய போட்டியில் வெள்ளை நிறத்தில் ஒரு காதல் நாவலுக்கு விருது.
- மொத்தத்தில் சுமாரான வாரம் குறுநாவல் தி.ஜானகிராமன் நினைவு போட்டியில் தேர்வு செய்யப்பட்டது. 1986-ல் தேர்வு செய்தவர் எழுத்தாளர் அசோகமித்திரன்.
- இவர் எழுதிய மானுடப் பண்ணை நாவல் 1996இல் தமிழக அரசின் விருது பெற்றது.
- எட்டாயிரம் தலைமுறை சிறுகதைத் தொகுப்பு 2008-ம் ஆண்டுக்கான தமிழக அரசின் விருது பெற்றது.
- எழுத்தாளர் சுஜாதா நினைவு அறிவியல் புனைகதை விருது (2008).
- வெட்டுப்புலி நாவல் (2009) கோவை ரங்கம்மாள் நினைவு விருது, ஜெயந்தன் அறக்கட்டளை விருது பெற்றது.

- ஆண்பால் பெண்பால் நாவலுக்கு (2011) விகடன் விருதும் ஜி.எஸ். மணி நினைவு விருதும் கிடைத்துள்ளன.
- வனசாட்சி நாவல் (2012) சுஜாதா அறக்கட்டளை விருது, மலைச்சொல் விருதுகள், அமுதன் அடிகள் விருது ஆகியன பெற்றது.
- வேங்கை நங்கூரத்தின் ஜீன் குறிப்புகள் நாவலுக்கு கனடா இலக்கியத் தோட்ட புனைவு இலைக்கிய விருது (2017) பெற்றார்.
- திராவிடர் கழகத்தின் பெரியார் விருது (2014), விஜய் டி.வி நீயா? நானா? வழங்கிய இலக்கிய விருது (2016) உள்ளிட்ட பல விருதுகள் பெற்றவர்.
- படைவீடு நாவல் (2021) வென்றுமண்கொண்டார் விருது, சௌமா விருது, வள்ளுவப் பண்பாட்டு விருது, உலகத் தமிழ்ப் பண்பாட்டு மையம் விருது ஆகியன பெற்றது.

எழுதிய நூல்கள்

- பூமிக்குப் புரியவைப்போம், ஆறறிவு மரங்கள் இரண்டும் கவிதைத் தொகுப்புகள்.
- வெள்ளை நிறத்தில் ஒரு காதல் (1984), மானுடப் பண்ணை நாவல் (1996), சொல்லித் தந்த பூமி (1997), ஏவி. எம். ஸ்டூடியோ ஏழாவது தளம் (2007), வெட்டுப்புலி (2009),ஆண்பால் பெண்பால் (2011), வனசாட்சி (2012), ஆபரேஷன் நோவா (2014), தாரகை (2016), நான் ரம்யாவாக இருக்கிறேன் (2018), படைவீடு (2020), பிரம்மராட்சஷ் (2021) ஆகியவை இவரது நாவல்கள்.
- எட்டாயிரம் தலைமுறை (2008), மீன்மலர் (2008), அமரர் சுஜாதா (2013), மஞ்சு அக்காவின் மூன்று முகங்கள் (2014), சாலை ஓரத்திலே வேலையற்றதுகள் (2021), தமிழ்மகன் 100 சிறுகதைகள் இவரது சிறுகதைத் தொகுப்புகள்.
- இவருடைய நூல்கள் பலவும் முனைவர் பட்டத்துக்கும் ஆய்வு பட்டயங்களுக்கும் எடுத்தாளப்பட்டுள்ளன. கல்லூரிகளில் பாடமாக வைக்கப்பட்டுள்ளன.
- திரைப் பிரமுகர்கள் பற்றிய அரிய செய்திகளைச் சொல்லும் செல்லுலாயிட் சித்திரங்கள் (திரை) (2009), நூற்றாண்டு கண்ட தமிழ்ச் சிறுகதைகளை அறிமுகப்படுத்தும் தமிழ்ச் சிறுகதைக் களஞ்சியம் - (2013) ஆகிய கட்டுரைத் தொகுப்புகளும் இவர் படைப்புகள். சென்னையின் வரலாற்றை மெட்ராஸ் நல்ல மெட்ராஸ் (2016) என்ற பெயரில் எழுதியிருக்கிறார். விகடன் இணைய இதழில் வெளிவந்து பெரும் வரவேற்பைப் பெற்றது.

- ஆனந்த விகடனில் வெளியான ஆபரேஷன் நோவா (2014), ஜூனியர் விகடனில் வெளியான 'நான் ரம்யாவாக இருக்கிறேன்' (2018) ஆகிய அறிவியல் புனைகதைகள் பெரும் வாசக வரவேற்பைப் பெற்றன. திரையுலகைப் பின்னணியாகக் கொண்டு தாரகை என்ற நாவலை எழுதியுள்ளார்.

திரைத்துறை பணிகள்

- உள்ளக்கடத்தல், ரசிகர் மன்றம், பீட்ஸா மம்மி -3, கொற்றவை உள்ளிட்ட திரைப்படங்களுக்கு வசனம் எழுதியுள்ளார். நான் ரம்யாவாக இருக்கிறேன், ஆபரேஷன் நோவா நாவல்கள் சினிமாவுக்காக ஒப்பந்தமாகியுள்ளன.

குடும்பம்

தந்தை க.பாலகிருஷ்ணன் - தாய் பார்வதி. மனைவி திலகவதி.
மகன் மாக்ஸிம் - மருமகள் த.சந்தியா. பேத்தி அகல்விழி.

மகள் அஞ்சலி - மருமகன் ஸ்ரீதர். பேரன்கள் அதியமான், அகிலன்.

தொடர்புக்கு:
writertamilmagan@gmail.com
7824049160

நாவலுக்குள்...

இப்போதுதான் இந்த நாவலை இன்னொரு தரமும் படித்துவிட்டு வெளியே வந்தேன். எனக்கு நெருக்கமான ஒருவரின் டைரியைப் படித்தது மாதிரி இருக்கிறது. கடந்த மூன்று ஆண்டுகளாக மனதில் வெவ்வேறு வடிவம் கொண்டு இப்போது தாளில் இறக்கிவைத்துவிட்ட பின்பு கைவிட்டுப் போனதுபோல ஏக்கம் சூழ்கிறது. எனக்கு நன்கு பரிச்சயமான பலரும் இந்த நாவலில் வருகிறார்கள்.

ஒரு சில இடங்களில் நானே வருவதுபோலவும் பிரமைதட்டுகிறது. ஏறத்தாழ நூறு வயதுப் பயணம். கடந்த நூற்றாண்டின் கதாபாத்திரங்களோடு கூடுவிட்டுக் கூடு பாய்ந்து, வாழ்ந்துவிட்டு வந்த மாதிரி இருக்கிறது.

இருபதாம் நூற்றாண்டின் ஆரம்பத்தில் தமிழ்நாட்டில் இந்திய சுதந்திரத்தை ஆதரிப்பவர்களின் எண்ணிக்கை அதிகமாகிக் கொண்டிருந்தது. அதை விமர்சிக்கும் போக்கும் அதிகமாகிக் கொண்டிருந்தது. மத, மொழி, இனரீதியான பல பிரிவினரும் பாரதக் குடையின் கீழ் சேர்ந்து இருப்பதில் நிறைய யோசனையும் தயக்கமும் ஏற்படத் தொடங்கியது.

ஒரு கூட்டுக் குடும்பப் பெரியவரின் இறுதித் தருணத்தில், குடும்பத்தின் நாற்பது ஐம்பது உறுப்பினர்களுக்கும் பாகம் பிரிக்கும்போது ஏற்படும் மனக்கசப்புகளைப் போன்றது அது. ஒருவரோ, பெரியவர் போய்ச் சேரட்டும்.. அப்புறம் நம் பிரிவினைகளைப் பார்ப்போம் என்றார்.

மற்றொருவரோ பெரியவர் இருக்கும்போதே பிரித்துக்கொள்ளலாம் என்கிறார். வெள்ளைக்காரனைக் குடும்பத் தலைவர் என்று உவமித்ததை அப்படியே நேரடியாக அர்த்தம் பண்ணிக்கொள்ளக் கூடாது. உதாரணங்கள் நூறு சதவீதம் பொருத்தமானவையாக இருப்பதில்லை.

மராட்டியத்தில் ஜோதிராவ் புலே பத்தொன்பதாம் நூற்றாண்டிலேயே 'நாட்டின் விடுதலையைவிட சமூக விடுதலை முக்கியமானது.. பிரிட்டிஷார் மட்டும் இந்தியாவுக்கு வரவில்லை என்றால் இந்தியாவுக்கு சாபவிமோசனமே ஏற்பட்டிருக்காது. அவர்கள் இந்தியாவுக்குக் கடவுளால் அனுப்பப்பட்ட தூதர்கள்' என்று கூறியிருக்கிறார். பார்ப்பனர்களிடமிருந்து விடுதலை அடைவதுதான் முதல் கடமை என்பதை அவர் தன் வாழ்நாள் பிரச்சாரமாகக்கொண்டிருந்தார். தமிழகத்தில் அயோத்திதாசப் பண்டிதரும் வெள்ளையரை இதே காரணத்துக்காகக் கருணை மிக்கவர்கள் என்று கூறியிருக்கிறார்.

இருபதாம் நூற்றாண்டின் ஆரம்பத்தில் செயல்பட ஆரம்பித்த ஜஸ்டிஸ் பார்ட்டிக்கும் ஏறத்தாழ அதே போன்ற நோக்கம்தான். பாகிஸ்தானைப் பிரித்துக்கொண்டதுபோல திராவிட நாடு என்று பிரித்துக்கொள்வதற்கும் சிலர் ஆசைப்பட்டனர். பாகிஸ்தான் பிரிந்து போனதுபோலவே அதுவும் மோசமான முடிவாக மாறியிருக்கக்கூடும். ஆனால், அந்த யோசனையைத் தகுந்த நியாயங்களோடு பிரிவதற்கு ஆசைப்பட்டவர்கள் முன்மொழிந்தனர். வழிநடத்த சிலர் நிஜமாகவே ஆசைப்பட்டனர். பலர் சத்தியாவேசத்தோடு தியாகம் செய்தனர்.

இந்திய சுதந்திர தாகத்தைப் பொறுத்தவரை வேறு மதத்தவன் நம்மை ஆளுவதா என்ற கோபம் சிலருக்கு. வேறு நாட்டவன் நம்மை ஆளுவதா என்பது இன்னும் சிலருக்கு.

பார்ப்பனர்கள் வேறு நாட்டினர் என்றும், இந்தியாவில் குடியேறிய வேறு சமய நம்பிக்கைகள் கொண்டவர்கள் என்றும் வலியுறுத்தியவர்களுக்கு முதல் விடுதலை ஆரியர்களிடமிருந்து தேவைப்பட்டது. கிறிஸ்தவர்கள் வந்தார்கள், அதற்கு முன்னர் இஸ்லாமியர்கள் வந்தார்கள், அதற்கும் முன்னர் மத்திய ஆசியாவிலிருந்து ஆரியர்கள் வந்தார்கள். எங்களுக்கு முதல் விடுதலை ஆரியர்களிடமிருந்து என்ற கோஷம் முன் வைக்கப்பட்டது. வரலாற்று உண்மைகள்.. அவரவர் ஆர்வங்களுக்கும் யூகங்களுக்கும் ஏற்ப விவரிக்கப்படுகிறது.

"ஐயாயிரம் ஆண்டுகளுக்கு முன்னால் வந்தவனை இவ்வளவு தாமதமாக எதிர்ப்பது ஏன்" என்ற கேள்வி எழுந்தது.. "இல்லை, புத்தரே பிராமணக் கருத்துகளுக்கு எதிராக எழுந்தவர்தான். சுமார் ஆயிரம் ஆண்டுகளுக்கு புத்த தத்துவத்தைத் தழுவியவர்களின் ஆட்சிதான் இந்தியாவில் நடைபெற்றது."

"ஆனாலும் பிராமணர்களின் ஆதிக்கத்தை ஒழிக்க முடியவில்லையா?" என்ற இயல்பான இன்னொரு கேள்வி..

“சங்கரரும் ராமானுஜரும் மீண்டும் இந்து தத்துவங்களைத் தழைக்கச் செய்துவிட்டனர்.”

“அட! இந்தியா முழுவதும் கோலோச்சிக்கொண்டிருந்த ராஜாங்கத்தை இவர்கள் எப்படி அழிக்க முடியும்..?” இது அடுத்த சந்தேகம்.

“சிந்து சமவெளி நாகரிகமே ஆரியர் படையெடுப்பால்தானே அழிந்தது? மொஹஞ்சதாரோ, ஹரப்பாவில் வசித்தவர்களைத் தென்னிந்தியா நோக்கி விரட்டி அடித்தவர்கள் அவர்கள்தானே? ஆயிரம் ஆண்டுகளில் எல்லாம் அவர்களை அழித்துவிட முடியாது. அவர்கள் முளைத்துக் கொண்டே இருக்கிறார்கள்..”

“அவ்வளவு எதிர்ப்புச் சக்தி கொண்டவர்களா அவர்கள்..?”

“ஆலகால விஷங்கள்... அழிக்கவே முடியாதவர்கள்...”

“இந்திய ஒற்றுமையைக் குலைக்க காலனி ஆதிக்கத்தின்போது கட்டவிழ்த்து விடப்பட்ட சதிகள் இவை யாவும். இந்தியா வேதங்களின் நாடு, உலகத் தத்துவங்களுக்கெல்லாம் உயர்ந்த தத்துவத்தை உருவாக்கி வைத்திருக்கும் நாடு. இதன் பண்பாட்டுக் கூறுகளைச் சிதைக்கலாமா? அரசியல் ஆதாயத்துக்காக அபாண்டமான கருத்துகளைச் சொல்லும் இந்தப் பாவிகளுக்குக் காலம்தான் பதில் சொல்லும்? வானியல் சூத்திரங்கள், கணிதக் கோட்பாடுகள், ஆழ்ந்த இதிகாசங்கள்... அடடா இதையெல்லாம் இடக்கையால் புறந்தள்ளிவிட்டு, ஆங்கிலேயர்களுக்கு வால் பிடிக்கும் அக்கிரமக்காரர்களை வருங்காலம் மன்னிக்காது..”

“நீ சூத்திரனாகப் பிறந்ததற்கு உன் விதிதான் காரணம்... எல்லாம் அவன் செயல் என்கிற பிற்போக்குச் சிந்தனைகள்தான் வேதங்கள். ஒவ்வொருத்தனும் ஆயிரக்கணக்கில் மனைவிகள் வைத்திருக்கும் மடத்தனம்தான் இதிகாசங்கள். காட்டுமிராண்டியாக இருந்த மனிதர்களுக்குச் சொன்ன கதைகளைக் கண்டு மலைக்காதே... அவை காலத்துக்கு ஒவ்வாதவை...”

“இந்தியத் தத்துவ தரிசனங்களை அறியாத மூடர்கள் ஒட்டு மொத்தமாக இப்படி ஒதுக்கித் தள்ளுகிறார்கள். இப்படி வேறு மதத்தின் தத்துவங்களை இவர்களால் விமர்சிக்க முடியுமா? கொன்றுவிடுவார்கள். இந்திய மதங்கள் சகிப்புத்தன்மை மிக்கவை...”

“அயோத்தியில் மசூதியை இடித்தபோதும் குஜராத்தில் உயிரோடு கொளுத்தியபோதும் தெரிந்துவிட்டதே இவர்களின் சகிப்புத்தன்மை...”

“மாற்று மதத்தினர் இந்து மதத்தை அழிக்க ஆண்டுக்கு எத்தனை கோடிகள் செலவிடுகிறார்கள் என்று தெரியுமா?” - கருத்து மோதல்கள்.. அவரவர் ஈடுபாட்டுக்கு ஏற்ப சத்தியாவேசங்கள்... இது போன்ற ‘சில’ சத்தியாவேசங்களுக்குத் தடையாக இருந்ததாகக் கருதப்பட்டதால்

மகாத்மா காந்தியும் இந்திரா காந்தியும் ராஜீவ் காந்தியும் தங்கள் 'இன்னுயி'ரைப் பலி கொடுக்க நேரிட்டது.

கிராமராஜ்ஜியம், ராட்டை, கிராமங்களின் தன்னிறைவு என்று மகாத்மா காந்தி கனவு கண்டுகொண்டிருந்தபோது, டெஸ்ட் ட்யூப் பேபி, ஒரு குடியிருப்புப் பகுதிக்கு ஒரே ஒரு சமையலறை என்று பரவலான எல்லைகளைத் தொட்டார் பெரியார் ஈ.வே.ரா.

நடு இரவில் நகைகள் அணிந்த பெண் தனியாகச் சுற்றி வந்தால்தான் சுதந்திரம் என்றார் காந்தி. பெண்கள் நகைகள் அணியாமல்-அலங்காரம் செய்யாமல் - ஆண்கள் போல் கிராப் வெட்டிக்கொள்ள வேண்டும் என்றார் ஈ.வே.ரா. மகாத்மா இங்கிலாந்து அரசினரால் சிறைவைக்கப்பட்டவர். பெரியார் இந்திய அரசினரால் சிறை வைக்கப்பட்டவர். காந்திக்கும் பெரியாருக்குமான முக்கியப் புள்ளி இது.

மேலோட்டமாகப் பார்க்கும்போது தேவையில்லாமல் காந்தியையும் பெரியாரையும் இணைத்துப் பேசுவதாகவே தோன்றும். தென் துருவத்தைப் பற்றிப் பேச வேண்டுமானால் வட துருவம் என்ற ஒன்றைச் சுட்டிக்காட்ட வேண்டியிருக்கிறது. காந்தத் துண்டு ஒன்றுதான். ஒரு துருவம் இல்லாமல் இன்னொரு துருவம் இல்லை.

காந்தியை ஹீரோ என்பவர்களுக்கு பெரியார் வில்லன். பெரியாரை ஹீரோ என்பவர்களுக்கு காந்தி வில்லன். சரியாகப் புரிந்துகொண்டால் இருவருமே இருபதாம் நூற்றாண்டின் இணையற்ற ஹீரோக்கள் என்பது புரியும். சுதந்திரத்துக்காகப் போராடிய காந்தி, 1947 ஆம் ஆண்டு ஆகஸ்ட் 15ம் தேதி சுதந்திரத்தை வரவேற்கவில்லை. சுதந்திரத்துக்கு இப்போது அவசரமில்லை என்று அவர் கருதினார். பெரியார் அதையே கொஞ்சம் முன்னாடி சொன்னார்.

காந்திக்கு எல்லா மதமும் ஒற்றுமையாக இருக்கும் நாளில் சுதந்திரம் கிட்ட வேண்டும் என்பது நோக்கமாக இருந்தது. பெரியாருக்கு எல்லா சாதியும் சமமாக இருக்கும் நாளில் சுதந்திரம் கிட்ட வேண்டும் என்பது நோக்கமாக இருந்தது.

இப்படியாக ஒரு மாற்று அரசியல் சிந்தனை இந்தியா முழுக்க இருந்ததுபோலவே சென்னை, செங்கல்பட்டு பிராந்தியத்தையும் தழுவிக்கொண்டிருந்தது. திராவிடப் பின்னணியில் சில குடும்பங்கள் செயல்பட்டன. தென்தமிழகத்தைவிட வடதமிழகத்தில் இந்தப் பாதிப்பு அதிகம் இருந்தது. திராவிடக் கட்சிகளின் அரசாட்சியும் சேர்ந்து கொள்ள அவர்களில் தீவிரமான சிலர் எந்தவிதப் பலனும் இன்றியே அந்த இயக்கங்களுக்கு வேராக இருந்து மடிந்தனர். வேறு வழியின்றி இந்த நாவலைத் திராவிட இயக்க நாவலாக வடிக்க வேண்டியிருந்தது. படிப்பவர்களும் திராவிடக் கண்ணாடி அணிந்து படிப்பது அவசியமாக இருக்கிறது. முன் முடிவும் விரோத மனப்பான்மையும் இல்லாமல்

வாசித்தால் அப்பாவித்தனமான குடும்பங்கள் ஓர் இயக்கத்தின் வேர்களாக இருந்ததை உணரலாம். வெட்டுப்புலி தீப்பெட்டியின் கதை இந்த நாவலின் அடிச்சரடு.

முடிந்த அளவுக்கு அது ஒரு உண்மைக் கதைதான். தீப்பெட்டியின் மேல் இருக்கும் படம்... கடந்த முக்கால் நூற்றாண்டு திராவிட அரசியலுக்கும் அதோடு தொடர்புடைய சினிமா வளர்ச்சிக்கும் தமிழர்களின் கையில் மவுன சாட்சியாக இருக்கிறது. இந்த மூன்றையுமே தொடர்புபடுத்த முடிந்திருப்பது இதை ஒரு படைப்பிலக்கியமாக்க உதவியிருக்கிறது.

பூண்டி அணைக்கட்டுக்குப் போய் "சிறுத்தையை வெட்டியவர்களின் குடும்பத்தினரைப் பார்த்துவிட்டு வரலாமா?" என்று கேட்டதும் "சரி வா" என்று அடுத்த நொடியே என்னை அழைத்துச் சென்றவர் என் மைத்துனர் விவேகானந்தன். அவர் உதவி இல்லையென்றால் இந்த நாவலை நான் இப்படித் தொடங்கியிருக்க முடியாது.

நிகழ்கால சரித்திரக் 'கதை'யாக இருப்பதால் முடிந்த அளவு ஜாக்கிரதையாகத்தான் எழுத வேண்டியிருந்தது. முதல் வாசகராக இருந்து அபிப்ராயங்கள் சொன்ன கோவை க.ரகுநாதனுக்கு என் முக்கியமான நன்றியைத் தெரிவித்துக்கொள்கிறேன். என்னுடைய பல தயக்கங்களுக்கு அவர் விடையாக இருந்தார்.

நண்பர்கள் கடற்கரய், ரெங்கையா முருகன், த.அரவிந்தன், மரக்காணம் பாலா போன்றவர்கள் வெட்டுப்புலி பின்னணியை வெகுவாக உற்சாகப்படுத்தியவர்கள்.ச்

நாவலின் காலகட்டத்தைத் தவறில்லாமல் சித்திரிக்க 'தினத்தந்தி' ஐ.சண்முகநாதன், 'ராணி' அ.மா.சாமி, அண்ணாவோடு நெருங்கிப் பழகிய ஜே.வி.கண்ணன், மா.சு.சம்பந்தன், 'சிந்தனையாளன்' வே.ஆனைமுத்து, பழம்பெரும் திரைப்படத் தயாரிப்பாளர் எஸ்.எம்.உமர், தினமணி கதிர் எஸ்.சிவகுமார், வரலாற்று அறிஞர் பெ.சு.மணி, நடிகர் எஸ்.எஸ்.ஆர். ஆகியோரிடம் பேசும்போது கிடைத்த பல தகவல்களைப் பயன்படுத்திக்கொண்டேன். நாவலில் ஒரு வரியாகவோ, ஒரு சம்பவமாகவோ அவை உருமாறியிருக்கின்றன. அவர்களுக்கு என் நன்றிகள். என் மனைவி திலகவதி நாவலில் இடம் பெறும் ஜெகநாதபுரத்தைச் சேர்ந்தவர்தான். அவர் பேசும் வழக்கு மொழியும் நாவலுக்கு மிகவும் பயன்பட்டது. ஒரு நூற்றாண்டைத் தழுவி எழுதுவதற்கே ஏராளமான நூல்களின் துணை தேவையாக இருந்தது. இன்னொரு பத்தாண்டுகள் பின்னோக்கிப் போக வேண்டுமானாலும் சுமார் ஆயிரம் சந்தேகங்களை எதிர்கொள்ள வேண்டியிருக்கும்.

இங்கிருந்து இந்த இடத்துக்குச் செல்ல சாலை இருந்ததா? அந்த இடமே அப்போது இருந்ததா? எத்தகைய வாகனத்தில் சென்றனர்? என்ன உடை உடுத்தினர்? எதற்காகச் சென்றனர்? என்னவிதமான பொருளீட்டினர்? எப்படிச் சேமித்தனர்? என்ன நாணயம் இருந்தது?

என்ன பேச்சு இருந்தது? யார் ஆண்டனர்? எப்படி வரி வசூலித்தனர்? யார் மூலமாக வசூலித்தனர்? சினிமா இருந்ததா? பேப்பர் இருந்ததா? என்ன முறையில் அச்சடித்தனர்? எப்படிப் பேசினர்? யாரை எதிர்த்துப் பேசினர்? யாருடைய பேச்சைக் கேட்டனர்? என்ன உண்டனர்? எப்படி உழைத்தனர், என்ன சிகிச்சை, கிராமம் எப்படி இருந்தது, நகரம் எப்படி இருந்தது... என்ன கோயிலில் என்ன சாமி.. எப்படி வழிபட்டனர்..

குடுமி வைத்திருந்தவர் எத்தனை சதவீதம், யாரெல்லாம் ஓட்டு போட்டனர், எப்படியெல்லாம் வீடு கட்டினர்.. எதற்கெல்லாம் கோபப்பட்டனர், எதற்கெல்லாம் சந்தோஷப்பட்டனர், அந்த சந்தோஷம் எந்த மாதிரியானது? என எல்லாவற்றிலும் சந்தேகம் கிளைத்தது.

போன தலைமுறை சந்தோஷங்களும் துக்கங்களும் வேறு மாதிரி இருந்தன. ஒரு சம்பவம் ஞாபகம் வருகிறது. கிராமத்தில் குழந்தை ஒன்று காணாமல் போய்விட்டது. பத்து இருபது வீடுகள் மட்டுமே இருக்கும் கிராமத்தில் அப்படி எங்கு தொலைந்துவிட முடியும்? நான்கு அல்லது ஐந்து வயதுக் குழந்தை. நீரில்லாத கொசஸ்தலை ஆற்றில் இறங்கி விளையாடப் போயிருக்கலாம் என்று சந்தேகித்தனர். நேரம் இருட்டிக்கொண்டு வந்தது. எல்லோரும் பதறிக்கொண்டிருக்க, வீட்டின் பெரியவர் சொன்னார்: “நரி சாப்பிட்டுட்டு இருக்கும்மா... பேசாமப் படுங்க... காலைல பாத்துக்கலாம்.”

குழந்தையைக் கொஞ்சுவதிலெல்லாம் ஒரு அளவு இருக்க வேண்டும் என்பார் அவர். திடீரென்று இல்லாமல் போய்விட்டால் தாங்கிக் கொள்வீர்களா? என்பார். குழந்தைகள் சிறிய சீக்கு வந்தாலும் இறந்துவிடக் கூடியவை என்பது அவர் நம்பிக்கை. குழந்தைகளிடம் அளவுக்கு அதிகமாகப் பிரியம் வைப்பதே அவருக்கு வியப்பாக இருந்தது. அவர் குழந்தைகள் மீது வைத்திருந்த பாசம் வெளியில் தெரியாத ரகசியமாக இருந்ததை நான் அறிவேன். என் மகனுக்கு பத்தாம் வகுப்புத் தேர்வு முடிவு வந்த நேரத்தில் அவர் சொன்னார்: “இன்னும் நாலு வருஷம் சமாளிச்சு வளத்துட்டியானா பையன் தருப்தி ஆயுடுவான்.”

தருப்தி ஆயுடுவான் என்பதன் பொருள்... உலகின் ஒரு நபராகக் கணக்கில் வந்துவிடுவான் என்பது. அவருடைய உலக மக்கள் தொகையில் 18 வயதுக்கு மேற்பட்டவர்கள்தான் கணக்கில் வருவார்கள்.

டி.வி. விளம்பரங்களில் குழந்தைகளும் பெற்றோர்களும் கொஞ்சிக் கொள்வது புதிதாகக் கற்பித்த உணர்வாக இருக்கிறது. டி.வி. மூலமாக புதுவிதமான பாசத்தைக் கற்றுக்கொண்டு வருவது தெரிகிறது. கணவனும் மனைவியும் கூலிவேலைக்குச் சென்றுவிட, இரண்டு வயதுகூட நிரம்பாத குழந்தை தனியாக வீட்டில் கிடக்கும். பசி எடுக்கும்வேளையில் கூழ் பானையில் கையைவிட்டு எடுத்து

உடம்பெல்லாம் பூசிச் சாப்பிட்டுக்கொள்ளும். மாட்டுக்கு வைத்த தண்ணீரைக் குடித்துக்கொள்ளும். முப்பது ஆண்டுகளில் அதே கிராமம் மாறிவிட்டது. 'மம்மி சொல்லு... மம்மி சொல்லு' என்று கொஞ்சுகிறார்கள். கான்வென்ட் வேனில் ஏற்றிவிட்டு "இன்னும் ஒழுங்கா டை கட்டத் தெரியலை.." என்று இரண்டாம் கிளாஸ் பையனை நொந்தபடி செல்கிறார் தாய்.

தி.மு.க.வுக்கு முன் தி.மு.க.வுக்குப் பின்.. சினிமாவுக்கு முன் சினிமாவுக்குப் பின்.. சன் டி.வி.க்கு முன்.. சன் டி.வி.க்குப் பின் என்றெல்லாம் கடந்த நூற்றாண்டின் வாழ்க்கையைப் பார்க்க வேண்டியிருக்கிறது.

இருபதாம் நூற்றாண்டின் தொடக்க காலத்தைச் சிலர் நினைவுகூரும் சம்பவங்கள் இதில் இருந்தாலும் முப்பதுகளில் இருந்துதான் கதை நகர ஆரம்பிக்கிறது. பெரியார், அண்ணா, எஸ்.எம். உமர், எம்.ஜி.ஆர்., சிவாஜி, பிரபாகரன், எம்.ஆர்.ராதா, அ.ச.ஞா., கலைஞர், மருத்துவர் ராமதாசு, பெரியார்தாசன், சுப.வீ., போன்ற பலர் இதில் பாத்திரங்களாக வருகிறார்கள். தூர்தர்ஷன்., சன் டி.வி., தமிழ்நாடு மின்சார வாரியம், ஏவி.எம். ஸ்டூடியோ போன்ற பலதும் இந்நாவலின் சரித்திர முக்கியத்துவத்துக்கு உதவும். வஜ்ரவேலு முதலியார், சினிடோன் நாராயணன், ஃபிலிம் நியூஸ் ஆனந்தன், பாஸ்கர் போன்ற பலரும் நூறு சதவீதம் நிஜ மனிதர்கள்.

செங்கல்பட்டை காசி வரை இணைத்த சாலை எங்கோ மறைந்து போய் அருகிலேயே புதிய தங்க நாற்கர சாலை உருவானதும் பத்தடி ஆழத்தில் கவலை ஓட்டி நீர் இறைத்துக்கொண்டிருந்த கிணறு இப்போது நூற்றி ஐம்பது அடி ஆழ ஆழ்துளைக் கிணறாக மாறிவிட்டதும் சமூக மாற்றத்தின் நீள ஆழத்தைச் சொல்லும் முக்கியக் காரணிகள். சமூக, அரசியல் நிலைகளைச் சார்புத்தன்மை இல்லாமல் பார்க்க முடிவதில்லை. காந்தியையும் சோனியா காந்தியையும் காங்கிரஸ்வாதி என்பதும் பெரியாரையும் ஜெயலலிதாவையும் திராவிட இயக்கத்தினர் என்பதும் ஒரு சுவையான முரண்பாடு.

என்னுடைய சிறுவயதில் ஒருவரை இப்போதும் நடுக்கத்தோடு நினைத்துப் பார்க்க முடிகிறது. அவர் காலையில் எழுந்ததும் முதல் வேலையாகக் குடித்துவிட்டு, தெருவில் 'கலைஞர் வாழ்க' என்று சாக்பீஸால் எழுதுவார். பக்கத்தில் இருக்கும் அதி.மு.க மன்றத்திற்கு அருகே போய் நின்றுகொண்டு 'கலைஞர் வாழ்க.. கலைஞர் வாழ்க' என்று உயிர் போகிறவரை கத்துவார். கோபத்தில் அந்த மன்றத்து ஆட்கள் அவரை அடித்து நொறுக்குவார்கள். இன்று மாலைக்குள் அவர் இறந்துவிடுவார் என்று பதறுவேன். எம்.ஜி.ஆர். ஆட்சியில் இருந்த அந்தப் பத்து ஆண்டுகளும் அவர் அப்படித்தான் கத்திக் கத்தி உதைபட்டுக்கொண்டிருந்தார்.

அரசியலில் எல்லாம் சகஜமாகிவிட்டது. காங்கிரஸூம் தி.மு.கவும்

கூட்டணி வைத்தபோது அதிர்ச்சி அடைந்த தி.மு.க தொண்டன், பாஜகவும் தி.மு.கவும் கூட்டணி வைத்தபோது அரசியலில் எல்லாம் சகஜம் என்பதன் பொருள்புரியாமல் விழித்தான்.

நிகழ்காலத்தை உரசி நிற்கும் இந்தச் சரித்திரத்தில், ஏறத்தாழ அத்தனை சம்பவங்களும் அதே காலகட்டச் சூழலோடு சொல்லப் பட்டிருக்கின்றன. சரித்திரச் சீட்டுக்கட்டு கோபுரத்தில் சில புனைவுச் சீட்டுகளை அலுங்காமல் சொருகியிருக்கிறேன்.

1910–2010... இதுதான் கதை நடக்கும் காலகட்டம். படைப்பின் தர்மத்தை மீறாமல் இந்தக் காலகட்டத்துக்குள் கதையைச் சொல்லியிருக்கிறேன்.

நாவலோடு தொடர்புடைய ஒரே ஒரு விஷயத்தை இங்கே சொல்லி விடுகிறேன். இது கொஞ்சம் புனைவு கலந்த குறிப்புதான்...

சிறுத்தையால் தாக்கப்பட்ட சின்னா ரெட்டி ஸ்டான்லி மருத்துவ மனையில் சேர்க்கப்பட்டபோது, அங்கே மருத்துவ உதவிகள் எதுவும் அவருக்குக் கிடைக்கவில்லை. அவர் மருத்துவமனையின் வாசலில் இருந்த ஒரு கல் திண்டில் படுத்துக்கொண்டு, தானே தனக்கு வைத்தியம் பார்த்துக்கொண்டார்.

எந்த மருத்துவ முறையைப் பிறருக்குச் சொன்னால் பலிக்காது என்று அவர் கருதினாரோ அதை அவர்ஒரு சிறிய சபலத்துக்காக மீற வேண்டிய தாகிவிட்டது. பக்கத்தில் சென்ட்ரல் சினிமா தியேட்டரில் சினிமா படம் ஓடுவதாக ஒரு முஸ்லிம் பெரியவர் தகவல் சொன்னார். ஏற்கெனவே ஆறுமுக முதலி சினிமா எடுப்பதற்கு மூங்கில் கேட்டுவிட்டுப் போன சம்பவம் சின்னா ரெட்டிக்கு நினைவு வந்தது. தம் மகன் வருகிற வரை பொறுத்திருக்க அவருக்கு முடியவில்லை. ஓர் அணா இருந்தால் படம் பார்த்துவிட முடியும் என்ற நிலையில், தம் ரண சிகிச்சை மருத்துவத்துக்கான மூலிகை இதுவென்று அந்த பாயிடம் சொல்லி இரண்டணா பெற்றுக்கொண்டார். அவருடனேயே சென்று படம் பார்த்தார். சினிமா உற்சாகம் வேறு சில மருத்துவ உத்திகளையும் அவரிடம் சொல்லுவதற்குக் காரணமாகிவிட்டது. அணையில் ஏற்பட்ட சிறுவெடிப்பு இத்தனை நாள் பாதுகாக்கப்பட்ட மொத்த நீரையும் வெளியேற்றுவதற்குக் காரணமாக இருந்துவிடுவதில்லையா? அப்படித்தான் ஆகிவிட்டது.

அதன் பிறகு சின்னா ரெட்டிக்கு தம் மருத்துவத்தின் மீது நம்பிக்கை போய்விட்டது. இனி அது பலிக்காது என்று நம்ப ஆரம்பித்தார். சிறுத்தை அடித்துப் பிழைத்தவர் சிறிய வண்டு கடித்து இறந்து போனதற்கும் அவருடைய பிடிமானம் கைநழுவிவிட்டதுதான் காரணம். அந்த முஸ்லிம்தான் பின்னாளில் மஞ்சள் காமாலைக்கும் எலும்பு முறிவுக்கும் சித்த மருத்துவ சிகிச்சை செய்பவராக மாறி, ஏராளமான பணம் சம்பாதித்து மும்பையில் குடியேறிவிட்டவர்.

நாவலில் இந்தப் பகுதியை எங்கே சேர்ப்பதென்று எனக்குப் புலப்படவில்லை. நாவலுக்கு இது அத்தனை முக்கியமா என்பதும் தெரியவில்லை. உண்மையைச் சொல்வதென்றால், இது நாவலை முடித்து அச்சுக்குக் கொடுக்கும்போதுதான் நினைவுக்கு வந்தது. இதை எங்காவது புகுத்தப் போய் ஏடாகூடமாய்த் தொக்கி நிற்குமோ என்று விட்டுவிட்டேன். வாசகர்கள் பொருத்தமாக இருக்கும் என்று நினைத்தால், பொருத்தமான இடத்தில் இந்தச் சம்பவத்தைப் பயன்படுத்தி வாசித்துக்கொள்ளலாம்.

தினமணி ஆசிரியர் கே.வைத்தியநாதனின் அன்பும் ஆதரவும் இல்லாமல் இந்த நாவலை நான் முழு மூச்சில் எழுதி முடித்திருக்க முடியாது. நான் எழுதிய கதைகளைப் படித்துவிட்டு நடுராத்திரியில் எழுப்பிப் பாராட்டியிருக்கிறார். மாஸ்கோ போயிருந்தபோது ஏவி.எம். ஸ்டூடியோ ஏழாவது தளம் என்ற என் நாவலைப் படித்துவிட்டு அங்கிருந்து பாராட்டுப் பத்திரம் வாசித்தார். படைப்பாளனுக்கு வேறென்ன வேண்டும்? எனக்கு நல்ல ஆலோசனைகள் தந்து வழி நடத்தும் என் மகன் மாக்ஸிம், மகள் அஞ்சலி ஆகியோருக்கும் தன் அன்பு மிரட்டல்களால் என்னைத் தொடர்ந்து எழுதுமாறு செய்துகொண்டிருக்கும் மனுஷ்ய புத்திரனுக்கும் நன்றி தெரிவிக்கிறேன். மற்றபடி, ஒன்றுமில்லை.

- தமிழ்மகன்

09.10.2009

(முதல் பதிப்பின் முன்னுரை)

20 ஆம் நூற்றாண்டின் தமிழக அரசியலுக்கும் சினிமாவுக்கும் வெட்டுப்புலி தீப்பெட்டிக்கும்...

காலப்பயணம்

என் தாத்தாவின் பெரியப்பா சிறுத்தையை வெட்டினார் என்பதைக் கேட்டு பிரபாஷும் ஃபெர்னான்டஸும் ஆச்சர்யப்பட்டார்கள். இந்தியாவில் இருக்கப்போகிற இந்த ஒரு மாதத்தில் அதைப் பற்றித் தெரிந்துகொள்வது சுவாரஸ்யமாக இருக்கும் என்று சொன்னான் பிரபாஷ். அதில் என்ன சுவாரஸ்யம் இருக்க முடியும் என்று முதல் யோசனையில் என்னால் கண்டுகொள்ள முடியவில்லை.

மேலும் என் கொள்ளுத் தாத்தாவின் சாதனை என நான் தெரிவித்ததில் எனக்கே சந்தேகம் இருந்தது. பிரபாஷ் பாட்டிலோடு குடித்துக்கொண்டிருந்தான். நான்கு பீர் குடித்தபின்தான் அவன் தாகம் அடங்கும். பெர்னான்டஸ்ஸுக்குப் புகையை ஊதி ரசிப்பது பிடிக்கும். பீர் குடிப்பது புகைப்பிடிப்பதற்கு ஒரு சாக்கு. போதையின் காரணமாகத்தான் உணர்ச்சிவசப்பட்டு சிலாகிப்பதாக நினைத்தேன்.

என் கொள்ளுத் தாத்தா ஒரு சிறுத்தையைக் கொன்றார் என்பதைத் தாண்டி எனக்கும் உண்மையிலேயே வேறெதுவும் தெரிந்திருக்கவில்லை. காரணம் ஏதுமின்றி நான் தீப்பெட்டியைப் பார்த்தேன். மேலே பாயும் சிறுத்தையை நோக்கி கத்தியை ஓங்கிக்கொண்டிருந்தான் ஒரு கட்டுமஸ்தான இளைஞன். பாயும் சிறுத்தையை ஒரு கையால் தடுக்கும் மூர்க்கம். ஒரு காலைச் சற்றே தூக்கி சிறுத்தைக்கு நிகராகப் பாயும் ஆவேசம். அவர்தான் என் கொள்ளுத் தாத்தா என்று பாட்டி சொல்லியிருக்கிறாள். கொள்ளுத் தாத்தாவின் உருவம் பதித்த அந்தத் தீப்பெட்டி படத்தின் மீது திடீரென்று எனக்கு ஆர்வம் அதிகமானது.

கையில் எடுத்துப் பார்த்தேன். போதை அந்த அளவுக்கு ஏறியிருக்க வில்லை என்றாலும் தீப்பெட்டியை ஒருவித உளம் கனிந்த நிலையில் பார்த்தேன். நம் தாத்தாவின் படம்தான் தமிழ்நாட்டில் நூறு வருஷத்துக்கும் மேலாக அச்சடிக்கப்பட்ட ஒரே தமிழனின் படம் என்று சந்தோஷப்பட்டுக் கொள்ளும்விதமாக யோசித்துப் பார்த்தேன். நூறு வருஷத்துக்கு மேலேயே இந்தத் தீப்பெட்டிக் கம்பெனி இருக்கக் கூடுமோ என்ற சந்தேகம் வந்துவிட்டது.

உலகிலேயே எந்த மனிதனுக்கும் கிடைக்காத பெருமையாக இருந்தது. வேறு யாருடைய படத்தை இப்படி கோடிக்கணக்கில் அச்சடித்திருக்க முடியும்? தீப்பெட்டியைத் தொட்டுப் பார்த்தேன். தாத்தாவைத் தொட்டுப் பார்த்த பரவசம் எனக்குள் எழுந்தது. தாத்தா எதிரில் இப்படி பீர் அடிக்கலாமா? அவசர மரியாதை வெப்பமென பரவியது. தீப்பெட்டியைத் திருப்பி வைத்தேன்.

அவர் ஒருமுறை வயலுக்குப் போகும்போது தன்னைத் தாக்க வந்த சிறுத்தையை வெட்டி வீழ்த்தியதாகவும் அப்போது செங்கல்பட்டு மாவட்டத்தில் அதைப் பெரிய விஷயமாகப் பேசிக் கொண்டிருந்ததாகவும் பாட்டிதான் சொன்னாள். பேப்பரிலெல்லாம் அது பிரமாதமாகப்பட்டதாகவும் அந்த நேரத்தில் துவங்கப்பட்ட தீப்பெட்டி கம்பெனிக்கு அதன் முதலாளி அந்தப் பிரபலத்தைப் பயன்படுத்திக்கொள்ள நினைத்து அதையே தன் கம்பெனி சின்னமாகப் போட்டான் என்றும் சொல்லியிருக்கிறாள். “தாத்தா இருந்திருந்தா இன்னும் கொஞ்சம் வெலாவரியா சொல்லுவாரு” என தன் ஞாபகத்தின் மீது குறைபட்டுக்கொண்டாள். எனக்குள் விரிந்த ஆர்வத்தின் கிளையில் இப்போது பாட்டி சொன்ன ஞாபகங்கள் துளிர்த்தன.

நாங்கள் மூவரும் கார் வைத்துக்கொண்டு ஜெகநாதபுரம் போனோம். 2009 ஆம் ஆண்டு கொசஸ்தலை ஆற்றின் மேல் காரனோடையில் இரண்டாவது முறையாகக் கட்டப்பட்ட பாலமும் ஆற்றோடு அடித்துக் கொண்ட போய்விட்டதை, பாலத்தைக் கடக்கையில் டிரைவர் சொன்னான். இரட்டை பாலம். ஒரு பாலம் அடித்துக்கொண்டு போய்விட்டால் இன்னொரு பாலம் உதவும் என்பதுபோல் கட்டி வைத்திருப்பார்கள் போலிருந்தது. புதுப் பாலத்தில் இருந்து இறந்து கிடந்த பழைய பாலத்தைப் பார்த்தோம்.

மணல் குவாரி ஏலம் எடுத்தவர்கள் பாலத்துக்கு நெருக்கமாக மணலை எடுத்துவிட்டதுதான் தூண்கள் அடித்துக்கொண்டு போனதற்குக் காரணம் என்று டிரைவரே மீண்டும் சொன்னான். காரை நிறுத்தச் சொல்லிவிட்டு ஆற்றைக் குறுக்காகவும் நெடுக்காகவும் பார்த்தோம். நீண்டு கிடந்த ஆற்றில் எது குறுக்கு? எது நெடுக்கு? ஆற்றில் நீர் இல்லை.. பெரும்பாலும் சிறு ஓடைபோல ஆற்றின் பள்ளமான பகுதிகளில் நீர் ஓடிக்கொண்டோ, அல்லது தேங்கியோ இருப்பதுதான் மனதில் இருந்தது. ஆற்றில் இரண்டு கரைக்குமாக மணல் இருக்கும். இப்போது குரூரமாகச் தோண்டப்பட்ட குழிகள்.

“டேய் தமிழ்... ‘பஞ்ச தந்திர’த்தில ‘மேகி’ய இங்கதான போடுவாங்க?” பெர்னான்டஸ் குரலில் கண்டுபிடித்துவிட்ட பெருமிதம். “அட ஆமான்டா..” பிரபாஷ் பாலத்துக்குக் கீழே குதித்துவிடுவதுபோல குனிந்து பார்த்தான். “அதோ அதுதான் எஸ்.வி.சுப்பையா இருந்த வீடு.” டிரைவர் இவர்களின் உற்சாகத்தைப் புரிந்துகொண்டு இன்னும் தகவல் தருவதற்குத் தயாராகியிருந்தான்

டிரைவர். “பாரதியாரா நடிச்சாரே.. கப்பல் வுட்ட தமிலன்ல?” பெர்னான்டஸ் அந்த வீட்டைப் பார்க்க முயன்றான். ஒரு மாந்தோப்பு தான் தெரிந்தது. “இப்ப செத்துட்டார் இல்ல?” என்றேன் நான்.

“எப்பவோ பூட்டாரே.”

நான் மிகவும் தாமதமாகப் போனேன். தாமதம் என்றால் பொழுது சாய்ந்த நேரத்தில் போனதாகச் சொல்லவில்லை. என் தாத்தா இறந்து போன பிறகு ஞானோதயம் வந்து கொள்ளூ தாத்தாவைப் பற்றித் தகவல் திரட்ட வந்த அந்தத் தாமதத்தைச் சொல்கிறேன். அப்பாவும் இரண்டு ஆண்டுகளுக்கு முன் இறந்துவிட்டார். கைக்கெட்டிய தூரத்தில் இருந்த தகவல்கள் எல்லாம் மங்கி மறைந்துகொண்டிருந்தன. என் தாத்தாவின் பங்காளி முறைத் தம்பிகள் இரண்டு பேர் இப்போது அங்கே இருப்பதாக அம்மா சொல்லி அனுப்பினார். அம்மாவுக்குச் சிறுத்தையை அடித்தவரின் பெயரும்கூட தெரியவில்லை. ஆனால் அம்மாவை விட்டால் தீப்பெட்டியின் சரித்திரப் புள்ளியை அறிந்த வேறு யாருமே இல்லைபோல இருந்தது. ஜெகநாதபுரம், ரங்காவரம் இரண்டு ஊர்களிலும் இந்த விஷயம் தெரிந்தவர்கள் இருப்பார்கள் என்று ஒரு ஆதாரமான முதல் தகவலை அம்மாவால் தரமுடிந்தது.

ஜெகநாதபுரம் என்று அம்புக்குறி போட்ட குறுகிய சாலையில் கார் திரும்பியது.

டிரைவர், “கப்பல் வுட்ட தமிழன் இல்ல சார்.. கப்பல் ஓட்டிய தமிழன்” ஆழ்ந்த அமைதியான நேரத்தில் சொன்னான். அவனுக்கு இவ்வளவு நேரமாக மனதை அரித்துக்கொண்டிருந்தது போலும். “தெரிஞ்சா மாரி சொன்னான்... கப்பல் வுட்டாராம்..”

“நான் சின்ன வயசுல கண்டியில பாத்தது... அங்க அப்பிடித்தான் மக்கள் சொன்னதா ஞாபகம்.. சாரி.. என் மிஷ்டேக்கா இருக்கலாம்” பெர்னான்டஸ் கன்னத்தில் போட்டுக்கொண்டான்.

பிரபாஷ் செல்லமாக பெர்னான்டஸின் தலையில் குட்டினான். இருபுறமும் மரங்கள் சூழ்ந்த சாலை. தாரும் காரும் உரசும் சப்தம் மட்டும் கேட்டுக்கொண்டிருந்தது. ஏதோ சிறுத்தை இன்னும் இந்தப் பகுதியில் இருக்கும்போல பிரபாஷ் கண்ணாடி வழியே பார்த்துக் கொண்டு வந்தான். தெரு பிரியும் ஓரிடத்தில் டிரைவர் எந்த திசையில் பிரயாணிக்க வேண்டுமென காத்திருந்தான். “டேய் தமிழ். வழி சொல்லுடா...” என்றான் பிரபாஷ்.

“ரைட்ல போங்க” என்றான்.

மாமாவுக்குத் தலையில் அடிபட்டு, சுயநினைவு தப்பிப் போய் திரும்பியிருந்ததால் அவருக்குப் பலரை அடையாளம் தெரியவில்லை. பிரபாஷ் மட்டும் "அப்பாகிட்ட சொல்லிக்கிட்டிருந்தது, இவரைத் தானா?" என அக்கறையாகப் பார்த்தான். ராஜேஷ் வந்தவர்களைப் பார்க்காமல் வெட்கப்பட்டான். ஆட்களைப் பார்க்காமல் இருப்பதற்கு கம்ப்யூட்டர் கேம் அவனுக்கு உதவியாக இருந்தது. நியூயார்க்கில் இருந்து அவனுக்குத் தோராயமாக வாங்கி வந்திருந்த சட்டை, பேண்ட், ஷூ ஆகியவற்றை எடுத்து நீட்டினான்.

"மாமாக்கு தேங்க்ஸ் சொல்றானா பாரு" என்றாள் ஆயா. தாத்தா இறந்த பிறகு, ஆயா வடக்கிருந்து உயிர் நீக்காத குறையாக முடங்கிப் போய்விட்டாள். மாமாவைக் காண்பித்து, "இப்ப எவ்ளவோ பரவால்ல நைனா.. கொஞ்ச நெஞ்ச ஆளைத் தெரியுது அவனுக்கு.." எனச் சொன்னாள். மூவரும் மாமாவையும் ஆயாவையும் பார்த்தோம். பதிலுக்கு என்ன பேசுவதெனத் தெரியவில்லை. துயரப் பார்வை பார்ப்பதைத் தவிர வேறு ஒன்றும் செய்ய முடியவில்லை.

தேவகி அத்தை வந்தவர்களுக்கு டீ போட்டு கொடுத்துவிட்டு அம்மா சொல்லியிருந்த அந்த இரண்டு பெரியவர்களை அழைத்து வந்தாள். கறுத்துச் சுருங்கிய ஒல்லியான உடம்பு. வேட்டியை முழங்காலுக்கு மேலே தூக்கிக் கட்டிக்கொண்டு தோளுக்கு மேலே துண்டு போட்டுக் கொண்டிருந்தார்கள்.

"லட்சுமண அண்ணனுக்குத்தான் அவரைப் பற்றி நல்லாத் தெரியும்" என்றார்கள். ஆனால் இவர்களும் சிறுத்தையை வெட்டி வீழ்த்தியவரைப் பார்த்திருப்பதாகச் சொன்னார்கள். அவர்கள் சொன்ன முதல் செய்தி... அவர், இவர்களின் தந்தை வழி சொந்தமில்லை என்பதை. நான் இதுவரை நினைத்துக்கொண்டிருந்ததுபோல் அவர் என் தாத்தாவின் அப்பாவுக்கு அண்ணன் அல்ல. தாத்தாவின் அம்மாவுக்கு அக்கா புருஷன். கூட்டிக் கழித்துத் தாத்தாவுக்குப் பெரியப்பாதான். இந்த நேரத்திலாவது அதைத் திருத்திக்கொள்ள முடிந்ததே. இன்னும் இருபது வருஷம் போயிருந்தால் இதைச் சரிபண்ணிக்கொள்ள முடிந்திருக்குமா என்று தெரியவில்லை. எல்லா சரித்திரக் குறிப்பின் மீதும் படர்ந்திருக்கிற மெல்லிய அவநம்பிக்கை காரணமாக, இதை இத்தனைத் திருத்தமாகத் தெரிந்துகொள்ள வேண்டுமா என்றுதான் தோன்றியது. பிரபாஷ் செய்வன திருந்தச் செய் பாணி ஆளாக இருந்தான். சமீபத்திய இறந்த காலத்தை, முடிந்த அளவுக்குத் திரும்பிப் பார்க்கலாம் தான் என்று பெர்னான்டஸும் நினைத்தான்.

ஒருவர் ஞாபகம் தொட்டு இன்னொருவராக பெரியவர்கள் இருவரும் விவரிக்க ஆரம்பித்தார்கள். எங்கள் தேவையோ, நோக்கமோ புரியாமல் அவர்கள் நிறைய கிளைக் கதைகளோடு சிறுத்தையை வெட்டியவரை நோக்கி நகர்ந்தார்கள்.

சிறுத்தை வெட்டப்பட்ட பத்தாண்டுகளுக்குப் பிந்தைய நினைவுகளாக இருந்தன. அது நாற்பதுகளின் மையப்பகுதியாக இருந்தது.

நாற்பதுகள்...

1

குஸ்தி வாத்தியாரிடம் பாடம் படித்துவிட்டு வந்த மாதிரி கட்டு மஸ்தாக இருந்தது அந்தக் குதிரை. உடம்பில் அத்தனை செழிப்பு. இந்த இருட்டு நேரத்தில் மரத்தின் மேலிருந்து பார்க்கிறபோதும் லட்சுமணனால் அதைத் திடமாக உணர முடிந்தது. ஒவ்வொரு பாகத்தையும் தனித் தனியாகச் செதுக்கி மாட்டியது மாதிரி. பத்ராஜல ஆசாரி இழைத்துத் தந்த தேக்குத் தூணின் உறுதியும் மினுமினுப்பும்... அதைத் தொட்டாவது பார்த்துவிட வேண்டும் என்று தூண்டியது. நிகுநிகுவென வளர்ச்சி. அந்த ஆரோக்கியம் தந்த தெனவட்டு அதனுடைய நடையில் இயல்பாகத் தொற்றியிருந்தது. சக்கிலியனைப் பார்க்கிற மணி ஐயரின் அலட்சியம் அதனிடமும் இருப்பதாக நினைத்தான். இவ்வளவு வனப்பு கொண்ட குதிரை, அந்த வெள்ளைக்காரனுக்குச் சொந்தமாக இருப்பதைத்தான் லட்சுமணனால் தாங்கிக்கொள்ள முடியவில்லை. வெள்ளைக்காரன்தான் நம்மை ஆண்டுகொண்டிருப்பதாகச் சொல்வார்கள். ஆனால், லட்சுமணன் தம் பதினேழு வயசு அனுபவத்தில் ஜெகநாதபுரம் - இனாம் அகரத்தில் எதிர்கொண்ட ஒரேயொரு வெள்ளைக்காரன் ஜேம்ஸ் என்று சொல்லப்படுகிற இந்த கலெக்டர் ஆபிஸ் சேவகன் ஒருத்தன்தான். அப்படி வெள்ளைக்காரர்களால் நம் ஊர் ஆளப்பட்டுக்கொண்டிருப்பதால் நமக்கு என்ன பாதகம் வந்துவிட்டதென்றும் லட்சுமணனுக்குத் தெரியவில்லை. நம் நாட்டைச் சேர்ந்தவர்கள் ஆண்டால் சிறப்பாக ஆளுவார்கள் என்பதற்கான ஆதாரம் எதுவும் அவனுக்குத் தெரிந்திருக்கவில்லை. ஏனென்றால்,

அவன் பிறந்தபோதும், அதற்கு முன் அவன் அப்பாவும் தாத்தாவும் பிறந்தபோதும் எப்படியிருந்ததோ அப்படியேதான் அவனுடைய ஊர் ஆளப்பட்டுக்கொண்டிருந்தது. இதற்கு முன்னால் மிக நன்றாக இருந்ததாக நிலைநாட்டுவதற்கு ஆதாரபூர்வமாக ஒரு விஷயமும் அவன் ஞாபகத்தில் இல்லை. நாடு எப்படி ஆளப்பட வேண்டுமோ அப்படித்தான் ஆளப்பட்டுக்கொண்டிருப்பதாக அவன் நினைத்தான். எனவே, சுதந்திரம் என்பது அக்கறை கொள்ளத்தக்க விஷயமாக இல்லை அவனுக்கு. அவனுக்குத் தெரிந்து யாருக்கும்தான். நம்முடைய நாடு என்பது செங்கல்பட்டு ஜில்லாவைக் கடந்து பரந்து விரிந்து கிடக்கும் மிகப் பெரிய பிரதேசம் என்பது ஒரு கற்பனா ரூபத்தில் அவன் மனதில் இருந்தது.

'செங்கல்பட்டு ஜில்லா என்பதுகூட கணக்குப்பிள்ளையும் தலையாரியும் அவ்வப்போது பிரயோகிக்கிற வார்த்தைகளாக இருப்பதால் பழக்கப்பட்டுப் போனதுதான். இனாம் அகரம் என்பதுதான் ஆகப் பொருத்தம். ரோட்டுக்கு வடக்காக இருப்பது இனாம் அகரம் என்றால், தெற்காக ஜெகநாதபுரம். பத்தடி தூரத்தில் இப்படி இரண்டு கிராமநத்தம். அகரத்தில் ஏழெட்டு ஐயர் வீடுகள். தெருப் பக்க வாசப்படி போக கொல்லைப் பக்கமாக மாடு கன்று, பள்ளு பறையர்கள் வந்து போவதற்கான இன்னொரு வாசப்படி. தெருவுக்கு ஒதுங்கி உள்ளே 'கொசமூடு'. அதையும் தாண்டி 'வேட்டைக்காரமூடு'. இந்த வீடுகள் எல்லாம் திக்குக்கு ஒரு வாசப்படியாகத் தோன்றினபடிக்குக் கட்டியிருக்கும். அப்படி... ஒரு ஏழெட்டு வீடு. அவர்களுக்கு வந்து போக வழி வேண்டுமே என்ற யோசனையும்கூட இருந்ததாகத் தெரியாது.

அகரமும் ஜெகநாதபுரமும் பிரிகிற சாலைக்கு ஒதுக்குப்புறமாக பறைசேரி. அவர்கள் என்ன தினுசாக வீடுகட்டியிருக்கிறார்கள் என்பது யாருக்கும் தெரியாது.

'அதுக்குள்ள எவன் போய்ப் பார்த்தான்? கண்ணுல பட்டாலே தீட்டு சாமினு எதிர்ப்படும்போது அவனே பனைமரத்துக்குப் பின்னாடி மறைஞ்சுக்குறான். சொல்லப்போனா, இந்த ரெண்டு வூரு கூட்டத்தை விட அதிகக் கூட்டம் அங்கதான். எப்படியும் எர்நூர் பேர் இருப்பானுங்க. சேரிக்கு மேற்கே அகரத்துக்குத் தெற்கே ஜெகநாதபுரம். அதுல மொத்தமா பனிரெண்டு வூடு. அதுல ரெண்டு பேரு ஆசாரிங்க. கதவு செய்ய, கலப்பை செய்ய அல்லாட வேண்டியிருக்குதேனு புடிச்சு கொண்டாந்து போட்டிருக்குது. மீதிப் பேரு ரெட்டியாமூடு. இன்னும் தெக்க போனா சக்கிலிபாளையம். அங்க ஒரு ஆறு வூடு. மாடு செத்தா, ஆடு செத்தா எடுத்துக்கிட்டுப் போய் சாப்புடுவானுங்க. தோலைப் பதம் பண்ணி செருப்பு தச்சுக் கொடுப்பானுங்க. முடிஞ்சுது.' லட்சுமணன் மனதில் ஊரின் பிம்பம் இப்படித்தான் இருந்தது.

இதைத் தாண்டி இந்த உலகத்தில் இருக்கும் ஆட்களும் அவர்களின் பிரச்சினைகளும் லட்சுமணனுக்குப் பெரிதாக உறைப்பதில்லை. அவை வெளிநாட்டுப் பிரச்சினை போலத்தான். அது அவன் ரங்காவரம்,

ஊத்துக்கோட்டை சொந்த பந்தங்கள் விஷயமாக இருந்தாலும். இதில் வெள்ளைக்காரனைப் போய் எதற்கு எதிர்க்கணும்?

உண்மையில், வெள்ளையனிடம் ஆதாயம் பெற விரும்புகிறவர்களும் அது கிடைக்காதவர்களும்தான் அவர்களை எதிர்க்க நினைக்கிறார்கள் என்று அவன் நினைத்தான். எங்கோ வெள்ளைக்காரர்களின் போக்குவரத்து இல்லாத ஊரில் வசித்துக்கொண்டிருக்கும் நம்மைப் போன்ற எவ்வளவோ பேருக்கு எவன் ஆண்டால் என்ன என்பதுதான் தீர்மானம். நகரங்களில்தான் வெள்ளைக்காரர்களுக்கும் நம்ம ஆசாமிகளுக்கும் உரசல். அல்லது வெள்ளைக்கார அதிகாரிகள் ஒரு நகரத்தில் இருந்து இன்னொரு நகரத்துக்குப் பயணிக்கிற வழிகளில் இருப்பவர்களுக்கான பிரச்சினையைத்தான் சுதந்திரப் போராட்டம் என்பதாக மணி ஐயர் சொல்லுவார்.

இதோ இப்போது வந்திருக்கிறானே இவனெல்லாம் ரோந்து சுத்துகிற காவல்காரன். இவனை மட்டும் சொல்லவில்லை. இவனைப் போல மோட்டாரில் வருகிறவர்களைப் பார்த்தாலும் ரோஷம் ஒன்றும் வருவதில்லை. ஒருவேளை அவர்கள் வந்து இங்கே நேரடியாக ராஜாங் கம் செய்தால் ரோஷத்தில் சுதந்திர உணர்வு வருமோ என்னவோ? அதெல்லாம் ராஜாங்க சமாச்சாரம் என்றுதான் அவனுடைய அப்பா தசரத ரெட்டியாரும் சுதந்திரப் போராட்டம்பற்றி அவனிடம் சொல்லி யிருந்தார்.

முற்றும் தெளிந்த ஞானிபோல அவர் "டேய், இவனுங்க நினைக்கறது எதுவுமே நடக்காதுடா" என்று சொல்லும்போது சுதந்திரப் போராட் டம் என்பதெல்லாம் சும்மா பொழுதுபோகாதவனும் விவரம் தெரியாதவனும் செய்கிற செயல்தானோ என்று தோன்றும். அது உண்மையாகவும் இருக்கலாம். அப்படிப் போராட்டம் செய்கிற சிலரும் ஜெயிலிலும் தூக்குக் கயிற்றிலும் சிக்கிச் செத்துப்போயினர். யாராவது இப்படிச் சாகும்போதுதான் அவர் சுதந்திரத்துக்காகப் போராடினார் என்பதே தெரியவருகிறது. இன்னும் கொஞ்சகாலம் கழித்து இன்னொருவர். "சிதம்பரம்புள்ளை வெள்ளக்காரனை எதிர்த்து கப்பல் வுட்றேன்னாரு. அவரைத் தூக்கி ஜெயில்ல போட்டானுங்க. வாஞ்சிநாதன்னு ஒருத்தன் வெள்ளக்காரத் துரையைச் சுட்டுட்டு அவனும் சுட்டுக்கிட்டு செத்தான். இதோ பகத் சிங்னு ஒருத்தன். தூக்குல கொண்டுபோய்ப் போட்டாங்க. காந்தி வந்துருக்காரு. பாவம்.. கோட்டு போட்டுக்கிட்டிருந்தவர கோவணாண்டி ஆக்கிட்டாங்க. அந்தப் பழியும் மதுரைக்கு வரும்போதுதானா நடக்கணும்? ஏதோ இவுரு சாத்வீகமா போறாரு. சுடாம வெச்சிருக்கான். ஆவேசக்காரனா இருந்தா, அந்தமான் ஜெயில்ல கொண்டுபோய்ப் போட்டு மிதி மிதினு மிதிச்சிருப்பான். இப்ப என்ன பெருசா மாத்தம் வந்துடுச்சு?" என்கிறார் அப்பா. சுதந்திரப் போராட்டத்தை அவர் 'உபயமத்த வேலை' என்பார். அப்பாவுக்கு மணி ஐயர் சொல்வதுதான் வேதவாக்கு. கிடக்கட்டும். இவ்வளவு நல்ல குதிரை நம்மிடம் இல்லையே என்பதுதான் லட்சுமணனுக்கு

மிகப் பெரிய உறுத்தலாக இருந்தது. 'வெள்ளைக்காரன் வெச்சிருக்கிற குதிரைக்கு ஆசைப்பட்றதும் சுதந்திரப் போராட்டம் என்ற கணக்கில் வருமா' என்று யோசித்தான். குதிரையை அடைய இரண்டு வழிகள்தான். ஒன்று, அந்த வெள்ளைக்காரனைக் கொன்றுவிட்டு குதிரையைக் கைப்பற்ற வேண்டும். அல்லது ஒரு குதிரையைக் காசு கொடுத்து வாங்கிவிட வேண்டும். குதிரை எல்லாம் எங்கே விற்கிறார்கள் என்று தெரியவில்லை. திருவண்ணாமலையில் குதிரைச் சந்தை நடக்கிறது என்றார்கள். எப்போது, என்ன விலை என்பதெல்லாம் ஒருத்தருக்கும் ஒரு எழவும் தெரியவில்லை.

குதிரையில் வருகிற வெள்ளைக்காரன் ஜமீன்தாரைப் பார்த்து கிஸ்தி சமாச்சாரங்கள் பேசிவிட்டு, தகவல் வாங்கிக்கொண்டு போகிறவன். ஜமீன்தார்கள் ஒவ்வொரு ஊரையும் நானூறு ரூபாய் ரொக்கம் கொடுத்து வாங்கியதாகச் சொல்வார் மணி ஐயர். பத்து ஊருக்கு மேல் வாய்தா வசூலிக்கிறார் ஜமீன். 'நான்காயிரம் கொடுத்தா வாங்கியிருக்க முடியும்? சேர்ந்தாப்ல அஞ்சு ரூபா பார்க்கறதே அபூர்வமா இருக்கு'... ஆண்டிக்கு எதற்கு அம்பாரம் கணக்கு என்று மீண்டும் குதிரைக்கு வந்தான். அவனைக் கொன்றுவிட்டோ, கொல்லாமலோ குதிரையை அடைவது நமக்கும் பகத் சிங் கதியைத்தான் கொடுக்கும் என்று லட்சுமணனுக்கு நன்றாகவே தெரிந்தது. "போயும் போயும் குதிரைக்காக இப்படி 'உபயமத்த வேலை'யைப் பண்ணிட்டானே... என்கிட்ட கேட்டிருந்தா ஒரு குதிரைக்கு நாலு குதிரை வாங்கித் தந்திருப்பேனே" என்பார் அப்பா. அவரைப் போலப் பேச முடியாது... வூட்ல எட்டு மூட்டை நெல்லை வெச்சுக்கிட்டு என்னத்த வாங்கித் தந்துடுவாரு? அரையணாவும் தம்பிடியும் பெட்டியில போட்டு பித்தளப் பூட்டு போட்டுப் பூட்டி வெச்சிருக்காரு. வாழைக்கா மண்டிக்குப் போனா ஒரு ரூபா ரெண்டு ரூபா கிடைக்கும். கங்கையாடி குப்பத்தானுங்க போட்டிக்கு வந்துட்டா அதுவும் போச்சு. குதிரை வாங்க முடிஞ்சாலும் அதை ஜமீன் பார்த்தா சுட்டே போட்டுடுவான். ஏரிக்கரைல ஓலை வெட்னாலே கட்டிவெச்சு அடிக்கிறானுங்க....

இதெல்லாம் நடக்காது, லட்சுமணன் தெளிவாகிவிட்டான். இருப்பது ஒரே வழிதான்... வெள்ளைக்காரனுக்குத் தெரியாமல் குதிரையை எடுத்து ஓட்ட வேண்டும்.

இந்த வெள்ளைக்காரப் பயல் ஒரு சில நாள் வந்தால் உடனே போய்விடுவான். சில நாள் வந்தால் கிடா வெட்டி விருந்து நடக்கும். சாராயம் குடித்துவிட்டு விடிந்து எழுந்து காலையில்தான் போவான். 'அப்படித் தங்குகிற நாளா இருந்தா குதிரையைத் தைரியமா எடுத்து சவாரி பண்ணிட வேண்டியதுதான்'.

ஜமீன்தார் வீட்டு முன்னாடி இருந்த புளியமரத்தில் யாருக்கும் தெரியாத உயரத்தில் உட்கார்ந்திருந்தான் லட்சுமணன். வீட்டு மாட்டுக் கொட்டகையின் ஒரு பக்கத்திலேயே குதிரையைக் கட்டிவைத்திருந் தார்கள். பெரிய தொழுவம். மாடுகள் தொழுவத்தின் சுற்றுச் சுவரை

ஓட்டி வேய்ந்த ஓட்டுக் கூரையின் கீழ் அசை போட்டுக்கொண்டிருந்தன. ஆடுகளுக்கு தொழுவத்தின் நடுவே தட்டி. ஐந்தாறு கிடாய்கள், பெட்டைகளை விரட்டி விரட்டி இன்புறுத்திக் கொண்டிருந்தன. அந்தப் பக்கம் நான்கு ஜோடி ஏர் மாடுகள், வெள்ளை வெளேர் என்று மயிலைக் காளைகள் இரண்டு ஜோடி. மயிலைக் காளைகள் கூண்டு வண்டிக்கு. 'செமை அடிச்சு நெல் அளக்கிற நேரங்களில் ஜமீன் வந்து எறங்கிறது கூண்டு வண்டிலதான். சொளையா அள்ளிக்கினு போவார். அவர் அளக்கறதுதான் கணக்கு. கல்வி பண்டு என்று வருஷா வருஷம் அளக்கிறாரு... எந்த வாத்தியானும் ஊருக்குள்ள வந்து பாடம் சொல்லித் தந்ததில்ல. என்னமோ அவரோட பூமி... அவர் அளந்துக்கிட்டுப் போறாரு. அளந்து முடிஞ்சு கிளம்பும்போது காளைகளுக்கும் விஷயம் புரிந்துதான் அந்த மாதிரி நடந்துக்கும்.

இன்னா மாரி மாடுங்க... கறந்த பால் கணக்கா வெள்ளை. ன்னா உசரம்? நுகத்தடி வெச்சதும் ஏதோ ஈ உக்காந்த மாதிரி உடம்பைச் சிலிர்த்துக்கும். அப்புறம் வண்டியை இழுக்கிற அனாவசியம்..

அந்த மாடுகள் இங்கே கழுத்துமணி கிணுகிணுக்க வைக்கோலை இழுத்து மென்றுகொண்டிருந்தன. ஜமீன்தாரின் நோஞ்சான் குதிரை ஒன்றும் அங்கே இருந்தது. அது வண்டி குதிரை. ஜமீன்தார் ஏதாவது கோயில் திருவிழா, பட்டணத்தில் இருந்து மருமகன் வந்தால் ரயில்வே ஸ்டேஷனில் இருந்து அழைத்துவருவது, பொம்பளைகள் கோயில் குளங்களுக்குப் போக-வர போன்ற காரியங்களுக்காக அது நடமாடிக் கொண்டிருந்தது. ஆனால் அதை லட்சுமணன் ஒரு பொருட்டாகவோ, ஒரு குதிரையாகவோ நினைத்ததே இல்லை. 'ச்சே...'

நிலவு கிழக்கே உதித்து மேலே உயர்ந்துகொண்டிருந்தது. மரத்தின் மீதும் நன்றாகவே காய்ந்தது. தெரியாமல் இருக்க அடர்த்தியான 'தெகை' இருக்கும் கிளையாகப் பார்த்து நகர்ந்துகொண்டான். இரவு தங்காமல் செல்வதாக இருந்தால் இவ்வளவு நேரம் இருக்க மாட்டானே... நேரம் கடந்துகொண்டிருந்தது. இந்த ராத்திரியில் ஜமீன் வீட்டுப் பக்கத்தில் மரத்தில் ஏறி அமர்ந்திருப்பதை யாராவது பார்த்துத் தொலைத்தாலும் பிரச்சினைதான். திருடன் என்று பட்டம் கட்டிவிட்டார்கள் என்றால், அது குடும்பத்துக்கே பெருத்த அவமானமாகிவிடும். 'வாக்கு பூக்கு' இல்லாமல் மாட்டிக்கொண்டது மாதிரி இருந்தது. ஆளரவமற்ற நேரமாகப் பார்த்து மெல்ல இறங்கி வீட்டுக்குப் போய்விடலாமா என்றும் இருந்தது. ஒருவேளை இன்று இரவு அவன் தங்கினால்...?

ஆஹா... பெரிய அடுக்குச் சட்டியொன்றில் சாராயம் எடுத்துக் கொண்டு பின்கட்டு வழியாகச் சென்றான் ஏகாம்பரம். ஜமீன் வீட்டுப் படியாள்... கொஞ்ச நேரத்தில் கறி, மீன் வாசனையோடு உரக்கப் பேசும் சத்தமும் எழுந்தது. இன்றைக்கு வெள்ளைக்காரன் டேரா போடுவது உறுதியாகிவிட்டது. இன்றைக்குச் சவாரி உண்டு. அடுத்த ஒரு மணி நேரம் லட்சுமணன் மரத்திலேயே அசந்துபோய்

தூங்கிவிட்டான். காலையிலிருந்து களம் செதுக்கி, ஒட்டுமண் தள்ளிய அசதி. சுருக்கென்று கட்டெறும்பு கடித்ததால்தான் எழுந்தான்.

பேச்சுச் சத்தமும் சிரிப்புச் சத்தமும் அடங்கி விளக்குகள் அணைந்திருந்தன. இரண்டு மாடி வீடு. செங்கல்பட்டு ஜில்லாவிலேயே இது போன்ற வீடு வேறெங்காவது இருக்குமா என்று தெரியவில்லை. பர்மாவிலேருந்து ஒரு கப்பல் நிறைய தேக்கு கொண்டாந்ததாகச் சொல்லுவார்கள். நாலுகட்டு வீடு. லட்சுமணன் ஒரே ஒருமுறை வீட்டின் கூடம்வரை போயிருக்கிறான். நெல் அளந்தபோது மூட்டை தூக்கிப் போட, அவனையும் வண்டியில் தூக்கிப் போட்டுக்கொண்டு வந்தார்கள். ஜமீன்தாரிடம் கொஞ்சம் குழைவாக இருந்தால் 'நாள பின்ன நெலத்தைக் கிரயம் செய்துகொள்ள சல்லீசாக இருக்கும்' என்பது லட்சுமணனின் அப்பா தசரத ரெட்டியாரின் யோசனை.

நெல் மூட்டையை எடுத்துக்கொண்டு வீட்டுக்குள் நுழைந்தபோது தரை ஆலங்கட்டி மாதிரி குளிர்ச்சியாகவும் தரையைப் பார்த்தே பொட்டு வைத்துக்கொள்ளலாம்போல பளபளப்பாகவும் இருந்தது. ஜமீன்தாரையும் அப்போதுதான் அவ்வளவு கிட்ட பார்த்தான். உயரம் சுமாராக இருந்தாலும் களையாக இருந்தார். சிவப்பு. பட்டையாக நாமம் வைத்திருந்தார். நடுவே குங்குமம். "தசரதா உம் பையனா?" என்றார். அப்பா தலையசைத்து அரையடி பின்வாங்கி நின்றார். அப்பாவுக்கு ஜமீன் மீது அவ்வளவு மரியாதை. நம் குடும்பத்துக்கு அவ்வளவு நல்லது செய்திருக்கிறார் என்று ஜமீனைப் பாராட்டுவார் அப்பா.

ஒரு தரம் உற்றுப் பார்த்துவிட்டு, "தாத்தனை மிஞ்சிடுவான். சிறுத்தை இன்னா சிங்கம் வந்தாலும் வெட்டுவான்யா உம் பையன்" என்று லட்சுமணனின் உடற்கட்டைப் பாராட்டினார். அப்பாவுக்குச் சந்தோஷம் தாளவில்லை. ஜமீன்தாரே பாராட்டினார் என்று ஊரில் பெருமையாகச் சொன்னார்.

ஏகாம்பரம் உள்ளிட்ட ஒன்றிரண்டு ஆசாமிகளும் மீதமான சரக்கை மாட்டுக் கொட்டகைக்கு வந்து அவசரமாக வாயில் ஊற்றிக் கொண்டு வீட்டை நோக்கி ஓடிக்கொண்டிருந்தனர். ஊரடங்கி நிசப்தம். குதிரையை அங்கிருந்தவாறே நோட்டம் விட்டான். லட்சுமணனுக்குப் படபடப்பு அதிகமாகியது. உடம்பு திடுதிப்பென்று சூடாகி கண்கள் தகித்தன. மெல்ல கீழே இறங்கினான். குதிரை கடிவாளத்தோடு வாயில் ஒரு பை கட்டப்பட்டு நின்றிந்தது. அவிச்ச கொள்ளு வாசனை. குதிரையும் கள்ளு குடிக்கும் என்று சிலம்பன் சொன்னான். குடித்திருக்கிறதா என்று தெரியவில்லை.

வாரை அவிழ்த்தபோது கிர்ர்.. கிர்ர் என்று கனைத்தது. எங்கே சத்தம் கேட்டு எழுந்து வந்துவிடுவானோ என்ற அச்சத்தோடு வெள்ளைக்காரன் இருந்த பின்கட்டு பங்களாவைப் பார்த்தான். அசலனமாக இருந்தது. தரதரவென்று இழுத்துக்கொண்டு தோட்டத்தைவிட்டு வெளியே

வந்தான். குதிரை திமிறியது. முன்னங்கால்களை திடுதிப்பென்று உயர்த்தி எக்காளமிட்டது. லட்சுமணன் விடுவதாக இல்லை. வாரை இழுத்துப் பிடித்தான். திமிறியபடியே அசைந்து வந்தது. நல்ல உயரம். எப்படி ஏறி அமர்வது என்று புரியவில்லை. பக்கத்தில் இருக்கிற மாட்டு வண்டி அருகே சென்று, வாரை இறுகப் பிடித்தவாறே வண்டி மீது ஏறி, குதிரை மேல் ஏறி அமரும் நேரம் சுதாரித்துவிட்டது குதிரை. இவன் என்ன காரியம் பண்ணப் பார்க்கிறான் என்று பதறியிருக்க வேண்டும்.

நாலு கால் பாய்ச்சலில் பறக்க ஆரம்பித்தது. குதிரை சேணத்தை எட்டிப் பிடித்து எப்படியாவது மேலே ஏறி அமர்ந்துவிட வேண்டும் என்று படாத பாடுபட்டான். அது முடியவில்லை. கால்கள் தரையில் உராய்ந்து தோல் வழட்டிக்கொண்டது. தானாகவே கால்களை உயர்த்திக்கொண்டு தொங்கினான். குதிரை அவனைக் கீழே சாய்ப்பதில் குறியாக இருந்தது. அது குறியாக இருக்க வேண்டிய அவசியம்கூட இல்லை. தடக் தடக்கென்று குதிரையின் உடம்பு அதிருகிற அதிர்ச்சியிலேயே பிடியை விட்டுவிட்டுக் கீழே விழுந்து உயிரைக் காப்பாற்றிக்கொள்ளலாம் என்று தோன்றியது. குடுமி அவிழ்ந்து காற்றில் சுழன்றுகொண்டிருந்தது. ஆனால், விடுவதாக இல்லை அவன். குதிரையோ வேண்டுமென்றே இருக்கிற முள்வேலியையெல்லாம் அவன் முதுகில் உரசும்படி ஓடியது. கோயில் சுவர், கம்பம் எல்லாவற்றிலும் அவன் உடம்பை உரசியது. எலும்பு நொறுங்குகிற அளவுக்கு இடி. போட்டிருந்த முண்டா நனைந்து ரத்தம் சொட்டுவதை உணர முடிந்தது. முதுகுச் சதை பிய்த்துபோய் இருக்கலாம். கைப்பிடி கொஞ்சம் தளர்ந்தாலும் கால்கள் இரண்டும் தரையில் உரசும். முட்டி பெயர்த்துக் கொள்ளும். எப்படியும் கீழே சாய்த்துவிட வேண்டும் என்று உடலை அவ்வப்போது படு வேகமாகக் குலுக்கியது குதிரை.

லட்சுமணனுக்கு வீராப்பு அதிகம். உயிரே போனாலும் சரி என்று முடிவுசெய்துவிட்டான். உயிர் போவது உறுதியாகிவிட்ட நிலையில் வீராப்பு இன்னும் அதிகமாகியது. நம் ஒட்டுமொத்த மானமும் இப்போது இந்தக் குதிரையைச் சமாளிப்பதில்தான் அடங்கியிருக்கிறது என்று முடிவு செய்தான். சேணத்தைப் பிடித்துக் கொண்டிருக்கிற கைகளில்தான் அவனுடைய மானம் முழுதும் திரண்டு உட்கார்ந்திருப்பதாக இருந்தது அவனுக்கு. சேணத்தை வெறித்தனமாக இறுக்கிக் கட்டிக்கொண்டு வெறிகொண்டவனைப் போல வாரை ஒரு ஜிம்பு ஜிம்பினான். குதிரை இதை எதிர்பார்க்கவில்லை. சட்டென ஒரு கணம் நின்றது. ஒரே தாவு.. எகிறி குதிரை மீதமர்ந்தான். 'அட நீயா.. என் மீதா' என்று குதிரை திடுக்கிட்டுப் பாய்ந்தது. இன்று ஒரு கை பார்த்துவிடலாம் என்ற ஆவேசம் அதற்கு. லட்சுமணனுக்கும்தான்.

தூக்கித் தூக்கிப் போட்டது. எங்கே கீழே விழுந்துவிடுவோமோ என்றிருந்தது. வெள்ளைக்காரன் தன் காலை எங்கே வைத்துக்கொள்வான் என்று ஞாபகம் வந்துவிட்டது. தடித்த இரும்பு வளையத்துக்குள் காலை நுழைத்துக்கொண்டான். அப்போதும் குதிரை மீது உட்கார்ந்திருப்பது

ஆபத்தாகவே இருந்தது. குதிரையின் ஒவ்வொரு தாவலுக்கும் இரண்டடி உயரம் தூக்கிப்போட்டது. அந்தக் கம்பி வளையத்தில் காலை நுழைத்தபடி குதிரையின் மீது உட்காராமல் அந்தரத்தில் உட்கார்ந்திருப்பதுபோல பாவனை காட்டினான். அது அவனைப் பெருமளவுக்குக் காப்பாற்றியது. பாதுகாப்புக்காக சேணம், வார் என்று சகட்டுமேனிக்கு சேர்த்துப் பிடித்துக்கொண்டான். குதிரையின் மீது அமர்ந்தும் அமராதவாறு தோராயமாக நின்றவாறே குதிரையைச் செலுத்தினான். செலுத்தினான் என்று முழுமையாகச் சொல்ல முடியாது. அதுவாகச் செல்கிற பாதையில் பயணமானான்.

நீண்ட தூரம் வந்துவிட்டது தெரிந்தது. திருவள்ளூரா, அதையும் தாண்டிவிட்டோமா என்று தெரியவில்லை. செம்மண் பாட்டை. பனஞ்சாலை, சேறு, சகதி, புதர், பொந்து எல்லாவற்றிலும் நுழைந்து ஓடியது. சாலைகளைவிட்டு விலகி, ஏதோ பனந்தோப்பும் ஏரிக்கரையும் தெரிந்தது. வாரைப் பிடித்து மெல்ல அதை ஒரு அரை வட்டமடிக்க வைத்து, வந்த திசை நோக்கி விரட்டினான். மீண்டும் ஏதோ செம்மண் பாட்டையைப் பிடித்த பின்புதான் கால்களால் இடுக்கி உதைப்பதும் வாரை இழுப்பதும் அதைத் தம் விருப்பப்படி செலுத்துவதைச் சாத்தியப் படுத்தியது. கரலபாக்கமா, மேலப்பேடா என்று அத்தனை உறுதியாகத் தெரியவில்லை. பகலிலே அடையாளம் தெரியாது. அங்கிருந்த களமும் ஒத்தைப் பனைமரமும் அய்யனார் சிலையும் அப்படித்தான் ஏதோ ஓர் ஊராக இருக்குமென்று தோன்றச் செய்தன. 'ஊரா முக்கியம்...? வந்த வேகம்தான் முக்கியம். கட்டுச் சோத்தை எடுத்துக்கிட்டு காலையில் கிளம்பினால் பொழுதே சாஞ்சிடும் இங்க வந்து சேர்றதுக்கு...'

சோழவரம் ஏரிக்குத் தெற்கே ஏரோப்ளான் வந்து இறங்குவதற்காக ஊரையே வளைச்சிப்போட்டு வைத்திருந்தார்கள். வெள்ளைக்காரன் போட்ட 'சிமிட்டி' ரோடு பிரம்மாண்டமாகத் தெரிந்தது. ஒரே நேரத்தில் ஐநூறு மாட்டுவண்டி போகலாம், அவ்வளவு பெரிய ரோடு. 'வார்' நடக்கிறதால குண்டு போட்றதுக்கு ஏரோப்ளான்லாம் தயாரா கொண்டாந்து நிறுத்திவெச்சிருக்கிறதா சிலம்பன் சொல்லுவான். யார்கிட்ட யார் சண்டை போட்றான், யார் மேல யாரு குண்டு போட்றான்னு எழவும் புரியல. ஆனா, ஏரோப்ளான்ல போனா ஒரு மணி நேரத்திலேயே கடலை தாண்டி மறுகரைக்குப் போய்விடலாம் என்று மட்டும் சிலம்பனுக்கு உறுதியாகத் தெரிந்திருந்தது.

கொழுகொழுவென்ற அதன் உடம்பின் மீது தம் தொடை பதிந்திருப்பது அவனுக்குள் ஒருவிதப் பரவசத்தைப் பரப்பியது. பெண்ணோடு சல்லாபிக்கிற மாதிரி இருந்தது. இன்னமும் கிடைத்திராத சுகத்தை மனம் கற்பனை செய்தது. இன்னொரு ஜீவராசியின் உடம்பில் தம் தொடைப் பகுதி உராய்ந்ததில் அந்த உணர்வுக் கிளர்ச்சி. அவனாகவே தலையை ஆட்டி, ஆமாம் இப்படித்தான் இருக்கும் என்று உள்ளுக்குள் சொல்லிக்கொண்டான்.

அது பெண் குதிரையாக இருக்குமா... அதனால்தான் நமக்கு இப்படித் தோன்றுகிறதா? கீழே குனிந்து பார்க்க முயற்சி செய்தான். தெரியவில்லை. குலுக்கலில் கீழே விழுந்துவிடுவோம் போல இருந்தது. எங்காவது நிறுத்தி, கீழே இறங்கி மீண்டும் குதிரையில் ஏறுவதற்கு முடிகிறதா என்று பார்க்க ஆசைப்பட்டான். ஆனால், குதிரை இழுத்துக் கொண்டு ஓடிவிட்டால் ஜமீன் வீட்டில் பெரிய பிரச்சினையாகிவிடும் என்ற அச்சம் தோன்றியது.

வேகமாகவோ, மெதுவாகவோ ஓட்டுவதும்கூட அவனுக்குப் புரிபட்டது. ஆனால் இப்போது வேகமாகத்தான் செல்ல வேண்டியிருந்தது.

குதிரையேற்றம் என்கிறார்கள். பயிற்சி வேண்டும் என்கிறார்கள்... தமக்கு உடனே புரிபட்டுவிட்டதுபோல இருந்தது அவனுக்கு. ஆனால், ஒரு மாதம் பட வேண்டிய அடியை - காயத்தை ஒரேநாளில் பட்டாகி விட்டது. முதுகுப் பகுதியில் ரத்தம் ஓடி உறைந்து போயிருப்பதை உணர முடிந்தது. கால்களில் வலி. ஆனால் இன்னும் இரண்டு முறை ஓட்டினால் இது வழிக்கு வந்துவிடும் என்று தைரியம் பிறந்தது. சோழவரம் ஏரிக்கரையைக் கடந்தபோது குதிரையை மெதுவாகச் செலுத்த ஆரம்பித்தான். தூரத்தில் ஜமீன் வீடு தெரிந்தது. வாசல் பக்கம் ஒரு லாந்தர் விளக்கு இரவில் எப்போதும் எரியும். அது துலக்கமாகத் தெரிய ஆரம்பித்தது. சலசலப்பின்றி மெல்ல நடைபோட்டது குதிரை. தன்னைக் கட்டுப்பட வைக்கும் திறமை உள்ளவனை அது மதிக்க ஆரம்பித்ததை உணர்த்துவதாக இருந்தது அந்த நடை. இருவருக்குமே பரஸ்பர ஒப்பந்தம் ஏற்பட்டுவிட்ட மாதிரி இருந்தது.

வீடு நெருங்கியதும் குதிரையைவிட்டு இறங்கி, அதன் வாரைப் பிடித்து இழுத்தபடி வீட்டை நெருங்கி அது முன்பு கட்டப்பட்டிருந்த இடத்தில் கட்டினான். இப்போது குதிரையைப் பார்க்கப் பெருமிதமாக இருந்தது. மெதுவாக அதன் வயிற்றுப் பகுதியையும் கழுத்துப் பகுதியையும் வருடினான். குதிரை உடம்பில் சூடு பறந்தது. அது உடம்பைச் சிலிர்த்துக்கொண்டு, அவனை ஒரு தினுசாகக் கழுத்தை வளைத்துப் பார்த்தது.

எப்பாடு பட்டேனும் ஒரு குதிரை வாங்கியே ஆக வேண்டும் என்று முடிவு செய்தபடி வீட்டை நோக்கி நடக்க ஆரம்பித்தான். மார்கழி பனி நாளில் நட்சத்திரங்கள் கழுவிவிட்டதுபோல மின்னின. விடியற் பொழுது. லட்சுமணன் உடம்பு வலியை உணர ஆரம்பித்தது.

கொசஸ்தலையில் இறங்கி வேட்டி, முண்டாவோடு ஒரு குளியல் போட்டான். உடம்பு திகு திகு என்று எரிந்தது. ஆடைகளை அங்கிருந்த கிராவல் கல்லில் அரக்கித் தேய்த்தான். ரத்த தடயம் தெரியாமல் இருந்தால் சரி. ஈரத்தோடு அதை மீண்டும் உடுத்திக்கொண்டு வானம் பார்த்தான். கோழி கூவும் நேரம் என்பதற்கான அடையாளங்கள் தெரிந்தன. குளிரில் உடல் தடதடக்க ஆரம்பித்தது.

2

“**கொ**சஸ்தலை ஆத்துல சீதாராமையரு குளிச்சிட்டுக் கரையேறும் போது கிழக்க சூரியன் கரகரனு வெளிய வரும். கலப்பையைத் தூக்கிக்கிட்டு ஆளுங்க, மாடு – கன்னு நடமாட ஆரம்பிச்சுடும். பதைச்சுப் போயிடுவாரு ஐயரு. ‘ஏண்டா பாவி.. சித்த ஓரமா நில்லுடா’னு கத்திக்கிட்டே ஓட்டமா வீட்டை நோக்கி ஓடுவாரு. யாராச்சும் கவனிக்காம நேருக்கு நேரா வந்துட்டா போச்சு. ‘தீட்டா போச்சு.. தீட்டா போச்சு’னு துடிச்சுப் போய்டுவாரு. எதிர்ல வர்றவன் ஒரு பர்லாங் தூரத்திலேயே ஓரமா நின்னுடணும். ‘சூத்தரவா.. அங்கேயே நில்லுடா’னு மனுஷன் கதறுவாரு. பள்ளி, பறையன், சக்கிலி எல்லாரும் ஒண்ணுதான் அவருக்கு. அப்பிடி ஒரு சமத்துவம்”- தசரத ரெட்டி வைக்கோல் பிரி விட்டபடியே சொல்லிக்கொண்டிருந்தார். கதிர் அடிச்சு ஒப்பிடி பண்ண வந்திருந்த ஆசாமிகளில் சிலருக்கு சீதாராமையரைத் தெரியாது. அவர் செத்துப்போய் பதினெட்டு வருஷத்துக்கு மேல் ஆகிவிட்டது. அவருடைய வளர்ப்புப் பிள்ளை சுப்ரமணி அப்படி ஆசாரமான ஆள் இல்லை. மனுஷாளைத் தொட்டுக்கிட்டுப் பேசுகிறவர்தான். ஆனால், யார் வீட்டிலும் பச்சைத் தண்ணீரும் வாங்கிக் குடிக்க மாட்டார்.

ராமசாமி அவர் பங்காக ஏதோ சொல்ல நினைத்தார். செமையைத் தூக்கி வந்து வடக்கு தெற்காகப் போட ஆரம்பித்திருந்தார்கள்.

“ஏண்டா.. கெழக்கு மேற்கா போடுடா. வெக்கத் தெரியாம வெக்கப்

போரு போட்டான்னு இதுக்குத்தாண்டா சொல்றாங்க... நீ போட்ற வாட்டம் வெக்கபோரு காத்துல பறந்துடும்.. காத்து வாட்டம் தெர்ல உனுக்கு?" என்று குரல் கொடுத்தார்.

"ராமசாமி.. நீ என்னமோ சொல்ல வந்தியே என்னாய்யா?" "ஏதோ சொல்ல வந்தேன்.. ஆங்... அவ்ளோ ஆச்சாரமா இருந்தாரே ஐயரு.. கடைசியில நம்மளப்போல நாலு பேர் சேர்ந்துதான் ஆத்தோரத்துல அடக்கம் பண்ணோம். யாருமே வரக் காணமே.. அதச் சொல்ல வந்தேன்."

"அந்த நேரம் பார்த்து ஐயிரு வூடு முழுக்க எங்கயோ விசேஷம்னு போய்ட்டாங்க. சுப்ரமணி ஐயிரு ஒண்டியாளு.. இருந்துக்கிட்டு என்ன பண்ணுவாரு? அவுருதான் 'யாராவது நாலு பேரு வாங்கயா'னு கூப்பிட்டாரு.. அது ஒரு காலம்யா."

"அப்ப பத்துப் பன்னெண்டு ஐயிரு வூடு இருந்துச்சு.. அப்புறம் ஒருத்தரு பட்டணம் போய்ட்டாரு. ரெண்டு பேரு டெல்லிக்கி.. ஒருத்தரு அம்பத்தூர்ல கோயில் குருக்களாய்ட்டாரு. இப்ப நாலஞ்சி வூடுதான் மிஞ்சியிருக்குது. அக்ரஹாரம்தான் அகரம்னு மாறிப் போச்சுனு சொல்லுவாங்கய்யா. நூறு வருஷத்துக்கு மின்னாடி இங்க பூவேரி இருக்குல்ல, அதும்பக்கத்துல ஒரு கோயில்கூட இருந்துச்சாம். சொல்றாப்ல ஒரு குட்டிச்செவுரு இருக்கு அந்த எடத்துல. சிவன் கோயில்னு சொல்றாங்கப்பா. கவனிக்காத கோயிலு.. சரிஞ்சி விழுந்த செவுரு.. ஐயிருங்களே கல்லைப் பிரிச்சு அவங்கவங்க வூட்டுக்கு ஒபயோகப் படுத்திக்கிட்டாங்களாம், எங்கப்பா சொல்லுவாரு." "என்னமோ தசரதா.. அகரத்துல வேட்டைக்காரமூடும் கொசமூடும் போக ஐயிர் வூடு எத்தினினு தேடித்தான் கண்டுபிடிக்கணும். நம்ம கணக்குப்பிள்ளை சின்னசாமி ஐயிரு. அப்புறம் அந்த ஜோசியரு. புள்ளையார் கோயில் ஐயிரு. அப்புறம்.. கல்யாணம் காரியம்னா சிவராம ஐயிரு.." பித்தளைப் பூண் போட்டு, சலங்கை கட்டி தட் தட்னு தலையாரி வரும் சத்தம் கேட்டது.

"ஏம்பா.. எப்ப சொன்னதுக்கு எப்ப வர்றே? நெல்லு குவிச்சு அம்பாரம் போட்டாச்சி. அப்புறம் குறையுது. நெல்லு திருடிப்பூட்டாங் கன்னு சந்தேகம் கௌப்பறதுக்கா?"

"ரெட்டியாரே.. கணக்குப்புள்ளையும் சரி, ஜமீந்தாரும் சரி.. உங்கள என்னைக்குமே சந்தேகப்பட்டதே இல்ல. அந்தத் தைரியத்துலதான் பொருமயா வர்றேன். சரீய்.. சேறு பூசி அடையாளம் பொறிச்சிடவா?"

"ஏண்டாப்பா.. ஐயிரு கிட்ட நல்ல நாள் குறிச்சுக்கினு வாயேன்" அலுத்துக்கொண்டார் ராமசாமி. தசரத ரெட்டியின் பங்காளி அவர். அவர் சொன்னதைக் கண்டுகொள்ளாமல் தலையாரி வெட்டிவைத்த களிப்பை, ஏரித் தண்ணீர் ஊற்றிக் குழைவாகப் பிசைந்துகொண்டான். நெல் அம்பாரத்தின் மீது வைக்கோல் பரப்பி, அதைச் சுற்றி சேற்றைக் கெட்டியாக அப்பினான் தலையாரி. அம்பாரத்துக்கு நாலா பக்கமும்

ஜமீன் அடையாள முத்திரையைக் குத்தினான். பலகையில் சிங்க உருபோலச் செதுக்கி வைத்திருந்தது. அது ஒரு அடையாளம். ஆசாரிகிட்ட சொன்னா, இது மாதிரி ஒரு நாழியில் செய்வான். ஏமாற்ற வேண்டும் என முடிவு பண்ணிவிட்டால் எம்மா நேரம்? யாருக்கும் அப்படித் தோன்றுவதில்லை. எதுக்கு வம்பு என்ற பயமும்தான் காரணம்.

"ரெட்டியாரே ராத்திரி காவலுக்குப் படுத்துக்கிறேன். தம்பிய அனுப்புறீங்களா உங்க சார்பா."

"அனுப்றேன்.. மழைக்கி மின்னாடி அளக்கறதுக்குச் சொல்லிட்றா."

வாய்ப் பூட்டுகளோடும் நுகத்தடியோடும் மாடுகள் வீடு நோக்கிப் புறப்பட்டன. மத்தியானம் தண்ணி குடிக்கத்தான் வாய்ப் பூட்டைக் கொஞ்ச நேரம் கழற்றிவிட்டார்கள். நீச்சத்தண்ணியும் வேக வைத்த கொள்ளும் சாப்பிடப் போகும் சந்தோஷ நடையில் அவை வீடு நோக்கிப் போய்க்கொண்டிருந்தன.

பொழுது போன நேரத்தில் வீட்டுத் திண்ணையில் ஆள் படுத்திருப்பது தெரிந்தது. யாரோ ஊரில் இருந்து வந்திருப்பது தசரத ரெட்டிக்குத் தெரிந்தாலும் வந்திருக்கும் ஆசாமி வெள்ளையும் சொள்ளையுமாக இருப்பதால், சற்று நிதானித்து நின்று பார்த்தார். மயிலாப்பூர் பாத்தியக் காரர்கள் என்பது அந்தத் துணிமணி வகையறாவை வைத்தே தெரிந்துபோனது.

'நல்லது - கெட்டது, கொடுக்கல் - வாங்கல், பொண்ணெடுக்கறது - பொண்ணு கொடுக்கறது எல்லாம் அவங்க சம்மதத்தோடதான். பாத்தியம் பார்த்து, கொடிகால் பார்த்து, நம்ம சாதிதானா, பள்ளியா? அவுரி பள்ளியானு அலசி, கல்யாணத்தை முடிச்சு வைக்கிறது அவங்க தீர்ப்புலதான். எல்லா நேரத்துலயும் இல்லன்னாலும் அசல்ல பொண் ணெடுத்தா நிச்சயம் அவங்க வாக்கு வேணும். இது அவருக்கு அவங்க அப்பா காலத்துல, தாத்தன் காலத்துல இருந்து வர்ற பழக்கம்னு தெரியும். சாதியில கலப்பு வந்துடக் கூடாது இல்ல? அதுக்குத்தான்.

இதுக்கு முன்னாடி சின்னவர் வூட்ல அப்படித்தான் கலந்துக்காம பொண்ண கொடுத்துட்டு சாதியில சுத்தமில்லனு நொந்துபோய் இருந்தான். அப்புறம் பொண்ணு வூட்டு போக்குவரத்தே நின்னு போச்சி. பாவம்.. அந்தப் பொண்ணு என்ன பண்ணும்?' மயிலாப்பூர் ஆசாமிகளின் வருகையை ஒட்டி தசரத ரெட்டியின் சிந்தனை இவ்வாறாக ஓடியது.

'மயிலாப்பூர்ல அவங்களுக்குக் கோயில் வேலை. கபாலி கோயில் மராமத்து, தேர் மராமத்து, உற்சவர் மயிலாசனம் எல்லாம் அவங்க அலங்காரம்தான். கையில எந்நேரமும் ரூபா நோட்டு பொரளும்.'

இப்போதும் ஏதோ கல்யாண விஷயமாகத்தான் வந்திருப்பார்களோ என நினைத்தார்.

‘ஏதோ நம்ம காலம் வரைக்கும் இதே சுத்தத்தோட சாதிய காப் பாத்திப்புடணும்’ என்று நினைத்துக்கொண்டார் தசரத ரெட்டி. தூங்க ஆரம்பித்தவர்களைக் கலைக்க வேண்டாம் என்று புழக்கடைப் பக்கம் போய், அடுப்பிலிருந்து இறக்கி வைத்திருந்த சுடு தண்ணியைத் தொட்டுப் பார்த்தார். தலையில் நான்கு சொம்புத் தண்ணீரை எடுத்து ஊற்றிவிட்டு, பீர்க்கங்காய் நாரைப் போட்டுத் தேய்த்துக்கொண்டார். மங்கம்மா அடுப்பங்கரையில் பாத்திரங்களைத் தேய்த்துக்கொண்டிருந்தாள். முதுகு தேய்க்கக் கூப்பிடலாம் என்று யோசித்து, அவரே சொணை போகத் தேய்த்துவிட்டுக்கொண்டு மீண்டும் நான்கு சொம்புத் தண்ணீரை வேகமாக ஊற்றிக்கொண்டார். கொடியில் கிடந்த மேல் குட்டையை எடுத்து, கம்மான் மூட்டு தொரப்பணக் கருவி கயிறிழுப்புபோல முதுகில் போட்டு இப்படியும் அப்படியும் இழுத்தார். லட்சுமணனைக் காணவில்லை. “எங்கடி அவன்?” என்றபடி போய் அமர்ந்தார்.

சோறைப் போட்டு, கத்திரிக்காய் காரக்குழம்பை ஊற்றினாள் மங்கம்மா. விருந்தாளி வந்ததால் நிறைய காய் போட்டு செய்திருப்பது தெரிந்தது.

“எங்க போச்சினே தெர்ல.. சாயங்காலம் களத்தில இருந்து வந்துட்டு கெளம்பிப் போச்சி” என்றாள். யோசனையோடு சாப்பிட்டுவிட்டு லாந்தர் விளக்கைத் தூக்கிப் பார்த்து, “நீயும் ஒரு புடி சாப்பிட்டர்தான? அவன் எப்ப வருவானோ?” என்றார்.

“நா சாப்புட்டுக்கிறன்.. நீ சாப்புடு.”

“எப்ப வந்தாங்க?” என்றார் திண்ணையைக் காட்டி. “பொழுது போய்தான் வந்தாங்க.. நீ களத்தாண்ட இருக்கறதா சொன்னன்.. ஒரே களப்பு. அதான் சாப்ட்டுப் படுத்துட்டாங்க.. காலீல பேசுவ நீயும் படு” என்றாள் கிசுகிசுத்த கரிசனக் குரலில்.

அவள் சாப்பிடுவதை அவர் பார்த்ததே இல்லை. எதிரில் சாப்பிட கூச்சம். எல்லாரும் சாப்பிட்டு முடித்துப் படுத்த பின்னாடி, சுவர் பக்கமாகத் திரும்பி உட்கார்ந்து மிச்சமிருக்கும் சாப்பாட்டைக் குழம்பு ஊற்றி நான்கு உருண்டையாக வாயில் போட்டுக்கொள்வாள். அவளைச் சீக்கிரமாகச் சாப்பிட வழிவிட்டு காற்றோட்டமான இடத்தில் வந்து பாய் போட்டுப் படுத்தார். கண்ணைச் சொக்கியது. காலையிலிருந்து அறுப்பு நடக்கிற இடத்தில் அப்படி வேலை.

சப்தம் கேட்டு விழிப்புத் தட்டியபோது லட்சுமணன் வருவது தெரிந்தது.

“எங்கடா போய்ட்டு வரே நடு ஜாமத்தில?” என்றார் தசரத ரெட்டி. திண்ணைக்கு அந்தப் பக்கம் வெட்ட வெளியில்தான் படுக்கை. வீட்டுக்கு எதிரில் மண் பாட்டைக்கு எதிரே சவுக்கு வேலியில் மாடு கன்றுகள் இருந்ததால் அதை ஒரு அரைப் பார்வை பார்த்தபடி படுத்திருப்பார். பங்கும் பங்காளிகள் பாகம் பிரித்துத் தனித் தனி

தலைக்கட்டாய் ஆனதில் சில சௌகரியங்கள் இருந்தாலும் மந்தை இப்படி சின்னதாகச் சுருங்கிப்போனதில் வருத்தம்தான் அவருக்கு. “சின்ன மந்தையோ, பெரிய மந்தையோ.. பசுவும் கன்னும் பார்வைல இருந்தாத்தானே? அதுங்கள ஒரு பார்வ பாத்த மாதிரியும் ஆச்சு, திண்ணையில ஒரு பக்கமா எப்பயும் அடுக்கி வச்சிருக்கிற நெல்லு மூட்டைக்கி காவல் மாதிரியும் ஆச்சு.’

இரட்டை பிறப்பாகப் பிறந்தும் முதல் பையன் பூச்சி கடித்துச் செத்துப்போனதில் லட்சுமணன் மீது அப்படிப் பாசம் அவருக்கு.

கோவிந்த ரெட்டிக்கு ஒரே ஒரு வாரிசு தசரத ரெட்டி... தசரத ரெட்டிக்கு ஒரே ஒரு வாரிசு லட்சுமணன். ‘இன்னொரு புள்ள பொறக்கா மயா போயிடும்’ என்று தசரத ரெட்டியும் பத்து வருஷமாகச் சொல்லிக் கொண்டிருந்தார். கொஞ்ச காலமாக அப்படி ஒரு விஷயம் சொல்லிக் கொண்டிருந்ததை ஞாபகப்படுத்துவதில்லை.

“சொல்றானா பாரு?” என்று அவர் சொல்லிக்கொண்டிருக்கவும் அவர் ஏதும் யூகித்துவிடும் முன்னம் வலியை வெளிக்காட்டிக் கொள்ளாமல் அவரைக் கடந்து வீட்டினுள் சென்றான் லட்சுமணன்.

உடம்பில் குதிரை ஏற்படுத்திய அதிர்வுகள் இன்னும் மிச்சமிருந்தன. நாம் ஒழுங்காக நடக்கிறோமா என்று சந்தேகமாக இருந்தது அவனுக்கு. தானாகவே துள்ளிக்கொண்டிருப்பதுபோல இருந்தது. அப்படியே துள்ளிக்கொண்டிருந்தாலும் மாடத்தில் மட்டும் எரிந்துகொண்டிருந்த சிம்னி விளக்கு வெளிச்சத்தில் அப்பாவுக்கு அது வித்தியாசமாகத் தெரிந்திருக்காது. திண்ணையில் யாரோ படுத்திருப்பதைக் கவனித்தான். தலையைச் சொறிந்து இடம் தேடினான். கயித்துக் கட்டிலை வெளியே கொண்டுவந்து போட்டு அதில் சாய்ந்தான்.

தசரத ரெட்டி ஆகாயத்தைப் பார்த்து விடிந்துவிட்ட நேரத்தில் எங்கிருந்து வருகிறான் என்று யோசித்தார். எதற்கும் ஒரு வார்த்தை கேட்டுவிடும் நோக்கத்தில் அங்கிருந்தபடியே “சாப்பிட்டியாடா?” என்றார்.

விடியற் பொழுதில் எங்கே சாப்பிடப்போகிறான் என்ற தொனி தான் அதில் இருக்கும் என்று கருதியோ, என்னவோ அவர் அப்படிக் கேட்பதற்கு முன்பே ஏறத்தாழத் தூங்கிவிட்டான் லட்சுமணன். மறுதரப்பிலிருந்து பதில் வராது என்ற எதிர்பார்ப்பிலேயே அவரும் சில வினாடி நின்று பார்த்துவிட்டு, எழுந்ததுதான் எழுந்தோம் என்று லாந்தரை எடுத்துக்கொண்டு வயலை நோக்கி நடைபோட ஆரம்பித்தார்.

பையன் இப்படி அகாலத்தில் சுற்றிவிட்டு வந்து படுத்ததில் தசரத ரெட்டிக்குச் சின்ன சந்தேகம். தவறான சகவாசம் ஏதும் ஏற்பட்டுப் போச்சா என்று. ஆனால், அவசரப்பட்டுக் குழம்பிக்கொள்ள வேண்டாம் என்று மனசை மாற்றிக்கொண்டார்.

பனி கடுமையாகத்தான் இருந்தது. கம்பளியை நன்றாக இழுத்துப் போர்த்திக்கொண்டார். இருட்டில் கிளம்பும்போது எப்போதும் அவர் கையில் வெட்டுக் கத்தி ஒன்று இருக்கும். விடியற் காலையில் வயலை ஒரு சுற்றுச் சுற்றி வருவது, அவருக்கு அவருடைய அப்பா காலத்தில் ஏற்பட்ட பழக்கம். அதேபோல கையில் வெட்டுக் கத்தி எடுத்துக்கொள்வதும். கையில இரும்பு சமாச்சாரம் இருந்தால் காத்துக் கருப்பு அண்டாது என்பது நம்பிக்கை. தசரத ரெட்டியின் அப்பா வரைக்கும் கூட அந்த நம்பிக்கை பின்தொடர்ந்தது. தசரத ரெட்டிக்கு அந்த நம்பிக்கை சுத்தமாக இல்லை; லட்சுமணனுக்கும் இல்லாமல்தான் வளர்த்தார். பேய் பற்றிய பயங்களோ, நம்பிக்கைகளோ மகனை அண்டிவிடக் கூடாதென்றுதான், மகனை அறுவடைக் காலங்களில் களத்துமேட்டில் தனியாகவே படுக்கப் பழக்கப்படுத்தியிருந்தார். இத்தனைக்கும் இவருடைய கிணற்றுக்குச் சற்றுத் தள்ளிதான் சுடுகாடு.பேருக்குத்தான் சுடுகாடு. பத்து வருஷத்துக்கு ஒரு பிணம் விழுந்தால் பெரிய விஷயம். மாமாங்கத்துக்கு மாமாங்கம்... சூடுமில்லாத காடு மில்லாத சுடுகாடு. “பட்டணத்துல ஓட்டேரி சுடுகாடுகிதே.. அதுல மாசம் ரெண்டு பிணம் விழும்யா... இங்கிருக்கிற பேய்க்குக் கூட்டாளி கூட இருக்காது போலருக்கே. அதுவே தனியா பயந்துக்கிட்டுதான் ஒக்காந்திருக்கும்” என்பார் களத்துமேட்டுக் காவலின்போது. பையனிடம் அப்படிச் சொல்லித்தான் வளர்த்தார். அதனால், ஊருக்குள் அவருக்கு மவுசும் இருக்கப்போய் அதைத் தன் தனிச் சிறப்பாகக் கருதி வந்தார். ஊரில் வேறு யாருக்குப் பேயைக் கிண்டலடிக்கிற தைரியம்?

ஆனால் ‘தசரத ரெட்டி மட்டும் எதுக்குக் கத்தி எடுத்துக்கிட்டு வயலுக்குப் போறாரு... சும்மா ஆயிரம் பேசலாம்யா... பயம் எல்லாருக்கும் இருக்கத்தானே செய்யுது?’ என்று ஒரு பேச்சும் ஊருக்குள் இருக்கத்தான் செய்தது.

“திருட்டுக் கொம்பை ஊருடா... ஒரு தற்காப்புக்குத்தான் நான் இத வெச்சிருக்கேன்” என்பார்.

மனசும் வேறு சம்பவத்துக்குத் தாவிவிட்டது. இதேபோல விடி காலையில் வயலுக்குப் போனபோது, தம் சகலைக்கு ஏற்பட்ட சம்பவத்தின் மீது சிந்தனை குவிந்தது. ‘மங்கம்மா சொல்லிக் கேட்கணுமே இந்தக் கதைய... அவளுக்குத் தன் அக்கா புருஷனின் வீர சாகசத்தின் மீது அப்படியொரு பெருமை. அவளுக்குத் தெரிந்த ஒரே கதை அதுதான். லட்சுமணனிடம் நூறு தடவையாவது சொல்லியிருப்பா. ஆர்யமாலா கூத்து பாக்றாப்பலதான் இருக்கும் அவ விவரிக்கிறது.’ மகனுக்குச் சொல்லும்போது அவரும் ஏதோ வேலையா இருப்பதுபோலக் கேட்பார். எல்லாம் சொல்லி முடித்ததும் “நேர்ல பார்த்தாப்ல கோணி ஒதர்றா பாரு” எனக் கிண்டல் அடிப்பார்.

“எப்பவும் விடிகாத்தால நாலு மணிக்குப் போவாருப்பா தலமேல சுத்திக்கிட்டு வர்றதுக்கு. அந்த ராத்திரில அவருக்கு அப்பிடி ன்னாதான்

தெரியுமோ? தொணைக்கி அவுர் நாய். எங்க போனாலும் நாயும் கூடவே போவும், நெழலு கணக்கா. விசுவாசம்னா அப்படியொரு விசுவாசம். அவருக்குப் பொண்ணு பாக்கப் போனப்பக்கூடப் போச்சாம், சொல்லு வாங்க. அது சொல்லித்தான் எங்க அக்கா கழுத்துல தாலி கட்டினா ரான்னு எனக்குத் தெரியாதுப்பா..." என்று சிரித்துக்கொள்வாள். "காத்தால மடை மாறலாம்னு வாழைத் தோப்புக்குக் கிளம்பினாங்க. ஜாமம். ஏரித்தண்ணி மொற அப்பிடி. வாழைத் தோப்பு வந்ததும் நாய் சரசரவென்று முன்னால ஓடியாரும். சருகுங்க நடுவுல எதனா எலியோ, பாம்போ பார்த்துட்டு வெரட்டிக்குனு ஓடும். மறுபடி பெரிய நைனாகிட்ட ஓடியாந்துடும்.. சாவகாசமா ஒரு சுருட்டை எடுத்துப் பத்த வெக்கலாம்னு பாக்றாரு.... போன நாயி பேதலிச்சுப் போய் கூவிக்கிட்டு ஓடியார்து. இது என்னடா... பேயப் பாத்துட்டுப் பயந்து வருதான்னு கத்திய ஓங்கிட்டு நிக்றாரு மனுஷன். 'எவன்டா அது?'னு கணீர்னு குரல் கொடுத்தாரு. பதிலுக்கு ஊர்ர்ரூ உறுமல் சத்தம். நாயப் பாத்தா பயந்து காலைச் சீறிக்கிட்டு நிக்குது. 'டேய்.. யாருடாங்கிறன்ல?' என்று மறுபடி கத்தினாரு. வெட்டுக் கத்திக்கு வேலை வந்துடுச்சிடான்னு மொள்ள ஒரு அடி எடுத்து வைக்கிறாரு... சரசரனு எதிர்ல ஏதோ ஓடிவர்ற சத்தம். சுதாரிச்சி கத்தியை ஓங்கறதுக்கும் அது மேல பாயறதுக்கும் சரியாக இருந்தது. இப்பிடி திடீர்னு பாயும்னு எதிர்பாக்கல அவரு. பாஞ்ச பீட்ல அப்டியே நெலகொலஞ்சி கீழ வுழுந்தாரு. தலையத் திருப்பி எதுடா அது நம்ம மேல மோதறதுன்னு பார்த்தா.. சிறுத்தைப்புலி.

கண்ணு ரத்தமா மின்னுது. நல்ல நீளம். மீசைய சிலிர்த்து உறுமுது. அடுத்த பாய்ச்சலுக்குத் தயாரா நிக்குது. அதுக்குள்ள எழுந்துக்க முடியுமானு பயந்துபோனாரு. நல்ல வேளையா அதுக்குள்ள நாயீ, சிறுத்த மேல பாஞ்சுது. ஏதோ அதால முடிஞ்சது. நம்ம எஜமானரைக் காப்பாத்தணும்னு அதுக்கு ஆவேசம். நம்மால சிறுத்தகிட்ட மோத முடியுமானு நினைக்கல. சிறுத்த ஒரே கவ்வாக் கவ்வி தூக்கிப் போட்டுடுச்சி நாயை. ஆனா, அதுக்குள்ள உங்க பெரி நைனா வேகமா எழுந்துட்டாரு. சிறுத்த பாய்றதுக்குக் குறி வெக்கறதுக்குள்ள இவரு பாஞ்சிட்டாரு. ஒரே வெட்டு... நடு மண்டையில போட்டார். கத்தி மண்டைலயே சிக்கிக்கிச்சி. வலி பொறுக்க முடியாம கோபத்துல சிறுத்த கத்துது. ஆனா, தலையில கத்தி சொருகின்னு இருந்ததால அதுக்குச் சரியா குறிபார்க்க முடியல. மறுபடி இவரு மேல பாய சமயம் பாக்குது. அதுக்கு முன்னாடி பெரி நைனாவும் நாயும் சமயம் பார்த்துட்டாங்க. நீ இன்னும் சாவலையானு நாயை ஒரு தரம் பார்த்துட்டு பெரி நைனாவைப் பார்த்து சீறுது. கைல எதனா ஆயிதம் இருந்தா நல்லா இருக்குமேனு நினைச்சி வாழைக் கன்ன வேறோட புடுங்கின்னாரு. மின்னாடியே கத்தில வெட்டுப்பட்டிருந்த சிறுத்த இதையும் ஆயுதமாங்காட்டியும்னு நினைச்சுக்கிச்சி. மொதல்ல பயந்தவன்தான மண்ணக் கவ்வுவான்? உன் பெரி நைனாவப் பாத்து

சிறுத்த பயந்துபோச்சி. சரட்டென்று சிறுத்த மேல தூக்கி அடிச்சாரு வாழக் கன்னை. அது போய் அதும் மண்டைல இருந்த கத்தில போய் மாட்டிக்கிச்சி. அதுக்கு இன்னும் ஆவேசம். சும்மா உறுமிக்கிட்டு பாயுது, இப்படியும் அப்பிடியுமா. கைல நகத்தால மூணுவரிக் கோடு. பாய்ச்சல்ல கண்ணு மண்ணு தெர்ல அதுக்கு. ரெண்டு வாழ மரம் தள்ளி வுழுந்துது பொதார்னு. ஒடனே முதுவு பக்கமா வுட்டார் ஒரு ஒத. அதுக்குக் கழுத்து மேல கவனம். கீழ வுழுந்த சிறுத்தயோட மண்டைல இருந்து கத்தி தனியே வந்துடுச்சி. நாயி சீர்றதப் பாத்து அதுக்கு எரிச்சலு. அப்புறமா நாய் மேல ஒரு தாக்கு. நாயும் வுட்றதா இல்ல. பல்லக் காட்டி கிர்... கிர்னு மல்லுக்கு நிக்குது. இவரு கத்தியக் கைல எடுக்கறதுக்குள்ள சிறுத்த, நாயைப் பதம் பார்த்துடுச்சி. இந்த மொற சிறுத்த வாயில நாயோட முதுகு சிக்கிக்கிச்சி. நாய் உய்ங்... உய்ங் என்று வலி பொறுக்க முடியாமல் தவிச்சுப்போச்சி. இப்ப சிறுத்த கழுத்தில் ஒரு வெட்டு வெட்னாரு. எம் மாமன் இதோ அந்த எறவாணம் உசரம் இருப்பாரு... சிறுத்த ன்னா பண்றது? அது நாயைப் போட்டுட்டு இவர் பக்கம் திரும்பறதுக்குள்ள இன்னொரு வெட்டு... இந்த மொறயும் கழுத்துல அதே இடத்துல ஒரு போடு. கழுத்து சரிஞ்சி கீழே தொங்கிடுச்சி. பெரும் கத்து கத்திட்டு ரெண்டு வாட்டி சுழண்டு கீழ சாஞ்சிடுச்சி. எட்ட நின்னு சிறுத்தயப் பார்த்தாரு. கழுத்துல இருந்து ரொத்தமா ரொத்தம். செத்தாலும் இப்படியொரு வீரங்கிட்ட தான்டா சாவணும்னு நிம்மதியா உயிரவிடுது. முனகல்கூட நின்னுபோச்சி. நீளமா விழுந்து கிடக்குது. ஒரு வாழ மரத்துக்கும் இன்னொரு வாழ மரத்துக்குமா நீட்டு. வாலே நாலு அடி நீளத்துக்கு இருந்தது. அதுமட்டும்தான் கொஞ்ச நேரம் இப்படியும் அப்படியும் ஆடிக்னுருந்தது. அது இனி பொழைக்கிறது கஷ்டம்னு உறுதியானதும் நாயைத் திரும்பிப் பார்த்தாரு.

அது எஜமானரக் காப்பாத்தின திருப்தில செல்ல ஊளை இட்டுக்னு அவர் கால்மாட்ல வந்து படுத்துக்கிச்சி. முதுகுல சரியான கடி. ரத்தம் பொங்கி ஊத்திக்னு இருந்தது. இவருக்கு மூச்சிறைக்குது. என்ன நடந்துச்சி... அடுத்து என்ன செய்றதுனு ஒண்ணும் பிரியல. மெதுவாத் தான் நியாபவம் வந்துச்சி. வேலி ஓரம் போயி சரசரவென நாலு எலையப் பறிச்சி, கசக்கிச் சாறு பிழிஞ்சாரு. அப்படியே நாய் கழுத்துல விட்டாரு. தன் உடம்புல இருந்த கீறலுக்கும் விட்டாரு. பின்னாடி அந்தப் பச்சிலய அப்படியே காயம்பட்ட இடத்துல வாழ நாரை வெச்சிக் கட்டினாரு. நாய் பொழைக்குமானு தெரியல."

ஆர்வம் தாளாமல் "பொழைச்சுதாம்மா?" என்று லட்சுமணன் பல தடவை கேட்டிருக்கிறான். "அவசரத்தப் பாரு... சொல்றேன்" என்று நாய் பிழைத்துக்கொண்டதைக் கடைசியில்தான் சொல்வாள். "அப்புறம் என்னாச்சிம்மா?" என்று கேட்டு, கூடவே ஊங் கொட்ட வேண்டும். அவளுக்கு அப்போதுதான் கதை சொல்வதில் ஈடுபாடு வரும்.

“அது கண்ணைச் சொருகிக்கிட்டு அவருக்குப் பக்கத்துலயே படுத்துக்கிச்சி. எம் மாமன் நாயை ஆதரவாத் தடவிக் கொடுத்துக்குனே ஒரு சுருட்டை எடுத்துப் பத்தவெச்சுக்கிட்டாரு.

பொழுதே வெடிஞ்சிபோச்சி.

சொக்கலிங்க ரெட்டி தன் தலையில இருந்து பொகடை போவு தான்னு பார்த்துக்கிட்டு வந்தவரு, எப்பவுமில்லாம இவரு வாழைத் தோட்டத்துல சரிஞ்சி உட்காந்திருக்கிறதப் பார்த்துட்டு ‘சின்னா... சின்னா’னு கூப்பிட்டுப் பார்த்தாரு. குரல் வராம போவவே என்னமோ, ஏதோனு ஓடியாந்து பாத்தாரு. மனுஷன் ஆடிப்போய்ட்டாரு ஆடி. பின்னே? ஒரு பக்கம் சிறுத்த... ஒரு பக்கம் நாய்.. பக்கத்துல பெரி நைனா.” பெரும்பாலும் இந்தக் கட்டத்தில் நிறுத்திவிட்டு வெற்றிலை போடுவாள்.

“ம்ம்.. இப்பிடி புலி ஒரு பக்கம்.. ஆளு ஒரு பக்கம் விழுந்து கிடந்தா யாருக்குத்தான் அச்சம் வராது? ரத்த வாடை... யாரோட ரத்தம். யாரடிச்சி யார் செத்துக்கிடக்கிறா... உசிரு இருக்குதானு தடுமாத்தம். “யாராவது ஓடியாங்கடா... டேய் சிவலிங்கம்., மாரிமுத்து”னு காலைல வரும்போது எதிர்ல பாத்தவங்க பேரையெல்லாம் சத்தம் போட்டுக் கூப்ட்டாரு. என்னாச்சி... என்னாச்சினு கூட்டம் கூடிப் போச்சி. முனகலோட மாமன் விழிப்புத் தட்டி எந்திரிச்சாரு. அவரு எழுந்திருக்கவும்தான் சொக்கலிங்க ரெட்டிக்கு உயிரே வந்துச்சாம். சொல்லுவாரு” என்று நீட்டி முழக்குவாள் அம்மா.

“கொஞ்ச நேரத்துல ஊரே திரண்டுபோச்சி. கணக்குப்புள்ள மூலமா போலீஸுக்குத் தகவல் போயி, பத்திரிகைக்காரங்கல்லாம் வந்துட்டாங்க. ஒரு மணிவாக்கில் சுத்துப்பட்டு கிராமத்துக்கெல்லாம் தகவல் எட்டி வண்டி கட்டிக்கிட்டு வந்து சிறுத்தயப் பார்த்தாங்க. வெள்ளக்கார அதிகாரிங்கலாம் வந்துட்டாங்க. துப்பாக்கி இல்லாமயே சிறுத்தய அடிச்சிட்டார்னு இங்கிலிபிஸ்ல பாராட்றாங்க. எல்லா பேப்பர் காரனும் இவரெப் பத்திதான் பக்கம் பக்கமா எழுதுறான். வெட்டுப்புலி, வெட்டுப்புலினு பெருமையா எழுதறான். வெட்டுப்புலின்னா சிறுத்தய வெட்டிப் போட்றதுனு அர்த்தமாம். பெரியப்பாவயும் நாயையும் படம் எடுத்துச் செய்தி போட்டாங்க. அப்புறம் திருவத்தூர்ல ஒரு கம்பெனிக்காரன் ஒரு தீப்பொட்டி ஆரம்பிச்சான். வெட்டுப்புலி பயர் பாக்ஸ் கம்பெனினு பேர் வெச்சிட்டான். ப்பொட்டி பேரே வெட்டுப்புலிதான். “சிறுத்தய நோக்கி கத்திய ஓங்கும் இவரு படத்தயும் அவரு கூடவே ஓடி வந்த நாய் படத்தயும் சின்னமாப் போட்டுக்னான். ராஜாங்க ஆளுங்க கூப்பிட்டு விருந்து வெச்சு வேட்டி சட்டை கொடுத்து ‘வீரன்டா நீ’னு பாராட்டி அனுப்பிச்சாங்களாம். சிறுத்த சின்னா ரெட்டினு சொன்னா பட்டணம் வரைக்கும் தெரியும். இதெல்லாம் நடந்தப்ப உனக்கின்னா ஒரு அஞ்சு வயசு இருக்கும்” முத்தாய்ப்பாக முடிப்பாள்.

இந்தச் சம்பவம் நடக்கும்போது நாமும் உடனிருக்கவில்லையே என்று ஏக்கமாக இருக்கும் லட்சுமணனுக்கு. சிறுத்தையிடம் இருந்து தப்பியவர் ஏதோ விஷவண்டு கடித்து இறந்துபோனதாகச் சொன்னார் கள். ஏதோ பச்சிலை சாப்பிட்டு உடம்புக்கு ஆகாமல் செத்ததாகவும் பேச்சு. அவருடைய சாவுக்குப் போயிருந்தபோது லட்சுமணனுக்கு பத்துப் பதினோரு வயசு இருக்கும்.

தசரத ரெட்டி தானும் ஒரு சிறுத்தையை எதிர்பார்த்துதான் கத்தி எடுத்துக்கொண்டு காவலுக்குப் போகிறார் என்று பலருக்கும் தெரிவதில்லை. பேய் பயத்தில் இரும்பு எடுத்துப்போவதாக அதைக் கொச்சைப்படுத்துவது கஷ்டமாக இருந்தது.

ரெட்டியாரும் “பேய்க்குத் தைரியம் இருந்தா வரச் சொல்லுங்கடா. என் சகலை சிறுத்தயை வெட்டினா மாரி அதையும் வெட்டிக் கூறு போட்டுக் காட்றேன்” என்று சவால் விட்டிருந்தார்.

தெரிஞ்சோ தெரியாமலோ மனசுல தைரியமும் அதே சமயம் பழி பாவத்துக்கு அஞ்சுகிற தன்மையும் இருப்பதே தன்னுடைய வாழ்க்கை நெறியாகவும் அவரே உருவாக்கிக்கொண்டார். லட்சுமணன் அதற்குக் குந்தகமாக எதையாவது செய்யாமல் இருக்க வேண்டும் என்பதுதான் அவருடைய கவலை. குறைந்தபட்சம் அவர் உயிரோடு இருக்கும் வரையிலாவது அதை அவன் காப்பாற்ற வேண்டும் என்று விரும்பினார்.

3

லட்சுமணன் விழிக்கும்போது புளியமரத்து நிழல் அவனைவிட்டு விலகி வெயில் காய்ந்துகொண்டிருந்தது. வெயில் உறைக்கவில்லையென்றால் இன்னும்கூடத் தூங்கியிருப்பான். வழக்கமான களைப்பு காரணமான உறக்கம் இல்லை இது. உடம்பு அலண்டுபோயிருந்தது. அனலாகக் கொதித்தது. எழுந்திருக்க எத்தனித்தபோது அனிச்சையாக முனகினான். யார் நம்மைக் கட்டிலோடு புளியமரத்தாண்டை கொண்டுவந்து போட்டது என்று யோசித்தான். இவன் எப்போது எழுந்திருப்பான் என்று காத்திருந்தவர்போல தசரத ரெட்டி அருகே வந்து அவன் கால் மாட்டில் உட்கார்ந்தார்.

"எங்கப்பா போனே ராத்திரி?" மிகச் சாதாரணமான தொனியில் கேட்டார். எனக்கு ஒரு கோபமும் இல்லை. தவறாக ஏதாவது செய்திருந்தாலும் எனக்கு வருத்தமில்லை என்ற அறிவிப்பு இருந்தது அதில்.

"குதிரை ஓட்டப் போயிருந்தேன்."

அடடா! அப்படியா என்ற வியப்போடு "எங்க ராஜா?" என்றார். "ஜமீன் வீட்டுக்கு ஒரு வெள்ளைக்காரன் வருவான்ல. அவன் குதிரையை எடுத்து ஓட்னேன்..." என்றபடி அப்பாவின் முகத்தில் மாறுதல் ஏதும் தென்படுகிறதா என்று பார்த்தான்.

உண்மையில் மாறுதல் இருந்தது. அதில் சின்ன திகைப்பும் வருத்தமும் இருந்தது.

“வெள்ளைக்காரன் தண்டனையெல்லாம் வேற மாரி இருக்கும்பா. வர வர நம்ம நாட்டுக்காரன் எல்லாரையுமே எதிரியாத்தான் பாக்றாங்க. நமக்கு அவங்கிட்ட போராடணும்னு எண்ணம் இல்லன்னாலும் எப்ப அவனை எதிர்க்கிறவன் இங்க அதிகமாயிட்டானோ அப்பவே காமாலை கண்ணு மாதிரி பார்க்கறதெல்லாம் வில்லங்கமாத்தான் தெரியும்...”

“நான் அவனை ஒண்ணும் பண்ணலை... ராத்திரி அவன் தூங்கிட்ட பின்னாடி கட்டிவெச்சிருந்த குதிரைய எடுத்து ஓட்னேன்.”

நிஜம்தானா என்று முகத்தைப் பார்த்தபடி, “ஏதோ சண்டை போட்டுட்டு வந்த மாரி உடம்பெல்லாம் ரத்த காயமா இருக்குதேன்னு கேட்டேன்... சவாரி பண்ணதுல பட்ட அடிதானா...?” நிம்மதி பெருமூச்சு விட்டார்... “யாரும் பாக்கலையே? வெட்டியான், தள்ளேரி...?”

“இல்ல..”

“சரி.. குளிச்சிட்டுச் சாப்புடு. செலம்பன் ரெண்டு தரம் வந்துட்டுப் போனான். அவனும் முருகேசனும்தான் உன்னை இங்க தூக்கியாந்து போட்டாங்க. தூங்கட்டும் போங்கடான்னு அனுப்பிட்டேன். ராத்திரி அவனுங்களும் உங்கூட கூட்டா?”

“அவன்லா இல்ல.”

மயிலாப்பூர் பட்டு பெரியம்மா வந்து “எங்கடா போனே ராவெல்லாம் பாக்கவே முடியலையே” என்று விசாரித்தார். அதிக அக்கறை உள்ளவர் மாதிரி விசாரித்தாலும் லட்சுமணனுக்கு அவரிடம் அவ்வளவு பழக்கமில்லை. பதிலுக்கு வார்த்தை கிடைக்காமல் சற்றே நிமிர்ந்து உட்கார்வதன் மூலம் கேள்வியை ஏற்றுக்கொண்டதாகக் காட்டினான். “எப்ப வந்த?” அவ்வளவுதான் அவனால் பேச முடிந்தது.

“எப்ப வந்தீங்கன்னு கேக்கணும்.”

லட்சுமணன் ‘அதில இன்னா தப்பு?’ என்பதுபோலப் பார்த்தான்.

“வந்தா போனாத்தானே மனுஷாள் பழக்கம் வரும்? பட்டணத்துல ஜப்பான்காரன் குண்டு போடுறான்னு ஊரே காலியாப் போச்சு நைனா.. அப்படியே எல்லாத்தையும் போட்டுட்டு ஓடியாந்தோம்.. இதுக்கு மின்னாடி ஒரு வாட்டி போட்டானுங்களாம்.. அந்தக் காலத்துல.. எதுக்கோ இப்படிப் பயந்து பயந்து சாவர்து..? டெய்லி ஆர்மிக்காரனுங்க வந்து குண்டுபோட்டா எப்டி ஓடிப்போய் பங்கர்ல ஒளிஞ்சிக்கணும்னு பொனல் வெச்சி கத்திக்குனு வர்றானுங்க. அதுவே பாதி உயிர் போவுது. எங்க பக்கம் பேர் பாதிப் பொம்னாட்டிங்க அவுங்க சாதி ஜனம் பாத்துக்குனு ஓடிப்போச்சிங்க. ஆம்பளைங்க ஒண்ணு ரெண்டு வூட்டுக்குக் காவலா ஒக்காந்துக்குனு இருக்குதுங்க. பெசாம இப்பிடி ஊரு பக்கம் வந்துடலாம்னு இருக்குது. உங்க மூஞ்சியப் பாத்துக்கிட்டாவது கெடக்கலாம். நாங்க அங்க கெடந்தா யாரு வந்து பாக்கறீங்க?” இந்தக் கேள்வி தனக்கும் பொருந்தும்தானே என சுதாரிப்பதற்குள் மங்கம்மா

குரல் கொடுத்தாள்: "நீ மட்டும் ஒரு விசேஷத்துக்குத் தப்பறதில்ல.. எவன்னா வந்து குண்டு போட்டாத்தான் வர்றே?"

"இவங்களுக்கு எப்ப வேலை வரும்னு தெரியாது மங்கா. வீட்டு கான்ட்ராக்டு, கோயில் மராமத்துனு எந்நேரமும் வேலை. ஒண்ணு முடிஞ்சா ஒண்ணு. லட்சுமணன் அஞ்சு வயசுல வந்தான்னு பாக்கிறேன்... அப்புறம்.. பத்து வருஷத்துக்கு மேல ஆச்சுல்ல? போவும்போது இவனைக் கூட்டிக்கிட்டுப் போறேன்" என்றாள் பட்டு.

"ஏன் மீனாட்சி கல்யாணத்துக்குக் கூட்டியாந்தனே இன்னா?"

"கூட்டத்தோட கூட்டமா வந்தா கவனிக்க முடியுதா? கமலா நீ வந்து பாக்கலன்னு கொறையா இருக்கிறா. இதோ இருக்கிற பாரிவாக்கத்துக்குப் போய் வர முடியலை உனக்கு? மீனாட்சியத்தான் இந்த ஆம்பளை பேச்சைக் கேட்டு காஞ்சிபுரத்துல கொடுத்துட்டு நானே போய்ப் பார்த்துட்டு வர முடியாமப் போச்சு" எட்டிப் பார்த்த கண்ணீரைக் கன்னம் முழுக்கத் தடவிக்கொண்டார்.

வந்து பார்க்கவில்லை என்பது பெண்களுக்குப் பெரிய துக்கம்தான். ஒரு வீட்டில் பிறந்து, ஆளுக்கொரு திசையில் கல்யாணம் செய்து கொடுக்கப்பட்டு, அவர்களுக்கு நேரும் பிரிவு வேதனை சொல்லுக்குக் கட்டுப்படாதது. தன்னுடைய இரண்டு பெண்களையும் கட்டிக் கொடுத்து அவர்களும் பிடுங்கி நட்ட நாற்றாக இன்னொரு இடத்தில் செழிக்க ஆரம்பித்த பின்னும்கூட தம் அண்ணிக்கு இந்தப் பிரிவு ஒரு வடுவாக இருப்பதைப் பார்த்தார் தசரதன். அவருக்கு அதன் தொடர்ச்சியாக ரங்காவரத்தில் இருக்கும் இவர்களின் நடு சகோதரியான முத்தம்மாவின் ஞாபகம் தோன்றி மறைந்தது. சிறுத்தை சின்னா ரெட்டிக்குக் கட்டிக் கொடுத்திருந்தனர். முத்தம்மாவுக்கு மங்கம்மாவைவிட இரண்டு வயசுக்குள்தான் வித்தியாசம் இருக்கும். மூன்று பேரில் ரொம்ப லட்சணமாக இருந்தும் குழந்தை இல்லாமலேயே போய்விட்டது அவளுடைய அழகையே பின்னுக்குத் தள்ளிவிட்டது. ஒரே ஒரு குழந்தை என்பது அவளுடைய பழங்கனவாகப் போய்விட்டது.

அப்பா எதிரில் வலியை வெளிக்காட்டிக் கொள்ளாமல் இயல்பாக நடக்க முயற்சி செய்தான் லட்சுமணன். போகிற போக்கிலேயே பிளாஞ்சி செடியில் ஒரு இனுக்கு ஒடித்து, பல்லுக்கு மெல்லக் கொடுத்தபடி "அம்மா தண்ணி வெளாவி எடுத்து வெய்யி" என்ற குரலோடு புழக்கடைப் பக்கம் போனான்.

சூடாகக் குளியல் போட்டுவிட்டு வந்ததும் கூழும் மிளகு காரத்தோடு கோழிக் குழம்பும் கொண்டுவந்து வைத்தாள் அம்மா. கோழிக்கறியைப் பார்த்ததும் நாக்கில் தன்னை அறியாமல் சுரப்பு ஏற்பட்டாலும் "அடிச்சிட்டீங்களா?" என்று கேட்டான், தூரத்தில் தெரிந்த கோழி இறகுகளைப் பார்த்து.

"அப்பாதான் கோழி அடிச்சுக் குழம்பு வைக்கச் சொன்னாரு.

ஊர்ல இருந்து வந்திருக்காங்களே.. நீயும் உடம்பெல்லாம் அடிபட்டு வந்திருக்கிற... எங்க போய் சண்டை போட்டுட்டு வந்தே...? பந்தயம் வெச்சு பலாஞ் சடுகுடு ஆடினியா? கெலிக்கிறவனுக்குக் காலணாவா? இருக்கிறது ஒத்த புள்ள.. உட்காந்து துன்னுபுட்டுப் போகாம எதுக்கு இந்த வம்பெல்லாம்? ஒடம்பு நல்லா வசங்கண்டு போய்க்குது உனுக்கு" என்றாள்.

"நா எந்த வம்புக்கும் போலமா" என்று அலுத்துக்கொண்டான். திண்ணையில் உட்கார்ந்தபடியே "அவன்கிட்ட எதுவும் கேட்காதடீ..." என்று குரல் கொடுத்தார் தசரத ரெட்டி.

அப்படி அவர் அதட்டுவதில் மங்கம்மாவுக்குக் கொள்ளை ஆனந்தம். மனுஷன் எப்போதாவது இப்படி அதட்டிக் குரல் கொடுப்பதும் அதற்குத் தான் அடங்கிப்போவதுமாக ஒரு நாடகம் போலத்தான் அந்தச் செயல் நடக்கும்.

சாப்பிட்டானா என்று தெரிந்துகொண்டு அருகில் வந்து உட்கார்ந்தார். "உங்க தாத்தா சாவும்போது ஆறு காணி நெலம் இருந்தது நமக்கு. அவுரு சீக்குல படுத்துக்கெடந்து செத்துப் போனாரு. வாய்தா கட்டாமப் போய், கணக்குப்புள்ள வந்து ஓல சீட்டைக் கிழிச்சிப் போட்டுட்டுப் போயிட்டான். ஜமீன் நினைச்சிருந்தா நிலத்துல கால வெக்கக் கூடாதுனு சொல்லிட்டுருக்கலாம். மறுபடி நான் போய்க் கேட்டு பாக்கியெல்லாம் அடைச்சேன். அவரே வந்து நெல்லு அளந்துக்கிட்டுப் போயிடுவாரு. வெட்டி, தள்ளேரி, ஏரி பண்டுனு அளந்த மிச்சம்தான் கைக்கு. மூட்டை முடிச்சைக் கட்டிக்கினு ரங்காவரமோ, கொப்பூரோ போயிடலாம்னு பார்த்தோம். பாக்கியெல்லாம் அடைச்சேன். உனக்கு அஞ்சு வயசாவும்போது திடீர்னு பாக்கியெல்லாம் சரியாப்போச்சி. இனிமே அந்தந்த அறுவடைக்குக் கணக்குப் பாத்தா போதும்னு சொன்னாரு. அதுக்கப்புறம்தான் உயிரே வந்தது. அகரத்துல இருந்து இங்க வந்து வீட்ட கட்னேன். நீ ஏற்பட்ட பிறவு இப்ப முப்பது காணி இருக்குதுன்னா அதுக்குக் காரணம் அவருதான். அத்தனைக்கும் பத்திர சீட்டும் எழுதிக் குடுத்தாரு. சிங்கத்த அடிக்கிறவன்னு உன்ன பாராட்டினாரா இல்லையா? அவரு வூட்ல போய் குதிரைய எடுத்து ஓட்லாமா?"

எங்கு ஆரம்பித்து எங்கு வருகிறார் என்பது இப்போதுதான் புரிந்தது. 'இவர் பயிர் செய்யவில்லையென்றால் வேறு யார் செய்வது? ஊரில் இருக்கிறதே பத்து வீடுங்கதான். எல்லாம் பங்கும் பங்காளிங்க. பெரியப்பன், சித்தப்பன். இவரும் வூட்ட சாய்ச்சுக்கிட்டு வேற ஊருக்குக் கிளம்பியிருந்தா ஐயிருக்குத்தான் என்ன வேலை? ஆசாரிக்குத்தான் என்ன வேலை? சக்கிலி, அமட்டன்... எல்லாருமே வேற ஊரப் பாத்துப் போயிருப்பான். பரசேரில இருக்கிறவன்தான் பாக்கி' லட்சுமணனின் முகக் குறியில் எரிச்சல் ஏதும் தென்படாததால் சற்றே மகனை நெருங்கி உட்கார்ந்து "குதிரை ஓட்டணும்னு ஆசையா உனக்கு?" என்றார்.

“அது ஓர் ஆசையா?” என்பது அதில் மறைந்திருக்கும் இன்னொரு கேள்வி.

“அவனோட குதிரைய எடுத்து ஓட்டினா திருடிக்கிட்டுப் போனதா தான் சொல்லுவான். நாடே இந்த மாதிரி விஷயத்தாலதான் மல்லு குடுத்துக்குனு கெடக்குது. உன்ன திருடன்னு சொல்லி, ஜெயில்ல போட்டா சும்மா இருப்பியா? நீ யார்றா என்ன திருடன்னு சொல் றதுக்குனு ரோஷம் வரும். வெட்டித் தள்ளணும்னு தோணும். நமக்கு அப்படித் தோணறதுக்குள்ளயே அவன் நம்மள சுட்டுத் தள்ளிடுவான்.”

“நான் அந்த மாதிரிலாம் போக மாட்டேம்பா...”

“வண்டி மாடு வெச்சிருந்தா தப்பா தெரியாது. ஏதோ ஏரு ஓட்றம், வாழைக்கா ஏத்திக்கிட்டுப் போறோம்னு வுட்டுடுவான். சுத்துப்பட்டுல முதல்ல வண்டி மாடு வாங்கினவன்... இப்பவும் நம்மள வண்டிகார மூடுனுதான் சொல்றான். ஆனா, குதிரை ஓட்டினா தப்பா போயிடும்பா. அது ஆடம்பரத்த காட்றது. இவனுக்கு குதிர ஒரு கேடானு பாப் பானுங்க. கண்ணு பொல்லாத்து நைனா. நம்ம கணக்கனே ஜமீன்தார் கிட்ட வத்தி வைப்பான். நா ஏதோ வெள்ளக்காரனுக்கு எதிரா கப்பல் ஓட்டின மாதிரி சொல்லிப்புடுவான். சிதம்பரம் செக்கு இழுத்தாராம். ராஜாவாட்டம் வாழ்ந்தவரு. வெள்ளக்காரன்கிட்ட ஆவேசப்பட்டுடலாம்... அப்புறம் அவஸ்தைதான்.”

“அப்படிலாம் இல்லப்பா..”

“தெரியும் ராஜா... ஒரு பேச்சுக்குச் சொல்றேன்.”

ஆற்றில் குளித்துவிட்டு, அப்படியே பம்புசெட்டிலும் ஒரு குளியலைப் போட்டுவிட்டு வந்துகொண்டிருந்தார் மயிலாப்பூர் நாட்டாமை அப்புசாமி. “நல்லா ஒரு மணி நேரம் குளிச்சதுக்கப்புறம் வர்ற பசியே தனிதான்” என்றபடி திண்ணையில் வந்து உட்கார்ந்தார்.

“படம் பாக்கப் போயிருந்தியா? ராத்திரி ஆளையே காணமே” லட்சுமணனை நோக்கி ஒரு கேள்வியை இயல்பாக வீசினார்.

“படம் பாக்கணும்னா பொன்னேரியோ, ரெட்டில்ஸோ போனாத் தான் உண்டு. இவனுக்குப் படம் பாக்கிற ஷோக்கெல்லாம் இல்லை” என்று பெருமையாகச் சொன்னார் தசரத ரெட்டி. நாட்டாமைக்கு அது பெருமையானதாகத் தெரியவில்லை. எளக்காரமான விஷயமாக இருந்தது.

“பாகவதரும் என்னெஸ்கேவும் கொல கேஸ்ல ஜெயிலுக்குப் போனதாவது தெரியுமா?” தெரியவில்லையென்றால் கேள் சொல்கிறேன் என்ற பட்டணத்து மிடுக்கு. “பேப்பர்லதான் கத கதயா போட்றானே.. எவனோ இல்லாத்தும் பொல்லாத்தும் எழுதிட்டானாம் பத்திரிகைல அகமானம் தாளாம அவன ஆளவெச்சிக் கொன்னுட்டாங்களாமே?” அப்பாவின் பதில் லட்சுமணனுக்குப் பெருமையாக இருந்தது.

“இங்க யாரு பேப்பர் வாங்கறாங்க?” என்று பெரும் அதிர்ச்சிக்கு உள்ளானார் அப்பாசாமி.

“இங்க எவன் வாங்கறான்? சோழவரம் யூனியன் ஆபிஸ் போனா பேப்பர் படிச்சுட்டு வர்றதுதான்.”

“அதான..? போனாக்கா.. ஜப்பான்காரன் கௌம்பிட்டானானு ஒரு கண்ணு பாத்துட்டு வா... ஏதோ சொல்லிக்னு இருந்தனே.. ஆங்... நாங்க டி.ஆர்.மகாலிங்கம், சின்னப்பா படம் ஒண்ணு வுட மாட்டம். இப்பக்கூட வெலிங்டன்ல ஒரு படம் போட்டுருக்கான். தண்டபாணி தேசிகர் ஆக்ட் குடுத்துருக்காரு. நந்தனார் பாக்கலல்ல நீங்க? வெலிங்டன் தியேட்டரே கோயில்கணக்கா சிங்காரிச்சுட்டானுங்க. அந்த கான்ட்ராக்ட்டு நமக்குத்தான் வந்திருக்கணும் ச்சு வாணாம்னு வுட்டுட்டேன். ஆனா சும்மா சொல்லக்கூடாது. அசல் நந்தி மாதிரியே செஞ்சு வெச்சுட்டான்யா பலகைய வெச்சி.” சினிமாக்காரனை ரொம்ப புகழ்ந்துவிட்ட மாதிரி உணர்ந்திருக்க வேண்டும். பட்டணத்தில் இருந்துகொண்டு இன்னொருத்தனைப் பார்த்து வாயைப் பிளந்த மாதிரி காட்டிக்கொள்ளலாமா..? உடனே குரலை மாற்றிக்கொண்டார்.

“சினிமாக்காரன்லா கூப்புட்டுவுடுவானுங்க.. சினிமாவுல ராஜாங்க செட்டு போடணும்.. பங்களா செட்டு போடணும்னு. நா போறதுல்ல.. நல்ல துட்டு.. ச்சீ போங்கடான்னுட்டேன்... கோயில் வேலை செஞ்சிட்டு அட்டைல வூடு கட்ட முடியுமா? நமக்கு லாய்க்குப்படாது... போய் பாரு மடத்துல நம்ம வேலய.. வெளிநாட்டுக்காரன்லா வந்து ஆச்சிர்யப் பட்றானுங்க.”

லட்சுமணன் ஆர்வமாகக் கேட்டுக்கொண்டிருந்தான். ஆனால், அவனுக்குச் சினிமாவில் ஈர்ப்பு இல்லை. ஆரியமாலா பார்த்தான். பொழுது சாய்ந்ததும் ஆரம்பித்து விடியவிடியப் படம் ஓடிக் கொண்டிருந்தது. ஆட்கள் எல்லாம் ஒருவிதமாகப் பேசிக்கொண்டும் எதற்கெடுத்தாலும் பாடிக்கொண்டும் இருந்தது அவனுக்கு உடன்படவில்லை. புகையும் வெப்பமுமாகக் கசகசப்பு தாள முடியாமல் பாதியிலேயே துண்டை தலைக்கு வைத்துத் தூங்கிவிட்டான்.

சினிமாவைவிட அதைப் பற்றி யாராவது சொன்னால் கேட்கும் படியாகத்தான் இருந்தது அவனுக்கு.

“சினிமால நல்ல துட்டாமே அண்ணாத்த.. அதுல இன்னா இருக்குது.. நாலு ஆளுகாரனைப் போட்டுக்குனு வேலைய எடுத்துச் செய்ய வேண்டியத்தான?”

தசரத ரெட்டியின் பேச்சைக் கேட்டு அப்பாசாமிக்கு ஆசையே வந்துவிட்டது. எதற்கு வீம்பு பிடித்துக்கொண்டு இருக்க வேண்டும். அவரே சென்று நான்கு ஸ்டூடியோவில் வாய்ப்பு கேட்டால் ஆர்டர் கிடைக்கும்தான்.

“எவனோ வெளியூர்ல இருந்து வந்து பொழப்பு நடத்துறான். அவன்

கிட்ட போய் வேலைக்கி நின்னா நல்லா இருக்குமா?”

“அது செரி.. எங்கெங்கிருந்தோ வந்து கூத்து வேஷம் கட்டி, யார் யார் கால்லயோ வுழுந்து படம் எடுத்து வேபாரம் பண்றானுங்க. இதெல்லாம் ரொம்ப நாளிக்கி நெலைக்கிற மாரி தெர்ல.. இதுல பணம் போட்ற மொதலாளி இப்பபடி செய்யின்றான்.. படம் எடுக்குற டைரக்டரு இப்படி செய்யின்றான்.. அங்க நம்ம தலைக்கி மேல இன்னோரு ஆசாரி மேற்பார்வ.. தலா தலா பெருதனமா இருக்குது.. நமக்கு வாட்டப்படாதுனு போன அன்னிக்கே வந்துட்டேன்.”

“அத சொல்லு மொதல்ல.. போயீ பட்டுப் பாத்துட்டுத்தான் வந்திருக்கே..?”

நாமே வாயக் கொடுத்து மாட்டிக்கொண்டதுபோல அப்பாசாமி கொஞ்சம் துவண்டு போனார். தசரத ரெட்டிக்கும் தான் கொஞ்சம் அதிகப்படியாகப் பேசிவிட்டது மாதிரி இருக்கவே.. “சரி.. சாப்பிட வா அண்ணாத்த” என்றார்.

அடுத்த வாரத்தில் யூனியன் ஆபீஸூக்குப் போனபோது ஜப்பான்காரன் தோல்வி அடைஞ்சி ஊரைவிட்டுப் போய்விட்டதாக எழுதி ஒட்டியிருந்தார்கள். போர் வெள்ளைக்காரனுக்குச் சாதகமாக முடிந்துவிட்டது ஆத்திரமாக இருந்தாலும் ஜப்பான்காரன் இனிமேல் குண்டு போட வாய்ப்பில்லை என்பதில் திருப்தியாக இருந்தது.

கிளம்புகிற அன்று இன்னொரு கோழி அடித்துக் குழம்பு வைத்தாள் மங்கம்மா. லட்சுமணனை மயிலாப்பூருக்கு அழைத்துச் செல்ல பட்டம்மா போராடிப் பார்த்தாள். தசரத ரெட்டி இன்னோரு தரம் அனுப்பி வைப்பதாகச் சொல்லிவிட்டார்.

அப்பாசாமி நாயகர் கோவணத்தில் முடிந்திருந்த முடிச்சை அவிழ்த்து நான்காம் ஜார்ஜ் படம் போட்ட ஒரு ரூபாய்த் தாளை எடுத்து லட்சுமணன் கையில் கொடுத்தார். உண்மையிலே அவ்வளவு பெரிய தொகையை அவன் எதிர்பார்க்கவே இல்லை. அந்த மாதிரி நோட்டையும் அவன் பார்த்ததில்லை. புதிதாக இருந்தது அந்த அரசனின் படம். அதைப் பார்க்கிற ஆசையிலேயே மறுப்பேதும் சொல்லாமல் வாங்கிக்கொண்டான்.

4

மணி ஐயர் தமக்கான மரியாதையையும் விட்டுக்கொடுக்காமல் அதே நேரத்தில் ஜமீனுக்குக் காட்ட வேண்டிய பயபக்தியையும் ஒரே நேரத்தில் நிலைநாட்டினார். 'உங்க முன்னாடி நானொரு தூசு' என்று காட்டிக்கொண்டே ஜமீனிடம் அவர் மிகுந்த ஆதிக்கம் செலுத்தினார். அதற்குக் காரணம் இருந்தது. இதற்கு முன்னர் நவாப் ஆட்சியின்போது மணி ஐயரின் மூதாதையருக்கு இருந்த செல்வாக்கு அப்படி.

அதன் பின்னணியில் இப்படி ஒரு கதை இருந்தது. ஜமீனின் தாத்தா காலம். வரதராஜுலு நாயுடு என்றால் சுத்துப்பட்டில் ஒரு மரியாதை. முப்பது கிராமம் அவர் கண்ட்ரோலில் இருந்தது. குறுக்கே கொசஸ்தலை ஆறு. ஆற்றுக்கு இரண்டு பக்கமும் நீர்ப் பாசனமுள்ள நிலங்கள். எப்படியும் இரண்டு போகம் பயிர் செய்யலாம். கிஸ்தி வசூல் செய்வது சம்பந்தமாக நாயுடுவைப் பார்க்க தம் பரிவாரங்களுடன் வந்த நவாப், அகரத்தில் மணி அய்யரின் தாத்தாவின் வீட்டுப்பக்கம் இருந்த பெரிய வேப்பமரத்தடியில் கூடாரமிட்டு ஆயாசமாக அமர்ந்தாராம். நவாபோடு அவனுடைய சம்சாரமும் வந்திருந்தாள். ஊர் மக்கள் எல்லாம் சம்பிரதாயமாக ராசாவைப் பார்த்து நமஸ்கரித்திருக்கிறார்கள். மணி அய்யரின் தாத்தாவும் தம் சம்சாரத்தோடு வந்து நவாபின் காலில் சாஷ்டாங்கமாக விழுந்து எழுந்தார். ஐயரின் சம்சாரம் நவாபின் சம்சாரத்தைச் சற்றே கூர்ந்து பார்த்தார். "என்ன பாக்றே" பெருந்தன்மையாக விசாரித்தாள் நவாப் சம்சாரம். "அம்மா நீங்க தலையில வெச்சிருக்கிற பூவுல பூ நாகம் இருக்கும்மா" என்றாள்.

ராணியை எதிர்த்து இப்படிப் பேசிவிட்டாளே என்று மொத்தக் கூட்டமும் ஆடிப் போய்விட்டது. ஐயர் இன்றைக்குத் தலை தப்புவது கஷ்டம் என்ற முடிவுக்கு வந்துவிட்டார். ஆனால் பூ நாகம் இருந்தது. நவாப் சம்சாரத்தின் உயிரையே அல்லவா காப்பாற்றிவிட்டாள் ஐயர் பெண்டாட்டி? அதற்காக இருநூறு காணியை ஐயருக்கு இனாமாகத் தந்தான் நவாப். அகரம் என்ற ஊரே ஐயருக்குச் சொந்தம். இப்போதும் அகரத்துக்கு இனாம் அகரம் என்பதுதான் அடையாளம்.

ஐந்தாறு வருஷத்திலேயே பாதி நிலத்தை ஒன்றும் பாதியுமாக விற்று பெண்டாட்டி கழுத்தில் நகைகளாக அடுக்கிவிட்டார். ஐயர் உடனடியாக நிலங்களை விற்றுவிட்டதற்கு இரண்டு காரணங்கள். நவாப் புத்தி மாறிப்போய் நிலத்தைத் திரும்பிப் பிடுங்கிக்கொள்வானோ என்ற பயம். இரண்டாவது, இதையெல்லாம் கட்டி ஆளுவதில் அவருக்கு விருப்பம் இல்லை. தொந்தரவு பிடித்த வேலை.

இதுதான் ஜமீனுக்குத் தெரிந்த செவிவழிக் கதை. ஜமீனின் தாத்தா காலத்திலிருந்தே ஐயர் குடும்பம் மீது அப்படி மரியாதை ஏற்பட்டுவிட்டது.

இங்கிலீஸ், உருது, இந்தி எல்லாம் தாய் பாஷை மாதிரி சரளமாகப் பேசுவார் மணி ஐயர். அவர் தருகிற ஆலோசனைக்கும் காரியங்களைக் கச்சிதமாக முடிப்பதில் அவருக்கு இருக்கும் சாதுர்யத்துக்கும் மகத்தான வெகுமதிகள் கிடைத்தன. இல்லாமலா ஒரு தங்கையை காசியிலும் இன்னொரு தங்கையை டெல்லியிலும் கட்டிக்கொடுத்தார்?

ஜமீன்தார் என்றுதான் பெயர். காசி, டெல்லியெல்லாம் கனவில்கூட பார்த்ததில்லை வரதராஜுலு நாயுடு. எல்லா பாஷையும் பேசிக் கொண்டு எல்லா ஊரிலும் வாழ்ந்துகொண்டிருக்கிற ஐயர், எந்த இடத்தையும் அவர் பூர்வீகமாக நினைக்காதது ஆச்சர்யமாகத்தான் இருந்தது. ‘அகரம்னா அக்ரகாரம்னு அர்த்தம். உச்சரிப்பு வராம இப்படிச் சுருக்கிப்புட்டானுங்க. அந்தக் காலத்துல பத்து இருவது பிராமணா இங்க இருந்தா’ என்பார் மணி ஐயர். ஜமீனின் சிந்தனை இப்படியாக ஓடிக்கொண்டிருந்தது. தமக்கு அவ்வளவு தெளிவாகத் தெரியாத விஷயத்தைப் பற்றி இவ்வளவு விவரமாக யோசிக்க வேண்டியதும் இல்லை என்றே அவர் நினைத்தார்.

காதில் வைரக் கடுக்கனும் பஞ்சகச்சம் கட்டி, டெர்லின் சட்டைக்கு மேலே போட்டிருந்த கருப்பு கோட்டும் விபூதித் தீற்றலும் அவருக்கு லட்சணமாகத்தான் இருந்தது. ஜமீன்தார் எந்நேரமும் கோட்டு அணிவதில்லை. ஆனால், எந்த அவசரத்துக்கும் தயாராகப் பக்கத்திலேயே இருக்கும், ஒத்தை மாட்டு பொட்டி வண்டியிலோ, கயிற்றுக் கட்டில் கால் முண்டிலோ பத்தடிக்கு அகலாத தூரத்தில் அணியப்படுவதற்குத் தயாராக இருக்கும். ஆனால் சில்க் ஜிப்பாவோடுதான் பெரும்பாலும் உலாவல். வேர்த்துக் கொட்டுகிற உடம்புவாட்டம்.

முப்பது ஜோடி மாடுகள் போர் அடித்துக்கொண்டிருந்தன. தூசு

பறந்து கண்ணில் அடித்தது. "பெரிய யோசனையில் இருக்கீங்க போலருக்கு.. நான் கேட்டதுக்கு ஒண்ணுமே சொல்லலையே" என்றார் மணி ஐயர்.

"கேட்டுக்கிட்டுத்தான் இருக்கேன் ஐயரே.. நீங்க கணக்குப் பாத்து சொன்னா அதில தப்பு இருக்குமா? நாளைக்கே கணக்க ஒப்புச்சுட்டு வந்திடலாம்" என்றார்.

தூரத்தில் போர் அடித்துக்கொண்டிருந்தவர்களில் படவேட்டான் இருப்பதைப் பார்த்து மணி ஐயரும் ஜமீனும் ஒரே நேரத்தில் ஆச்சர்யப்பட்டனர்.

"அடேய் திருட்டுப் பயலே.. இங்க வாடா" என்றார் மணி ஐயர். படவேட்டான் தலையைச் சொறிந்தவாரே அருகே வந்து கக்கத்தில் துண்டை அடக்கிக்கொண்டு முன் பக்கமாக வளைந்து நின்றான்.

கட்டையான உடம்பு அவனுக்கு. உடம்பில் எங்கு கல்லடிபட்டாலும் நாய் காலைத்தான் விந்தும் என்கிற கதையாக, ஊரில் எது காணாமல் போனாலும் அதைப் படவேட்டான்தான் திருடியிருப்பான் என்ற பெருமை அவனுக்கு உண்டு.

"டேய் படவேட்டான்.. என்னடா.. வேலை செஞ்சி பொழைக்கணும்னு முடிவு பண்ணிட்டியா?" என்றார் ஐயர்.

அவன் "கல்யாணம் பண்ணிருக்கக் கூடாது சாமி. அதுதான் தப்பாப் போச்சி" என்றான்.

"கல்யாணம் பண்ணக் கூடாதுன்றே.. ஒண்ணுக்கு ரெண்டா இப்ப அந்த அமட்டமூட்டு வள்ளிய எதுக்குடா சேத்துவச்சிங்கிற?"

"ஐய்ய.. அதுதான் வம்பு பண்ணிங்கீது.. நா ஒண்ணும் சேத்துக்கலியே" என்றான் படவேட்டான்.

மணி ஐயரும் ஜமீன்தார் இந்த அமட்டமூட்டு விசாரணையை அத்தனை விருப்பமாய் ரசிக்கவில்லை என்பதை அறிந்து, அந்தப் பேச்சை அத்துடன் விட்டுவிட்டு விஷயத்துக்கு வந்தார்.

"சரி வுட்றா.. ஊர்ல எவன்னா ஏமாந்தவன் தோட்டத்துல கிழங்கு திருட்றது. இல்லேனா, கெழவி வீட்ல கோழி திருட்றது... இதவிட்டா என்னடா தெரியும்?"

"நாம திருட்றதால அடுத்தவங்களுக்கு கஷ்டம் இருக்கக் கூடாது சாமி."

"இதான்டா உன்கிட்ட பிடிச்ச விஷயம்" என்றார் ஐயர். "இதெல்லாம் சும்மா. வேலைக்காகாதவன்கிட்ட உன் திறமையைக் காட்டிட்டு.. மத்தவங்களுக்குத் தொந்தரவு தராம திருட்றேன்னு சொல்லக்கூடாது. திறமையானவனா இருந்தா சவால்விட்டு திருடிக் காட்டணும்" என்றார் ஜமீன்.

“ஐயா.. உங்களுக்கு இந்தப் பேச்செல்லாம் தகாதுய்யா. நான் போய் வேலையப் பாக்றேன்..” என்றபடி திரும்பினான்.

மணி ஐயர்தான் சீண்டினார்... “டேய்! தைரியம் இருந்தா ஐயா வீட்டுல திருடுடா பாக்கலாம். என்னய்யா சொல்றீங்க?”

“அட பாவம்பா... ராத்திரியில நாலு நாயையும் அவிழ்த்துவிட்டு வெச்சிருப்பேன். எலும்பக்கூட மிச்சம் வெக்காது பாத்துக்க.”

“சரிடா.. ஐயாவே பரிதாபப் பட்றதால உனக்கு வேற ஒரு டெஸ்ட்டு... ஐயாவோட மாட்டுக் கொட்டாய்ல இருந்து வண்டி நொகத்தடியக் கொண்டாந்துடுடா பாக்கலாம்.”

“அங்க நாய்ங்க விடமாட்டிங்களாய்யா...?”

“அங்க எதுக்குடா நாய்? எங்க படியாளு ஏகாம்பரம் இருப்பான். அவனத்தான்டி ஒரு ஈ காக்கா உள்ள போக முடியாது” ஏகாம்பரத்தை இந்த அளவுக்கு நம்புவது அவனுக்கு ஆச்சர்யமாக இருந்தது. ஏகாம்பரம் பல நேரங்களில் அங்கே இருப்பதே இல்லை.

‘சொன்னாக்கா அவனேகூட ஒரு நொகத்தடியக் கொண்டாந்து கொடுத்துடுவான்.’

படவேட்டான் அதற்கு மேல் எதுவும் பேசவில்லை. பேசாமல் ஒப்பிடி நடக்கிற இடத்துக்கு நகர்ந்தான். “டேய்.. ஒண்ணும் பேசாமப் போறே?” என்றார் ஜமீன்தார்.

“நம்மகிட்டலாம் வேலையக் காட்ட முடியுமா?” என்றார் மணி ஐயர். போர் அடித்துக்கொண்டிருந்த சுடலைதான் சொன்னான். “படவேட்டான் பேசாம வந்துட்டான்னா... பையன் செயல்ல எறங்குறான்னு அர்த்தம்.”

அடுத்த வாரத்தில் நெல் அளக்க ஆளெல்லாம் வந்திருந்து, களத்துமேடு துவம்சப்பட்டுக்கொண்டிருந்தது. குறுக்கும் நெடுக்குமாக ஆட்கள் ஓடிக்கொண்டிருந்தார்கள். ஜமீன் வீட்டில் இருந்து பானை நிறைய மோர் கொண்டுவந்து வைத்துவிட்டுப் போனாள் அஞ்சலை. சுடலை பாய்ந்து சென்று அதை எல்லோருக்கும் ஊற்றித் தருகிற வேலையை அபகரித்துக்கொண்டான்.

அந்த ஆர்ப்பாட்டமான நேரத்தில் ஜமீன்தாரை நோக்கி வந்தான் படவேட்டான். ஒரு மோதிரத்தையும் அங்கவஸ்திரத்தையும் வைக்கோல் செமையில் இருந்து எடுத்து நீட்டினான். “ராத்திரி உங்க வீட்ல திருடினதுங்க” என்றான்.

கீழே கிடந்தது இந்தாங்கய்யா என்று சொல்வதுபோல் சர்வ சாதாரணமாக அவன் அவருடைய மோதிரத்தையும் அங்கவஸ்திரத்தையும் கொண்டுவந்து கொடுத்ததும் ஒரு கணம் திக்குமுக்காடிப் போனார் ஜமீன். “டேய்.. எங்கிருந்துடா எடுத்தே?” என்று பதற்றத்துடன் கேட்டார். அது எங்கிருந்து எடுக்கப்பட்டிருக்கும்

என்பது அவருக்குத் தெரியாததல்ல. அவருடைய படுக்கை அறையில் சட்டை மாட்டும் ஸ்டாண்டுக்குப் பக்கத்தில்தான் அங்கவஸ்திரத்தை மாட்டுவார். அதற்கருகே இருக்கும் டேபிளின் மீதுதான் அவருடைய செயின், மோதிரங்களைக் கழற்றி வைப்பார்.

எப்போது காணாமல் போனது என்பதுகூட அவருக்கு நினைவில்லை. அவரிடம் நிறைய மோதிரங்களும் நிறைய அங்கவஸ்திரங்களும் இருந்தன என்பது ஒரு காரணம். பதறவிடாமல் பக்குவமாகத் திருடியிருக்கிறானே என்பது அவருக்கு அடுத்த ஆச்சர்யம்.

எழுந்து நின்று கண்ணோடு கண் நோக்கி “எப்பிடிடா..?” என்றார்.

“இதெல்லாம் பெரிய விஷயமே இல்லங்கய்யா. ஏதோ நீங்க கேட்டுக்கிட்டீங்களேன்னு செஞ்சு காண்பிச்சேன்.”

“வித்தைக்காரன்தான்டா நீ...” என்றார்.

“சரி.. எப்படிச் செஞ்சேனு கேக்கல. இது ரெண்டையும் நீயே வெச்சுக்க” என்றார்.

‘பணம்.. பெட்டி பெட்டியாக நகை எல்லாம்தான் எடுத்திருக்க முடியும். எடுக்கலையே பயல். அங்கவஸ்திரத்தை மட்டும் எடுத்திருந்தா.. எங்கயோ வண்ணாமூட்ல தோய்க்கப் போட்டிருந்தபோது எடுத்துட்டான்னு சொல்லிடலாம். மோதிரத்தை மட்டும் திருடியிருந்தா நகையைத் திருடினான்னு எத்தனையோ திருட்டுல ஒண்ணா விட்டுடலாம்.’

மோதிரம், அங்கவஸ்திரம் என்ற சேர்க்கைதான் ஜமீனுக்கு அவன் மீது சந்தோஷத்தை வரவழைத்தது.

“ஐயா.. இத வெச்சுக்கிட்டு என்ன பண்ணப்போறேன்... சாப்பிடக் கூழு இருந்தா ஊத்துங்க. வயிறாரக் குடிச்சுட்டுப் போறேன்” என்றான் படவேட்டான் மலரச் சிரித்துக்கொண்டு.

“நாளைக்கு வாடா கருவாட்டுக் குழம்போட கூழு செஞ்சு வைக்கச் சொல்றேன்” என்றார் பெருமையாக. படவேட்டானை நினைத்துப் பெருமையாக இருந்தாலும் ‘மணி ஐயர் இப்படியொரு காரியத்துக்குத் தன்னை உடந்தையாக்கிட்டானே... பாவிப் பய. அவன் வீட்ல திருடச் சொல்ல வேண்டியதுதானே?’ என்ற ஏமாற்ற உணர்வும் இருக்கத்தான் செய்தது.

திருடினது ஒரு பக்கம். அன்னைக்குப் பார்த்து பொண்டாட்டிக்கு வீட்டு தூரம். நல்ல வேளை.. வேற எதையும் பார்த்திருக்க மாட்டான் என்று மனதைத் தேற்றிக்கொண்ட அதே நேரத்தில், அந்த விஷயமும் தெரிந்துதான் நேரம் பார்த்து வந்தானோ என்ற குழப்பம் வந்துபோனது அவருக்கு.

ஒப்பிடி முடித்த கையோடு முப்பது ஜோடி மாடுகளையும் ஓரமாகக் கட்டிவிட்டு, ஆளாளுக்கு ஒரு ஓரமாக ஒதுங்கி சிறுநீர் கழிப்பதும் பீடி

பிடிப்பதுமாக இருந்த நேரத்தில்தான் சுப்ரமணி வாயைக் கிளறினான். “டேய்.. எப்படிடா இவ்ளோ நாய்க்கி டிமிக்கி குடுத்துட்டு வூட்டுக்குள்ள போன?”

“அட! நாய்க்கு என்னப்பா தெரியும்? அதுக்குத் தேவையானதப் போட்டா வாலாட்டப் போவுது.. என்னமோ நாயீ... பேயீன்னுக்கிட்டு... அதை நம்பிக்கிட்டு அவரும் இவ்ளோ நாளா இருந்திருக்காரு” என்றான் படவேட்டான், காதோரம் ஒதுக்கி வைத்திருந்த பீடியை எடுத்துப் பற்ற வைத்துக்கொண்டு. “நம்ம தசரத ரெட்டியோட சகலை இது. இஷ்டம்போலப் படம் எழுதறாங்கடா” என்றான் தீப்பெட்டியைப் பார்த்து.

“அட! அது இருக்கட்டும்.. ஒரு பர்லாங் தூரத்தில நின்னுட்டிருந்தாலே மேல பாய வருதே.. நீ எப்படிச் சமாளிச்சே சொல்லு?”

மக்களுக்குப் புதுப் புது சூரத்தனங்களைத் தெரிந்துகொள்வதில் ஆர்வம்.

“கன்னுக்குட்டினுதான் நினைச்சன் மொதல்ல. பெரிய பெரிய நாய்தான் வெச்சிருக்காரு மனுஷன். வெளிநாட்ல இருந்து புடிச்சாந்ததா?

“டேய்.. வெளிநாட்ல போய் புடிச்சுக்கிட்டு வரமுடியுமா? பணம் கட்டிக் கப்பல்ல வரவெக்கணும்டா..”

“அடச் சீ! நாயக் கூடவா பணம் குடுத்து வாங்குவானுங்க.? அப்பிடி இன்னா இருக்குது. கொஞ்சம் பெருசா இருக்குது.. யான உசரம் இருந்தாலும் நாயீ நாயீதான...?” என்ற சந்தேகத்தைக் கிளப்பினான் படவேட்டான்.

“நம்ம ஊரு நாயி புடுங்குனா கா வீசம் சதையைப் புடுங்கும். கோம்பை, ராஜபாளையம் நாய் மாதிரிடா இதுவும். ஜமீன் வீட்டு நாயீ ஒரு வீசம் புடுங்கும்... வித்தியாசம் இருக்கில்ல?”

“அது சரிதான். நம்ம ஊரு நாயி ஜூ.. ஜூனு ஒரு மீன் முள்ளப் போட்டா வாலாட்ட ஆரம்பிச்சுடும். இதுங்க அப்படியில்ல.”

“டேய்.. அதான் என்ன பண்ணேன்னு கேட்கிறோம்ல” என்றனர் ஆர்வத்துடன் இரண்டு மூன்று பேர் கூட்டாக.

“மாட்டுக் கொட்டாய்ல எறங்கி, ஜமீன் வீட்டு கட்டுச் செவுத்துக்குள்ள குதிச்சா நிஜமாவே பயந்துட்டம்பா. நாலு நாய்ங்க... புலி கணக்கா உலாத்துதுங்க. மறுபடி கொட்டாய்க்கி வந்தன். ஒரு ஆட்டுக்குட்டி இங்கயும் அங்கயும் துள்ளிக்கிட்டு இருந்தது. ஆபத்துக்குப் பாவமில்லனு பேனா கத்தில அத நாலா கிழிச்சிக்கிட்டேன். செவுத்துக்கு அந்தப் பக்கம் நாலு மூலைக்கும் விசிறியடிச்சேன். நாலு நாயும் சாப்பிட்றதுல தீவிரமாயிப் போச்சி. மாடிக்குப் போனேன். அங்கதான் ஜமீன்தாரோட ‘ரூமு’ இருக்குதுன்னு தெரியும்.”

"அது சரிடா... 'ரூமு' உள்ள தாப்பாள் போட்டிருக்கும் இல்ல?" "என் அதிர்ஷ்டம் காத்துக்காகத் தெறந்து வெச்சிருந்தாரு.. தாப்பாள் போட்டு வெச்சிருந்தா அதுக்கும் ஒரு ஏற்பாடோடதான் போனேன்."

"அது ன்னாது?"

"ஏம்பா நாளையிலிருந்து எல்லாரும் ஏர் புடிக்கிறத விட்டுட்டு கன்னம் வெக்கப் போறீங்களா? போங்கப்பா.." என்று சுதாரித்து எழுந்தான் படவேட்டான்.

ஜமீன்தாரிணி விஜயலட்சுமியும் தம் வீட்டில் திருடியவனைப் பார்க்க ஆசைப்பட்டு, அவன் கூழ் குடிக்கும்போது வந்திருந்தார்.

வேட்டி கட்டி இடுப்பில் அழுக்கேறிய துண்டை இறுக்கிக் கட்டிக்கொண்டு மிகுந்த பவ்யத்தோடு கையில் கூழை வாங்கிக் குடித்துக்கொண்டிருந்தான் படவேட்டான். பாதி பானை கூழைக் குடிக்கிற வரை இல்லாத வெட்கம், ஜமீன்தாரிணி வந்ததும் அவனுக்கு ஏற்பட்டது. குத்துக்காலிட்டு உட்கார்ந்திருந்தவன் எழுந்து நின்றான்.

"எனக்குப் போதும்" என்றான் விரலிடுக்கில் தொட்டுக்கொள்ள வைத்திருந்த கருவாட்டை மொத்தமாக வாயில் போட்டு மென்றபடி. "டேய்... டேய்... சாப்புட்டுட்டுப் போடா... நா வேணா போயிட்றேன்" என்றார் ஜமீன்தாரிணி.

"இல்லங்கம்மா போதும்..."

"அட! வெக்கப்படாம சாப்புடு..." என்றாள்.

அது அன்பா.. ஆணையா என்று புரியாததால் கூழுக்குக் கையை நீட்டினான். அஞ்சலை அவனுக்குக் கூழை ஊற்றி, கருவாட்டுத் துண்டையும் வைத்தாள். கருவாட்டுத் துண்டை அவன் தன் வாயால் லாவகமாக விரலிடுக்கில் தள்ளி வைத்துவிட்டுக் கூழை மட்டும் உறிஞ்சினான்.

அவன் சாப்பிடுவது... அவளுடைய அல்சேஷன் நாய் சாப்பிடுவது போல ஏனோ ஞாபகம் வந்தது. 'ஏர் ஓட்டத் தெரிந்த மிருகம்' என்று ஆங்கிலத்தில் சொல்லிக்கொண்டாள். அவள் என்ன சொன்னாள் என்பது அங்கிருக்கிற யாருக்குமே புரியாததால், எல்லோரும் அவளை ஒரு முறை ஏறிட்டுப் பார்த்துவிட்டு, மீண்டும் தத்தமது காரியத்தில் கண்ணாய் இருந்தனர்.

"வைர மோதிரம் இருந்ததே அதை எடுக்கணும்னு தோணலையா உனக்கு?" என்றாள் திடுதிப்பென்று.

"நான் திருட்றவன் இல்லம்மா... சும்மா தமாஷுக்கு யார்னா சவால்வுட்டா இப்படிப் பண்ணுவேன்."

"பயப்படாத. உன்னை ஒண்ணும் பண்ணல. சும்மா கேட்டேன். சொல்லு."

"இல்லம்மா... வீட்ல இருந்து ஏதோ ஒரு பொருள எடுத்துக் கொண்டாந்து காட்றதுக்குத்தாம்மா எடுத்தேன்... அதுக்கு வெலையெல்லாம் கவனிக்கல. சவால்ல கெலிக்கணும் அவ்வளதான்."

அம்மையார் ஏதோ யோசனையில் உட்கார்ந்திருந்தார். படவேட்டான் மரத்தடியில் போய் கையைக் கழுவிக்கொண்டு வந்து நின்றான். அஞ்சலை பானையை அப்படியே கழுவி, மாட்டு கழுநீர்த் தொட்டியில் சாய்த்துவிட்டு பானையை உள்ளே எடுத்துப் போனாள்.

"நான் வரேம்மா" என்று கிளம்பிய படவேட்டானை நிறுத்தி, "எனக்கு ஒரு காரியம் செய்வியா?" என்றாள்.

"சொல்லுங்கம்மா" பவ்யமாகக் குனிந்து நின்றான். "பிள்ளையார் சிலை ஒண்ணு திருடிக்கிட்டு வந்து தருவியா?" என்றாள் இங்கும் அங்கும் பார்த்தபடி.

"எங்கருந்து?"

"ஏதாவது கோயில்ல இருந்துதான். ஆனா, யாருக்கும் தெரியக் கூடாது. கொண்டாந்து அதோ இருக்குல்ல. அந்த வைக்கோல் போர்ல வெச்சுட்டுப் போயிடு. இதோ இந்த அளவுக்கு இருந்தாப் போதும்" என்று வலது கையைக் கீழ்ப்பக்கமாக வைத்து இடது கையை இல்லாத சிலையைத் தாங்கிப் பிடிக்கிற பாவனையில் காட்டினார்.

"சரி" என்றான் படவேட்டான். அதற்குள் அஞ்சலை வர, "சரிடா கிளம்பு" - மிடுக்குடன் குரல் வந்தது ஜமீன்தாரிணியிடமிருந்து.

5

"நம்ம லட்சுமணன வெள்ளக்காரன் கையக் கட்டி இழுத்துட்டுப் போறானாம்" என்று பதறியடித்துக்கொண்டு வந்து சொன்னான் செலம்பன். நாட்டுப்பற்று விஷயங்களில் ஈடுபட்டு, ராஜதுரோகக் குற்றத்துக்காகக் கைது செய்துவிட்டார்களோ என்றுதான் பயந்து போனார் தசரத ரெட்டி. பூவேரி கால்வாய் ஓரமாக இழுத்துப் போவதாக அறிந்து, பனந்தோப்புச் சாலைப் பக்கம் குறுக்குச் சாலையில் ஓடினார். நடையா, ஓட்டமா என்று சொல்ல முடியாத ஓட்டம். வேகத்தை வைத்து அதை ஓட்டம் என்று சொல்லலாம். ஏரிக்கரை மீது ஏறிப் பார்த்தபோது, தெற்குப் பக்கமாய் குதிரை மீது சவாரி செய்தவாறு போய்க்கொண்டிருந்தான் ஜேம்ஸ். கூடவே லட்சுமணன். ஆனால், அவன் கைகள் கட்டப்பட்டு அதன் நுனியை ஜேம்ஸ் பிடித்திருந்தான். தசரத ரெட்டி ஓங்கிக் குரல் குடுத்தார்.

"ஸ்டாப்... ஸ்டாப்... நில்லுப்பா" என்றபடி ஓடிவரவும் வெள்ளைக் காரனுக்குச் சின்னத் தயக்கம் இருந்தது. சற்றே நின்றான். லட்சுமணனும் வந்துகொண்டிருப்பது யார் என்று வெள்ளைக்காரனிடம் விளக்கியிருக்க வேண்டும். நிதானமாகக் குதிரையைச் செலுத்திக்கொண்டே அவர் நெருங்கி வரட்டும் என்று எதிர்பார்த்தான். ரெட்டியார் வருகிற தைரியத்தில் அக்கம் பக்கம் வேலை பார்த்துக்கொண்டிருந்த மக்களும் பக்கத் துணைபோல ஆதரவுக்கரம் நீட்டி நெருங்கி வந்தனர். அதற்குள் ரெட்டியாரும் அருகே நெருங்கி, "மை பாய்.... ஒன் பாய்" என்று சொன்னார். கூட்டம் பெருகுவதைப் பார்த்த வெள்ளைக்காரன்

"கம் டு போலீஸ் ஸ்டேஷன்" என்றான், அனைவரையும் மையமாகப் பார்த்து.

"சாரி... சாரி.." என்ன குற்றமாக இருந்தாலும் மன்னித்துக் கொள்ளப்பா என்ற பொதுவான தொனி. ஓலம்.

ஜேம்ஸுக்கு 25 வயது இருக்கலாம். பெரிய மனுஷனின் இரைஞ்சல் அவனுக்குப் புரிந்தது. இருந்தாலும் நான் உங்களை ஆளுகிற வம்சம் என்ற அதிகாரமும் இருந்தது. என்ன பிரச்சினை என்று இவர்களுக்குப் புரிய வைக்கும் அளவுக்கு அவனுடைய சைகைகளுக்குப் போதிய பலம் இல்லை. தசரத ரெட்டி "என்னடா நடந்தது" என்றார் மகனைப் பார்த்து.

"குதிரையை எடுத்து ஓட்டினேன். நான் திரும்ப வந்து கட்றதுக்குள்ள வந்துட்டான்."

தசரத ரெட்டி தலையில் அடித்துக்கொண்டு குதிரையைச் சுட்டிக் காட்டி "சாரி... சாரி" என்றார்.

வெள்ளைக்காரன் "கம் டு போலீஸ் ஸ்டேஷன்" என்றபடி குதிரையைச் செலுத்த ஆரம்பித்தான். அதற்குள் கூட்டம் ஆவேசப்பட்டு "பேசிக்கிட்டு இருக்கும்போதே ஓட்றாம் பாரு" என்றது.

"நிறுத்துடா கம்னாட்டி" என்றார் கூட்டத்தில் ஒருவர். எல்லோரும் கொல்லென்று சிரிக்கவும் அவனுக்கு நம்மைக் கேலி செய்கிறார்கள் என்ற எண்ணம் வந்துவிட்டது. குதிரையை வேகமாகச் செலுத்த ஆரம்பித்தான். இந்த திடீர் இழுப்பால் லட்சுமணன் நிலை தடுமாறி விழ இருந்தான். தசரச ரெட்டி மகனைத் தாங்கிப் பிடித்து "நிறுத்துடா" என்று உரக்கச் சத்தமிட்டார்.

வெள்ளைக்காரன் இதை எதிர்பார்க்கவில்லை. இருந்த பத்துப் பன்னிரெண்டு பேரும் அவனைச் சூழ்ந்து நின்றனர். அவன் குதிரையை இரண்டு காலில் நிற்க வைத்துக் கனைக்கும்படி செய்தான். அப்படி காலைத் தூக்கிக்கொண்டு கனைப்பது அச்சுறுத்தலாக இருந்தது. அது கனைத்துக்கொண்டு தலையை உயர்த்தி ஆவேசப்பட்டது.

நிலைமை மோசமாகி விடவே ஆஷ் போன்றவர்களுக்கு ஏற்பட்ட நிலை தமக்கு நெருங்கிவிட்டதாக நினைத்தான். கூட்டம் அவனை அப்படியே இழுத்துப்போட்டு மிதித்தே கொன்றுவிட நினைத்தது.

குதிரையின் சேணத்தையும் கழுத்து வாரையும் பிடித்து இழுத்து அழுத்தியது. லட்சுமணின் கைக் கட்டுகளை அவிழ்த்து விடுவித்தான் சிலம்பன். அவன் சட்டெனத் துப்பாக்கியை எடுத்து "கிவ் மி வே அதர்வைஸ் ஐவில் கில் யூ" என்றான்.

அவசரமாக எல்லோரும் விலகி நிற்க, லட்சுமணனை மீண்டும் கட்டச் சொன்னான்.

தசரத ரெட்டி... "கோ போலீஸ் ஸ்டேஷன்" என்றபடி மகனை

அழைத்துக்கொண்டு நடந்தார். கயிறெல்லாம் கட்ட வேண்டாம். நான் உறுதி கூறுகிறேன். நீ நம்பிக்கையாகப் போ என்ற சைகைகள் எல்லாம் பரஸ்பரம் புரிந்துகொள்ளும் வார்த்தைகளாக மாறியிருந்தன. வெள்ளைக்காரன் எல்லோரையும் முன்னே நடக்கச் சொல்லி குதிரை மீதிருந்தவாரே அவர்களை வேகப்படுத்தினான்.

வெள்ளைக்காரன் இப்படி ஊர் ஆளுகளையெல்லாம் கும்பலாக ஓட்டிச் செல்லும் விஷயம் பரவி, பெண்களும் சிறுவர்களும் ஓடி வந்துகொண்டிருந்தனர். ஊர் எல்லையான செலம்பாத்தம்மன் கோயிலண்டை நெருங்கும்போது, தூரத்தில் கூண்டு வண்டியில் மணி ஐயர் வருவது தெரிந்தது. தசரத ரெட்டி, வெள்ளைக்காரனிடம் வண்டியைக் காட்டினார்.

அது கணக்குப்பிள்ளை என்று தெரிந்ததும் நிறுத்தினான். கோயிலின் வேப்பமர நிழலில் அதற்குள் கூட்டம் சூழ்ந்துகொள்ள, வெள்ளைக்காரன் ஐயர் கிட்டே வரட்டும் என்று காத்திருந்தான்.

வண்டியை விட்டு இறங்கி "ஜேம்ஸ், வாட் ஈஸ் த ப்ராப்ளம்?" என்றார். ஜேம்ஸ் இப்போது கணக்குப்பிள்ளையைத்தான் பார்த்து விட்டுத் திரும்பிக்கொண்டிருந்ததால் இந்தச் சம்பவத்துக்கு அவரும் சம்பந்தப்பட்டவராக நினைத்தான்.

குதிரையைவிட்டு இறங்கி, சற்றே கூட்டத்தைவிட்டு நகர்ந்து நடந்த விஷயத்தை ஐயரிடம் சொன்னான். அடிக்கடி துப்பாக்கியை நீட்டி லட்சுமணனைச் சுட்டிக்காட்டி ஏதோ சொன்னான்.

ஐயர் "துப்பாக்கிய உள்ள வைப்பா. இதெல்லாம் வாயில்லா பூச்சிங்க.. இதுகளைச் சுட்டுட்டு நம்ம ஆட்சிக்கு மேலும் தலைவலியை ஏற்படுத்திடாதே" என்றார் ஆங்கிலத்தில்.

கொஞ்ச நேரம் அவன் ஐயரிடம் விவாதித்துப் பார்த்தான். ஐயர் நீ இவனைப் பிடித்துக்கொண்டு போவதால் இந்தப் பக்கத்திலும் பெரிய அளவில் விரோதம் சம்பாதித்துக்கொண்டு ஆட்சிக்கு நெருக்கடி ஏற்படுத்துவாய் என்பதை விளக்கினார்.

அவன் அமைதியாக இருக்கவும் அவனுடைய சம்மதத்தை ஏதிர் பார்க்காமலேயே லட்சுமணனின் கட்டை அவிழ்த்துவிட்டார். ஜேம்ஸ் குதிரையின் வயிற்றுப் பகுதியில் கால்களைச் சுண்டினான். அது நாலுகால் பாய்ச்சலில் அங்கிருந்து புழுதி பறக்கப் புறப்பட்டு மறைந்தது.

தழையால் கட்டிய பாரத்தைத் தலைக்கு மேலே வைத்து வந்து கொண்டிருந்தான் படவேட்டான். அமாவாசை இரவுதான் அவனுக்கு நடமாடுவதற்கு ஏற்ற இன்பத்தை ஊற்றெடுக்க வைக்கும். எந்த பஞ்சாங்கத்தையும் பார்க்காமல் போனாலும் இன்று அமாவாசை என்பது மட்டும் அவனால் உணர்வாலேயே புரிந்துகொள்ளக் கூடியதாக இருந்தது. அமாவாசை நேரத்தில் கடல் பொங்குவது அதிகமாக இருக்குமாமே.. கடல் எந்த பஞ்சாங்கத்தைப் பார்த்துவிட்டுப்

பொங்குகிறது? படவேட்டானுக்கு அமாவாசை உணர்வு ஏற்படுவதும் இயற்கையானதாக இருந்தது. அமாவாசை நேரத்தில் பொழுது சாயும் போதே அவனுக்குக் காலும் கையும் ஊரலெடுக்க ஆரம்பித்துவிடும். போதாதற்கு அவனுக்குப் பயம் என்ற பதத்துக்கான அர்த்தம் தெரியாமல் இருந்தது. ஏதாவது தடுமாற்றமான நேரமாக இருந்தால் ஆலோசனை கேட்டுக்கொள்கிற வழக்கம் இருந்தது. எப்போதும் அது அவனுடைய ஆசை நாயகியின் ஆலோசனையாகத்தான் இருக்கும். அவள் சொல்வதை ஏற்றுக்கொள்ளாத பட்சத்திலும் அவளுடன் ஒரு தடவை விஷயத்தைப் பகிர்ந்துகொள்வான்.

இன்று அவன் பதறியடித்துக்கொண்டு வந்து, வள்ளி வீட்டுக் குடிசையைத் தட்டுவதற்குத் தடுமாற்றம்தான் காரணமாக இருந்தது. விளக்குச் சிம்னியைச் சற்றே உயர்த்தி வெளியே வந்து படவேட்டானைப் பார்த்தாள். சிம்னியின் வெளிச்சத்தில் படவேட்டான் சரியாகத் தெரிந்தானோ, என்னவோ அவனுடைய நிழல் நீண்டு தெரிந்தது. “மொகரையப் பாரு... இப்பத்தான் இங்க ஒருத்தி இருக்கறது தெரிஞ்சுதா உனுக்கு?”

பதிலுக்கு அவன் கொஞ்சவோ, கெஞ்சவோ செய்யாமல் அவளைத் தள்ளிக்கொண்டு உள்ளே நுழைந்தான். “இதை இங்கயே வெச்சுக்கிறியா வெடியறதுக்குள்ள வந்து எடுத்துக்றேன்” என இரண்டடி நீள பூவரசந் தழைக் கட்டைக் கொடுத்தான். அதை வினோதமாகப் பார்த்துவிட்டு கையில் வாங்கியபோது அது எதிர்பார்த்ததைவிடக் கனமாக இருந்தது.

“இன்னாய்யா இது?” என்றாள்.

“ஜமீன்தாரம்மா கேட்டாங்கடீ.. அதான் கொண்டாந்தேன்” “இன்னாதுன்னு சொல்லன்.. பொல்லாத ரகசியம். அவதான் உனுக்குக் கடைசி வரைக்கும் பொங்கிப் போட்டுப் பாத்துக்கப் போறாளா?”

“செலடீ.. சாமி செல. ரெட்டை ஏரி பக்கத்தில ஒரு கோயில்ல இருந்து தூக்கியாறேன்.”

அவள் அந்தத் தழையின் மேல் தோராயமாகக் கையைவைத்து அழுத்திப் பார்த்துவிட்டுக் கண்டிக்கும் விதமாகப் பார்த்தாள்.

“உனுக்கின்னா மூள கீள கொழம்பிப் போச்சா? எதுக்குய்யா சாமி செலய..”

“மெதுவா பேசுடீ.”

மெதுவா “எதுக்கியா?” என்றாள்.

“சொன்னன் இல்ல.. ஜமீன்தாரம்மா கேட்டாங்கன்னு.”

“அவங்ககிட்ட இல்லாத சொத்துபத்தா... உங்கிட்ட எதுக்குக் கூட்டணி?”

“எரும.. எனக்கின்னா தெரியும்? ஏதோ கேட்டாங்க. கொண்டாந்தேன்.”

வள்ளி இலைகளை நீக்கி உள்ளே பார்த்தாள். சொக்கத் தங்கச் சிலை. முருகன் சிலை. "அடப்பாவி!"

"அவங்க புள்ளையார் செலதான் கேட்டாங்க. எங்கயும் தங்கத்தில புள்ளையார் செல கிடைக்கல. அதான் முருகர் செல தூக்கியாந்தேன்."

"அடப்பாவி... கோயில் கட்டிக் கும்பிடணும்னா பிள்ளையார் செலயத் திருடிக் கொண்டாந்து கும்பிடுவாங்க... அந்தம்மா அதுக்கோசரம் கேட்டுச்சோ இன்னாவோ... அதுவும் கல்லு செலதான் அப்படி எடுத்தாந்து வைப்பாங்க... இப்படி முருகர் செலய தங்கத்தில கொண்டாந்து வெச்சிருக்கியே... என்ன வில்லங்கம் வரப்போவுதோ... பெசாம எடுத்த எடத்திலேயே கொண்டுபோய் வெச்சுட்டு வந்துடுய்யா."

"முருகர் செலய வெச்சிக் கும்பிட மாட்டாங்களா?"

"கூறுகெட்ட ஆம்பிளையாகிறயே? கும்புடுவாங்கய்யா.. புள்ளையார் செலய மட்டும் திருடியாந்து வெச்சுக் கும்பிட்டா ராசின்னு ஐதீகம்.. அதுக்குத்தா கேட்டிருக்கா சிறுக்கச்சி. நீ என்னடான்னா.. பெரிய இடத்துல கேட்டா தங்கச் செலயாதான் குடுக்கணும்னு இத்தக் கொண்டாந்து வெச்சிருக்கே.. இதெல்லாம் நல்லதுக்கில்ல.. நாளிக்கே எடுத்த எடத்தில போய் வெச்சிட்டு வந்துடு."

படவேட்டான் யோசித்தான். "செரி" என்றான்.

ரங்காவரத்துக்கு முன்புபோலப் போய் வருவதில்லை. அவர்கள் கொடுக்கல் வாங்கல் எல்லாம் ஊத்துக்கோட்டை, கோடுவள்ளி காரணை, ஒரகடம், பாரிவாக்கம், பூந்தமல்லி பக்கம் மாறிவிட்டது. இனாம் அகரம், ஜெகநாதபுரம், கொப்பூர், மீஞ்ஞூர், பெருங்காவூர் இன்னொரு கொடுக்கல் வாங்கல் பிரதேசம். ரொம்ப காலத்துக்கு முன்னாடி நாமெல்லாம் "ரங்காவரத்திலிருந்துதான் பல ஊரா பிரிஞ்சிட்டோம்" என்று தசரத ரெட்டிக்கு அவர் தாத்தா சொல்லுவார். ஊத்துக்கோட்டையும் கொப்பூரும்கூட அவருக்கு நம் சொந்தங்கள் ரொம்ப காலமாக இருக்கிற இடம்தான் என்று தெரியும்.

ராமானுஜர் காலத்திலேயே நம் சொந்தங்கள் கொப்பூரில் வசித்த சம்பவங்களைச் சொல்லக் கேட்டிருக்கிறார். ராமானுஜர் வருவதற்கு முன்னால் அந்த ஊரைச் சுற்றி நூற்றியெட்டு சிவலிங்கமும் நூற்றியெட்டு நந்தியும் இருந்தது என்பார். நூற்றியெட்டுக் குளங்களும்கூட இருந்தது என்பார். ஆனால் இப்போதும் பத்துக் குட்டைகளும் பத்து சிவலிங்கமும் அங்கே பார்க்க முடிகிறது. சிலது மண்ணுள் புதைந்து ஒன்றும் பாதியுமாக வெளியில் தெரியும். நந்தியும்கூட ஆறோ, ஏழோ இருக்கத்தான் செய்கிறது.

தசரத ரெட்டிக்கு நம் மூதாதையர் உதித்து குடும்பங்களாக எங்கெல்லாம் கிளைவிட்டிருக்கிறார்கள் என்ற சிந்தனை எழுந்தது.

கொப்பூரில் ராமானுஜரின் வருகைக்குப் பிறகு எல்லோரும் வைணவ மதத்துக்கு மாறிவிட்டார்கள். வீட்டுச் சுவரெல்லாம்கூட பெரிய பெரிய

நாமம் போட்டு, பூணூல் போட்டு நாயகர்கள் என்று அழைத்துக் கொண்டு ரொம்பத்தான் மாறிப்போய்விட்டார்கள். பொன்னேரி, மீஞ்சூர், அகரம், காரணை எல்லாம் தெலுங்கு பேசும் ஏரியாக்கள் இந்தப் பக்கம் இருப்பவர்கள் ரெட்டியார்கள்...

“தெலுங்குக்காரனுங்களுக்கு வெவசாயம் பண்ணிக்கிட்டிருக்கிற சம்சாரிங்கன்னா அது ரெட்டியார் சாதிதான். நமக்கும் அதே பேரே நெலச்சுப்போச்சு... நாமெல்லாருமே ஷத்திரிய வம்சம்டா” என்று தசரதனின் அப்பா கோவிந்தப்ப ரெட்டியார் சொல்லியிருக்கிறார். சாதியைப் போற்ற வேண்டுமா என்ற பெரிய கவனம் கொள்ள முடியவில்லை. காலம் காலமாக இப்படி இருக்கிறதென்றால் அதில் ஏதோ அர்த்தம் இருக்கிறது என்பதில் அவருக்கு மதிப்பு இருந்தது. ஒரு இடத்தில் ரெட்டியார் என்றும் ஒரு இடத்தில் நாயகர் என்றும் சொல்லிக்கொள்வது அவருக்கே தமாஷாக இருந்தது. இன்னும் தெற்குப் பக்கத்தில் கவுண்டர் என்றும் படையாச்சி என்றும் சொல்லிக் கொள்வார்கள் என்றும் வன்னியர் சங்கக் கூட்டத்தில் கேட்டிருக்கிறார். பட்டணத்துப் பக்கம் ரெட்டியார் என்று அறிமுகப்படுத்திக் கொண்டால், ‘நீங்க தெலுங்கா’ என்று கேட்பதை எதிர் கொள்ளத்தான் வேண்டியிருக்கிறது.

“என்ன தசரதா! பையனை ரங்காவரத்துக்கு அனுப்பி வைக்கப்போறியாமே?” வேட்டியைத் தூக்கிவிட்டபடி வெறும் புட்டத்தில் திண்ணை மீது அமர்ந்தார் கணேச ரெட்டி. பங்காளி.

“ஆமாம்பா.. நம்ம ஊருக்கு ஒருத்தன் குதிரைல வருவானே...”

“அதெல்லாம் கேள்விப்பட்டேன். அவனுக்குப் பயந்தா அனுப்பி வைக்கிறே?”

“அப்படியில்ல...” என்று ஆரம்பித்தவர் “ஜமீன்தார் ஐயாவும் ஐயரும் கொஞ்சநாள் கண்ணு மறப்பா இருக்கட்டும்னு சொல்றாங்க. இவனும் அவன் பெரியப்பன் வூட்டுக்குப் போய் பல வருஷம் ஆயிப்போச்சு. கெட்டதுலயும் ஒரு நல்லதுனுதான்...”

“அப்படித்தான் செய்யி... இந்தக் காலத்துப் பசங்களுக்கு யாருக்கு என்ன உறவுனே தெரிய மாட்டேங்குதே... போன மாலி அமாவாசைக்கு நம்ம ஏழுமலை அவங்க அப்பனுக்குத் தெவசம் வெக்கிறான்... ஐயரு செத்தவனோட தாத்தன் பேரு கேக்றாரு... முழிக்கிறான். அப்புறம் நான்தான் சொன்னேன். ரெண்டு தலமொறைக்கு முன்னாடி இருந்தவன் பேரை யார் தெரிஞ்சுவெச்சுக்கிறான். விசேஷம்னா இட்லிதானே செய்வாங்க? இவன் என்னமோ உப்மானு எதையோ பட்டணத்திலருந்து ஆளக் கூட்டியாந்து செஞ்சான்... எனக்கென்னமோ புடிக்கலப்பா... ஜனங்களுக்குப் புடுச்சிதான் இருந்தது.”

“என்னென்னமோ பலகாரங்க. ஆகாரமா... ருசியான்னு ஆகிப்போச்சி. வெள்ளக்காரனுங்க மாதிரி ஐயர் வூடுகள்லயும் காப்பி குடிக்க

ஆரம்பிச்சுட்டானுங்களே... பட்டணத்தில மயிலாப்பூர், மாம்பலத்தில காப்பி குடிக்காதவனையெல்லாம் மனுஷன்னே சொல்றதில்ல."

"எனக்கென்னமோ நாமளும் காப்பி குடிச்சா என்னன்னுதான் பாக்றேன்."

"அப்ப நீ காப்பி குடிச்சிருக்கேனு தெரியுது...?"

கணேச ரெட்டி வெட்கப்பட்டார். "அட! ஒரு வாட்டி சாப்டம்பா.. அதவுடு."

"யாரும் இல்ல சொல்லுய்யா... அதக் குடிச்சா மூளை கிறுகிறுக்கும்னு சொல்றாங்களே?"

"அதெல்லாம் ஒண்ணும் கிடயாது. சும்மா தித்திப்பா இருக்குது. சிறுங் கசப்பாவும் இருக்குது." கணேச ரெட்டியார் முடிந்த அளவுக்கு காபியை விவரிக்க நினைத்தார். அவரால் அதற்கு மேல் விளக்க முடியவில்லை.

"தித்தீச்சிக்குனு இருந்ததுன்ற.. கசப்பா இருந்ததுன்ற..?" பொறுமை இழந்து போய்விட்டார் தசரத ரெட்டியார்.

விளக்க முடியாத விஷயத்தை விட்டுத் தொலைத்துவிட்டு வேறு விஷயத்துக்குத் தாவினார். "வெள்ளைக்காரன் வேணாம்னும் சொல்றானுங்க. அவனைப் போலவே கிராப் வெட்டிக்கிறானுங்க. அவனைப் போலவே சொக்கா போட்டுக்கிறானுங்க. அவன் பேசற பாஷையக் கத்துக்கிறானுங்க. அவன் சாப்பிட்றத சாப்பிட ஆரம்பிச்சுட்டாங்க. அவனை மட்டும் எங்க ஊரைவிட்டுப் போடாங்கிறானுங்க" - தசரத ரெட்டி திடீரென்று தீவிரமானார்.

"யோவ்.. நான் ஒரு லோட்டா காப்பி குடிச்சதுக்காக அவனை நாட்ட ஆளுடான்னு உட்டுட முடியுமா?"

"உன்னைச் சொல்லலையா... பார்ப்பானுங்களத்தான் சொல்றேன்."

"ஆங்... அவனுங்களுக்கு வேற என்ன தெரியும். பேசறதையும் எழுதறதையும் வெச்சுப் பொழைக்கலாம். வேற என்ன தெரியும்? எவன் அதிகாரத்தில இருக்கானோ அவனுக்குச் சேவகம் செஞ்சி வாழ்க்கைய ஓட்றதுதான் அவனுக்கு விதி."

தசரத ரெட்டி அவ்வளவு சாதாரணமாக எடுத்துக்கொள்ளவில்லை. "அதிகாரத்தில இருக்கவனுக்குச் சேவகம் செய்றானுங்க. கூடவே அதிகாரமும் பண்றானுங்களே..?"

"என்ன பண்ணணுங்கிற...? வேதம் படிச்சவன். சாஸ்தரம் தெரிஞ்சவன். நம்ம நாட்டுக் கணக்கு வழக்கு... கோயில் குளம், வழி வாய்க்கா எல்லாம் அவனுக்குத்தான் தெரியும். டெல்லி எந்தப் பக்கம் இருக்குதுன்னு உனுக்குத் தெரியுமா? அவனுக்குத்தானே தெரியுது? அப்புறம் அவனப் பாத்து நாம வயிறெரியக்கூடாது."

“அதுசரி... நம்ம பசங்களுக்குப் படிப்புனா எட்டிக் கசப்பு. அவனுக்கு செருப்புத் தைக்கணும், ஏர் ஓட்டணும்னா கஷ்டம். ரெண்டும் சரியா போச்சா இல்லையா?”

தாம் சொன்னதை தசரத ரெட்டி ஒத்துக்கொண்டார் என்ற திருப்தியில் “தெரியுது இல்ல?” என்றார் கணேச ரெட்டி.

“அது தெரியுதுய்யா. இவனுக்கு ஒரு வேல தெரியுது. அவனுக்கு ஒரு வேல தெரியுது. ஆனா, அவன் செய்ற வேலதான் ஒசத்தினு ஆயிப்போச்சே..” என்றார் தசரத ரெட்டி.

“சரி.. அதிருக்கட்டும்யா. பாப்பானைத் திட்டணும்னா அப்படி ஒரு ஆவேசம் வருதுய்யா உனக்கு. பையன் எப்படிப் போறான் ஊருக்கு?”

“நாளிக்கி கொத்தால் சாவடிக்கு வாழைக்கா வண்டி போகுது. மஜிலு போறதா சொல்றாங்க. அதில போய் அப்படீ...ய் அம்பத்தூர் போயிட்டான்னா.. அங்கிருந்து ரயிலு வண்டி. திருவள்ளூர் வரைக்கும் ரயில்லயே போயிடலாம். ஒரு மணி நேரத்தில கொண்டுபோய் வுட்டுடுவான். அங்கிருந்து மாட்டு வண்டில ஏதாவது தொத்திக்கிட்டுப் போக வேண்டியதுதான்.”

“தனியாவா போறான்?”

“பின்ன?”

“இப்ப எங்க போயிருக்கான்?”

“ஏதோ செலம்பனும் அவனும்தான் போனானுங்க. நாம அந்தக் காலத்தில சுத்தாத இடமா?”

“ஆத்துல வெள்ளம் வந்தபோது, கயித்துக் கட்டுலு ஒண்ணு அடிச்சுக்கிட்டு வந்ததே...” - இப்படி ஆரம்பிக்கும்போதே “நா வரேம்பா” என்று எழுந்தார் கணேச ரெட்டி.

“அட! சும்மா சொல்லுய்யா... அந்தக் கட்டில புடிக்கிறன்னு போயி... கட்டிலோட ஒரு பொணம் ஒண்ணு கிடக்குதுன்னு வந்துட்டியே. ”

“எவ்ளோ மீனுய்யா? சும்மா அஞ்சடி ஒசரத்துக்கு” என்று பேச்சைத் திருப்பினார்.

“ஆமாமா... கரையில இழுத்தாந்து போட்டா சும்மா துள்ளுது. பனை மரம் உசரத்துக்கு. பெசாம மேல ஏறிப்படுத்துட்டன்.”

“நாலு மீனுதான் புடிச்சோம்... ஊருக்கே போதும்னு ஆயிப்போச்சே..” “இப்பல்லாம் எங்கே? சின்னச் சின்ன கொறவ.. கெளுத்திதான் ஆப்புடுது.”

“அஞ்சாறு வருஷம் மதகே திறக்காம இருந்தானுங்க. மீனையும் ஏலம் விடல. தண்ணி திறந்து விட்டதும் எல்லாம் பாய்ஞ்சுடுச்சி.”

“எப்படி வரானுங்க பாரு.”

லட்சுமணனும் செலம்பனும் தலையில துண்டைச் சுத்திக்கிட்டு எதிர் வெயிலில் வந்துகொண்டிருந்தனர்.

"ன்னப்பா கிளம்பிட்டியா?" என்று சாதாரணமாகக் கேட்டார் கணேச ரெட்டி.

"காலையில கிளம்பறேன் பெந்நா."

தபால் கொண்டு போன புருஷோத்தம நாயுடுவும் வெயிலுக்கு அஞ்சி கொஞ்ச நேரம் திண்ணையில் வந்து உட்கார்ந்தார். அவர் வேலூர் பக்கம் இருந்து இங்கு வேலைக்கு வந்தவர்.

"எப்பிடிங்க இது.. உங்களை அப்பானுதான் கூப்பட்றான். நைனானு சொல்றதில்லல்ல? ஆனாக்கா, பெரியப்பாவ பெந்நானு கூப்பட்றான்." உட்கார்ந்திருக்கிற நேரம் ஏதாவது பேச வேண்டுமே?

"எல்லாரும் அப்பிடித்தான் கூப்புட்றாங்க.." என்று பதில் சொல்லிவிட்டு அப்பாவைப் பார்த்தான் லட்சுமணன்.

"தெலுங்குக்காரனுங்கதான், நைனா... பெரி நைனானு கூப்புடுவானுங்க. எப்படியோ அந்த பாஷை நம்ம சாதில கலந்து போச்சி" என்று தோராயமாக விளக்கினார்.

நாயுடுவுக்குக் கொஞ்சம் ஏற்றுக்கொள்ளும் பதில்போல இருக்கவே தலையை ஆட்டிக்கொண்டார். "இந்தப் பக்கம் வடக்கால கொஞ்ச தூரம் போனாக்கா எல்லாமே தெலுங்குதான்... பார்டரா இருக்கிற தாங்காட்டியம் தெலுங்கு பாஷை மிக்ஸ் ஆயிப்போச்சு."

"அதச் சொல்லு.. அதான் பாயிண்டு" என்றார் கணேச ரெட்டியார்.

இரவு ஜேம்ஸ் அகரத்துக்கு வந்திருந்தான். சத்திரத்தில் ஏதோ கலவரம்.

கோயில் தகராறு. போலீஸும் வந்திருந்தது. கோயில் சிலை திருடு போனது பற்றி விசாரிக்க வந்ததாகவும் சொன்னார்கள். ஜனங்கள் அறையும் குறையுமாகக் காதில் விழுந்ததைக் கொண்டு இஷ்டம்போல பேசிக்கொண்டிருந்தார்கள். படவேட்டானைத்தான் அதிகம் சந்தேகம் கொண்டு விசாரித்ததாகச் சொன்னார்கள். அவன் சிக்கவில்லை. மலை முழுங்கி மகாதேவன். போலீஸ் வந்து ஊரெல்லாம் தேடினாலும் அவன் பாட்டுக்கு ஒரு வாரம் ஆனாலும் நடு பயிரில் படுத்துக்கிடப்பான். நடு ஆற்றில் மூக்கை மட்டும் வெளியில் நீட்டிக்கொண்டு உட்கார்ந்து கிடப்பான். மனுஷனா அவன் ராட்சஷன்.

ஆனால், யாரும் லட்சுமணன் பற்றி விசாரிக்கவில்லை. போலீஸ் வந்திருக்கிறது என்றதும் லட்சுமணனைப் பிடித்துச் செல்லத்தான் வந்திருப்பதாகப் பயந்துகொண்டிருந்தார் தசரத ரெட்டியார்.

6

ஊருக்குப் போகிற நேரங்களுக்கென்றே லட்சுமணனிடம் ஒரு வேட்டியும் சட்டையும் இருந்தது. அது கொஞ்சம் காவியேறி இருந்தாலும் பனம் நுங்குக் கறையோ, முந்திரிக் கறையோ, வாழைக் கறையோ இல்லாமல் சுத்தமாக இருக்கும். தசரத ரெட்டியும் கல்யாணம் விசேஷத்துக்கு ஒரு வேட்டி சட்டை வைத்திருந்தார். இன்னும் இரண்டு ஜதை எடுத்து வைத்துக்கொள்ளலாம்தான். ஆனால், சம்சாரிக்கு இதெல்லாம் ஆடம்பரம் என்ற எண்ணமிருந்தது.

பட்டணத்தில் இருப்பவர்களைப் பார்த்து சூடு போட்டுக் கொண்டது மாதிரி ஆகிவிடும் என்ற எச்சரிக்கை உணர்வும் இருந்தது. இது தசரத ரெட்டிக்கான தனிப்பட்ட கொள்கையாக இல்லாமல் கிராமத்தின் பொது குணமாகவும் இருந்தது.

இந்த மாதிரி வேட்டி சட்டை அணிந்துவிட்டால் ஊர் எல்லையைக் கடக்கிற வரை லட்சுமணனுக்கு வெட்கமாக இருக்கும். எல்லோரும் வித்தியாசமாகப் பார்ப்பதாக நினைத்து எற்பட்ட கூச்சம் அது.

"உச்சிக்கி முன்னாடி ரோட்டுக்குப் போயிடணும். மஜிலு போயிட்டா... தனியா போக வேண்டியத்தான். லட்சுமணன் வேற வெள்ளையும் சொள்ளையுமா இருக்கான். உருவிக்கிட்டுப் பூடுவானுங்க" என்றான் வேணுகோபால்.

வாழைக் கட்டு மீது கொஞ்சம் கிழிந்த துணிகளைப் போட்டு அதில் லட்சுமணன் உட்கார்ந்திருந்தான். 'ஃபுல் லோடு' இருந்தாலும்

மயிலைக் காளைகளுக்கு அது சாதாரணம். படியாள் வேணுகோபாலும் வாழை மண்டி ஏஜென்ட் சாமியும் மாட்டுவண்டியின் இரண்டு புறத்திலும் இருந்தனர். வாழைக் கட்டு நுகத்தடி வரைக்கும் இருந்ததால் இருவருமே நடந்துதான் கொத்தவால் சாவடிக்குப் பிரயாணிக்க வேண்டும். புழலேரி வரைக்கும் மண் ரோடு. அதுக்கப்புறம்தான் கல் ரோடு. வியாசர்பாடி தாண்டினால் தார் ரோடு. வண்டி சும்மா வில்லு மாதிரி பறக்கும். வரும்போது காலி வண்டி. அங்கிருந்து யாராவது வழியில் இறங்க வேண்டியவர்கள் வந்தால், காலணா சத்தம் வாங்கிக்கொண்டு இறக்கிவிடுவார்கள். உழவு நேரமாக இருந்தால் வாழைக்காய்க்குப் பதிலுக்குப் பஞ்சு வாங்கிக்கிட்டு வருவார்கள், நிலத்துக்கு உரமாகப் போடுவதற்கு.

“பார்த்துப்பா... கறையாயிடப் போவுது...”

வண்டி கட கட சத்தத்துடன் ஒரு ஆட்டம் கொடுத்து நகர்ந்தது. அம்மா முந்தானையால் கண்களைத் துடைத்துக்கொண்டாள். “அட! இவ ஒருத்தி” என்றார் அப்பா. அப்பாவுக்கும் வருத்தம்தான் பையனைப் பிரிவதில். எப்போதுமே தைரியமாகப் பேசுவதே பழக்கமாக வைத்திருந்ததால் அதை வெளிக் காட்டிக்கொள்ளவில்லை. லட்சுமண னுக்குக் கண்கள் கலங்கின. “வரேம்பா” என்றான்.

வண்டி அசைந்து ஆடி நெட்டி முறியும் சத்தத்துடன் நகர்ந்தது. கஷ்டமெல்லாம் வண்டிக்குத்தான். மயிலைக்காளைக்கு இல்லை. அது ஊருக்குப் போகிற சந்தோஷம் போலத்தான் நடைபோட்டது. மழையில் மண் சாலையில் வண்டித் தடம் மட்டும் பள்ளமாகிப் போய் நடுவில் ஏற்பட்ட மேடு சில நேரங்களில் இருசு வரை உயர்ந்து உராய்ந்தது. சக்கரம் ஆரமெல்லாம் களிப்பு. ஊரைவிட்டுச் செல்ல விடுவேனா பார் என்று பிடித்துக்கொண்டு இழுத்தது.

சத்திரம் தாண்டி ஆந்திரா போகிற புது ரோட்டுக்கு வருகிறவரை இதே நிலைதான். புது ரோடு போய்விட்டால் இவ்வளவு சேறு இருக்காது. அங்கங்க செம்மண் போட்டு நிரவி இருந்ததால் வண்டி வேகமாக நகரும். மஜிலு இல்லாம வண்டிகள் தனியாகப் போவதில்லை. சுத்துப்பட்டு கிராமங்களில் இருந்து வாழைக்காய், ஆளுவள்ளிக் கிழங்கு ஏத்திக் கொண்டு வண்டிகள் கூட்டமாகப் புறப்பட்டால், சில சமயங்களில் நூறு வண்டிகள்கூடத் திரண்டுவிடும். திருட்டுப் பயல்களிடம் இருந்து தப்பிப்பதற்காக இப்படி ஒரு ஏற்பாடு. பட்டை உரிகிற வெயிலில் இப்படி ஆடி அசைந்து நடைபோட்டுக்கொண்டிருப்பது லட்சுமணனுக்கு எரிச்சலாகத்தான் இருந்தது. இதற்கு முன்னால் சத்திரத்தில் இருந்தே ஆண்டார் குப்பம் வழியாக ஒரு ரோடு இருந்தது ஆந்திராவுக்கு. காசிக்குப் போகிற பாட்டை என்று பெயர். அது சில இடங்களில் சுருங்கியும் சில இடங்களில் விரிந்தும் அந்தந்த ஊர்க்காரர்களின் ஆக்கிரமிப்புக்கு ஏற்ப இருந்ததாலும் போதாதத்துக்கு ஏராளமான வளைவுகளும் கொண்டிருந்ததாலும் வெள்ளைக்காரன் அரசாங்கம்

இந்தப் புது ரோட்டுக்கு ஏற்பாடு செய்தது. இது கல்கத்தா வரை போவதாகச் சொன்னார்கள். சத்திரம் வழியாக முன்னாடி இருந்த ரோடும் கல்கத்தாவுக்குதான் போகிறதாம். வழியில் பூரி ஜகந்நாதர் கோயிலுக்கு எல்லாம் இந்தப் பக்கம்தான் மார்க்கம்.

அப்படிப் பயணம் போகிறவர்களுக்காக இந்த ஊரில் ஒரு சத்திரம் கூடக் கட்டியிருந்தார்களாம். இப்போது சத்திரம் என்ற ஊர் மட்டும் இருக்கிறது. அந்தப் பழைய ரோடு போகிற வழிகளில் நிறைய சத்திரங்களும் கோயில்களும் இருக்கும். புது ரோடில் அங்கொன்றும் இங்கொன்றுமாகச் சாப்பாட்டுக் கடைகள் மட்டும். ஊருக்கு ஜெகநாதபுரம் என்ற பெயர் வந்ததுகூட பூரி ஜகந்நாதரின் நினைவாகத்தான் என்கிறார்கள். சத்திரத்துக்கும் ஜெகநாதபுரம் சத்திரம் என்றுதான் பெயர்.

லட்சுமணனுக்கு அப்பா, ஏழுமலை ரெட்டி, கணேச ரெட்டி போன்றவர்கள் சொன்ன தம் ஊர்ப் பெருமைகள் எல்லாம் நெஞ்சில் அலைமோதின. ஒரு ஆவேசத்தில் வெள்ளைக்காரனுக்குப் பயந்து ஊரைவிட்டு ஓடுவதா.. ஊருக்கே திரும்பிவிடலாமா என்றுகூட நினைத்தான்.

உச்சிப் பொழுதில் புழலேரியின் ஓரம் ஒரு பூவரசமரத்தின் அடியில் வண்டியை நிறுத்திவிட்டுச் சாப்பிட்டனர். ஏரி சமுத்திரம் கணக்காக நிறைந்திருந்தது. பட்டணத்துக் குடிதண்ணீருக்காக வெள்ளைக்காரன் ஏற்பாடு.

“இதோ இந்த மாசம் ஊரைவிட்டுப் போயிடுவான்கிற மாதிரி பேசறானுங்க. அவன் என்னடான்னா.. இப்பத்தான் எல்லா ஊருக்கும் ரயில் உட்றான். கப்பல் உட்றான். ரோடு போட்றான்” என்றான் லட்சுமணன்.

“இப்படிலாம் நல்லது பண்ணாக்கா நம்மளயும் சேத்துக்க மாட்ட மானு நப்பாசை அவனுக்கு” என்றான் வேணுகோபால்.

ஏஜெண்ட் சாமிக்கு அதில் உடன்பாடில்லை. “அவனை நாம சேத்துகுனா இன்னா, சேத்துக்கலனா இன்னா? வேணும்னா கஜானாவக் காலிபண்ணிட்டு ஓடிப் போலாமே? நாமதான் இத ஆண்டு தொலைக்கணும், வேற ஆளு கிடையாதுனு நினைக்கிறான் அவன்” என்றான்.

“காந்தி வந்த பிற்பாடு... எல்லாருக்கும் சுதந்திரம் கிடைச்சிடும்னு நம்பிக்கை கிடைச்சிருக்குப்பா.”

“காந்தி குசுவுக்குச் சமானம்னு சொல்றானே மணி ஐயரு. வெள்ளக்காரனை ஒண்ணும் பண்ண முடியாதுங்கிறது அவன் அபிப்ராயம்.”

“அவன் கிடக்கிறான்... அப்புறம் காந்தி ஆட்சியப் புடிச்சுட்டா அவர்தான் தெய்வம்னு சொல்லிடுவான்.”

66 | வெட்டுப்புலி

மஜிலு கண் மறைவதற்குள் வேணுகோபாலும் சாமியும் வண்டியைக் கட்டிப் புறப்பட, லட்சுமணன் புழலுக்கு வலது பக்கம் செல்லும் சாலையில் நடக்க ஆரம்பித்தான். உச்சி வெயில் மண்டையைப் பிளக்க ஆரம்பித்தது. தோள்மீதிருந்த துண்டை எடுத்துத் தலையில் கட்டிக்கொண்டான்.

எதிரில் தலையில் துண்டைப் போட்டுக்கொண்டு கையில் தழை ஒடித்துப் போடுவதற்குக் 'கெடை'யுடன் ஆடு மேய்த்துக் கொண்டிருந்தவனைப் பார்த்து "ரயில் வண்டிக்கு எவ்வளவு தூரம் போவணும்?" என விசாரித்தான். இடுப்பில் பெயருக்கு வேட்டி. தாம்புக் கயிறு மாதிரி இடுப்பைச் சுற்றிக் கிடந்தது.

"இன்னொரு கல்லு போனா சூரப்பேடு வரும். பாட்டையவிட்டு இறங்கி வரப்புல போனா நாலு பர்லாங்ல அம்பத்தூர் டேஷன் வரும்.."

"ரயிலு இப்ப இருக்குமா?" "எங்க போறதுக்கு?" "திருவள்ளூரு."

"அதுக்குன்னா தெனமும் நாலு ரெயில் போவுது. எதுல ஏறினாலும் சும்மா ஜிவ்வுனு போய் எறங்கிப்புடலாம். குந்து போவே."

லட்சுமணன் யோசனையோடு உட்கார்ந்தான். ஏதாவது கேள்வி கேட்க வேண்டும்போலக் கேட்டு வைத்தான். "இங்கெல்லாம் வெரப்பாடுதானா?"

"யேன்.. இதோ ஏரி இருக்குது. கிணத்துல மேலாக்கத் தண்ணி. நாலு ஏத்தம் போட்டா சரி. ரெண்டு போகம் செய்வமே."

"அத கேக்கல. ஆயில் மோட்ரு வெச்சி எறைக்கிறது உண்டா?"

"காசு கொழுப்பெடுத்துப் போனவன் வெச்சிருக்கான். ஒரு பேரலு மூணு ரூபானு ஆயில் வாங்கி ஊத்றான். அத மனுஷனுக்குக் குடுத்தா ஏத்தம் எறச்சுட்டுப் போறான்?"

"அதப் பாத்தா? வேல சுருக்கா முடியுதில்ல?"

"அப்படி ஆவேசமா உறிஞ்சுனா பூமிதான் என்ன பண்ணும்?"

"நீ சொல்றது செர்தான். இப் 'வார்' நடக்குதுனு ஆயில் வேபாரத்தையே நிறுத்தி வெச்சுட்டானே."

"எவ்ள நாளிக்கி? மறுபுடியும் கொண்டாந்துடுவான்."

"நாம ரெண்டு பேரு தடுத்துட்டா ஆயில் இன்ஜின் வராமப் போயிடுமா? சரி.. நா பொழுதோட கிளம்புறேன்."

"கிளம்பு. எந்த ஊருனு சொல்லவேயில்லையே...?" "காரனோடை தாண்டி.... ஜெகநாதபுரம்."

"அட... மாளிவாக்கத்திலதான் பொண்ணு குடுத்திருக்கிறேன். நீ யார் வூட்டுப் புள்ள?"

"வண்டிக்காரமூடு. தசரத ரெட்டி பையன்."

“சூரப்பேடு ராகவ ரெட்டினு சொல்லு தெரியும்” “சொல்றேன்.”

ராகவ ரெட்டி சொன்ன தூரத்தில் இருந்தது அம்பத்தூர். ரயில் ஐந்து மணிக்கு வரும் என்றார்கள். டிக்கெட்டை வாங்கி வேட்டியில் முடிந்துகொண்டு காத்திருந்தான். ஜனங்கள் நிற்பதற்குத் தகர கூடாரம். இரும்பிலேயே வேலி. நூத்துக் கணக்கான மைல் நீளத்துக்குத் தண்டவாளம். ‘கலப்பை, மம்மட்டி, கடப்பாரை, வெட்டுக் கத்தி தவிர வேறு வேற இரும்பப் பாக்க முடியுமா ஊர்ல இருந்தா?’ என்று நினைத்துக்கொண்டான். சேர்ந்தாற் போல இவ்வளவு இரும்பு ஒரே இடத்தில் இருப்பது அவனுக்கு மலைப்பாக இருந்தது. அவன் பார்த்த ரயில் ஸ்டேஷன் எல்லாமே இதே போல இரும்புக் குவியலாகத்தான் இருந்தது. ‘ரயிலே இரும்பால செஞ்ச ராட்ஷச மலைப்பாம்பு மாரி இருக்குது. எவ்ளோ தண்டவாளம்.. எவ்ளோ ரயிலு.? இப்பிடியே எடுத்துக்குனு இருந்தா தீந்து பூடாதா? பூமிக்குள்ள பாளம் பாளமா இரும்பு கிடக்கும்னு சொன்னாக்கூட எவ்ளோ நாளிக்கி?’

“ரயில் வருது பாரு. ஏறிக்கோ” யாரோ ஒருவன் பக்கத்தில் வந்து குரல் கொடுத்தான்.

ஸ்டேஷனில் நின்றிருந்த கூட்டம் லேசாகப் பரபரப்படைந்தது. ஓடி ஓடி இடம்பிடித்தது. பெட்டிகளில் தரையில் உட்காருவதே பெரும்பாடாக இருந்தது. ரயில் திருநின்றவூரைத் தாண்டிப் போய்க் கொண்டிருந்தது. ஏரி... காடு... அல்லது பொட்டல் காடு. அம்பத்தூரில் ரயில் பிடித்ததிலிருந்தே அப்படித்தான் இருந்தது.

திருவள்ளூரில் ரயிலை விட்டிறங்கி பூண்டி போவதற்கு பஸ் ஏதாவது இருக்கிறதா என்று பார்த்தான். “அதோ அந்த லாரி பூண்டிக்கிதான் கௌம்புது. ஓடிப்போய்க் கேளு” என்றான் பொட்டலக் கடைக்காரன். பூண்டி ஏரி கட்டுமான வேலைக்காக வந்த சிமெண்ட் மூட்டைகளை லாரியில் ஏற்றிக்கொண்டிருந்தனர்.

“பூண்டியில வந்து எறங்கிக்கிட்டா?” என்றான். “ஓர்ணா தருவியா?”

“தர்றேன்.”

“காட்டு பாக்கலாம்?” காட்டிய பிறகுதான் நம்பினான். பின்னாடி சிமெண்ட் மூட்டை மீது ஏறிக்கொள்ளச் சொன்னான்.

சட்டையையும் வேட்டியையும் கழற்றி கைப் பைக்குள் வைத்துக்கொண்டு தலையில் கட்டியிருந்த துண்டை எடுத்து இடுப்பில் கட்டிக்கொண்டான். வேட்டி ஏற்கெனவே சிமெண்ட் நிறத்துக்கு மாறிப்போயிருந்தாலும் அப்படியொரு பாதுகாப்புணர்வு லட்சுமணனுக்கு.

வண்டி ஒரு உலுக்கு உலுக்கிக் கிளம்பியது. மாட்டுவண்டி அளவுக்கு ஆட்டமில்லை. ஆனால் பெரிய சத்தம், கொர கொர என்று. லாரி மணல் மேட்டைத் தம்கட்டி ஏறி வடக்குத் திசையில் விரைந்தது.

7

பூண்டி கூட்டுரோட்டில் லாரிக்காரன் நிறுத்தினான். "ஏம்பா ஏறங்கிக்க" என்றவனிடம் காசைக் கொடுத்துவிட்டுக் கடல் கடந்து வந்தவன் மாதிரி இறங்கியதும் விசாலப் பார்வையோடு இருப்பிடத்தை ஒரு சுற்று பார்த்தான். இறங்கி மரத்தோரமாகப் போய் வேட்டியையும் சொக்காவையும் மாட்டிக்கொண்டு, துண்டை உதறித் தோளின் மீது போட்டுக்கொண்டான்.

"ரங்காவரம் ரொம்ப தூரமா?" என்றான் எதிர்ப்பட்டவரிடம். "யார் வூட்டுக்கு?"

"பொன்னுசாமி நாயகர் வூட்டுக்கு."

"ஏரி மராமத்து பண்றாரே அவுர் வூட்டுக்கா?"

இவ்வளவு தூரத்துக்குத் தெரிந்திருப்பது ஆச்சர்யமாகத்தான் இருந்தது. "மாமாதான்."

"லாரியிலயே போயிருந்தா மாமனை அங்கயே புடிச்சிருக்கலாமே? ஏரி காண்ட்ராக்டு லாரிதானே அது? பெரிய ராஜாங்கம் மாதிரில்ல வேல நடக்குது. ஒரே மாசத்தில வேலையை முடிச்சுக் காட்றேன்னு சவால் வுட்டு கரை போட்டுக்கிட்டு இருக்கான்யா உம் மாமன். ராப் பகல் தூக்கம் ஏது அவனுக்கு? சல்லிசா இருக்கும்னுதான் பார்த்தான். ஆனா நினைச்ச மாதிரி முடிஞ்சுடுதா? கரைய தூக்கிப்புட்டானே ரெண்டு பனை மரம் ஒசரத்துக்கு. ரெண்டு மூணு ஊரு தண்ணிக்குள்ள

இல்லா கெடக்குது? சுத்துபட்ல இதுக்கு எதிர்ப்பு வேற. இன்னொரு நூறு வருஷம் கழிச்சுதான் இதோட அருமை தெரியும். தண்ணி இருந்தா தானேயா ஊரு? நூறு ஊரு பொழைக்கணும்னா நாலு ஊரு அழிஞ்சுதானே ஆகணும்?"

"வெள்ளக்காரன் திட்டம். இவரு வேணாம்னா வேற ஒருத்தன் செய்யப் போறான். இவரைக் கொறைபட்டு என்ன புரயோஜனம்?" பதிலுக்குச் சொல்லி வைத்தான்.

"வேற ஒருத்தனும் செய்ய முடியாதுன்றேன். நீ இன்னமோ சொல்றியே. இன்னா சமாசாரம்? இவரோட செல்வாக்குலதான் வேலையே நடக்குது. எத்தனை மிட்டா, மிராசு, ஜமீன்தாரு... ம்ம்ம் பொன்னுசாமி நாயகருதான் செய்யணும்னு இருக்கு. என்னேரமும் கூழு இன்னா, காபித் தண்ணி இன்னா, கூலிகூட சரியான கூலி. ஒரே நாள்ல ரெண்டு ரூபா சம்பாதிக்கிறவன்கூட இருக்கான். சரி.. நீ பொழுதோட வூட்டுக்குப் போ. இதோ இந்த ரோட்லயே நேரா போனா.. அதோ ஒரு புளியமரம் தெரியுதா? அங்கருந்து சோத்துக்கை பக்கம் ஒரு ரோடு திரும்பும். அதில நேரா போனாக்கா ரங்காவரம்..."

அந்தி வெயில். இன்னும் சொற்ப நேரத்துக்கு வெளிச்சம் இருந்தால் புண்ணியம். வேகமாக நடை. புளிய மரத்தை அடைந்து, வழி சொன்னது படி சாலையில் திரும்பியபோது தூரத்தில் அந்தச் சாலையில் ஒருவர் போய்க்கொண்டிருப்பது தெரிந்தது. விரைந்து சென்று பிடித்துவிட்டால் பேச்சுத் துணைக்கும் வழித் துணைக்கும் ஆச்சு என்று நினைத்தான். ஆசாமியைப் பிடிக்க முடியுமா என்று தெரியவில்லை. வேகமாக எட்டு வைத்து நடந்துகொண்டிருந்தான்.

சற்று நேரத்துக்கு முன் லட்சுமணனும் அவனுக்கு வழி சொன்ன ஆசாமியும் பேசிக்கொண்டிருந்த இடத்தில் வந்து நின்றது அந்த மோட்டார் கார். அந்தி சாய்ந்து மரநிழலும் அதிகமாக இருந்ததால் அதிலிருப்பவர்கள் கருப்பாகத் தெரிந்தனர். ஆனால், அதில் வெள்ளைக்காரன் ஜேம்ஸ் உட்கார்ந்திருந்தான். மற்றொரு பக்கத்தில் இருந்து ரங்கைய நாயுடு இறங்க, பின் இருக்கையில் இருந்து கன்னங்கரிய கட்டுமஸ்தான ஆசாமி இறங்கினான். தூத்துக்குடியில் இருந்து பிழைப்புத் தேடி வந்தவன். எப்படியாவது கொழும்பு போய் தேயிலைத் தோட்டத்தில் வேலைக்குச் சேர்ந்துவிட்டால், தம் குடும்பத்துக்கு விமோசனம் கிடைக்கும் என்பது அவன் நம்பிக்கை. இறங்கின வேகத்திலேயே ரங்கையன் அந்தக் கருப்பு ஆசாமிக்கு அடையாளம் காட்டினான். "அதோ ஒருத்தன் போறான் தெரியுதா... முன்னாடி போறவன் இல்ல... பின்னாடி..."

கட்டுமஸ்தான் தலையை மட்டும் ஆட்டினான். "பெர்னான்டஸ்ஸு... சரியா பாத்துக்க. பின்னாடி போறவன்... சரியா செஞ்சுமுடி. நீ கொழும்பு போறதுக்கு எல்லா வேலையும் ஐயா பாத்துக்குவாரு.."

பெர்னான்டஸ் என்பவன் ஜேம்ஸைப் பார்த்தான். நிச்சயமாக

என ஆமோதித்தான் ஜேம்ஸ்.

“ஏடாகூடமா மாட்டிக்கிட்டா காட்டிக் கொடுக்கக்கூடாது.. ஐயாவே வெளிய கொண்டாந்துடுவாரு... குடும்பத்தையும் பாத்துப்பாரு” இந்த முறை அவன் லட்சுமணனை அங்கிருந்தே பார்த்துக்கொண்டிருந்தான்.

“சரி... வர்றேங்க சாமீ...” வேகமாக வயலில் விழுந்து நடைபோட்டான். மோட்டார் கார் கிளம்பியது.

முன்னால் போய்க்கொண்டிருந்தவன் இந்த அமைதியான சூழலில் சற்றே ஆசுவாசப்படுத்திக்கொள்ளும் நோக்கோடு மரத்தோரமாக ஒதுங்கி வெளிக்கி போக உட்கார்ந்தான். எப்படியாவது அவனைத் துணைக்கு ஏற்படுத்திக்கொள்ள வேண்டும் என்று வந்த லட்சுமணன், ‘சரி விடு கழுதைய’ என்று தொடர்ந்து நடக்க ஆரம்பித்தான். கொஞ்ச நேரத்தில் மரத்தோரமாக ஒதுங்கினவன் எழுந்து கால் கழுவிக்கொண்டு பின்னால் நடக்க ஆரம்பித்தான். நடந்த இவ்வளவு சங்கதிகளும் வயலில் குறுக்கே விழுந்து வந்துகொண்டிருந்த பெர்னான்டஸ் அறியவில்லை. ஊர் நெருங்குவதற்குள் அவனைத் தீர்த்துவிட்டு, அடுத்த கப்பலில் கொழும்புக்குப் போய்விட வேண்டும். இடுப்பிலே சொருகியிருந்த கட்டாரியை மெல்ல வெளியே இழுத்துவிட்டுக் கொண்டான். கிட்டே நெருங்கி “நெருப்புப் பொட்டி இருக்குமா?” என்றான். ஆசாமி மடியில் துழாவி பெட்டியை எடுப்பதற்குள் அவனுடைய வாயைப் பொத்திப் பின்பக்கமாகத் தலையை வளைத்துப் பிடித்து அமுக்கிக்கொண்டான். தொண்டையில் கட்டாரியை வைத்து அழுத்தினான். குபுக் என்று பீச்சியது ரத்தம். கையைக் காலை உதைக்க ஆரம்பித்தவனை அப்படியே இறுக்கித் தோளில் போட்டுக்கொண்டு ஏரிக்குள் இறங்கினான். ஆழமான பகுதியில் மெதுவாக இறக்கிவிட்டு, கையைக் காலைக் கழுவிக்கொண்டு கரைக்கு வந்தான். ஒரேயொரு தவிட்டுக் குருவி அவனை வியந்து பார்த்துவிட்டு விருட்டென்று பறந்தது.

வந்தவழியே நடந்து சாலையை நோக்கி நடந்தான் பெர்னான்டஸ்.

காலப்பயணம்

தன் குலப் பெருமையைத் தேடி அலைவதில் எனக்குச் சற்றுக் கூச்சமும் ஒரு நாகரிக் மனிதன் செய்கிற காரியமா என்றும் தோன்றியது. லெனின் தன் பரம்பரைப் பெருமையைப் பேசினாரா? சே குவேரா எந்த சந்தர்ப்பத்திலாவது தன் சொந்த வூர் இதுதான் என்று பெருமைப்பட்டுக் கொண்டாரா? மார்க்ஸ் தன் சொந்த இருப்பிடம் என்று நிலையாக ஒரு இடத்தில் இருக்க முடிந்ததா... ஓயாமல் நாடுகடத்தப்படவில்லையா? என்ன இது... ஒரு தீப்பெட்டியைத் தூக்கிக்கொண்டு... சிறுத்தையை மடியில் கட்டிக்கொண்டு அலைவதாக நினைத்தபோது சிரிப்பாக இருந்தது. தேடுதல் வேட்டையை ஊக்கப்படுத்தி 'இது பழம்பெருமை பேசும் விஷயமில்லை. வரலாற்றைத் தேடும் விஷயம்' என்று உடன் வந்த நண்பர்கள் ஆற்றுப்படுத்தினார்கள்.

நாங்கள் இந்த முறை சிறுத்தைச் சண்டை நடந்த ரங்காவரம் நோக்கிச் சென்றோம். இப்போது அங்கே சிறுத்தையோடு சண்டை போட்டவரின் பேரன் ஒருவர் இருப்பதாகச் சொல்லியிருந்தார்கள்.

நாங்கள் என் தாத்தா லட்சுமணன் சென்ற அதே சாலையில் இப்போது காரில் பிரயாணித்துக்கொண்டிருந்தோம். வழியில் ஒரு ஏரிக்கரை தென்பட்டது. தாத்தாவுக்குப் பதிலாக உயிரைவிட்டவன் இந்த ஏரியில்தான் வீசப்பட்டிருக்க வேண்டும் என்று சுதாரித்தேன். ஓர் அமானுஷ்ய பிரக்ஞை ஏற்பட்டு, மனித மனங்களில் ஊறிய உணர்ச்சியால் கலவரம் கொண்டேன்.

ஏசியின் மெல்லிய ஒலி. மூவரும் அமைதியாக இருந்தோம். அந்திச் சூரியன் கருவேல மரங்களுக்குப் பின்னால் சொருகி வைக்கப்பட்டிருந்தது.

பூண்டி ஏரிக்கரை. ஒரு லட்சம் ஆண்டுகளுக்கு முந்தைய குகை சில கண்டுபிடிக்கப்பட்டு, அங்கு மனிதர்கள் வாழ்ந்ததற்கான தடயங்களைச் சில சமயத்தில் கண்டுபிடித்ததாகக் கூறினார்கள். நியாண்டர்தால் வகை மனிதன் அந்தக் குகையில் வாழ்ந்திருந்ததாகப் புதைபொருள் ஆராய்ச்சியாளர்கள் முடிவுக்கு வந்திருந்தார்கள். கரையோரத்தில் சிறிய மியூஸியம் அமைத்து ஒரு ரூபாய் டிக்கெட் வாங்கிக்கொண்டு அனுமதித்தார்கள். முதுமக்கள் தாழி, சிறிய கல் ஆயுதங்கள், கல் ஆயுதங்கள் தயாரிப்பதற்கான கருவிகள், தீ மூட்டுவதற்கான கருவிகள் என அங்கே கண்டெடுக்கப்பட்ட அடையாளங்களை வைத்திருக்கிறார்கள். ‘மிகப் பெரிய குகை ஒன்றும் இருக்கிறது. 500 பேர் சாதாரணமாக வசிக்கக் கூடியது’ என்றார் சதாசிவம் என்று தன்னை அறிமுகப்படுத்திக் கொண்ட கண்காணிப்பாளர். “மொத்தம் பதினாறு குகை. இங்கிருந்து மேற்கே பத்து கிலோ மீட்டர் தூரத்தில அல்லிக்குழி மலையிலதான் இந்தக் குகைலாம் இருக்குது. 1860ல கண்டுபிடிச்சாங்க இந்தக் குகைய. ஆரம்ப கால நாகரிக மனிதன் வாழ்ந்திருக்கான். கல் ஆயுதங்கல்லாம் கிடைச்சது. வட தமிழ்நாட்டில் கிடைச்ச மிக முக்கியமான மனிதத் தடயம் இது” என்றார்.

ஒரு குகையின் பெயர் மனத்தச்சம்மன் குகை என்றும் சொன்னார்.

“இங்க சிறுத்தைப் புலியோடு சண்டை போட்டவர் பற்றித் தெரியுமா?” என்று அவரிடம் விசாரித்தேன். “என்னது... சிறுத்தையா?” என்றார். ஆரம்பத்தில் இருந்து விளக்க வேண்டும் என்று தோன்றியது. “எழுபது எழுபத்தைந்து வருஷத்துக்கு முன்னால நடந்தது..”

“இருக்கும்... இந்தப் பக்கமெல்லாம் காடுதான்” என்றார். பிரபாஷும் பெர்னான்டஸும் மியூசியத்தைச் சுற்றிப் பார்த்து, அங்கிருந்த நியாண்டர்தால் மனிதனைக் காட்டி “யுவர் ஃபோர் ஃபாதர்” என்று சிரித்தனர்.

அதற்கு மேல் சதாசிவத்திடம் ரகசியத்தைப் பகிர்ந்துகொள்ளாமல் ரங்காவரத்துக்கு வழி கேட்டுக்கொண்டு கிளம்பினோம். பூண்டி ஏரிக்கரையை அணைத்து, கிருஷ்ணா நதி நீர் வந்து இணையும் வழியை ஒட்டி வளைந்து சென்றது அந்தப் பாதை. யாருமற்ற சாலை. ஒரு சைக்கிள் பையன் வலிய வந்து “யார் வீட்டுக்கு?” என்றான். நான் “சின்னா ரெட்டி வீடு தெரியுமா?” என்றேன்.

“சின்னா ரெட்டியா?” என ஏற இறங்கப் பார்த்தான். “ரங்காவரம்னா சொன்னாங்க?”

“அவர் இப்ப இல்ல. அவருடைய பையன் பொன்னுசாமி ரெட்டியார்தான் பூண்டி ஏரிக்கரை அமைக்கறதுக்கு கான்ட்ராக்ட்

எடுத்து செஞ்சதா சொல்லுவாங்க.”

“ஓ.. அவரா? பொன்னுசாமி ரெட்டியாரும் இப்ப இல்லையே.. அவருடைய பையன்தான் இருக்காரு.”

“தெரியும்.. சின்னா ரெட்டியின் பேரனைப் பார்க்கத்தான் வந்திருக்கோம்.”

“சின்னா ரெட்டி பேரனே இப்ப தாத்தா ஆகிட்டாரே” என்று சிரித்தான்.

பேண்ட்டும் சட்டையும் போட்டுக்கொண்டு ஊருக்குள் யாராவது வந்தால் இன்னமும் வேடிக்கை பார்க்கிற வழக்கம் அங்கு இருந்தது. ஊருக்குள் நுழையும்போதே நாலைந்து பேர் சூழ்ந்துகொண்டார்கள்.

பையன் “ஜான்கிராமன் தாத்தா வூட்டுக்கு வந்திருக்காங்க” என்றான் விசாரிக்க வந்தவரிடம்.

ஊருக்குள் செல்வதென்றால் இப்படியொரு செக் போஸ்ட்டை எதிர்கொள்ள வேண்டியிருக்கிறது. யாராவது வந்து ‘யார் வூட்டுக்கு வந்திருக்கீங்க’ என்று கண்களில் கேள்விக் கொக்கிகளோடு எதிர் கொள்கிறார்கள்.

அவரும் என்னை எடை போடுவது மாதிரி பார்த்தார். “ஜானகி அண்ணன் பூண்டி ஏரிக்கரையில இல்ல ஒக்காந்திருக்காரு?” என்றார்.

“இப்ப நாங்க வந்தமே அந்த ஏரிக் கரையிலயா?”

“ஆமா.. அங்கதான் மரத்தடியில ஒக்காந்துனு கெடப்பாரு.” வந்த வழியை ஆயாசத்தோடு பார்த்தேன்.

“என்ன விஷயமா வந்தீங்க?” தீப்பெட்டி கதையைச் சொல்ல ஆரம்பித்ததும். “அதோ இருக்கே அந்த ஒத்தப் பனைமரத்தாண்டதான் அவரு சிறுத்தைய அடிச்சது” என்று காட்டினார் ஒருத்தர்.

உண்மையை நெருங்கிவிட்ட சந்தோஷத்தால் சட்டென மனசு திகைத்துப்போனது. நான் அந்த ஒத்தைப் பனைமரத்தைப் பார்த்தேன்.

“கிட்ட போய்ப் பார்த்துட்டு வரட்டுமா?”

நான் கேட்டது அவருக்கு வேடிக்கையாக இருந்திருக்க வேண்டும். சிரித்தபடி அனுமதிப்பதுபோலத் தலையாட்டினார். சாலையில் இருந்து சுமார் ஐம்பது மீட்டர் தூரத்தில் இருந்த அந்தப் பனைமரத்தை நெருங்கினோம். பனைமரங்கள் நூறு ஆண்டுகள் ஆனாலும் பெரிய வித்தியாசம் காட்டாமல் இருப்பவை. நூறு வயதுக்கு முன்னால் சற்றே குட்டையாக அதே போல் நான்கைந்து கறுக்கு மட்டையோடு காட்சி தந்திருக்கும். கிளை பரப்பி, விழுதூன்றி, பருத்து அகன்று வைரம் பாய்ந்து அவை தன் இருப்பை வெளிக்காட்டுவதில்லை. பலருக்கு அதன் மீது கவனம்கூடப் பதிவதில்லை. பெரிய நிழலோ, பெரும் பயனோ கருத முடியாத தோற்றம். அதனால் கிடைப்பதெல்லாம்

ஆண்டுக்கு நான்கைந்து பனை ஓலைகளும் நான்கு குலை பனங்காயும். ஆண் பனைமரமாக இருந்தால் பனங்காயும் காய்க்காது.

உயரமான மரங்களில் ஏறுவதற்கு ஆள் கிடைக்காத இந்த நாள்களில் கேட்பாரும் அற்று, பார்ப்பாரும் அற்றுப் போய்விட்டன பனைமரங்கள். பனம்பழங்களும் பழுத்துக் கீழே விழுந்தால்தான் உண்டு என்று ஆன பிறகு, பனைமரத்தை நேசிப்போர், அதைப் பயிர் செய்வோர் இல்லாமலேயே போய்விட்டனர். பறவைகளில் காகம் போல மரங்களில் பனை. இவற்றை யாரும் நேசித்து வளர்ப்பதில்லை.

என் தாத்தா சிறுத்தையோடு சண்டையிட்டபோது, இங்கே உயிர்கொண்டிருந்த சகல ஜீவன்களிலும் இப்போதும் சாட்சியாக இருப்பது இது ஒன்று மட்டும்தான் என்று தோன்றியது. நான் பனை மரத்தைத் தொட்டுப் பார்த்தேன். அதை நான் இவ்வளவு பெருமையாக நினைப்பதை உணர முடிந்தால், அதன் பாஷையில் எனக்கு அது நன்றி தெரிவித்திருக்கும். இந்த நேரம் பார்த்து, மரத்தில் இருந்து ஒரு காய்ந்த ஓலையோ, பழுத்த பழமோ கீழே விழுந்தால் அதன் நன்றியாக அதை நினைக்கலாம் என்று யோசித்தேன். அப்படி எதுவும் நடக்கவில்லை.

எனக்குப் பனைமரத்தை அடையாளம் காட்டியவர் அங்கேயே நின்று கொண்டு எங்களைப் பார்த்துக்கொண்டிருந்தார். நான் திரும்பவும் வந்து அவருக்கு நன்றி சொன்னேன்.

"எதுக்காக இதை விசாரிக்கிறீங்க" என்றார். "சும்மா ஒரு ஆசைதான்" என்றேன்.

நாங்கள் நின்றிருந்த இடத்தில் ஒரு சிறிய குட்டை இருந்தது. அதைச் சுற்றி காம்பவுண்ட் போட்டிருந்தார்கள். சிறிய கேட் வேறு. ஒரு பெண் அந்த கேட்டைத் திறந்து, குட்டையில் தண்ணீர் எடுத்துக்கொண்டு வெளியே வந்தாள். வேலி போட்ட குட்டை ஆச்சர்யப்படுத்தியது.

"இது குடிக்கிற தண்ணியா?"

"இந்த ஊர்ல இருக்கிற ஒரே குடிநீர் இதுதான். மத்த பம்பு ஷெட்டு தண்ணி எல்லாம் டேஸ்ட் இல்லாமப் போயிடுச்சி. இது மட்டும்தான் என்னைக்கும் அதே டேஸ்ட். அதே மாதிரி எந்தக் கறுப்புக்கும் இதில தண்ணி வத்தினதே கிடையாது. அதனாலதான் இதைப் பாதுகாப்பா காம்பவுண்ட் போட்டு வெச்சிருக்கோம்."

குட்டையை நெருங்கிச் சென்று பார்த்தோம். "ஆச்சர்யமா இருக்கே."

"ஏம்மா.. தம்பிக்குக் கொஞ்சம் தண்ணி குடு."

அந்தப் பெண் குடத்தைச் சாய்த்துத் தண்ணீர் பருகச் செய்தாள். நான் கைகளை ஏந்திக் குடித்தேன். "நல்லாருக்கு. எத்தனை வருஷமா இருக்குனு தெரியுமா?"

"பாட்டன்.. முப்பாட்டன் காலத்தில இருந்து இருக்குது. ஊத்துக்

குட்டைனு பேரு.”

“என்னது... ஊத்துக்கோட்டையா?”

“ஊத்துக்கோட்டை இங்கிருந்து பத்து கிலோ மீட்டர் தூரத்தில இருக்கு தம்பி. இது ஊத்துக்குட்டை. பக்கத்தில மலைக் குகைலாம் இருக்கில்ல.. அங்கிருந்து ஊறிவருது.”

பிரமிப்பின் பரந்த வெளியில் ஒரு மூலையில் நான் நின்று கொண்டிருந்தேன். ஊத்துக்கோட்டை என்பதற்கும் ஊத்துக்குட்டை என்பதற்கும் ஏதாவது சம்பந்தம் இருக்குமா என்றும் யோசித்தேன்.

“சரிங்க.. நாங்க கிளம்பறோம்.”

“அவரோட வீட்டுக்குப் போகணும்னா இந்தப் பக்கம் போகணும்.. அவரோட மருமக இருக்கு” என்று எதிர்த் திசையைக் கை காட்டினார்.

“இல்லைங்க.. நான் அவரைத்தான் பார்க்கணும். அங்கதான் இருப்பார் இல்ல?”

“பொழுது சாயற வரைக்கும் அங்கதான் இருப்பாரு.”

சென்ற வழியே திரும்பி மீண்டும் பூண்டி ஏரியின் கரைக்கு வந்துசேர்ந்தோம். அடையாளம் காட்டப் பையனை அழைத்துக் கொண்டோம். அவன் சைக்கிளில் காருக்குப் பின்னாடியே வந்தான்.

அங்கே மரத்தடியில் ஒருக்களித்து உட்கார்ந்திருந்த ஒரு பெரியவரைக் காட்டி, “இவருதான்” என்றான் பையன். அவன் சொன்னதுபோல அவரே ஒரு தாத்தா மாதிரிதான் இருந்தார். ஏறிட்டுப் பார்த்தார்.

“உக்காரு ராசா. எங்கருந்து வர்றே?” “ஜெகநாதபுரம்..”

“மீண்டும் உக்காரு ராசா” என்றார். இந்த முறை சொன்னபோது நெருக்கமும் சந்தோஷமும் தெரிந்தது.

“சிறுத்தையை வேட்டை ஆடியவர் பத்தித் தெரிஞ்சிக்கிறதுக்காக வந்தோம்” என்றேன்.

“இவங்கல்லாம் சினேகிதகாரா?”

பிரபாஷும் பெர்னான்டஸ்ஸும் சிரித்துத் தலையசைத்தனர். “அப்ப எனக்கு மூணு வயசு இருக்கும். செத்துக் கிடந்த சிறுத்தை லேசா ஞாபகம் இருக்கு. நான் அதைத் தொட்டுப் பார்த்திருக்கேன். சுளுசுளுனு சூடாத்தான் இருந்தது. பொண்டாட்டி செத்துப்போயிட்டா அடுத்த அஞ்சாவது நிமிஷம் ஆம்பிடையானும் செத்துப்போயிடணும். அதுதான் லட்சிய தாம்பத்தியம். உன்னைக் கூட்டிட்டுப் போய் ஒரு வாய் சோறு போட முடியலை பாரு... ம்.. இருக்கட்டும். நீ என்னமோ கேட்ட அத முடிச்சுர்றேன்.. பொழுது விடிஞ்சதும் இங்கதான் வந்துடுவேன். இந்த ஏரியப் பார்த்துக்கிட்டு உக்காந்தா பொழுது போறது தெரியாது. சாயரட்சை அதோ அந்த மரம் கண்ணுக்குத் தெம்படும் வரைக்கும் இங்கதான் இருப்பேன். ரொம்ப இருட்டாயிட்டா வூட்டுக்குப் போக

முடியாதே” சிரித்தார். அவருக்குப் பொண்டாட்டி இறந்த கவலை, பொழுதுபோனால் கண் சரியாகத் தெரியவில்லை என்பதில் கிண்டல் எல்லாம் ஒரே தொனியில்.. ஒரே போக்கில் வந்து கொண்டிருந்தன. நடந்த சம்பவங்களையும் நடந்துகொண்டிருக்கும் அவருடைய இருப்பும் கலந்துகட்டி சொல்லிக்கொண்டிருந்தார். “என்னோட அப்பாதான் கிரிமிட்டு எடுத்துச் செஞ்சாரு. தாராபூர் தெரியுமா? மவுண்ட்ரோடுல வெலிங்டன் எதிர்ல தாராபூர் டவர்னு கூட கட்டடம் இருக்குதே..”

“ஆமா.. தெரியும் சொல்லுங்க” என்றோம்.

“அவங்கதான் இந்த அணைக்கட்டு கட்டினது... எங்கப்பாவுக்கு சப் காண்ட்ராக்ட்டு. சப் காண்ட்ராக்ட்டுன்னா அலுப்பும் சுளுப்புமான வேலையில்ல.. சும்மா நூறு எர்நூர் பேரு வேலை செய்தாங்கோ.. ஒவ்வொரு பத்து பேருக்கும் ஒரு மேஸ்திரி. ஒவ்வொரு க்ரூப்பும் ஒரு ‘கிரிமிட்’னு சொல்லுவாங்க... அக்ரிமெண்ட்டுங்கிறதத்தான் சொல்லத் தெரியாம அப்பிடிச் சொல்றாங்க. அந்த வேலை நடக்கும்போது லட்சுமண ரெட்டியும் இங்க வந்து இருந்தாரே ஒரு மாசம்” உதறிய கோணியில் இருந்து உமியும் வந்தது அரிசியும் வந்தது.

கவனமாகத்தான் பிரித்துக்கொள்ள வேண்டியிருந்தது.

ஜானகிராமன் என்பவர் பேச ஆரம்பித்தார். அவர் பிறப்பதற்கு முன்னால் இருந்த சூழலில் இருந்து தொடங்கியது. லட்சுமண ரெட்டியைவிட நான் பத்துப் பதினஞ்சு வயசு சின்னவன்தான் என்று சொன்னதில் இருந்து அவரின் ஞாபகத்தை இட்டு நிரப்பும் வேலை எனக்கு ஆரம்பித்தது. அவருடைய பேச்சின் நடுவே ஜெர்மனியில் தேர்தலில் நிற்கிறார் ஹிட்லர் என்றார். அது அவர் பிறந்த பிறகு கேள்விப்பட்டதை அவருடைய வாழ்க்கைச் சம்பவமாக்கிக் கொள்வதாகத் தெரிகிறது.

பெர்னான்டஸ்ஸுக்கு அவர் பேசுவது ஒரு வார்த்தைக்கு ஒரு வார்த்தை புரியவில்லை என்றான். பிரபாஷுக்கு மட்டும் என்ன.. இரண்டு வார்த்தைக்கு ஒரு வார்த்தை.

அவர் பின்னிய சரடைப் பிரித்துத் திரிக்க ஆரம்பித்தேன்.

முப்பதுகள்...

1

அந்தி சாயும் முன்னால் சில இலைகளையாவது கண்டெடுத்துவிட வேண்டும் என்று தீவிரமாக இருந்தார் சின்னா ரெட்டி. தெற்குப் பக்க குகை வாசல் வரை நடந்து வந்ததில், தேடி வந்த சில மூலிகைகள் கண்ணில் பட்டன. உடைந்த எலும்பை ஒட்ட வைப்பதிலும் வெட்டுக் காயங்களை ஆறவைப்பதிலும் அவருக்கு இருந்த சாமர்த்தியம் சுற்று வட்டாரத்தில் பிரபல்யம். உச்சி மட்டையைப் பிடிக்கிற வேளையில் பனை கருக்கில் கருநாகத்தைப் பார்த்துவிட்டு அங்கிருந்து அப்படியே விழுந்தான் ஏழுமலை. அக்கம் பக்கத்துக் கிராமங்களுக்கு ரங்காவரம் என்றால், அந்தப் பெரிய பனைமரம்தான் அடையாளம்.

"அதோ ஒரு மரம் இருக்குதே.. அதான் ரங்காவரம்" என்பார்கள்.

அப்படியொரு உயரம். விழுந்தால் ஒரு எலும்பு தேறாது. சின்னா ரெட்டி காப்பாற்றிவிட்டார். ஒவ்வொரு எலும்பையும் சேர்த்து, ரணத்தை ஆற்றி நான்கு மாதத்தில் மனுஷனை நடமாடவிட்டார்.

இத்தனைக்கும் ஏழுமலையைக் குற்றுயிரும் குலையுயிருமாகக் கொண்டு வந்து போட்ட அன்று, தம் வீட்டில் இருந்து ஒரு பர்லாங் கூடப் போகவில்லை சின்னா ரெட்டி. வீட்டுக்கு அவ்வளவு பக்கத்தில் அப்படியென்ன மூலிகை இருக்கிறதோ.. யாருக்கும் தெரியவில்லை. வரும்போதே அது என்ன இலை என்று தெரியாத அளவுக்குக் கசக்கிக் கொண்டு வந்துவிட்டார். மேல் துண்டில் முடிந்துகொண்டு வந்த கசங்கிய இலைகளை உரலில் போட்டு இரண்டு சுழற்று சுழற்றிச்

சாறு எடுத்தார். எலும்பு முறிந்த இடத்தில் எல்லாம் உருவிவிட்டு உடைந்த இடம் சேரும்விதமாக மூங்கில் பத்தை வைத்து இறுக்கிக் கட்டினார். கிழிந்த நான்கு முழம் வேட்டியை நான்கு விரற்கடை அளவு பட்டை பட்டையாகக் கிழித்து பச்சிலை வைத்துச் சுற்றினார். கால், கை, முதுகு என வாக்கு பூக்கு இல்லாத அடி. சதை கிழிந்து தொங்கிக்கொண்டிருந்தது. பொறுமையாகவும் ஆன வரைக்கும் முழுமையாகவும் கிழிந்த அனைத்தையும் சேர்த்தார். ஏறுவெயில் இறங்குவெயிலாகிப் போனது முடிப்பதற்குள்.

“வேஷ்டிதான் பத்தல. திருவள்ளூர் போனாக்கா எதுக்கும் ரெண்டு வேஷ்டி வாங்கினு வந்துடுங்க. இன்னும் ரெண்டு தடவை அவுத்துக் கட்ட வேண்டியிருக்கும்” என்றார்.

“பொழைச்சுடுவானா?” என்றார் ஏழுமலையின் அப்பா கிஷ்டன். “அடப்பாவி.. சாகடிக்கவா இவ்ளோ நேரம் பாடுபட்டேன்? எல்லாம் ‘கன்’மாரி எழுந்து நிப்பான் போ.”

சொன்ன மாதிரியே எழுந்து நின்றான். கல்யாணம் பண்ணி குழந்தையும் பிறந்தாயிற்று. அப்புறமென்ன? தோள்பட்டையில பத்தை வைத்துக் கட்டியதில்தான் சின்ன மாறாட்டம். தோள் கொஞ்சம் சரிந்தது மாதிரி தோன்றியது. ஆள் பிழைத்ததே எம்பிரான் புண்ணியம்.. இதில் தோள் சரிந்தால் என்ன? சுளையாகப் பத்து ரூபாய் கொடுத்தான் கிஷ்டன். ராணி படம் போட்ட நோட்டு. ராணி படம் போட்டிருந்தால் செல்லும் என்று அரசாங்கமே கறாராக அறிவித்திருந்தாலும் அதை எங்கு கொடுத்து எப்படி மாற்றுவது என்பதெல்லாம் தெரியவில்லை. பட்டணம் போனால்தான் இதை மாற்றுவதற்கு வழி பிறக்கும் என்று அப்படியே மரதீப்பெட்டியில் போட்டு வைத்திருந்தார். கொஞ்ச நாளில் ராஜா படம் போட்ட நோட்டுகளும் வந்துவிடவே பயந்து போய்விட்டார். ‘இப்பிடி கலர் காயத்தில அச்சடிக்கிற நோட்டெல்லாம் அரசாங்கம்தான் பண்ணுதா, எதனா அச்சாபிஸ்காரன் வேலையானு சந்தேகம். வெள்ளிதுட்டு மெரி இதுல நம்பிக்கை வரலையே’ என்றுதான் புலம்பிக்கொண்டிருந்தார். இப்படி நாற்பது காகிதங்கள் சேர்ந்ததில் இரண்டு காணி வாங்கிப்போட்டபோதுதான் ராணி அம்மா படம், ராஜா படம் இருந்தால் ரூபாய் நோட்டு செல்லும் என்று நம்பிக்கை பிறந்தது.

ரங்காவரத்தை அடையாளம் காட்டுகிற பனைமரம் இருக்கிற காணியையே விலைக்கு வாங்க முடிந்ததில் சின்னா ரெட்டிக்கு ஏக சந்தோஷம். சின்னா ரெட்டியோடு பிறந்த மூன்று பேரும் பையன் கள். அதாவது, சின்னாவுக்கு இரண்டு அண்ணன்கள் ஒரு தம்பி. இரண்டாவது அண்ணனுக்குக் குழந்தை இல்லாமல் போனதில் சின்னாவுக்கு வருத்தம். என்னென்ன வைத்தியமோ செய்தும் பலிக்கவில்லை.

ருத்ரா ரெட்டி அந்த விஷயத்தில் பெரிதாக அலட்டிக்கொள்ள

வில்லை. 'அட! ன்னடா, குழந்தை இல்லாத்து ஒரு கொறையா?' என்று சுலபமாக எடுத்துக்கொண்டார்.

சின்னா ரெட்டிக்கு அவர் தேடி வந்த மூலிகை கிடைத்துவிட்டதில் சற்றே முகம் மலர்ந்தது. பொழுது சாய்ந்த பிறகு மூலிகை பறிக்கக் கூடாது என்றும் செடிகளின் மீது மூத்திரம் பெய்யக் கூடாது என்றும் சொல்லப்படுகிற நம்பிக்கைகளில் நியாயம் இருப்பதாக நினைத்தார். "சூரியன் மறைஞ்சாச்சுன்னா எல்லா பச்சையும் ஒரே பச்சைதான். பச்சைகூட இல்ல, கருப்பு. சாமி படைச்சுதா, போட்டிக்காக விஸ்வா மித்திரர் படைச்சுதான்னு என்ன வித்தியாசம் தெரியும்? எப்பிடி இருந்தாலும் நம்ம நாட்ல எல்லா செடியுமே மூலிகதான். அப்புறம் அது மேல மூத்திரம் பெய்றது நாயமா?'

நான்கு அண்ணன், தம்பிகளில் முறுக்கான உடம்பு சின்னாவுக்கு. மரம் பிளக்கக் கோடாலி போடுவதிலும் மரம் ஏறுவதிலும் தேகம் கட்டுக்கட்டாக இருந்தது. மீசையும் குடுமியும்கூட அடர்த்தியாக இருக்கும்.

மனத்தச்சம்மன் குகைக்கு எதிரே இருந்த பாறை மீது உட்கார்ந்தார். பறித்த மூலிகைகளை மடியில் கட்டிக்கொண்டு, தீவிர யோசனையில் ஆழ்ந்தார். பாம்பும் பல்லியும் பூரானும் தேளும் வௌவாலும் அடைந்து கிடக்கும் குகை. முட்புதர்கள் மண்டிக் கிடந்தன. அதற்குள்ளே பேயும் பூதமும் குடியிருப்பதாகக் கதை உண்டு. பகலில் 'பின்ன அதுக்கும் தங்கறதுக்கு ஒரு இடம் வேணாமா?' என்று வேடிக்கை பேசினாலும் இருட்டும் சமயத்தில் பயமாகத்தான் இருந்தது. எதற்கும் ஒரு வெட்டுக் கத்தியை இடுப்பில் சொருகியிருந்ததால் மனசுக்கு ஒரு தைரியம்தான்.

"யார்றா அது இந்த நேரத்தில?.." சப்தம் வந்த திசையைத் திரும்பிப் பார்த்தார். சொக்கலிங்க ரெட்டி.

"அட! வாய்யா இப்படி.."

"பேய்கூட என்ன சகவாசம்? பூச்சி புழு உலாத்தர எடத்தில என்னய்யா சுகமா யோசனை?.."

"சுகமான யோசனைலாம் ஒண்ணுல்ல.. மூலிக பறிக்கலாம்னு வந்தேன். ஊத்துக்கோட்டைல இருந்து கட்டுபிரியான் கடிச்சு ஒருத்த..."

"அட! ராவு நேரத்தில பேரைச் சொல்லாதய்யா.."

"பேரைச் சொல்லாம எப்படிச் சொல்றது?. சரி.. அது கடிச்சு வந்தவன் இருந்த மூலிகையை வாங்கிட்டுப் போயிட்டான். திடுதிப்புனு ராத்திரியே இன்னொருத்தன் வந்து நிப்பான். அதான் ஜாக்கிரதையா கொஞ்சம் பறிச்சு வைப்போம்னு.."

சொக்கலிங்கம் அருகில் வந்து உட்கார்ந்த விதத்திலேயே அவர் அவ்வளவு சௌக்கியமாக உட்காரவில்லை என்று தெரிந்தது.

"கட்டி இன்னும் ஆறலையா?.." என்றார் சின்னா ரெட்டி. "ஆமாம்பா.

ஆறு மாசமா உயிரே போவுது. அதுவும் உட்கார்ற எடத்தில வந்திருக்குது பாரு. ஒரு மாரிய தெளிக்க உக்காந்தாதான்.. இல்ல உயிர் போவுது."

"ராஜ கட்டிய்யா இது. சாதாரணமா போகாது. முத தபா மருந்து குடுத்தப்ப சுமாரா இருக்குதுன்னு சொன்னியே?"

"ஆமா சொன்னேன்.. வீக்கம் குறைஞ்ச மாதிரி இருந்தது. மறுபடியும் அதே இடத்தில கட்டி. இதோ உடைஞ்சிடும்.. இப்ப உடைஞ்சிடும்னு பாக்கிறேன். ஒடையற வழியா காணாம். கொய்யாப்பழம் மாரி வீங்கியிருக்குது."

"ன்னய்யா.. சொன்னாத்தானே தெரியும்? எதா காட்டுப் பார்ப்போம்."

ஒரு சுற்றுப் பார்வை பார்த்துவிட்டு, வேட்டியை உதறித் தோளில் போட்டுக்கொண்டு நீச்சல் குட்டையோடு எழுந்து நின்றார். 'கட்டி' இருந்த ஒரு பக்கப் புட்டத்தை உயர்த்தி, ஏதோ கோயில் சிற்பம் மாதிரி நின்றார்.

மனுஷன் எப்படித்தான் சமாளிக்கிறானோ? பெரிய கட்டி. ஆளே பாதியா இளைச்சுப் போய்விட்டான். பழுக்காத கட்டி. ஆறு மாதமாக அப்படியே இருக்கிறதென்றால் வேறேதோ இருக்கிறது. வேறு ஆபத்துக்கான அறிகுறி.

"மஞ்சா பத்து போட்டுப் பாத்தாச்சு இல்ல?" "தெனத்திக்கும்தான் போட்றேன்."

உள் பக்கம் புரையோடிப்போயிருக்கும் என்று தோன்றியது சின்னா ரெட்டிக்கு. எலும்புக்கு ஏறிவிட்டால் காலையே எடுக்க வேண்டியிருக்கும் என்றும் தோன்றியது. ஸ்டான்லி ஆஸ்பத்திரியில் இந்த மாதிரி ஒரு சம்பவத்தைப் பார்த்திருக்கிறார். அதைச் சொன்னால் சொக்கலிங்கம் கலங்கிப் போய்விடுவான் என்பதால், சற்றே ஆழ்ந்த பெருமூச்சை மட்டும் வெளிப்படுத்தினார்.

"இதுக்கு ஒரு வைத்தியம் இருக்குது.. உடனே செஞ்சிட்டாத்தான் நல்லது."

"எனக்கின்னா தெரியும் சின்னா..? நீ சொல்றதுதான். செய்யணும்னா செஞ்சிட வேண்டியதுதான். கெட்டதா செய்யப்போறே?"

"அதுக்கில்ல.. இதைக் 'கீனி' எடுத்துதான் வைத்தியம் பார்க்கணும்.

மேலுக்குச் செஞ்சி புண்ணியம் இல்ல. மொளை உள் பக்கமா திரும்பிட்டு இருக்குது. உள் பக்கம் பழுத்து சீழ் வெச்சிப்போச்சி. மேலே பழுக்கிற வரைக்கும் பொருத்திருந்தா அப்புறம் எலும்புல வெச்சிடும். இப்பவே அதான் யோசனையா இருக்குது."

"எலும்புல வெச்சா என்ன? மருந்து வெச்சா ஆறிடாதா?"

சின்னா ரெட்டி பதில் சொல்லவில்லை. காலை எடுப்பதைத் தவிர வேறு வழியில்லை என்று எப்படிச் சொல்வது?

சொக்கலிங்கமே மறுபடி பேசினார்: "எதுவா இருந்தாலும் நீதான் வைத்தியம் பண்ணணும். உனக்குத் தெரியாததா? ஆஸ்பத்திரி ஊசிலாம் எனக்குச் சரிபட்டு வராது."

"சரி.. நாளைக்கு நானே உங்க வீட்டுக்கு வந்திட்றேன்." மெல்ல இருவரும் ஊரை நோக்கி நடைபோடும்போது நன்கு இருட்டிவிட்டது. கோயிலில் யாரோ விளக்கேற்றி வைத்திருந்தார்கள்.

மினுக் மினுக்கென்று சிம்னி விளக்குகள் எரிந்துகொண்டிருந்தன.

சிறிய பேனா கத்தி, ரணத்துக்கான பச்சிலையை நன்கு கசக்கி முடிந்து எடுத்துக்கொண்டார். கட்டு கட்டுவதற்குத் துணி கிடைப்பதுதான் பெரும்பாடு. வேட்டியைக் கிழித்துவிடலாம் என்றால் மனசு வர வில்லை. போன பிரபவ வருஷ திருவிழாவின்போதுதான் எடுத்தது.

துணியெல்லாம் அடிக்கடி எடுக்க முடியுமா? ஒண்ணு கிழிஞ்சா ஒண்ணு. கல்யாணம், திருவிழான்னா ஒண்ணு. சரி.. அவன்கிட்டயே ஏதாச்சும் இருக்கும் என்று தேற்றிக்கொண்டார். செண்பகத்தைக் கூப்பிட்டார். "ரவோ கூழ் இருந்தா கொண்டா" என்றார்.

'இவ்வளவு காலைல எங்க புறப்பட்டே' என்று கேட்க நினைத்து "பூண்டியூரான் வந்தா எங்க போயிருக்கிறதா சொல்றது?" என்றாள்.

சின்னா ரெட்டி அவளுடைய சாமர்த்தியத்தை ரசித்தார். "ஊர்லயேதான். நம்ம சொக்கலிங்கத்துக்கு உடம்பு சரியில்லை. கட்டி ஒண்ணு. ஆறு மாசமா உடையாம இருக்குதுன்றான். அறுத்துதான் சரி பண்ணணும்."

"இதுக்கெல்லாம் வெள்ளைக்காரன் வைத்தியம்தான் செரி. எதுக்குச் சொல்றேன்னா.. ஒண்ணுகிடக்க ஒண்ணு ஆகிப்போச்சுன்னா..."

"இவ ஒருத்தி. அவன் செத்தாலும் இங்கிலீஷ் வைத்தியம் வேணாம்னு தானே இத்தனை நாளா இருக்கான். நீ வேற குழப்பாம இருடீ. போயிட்டு வந்திட்றேன்.."

கூழை இரண்டு வாயாக ஊற்றிக்கொண்டு "பூண்டியூரான் வந்தா, எலைகட்டுக்கு ரெண்டு நாள் ஆகும்னு சொல்லு. காயும் ரெண்டு மூட்டைக்கு வரும்னு சொல்லிடு.. மனுஷாளுக்குச் சூடு, குளுத்தி ரெண்டுதான் சமானமா இருக்கணும். 'சூடு முத்தினா வெட்டை, வெட்டை முத்தினா கட்டை'னு சும்மாவா சொல்லியிருக்காங்க? உடம்புல எல்லா கோளாறுக்கும் இதுதான் பேஸ்மிட்டு" சொல்லிக் கொண்டே வாசக் கதவைத் தாண்டிவிட்டார்.

துண்டை உதறித் தோளில் போர்த்தியவாறு தெருவில் இறங்கி நடந்தார். தெரு முக்குக்கு வந்ததும் இடதுபுறம் திரும்பி அம்மன் கோயிலைப் பார்த்து ஒரு கும்பிடு போட்டார். மூன்று பையன்கள் இருந்தும் எல்லாருமே வைத்தியம் கற்றுக்கொள்ள ஆசைகாட்டவில்லை. வெளியூர் போய் சம்பாதிக்க வேண்டும் என்று தலையில் எழுதி

வைத்திருக்கிறது. கட்டடம் கட்டும் வேலையைப் பழகிக்கொண்டு எந்த ஊரில் வேலை நடக்கிறதோ அங்கே தங்கியிருந்து வீட்டைக் கட்டிக் கொடுத்துவிட்டுத்தான் வந்து சேருவார்கள். யாருக்கு எந்த வேலையில ருசி ஏற்படும் என்று நம்மால் சொல்லிவிட முடியுமா?

இந்த யோசனை போதுமானதாக இருந்தது சொக்கலிங்கம் வீட்டு வாசலை அடைவதற்கு. வாசலில் பசுவைக் கட்டிப்போட்டு புசும்புல்லைப் போட்டு வைத்திருந்தார்கள். கன்னு போட்டிருப்பதால் அந்தக் கரிசனம். அதை மேய்ச்சலுக்கு அனுப்புவதில்லை. புல் அறுத்துவந்து போட்டு நிழலிலேயே வளர்க்கிறார்கள். திண்ணையைத் தாண்டி தெருவரைக்கும் ஓடு வேய்ந்த வீடு.

"ஏம்மா சொக்கன் இல்ல?" என்று குரல் கொடுத்தார். "இருக்காரு. வா மாமா" என்றாள் அவர் மனைவி அம்சவல்லி.

"வாய்யா.. உள்ள வா.." எனத் தன் தொடையைத் தடவிக் கொடுத்தவாறு வரவேற்றார் சொக்கலிங்கம். "ஆரம்பிச்சிடுவோமா?"

"கயித்துக் கட்டிலை வெளிச்சம் இருக்கிற பக்கமா போடச் சொல்லு. உம் புள்ள எங்க? அவனையும் வரச் சொல்லு. ஏம்மா.. அடுப்புல நெருப்பு இருந்தா ஒரு இரும்பு முறத்தில கொண்டா. தண்ணி ஒரு சொம்புல.." என்று வேலையில் இறங்கினார்.

கயிற்றுக் கட்டிலில் படுக்க வைத்து, சுந்தரத்திடம் அப்பாவை இடையில் எழுந்திருக்கவிடாமல் பார்த்துக்கொள்ளச் சொன்னார் சின்னா ரெட்டி.

"நான் தாங்குவேன்யா.. அதுக்கு ஒரு ஆளா?"

"நீ சும்மா படுய்யா. தேவைப்பட்டா புடுச்சிப் படுக்க வைக்கத்தான்." அம்சவல்லி இரும்பு கடாயில் கணகணவென அடுப்புக் கரி நெருப்பையும் சொம்பில் தண்ணீரையும் கொண்டுவந்து வைத்தாள்.

"சூடா வைக்கப் போறே?"

"இல்ல.. பெசாம இருய்யா" என நெருப்பில் பேனா கத்தியைச் சொருகி சூடுபடுத்தினார். "நல்ல துணி இருந்தா கொண்டாம்மா துடைக்கறதுக்கு."

"கிழிஞ்ச புடவை கொண்டாரட்டா மாமா?"

"ம்ம்.. செரி கொண்டா."

பேனா கத்தி நன்கு சூடானதும் எடுத்துத் தண்ணீரில் விட்டு சொய்ய்ங் என ஆவிபறக்க அணைத்தார். "எந்த மாதிரி கிருமியும் நெருப்புல காலி.." என்றார்.

சொக்கலிங்கம் வேட்டியை அவிழ்த்துவிட்டுக் கவிழ்ந்து படுத்திருந்தார். புட்டத்துக்கு நடுவே பட்டையாய்க் கோவணம் மட்டும். சின்னா ரெட்டி கத்தியால் கட்டியை ஒரு நோட்டம்

பார்த்தார். எப்படியும் இரண்டு அங்குலத்துக்குக் கோடு போட வேண்டியிருக்கும். சொக்கலிங்கத்தின் தொடையைத் தன் கால் முட்டியால் அழுத்திக்கொண்டு, கட்டியைச் சரக்கென்று கீறினார். நல்ல கூரான கத்தி. குபுகுபுவென ரத்தமும் சீழும் பொங்கியது. அம்சவல்லியைக் கால்களைப் பிடித்துக்கொள்ளச் சொல்லி சைகை செய்துவிட்டு, சுந்தரத்தை முதுகை அழுத்திக்கொள்ளச் சொன்னார். சொக்கலிங்கம் வலி தாங்குபவனாக இருந்தாலும் பொறுக்க முடியாமல் புரண்டுவிடக் கூடாது என்று நினைத்தார். புடவையைக் கிழித்து துடைத்துப் போட்டார். இன்னும் முளை தென்படவில்லை. முளையை வெளியே எடுக்கிறவரை கட்டிக்கு உயிர் போகாது. மறுபடியும் வீக்கம் கொள்ளும். துணிந்து கத்தியை உள்ளே சொருகி சீழை அழுத்தி எடுத்தார். நொள நொளவென்று சீழ். நாற்றம் வேறு. அம்மா.. அம்மா என்று துடிக்க ஆரம்பித்தார் சொக்கலிங்கம். துடைக்கத் துடைக்க சீழ் வந்துகொண்டே இருந்தது. ஒரு புடவை பத்தவில்லை. இறுதியாக முளையை வெளியே தள்ளிவிட்டு, காய்ச்சிய எண்ணெய்யை அரைக் கரண்டி ஊற்றினார். “அப்பத்தான் மேற்கொண்டு சீழ் பிடிக்காம இருக்கும்” என்று யாருக்கோ சொல்வதுபோலச் சொன்னார். அவருக்கே சொல்லிக்கொண்டது போலத்தான் இருந்தது. மேல் துண்டை வாயில் கவ்வியபடி சொக்கலிங்கம் அத்தனையையும் பொறுத்துக்கொண்டது ஆச்சர்யம்தான். கொண்டுவந்திருந்த பச்சிலையை வைத்து தன் வேட்டியின் ஒரு பகுதியைக் கிழித்துக் கட்டினார். மனுஷனுக்கு வலி பொறுக்க முடியவில்லை. வாயில் இருந்து துணியை எடுத்துவிட்டு ஒரு முறை “அம்மாடி யோவ்.. யம்மா.. யம்மா” என்று கத்திவிட்டு, மீண்டும் துணியை வாயில் அடைத்துக்கொண்டார். வைத்தியம் செய்பவன், செய்துகொள்பவன் இருவருக்குமான வீரத்தைப் பொறுத்த சிகிச்சையாக இருந்தது அது.

“எல்லாத்தையும் ‘கீனி’ எடுத்துட்டேன். இனிமே ஆறிடும்.. நான் சொல்ற வரைக்கும் குளிக்காத. இத உள்ளுக்குச் சாப்பிடக் குடும்மா. அப்பத்தான் ரணம் சீக்கிரம் ஆறும்.”

சொக்கலிங்கம் முனகிக்கொண்டே இருந்தார். “நான் நாளைக்கு வந்து பார்க்கிறேன். இந்தா இத்தையெல்லாம் குப்பைல போட்டுக் கொளுத்திடு” என்று கந்தைகளைக் காலால் குவித்தார்.

சின்னா ரெட்டி பயந்ததுபோல கட்டி எலும்புவரைக்கும் பாதிக்க வில்லை. இன்னும் பத்து நாள் விட்டிருந்தால், பாதித்திருக்கலாம். இது என்ன மாதிரி கட்டி என்று தெரியவில்லை. இது சூட்டினாலோ, வேறு காயங்களினாலோ ஏற்படுவதாகத் தெரியவில்லை. இந்த மாதிரி கட்டிகள் வந்து குணப்படுத்த முடியாமல் இறந்துபோனவர்கள் பற்றி சின்னா ரெட்டி அறிந்திருந்தார். இளைத்து வத்திப்போய் சுருங்கிப் போய்விடுவார்கள். இந்த மாதிரி ஆட்கள் மூத்திரம் பெய்தால் அந்த இடத்தில் எறும்பு மொய்ப்பதையும் பார்த்திருக்கிறார். வில்லங்கமான வியாதி. கொஞ்சம் துணிச்சலாகத்தான் இந்த முயற்சியை எடுத்தார்.

ஆறி பக்கு கட்டிவிட்டால் எல்லாம் சரியாகிவிடும்.

எதனால் இப்படியொரு கட்டி ஏற்படுகிறதென்ற யோசனையோடு வீடு போய்ச் சேர்ந்தபோது ஜெகநாதபுரத்தில் இருந்து சேதி வந்திருந்தது,

ருத்ரா அண்ணன்தான் சொன்னார். தசரதனுக்கு ஆண் குழந்தை பிறந்திருப்பதாக. 'ரெட்டைப் பொறப்பு' என்று சந்தோஷமாகச் சொன்னான், சேதி சொல்ல வந்திருந்த ஆளுக்காரன்.

நடந்தே வந்திருப்பான் போலிருந்தான். வண்டிச் சத்தம் கொடுத்து ஒரு ஊரில் இருந்து இன்னொரு ஊருக்குப் போவது ஆடம்பரமான வேலை என்று நினைக்கிறார்கள். அதை மிச்சம் பிடித்துக் கோட்டை கட்டிவிடுவதுபோல நடந்துகொள்கிறார்கள்.

"திருவள்ளூர் வரிக்கும் இப்ப பஸ் வுட்டுருக்கான். ரயிலு வர்து.. பஸ் வுட்டுருக்கான்.. அதப் புடிச்சி வர வேண்டியத்தானே? எப்ப கௌம்பனே?"

"வெள்ளன கௌம்பிட்டேன் சாமி. களி ரெண்டு உரண்ட கட்டிக் குடுத்துட்டாங்க.. தண்டலம், பனப்பாக்கம் வுழுந்து வந்துட்டேன்.. திருவள்ளூர் போய் சுத்திக்குனு எதுக்கு? தண்டம்.."

"சுருக்க வந்திட்லாம்டா.. வண்டில வந்து பாத்தாத்தானே தெரியும்? பஸ்ல ஒரு தடவயாவது ஏறிப் போயிருக்கியாடா?'

"அதெல்லாம் எனக்கு வாட்டப்படாது.. எங்கியானா எறக்கிவுட்டுட்டுப் போயிட்றான்... அங்கருந்து திரும்பி ஓடியார்றதாகிது.. கண்ணுக்குத் தெரிஞ்சாப்ல நடந்துர்றது மேலு."

"சொன்னா கேக்கப்போறியா? துட்ட மிச்சம் புடிச்சி கள்ளு, சாரா குடிக்கணும் உனுக்கு."

"ஐய்ய.. அப்படிலாம் இல்ல ஆண்டை.." "சரி பின்ன.. கூழு வூத்தும்மா இவனுக்கு..."

"சோறுகிது.. மீனு கொழம்பு வூத்திப் போட்றேன்" உள்ளிருந்து செண்பகம் குரல் கொடுக்கவும், "ஆ..ஞ் செரி அப்பிடித்தான் செய்" என்றார் சின்னா ரெட்டி.

ருத்ரா ரெட்டியின் சம்சாரம் முத்தம்மாவுக்கு இந்த சாக்கில் தங்கச்சி வீட்டுக்கு ஒரு நடை போய்விட்டு வருவதற்குச் சந்தர்ப்பம். தங்கைக்குக் குழந்தை பிறந்த சந்தோஷத்தையும் மீறி தனக்கு ஒன்று வாய்க்கவில்லையே என்ற வருத்தம் முத்தம்மாவின் முகத்தில் தெளி வாகவே தெரிந்தது. ருத்ரா ரெட்டியும் முத்தம்மாவும் அறுவடை முடிந்த கையோடு ஜெகநாதபுரம் கிளம்பினார்கள்.

2

"குழந்தை சிவப்பா இருக்கான்" முத்தம்மா லட்சுமணனை எடுத்துக் கொஞ்சினாள். அவளுக்குக் குழந்தை மீது அவ்வளவு ஆசை இருந்தது. ஏதோ பூச்சிக்கடி. பிறந்த இரண்டாம் மாசமே முதல் குழந்தை தவறிவிட்டது. ராமன் கறுப்பாக இருந்ததாவும் லட்சுமணன் சிவப்பு என்றும் இருப்பதாகப் பாவித்துக்கொண்டார்கள். இரண்டு குழந்தைகளுக்குள்ளும் நிறத்தில் அத்தனை வித்தியாசம் தெரியவில்லை. அட்டைக் கரியாக இல்லாமல் இருந்தாலே சிவப்பு என்று சொல்லுவது தான் வழக்கம். சிவப்பு என்று சொல்லுவதற்கு மனசாட்சி இடம் தராத பட்சத்தில் மாநிறம் என்று சொல்லுவார்கள். இதோ இதோ என்று குழந்தையைப் பார்ப்பதற்குக் கிளம்ப ஆறு மாசத்துக்கு மேல் ஆகிவிட்டது. "செத்துப் போன குழந்தை ராமன்னு நினைச்சுக்கோ.. இவன் லெச்சுமணன்..." என்றாராம் சின்னசாமி ஐயர். அதையே பெயராக வைத்துக்கொண்டார் தசரத ரெட்டி. குழந்தை கவிழ்ந்து படுத்துத் தவழ ஆரம்பித்ததால், மங்கம்மா குழந்தை மீது நம்பிக்கை வைத்தாள். குழந்தை பக்கத்திலேயே படுத்துக்கொண்டிருந்தவள், இப்போதுதான் ஆக்கிப் போட ஆரம்பித்தாள். இது நாள் வரைக்கும் மாமியார்க்காரி சலித்துக்கொண்டு ஏதோ செய்து போட்டுக் கொண்டிருந்தாள். "எப்ப குழந்தை பொறந்தாச்சோ.. அதுக்கப்புறம் ரயிக்க போடலாமா" என்று அவ்வப்போது புலம்பல் வேறு. ரவிக்கை போட்டால், அதுக்கப்புறம் எப்படி குழந்தைக்குப் பால் கொடுக்க முடியும் என்பது அவள் வாதம். தசரத ரெட்டி இதையெல்லாம் காதில்

வாங்கிக்கொள்வதில்லை. “பட்டணத்தில போய்ப் பாரு. கிழவிங்க கூடத்தான் ரெவிக்கை போடுதுங்க” என்று சொல்லிவிட்டார்.

பையனும் பொண்டாட்டி பக்கம் நியாயம் பேசிவிட்டதில் கிழவிக்குக் கோவம். “எனுக்கின்னாபா.. உலக நாயத்தைச் சொல்றன். ஊர்ல இல்லாத புள்ளை பெத்துட்டா.. சதா குழந்தையாண்டையே எழைச்சுக்குனு படுத்துங் கிடந்தா செரியா...? நானெல்லாம் நாலாம் நாத்து வேலைய எடுத்து செஞ்சேன். மறாம் மாசம் களையெடுக்கப் போனேன்..” என்று புலம்பித் தீர்த்தது.

கிழவியின் புலம்பலுக்காக இல்லாவிட்டாலும் அக்கா வந்திருப்பதால் அத பலம் வந்துவிட்டது மங்கம்மாவுக்கு. அக்கா வந்தால், புளியம்பழம் உடைத்து கொட்டை எடுத்துக் கொடுப்பது, மாவடு போட்டு ஒரு புட்டுக்கூடை நிறைய பாதுகாப்பு பண்ணித் தருவது என்று மங்கம்மாவுக்கு வேலை ஓயாது. அக்கம் பக்கத்துப் பையன்களைக் கூட்டிக்கொண்டு பெரிய புளியமரத்தை உலுக்கி எடுத்துவிட்டாள்.

வீட்டுக்குப் பக்கத்திலேயே ஒரு மரம் உண்டு. ஆனால், இந்த வருஷம் பூ எடுக்கவே இல்லை. மரத்தில் ஒரு பழம் இல்லை. இந்த மாதிரி ஒரு வருஷம் காய்க்காத புளியமரத்தை ‘புளியாமரம் அவங்க ஆத்தா வூட்டுக்குப் போயிருப்பதாக’ச் சொல்வார்கள். சதா நேரமும் பூவிட்டு பிஞ்சுவிட்டு, காய்த்துப் பழுத்து ஆண்டு முழுக்கவே வேலையாக இருப்பதால், இப்படி ஒரு வருஷம் அம்மா வூட்டுக்குப் போயிடும் என்று முத்தம்மாவுக்கும் மங்கம்மாவுக்கும் பட்டம்மாவுக்கும் அவர்களின் அம்மாதான் கதை சொன்னாள். மூவரும் சுமார் ஒவ்வொரு வருட இடைவெளியில் பிறந்தவர்கள். அதேபோல அடுத்தடுத்த வருஷங்களில் கல்யாணமாகி வாழ்க்கைப்பட்டுப் போனவர்கள். பட்டக்கா மயிலாப்பூரிலும் முத்தக்கா ரங்காவரத்திலும் வாழ்க்கைப் பட்டனர். மூன்றாவது ஜெகந்நாதபுரத்தில் இருக்கும் மங்கம்மா. பட்டணத்தில் இருக்கும் அக்காவுக்கு நல்ல செல்வாக்கு. நாலு விஷயம் தெரிந்த ஆம்பளைகள் உள்ள குடும்பம். வசதி. அதிகம் வந்து போவதும் இருந்தது. முத்தம்மாக்கா மீதுதான் மங்கம்மாவுக்குப் பரிதாபம் அதிகம். பொட்டல் காட்டு கிராமம். குழந்தை இல்லாமல் போனதில் அந்த வருத்தம் இன்னும் அதிகமாகிவிட்டது. வந்து போவதும் ஏறத்தாழ இல்லாமலேயே போய்விட்டது. இரட்டைக் குழந்தையாகப் பிறந்தபோது, ஒன்றை அக்காவுக்குக் கொடுத்து வளர்க்கச் சொல்லலாம் என்றுகூட யோசித்து வைத்திருந்தாள். தமக்கே ‘ஒத்த புள்ளையா போச்சே’ என்று பேசாமல் இருந்துவிட்டாள்.

முத்தா.. “அங்கல்லாத புளியங்காயா?” என்று சொன்னதை மங்கம்மா பொருட்படுத்தவே இல்லை.

“இந்த ருசி வந்துடுமா?” என்றாள்.

தசரத ரெட்டிக்கு மங்கம்மாவின் இந்த புதுச் சுறுசுறுப்பு ஆச்சர்யமாகத்தான் இருக்கும். எல்லா நேரத்திலும் வேலையை

அப்படி இழுத்துப் போட்டுக்கொண்டு செய்பவள் அல்ல, அவள். அக்கா வந்திருக்கிற சந்தோஷம் இரண்டாள் பலத்தைத் தந்தது மாதிரி செவரட்சணை செய்துகொண்டிருந்தாள். சகலைக்குத் தினம் நான்கு சுருட்டு இருந்துவிட்டால் போதும். கூழையோ, பழையதையோ நான்கு வாய் உள்ளே தள்ளிவிட்டு, ஆத்தங்கரைப் பக்கம் போய்விடுவார். வரும்போது குறவையோ, கெளுத்தியோ மேல்துண்டில் முடிந்து கொண்டுவந்து சேருவார். சாப்பிட்டுவிட்டுத் திண்ணையில் குட்டித் தூக்கம். மீன் இல்லையென்றால் உள்ளான், நீர்க்கோழி.. கண்ணி வைத்துப் பிடிப்பதில் சூரர். நடைபயணக் களைப்பின் காரணமாகவே ஊரில் இருந்து யார் வந்தாலும் பத்து நாள் தங்கிவிட்டுத்தான் போவது என்று ஆகிவிட்டது.

“அது எப்படிண்ணா... நானும் என்னென்னமோ பண்ணிப் பார்த்துட்டேன். எனக்கு எதுவும் சிக்கலையே” என்று பேச்சைத் தொடங்கினார். “உசுர்கோல் போட்றதிலதான் இருக்குது விஷயம். ரொம்பப் பெருசாவும் போட்டு வெச்சுடக்கூடாது. பட்சியோட காலுக்குச் சின்னதாவும் இருந்திடக்கூடாது. அளவா இருக்கணும்.”

“சரியாத்தான் போட்றேன்” திண்ணைத் தூணோடு கட்டியிருந்த கன்றுக் குட்டியின் வாலில் இருந்து ஒரு முடியை இழுத்து முடிபோட்டுக் காண்பித்தார். ருத்ரா ரெட்டி கண்ணுக்குக் கிட்டே எடுத்துப் பார்த்துட்டு சற்றே சிறிதாக இழுத்துவிட்டார்.

“சரியாத்தான் இருக்கு. முதல்ல அதுங்க நடக்கிற பாதையப் பார்க்கணும். அதுங்களுக்கு ஒரு தடம் உண்டு. அந்தப் பக்கமாத்தான் வந்து தீனி எடுத்துட்டுப் போகும். அந்த வழியில போடணும். வராத இடத்தில போட்டு வெச்சிருந்தா, இல்லாட்டி உசுர்கோலை அறுத்துக்கிட்டு ஓடியிருந்தா எப்படிச் சிக்கும்?”

“நாளைக்குச் சேர்ந்து போவோம்.”

“ஐய இதென்னது... குருவிக்காரன் மாரி... அதெல்லாம் வேண்டாம். ஊர்ல பெரிய குடும்பம்னு பேரு. சம்சாரி செய்ற வேலையானு கேட்கப் போறாங்க”- மங்கம்மா வெட்கத்தோடும் பெருமையோடும் தடைபோட்டாள்.

“குருவிக்காரன், பள்ளி, பறையன், செட்டி, கம்மான் எல்லாம் சமம்னு சட்டமே வரப்போவுதாம். அப்புறம் எல்லாரும் எல்லா வேலையும் செய்ய வேண்டித்தான்.”

“நல்லா இருக்கும். நாம அணில் அடிச்சிச் சாப்பிட்ணும். அவன் வந்து வெள்ளாமை செய்வான்...”

“அடி... அப்பிடில்லடி. எல்லா மனுஷனும் ஒண்ணுங்கிறாங்க. அரசாங்கம் முடிவுபண்ணிட்டா நீ இன்னா பண்ணுவே.. நா இன்னா பண்றது?”

“வெள்ளக்காரன் போட்ட சட்டமா?”

“வெள்ளக்காரன்கிட்ட நம்ம ஆளுங்க அப்படிச் சட்டம் கொண்டாரச் சொல்றானுங்க...” தசரத ரெட்டி அவர் காதில் விழுந்த வரைக்கும் எடுத்து இயம்பப் பார்த்தார்.

போன வருஷம் கிணற்றில் டீசல் மோட்டர் இறக்கியபோது பட்டணத்தில் இருந்து வந்திருந்த கம்பெனி ஆசாமிகள் சொன்னதில் அவரால் கிரகிக்க முடிந்தது அவ்வளவுதான். சீதாராமையர் செத்துப் போன பின்னாடி, சுப்ரமணி ஐயருதான் இன்ஜின் சம்பந்தமான ரிப்பேர் என்றால் வந்து செய்துகொண்டு இருந்தார். ‘அப்புறம் அவரும் ஊரவிட்டுப் போயிட்டார். ஒவ்வொரு தடவயும் பட்டணத்துக்குப் போயி டெக்ஸ்மோ கம்பெனிக்காரனை வெத்தலை பாக்கு வெச்சிக் கூப்புட்டாரணும். போய் வர்றது கஷ்டமா இருந்தாலும் பட்டணத்து சமாசாரம் தெரிஞ்சுக்க அது ஒண்ணுதான் வழி.’

“மேலும் முன்னேறணும்னு நினைப்பானா, குருவிக்காரனும் நானும் சமம்னு சொல்லுவானா?.. எவன் அவன் இப்பிடிலாம் சட்டம் போடச் சொல்றவன்?” மங்கம்மா அடுத்த கேள்வியைக் கேட்டுவிட்டு இன்னொரு புட்டுக் கூடை புளியம்பழத்தைக் கீழே சாய்த்துக் கல் உளியால் உடைக்க ஆரம்பித்தாள்.

“குருவிக்காரனும் நாமும் சமமாயிடணும்னு இல்லடி. பாப்பானும் நாமும் சமம்னு சொல்றதுக்குத்தான்டி சட்டம் போடச் சொல்றாங்க” என்று சொல்லும்போது, ஏதோ தேச விரோதக் கருத்தை முதன் முதலாகத் தன் வாயால் வெளியிட்டதுபோலத் தனக்குத்தானே சிலிர்த்துக்கொண்டார் தசரத ரெட்டி.

“அவனமெரி நாமும் ஆவணும்னா.. கறி மீனை விட்டுட்டு தயிர்சோறு சாப்புட்டுக்குனு நாக்கு செத்துப் போவ வேண்டியதுதான்.. அடச்சீ... நாம எதுக்குப் பாப்பானை மாரி ஆவணும்?” மங்கம்மா தன் அக்காவைப் பார்த்துச் சிரித்தாள்.

மங்கம்மாவுக்குத் தன் புருஷனும் தானும் எப்படியெல்லாம் விவாதிக்கிறோம் என்று காட்டிக்கொள்வதில் சந்தோஷம் இருந்தது. இப்படியெல்லாம் தானும் தன் புருஷனும் பேசிக்கொள்வதில்லையே என்று முத்தம்மாவுக்குச் சின்ன ஏக்கம்கூட மனதில் உருவானது. சாணி வாரிக் கொட்டுவதும் கூழைக் கரைத்து வைப்பதும்தான் அவள் வாழ்க்கை என்று ஆகிவிட்டது. மங்கம்மாவுக்கும் முத்தம்மாவின் ஏக்கம் புரிந்திருக்க வேண்டும். அப்படி அவள் ஏக்கம் கொள்வதில் மங்கம்மாவுக்கு ஒரு அனிச்சையான பூரிப்பு இருந்தது.

பொறுமையாக இவ்வளவு நேரம் கேட்டுக்கொண்டிருந்த ருத்ரா ரெட்டி. “அதெல்லாம் நடக்காதுய்யா.. எல்லாரும் ஒரே மாரி ஆயிட முடியுமா? நாலு பசங்க குந்திக்குனு வெளையாடுதுன்னா அதுல ஒண்ணுதான் தலமயா பேசுது. மீதி மூணு அதும் பேச்சைக் கேட்டு ஓடுதுங்க. இதோ அஞ்சு வெரலு ஒண்ணு மெரியாவா இருக்குது?” விரல்களை விரித்துக் காண்பித்தார்.

தசரத ரெட்டிக்கு இதற்குப் பதில் தெரியவில்லை. “பட்டணத்தில இப்ப இதுதான் பெரிய பிரச்சினையாம். பாப்பான் மாரி எனக்கும் ராஜாங்கத்தில வேலை குடுனு கேட்டு ஒரு கட்சியே ஆரம்பிச்சிட்டாங் களாம்ணா. என்னமோ சொல்றாங்க. ஒண்ணும் பாதியுமா தெரிஞ்சுக் கிட்டு நாம என்னத்தைப் பேசறது..? ஏண்டி.. வேட்டைக்காரமூட்ல வாத்து கொண்டாரச் சொல்லியிருக்கேன். குழம்பு வெச்சுடு... பொழுதுக்கும் புளியம்பழத்த எடுத்து வெச்சிக்கிறியே.”

பழத்தை நகர்த்திவிட்டு “பொழுதோட வருவானா?” என்றாள்.

“இன்னும் ரவூண்டு இருக்குது பொழுதோட தட்டி வெச்சிக்கிலாம்னு பாத்தேன்” அக்காவை ஏறிட்டவாறு முனகிக்கொண்டாள்.

“புதன்கிழமக் கிளம்பறேம்மா. அங்கயும் களையெடுக்க, அறுப்புக்குனு வேலை ஆரம்பிச்சுடும்” முத்தம்மாவின் வார்த்தையில் இருந்த அவசரம் அவள் தொனியில் இல்லை.

“ன்னக்கா அவசரம்? நாலு வருஷத்துக்கு ஒருக்கா வர்றே.. வந்தா ஒரு மாசம் இருந்துட்டுத்தான் போயேன்? மாமா வேணும்னா போவட்டும். அடுத்த மாசம் வந்து கூட்டிக்கிட்டுப் போவச் சொல்லு. அப்ப நானும் வேணும்னா கூட வர்றேன்.”

“என்னால முடியாதுடி. நீ வேணும்னா கேட்டுப் பாரு. கூட்டி யாரும்போதே முறுக்கிட்டுத்தான் கௌம்பினாரு. சொன்னதும் துணி மூட்டைய தூக்கினு கௌம்பிவரணும்னு சொல்லி”. சிணுங்கிய குழந்தையை மெல்லத் தட்டி கீழே ஒரு துணியைப் போட்டுப் படுக்க வைத்தாள்.

“ஏம்மா. அமட்டமூடு வந்திருக்கேன். ஐயாவோட சகலைக்குச் சவரம் பண்ணணும்னு சொன்னாராம்.. இருக்காரா?” என்று புழக்கடைப் பக்கமிருந்து குரல் கேட்டது.

“எப்ப வரச் சொன்னா.. எப்ப வர்றே?.. சவரம் பண்றதுக்கு ஆளு வந்துருக்கான் மாமா”- திண்ணைப் பக்கமாகக் குரல் கொடுத்தாள்.

ருத்ரா ரெட்டியும் உள்ளே வந்து கிண்ணத்தில் கொஞ்சம் தண்ணீர் எடுத்துக்கொண்டு மற்றொரு கையால் வேட்டியை இடுப்பில் இறுக்கிய படி, வெளியே போனார். “இப்படி நெழலுக்கா ஒக்காந்துக்கலாம்” வெளியில் பேச்சுச் சத்தமும் காலடிச் சத்தமும் விலகித் தேய்கிற வரை பொறுத்திருந்து பேசினாள் முத்தம்மா.

“உங்களாவரு நல்ல வாட்டமா மொட்டை மாரி அடிச்சுக்கிறாரு. பேன் தொல்லை இருக்காது.”

“நாத்தாங்கால் வுட்டு நாலு நாள் ஆனாப்ல இதோ இந்த அளவுக்கு வெட்டிப்பாரு” என்று ஒரு விரல் கடை அளவு காட்டினாள் மங்கம்மா.

“எங்க வூட்ல நாலு பேரும் குடுமிதான். வேப்பெண்ணையத் தடவினாலும் பேனு புடிச்சுப்போவுது அப்பப்ப. ஒழுங்கா தலை

கசக்கினாத்தானே? சும்மாவே ஏரியில வுழுந்து எழுந்து வந்தா அப்பிடித்தான். வைத்தியருதான் கொஞ்சம் சுத்த பத்தமா இருப்பாரு..". என விவரித்தாள்.

"அது அது அத்தோட வூட்ல இருந்தாத்தான் நல்லது" என்று கிழவி முனகியது. கிழவி சொல்லும் அபிப்ராயத்துக்கு மரியாதை போய் இரண்டு மூன்று வருஷம் ஆகிவிட்டது. இருந்தாலும் அவ்வப்போது குரல் கொடுப்பதை நிறுத்தவில்லை.

"ஏட்டிக்குப் போட்டியா ஏதாவது பேசின.. அப்புறம் மரியாதை கெட்டுடும். நீயும் நாங்க பொறந்த ஊர்ல பொறந்து வந்தவதானே?

என்னமோ எப்பப்பாத்தாலும் எதுக்கு அலுத்துக்கிறே? எங்க அக்கா எப்பவோ வருது. இருந்துட்டுப்போன்னா.. நீ எதுக்குக் குதிக்கிற இப்போ?" மங்கம்மாவுக்கு எங்கிருந்துதான் அவ்வளவு ஆவேசம் வந்ததோ? கூந்தலை அள்ளி முடிந்துகொண்டு மல்லுக்கு நின்றாள்.

"ஏண்டியம்மா எத்தனை நாள் வேணும்னாலும் உன் ஓட பொறந் தாளைக் கூட வெச்சுக்கோ... அவளை இங்க இருக்கச் சொல்லிட்டு நீ வேணும்னாலும் ரங்காவரம் போய் இரு. குடும்ப மானம் எச்சிலை யாட்டம் பறக்கட்டும்."

"எதுக்கு இப்ப பெனாத்திக்கினு இருக்க, இங்க?" என்று எழுந்து நின்ற மங்கம்மாவை, முத்தம்மா தடுத்து நிறுத்தினாள். முத்தம்மாவுக்கு அத்தை கத்துவதில் ஒரு நியாயம் இருப்பதுபோல அமைதியாக வெளியே பூவரசு மரத்தருகே வந்து அமர்ந்துகொண்டாள். வைக்கோல் போர் அருகே குஞ்சுகளோடு கோழி ஒன்று சீண்டிக்கொண்டிருக்க, சேவல் ஒரு எதிர்பார்ப்போடு வலம் வந்துகொண்டிருந்தது. பொழுது போன பின்பும் ஆம்பளைகள் வீடு திரும்பவில்லை.

மங்கம்மாவுக்கு என்னமோ எரிச்சல்தான். சதா வேலையை இழுத்துப் போட்டுக்கொண்டு மாரடிக்க வேண்டுமா என்று. "டீசல் தீந்து போச்சுனு போனாங்க. சும்மா ஏரியில நாலு கவலை ஓட்டிக்காம இந்த மோட்டரை வாங்கியாந்து வெச்சுட்டு. அதுக்கு செவரட்சணை செய்றதுக்கே சரியாப் போவுது. ஜமீன்தார் கிட்ட அகர்த்து மோட்டுல ஒரு காணி கிரயம் பண்ணி, கிணறு எடுத்து மோட்டர் வெச்சாரு. ஊர்ல இருக்கவங்கல்லாம் மோட்டர் வெச்சா பயிர் செய்றான்? கிரயம் பண்ணிக்கிறானா? கெடக்கிற கரம்பை உழுதுட்டு ஜமீன் தாருக்கு அளந்த மிச்சம் சாப்பிட்டா போதாதா?" மங்கம்மாவுக்கு தம் வீட்டுக்காரர் எடுத்துக்கொள்ளும் முயற்சிகளில் ஒரு பெருமிதம் இருந்தாலும் அது சரிதானா என்று உரசிப் பார்த்துக்கொள்வதுபோலக் கேட்டாள்.

"இப்ப எல்லாரும் கிரயம் பண்ண ஆரம்பிச்சுட்டாங்க. நெலம் சொந்தமா இருக்கிற வழி வராது" - முத்தம்மா சின்னா ரெட்டி சமீபத்தில் நிலம் கிரயம் செய்த அனுபவத்தில் இந்த பதிலைச் சொன்னாள்.

“இல்லக்கா.. நம்ம பொன்னுசாமி ரெட்டியாரு பிச்சாட்டூரை விட்டு வந்துட்டாரு. சதா ஏரி உடைஞ்சு ஊருக்குள்ள தண்ணி வந்துடுமாம். பயிர் செய்துக்கிட்டிருந்த பத்து ஏக்கரை அப்படியே போட்டுட்டு வந்துட்டாரு. இதோ இந்த ஊர்ல வந்து ஏரிக்கரை ஓரமா நெலத்தைச் சீர் பண்ணி உழுதுகிட்டாரு... முடிஞ்சுது. இதுக்கு ஏன் கிரயம் பண்ணனும்?”

“பட்டணத்துல எல்லா இடமும் கிரயம் பண்ணிதான் வூடு கட்டு வாங்களாம். பத்தரம் பண்ணாம வூடு கட்டியிருந்தாலும் அரசாங்கம் சும்மா வுடாது. அபராதம் வரினு போட்டுடுவாங்க.”

“பட்டணத்துல ஏதாவது பண்ணா அதே மாதிரி இங்க பண்ணனுமா? அங்க மாதிரி மூணு வேளையும் சோறாக்கித் துன்ன முடியுமா? இட்லி சுட்டுச் சாப்பிட முடியுமா?”

முத்தம்மாவுக்குச் சோறுதான் பிடிக்கும். இட்லிக்கு மீன் குழம்பு வைத்துச் சாப்பிடுவதும்கூட தேவாமிர்தம். மயிலாப்பூர் பட்டக்கா வீட்டுக்குப் போயிருந்தபோது அவர்கள் வீட்டில் தினமுமே சோறுதான் சாப்பிட்டார்கள் என்பதையும் அக்காவோட மாமனார் மட்டும்தான் கூழ் கேட்டு உயிரெடுப்பார் என்பதையும் சொன்னாள்.

“நம்மளாட்டம் கைல குத்தியா சோறாக்கறாங்க. சல்லீசா கடைல போய் அரிசி வாங்கியாறாங்க. எவ்ளோனு குத்தறது.? கேவுராங்காட்டியம் எந்திரத்தில போட்டுச் சுத்தியெடுத்திட்லாம்..”

அப்பாசாமி நாயகர் குடும்பத்தில் எல்லோரும் கட்டடம் கட்டும் வேலையிலும் மர வியாபாரத்திலும் மரச் சிற்பங்கள் செய்வதிலும் திறமையை வளர்த்துக்கொண்டவர்கள். பணம் புழங்கிக்கொண்டே இருக்கும். இங்கு மாதிரி பனிக்காலத்தில் கேழ்வரகோ, கொள்ளோ, பயித்தம் பருப்போ விதைத்துவிட்டு, அடுத்த வருஷம் வரைக்கும் அதைச் சாப்பிட்டு ர்க்கிற சமாசாரம் இல்லை. அவர்கள் எல்லாவற்றையும் காசு கொடுத்துக் கடையில் வாங்கிச் சாப்பிட்டார்கள். பக்கத்தில் கடற்கரை இருப்பதால் கடல் மீன்கள் சாப்பிடுவார்களாம். பெரிய பெரிய மீன்கள். ஒவ்வொன்றும் ஆள் உயரத்துக்கு இருக்கும் என்று கேள்வி. ருசியும் வேறு மாதிரி இருக்கும் என்று சொல்லுவார்கள்.

“இந்த மனுஷன் என்னைப் பட்டணத்துக்கு அப்பப்ப கூட்டிக்கினு போனாதானே?” - திடீரென்று வருந்தினாள் மங்கம்மா. தசரத ரெட்டியும் ருத்ரா ரெட்டியும் வருகிற பேச்சுச் சத்தம் இருட்டுக்குள் இருந்து கேட்டது.

“ஒருவழியா வேலை முடிஞ்சுது. சும்மா தண்ணி பிச்சுக்கிட்டுப் போவுது. ஒரு மணி நேரத்தில ஒரு காணி பாஞ்சிடும் போலகுது.. எலையைப் போட்றீ” என்று துண்டைத் தரையில் தட்டிவிட்டு உட்கார்ந்தார் தசரதன். காத்திருந்தவர்கள்போல மங்கம்மாவும் முத்தம்மாவும் சாப்பாட்டையும் காசிலி கீரை துவையலையும்

கறிக்குழம்பையும் எடுத்துவந்து வைத்தனர்.

"நாளைக்குப் பதினைஞ்சு ஏரு... கூழைக் கரைச்சு வெச்சுடு." "திடுதிப்னு பாஞ்சுபேர்னா நா எங்க போவேன்?"

"இருக்கற வரைக்கும் கூழை வெச்சிடு. பாதி பேருக்கு பழைது இருந்தா போடு."

"பழைது மட்டும் ஒடனே வந்துடுமா?"

"எதிர்த்து எதிர்த்துப் பேசிக்கினு இருந்தே பல்ல ஒடைச்சுடுவேன்" தசரத ரெட்டி இலைக்கு மேலே பாய்ந்தார்.

"ஆமா... பத்து பேருக்குச் சோறாக்கிப் போட்றது பெரிய கட்டை பொளக்கிற வேலை.. செஞ்சி வைக்கிறேன்னு சொல்லிட்டுப் போயேண்டி" முத்தம்மா, மங்கம்மாவை இழுத்துக்கொண்டு வெளியே போனாள். "ஆம்பளை வெளிய போயிட்டு ஆயிரத்தெட்டு பிரச்சினைல வர்றாங்க. அப்படித்தான் பேசுவாங்க" என்றாள்.

"அதுக்காகத் திடீர்னு ராத்திரில வந்து சொன்னா? ஏரு கட்டறது இந்த ராத்திரிதான் தெரிஞ்சுதா? தண்ணி போட்டு சேடை கூட்டறது காலைலயே தெரிஞ்சிருக்கும் இல்ல? இன்னேரம் வந்து சொன்னா? இந்த பா ராத்திரில பேய் மாரி நா சோறாக்க முடியுமா?"

"நீ போய்ப் படுடீ..." என்று உள்ளே போய் படி அரிசியைப் பெரிய பித்தளை குண்டானில் போட்டு ஆய்ந்தாள் முத்தம்மா. அணைந்து சாம்பல் பூத்திருந்த அடுப்பை ஊதி, சருகைப் போட்டுப் பற்ற வைத்தாள். நல்லவேளை உடனே பிடித்துக்கொண்டது. இல்லாமல் போனால் இந்த மாதிரி ராத்திரியில் அக்கம் பக்கம் வீட்டில் நெருப்பு தேடி அலைய வேண்டியிருக்கும். உலையை ஏற்றி அடுப்பில் வைத்து, களைந்து வைத்த அரிசியைக் கொட்டிவிட்டு நிமிர்ந்தாள். அக்காவுக்குத் துணையாக மங்கம்மாவும் வந்து அமர்ந்துகொண்டாள். வீட்டுக்குச் சற்றுத் தள்ளி பொட்டலிலே சமையல்கட்டு. சிம்னிவிளக்கு வெளிச்சம் தேவைக்கு மிகக் குறைவாகவே வெளிச்சத்தைக் காட்டிக்கொண்டிருந்தது.

தசரதன் வந்து, "நீ போய்ப் படு அண்ணி. அவ பாத்துப்பா" என்றார்.

களுக்கென்ற சிரிப்புடன் "இருக்கட்டும்" எனக் குரல் வந்தது எதிர்ப் புறத்தில் இருந்து. அவர் அண்ணி என்று கூப்பிட்டது அவருடைய மனைவியை. "இரண்டு பேருக்கும் வித்தியாசமே தெரியலையே" என்று வெட்கத்தை மறைத்தபடி மிடுக்காகச் சொல்லிவிட்டுக் கூடத்துக்குப் போனார். "சோடாபுட்டி கண்ணாடி மாட்னாத்தான் சரிப்பட்டு வரும்" என்று மங்கம்மா தன் கணவன் மீதிருந்த செல்லக் கோபத்தில் சொன்னாள்.

தள்ளி உட்கார்ந்திருந்த முத்தம்மாவின் முகத்தில் வெட்கம் சில நிமிடங்களுக்குத் தொக்கி நின்றது. பொங்கிவந்த உலையை அடக்க அடுப்பு நெருப்பைச் சற்றே வெளியே இழுத்தாள். கரண்டியால் துழாவி

பருக்கையை நசுக்கிப் பார்த்து, பித்தளை குண்டானை இருவருமாக இறக்கி வைத்தனர். சற்றுத் தள்ளி மாட்டுக்கான கழுநீர்த் தொட்டி. வைக்கோல் பிரிமணையைப் பரப்பி வைத்து, வெந்த சோற்றை அதில் சாய்த்தாள். மாட்டுத் தொட்டிப் பக்கம் கஞ்சித் தண்ணி வழிந்து ஓடியது.

வடிந்த சோற்றை எடுத்துப் புளிக்க வைத்திருந்த கேழ்வரகு மாவில் கலந்து விட்டுப் படுத்தபோது, ஆம்பளைகள் இருவரும் திண்ணையில் குறட்டை விட்டுக்கொண்டிருந்தனர். சிணுங்கிக்கொண்டிருந்த லட்சுமணனை மார்புக்கு இழுத்துப் படுக்கப்போட்டுக் கொண்டாள் மங்கம்மா. கிழவி சுருட்டிப் போட்ட புடவை மாதிரி சுருண்டு படுத்துக்கொண்டிருந்தாள். திறந்து கிடந்த வீட்டுக்குள் காற்று மட்டும் தாராளமாக வீசிக்கொண்டிருந்தது. முத்தம்மாவுக்கு மட்டும் அவ்வளவு சீக்கிரம் தூக்கம் வரவில்லை.

விடியற்காலை ஏர்க்காரர்களுக்கு ஒரு குரல் கொடுத்துவிட்டு சேடை கூட்ட இருக்கும் தலையைப் பார்த்துவர எழுந்தார் தசரத ரெட்டி. பூ வாசம் மூக்கைத் துளைத்தது. மோகினிப் பிசாசு ஞாபகம்தான் முதலில் வந்தது. ஆனால், அவருக்குப் பக்கத்தில் கசங்கிய பூச்சரம் ஒன்று கிடந்தது. "ரொம்பத்தான் குசும்பு இவளுக்கு" என்று பூச்சரத்தைத் தூக்கி அந்தப் பக்கம் போட்டுவிட்டு, அப்படியே பூவேரி கழனிப்பக்கம் நடக்க ஆரம்பித்தார்.

ஏர் ஓட்டிக்கொண்டிருப்போருக்கு ஆளுக்கொரு கூழ் பானையைத் தலையில் தூக்கிக்கொண்டு தசரத ரெட்டியும் ருத்ரா ரெட்டியும் கிளம்பினர். பெண்கள் இருவரும்தான் பானையைத் தூக்கி வைத்தனர். திடுக்கிட்டுப் போனார் தசரத ரெட்டி. பானையைத் தூக்கிக்கொண்டு சேற்று வரப்பில் நடக்கும்போது மனசு மட்டும் வழுக்கிக்கொண்டே இருந்தது.

நேற்று ராத்திரி மங்காவும் அண்ணியும் தலையில் பூவைத்திருந்தனர். காலையில் பானையைத் தலைக்குத் தூக்கும்போது அண்ணியின் தலையில் பூவைக் காணவில்லை. மங்காவின் தலையில் மட்டும்தான் பூ இருந்தது. அப்படியானால்... ராத்திரி நம் பக்கத்தில் பூவைப் போட்டது..? அண்ணியா?

கண நேர சிலிர்ப்பு ஏறி அடங்கியது. பூவை அவளே கொண்டுவந்து போட்டிருப்பாளா? இல்லை, பாயில் மாட்டிக்கொண்டு வந்திருக்குமா என்று வாய்ப்புகளை யோசித்துப் பார்த்தார். ராத்திரி எழுந்துவந்து தலையில் இருந்த பூவைத் தம் மீது போடுவது என்றால்?.. மனசு கட்டுப்படுத்த முடியாமல் அலை பாய்ந்தது. அந்த மாதிரி யோசிப்பது சிறிய பதற்றமாகவும் இருந்தது. உடனடியாக மனதைத் திருப்புவது கடினமாக இருந்தது. சே... இருக்காது... ஏதாவது எலி கவ்விக்கொண்டு வந்து போட்டிருக்கலாம் என்று சமாதானம் செய்துகொண்டார்.

முந்தா நாள் காலைச் சுரண்டியது?... அதுவுமா? முத்தம்மாவின்

தமிழ்மகன் | 95

முகத்தில் அப்படியரு சலனத்தை அவர் கண்டதில்லை. அல்லது காண நினைத்ததில்லை. வாய்க்காலைத் தாண்டும்போது இடறிவிழப் பார்த்தார். “பார்த்துப்பா” என்றார், பின்னால் வந்துகொண்டிருந்த ருத்ரா ரெட்டி.

முந்தா நாள் மங்காவிடம் “ஏண்டி காலைச் சுரண்டிட்டு வந்தே?” என வெளியே இருந்து உள்ளே வந்து படுத்தபோது சொன்னார். “எப்போ?” என்றாள். வெட்கம் காரணமாக மறைக்கிறாள் என்று விட்டு விட்டார். நிஜமாகவே அவளுக்கு அப்படியொரு தைரியம் இருக்க வாய்ப்பு இல்லைதான். முத்தம்மாவுக்கு மட்டும் அப்படி தைரியம் இருக்குமா என்ன? மங்காவைவிட வாய் செத்தவளாயிற்றே? காலை எலி சுரண்டுவதற்கும் பூவை எலி கவ்விக்கொண்டு வந்து போடுவதற்கும் வாய்ப்பு இல்லாமல் இல்லை. இப்படி இரண்டு வாய்ப்பையும் எலிக்கே கொடுப்பதில் தசரத ரெட்டிக்கு விருப்பமில்லை. மனசு அலைபாய்ந்தது. நாம் இன்று இரவு ஒரு சோதனை செய்து பார்த்துவிட்டால் என்ன? எனவும் நினைத்தார். ‘காலங்காத்தால இப்படியா போக வேண்டும் நம் புத்தி’ என்று நினைத்தபடி களத்துமேட்டில் சிங்காரத்தைக் கூப்பிட்டுக் கூழ்ப் பானையை இறக்கி வைத்துவிட்டு, வேட்டியோடு பம்பு ஷெட் குழாய்க்கு அடியில் போய் நின்றார். தண்ணீர் குழாயில் இருந்து ஐந்தடிக்கு நீட்டி அடித்தது. சுற்றுப்பட்டில் இப்படி எந்த பம்பு ஷெட்டிலும் தண்ணீர் வரவில்லை.

அலற பத்து நிமிஷம் குளித்துவிட்டு, கதர் வேட்டியையும் துண்டையும் கழற்றி கல்லில் அடித்துப் பிழிந்து கட்டிக்கொண்டு, கோவணத்தை அவிழ்த்து அதையும் கல்லில் போட்டுத் துவைத்துப் பிழிந்து பம்பு ஷெட்டின் மீது காயப்போட்டார். உள்ளே இருந்த இன்னொரு கோவணத்தைக் கட்டிக்கொண்டு அங்கேயே டீசல் டப்பாவுக்குப் பக்கத்தில் வைத்திருந்த விபூதியே எடுத்து நெற்றிக்கும் மார்புக்கும் பூசிக்கொண்டார்.

வெளியே வந்து “சாப்பிட வாங்கடா” என்று குரல் கொடுத்தார். “அண்ணாத்த.. நீ வேணும்னா வீட்டுக்குப் போ.. வெயிலுக்கு முன்னால” என்றார். ருத்ரா ரெட்டி தாடையைத் தடவிப் பார்த்துக் கொண்டு, நாளைக்கு ஊருக்குக் கிளம்ப இருப்பதையும் சேர்த்தே யோசித்தார்.

வந்த வழியே திரும்பியவரை “கூழ் குடிச்சுட்டுப் போயேன்” என கேட்டார். “இல்ல. வீட்ல போய்க் குடிச்சுக்குறேன்” என்றவாறு கோவணம் தெரியக் கட்டியிருந்த வேட்டியைச் சற்றே சரி செய்தவாறு வரப்பின் மீது கவனமாகப் போனார்.

இளவெயில் சுரீர் என அடித்தது. ஏர் ஓட்டிக்கொண்டிருந்தவர்கள் பம்பு ஷெட்டு கால்வாயில் கைகாலைக் கழுவிக்கொண்டு சாப்பிடு வதற்கு வந்துகொண்டிருந்தனர். ருத்ரா ரெட்டி வயல் வரப்புகளைக் கடந்து மண் ரோட்டுக்குப் போகிற வரை பார்த்துக்கொண்டே

இருந்தார் தசரத ரெட்டி. அதற்குள் எல்லோரும் சாப்பிட வரிசையாகக் குந்தினர். உள்ளங்கையை வாய்க்கருகே குவித்து உட்கார்ந்திருந்த எல்லோருக்கும் வரிசையாக அகப்பையில் கூழை ஊற்றிக்கொண்டே வந்தார். அப்போது ஊறுகாய்மிளகாயை கையில் இருந்த கூழுக்குள் சொருகுவதற்கும் அவர் மறக்கவில்லை. புர்புர் எனக் கூழ் உறிஞ்சும் சப்தம் மட்டும் கேட்டுக்கொண்டிருந்தது. இரண்டு பானைக் கூழும் கிட்டத்தட்ட காலியாகிவிட்டது. சாப்பிட்ட ஒவ்வொருவரின் வயிறுமே இப்போது சின்னச் சின்ன பானைபோல இருந்தது.

தூரத்தில் தேளு பெண்ணும் பையன் ஒருத்தனும் பம்பு ஷெட்டை நோக்கி வருவது தெரிந்தது. அருகில் வருகிறவரை கூர்ந்தவாறு இருந்தார்.

சங்கர் ரெட்டியாரின் பையன். “என்னடா?” என்றார்.

“தீண்டிபுடுச்சி” என்று கண்ணைக் கசக்கினான் பையன். “இல்ல ரெட்டியாரே... எனக்கு இன்னா ஆசையா? தீண்டிப்புட்டு தோய்ச்சுத் தர்றதுக்கு?” என்றாள் தேளு.

“அடேய்! ‘நீசல் குட்ட’யாவது கட்டிக்க... அம்மணமா குளிக்கிறாம் பாரு”- தசரத ரெட்டி சிரித்தார்.

ஷெட்டு கல்லின் மேல் சங்கர் ரெட்டி பையனின் வேட்டியைத் துவைத்துப் பிழிந்து கொடுத்துதும் அவன் ஈரத்தோடு அதைக் கட்டிக் கொண்டு வீட்டை நோக்கித் திரும்பிப் போனான்.

தசரத ரெட்டிக்கு எதற்கு இப்படி என்றுதான் தோன்றியது. ‘மாடு உரசிட்டுப் போனாலும் கழுதை உரசிட்டுப் போனாலும் சும்மா விட்டுர்றானுங்க. கழுதையும் மாடும் துணி தோய்க்கத் தெரியாம இருக்கிறதால தப்பிச்சிக்கிச்சி. பாவம்! நம்மளப்போல ஒரு மனுஷன் தெரியாத்தனமா தொட்டுப்புட்டா இப்படியரு வழக்கம்’ என்று யோசித்தபடியே, “தேளு.. பானைல கொஞ்சம் கூழு இருக்குது.

குடிச்சிட்டு கழுவி வெச்சிட்டுப் போறியா?” என்றார்.

அதற்குள் பாலகிருஷ்ண ரெட்டி நடு உழவில் மாட்டையும் ஏரையும் விட்டுவிட்டு, விறுவிறுவென ஊரைப் பார்க்க நடக்க ஆரம்பித்தார். “அவளும் நானும் ஒரே பானைல கூழ் குடிக்கணுமா? எனக்கு வேணாம்யா இப்படி மானம் கெட்டப் பொழைப்பு” என்று புலம்பியபடி வயலைத் தாண்டி வரப்பில் ஏறிப் போனார்.

“அட! யார்றா இவன்? மிச்சமாயிப் போனதை என்னடா பண்ணச் சொல்றே?”- தசரத ரெட்டி உரக்கக் கேட்டார்.

“கீழ ஊத்திட்டுப்போ... நாய்க்கு ஊத்து... நாளைக்கு இதே பானைல கூழைக் கொண்டாந்தா நாங்க குடிக்கணும்... அதானே நீ சொல்ற நியாயம்?” திரும்பிப் பார்க்காமல் முனகிக்கொண்டு நடந்தார் பாலகிருஷ்ண ரெட்டி.

மற்றவர்களுக்குத் தயக்கம் தொங்கியிருந்தது. இப்படியே நாமும்

பாதியில் விட்டுவிட்டுப் போவதா என்று. "நீங்க ஏன்யா நிக்கிறீங்க... வேலையப் பாருங்க. நாய்க்கு ஊத்தினாலும் பரவால்ல. மனுஷனுக்கு ஊத்தக் கூடாதுன்றானே... எவன்யா சொன்னா இவன்கிட்ட இப்படி?" என்றபடி நடுவயலில் நின்றுகொண்டிருந்த ஏர் மாட்டை அதட்டி ஓட்ட ஆரம்பித்தார் தசரத ரெட்டி. பம்பு ஷெட் அருகே தேளு ஒன்றும் புரியாமல் நின்றுகொண்டிருந்தாள்.

"நீ குடிச்சுட்டுப் போடீ..."

தேளு என்கிற தேன்மொழி கூழ் பானையைத் தயக்கத்தோடு நெருங்கினாள்.

3

தசரத ரெட்டி அந்தி மயங்கும் வேளையில் சற்றே நிலைகொள்ளாமல் தவித்தார். முத்தம்மாவின் முகத்தை ஏறிட்டுப் பார்ப்பதில் அவருக்கு மிகுந்த தயக்கம் இருந்தது. சூழ்நிலை அவரை ஏளனம் செய்வதாக இருந்தது. முத்தம்மா தன்னை விரும்பி இத்தனைப் பிரயத்தனங்கள் செய்திருந்து அதைப் புரிந்துகொள்ளாத மாக்கானாக இருந்திருந்தால்...? அது அவருக்கு மானம் போகிற விஷயமாக இருந்தது.

எது மானம் போகிற விஷயமாக இருக்கும் என்பதில் அவருக்குத் திடீரெனச் சிக்கல் ஏற்பட்டது. விஷயம் தெரிந்துபோனால் மானம் போகும். அப்படி ஒரு எண்ணமே இல்லாமல் முத்தம்மா இருந்தால் அதுவும் மானக்கேடு. இரண்டு பக்கத்திலும் ஒரு தயக்கம் இருந்து ஒரு வாய்ப்பை நாம் இழக்கிறோமோ என்று பரிதவித்தார். இன்னொருத்தன் பொண்டாட்டி மீது ஆசை வைப்பது மாதிரியான அசிங்கம் உண்டா? பாவத்தில் பெரிய பாவம் இல்லையா? ஆசைப்பட்டு ஏங்கிய வளைக் கண்டுகொள்ளாமல் மறுதலிப்பதும்தான் பாவம் என்று அவருக்குள் வசதியாக இன்னொரு சிந்தனை எழுந்தது.

அவளாக வலிய வந்தால் சரி. நாமாகச் சென்று பழியைச் சுமக்கக் கூடாது என்று யோசித்து வைத்தார். அது அவருக்குச் சரியானதாக இருந்தது. அதனால் அதற்கான வாய்ப்பை முத்தம்மாவுக்குத் தருவதும் தம் கடமை என்று நினைத்தார். இன்றைக்குப் பார்த்து நாம் மங்காவிடம் போய்ப் படுத்துக்கொள்வதைத் தவிர்க்க வேண்டும். உறங்காமல்

விழித்திருக்க வேண்டும். மங்கா இதைத் தவறாக எடுத்துக்கொள்ள மாட்டாள் என்று எண்ணினார். தம் அக்காவுக்குக் குழந்தை இல்லாதது அவளுக்கு வருத்தம்தான். தம் மூலம் ஒரு குழந்தைக்கு வழி பிறக்கு மானால் அவளும் சந்தோஷம்தான் படுவாள் என்றும் நினைத்தார். தனக்கான நலம் கருதி இப்படி சௌகரியமாக நினைத்துக்கொள்வது அவருக்கே வேடிக்கையாக இருந்தது.

ஒரு பெண்ணை நாமாகச் சந்தேகித்துக்கொண்டு நம் ஏக்கத்துக்கு ஏற்ப கற்பனை செய்துகொண்டு போவது சரியா என்று அவர் யோசித்தார். ஆனால், திருட்டு ருசிக்கு மனம் ஏங்கியதைத் தவிர்க்க முடியவில்லை. மனமும் உடம்பும் ஒரே போக்கில பயணிப்பதை உணர்ந்தார். பழி பாவங்களுக்கு அஞ்சுகிற அவருடைய மூளை, அவரைப் பலவீனமாக இழுத்துப் பிடித்துக்கொண்டிருந்தது. பிரம்மாண்ட யானை தன் காலில் சும்மா சுற்றப்பட்டிருக்கும் இரும்புச் சங்கிலிக்குக் கட்டுப்பட்டு ஒரே இடத்தில் நின்றுகொண்டிருப்பதுபோல இருந்தார். ஆனால், அவருக்கு யானையின் வலிமையும் சங்கிலி பேருக்குச் சுற்றியிருப்பதும் நன்றாகவே தெரிந்தது. அதுதான் பிரச்சினை.. கையில் எதுவும் இல்லைபோல அவர் இருந்தார். எப்படி நடக்க வேண்டும் என்று இருக்கிறதோ அப்படி நடக்கட்டும் என்று யோசித்தபடி விபூதியை எடுத்து நெற்றியில் பட்டையாகத் தீட்டிக்கொண்டார்.

எல்லோருக்கும் முன்னால் சாப்பிட்டுவிட்டு வெளியில் பாய்போட்டுப் படுத்துக்கொண்டார் தசரதன். தான் உணர்ந்துகொண்டதாகவும் தயாராகத் தான் இருப்பதாகவும் காட்டிக்கொள்வதற்காகத்தான் இந்த முன்படுக்கை என்று அவராகவே நினைத்துக்கொண்டார்.

ஊர் அடங்கிவிட்டது. சுவர்க் கோழியின் கிறீச் ஒலி பிரதானமாகக் கேட்டுக்கொண்டிருந்தது. விரல் சீண்டலோ, வேறு சமிக்ஞைகளோ கிடைக்கப்போகும் எதிர்பார்ப்பில் புலன்களைக் கூர்தீட்டிப் படுத்திருந்தார். ஒரு பாசிப் பூச்சி பாயில் தாவியபோது அது பூச்சரமா என்று கவனமாகப் பார்த்தார். யாராவது நடந்து வரும் அதிர்வு, சிறிய கனைப்பு, ஒரு சரசரப்பு எதுவாக இருந்தாலும் தவறவிட்டுவிடக் கூடாது என்று ஜாக்கிரதையாக இருந்தார். கண்ணும் காதும் உடம்பும் எதையோ சுதாரித்து உணர்ந்துவிட்டதாக அவரை எழுப்பிக்கொண்டே இருந்தது. எழுந்து போய் சிறுநீர் கழித்துவிட்டுப் படுப்பதாகத் தான் உறங்காமல் இருப்பதை வெளிப்படுத்த நினைத்தார்.

“என்னப்பா வயிறு.. கியிறு சரியில்லையா?” என்றார் ருத்ரா ரெட்டி.

“அதெல்லாம் ஒண்ணுல்லண்ணே” சொல்லி முடிக்கும்போது குற்ற உணர்வு மின்னல் வெட்டி மறைந்துவிட்டது.

இரண்டாம் ஜாமம். ஊரில் இந்த நேரத்தில் உறங்காமல் இருப்பது தாம் மட்டும்தான் என்று நினைத்துக்கொண்டார். முத்தம்மா..?

மெல்ல எழுந்து வீட்டுக்குள் போனார். ஒரு காடா விளக்கு எரிந்து

கொண்டிருந்தது. நின்று நிதானித்துப் பார்த்ததில் கதவை ஒட்டித் தன் வழக்கமான இடத்தில் அம்மா படுத்திருப்பதைப் பார்த்தார்.

நேர் எதிர் மூலையில் தூணுக்குப் பக்கத்தில் முத்தம்மா. இடது பக்க அறையில் மங்கம்மாவும் குழந்தையும் படுத்திருக்கிறார்கள்.

யாராவது தாம் பூனை நடை நடப்பதைப் பார்த்துக் கிண்டல் செய்துவிடுவார்களோ என்று திடீரென்று நிமிர்ந்து நின்றார். தண்ணீர் குடிக்க வந்ததுபோல நடந்துகொள்வது அவருக்கு வசதியாக இருந்தது. ஏனென்றால், தண்ணீர் முத்தம்மா படுத்திருந்த இடத்துக்குப் பக்கத்தில்தான் இருந்தது. ஈரடி.. நான்கடி.. மெல்ல முன்னேறினார்.

“ஹேய்ச் சூ” என்று அம்மா புடவையை உதறிக்கொண்டு திரும்பிப் படுத்தாள். அதாவது, முத்தம்மாவைப் பார்த்த வாக்கில். பூச்சி ஏதாவது ஊர்ந்திருக்கலாம். தசரத ரெட்டிக்குப் பெரிய சங்கடமாகப் போய்விட்டது. போய் பானையில் இருந்து தண்ணீரை மொண்டு குடித்துவிட்டு முத்தம்மாவைப் பார்த்தார். முத்தம்மா முந்தானையைச் சரி செய்தவாறு திரும்பிப் படுத்தபடி பார்த்தாள். எதேச்சையாகப் பார்த்தாளா என்று அந்த இருட்டில் யூகிக்க முடியவில்லை.

அம்மா திரும்பிப் படுத்ததையும் அதை முத்தம்மா அவதானித்து விட்டதையும் மூவருக்கும் இடையில் நடக்கும் மவுன நாடகமாக நினைத்தபோது படபடப்பாக இருந்தது. நிஜமா? தாம் அப்படி நினைக்கிறோமா என்று தடுமாற்றமாக இருந்தது தசரதனுக்கு. ஆனால், முத்தம்மா அதிர்ச்சி ஏதும் காட்டவில்லை என்று தெரிந்தது. ஒருவேளை நாம் நிற்பதைக் கவனிக்கவில்லையோ என்றும் சந்தேகமாக இருந்தது. கையில் இருந்த தண்ணீரை யதார்த்தமாக உதறுவதுபோல் அவள் மேல் படுமாறு செய்தார். அவள் முகத்தைத் துடைத்துக்கொண்டு சரிந்து எழுந்து உட்கார்ந்தாள்.

“ராசா எனக்கும் கொஞ்சம் தண்ணி குடுப்பா” என்று அம்மா அழைக்கவில்லையென்றால், அடுத்த வினாடி அவர் முத்தம்மாவின் பக்கம் அடியெடுத்து வைத்திருப்பார். “நான் குடுக்கறேன்” என்று முத்தம்மா தலைமுடியை உதறிக் கொண்டை போட்டுக்கொண்டு எழுந்தாள். தசரத ரெட்டி இயல்பாக “ஆங்.. செரி” என்றபடி வெளியே வந்து படுத்தார்.

இதற்கு முந்தைய நாள்கள் போலவேதான் நேற்று இரவும் கடந்து போனது என்று தசரத ரெட்டி மனதைத் தேற்றிக்கொண்டார். நாம் எதுவும் வித்தியாசமாக நினைக்கவில்லை போலவும் முத்தம்மாவின் மனதிலும் அப்படி எந்த எண்ணமும் இருந்திருக்கவில்லை என்றும் அவர் நினைப்பதற்குப் பகலின் வெளிச்சம் அவருக்கு உதவியாக இருந்தது.

ரங்காவரத்துக்குப் பயணப்பட ருத்ரா ரெட்டியும் முத்தம்மாவும் காலையிலேயே தயாராகிவிட்டனர். போன பொங்கலுக்கு எடுத்த

புடவையை அக்காவுக்குக் கட்டிக்கொள்ளக் கொடுத்திருந்தாள் மங்கா.

"இனி எப்ப பாப்பமோ?" என்று இருவரும் ஒரு மூச்சு அழுதனர். இவள் அங்கு போய் திரும்பும்போதும் அவள் இங்கிருந்து திரும்பும்போதும் இது வழக்கம்தான். அக்கா, தங்கைக்குள் அப்படியொரு பாசம்.

ருத்ரா ரெட்டி சட்டைக்குள் தலையை நுழைத்துவிட்டார் என்றால் ஊருக்குக் கிளம்பிவிட்டார் என்று அர்த்தம். கட்டி வைத்திருந்த புளி, பயித்தம் பருப்பு, மாங்கா வடு, ஊறுகாய்மிளகாய் என மங்கம்மா ஒரே சாக்குப் பையில் கட்டி வைத்திருந்தாள். முத்தம்மா அதைத் தலையில் தூக்கி வைத்துக்கொண்டாள். இருவரும் "கிளம்பறோம்" என்றபோது மங்கம்மா கடைசி முயற்சியாக "இருந்து போன்னா கேட்க மாட்டன்றே" என்றாள்.

"அதது அது வீட்டுப் பொழைப்பப் பாக்க வேணாமா?" என்றாள் கிழவி.

அக்காவும், அக்கா வீட்டுக்காரரும் கிளம்பிப் போகும்போது பெரிய வேப்பமரம் வரை போய் 'சாயப் போட்டுவிட்டு'த் திரும்பி வந்தாள் மங்கம்மா.

அவள் கண்கள் அழுதழுது கோவைப்பழமாகச் சிவந்து போயிருப்பதை தசரத ரெட்டி கவனித்தார்.

3

பெரியபாளையம் வரும்போதே உச்சிப்பொழுது ஆகிவிட்டது. கோயில் வாசலிலேயே உட்கார்ந்து கொண்டுவந்திருந்த கூழையும் ஊறுகாயையும் ஒரு பிடி பிடித்துவிட்டு, இருவரும் சற்று நேரம் படுத்தனர். வேப்பமரத்து நிழலும் நடந்த களைப்பும் சட்டென இருவரையும் உறக்கத்தில் ஆழ்த்திவிட்டது. சற்று தூரத்தில் குருவிக்காரர்கள் சிலர் உண்டிக்கோல் செய்துகொண்டும் மைனா, கிளி, அணில்களோடு விளையாடிக்கொண்டும் இருந்தனர்.

ருத்ரா ரெட்டியின் உறக்கத்தில் வானத்தில் இருந்து தொங்கிய பிரம்மாண்டமான ஊஞ்சலில் உட்கார்ந்து அண்ட சராசரத்துக்கும் ஆடுவதாகக் கனவு. ஊசலின் ஆட்டம் அச்சுறுத்துவதாக இருந்தது. ஊஞ்சலுக்குக் கீழே கடல். ஊஞ்சல் இந்தப் பக்கம் ஒரு மலை வரை போய்விட்டுத் திரும்பி வந்து, மறு பக்கத்தில் இன்னொரு மலைக்குப் போனது. எதைப் பிடித்துக்கொள்வது என்று தெரியவில்லை. ஆரம்பத்தில் எதையோ பிடித்துக்கொண்டிருந்தது மாதிரிதான் இருந்தது. ஆனால், அதைத் திடீரென்று காணவில்லை. பதற்றமாக இருந்தது. ஊஞ்சலின் ஆட்டம் அதிகமாகவும் இருபுறத்திலும் மலைகளில் மோதித் திரும்புவதாகவும் இப்போது மாறிவிட்டது. கீழே கடலில் ஐந்து தலை நாகங்கள் விழுந்ததும் கவ்வுவதற்குத் தயாராக இருந்தன. மலைகளில் இடறி விழுந்தாலோ பெரும் பள்ளத்தாக்காக இருந்தது. ஒரு மரக்கிளையைத் தாவிப் பிடிக்கிறார். ஊஞ்சல் டணார் என அறுந்து விழுகிறது. மேலும் அது தன் மார்பின் மேலேயே வந்து

மோதி விழுகிறது.

திடுக்கிட்டு எழுந்தார். துப்பாக்கியால் சுட்டு வீழ்த்தப்பட்ட மணிப் புறா ஒன்று ருத்ரா ரெட்டியின் மார்பின் மீது விழுந்து கிடந்தது. தூக்கக் கலக்கத்தில் எழுந்து புறாவின் துடிப்பைப் பார்த்தவருக்கு அதிர்ச்சியாகத்தான் இருந்தது.

"ஏண்டா மனுஷாள் தூங்கறது தெரியலையாடா?" தலைக்கு வைத்திருந்த துண்டை உதறி எடுத்துக்கொண்டு, மணிப்புறாவைப் பார்த்தார். "ரத்தமே வரக் காணமே" என்றபடி சுருட்டு ஒன்றை எடுத்துப் பற்ற வைத்தார். அடர் மீசையும் புகையிலை கரை வாயுமாக "ரவை போட்டு அடிக்கிறோஞ் சாமி.. அது அதிர்ச்சியில மயங்கிக் கிடக்குது.. இதோ இப்ப எழுந்து பறக்கும்" என்று வாங்கிக்கொண்டான்.

பேச்சு சப்தத்தில் முத்தம்மாவும் எழுந்து உட்கார்ந்தாள். அவளுக்கு நா வறட்சியாக இருந்தது. எழுந்து போய் கிணற்றடியில் முகம் கழுவித் தண்ணீர் குடித்துவிட்டு, குங்குமம் இட்டுக்கொண்டு வந்து புருஷனுக்கு அருகில் அமர்ந்தாள். "இன்னா பண்ணுவீங்க புறாவ?"

"என்ன தாயீ பண்ணுவோம்? நாலு நா பசங்க வெச்சி வெளையாடும். அப்புறம் எல்லாம் இந்த வயித்துக்குத்தானே?"

"எப்பிடிதான் மனசு வருதோ?" என்றாள் ருத்ரா ரெட்டியின் பக்கம் திரும்பி.

"ஆட்ட வளர்த்துட்டு நீங்க கோயில்ல கொண்டாந்து வெட்றதில்லையா? அப்பிடித்தான் தாயீ.. கொன்னா பாவம், தின்னா ந்துது.." சிரித்தான். அவன் அந்தக் கூட்டத்தில் மூத்தவன் போல இருந்தான்.

"எங்க இருந்து வர்றீங்க?" ருத்ரா கேட்டார்.

அவன் அதைச் சொல்வதற்கு ஆசைப்பட்டவனாக "வடக்கருந்து வர்றோம்" என்றபடி "இஸ்குல் லீவுவுட்டா பள்ளிக்கூடத்துல இருந்துப் போஞ் சாமி. இல்லாட்டி பஸ்ஸடி.. ரயில் ஸ்டேஷனு" என்று தாம் வந்த திசையைக் காட்டிச் சொன்னான்.

ருத்ரா ரெட்டிக்கு இப்படியான வாழ்க்கை மீது இயல்பாக ஒரு ஆர்வம் உண்டு. அதனால் அவனுடைய கதையையும் ஆர்வமாகத்தான் கேட்டார். முத்தம்மாவுக்குச் சிரிப்புதான். ஊரில் அவருக்குக் குருவிக்காரன் என்று பட்டப்பெயர் உண்டு. நீர்க்கோழி, உள்ளான், குறவை, முயல் இவற்றை அடித்துச் சாப்பிடுவதுதான் ஆனந்தம் அவருக்கு. அப்படியொரு ருசி அதில். முத்தம்மா குருவிக்காரன் கையில் இருந்த மணிப்புறாவை வாங்கி கொஞ்ச ஆரம்பித்தாள். அது அப்போதுதான் கண்களைத் திறந்து மிரண்டு மிரண்டு பார்க்கத் தொடங்கியிருந்தது.

"ஆதில எங்க சாதிக்கும் வீடு, சொத்துல்லாம் இருந்தது சாமி.

அண்ணன் தம்பி சண்டை. நாங்க இப்படி ஆகிட்டோம். எத்தனையோ நூறு வருஷத்துக்கு முந்தி அண்ணன் தம்பிக்குள்ள சொத்துப் பிரச்சினை வந்தது. தம்பிக்காரன் அண்ணன் சொத்தையும் சேர்த்து ஏமாத்திட்டான். சரி.. தம்பிக்காரன் நல்லா இருக்கட்டும்னு அண்ணன் வூடு, சொத்து, நகை எல்லாத்தையும் விட்டுட்டு இனிமே என் ஜெம்ம ஜெம்மாந்திரத்துக்கு எனக்குச் சொத்தே வேணாம்னு நடக்க ஆரம்பிச்சுட்டான். அந்த அண்ணன்காரன் வழியில வந்தவங்கதான் நாங்கல்லாம். தம்பிக்காரந்தா மார்வாடி சேட்டு" கதை நன்றாக இருந்தது.

"அடப்பாவி... அவன் எவ்ளோ செவப்பா இருக்கான்?" ருத்ரா சிரித்துக்கொண்டே கேட்டார்.

"நாங்க காடு மேடு வெயில்ல சுத்தித் திரியவங்க சாமி. நெசமாத்தான் சொல்றேங்.. என் பாட்டன் காலத்திலிருந்து எனக்கு இந்தக் கதைய சொல்லியிருக்காங்க சாமி. பொய்யில்ல."

"அடேயப்பா.. நிஜமாத்தான் இருந்துட்டுப் போவட்டும். இந்த மணிப்புறாவ எனக்குத் தாயேன்."

"எடுத்துக்க சாமி."

முத்தம்மாவுக்கு தாம் கேட்பதற்கு முன்னாலேயே இப்படி வாங்கித் தந்துவிட்டதில் பெருமிதமாகவும் இருந்தது. "அடியேய், அந்த ஊறுகா மொளகா இருந்தா அவன்குட்ட குடு... சாப்பிடுவல்லடா?"

"கொஞ்சம் கூழும் ஊத்தினா சந்தோஷமா சாப்பிடுவேன் சாமி."

அடுக்கு டிபனில் இருந்த கூழை அவன் வைத்திருந்த டபராவில் ஊற்றினார் ருத்ரா ரெட்டி. "இப்பக் கிளம்பினாத்தான் பொழுதோட போய்ச் சேர முடியும்" வேட்டியை உதறிக் கட்டிக்கொண்டு மூட்டையைத் தூக்கித் தலையில் வைத்துக்கொண்டார். முத்தம்மா மணிப்புறாவைக் கையில் எடுத்துக்கொண்டு பின்னாலேயே நடந்தாள். அவள் தலையில் ஒரு சிறிய மூட்டை கரகம்போலக் கச்சிதமாக இருந்தது.

ஊத்துக்கோட்டை போகும்போதே சூரியன் அடிவானத்தில் இறங்கியிருந்தான். அரையணாவுக்கு மசால்வடையும் குழாய் புட்டும் விற்றுக்கொண்டிருந்தார்கள். ஊத்துக்கோட்டைக்கு வந்தால் இதுதான் பிரதான பலகாரம். அதைச் சாப்பிடாமல் போகமுடியுமா? இருவரும் ஒரு அணா கொடுத்து கழுத்துமுட்டச் சாப்பிட்டுவிட்டு ஊரை நோக்கி நடக்க ஆரம்பித்தனர். அங்கிருந்து ரங்காவரத்துக்கு எட்டு மைலுக்கு மேல் இருந்தது.

"நாம போறத்துக்குள்ள ஊரு அடங்கிடும்" என்று சோர்வாக முணு முணுத்தாள் முத்தம்மா. முன்னால் எட்டு வைத்து நடந்துகொண்டிருந்த தன் கணவனைப் பார்த்து 'நல்லாத்தான் பட்டப் பேரு வெச்சிருக்காங்க, குருவிக்காரன்னு..' என மனதுக்குள் சிரித்துக்கொண்டாள்.

5

ஊத்துக்கோட்டை ஆறுமுக முதலியார் விர யோசனையில் இருந்தார். ஒருமுறை நடந்ததை மீண்டும் அப்படியே இன்னொரு முறை பார்க்க முடிவது அவருக்குச் சற்று மனப்பதற்றத்தையும்கூட ஏற்படுத்தியது. இறந்தவர்களை மீண்டும் உயிருடன் உலா வர வைப்பதும்கூட பிற்காலங்களில் சாத்தியமாகிவிடும் என்று தோன்றியது. நாம் இன்னும் கொஞ்சம் காலம் கழித்துப் பிறந்திருந்தால் நன்றாக இருந்திருக்கும் என ஆசைப்பட்டார். அவருடைய சொந்த பாத்தியத்தில் நடராஜ முதலியார் இந்தச் சாதனையைப் புரிந்திருந்தார். ஆற்காட்டு முதலியார் வகையில் சம்பந்தப்பட்டவராக இருந்தாலும் அவருடைய தூரத்துச் சொந்த வகையில் நடராஜ முதலியார் பற்றித் தெரிந்து வைத்திருந்தார். பாம்பே, கல்கத்தா என்று போய் அவர் சினிமா படம் எடுத்து வந்ததாகச் சொன்னார்கள். படம் வந்து பதினைந்து வருஷம் ஆன பிறகுதான் அதை ஆறுமுக முதலியாருக்குப் பார்க்கக் குடுப்பினை வந்தது. வேலூர் போயிருந்தபோது ஒரு கூரைக் கொட்டகையில் படத்தைப் போட்டார்கள். கிருஷ்ண பரமாத்மா, கம்சனை வதம் செய்கிற படம்.

வெள்ளை வேட்டியில் படத்தை ஓட்டிக் காண்பித்தார்கள். முதலில் அவர் திடுக்கிட்டுத்தான் போனார். படத்தை இரண்டு மூன்று முறை பார்த்தவர்களுக்கும்கூட அந்த அதிர்ச்சி இருந்தது. வண்டிக்கார முத்து எழுந்து ஓடியே போய்விட்டான். அவன்தான் அவருடன் வேலூருக்கு வண்டி கட்டிக்கொண்டு வந்தவன். வெளியே

போய் வண்டி மாட்டோடு உட்கார்ந்துவிட்டான். படம் ஓடும்போது ஒருவர் திரைக்குப் பக்கத்தில் வந்து நின்றுகொண்டு திரையில் தோன்றுபவர்கள் யார் யார் என்று சொல்லிக்கொண்டே வந்தார். என்ன கண்றாவியோ ஒரே புகை, எல்லா பக்கமும் வெளிச்சம் வராமல் மூடிவிட்டார்கள். இருட்டில்தான் படமே தெரிகிறது. வெளிச்சம் வந்தால் தெரிவதில்லை. அதற்காக மூடினால் காற்று வருவதற்கான வழியே இல்லை. சின்ன கொட்டகையில் ஒரே நேரத்தில் அம்பது நூறு பேர் உட்கார்ந்துகொண்டால்..? எல்லோரும் மேல் துண்டால் வெற்றுடம்பை விசிறிவிட்டுக்கொண்டு சமாளிக்க வேண்டியிருந்தது. இத்தனையையும் மீறிப் படம் பார்ப்பதற்கு அப்படியரு தவிப்பு இருந்தது எல்லோருக்கும்.

அவர் கேள்விப்பட்ட விஷயம் மட்டும் உண்மையாக இருந்தால் மக்களுக்கு இப்போது இருக்கும் படம் பார்க்கிற ஆவேசம் இன்னும் பல மடங்கு அதிகமாகிவிடும் என்று தோன்றியது. இப்போது யாரும் முன்னாடி வந்து நின்றுகொண்டு, குச்சி வைத்துக்கொண்டு கதை சொல்ல வேண்டியதில்லை என்கிறார்கள். படத்தில் வருகிறவர்களே பேசுகிறார்களாம், ஏன் பாட்டும்கூட பாடுகிறார்களாம். பட்டணம் போனால் பார்க்கலாம் என்றார்கள். கொஞ்சம் பணம் வைத்திருப்பவர்களுக்கெல்லாம் இப்போது இதிலே பணத்தைப் போடுவதில் சுவாரஸ்யம் உண்டாகிவிட்டதாகப் பேசினார்கள். ஒரு மனிதனை அப்படியே பிரதியெடுத்துவிடுவதில் சாமர்த்தியம் கூடிக் கொண்டிருப்பது அவருக்குப் பெரிய ஆச்சர்யமாக இருந்தது. மனிதனும் மரங்களும் அதே வண்ணத்தில் தோன்ற ஆரம்பித்துவிட்டால் அப்புறம் மனிதனுக்குச் சாவு இருப்பதாக எப்படிச் சொல்ல முடியும்?

ஆனால், நடராஜ முதலியார் இப்போதெல்லாம் படம் எடுப்பதில் அவ்வளவு ஆர்வம் காட்டுவதில்லை என்றார்கள். சினிமா எடுப்பது சூதாட்டம் மாதிரி ஆகிவிட்டது என்று அவருக்கு வருத்தம். பணம் போட்டால் ஒரு நேரம் ஒன்று பத்தாகத் திரும்பி வருவதும் இன்னொரு நேரம் ஒன்றுமில்லாமல் போவதும் சூதாட்டம்தானே? அப்படி அவருக்குச் சில சறுக்கல்கள். படத்திலே ரத்தக் காட்சிகள் இடம் பெற்றதால் ஸ்டூடியோவும் பற்றி எரிந்து, பிள்ளையையும் பறி கொடுக்க வேண்டியதாகிவிட்டது என்றார்கள். ஆனாலும் படம் எடுப்பவர்கள் அதிகமாகிக்கொண்டுதான் இருந்தார்கள். ஜாக்கிரதையாக இறங்கினால் பணமும், பேரும் புகழும் கிடைக்கும் என்பதில் ஆறுமுக முதலிக்கும் சந்தேகம் இருக்கவில்லை. மக்கள் ஓரணா, ரெண்டணா கொடுத்தும் படம் பார்ப்பதற்குத் தயங்குவதில்லை. கொஞ்சம் காற்றுவருவதற்கு வழி செய்துகொடுத்துவிட்டால் மக்களுக்குச் சௌகர்யமாக இருக்கும்போல இருந்தது. டீசல் என்ஜினைக் கொஞ்சம் தூரத்தில் வைத்துவிட வேண்டும். அந்தச் சத்தமே பெரிய சத்தமாக இருக்கிறது. இந்த மாதிரி சின்னச் சின்னத் தொந்தரவுகளைக் களைந்துவிட்டால், சினிமாவுக்கு அமோக வரவேற்பு இருக்கும். யாருக்கும் இந்தச் சூதாட்டத்தில் இழப்பே

ஏற்படாது என்று உறுதியாக நம்பினார். வேலூரில் படம் பார்த்துவிட்டு வந்து ஒரு மாதம் ஆன பின்னும் அவருக்கு இதே ஞாபகம்தான். பணமாக அவரிடம் இருபதாயிரம் ரூபாய்க்கு மேல் ரொக்கம் இருந்தது. கொஞ்சம் நகைகளும் இருந்தன. அவருக்கு நெல், வேர்க்கடலை, எள் என்று கொள்முதல் வியாபாரம் நடந்துவந்தது. இவருக்கே முப்பது ஏக்கருக்கு மேல் சொந்த நிலம் இருந்தது. பட்டா போக்குவரத்து இல்லாத நிலங்களும் இதே அளவுக்கு. இதுதவிர எள், கடலையை வாங்கி எண்ணெய் ஆட்டியும் அம்பத்தூர் வேலூர், திருவள்ளூர், கடம்பத்தூர் வியாபாரிகளுக்கு சப்ளை செய்துகொண்டிருந்தார். எண்ணெய் மண்டி ஒன்று ஊத்துக்கோட்டையில் இருந்தது.

சுந்தராம்பாளிடம்கூட இன்னும் இவருடைய யோசனையைச் சொல்லவில்லை. எண்ணெய் மண்டியும் நெல்லு, கொள்ளு வர்த்தகமும் இந்த உயரத்துக்குக் கொண்டுவந்தது இவருடைய சாமர்த்தியம்தான் என்று நம்புகிறவள்தான். இருந்தாலும் எதற்கும் நம் தரப்பில் நன்கு விசாரித்துக்கொண்டு தொழிலின் நெளிவு சுளிவுகளைத் தெரிந்து கொண்டு சொல்ல வேண்டும் என்று நினைத்தார். இல்லையென்றால், எடுத்த எடுப்பிலேயே நாலைந்து கேள்விகளில் மடக்கிவிடுவாள். தெரியாத தொழிலில் எதற்குக் காலை வைக்க வேண்டும் என்பாள். ஏற்கெனவே துணிக்கடை ஒன்று வைக்கலாம் என்றபோதும் இப்படித்தான் வேண்டாம் என்று தடுத்துவிட்டாள். “கல்யாணத்த வுட்டா காரியத்துக்குச் சம்பந்தம் கட்றதுக்கு ஒரு வேஷ்டி துண்டு எடுப்பாங்க.. அதையெல்லாம் நம்பி துணிக்கடை வெக்க முடியுமா? தீபாளி, விசேஷத்துக்குத் துணி எடுக்கிறதுக்குத்தான் இது ன்னா பட்டணமா?” என்றாள்.

அவளுக்கு ஒரு மோட்டார் கார் வாங்கிக்கொண்டு வலம் வர வேண்டும் என்பதில் ஆசை இருந்தது. இவ்வளவு பணம் இருப்பதாகச் சொன்னால் அவள் மோட்டார் வாங்க வைத்துவிடுவாளோ என்றும் மூச்சுவிடாமல் இருந்தார். அடுப்பங்கரையில் இருந்து உடம்பெல்லாம் வியர்வையால் நனைந்து போய் காப்பித் தண்ணியோடு வந்தாள் சுந்தராம்பாள். அவளுடைய சிவப்பு நிறமும் பக்க வாட்டு வளர்ச்சியற்ற நெடு நெடு தோற்றமும் அவளுக்கு நாற்பது வயது கடந்துவிட்டது என்று தோற்றம் கொடுக்கவில்லை. இரண்டு பக்கமும் டாலடித்த வைர மூக்குத்தி அவளுக்குத் தனியான ஈர்ப்பை ஏற்படுத்தியது. அந்த ஈர்ப்பில் நான்கு குழந்தையைப் பெற்று, அதில் ஒரு பையன் தவறிப் போயிருந்தான். சின்ன வயசுலயே சீக்கு கண்டு இறந்துபோய்விட்டதால் குழந்தைகள் கணக்கில் அவர்களுக்கு மூன்றுதான். அதில் இரண்டு பொம்பளையாய்ப் போய்விட்டதில் சிவகுரு மீது இருவருக்குமே அதிக பாசம். மஞ்சுளாவுக்கு பத்து வயசும் லட்சுமிக்கு எட்டு வயசும் நடக்கிறது. பெரியவன் பூந்தமல்லியில் கவர்மென்ட் ஸ்கூலில் கடைசி வருஷம் படித்துவிட்டு, காலேஜுக்குப் போகப் போறேன் என ஒற்றைக்கால் தவம் இருக்கிறவன். அவன் பெரியப்பா கட்சி.

“பொம்பளைங்க போட்றது இன்னன்னா வெத்தலை?” “பொட்டியோட வருமாம் பீரங்கி வெத்தலை...”

“ஆம்பளைங்க போட்றது இன்னன்னா வெத்தலை?” “சட்டியோட வருமாம் குருவி வெத்தலை.”

பெரியவளும் சின்னவளும் பக்கத்துவீட்டுப் பசங்களோடு புளிய மரத்தாண்டை விளையாடிக்கொண்டிருப்பது கேட்டது. வீட்டில் யாருமில்லை.

ஆறுமுக முதலியைச் சுந்தராம்பாளோடு ஒப்பிடுவதென்றால் உயரத்தில் மட்டும்தான். ஆறுமுக முதலிக்கு நிறம் மங்கல். கொஞ்ச காலமாக தொப்பையும் சேர்ந்துகொண்டு அவருடைய உயரத்தையே மட்டுப்படுத்திக்கொண்டிருந்தது. இப்போதெல்லாம் தொழிலில் காந்தம் ஏற்பட்டுப்போய் பொண்டாட்டி சுகம்கூட அவருக்கு நான்காம் பட்சமாகிவிட்டது. அது அவளுக்கு நன்றாகத் தெரியும். புடவை முந்தானையை நன்றாக விலக்கி, வியர்வையைத் துடைப்பதாக ரவிக்கையோடு நின்றுகொண்டிருந்தாள். அவர் அவளை ஏறிட்டுப் பார்த்தும்கூட கண்களில் எந்தச் சலனமும் இன்றி, “காப்பியா?” என்றபடி வாங்கிக்கொண்டார்.

மாடியில் இந்த ஒரே ஒரு அறைதான். ஆறுமுக முதலியாருக்கு என்று பிரத்யேகமாகக் கட்டிக்கொண்டார். சுந்தராம்பாளுக்குப் படிக்கட்டு வைத்து வீட்டுக்கு மேலேயும் வீடு கட்டுவார்கள் என்பது தெரியாது. ஆறுமுக முதலியார்தான் பட்டணத்தில் பார்த்துவிட்டு வந்து அதே மாதிரி கட்டினார். பொதுவாக, வீட்டுக்கு மேலே நெல் கொட்டி வைக்கத்தான் பலகையால் பந்தல் மாதிரி போட்டு வைப்பதைப் பார்த்திருக்கிறாள். அவளுடைய வீட்டிலும் அப்படி ஒன்று உண்டு. அதற்குப் படிக்கட்டு இருக்காது. ஏணி ஒன்றைப் போட்டு மேலே ஏறி நெல்லைக் கொட்டி வைப்பார்கள். அதன்மீது ஓடு வேய்ந்த கூரை. பலகையின் நடுவே பித்தளைக் குடத்தின் வாயளவுக்கு ஒரு ஓட்டை இருக்கும். அதை வைக்கோல் திணித்து அடைத்துவிட்டு பலகையின் மேல் நெல்லைக் கொட்டிவிடுவார்கள். நெல்லைக் கீழே தள்ள வேண்டுமானால் அந்த வைக்கோல் பிரியைப் பிடுங்கினால் போதும். நெல் அப்படியே குழாயில் இருந்து தண்ணீர் கொட்டுகிற மாதிரி கொட்டும். ஆனால், அவளுக்கு அந்தப் பந்தலை நினைத்தாலே உடம்பெல்லாம் அரிப்பெடுக்கும். அப்படியரு சுணை. அதன் மேலே ஏறி நெல்லைக் கூட்டச் சொன்னாலோ அல்லது வரப்போகிற காருக்கு நெல்லை ஏற்றி வைக்கச் சுத்தம் செய்யச் சொன்னாலோ அவளுக்குத் தாங்காது. வீட்டுக்கு மேலே அறை என்றதும் அவளுக்கு அப்படியரு அருவருப்புதான் இருந்தது.

ஆனால், கட்டி முடித்ததும்தான் இப்படி உசரத்தில் இருப்பதால் காற்று நன்றாக வருவதும் வீட்டுக்கே கம்பீரம் வந்ததுபோலவும் இருந்தது. மனிதருக்கு ரொம்ப குஷியாகிவிட்டால், ராத்திரியில் மட்டுமின்றி

பகலிலும் மேலே அழைத்துக்கொள்வார். "இதுக்காகத்தான்டி மேலே ரூம் கட்டினேன்" என்று சொல்லியிருக்கிறார். ஆனால், இப்போது அப்படியொரு மனநிலையில் இல்லை என்று தெரிந்தது.

நோட்டுப் புத்தகத்தை மடியில் வைத்துக்கொண்டு கணக்குப் போட்டுக்கொண்டிருந்தார். சுந்தராம்பாள் தாம் கீழே போவதை அறிவிப்பதாக ஒரு கனைப்பு செய்தாள்.

"ஏண்டி... சினிமான்னா என்னன்னு தெரியுமா உனக்கு?"

"என் தெரியாது.. கூத்து மெரியா இருக்கும்னு சொல்லுவாங்களே அதானே..?"

ஆறுமுக முதலியாருக்கு எதிர்பார்க்காத சந்தோஷம். பாதி பிரச்சினை தீர்ந்துவிட்டதுபோல நோட்டுப் புத்தகத்தை எடுத்து வைத்துவிட்டுத் திரும்பி உட்கார்ந்தார். "அட! என்ன அலங்காரம்?

கோட்டை இன்னா, கோபுரம் இன்னா... வேலூர் போயிருந்தப்ப கம்சன் கதை ஒண்ணு பார்த்தேன். அடேங்கப்பா... அப்படியே நேர்லயே ஆளுங்க வந்து ஆடறாப்ல இருந்துச்சு."

"எங்க பெரிமா ஒரு வாட்டி பாத்துட்டு வந்துட்டு... யப்பா ஒரு வருஷம் சொல்லிக்கிட்டு இருந்துச்சி.. 'சும்மா ஜிகு..ஜிகுனு வர்றாங்க.. ஜிகு.. ஜிகுனு போறாங்க. கை ஜாடை, கால் ஜாடைலதான் பேசுறாங்க..'னு கதயா சொல்லிங்கடந்துது.. வெள்ளைத் துணி கட்டி வெச்சிருக்கும் அதுக்குப் பின்னாடி இருந்து ஆடுறாங்கன்னே ரொம்ப நாளு சொல்லுச்சு.. அதான? ஆளே இல்லாம எப்படி வருது?"

"அதுதான்டீ வித்தை.. எல்லாரையும் ஒருவாட்டி நடிக்க வெச்சி படம் புடிச்சு வெச்சுடுவான். அதை எத்தனை படம்னாலும் போட்டு பல ஊருக்கும் அனுப்பி கொட்டாய்ல படமா காட்றான். பிரமிச்சுப் பூடுவே பார்த்தியனா... பேசறா மாதிரியும் பாடுறா மாதிரியும்கூட இப்ப படம் வந்திருக்காம்."

"போட்டா புடிச்சு மாட்டிக்கிறாங்களே அந்த மாரினு சொல்லு"

"அதேதான். போட்டோல கிறவங்க உயிரோட பேசினா எப்பிடி இருக்கும்? அதுதான் சினிமா..."

"ஒருவாட்டி கூட்டிக்கினு போய் காட்னாத்தானே தெரியும்?"

"கூட்டிக்கினு போறேன். பட்டணம் போய் பார்த்துட்டு வருவோம்" என்றார். தாமே ஒரு படம் எடுக்க விரும்புகிற ஆசையை மட்டும் வெளியிடாமல் ஒத்திவைத்தார். ஆறுமுக முதலி மீண்டும் சிந்தனையில் ஆழ்ந்துவிடவே கௌரவமாக அங்கிருந்து விலகும் பொருட்டு "மீனை ஆஞ்சி வைச்சுட்டு வந்துட்டேன். நான் போய் வேலையப் பாக்கிறேன்" என்றபடி அவருக்குத் தேவைப்படாத பதிலைச் சொல்லிவிட்டு விடைபெற்றுக்கொண்டாள் சுந்தராம்பாள்.

தொழில் விருத்தி சம்பந்தமாக அவருக்கு மூன்று யோசனைகள்

இருந்தன. ஒன்று, இப்போது ஆந்திராவில் இருந்து நெல் மூட்டைகள் வரத்து அதிகரித்து வருவதால், ரெட்ஹில்ஸில் ஒரு ரைஸ்மில் கட்டினால் வருங்காலத்தில் பெரிய செழிப்பு ஏற்படும் என்பது இரண்டாவது, சம்பாதித்தது போதும் பொண்டாட்டியின் ஆசைப் படி ஒரு மோரிஸ் கார் வாங்கிக்கொண்டு ஜபர்தஸ்தாக வாழ்ந்து விட்டுப் போகலாம். மோட்டார் காரை வாங்கிக்கொண்டு எங்கே போவது என்று அவருக்குப் பெரிய யோசனை. ஆயில் மண்டிக்கும் நெல் வியாபாரத்துக்கும் இது லாயக்குப் படாது. மூன்றாவது, சினிமா படம் எடுக்கலாம்.

இது தவிர, நான்காவதாக அவர் யோசிக்க விரும்பாத இன்னொன்று இருந்தது. இப்போது அவரிடம் பணத்தின் மூலமாக ஊத்துக்கோட்டையை வளைத்துப் போட முடியும். ஜமீன்தாருக்கும் இதையெல்லாம் ஏற்று நடத்த ஓர் ஆள் கிடைப்பானா என்பதுதான் ஏக்கம். பூண்டிக்கும் ஊத்துக்கோட்டைக்கும் இடையில் இருந்த காட்டில் ஓநாய்களும் நரிகளும் சிறுத்தைகளும்கூட அட்டகாசம் செய்துகொண்டிருந்தன. காட்டைச் சுற்றியிருந்த பொதுமக்களும் அவற்றால் அவதிப்பட்டுக்கொண்டிருந்தனர். இந்த லட்சணத்தில் இங்கே நிலத்தை வாங்கிப்போட்டுவிட்டு, யார் மாரடிப்பது என்று அதை யோசிக்க மறுத்தார். தன் மூன்றாவது யோசனையை ஒரு தரம் உரசிப் பார்த்துவிடும் நோக்கத்தோடு நாளைக் காலை திருவள்ளூருக்கு வண்டி மாட்டைக் கட்டுமாறு முத்துவிடம் சொல்லிவிட்டு, ஒரு ஆயிரம் ரூபாயை முன்பணமாகவும் எடுத்துப் பத்திரப்படுத்தி வைத்தார்.

6

சென்ட்ரலில் ரயிலை விட்டு இறங்கி நகரத்தைப் பார்த்து வியந்தார். புரசைவாக்கம் போகும் ட்ராம் எங்கே நிற்கும் என்று கேட்டறிந்தார் ஆறுமுக முதலி. முன்புபோல இல்லாமல் இப்போது சென்னையிலேயே ஸ்டூடியோ அமைத்துப் படங்கள் தயாரிக்கத் தொடங்கியிருப்பது எந்த அளவுக்கு உண்மை என்பதைத் தெரிந்துகொள்வது, இத்தொழிலில் காலூன்றும் தைரியத்தை அவருக்கு ஏற்படுத்தும் என்றுதான் வந்திருந்தார்.

பளீரென்ற பித்தளை முகப்புடன் பளபளப்பாக இருந்தன டிராம் வண்டிகள். சென்னை மக்களுக்கு அதைப் பார்ப்பதில் பிரமிப்பு எதுவும் இல்லை. ஒரு பிரம்மாண்ட வண்டுபோல அது ஊர்ந்து போய்க்கொண்டிருந்தது. சென்ட்ரலில் இருந்து புரசைவாக்கம் போக வேண்டுமானால் இரண்டு ட்ராம் மாற வேண்டும் என்றார்கள்.

வேப்பேரிக்குப் போய் அங்கருந்து இன்னொன்று. எல்லா ட்ராமிலும் பெரும்பாலும் நாமம் போட்ட நாயுடுகள்தான் டிரைவர்களாகவும் டிக்கெட் கொடுப்பவர்களாகவும் இருந்தனர். சாலையில் செல்பவர்கள் மணி அடிக்கும் சப்தம் கேட்டால் ஏதோ குறுக்கீடு போலத் தலை உயர்த்தி அதைப் பார்த்துவிட்டு, அவரவர் வேலையில் ஈடுபட்டனர். சாலையைக் கடக்க இருந்தவர்கள் வாகனம் வருவதை முன்னிட்டு வேகமாக அந்தப் பக்கம் தாண்டி ஓடினர். பலர் ‘குழாய் டவுசர்’ போட்டிருந்தனர். குடுமி வைத்திருப்பவர் குறைவாகவே இருந்தனர்.

புரசைவாக்கத்தில் சீனிவாசா சினிடோன் கம்பெனி முகவரியை விசாரித்ததில் ட்ராமுக்குள் இருந்த சிலருக்கும் தெரிந்திருக்கவில்லை.

கோட்டும் சூட்டும் அணிந்து ஆங்கிலேய பாணி இளைஞன் ஒருவன் அந்த ட்ராமில் இருந்தான். ஆறுமுக முதலி விசாரிப்பதை ஆரம்பம் முதலே கவனித்து வந்தாலும் இடையில் புகுந்து விளக்கம் சொல்வதை அநாகரிகம் என்று அவன் கருதி இருந்தான். ஆனாலும் ஆறுமுக முதலியின் பரிதவிப்பு அவனுடைய நாகரிகத்தை வென்றுவிட்டது என்றுதான் சொல்ல வேண்டும்.

“கங்காதீஸ்வரன் கோயில் அருகே இறங்கி மேற்க திரும்பி ஒரு பர்லாங் போனா, ஓட்டேரி சுடுகாட்டுக்குப் போற ரோடு பிரியும்.. அதையும் தாண்டி கொஞ்சதூரம் போனாக்கா வலது பக்கத்தில சீனிவாசா சினிடோன் ஸ்டுடியோ போர்டு தெரியும்” என்றான் ஆங்கிலத்தில். ஆறுமுக முதலிக்கு ஓரளவுக்குத்தான் புரிந்தது. தமிழில் சொன்னால் நன்றாக இருக்கும் என்று கேட்க நினைத்தார். முன் வரிசையில் இரண்டு வெள்ளைக்காரர்கள் இருந்தார்கள். ஒய்யாரமாக நான்கு பேருக்கான இடத்தில் அவர்கள் இருவர் அமர்ந்திருந்தனர்.

“நீங்க தபாலாபீஸில் வேலை செய்கிறீர்களா தம்பி?” என்றார் அந்த இளைஞனிடம். சும்மா பேச்சுக் கொடுத்து தமிழில் பேச வைக்க எத்தனித்தார். அவன் இல்லை என்பதையும் ஆங்கிலத்தில்தான் சொன்னான். கங்காதீஸ்வரர் கோயில் அருகே மணியடித்துப் பெயர் சொல்லி இறக்கினான் கட்டணம் வசூலித்தவன். முன் கதவாண்டை ஒருத்தனும் பின் கதவாண்டை ஒருத்தனுமாகக் கட்டணம் வசூலிப்பவர்கள் இரண்டு பேர் இருந்தார்கள்.

ட்ராமைவிட்டு இறங்கியதும் கோயில் வாசலில் சாஷ்டாங்கமாக விழுந்து வணங்கிவிட்டு உள்ளே நுழைந்தார். யாரையாவது வழித்துணையாக அழைத்து வந்திருக்கலாம் என்று தோன்றியது. எம்பெருமான் இருக்கும்போது வேறு யார் துணை வேண்டும் என பாரத்தைப் போட்டுவிட்டுக் கோயிலுக்குள் நுழைந்தார். குளக்கரையில் காலை நனைத்துவிட்டு முகத்தையும் சில்லென இறைத்து அழுந்தத் துடைத்துக்கொண்டார்: முகத்தின் எண்ணெய்ப் பிசுக்கு குறைந்தது. மூலவரின் முன் நின்று கண்ணை மூடித் தியானித்தார். அர்ச்சகர் வந்து விபூதித் தட்டை நீட்டியதும் கைவிரல் பதிய அழுந்தி எடுத்து நெற்றியில் பூசிக்கொண்டார்.

“வெளியூரா?” என்றார் அர்ச்சகர்.

ஆமாமெனத் தட்டில் ஓரணாவைப் போட்டுவிட்டுக் கன்னத்தில் போட்டுக்கொண்டார். “இங்கே சீனிவாசா சினிடோன் எங்க இருக்கு?”

“அது சேத்துப்பட்டுலண்ணா இருக்கு? போயீ இடது பக்கம் திரும்பினேள்னா குதிரை வண்டி நிக்கும். தட்டிவிட்டான்னா அஞ்சு நிமிஷத்தில போயிடலாம்.. நாராயணன்தான் மொதலாளி.. இங்க

வருவாரு எப்பவாச்சும்.. அவங்க சம்சாரத்துக்கும் நல்ல சினிமா ஞானம். அந்தம்மா இல்லன்னா அங்க ஒண்ணும் நடக்காது. பெரிய என்ஜினீர் அவங்க."

ஆறுமுக முதலிக்குத் தம் சுந்தராம்பா ஞாபகத்துக்கு வந்துபோனாள். "இங்க சுடுகாட்டுக்குப் பக்கத்தில சொன்னாங்களே?"

ஐயர் யோசித்தார். "அது ம்ப்பீரியல். சினிமா கம்பெனி... ஸ்டூடியோவாச்சே."

வெளியில் வந்து ஐயர் சொன்ன மாதிரி இடது பக்கம் திருப்பத்தில் பார்த்தபோது தெரு முக்குப் பிள்ளையார் கோயிலுக்குப் பக்கத்தில் ஒரு சாப்பாட்டுக் கடை கண்ணில் பட்டது. பட்டணத்து ருசி ருசிதான். இட்லி மெத்தென்று இருந்தது. ஊரில் இவ்வளவு மிருது இருப்பதில்லை. மெட்ராஸில் சோடா பவுடர் போடுவதாகச் சொல்லுவார்கள். சட்னியும் சாம்பாரும் ஊற்றி நாக்குக்குப் புதுசாகத் தான் இருந்தது எல்லாமும். ஊரில் இருந்து புறப்பட்டு வந்த களைப்பு இப்போதுதான் நிதானத்துக்கு வந்ததுபோல இருந்தது. தெம்போடு நடந்தார். கோயிலுக்குப் பின்புறம் அக்ரஹாரமும் அதை ஓட்டி கிராமத்தில் இருப்பதுபோலவே சில ஓட்டுவீடுகளும் இருந்தன. சொன்ன மாதிரியே நான்கைந்து குதிரைச் சவாரி இருந்தது. ஒருத்தனைப் பிடித்து விசாரிக்கவும் மீதி நான்கு பேரும் சூழ்ந்துகொண்டு பேரம் படிய வில்லையென்றால், தாம் கொஞ்சம் குறைத்துக்கொள்வதற்குத் தருணம் பார்த்தனர். பேரமே இல்லை. ஆறுமுக முதலி பார்க்க லட்சணமாக இருந்த ஒரு வண்டியில் ஏறிக்கொண்டு "சேத்துப்பட்டு சீனிவாசா சினிடோன் போப்பா" என்றார். அவருக்கு வந்த காரியம் முடிய வேண்டும் என்பதில் அதிக நோக்கம். குதிரைக்காரன் துண்டால் இருக்கையைத் தட்டிவிட்டுத் தாவி ஏறி உட்கார்ந்தான். "இதோ அஞ்சு நிமிஷம் சாமி" எங்கு போக வேண்டுமானாலும் இதே நேரத்தைத்தான் சொல்லுவான்போல இருந்தது. கொஞ்ச தூரத்தில் இன்னொரு பாதை ஒன்று குறுக்காக வெட்டியது. அங்கிருந்து வலதுபுறம் செல்லும் சாலைதான் ஓட்டேரி சுடுகாட்டுக்குச் செல்லும் சாலையாக இருக்க வேண்டும். புதர் மண்டிய சாலை அதற்கு அடையாளமாகவும் அச்சுறுத்துவதாகவும் இருந்தது. அங்கிருந்து நேராக நீண்டு கிடந்த சாலையின் இடது பக்கச் சாலையில் ஏதோ கிருஸ்தவ ஆசரமம் போல இருந்தது. அடர்ந்த மரங்கள் சூழ்ந்த பகுதியைச் சுற்றி வேலி அடைத்திருந்தார்கள். குதிரைக்காரன் இடது பக்கம் திருப்பினான். சற்றுத் தூரம் போய் வலது பக்கம் திரும்பும்போது, "இந்த ரோடு நேரா புடிச்சா பூந்தமல்லி போயிட்லாம்" என்றான்.

"தெரியும்" என்று தவிர்க்கப் பார்த்தார். "தெரியுமா? அப்ப நம்மளுக்கு இந்தப் பக்கந்தானா?" என்று இழுத்தான். அதைக் கவனிக்காததுபோல பராக்குப் பார்த்தபடி வந்தார். சாலையில் அங்கொன்றும் இங்கொன்று மாகக் குதிரை வண்டிகள் போய்க்கொண்டிருந்தன. சுற்றுப்பட்டில்

விவசாயம் பார்க்கிற விதமாக இல்லை. காடாக மண்டிக் கிடந்தது. பூந்தமல்லி செல்லும் சாலை திருப்பத்தில் தென்னந்தோப்புக்கு மத்தியில் அரண்மனை மாதிரி வீடு ஒன்று கண்ணில் பட்டது. அங்கங்கே வீடுகள் கட்டப்பட்டு இருந்தன. பிடிவாதமாகச் சிலர் மட்டும் வாழையோ, கம்போ, கேழ்வரகோ பயிர் செய்துகொண்டிருந்தனர். அவர் நினைவு தெரிந்து சென்ட்ரல், வேப்பேரி, புரசைவாக்கம் பகுதியில்தான் ஆரம் பத்தில் வீடுகள் இருந்தன. இப்போது பூந்தமமல்லி போகிற சாலையின் இரண்டு பக்கமுமே வீடுகள் உருவாகி வருவதைப் பார்த்தார். ரயில் ரோடு தடுப்பைத் தாண்டி மறுபக்கம் வந்ததும் "இதுதாங்கையா சினிமா புடிக்கிற இடம்" என்றான். அதனுள் பிரவேசிக்கும் எண்ணம் அவனுக்கு இல்லை. பட்டணத்தின் பூர்வ குடிகள் யாருமே ரயில்வே யில் சேர வேண்டும் என்றோ, இந்த மாதிரி சினிமாவில் சேர வேண்டும் என்றோ ஆர்வம் தொற்றாமல் இருப்பது அவருக்கு ஆச்சர்யமாக இருந்தது. அவர்கள் நம்ம ஊரில் பிழைப்பு நடத்த வந்தவர்களோடு நாம் எப்படிப் போட்டி போடுவது என்று நினைப்பார்களோ என்னவோ?

வேட்டியை மடித்துக் கட்டிக்கொண்டு கேட்டுக்கு அந்தப் பக்கம் படம் எடுப்பது ஏதாவது கண்ணில்படுகிறதா என்று இப்படியும் அப்படியுமாக எம்பிப் பார்த்தான். அதற்குள் ஆறுமுக முதலி கூலி கொடுக்கவும் ஒரு கும்பிடு போட்டுவிட்டு குதிரையைத் திருப்பிக் கொண்டு போய்விட்டான்.

அவர் நின்ற இடத்துக்கு எதிரே முன்பக்கம் காம்பவுண்டு சுவர் எழுப்பி சீனிவாசா சினிடோன் என்று போர்டு. நீல நிறப் பூச்சு கொண்ட தகரத்தில் வெள்ளை எழுத்துக்கள். கேட்டைத் திறந்தபோது காவலாளி ஓடிவந்து "யார் நீங்க, யாரைப் பார்க்கணும்" என்றான். படமெடுப்பதற்காக வந்த விஷயத்தைச் சொன்னார். அவன் ஏற இறங்கப் பார்த்தான்.

"நடிக்கறதுக்காகச் சந்தர்ப்பம் கேட்டு வந்து தொல்லை பண்றாங்க. அதான் கேட்டேன்" என்றபடி உள்ளே போனான். ஆறுமுக முதலி சினிமா இங்கிருந்துதான் உற்பத்தியாகிறதா என்று இரண்டு பக்கமும் மண்டிக் கிடந்த மரங்களையும் கிடங்கு கூடாரம்போல போட்டிருந்த இரண்டு தார்ப்பாய்ச்சி கட்டிய கூடங்களையும் பார்த்தார். மறுபுறத்தில் பழங்காலக் கட்டடம் ஒன்று இருந்தது. ஜமீன்தார் வீடுபோல இருந்த அதுதான் அலுவலகமாகச் செயல்படுகிறது என்பது பார்த்ததும் புரிந்தது.

சோபாவில் அமருமாறு சொல்லிவிட்டு, அங்கிருந்த இன்னொரு சிப்பந்தியிடம் பார்க்க வந்திருப்பதைச் சொல்லி அனுப்பிவிட்டு மீண்டும் இரும்பு கேட்டுக்குப் பக்கத்தில் போய் நின்றுகொண்டான். அங்கு ஏதோ சாயப்பட்டறை வாசனை வந்தது. கரண்டு பல்பும் போனும்கூட அங்கு இருந்தது. அவர் இருந்த இடத்தில் அன்று வந்த செய்தித்தாள் ஒன்று இருந்தது. சுதேசமித்திரன், இந்து பேப்பர்கள்

இருந்தன.

அதில் எதை எடுக்கலாம் என்று தீர்மானிப்பதற்குள் உள்ளே சென்ற சிப்பந்தி வந்து அழைத்தார்.

நாராயணன் என்பவர் ஒல்லியாக இருந்தார். அவர் தலைக்கு மேலே காற்றாடி ஒன்று சுழன்றுகொண்டிருந்தது. எதிரே பெரிய டேபிள். அதன் மேல் வரவு செலவு பைல்கள். "எங்கிருந்து வர்றீங்க?" என்றார் கூர்ந்து பார்த்தபடி.

"ஊத்துக்கோட்டை பக்கத்தில என் ஊரு. எண்ணெய் மண்டி வெச்சிருக்கேன். நெல், வேர்க்கடலை வியாபாரம்..." நாராயணன் பார்த்துக்கொண்டே இருந்தார். "இப்ப சினிமா எடுக்கணும்னு யோசனை.." அதன் பிறகும் அவர் பார்த்துக்கொண்டிருந்தார். கதவைத் திறந்துகொண்டு ஒரு பெண்மணி வந்து நாராயணன் பக்கத்தில் இருந்த இன்னொரு இருக்கையில் அமர்ந்துகொண்டார். ஆறுமுக முதலிக்கு இன்னும் சங்கடமாகப் போய்விட்டது. "எவ்வளவு செலவாகும்.. எப்படி வியாபாரம்னு தெரிஞ்சுக்கலாம்னு வந்தேன்."

"இப்பத்தான் மெட்ராஸ்லயே சினிமா எடுக்கிற நிலைமை வந்திருக்கு. நா கல்கத்தா, பம்பாய்னு போய் ஊமைப்படம் எடுத்தவன் தெரியுமில்ல? ம்ம்.. நாங்கதான் மொதல்ல மெட்ராஸ்லயே படம் எடுக்க வசதி பண்ணியிருக்கோம். நம்மகிட்டயே பிலிம் பிராஸஸர் இருக்கு. சவுண்டு ரெக்கார்டிங் இருக்கு, எல்லா செட்டும் ரெடி பண்ணலாம். பெரிய பெரிய ஆசாரியெல்லாம் வந்து வேலை பார்க்கிறாங்க. ராஜாங்க சபை வேணுமா, தேவலோகம் வேணுமா, காடு மலை வேணுமா எல்லாம் ரெடி பண்ணித் தந்துடுவாங்க. இதுக்கு முன்னாடி வடக்க போய் படாத பாடுபட்டுப் போய்ட்டேன். நம்ம ஸ்டூடியோவில இப்ப எல்லா வசதியும் வந்தாச்சு. பேசற படமே எடுக்கலாம். வசதி வந்தாலும் படம் போட்டுக் காட்றதுக்கு இன்னும் நிறைய டெண்டு கொட்டாய்ங்க வரணும். நிறைய இடத்தில படம் ஓடினாத்தான் பணம் எடுக்க முடியும். கோயமுத்தூர், மதுரை, திருச்சினாப்பள்ளி இங்கிருந்தெல்லாம் வந்து படம் காட்ற புரொஜெக்டர் வாங்கிக்கிட்டுப் போறாங்க. நீங்களும் உங்க ஊர்ல ஒரு சினிமா கொட்டா ஆரம்பிக்க முடியுமா பாருங்க."

"ஜனங்களுக்குப் படம் பார்க்கிற ஆர்வம் இருந்தாலும் கொட்டாய் கட்டிப் போட்டாத்தானே?" விஷயம் புரிந்தவர் மாதிரி எடுத்துக் கொடுத்தார் ஆறுமுக முதலி.

"ராமாயணம், அரிச்சந்திரன் கதை, பீமன் கதைனு போட்டா ஜனங்க பார்க்க வருவாங்க. வெளிநாட்லலாம் குடும்பப் பிரச்னையைலாம்கூட படமாக்கிறாங்க. என்ன.. இப்ப நம்பிச் செலவு பண்ணுணும். அரை நோட்டைத் தாண்டுது. நோட்டுன்னா... தெரியுதில்ல? ஆங்... பெரிய நோட்டு. நடிகர் கூலி, கரண்டு சார்ஜ், சங்கீதக்காரங்க கூலி எல்லாம் எகிறிக்கிட்டே இருக்கு. இந்தப் படுவாவிங்க நாட்டைவுட்டுப்

போனானுங்கன்னா இன்னும் கொஞ்சம் சுதந்திரமா படம் எடுக்கலாம்.” ‘அரை நோட்டா’ என்று மனதுக்குள் அலறினார். “சினிமா எடுக்கறதுக்குத் தடை போட்றாங்களா?”

“கரண்டுக்கு, பிலிம் வாங்க கொள்ள அவனுங்க அனுமதிக்கி தேவுடு காக்க வேண்டியதா இருக்குதே. அதைச் சொல்றேன். நீங்க எவ்வளவு யோசித்து வந்தீங்க?”

சொல்வதற்குக் கூச்சமாக இருந்தது. பெருமைக்காக வேண்டி தாம் நினைத்ததை இரண்டு மடங்காக்கிச் சொன்னார்.

நாராயணன், தம் மனைவியைப் பார்த்தார்.

“உங்க ஊர்ல சினிமா கொட்டாய் ஆரம்பிக்க முடியுமானு பாருங்க. அப்புறம்கூடப் படம் எடுக்கிறதை யோசிக்கலாம்” என்றார் அந்தப் பெண்மணி.

“இது என் சம்சாரம்... மீனாட்சி... எனக்கும் நீங்க அகலக்கால் வைக்க வேணாம்னுதான் தோணுது. சொந்த இடம்னா சினிமா கொட்டாய் ஆரம்பிக்கிறதுக்குப் பத்து ரூபாகூடப் போதும். அப்புறம் நிதானமா படம் எடுக்கறதுக்கு வாங்க. இப்ப பத்து கம்பெனி ஆகிடுச்சு. காரைக்குடியிலிருந்து ஒரு செட்டியார் கூட படம் எடுக்கணும்னு வந்திருக்காரு. இப்படிப் போட்டி வந்தாத்தான் தொழில் வளரும்..”

“வளர்ற தொழில்தான்.. சந்தேகமில்ல.”

“நாடக கம்பெனி ஆர்டிஸ்ட்டுல்லாம்கூட சினிமாவுல நடிக்கணும்னு திரும்பிட்டாங்க. பாகவதர் ஒருத்தர் நடிக்க வந்திருக்காரு... அடேங்கப்பா என்ன பாட்டு... பாருங்க இன்னும் கொஞ்ச நாள்ல. பாய்ஸ் கம்பெனில இருந்து ஒரு பையன் வந்தாரே.. சிவப்பா.”

“பேரு...” யோசிக்க ஆரம்பித்தபோது நாராயணன் “சுருள் சுருளா முடி.. நல்ல உடல்கட்டு.. ஆளு ரொம்ப ஜோராத்தான் இருக்கான். நாம ஒரே நேரத்தில எத்தனை படம் எடுக்க முடியும்? போய் வாப்பா அப்புறம் பார்க்கலாம்னு அனுப்பிட்டோம். ம்ம்ம்... ராமசந்தர்னு ஒரு ஆக்டரு.... நல்ல களையாத்தான் இருக்காரு...” “இப்ப என்ன படம் எடுக்கிறீங்க?”

புருஷன் பொண்டாட்டி இருவரும் ஒருவர் முகத்தை ஒருவர் பார்த்துக்கொண்டனர். “ஆட்டு மந்தை மெரிதான் இருக்குது ஷூட்டிங்கெல்லாம். நான் என்ன கதை எடுக்கிறனோ அதைத் தெரிஞ்சுக்கிட்டு இன்னொருத்தன் அதையே எடுக்கிறான். தடுக்கவா முடியுது? படம் ஓரளவுக்கு நடந்து முடிஞ்ச பின்னாடிதான் சொல்றதுன்னு ரகசியமா எடுத்துக்கிட்டு இருக்கோம்.”

“மன்னிக்கணும்.. தெரியாமக் கேட்டுப்புட்டேன்.”

“பரவால்லங்க.. திரெளபதி வஸ்த்ராபகரணம் பார்த்தீங்களா?” என்றார் மீனாட்சி.

“இல்லைங்க. இன்னும் பேசற படம் எதுவும் நான் பார்த்ததில்லீங்க.”

“இது நல்லா இருக்கே” அம்மையார் சிரித்தார். பெரிய பொட்டுவைத்த வட்ட முகம். வேற்று ஆள் இருந்தாலும் நாற்காலியில் உட்கார்ந்து தைரியமாகப் பேசுவது ஆச்சர்யமாக இருந்தது முதலிக்கு.

“இப்பத்தான் திரும்பின பக்கமெல்லாம் தியேட்டரே கட்டி வெச்சுட்டாங்களே... ஒத்தவாடை, தங்கசாலை. மவுண்ட் ரோடு போயிட்டீங்கன்னா ஒரே எடத்தில ரெண்டு மூணு தியேட்டர் இருக்குது. மொதல்ல படம் பாருங்க.”

“சரிங்க.. ஆர்வம் அப்படிங்க.”

“நாங்க திரௌபதி வஸ்த்ராபகரணம் எடுத்தா இன்னொரு கம்பெனியும் அதே கதையை எடுக்கிறான்... ஒருத்தன் பிரகலாதா எடுத்தா இன்னொருத்தனும் பிரகலாதா. ஒருத்தன் வள்ளித் திருமணம் எடுத்தா இன்னொருத்தனும் அதே பேர்ல படம். என்ன பண்றது சொல்லுங்க? இதுவரைக்கும் இருபது படம் எடுத்திருக்காங்கன்னா... எல்லாம் ரெண்டு ரெண்டு தடவை... இதுக்கெல்லாம் சங்கம் வெச்சி முடிவுபண்ணனும்.”

“தொழில்ல ஒற்றுமை இருக்கணுங்க...” ஆறுமுக முதலி நடுநடுவே இப்படி வார்த்தை போட்டுக்கொண்டிருந்தார்.

“ஆமா... நீங்க நினைச்சது மாதிரி நாப்பதாயிரத்தில படம் பண்ண லாம். போன வருஷம் வரைக்கும் நா முப்பதாயிரத்திலயே படம் முடிச்சிருக்கேன். போட்டி.. இந்தியா முழுக்கவே இப்ப படம் எடுக்க ஆரம்பிச்சுட்டாங்க. அதான் விஷயம். பிலிம் கெடைக்கல... பணம் இருந்தா போதுமா? பிலிம் வோணுமில்ல பிலிமு? வெலய ஏத்திப் புட்டான்” சிரித்தார். தெரியாத தொழிலில் மேற்கொண்டு எந்த சந்தேகத்தைக் கேட்பது என்றும் தெரியவில்லை. அவர்களாகச் சொல்லும்போது எழுந்திருப்பது நாகரிகமா, அவர்கள் சொல்வதற்கு முன்னால் எழுந்திருப்பது நாகரிகமா என்பதில் பெருத்த சந்தேகம் வந்துவிட்டது ஆறுமுக முதலிக்கு. நாமாக எழுந்தால் நம் ஆர்வம் அவ்வளவுதான் என்று நினைத்துவிட்டால்? இப்போது இவர்கள் என்ன படம் எடுக்கிறார்கள் என்று உளவு பார்க்க வந்தவனாக நினைத்துக்கொள்வார்களோ என்றும் தோன்றியது.

கொஞ்சம் அமைதிக்குப் பிறகு “என்ன படம் எடுக்கறீங்கன்னு ஆசையா கேட்டீங்க. படம் பேரு ‘ஸ்ரீனிவாச கல்யாணம்’... சீனிவாச ராவ், லஷ்மி தேவினு எல்லாரும் பெரிய ஆளுங்களை நடிக்கப் போட்டிருக்கேன். இது வந்தா இதுதான் மெட்ராஸ்ல உருவான மொத படமா இருக்கும்.”

எண்ண அலைகள் புரண்டு ஓடிக்கொண்டிருந்தன. வாக்கு கொடுத்துவிட்டு வேலையில் இறங்கலாமா, யோசித்துச் சொல்வதாகக் கிளம்பலாமா?

“நீங்க சொல்றாப்ல கொட்டா ஒண்ணு போட்டுர்றேன்.. இடம் ரெடி பண்ணிட்டு வந்து சொல்றேன். நீங்க வழிநடத்திக் கொடுக்கணும்.”

“அதுக்கெல்லாம் ஆளுங்க இருக்கிறாங்க.. அனுப்பி வைக்கிறேன்.” ஆறுமுக முதலி இருக்கையில் இருந்து கை கூப்பினார். “ஸ்டுடியோவை சுத்திப் பாத்துட்டுப் போங்க.”

உள்ளே அழைத்து வந்து விட்டுவிட்டுப் போன சிப்பந்தியை அழைத்து சுற்றிக் காட்டப் பணித்துவிட்டு, நாராயணனும் அவருடைய மனைவியும் எழுந்து விடை கொடுத்தனர்.

ராஜ தர்பார், பூத் தோட்டம் என்று கூடாரத்துக்குள் செய்து வைத் திருந்தார்கள். என்றும் காய்ந்து போகாத பூக்கள் எங்கும் இறைந்து கிடந்தன. ஒரு மணி நேரத்துக்கு மேல் நிதானமாகச் சுற்றிப் பார்த்தார். படம் பிடிக்க வெளிச்சம் தேவை என்பதால் மேலே தார்பாய் கூரை தான். கூரையைக் கழற்றிவிட்டால் வெயில் பளீரென்று அடிக்கும். அப்படியே கேமராவில் படமாக்க வேண்டியதுதான்.

பரபரவென்றிருந்தது மனசு. படம் எடுப்பதில் இருந்து பின் வாங்கக் கூடாதென்று சங்கல்பமாக இருந்தது. முன் வைத்த காலைப் பின் எடுக்காமல் காரியத்தில் இறங்க வேண்டும்.

இறங்கி வெளியே வந்தார். உச்சி வெயில் தலையில் இறங்கியது. பக்கத்தில் ஒரு சாப்பாட்டுக் கடையில் சோறு பொங்கிப் போட்டுக் கொண்டிருந்தார்கள். சாம்பார் சாதமும் மோரும் சாப்பிட்டுவிட்டு மவுண்ட் ரோட்டுக்கு எந்த மார்க்கமாகப் போக வேண்டும் என்று விசாரித்தார். அங்கேதான் கெயிட்டி தியேட்டரில் சினிமா ஓடுவதாக அறிந்துவைத்திருந்தார். ட்ராம் போவதாகச் சொன்னார்கள். கெயிட்டி தியேட்டரைக் கண்டுபிடித்து, அங்கே சுவர்களிலே ஜனங்களைக் கவர்ந்து இழுப்பதற்காக ஒட்டியிருந்த விளம்பரங்களைப் பார்த்தார். வசனமும் பாட்டும் நிறைந்த விறுவிறுப்பான சித்திரம். வள்ளித் திருமணம் ஓடுவதாக அறிவிப்பாகியிருந்தது. மக்கள் சினிமா கொட்டகையின் முன்னே பசித்திருப்பவன் சாப்பாட்டுக் கடையைப் பார்க்கிற தோரணையில் ஏக்கம் கொண்டு காத்திருந்தனர். படம் ஆரம்பிப்பதாக மணி அடித்ததும் மக்கள் மகாதாபத்தோடு உள்ளே ஓடினர். பெண்கள் சிலரும் ஆர்வத்தோடு படம் பார்க்க வந்திருந்தனர். நல்ல கல் சுவரில் தியேட்டர் கட்டப்பட்டிருந்தது. வரவேற்பு தாழ்வாரம் அலங்காரம் செய்யப்பட்டிருந்தது. சினிமாவுக்கான சீட்டு வழங்குமிடத் தில் ரயில் டிக்கெட் வாங்குவதற்கு இடம்விடுவது போன்ற சிறிய சந்தும் அதற்கு மறுபுறத்தில் டிக்கெட் தரும் ஆசாமியும் இருந்தார்.

டிக்கெட்டுக்கு ஓர் அணா, இரண்டணா என்று கட்டணம் வசூலித்தார்கள். உள்ளே இருண்டு கிடந்தது. நடராஜ முதலியார் காட்டிய சினிமா மாதிரி இல்லாமல் இங்கே கொஞ்சம் காற்றோட்டமும் நல்ல மோஸ்தரான இருக்கைகளும் இருந்தன. இருந்த ஒன்றிரண்டு விளக்குகளும் அணைக்கப்பட்டு கிர்ர்ர்ர்ர் என்ற சொற்ப சப்தத்துக்குப்

பிறகு திரையில் படத்தின் பெயர், நடித்தவர்கள் பெயர், படத்தை உருவாக்கியவர்கள், பல்வேறுவிதமாக இதைச் செய்யக் காரணமாக இருந்தவர்கள் என அனைவரின் பெயரும் காட்டினார்கள்.

“என்னய்ய அவசரம்? பேரைப் படிக்கிறதுக்குள்ள மாத்திக்கிட்டே இருந்தா எப்பிடிப் படிக்கிறது?” என்று பக்கத்து இருக்கையில் இருந்த பெரியவர் ஒருவர் புலம்பினார். படமும் மேலும் கீழும் ஏறி இறங்கி படிக்கவிடாமல் செய்தது.

“பேரைப் படிச்சு என்ன பண்ணப் போறீங்க.. நமக்கு சீன் சரியாத் தெரிஞ்சா போதாதா?” என்று இளைஞன் ஒருவன் அவரைச் சமாதானம் செய்தான். இவர்கள் எல்லாம் இந்தப் படத்தை ஒன்றுக்கு இரண்டு தடவை பார்த்தவர்களாக இருப்பார்கள் என்று ஆறுமுக முதலியால் யூகிக்க முடிந்தது. பெயரைப் படிக்க முடிவது முக்கியமா? இல்லை இளைஞன் சொல்வதுபோல சீன் பார்ப்பதுதான் முக்கியமா என்ற கருத்துகள் எதுவும் அவரிடத்தில் இல்லை. எப்படிக் காட்டினாலும் அப்படியே பார்த்துப் பரவசமடையும் நோக்கத்தில்தான் அவர் படம் பார்க்க வந்திருந்தார். அவரிடம் எந்த விமரிசனமும் ஏற்பட வழியில்லை. அவருடைய ஆர்வம் படத்தில் நடிகர்கள் தோன்றும் காட்சியைப் பார்ப்பதில்தான் இருந்தது.

“காசு கொடுக்கிறம்ல? பேரைப் படிக்க வேண்டாமா?” என்று பெரியவர் புலம்பிக்கொண்டுதான் இருந்தார். அதற்குள் படத்தில் காட்சிகள் தோன்ற ஆரம்பித்தன. முருகப் பெருமான் வள்ளியை வனத்தில் சந்திக்கிறார். மையல் கொள்கிறார். முருகன் பாட்டுப் பாடி முடித்ததும் வனக்காவலில் இருந்தபடி வள்ளி ஒரு பாட்டு பாடுகிறார். ஜனங்கள் ஒவ்வொரு பாட்டுக்கும் கைதட்டி ஆர்ப்பரித்தனர். ஆனைமுகத்தான் தம்பியின் காதலுக்கு உதவிசெய்ய ஆனை உருவெடுத்து வந்ததும் மக்களின் ஆரவாரம் சினிமாவில் பேசுபவர்களின் வசனத்தையும் கேட்கவிடாமல் செய்தது. உள்ளே ஒருவன் முறுக்கும் சோடா கலரும் வியாபாரம் செய்துகொண்டிருந்தான். முறுக்குக்கு கலர் குடித்தபோது அது ஒரு சுவையைத் தந்தது. பொழுதுபோய்தான் படம் முடிந்தது. முதல் தடவை படம் பார்த்ததைவிட நல்ல முன்னேற்றம் தெரிந்தது. ஆளே நேரில் வந்து பேசுவது மாதிரி பூரிப்பாக இருந்தது.

மறுபடியும் சென்ட்ரலுக்குப் போய்ச் சேர்ந்தார். சுந்தராம்பாளுக்குக் கதைகள் படிக்கிற பித்து பிடித்திருப்பதை அறிந்து ஒரு ஆனந்த விகடன் வாங்கினார். கூடவே, ஒரு தினமணியும் வாங்கினார். ஹிட்லர் ஆங்கிலேயே அரசுக்குச் சிம்ம சொப்பனமாக மாறியிருப்பதை தினமணிக்கு நிகராக விவரிக்கும் பத்திரிகை இல்லை என்பது ஆறுமுக முதலியின் அபிப்ராயம். முன்னேறி வருகிறான் மாவீரன் ஹிட்லர் என்ற கோஷம் அதில் பலமாக ஒலித்தது. ஆறுமுக முதலியின் அண்ணன் கணேச முதலிக்குப் பட்டணத்தில்தான் வேலை.

ரயில்வேயில் பெரிய உத்யோகத்தில் இருந்தார். அவருக்கு குடியரசு பத்திரிகையில்தான் கவனம். ஜஸ்டிஸ் கட்சி ஆட்சிக்கு வந்ததால்தான் தமிழர்கள் கொஞ்சமேனும் மரியாதையோடு வாழ்வதாகப் பேசுவார். அண்ணனிடத்தில் மரியாதை இருந்தாலும் அவருடைய கொள்கைகளில் இவருக்கு நாட்டமில்லை. ஈவேரா அனுதாபிகள் எல்லாவற்றையும் குதர்க்கமாகப் பார்ப்பதாக நினைத்தார்.

பார்ப்பான்கள் எல்லா வேலையிலும் சேர்ந்துவிட்டதாகவும் நூறு பேர் டாக்டருக்குப் படித்தால் அதில் பார்ப்பான் அற்றவர்கள் இரண்டு பேர்தான் டாக்டர் படிக்கிறார்கள் என்கிறார்களே இவர்களை யார் படிக்க வேண்டாம் என்றது? பார்ப்பான் எல்லாம் அரசு உத்யோகத்தில் இருக்கிறார்கள். எல்லாரும் வக்கீலாகவும் நீதிபதியாகவும் டாக்டராகவும் மாறிவிட்டார்கள் என்ற வயிற்றெரிச்சல் எதற்கு? அதுதான் ஆறுமுக முதலிக்குப் புரியாத விஷயம்.

ரயில் வந்து நின்றதும் ஓடிப்போய் இடம்பிடித்தார். அரை லட்சம் தேற்ற வேண்டுமானால் என்ன செய்வது என்று கணக்குப் போட்டார்.

உடம்பு சூடு அதிகரித்தது. அது வெயிலால் ஏற்பட்டது இல்லை என்று அவருக்குத் தெரியும். எப்படியும் சினிமா எடுக்க வேண்டும் என்ற நினைப்பில் ஏற்பட்ட சூடு. தலைக்குள் எண்ணெய் கொதிப்பாக இருந்தது. எதிரில் உட்கார்ந்திருப்பவர்களோ ஜன்னலுக்கு வெளியே எதிரில் போய்க்கொண்டிருந்த காட்சிகளோ அவருக்கு ஈர்ப்பாக இல்லை. சொல்லப்போனால், அவர் அரை நோட்டு என்று மட்டும் திரும்பத் திரும்ப நினைத்துக்கொண்டிருந்தார். வாய்விட்டுச் சொல்லிக் கொண்டிருப்பதாகவும் பிரக்ஞை ஏற்பட்டு, சட்டென்று யாராவது தம்மை வேறுபாடாகப் பார்க்கிறார்களா என்று கவனித்தார். அப்படி எதுவுமில்லை என்று உறுதி செய்துகொண்டு சகஜமாக்க நினைத்து ஜன்னலுக்கு வெளியே பார்த்தார். இந்த ரயிலில் ‘வள்ளித் திருமணம்’ பார்த்தவர்கள் எத்தனை பேர் இருப்பார்கள் என்ற யோசனை எழுந்தது.

7

சாதனை புரிகிற நோக்கமா, பணம் சம்பாதிக்கிற நோக்கமா என்று ஆறுமுக முதலிக்கு அவ்வளவு உறுதியாகத் தெரியவில்லை. பணம் சம்பாதிக்கிறோமோ, இல்லையோ ஒரு சினிமா படம் எடுத்துவிட வேண்டும் என்று அவர் ஆசைப்பட்டார். இதுபோன்ற உணர்வு புதிதாக இருந்தது. எண்ணெய் மண்டி வைத்தபோதோ, மற்ற நில புலன் வாங்கிச் சேர்த்தபோதோ, வீடு கட்டியபோதோ இல்லாத உந்துதலாக இருந்தது. அதனாலேயே இதை மனைவியிடம் பகிர்ந்து கொள்ளத் தக்கதல்ல என்று தோன்றியது.

அரை லட்ச ரூபாய் என்பது பெரிய தொகைதான். அதை விட்டு விட்டால் சம்பாதிப்பதற்கு இந்த ஜென்மத்தில் வழியில்லை. அப்படிப் போனால்தான் என்ன, என்ன கொண்டுவந்தோம்.. போகும்போது என்ன கொண்டு போகப்போறோம். எல்லாவற்றையும் இழந்தாவது ஒரு சினிமா படம் எடுப்பதற்கு ஒரு நியாயமான காரணத்தை மட்டும் மனதில் உருவாக்கிக்கொண்டு படம் எடுத்துவிட வேண்டும் என்பதாலேயே இப்படியெல்லாம் யோசித்தார்.

மனைவி குழந்தைகளிடத்திலும்கூட அவர் சகஜமாக இருக்க முடியவில்லை. சிவகுரு மிகவும் யோசனைக்குப் பிறகுதான் அப்பா விடம் கோரிக்கை கொண்டுவருவான். ஆனால், அவன் அப்படி இரண்டு மூன்று முறை வந்து தருணம் பார்த்தும் முடியாமல்தான் ஒருமுறை "அப்பா" என்றும் அழைத்துப் பார்த்துவிட்டும் போய்விட்டான்.

மனுஷன் சரியாகத் தூங்குவதும் இல்லை என்று சுந்தராம்பாளுக்குத் தெரியும். "சாப்பிடும்போது மனசுல எந்தக் குழப்பமும் இருக்கக்கூடாது" என்று தாம் ஏதும் வில்லங்கமாக நினைக்கவில்லைபோல பொதுவாகச் சொன்னாள். அவர் அதை உணர்ந்துகொள்ளும் நிலையில் இல்லை. என்னமோ சொல்கிறாள் என்பதாகக் காதில் வாங்கிக்கொண்டார். தமக்குத்தான் அறிவுரை சொல்லிக்கொண்டிருக்கிறாள் என்பது தெரிந்தால் நிச்சயம் அது அவருக்கு எரிச்சலூட்டுவதாகத்தான் இருந்திருக்கும்.

தோராயமாகக் கணக்குப் போட்டபடி இருந்தார். பிலிமுக்கு முப்பதாயிரம் போனாலும் மீதி இருபதாயிரத்தில் நடிகர்களுக்குச் சம்பளம் கொடுத்துப் படத்தை எடுத்துவிட முடியாதா? ஐம்பது ரூபாய் என்றால் சமாளித்துவிடலாம் என்பது அவர் யோசனை.

வைத்திருக்கிற காசுதான். விட்டுப் பார்க்கலாம். வந்தால் மலை. போனால் மயிர் என்று சொல்லிக்கொண்டார். மகாலட்சுமியை இப்படி மயிர் என்று அவசரத்தில் ஒப்புமைப்படுத்திவிட்டதற்காகக் கன்னத்தில் போட்டுக்கொண்டார். இருந்தாலும் இருபத்தைந்தாயிரத்தில் படம் எடுக்க முடியும் என்று கூறியிருந்தால், நம் மனசு பத்தாயிரத்தில் முடிக்க முடியாதா என்றுதான் கணக்குப் போடும் என்பதும் அவருக்குள் இருந்த சமாதானம். விட்டத்தைப் பார்த்து வயிற்றைத் தடவியபடி படுத்திருந்தார்.

கெயிட்டி தியேட்டரில் பார்த்த கதாபாத்திரங்கள் மீண்டும் படமாக ஓடிக்கொண்டிருந்தன. மொத்தம் 20, 30 பேர் நடித்திருப்பார்கள். முக்கியமாக மூன்று நான்கு பேருக்குச் சம்பளம் தர வேண்டியது. மீதிப் பேருக்குக் களையெடுக்க வந்தவனுக்குக் கொடுக்கிற கூலிதான். இருபதாயிரம் எதேஷ்டம்தான். கொஞ்சம் கூட இருந்து பார்த்தால் இன்னும் உறுதியாகத் தெரிந்துகொள்ளலாம். ஆனால், யாராவது வியாபார விஷயம் தெரிஞ்சுக்க வந்தேன் என்றால் அனுமதிப்பார்களா? அவர் அனுபவத்தில் காரைக்குடி செட்டியாரும்கூட பெங்களூர்ல இருந்துதான் பார்ட்னர் பிடிச்சுத் தொழில் பண்ணுவதாகச் சொன்னார்கள். நாமும் இரண்டு பேரைக் கூட்டாளிகள் ஆக்கிக்கொண்டால் சுலபமாக இருக்கும் என்று வெளிச்சமான யோசனை ஒன்று தோன்றியது. ஆனால், ஆளுக்கு முப்பதாயிரமாவது முதல் போடுபவனாக இருக்க வேண்டும். எம்.கே.ராதாவை கதாநாயகனாகப் போட்டு ஒரு படம் எடுக்கும் யோசனையில் அவருடைய அப்பா கந்தசாமி முதலி பிரயாசை பட்டுக்கொண்டிருப்பதாக ஒரு செய்தியும் அவர் காதில் விழுந்திருந்தது. செட்டியார், முதலியார் இருவரில் முதலியார் அவருக்கு இணக்கமாக இருப்பார் என்று தோன்றியது.

நம்ம சாதிக்காரன் என்பதால் ஏதாவது ஒரு விதத்தில் பிடித்துவிட முடியும்போல் நினைத்தார். மறுநாளே வேலூர் சுந்தரத்துக்கு ட்ரங்கால் போட்டு தன் வேட்கையைச் சொல்லிப் பார்த்தார். யாரையாவது

பிடித்து கந்தசாமி முதலியாரிடம் பேசிப் பார்ப்பதாகச் சொன்னார் அவர். நடக்கிறபடி நடக்கட்டும் நாம் ஒரு லட்சம் தயார் செய்வதில் முனைப்பாக இருப்போம் என்பதுதான் ஆறுமுக முதலியின் மூர்க்கமான முடிவாக இருந்தது.

கிஷ்டன் மாடுகளை அவிழ்த்து மேய்ச்சலுக்கு ஓட்டிக்கொண்டு போகிற சந்தடி கேட்டது. கிஷ்டனின் சம்சாரம் பொன்னுத்தாயி மாட்டுக் கொட்டகையில் இருந்து சாணி பெருக்கி புட்டுக்கூடையில் அள்ளிப் போட்டுக்கொண்டு குப்பையில் கொட்டிக்கொண்டிருந்தாள். “புள்ளத்தாய்ச்சி மாட்டை. ஏண்டா விரட்றே மடையா” என்றும் “சுத்தமா வாரிக்கொண்டு போயேண்டி.. இதுக்கு இன்னொரு ஆளா போட முடியும்?” என்றும் சுந்தராம்பா அருகிலிருந்து இருவரையும் ஏதோ ஏவிக்கொண்டிருந்தாள். இந்த அன்றாடக் காட்சிகள் காலை பத்து மணி வாக்கில் முடியும். மத்தியான சமையல் வேலையை ஆரம்பிப்பதற்கு முன்னால் சுந்தராம்பாள் தம் கணவனின் தற்போதைய நிலையைத் தெரிந்துகொள்ளும் நோக்கத்தோடு மாடிக்கு வந்தாள். அவர் நோட்டுப் புத்தகமும் பேனாவுமாக யோசனையில்தான் இருந்தார்.

சாவகாசமாக முந்தானையை எடுத்து விசிறிக்கொண்டு எதிரில் உட்கார்ந்தாள். “நாராயணசாமி ரெட்டியார் இருவது மூட்டை கடலை கொண்டாந்து இறக்கிட்டுப் போனாராம். மண்டியில இருந்து தண்டலத்தார் வந்து சொல்லிட்டுப் போனாரு.”

ஆறுமுக முதலி அமைதியாக இருந்தார். மனுஷனை இப்படியே விட்டால் குடும்பம் உருப்பட்டதுபோலத்தான் என்று தோன்றியது. சுந்தராம்பாள், பக்கத்தில் இருந்த பாயை விரித்துப் படுத்தாள். “பங்குனி வர்ல பத்திக்கிட்டு எரியுது வெய்யிலு” என்றபடி முந்தானையை ஒதுக்கி ஒரு பக்கமாகப் போட்டுவிட்டு ரவிக்கை முடிச்சைத் தளர்த்திவிட்டாள். “சிவகுரு இல்லையா வீட்ல?” என்றார். அந்தக் கேள்விக்கு அர்த்தம் என்னவென்று சுந்தராம்பாளுக்குத் தெரியும். “சைக்கிளை எடுத்துக்கிட்டுப் பெரியபாளையம் போனான். வர்றதுக்கு நேரமாகும்.”

வருவதற்கு நேரமாகும் என்பதில் ஒளிந்திருந்தது ஈர்ப்பின் துளிர். பொட்டை புள்ளைகள் பல்லாங்குழி, தாயக்கட்டை, கல்லாங்காய் என்று பங்காளிப் பசங்களோடு எப்போதும் விளையாட்டுதான். சாப்பாட்டுக்கு வீட்டுக்கு வருவதற்கே சுந்தராம்பாள் போய் குரல் கொடுத்தால்தான் உண்டு.

நோட்டுப் புத்தகத்தை ஓரமாக வைத்துவிட்டு கதவைத் தாழ் போட்டார். முண்டா பனியனை அவிழ்த்துவிட்டுப் பக்கத்தில் வந்து அமர்ந்தார். “அட! உனுக்கு வேற வேலை கிடையாது. கீழ கதவைச் சும்மாத்தான் சாத்தி வெச்சிருக்கேன்.”

“சாத்தி வெச்சிருக்கல்ல?” ஆறுமுக முதலி கோவணத்தை அவிழ்த்துப் பாய்க்குப் பக்கத்தில் போட்டுவிட்டு, அவளை இறுக்கி

அணைத்துக்கொண்டார். "மனுஷி கொஞ்சம் ஆய்ஞ்சி ஓய்ஞ்சிப் படுத்தா ஆம்பளைக்கு இந்த எண்ணம்தானா? போ தொலாவா" சுந்தராம்பாளும் அவரைத் தம்மேல் சாய்ந்துகொள்ள தோது பண்ணினாள். தொலைவாய் போ என்பது எதிரான அர்த்தமாக இருந்தது.

"இப்பவாவது பொம்மனாட்டி ஞாபகம் வந்துதே?" சில்லென இருந்த அவளுடைய உடம்பைத் தன் உடம்பால் ஸ்பரிசித்தார்.

"அது இல்லடீ. முக்கியமா ஒரு பிசினஸ்ல கால் வைக்கும்போது அப்படித்தான்... யோசனை அதிலதான இருக்கும்?"

"அய்யா சாமி. கொஞ்சம் நிதானமா பண்ணு." "நீ எதைச் சொல்றே?"

"எல்லாத்திலும் நிதானம் இருக்கட்டும்" சுந்தராம்பாள் சிரித்தாள்.

ஆறுமுக முதலி அவளுக்கு ஒரு சந்தோஷ முத்தமிட்டு "எல்லாத்தையும் நிதானமாத்தான் செய்வேன். உங்கிட்ட சொல்றதுக்கு என்னடீ? சினிமா எடுக்கணும்னு முடிவுபண்ணிட்டேன். அதில நெளிவு சுளிவு தெரிஞ்சுக்கத்தான் இப்ப கவனம்."

அதன் பிறகு இருவருமே யோசனையில் ஆழ்ந்ததுபோல இருந்தனர். அவர்கள் இருவரின் யோசனையும் சுருங்கிப் புள்ளியாகி போகத்தில் ஆழ்ந்தது. மூச்சுக்காற்றின் வேகமும் சரசத்தின் த்வனியும் மட்டும் கேட்டது. சில நிமிடங்கள்தான் எனினும் அது நேரம் கணக்கிட முடியாத இன்ப யுகமாகக் கடந்தது.

"நான் போய்ட்டு வர்றேம்மா" என்ற பொன்னுத்தாயியின் குரல் அவர்களின் இறுக்கத்தைக் குறைத்து, முடிக்கும் வேகத்தை முடுக்கிவிட்டது.

"போய்ட்டு வாடி" என்றபோது அவள் குரல் குலுங்கியது. சுந்தராம்பா முணுக்கென்று சிரித்தாள். பெண்களுக்கு இந்த நேரத்தில் வரும் வெட்கத்தை விவரிப்பது சவாலான விஷயம்தான். இந்தத் தடுமாற்ற நேரத்தில் அவர் வேகம் ஏறி இறங்க.. "பொண்ணு எங்க போச்சு?" என்றார். அவருக்கு அவகாசம் இன்னும் எவ்வளவு நேரம் என்பதில் ஒரு கணக்கு தேவைப்பட்டது.

"காலைல போனா சாயங்காலம் வரைக்கும் விளையாட்டுதான்.. குமுதா வூட்லயே கெடக்குது."

புரியாத மாதிரி அவள் சொல்வதும் இவர் எதார்த்தமாகக் கேட்பதும் தேர்ந்த நடிகர்களின் மெய்ப்பாடாக இருந்தது. இன்னும் நேரம் எடுத்துக்கொள்ளலாம் என்பதில் அவள் காட்டிய நாசூக்கை ஏற்றுக் கொண்டார். மூச்சுக் காற்று மட்டும் கேட்டுக்கொண்டிருந்தது. "எப்பவும் கூத்துக்காரிங்க ஞாபகமாவே இருக்கீங்களேனு பயந்துபோயிட்டேன்" என்றாள்.

"ஒண்ணு ஞாபகம் வெச்சுக்கோ. நா மனசறிஞ்சி உன்னத்

தவிர வேற ஒருத்திய நினைச்சுக்கூடப் பாக்க மாட்டேன். தங்க விக்ரமாட்டம் இருக்கிற உன்ன விட்டுட்டு, இத ஒரு தொழிலா பண்ணிக்கிட்டு இருக்கவ என்னத்தைத் தந்துடப் போறா...? சினிமா எடுக்கணும்னு முடிவு பண்ணிட்டேன். அதுக்காகச் சாயம் பூசிக்கிட்டு ஆடறவகிட்ட போயிடுவேன்னு பயப்படாதே. . . புரியுதா?" இடையில் ஆசுவாசப்படுத்திக்கொள்ள வாய்ப்பாக இருந்தது. மீண்டும் அவள் கைகள் அவருடைய முதுகைத் தடவிக்கொடுத்தன. முதுகில் வியர்வை.

"இன்னா வேக்காடு..? ஏதோ கட்டை பொளந்து போட்றா மெரி.. யப்பா."

சுந்தராம்பாளுக்கு மனசு பூரித்தது. புருஷன் மீது முலை பூசித் தவழ்ந்திருந்தாள். "தொழில் நுணுக்கம் புரிஞ்சிக்கிட்டுப் படம் எடுக்கணும், அதனம் பண்ணாம ஜாக்கிர்தயா இருக்கணும். நானா குறுக்க நிக்கப்போறேன்? எதுக்கு எப்பப் பார்த்தாலும் குழம்பிக்கிட்டு இருக்கியே பின்ன?"

"எனுக்கின்னாடி குழப்பம்?"

"பையன் ரூமு பீஸ்.. பரீட்ச பீஸுனு என்கிட்ட வந்து பணம் கேட்டுக்கிட்டு நிக்கிறான். உங்ககிட்ட அனுப்பிச்சா பையன் வந்து நிக்கிறதை ஏறிட்டும் பாக்கலையாம்" ரவிக்கையை இறுக்கிக் கட்டிக் கொண்டு, புடவையை மீண்டும் சரிசெய்துகொண்டு கதவைத் திறந்துவிட்டாள். அவரும் அவசரமாக கோவணத்தை எடுத்துக் கட்டிக்கொண்டு "எவ்வளவு கேட்டான்?" என்றார்.

சுந்தராம்பாளுக்கே சொல்வதற்குத் தயக்கமாக இருந்தது. "நூறு." "நூறு ரூபாயா? உம் புள்ளை நூறு ரூபா நோட்டுல காத்தாடி வுட்றாண்டி. இதெல்லாம் தகாது. எல்லாம் எங்க அண்ணனைச் சொல்லணும். ஜஸ்டீஸ் பார்ட்டி ஆளுங்க பேச்சைக் கேட்டுக்னு நம்ம ஆளுங்கல்லாம் படிக்கணும்.. வேலைக்குப் போவணும்னு பிர்சாரம் பண்ணிக் கூட்டிக்கிட்டுப் போய்ட்டார். பச்சயப்ப முதலியார் காலேஜ்.. நம்ம காலேஜ்னு சொல்லி ஒரு சலுகையும் கிடையாது. எடுத்ததுக் கெல்லாம் பணம்.."

"நாலெழுத்துப் படிச்சா நல்லதுதானே? லட்சுமண சாமி முதலியார், ராமசாமி முதலியாரு, நடேச முதலியார்னு நம்ம ஆளுங்க மேல் மட்டத்துக்கு வர்றாங்க இல்ல?"

"விக்டோரியா பப்பிளிக் ஹால்ல தென்னிந்திய நலவுரிமைச் சங்கம் ஆரம்பிக்கும்போது.. பாஞ்சிலயோ, பதினாறுலயோ... எனக்கு அப்ப பத்து வயசுதான் இருக்கும். என்னையும் அண்ணனையும் எங்கப்பா கூட்டிக்கிட்டுப் போனாருடீ.. எங்கிட்டயே சொல்றியா? பாப்பானுங்களுக்குப் போட்டியா பாப்பான் இல்லாத எல்லாரும் ஒண்ணா சேரணும்னு எல்லாரும் சேர்ந்து திட்டம் போட்ட அன்னைக்கே கூட இருந்தவன்கிட்ட சொல்ற நீ?"

“உனக்கு எல்லாம் தெரியும்னுதான் சொல்றேன். இப்ப நம்ம பையனைப் படிக்க வெக்கறதுக்குக் கேட்டா..”

“படிக்க வக்கறத யாருடீ வேணாங்கிறாங்க? சிவகுருக்கு அவ்வளவு திரவுஸு இருக்குதா? துட்ட தாராக்காம இருந்தா சரி. வேலைக்குப் போயீ.. போட்ட மொதலாவது எடுப்பானா?”

“இந்த எண்ணெய் மண்டிக் கணக்கெல்லாம் எனக்குத் தெரியாது. படிப்புல போட்டா வட்டிக் கணக்கா பாக்க முடியும்? நூர் ரூபா போட்டா ஐநூரு வருமானு கேட்டா நான் இன்னா சொல்றது?” “அதையேன் பின்ன என்கிட்ட கேக்கிற? நீயே எடுத்துக் குடுக்க வேண்டியதுதானே? உனக்குத் தெரியாத நாயம் ன்ன இருக்குது? என் தங்கம்மாவுக்குத்தான் எல்லாம் தெரிஞ்சிருக்குதே” ஆறுமுக முதலி சரசரவென்று மறுபடி அணைத்தார்.

“போதும் சாமி, சிலாவலித்தனம் பண்ணாத... புள்ள வர்ற நேரம். நான் போயீ வேலையப் பாக்றன்” சுந்தராம்பா எழுந்து கீழே போனாள்.

8

மகாத்மா காந்தியை விட நாட்டுக்காக நல்லவிதமாக யோசிக்கிற இன்னொருத்தன் பொறந்துட்டானா?- இதுதான் ஆறுமுக முதலியின் கேள்வி. ஈவேரா பிரசாரம் பண்றாரு.. நியாயம்தான். ஆனா அவுரு வெள்ளைக்காரன் வலையில விழுந்துட்டாரு. இல்லன்னா, காங்கிரஷ எதிர்ப்பாரா? வெள்ளைக்காரனுங்க நம்மளைப் பிரிச்சு மேயறதுக்காகப் பண்ற சூழ்ச்சி. நமக்குள்ளயே அடிச்சுக்கிட்டா சௌக்கியமா இருக்கலாம்னு அவன் திட்டம். இப்படியெல்லாம் யோசித்தபடிதான் பஸ்ஸைவிட்டு இறங்கினார். இந்த முறை அண்ணனிடமும் ஆலோசனை கேட்டுவிடுவது என்று அவருக்குத் தீர்மானம்.

மாம்பலத்தில் சொந்தமாக வீடு வாங்கிக் குடியிருந்தார் கணேசன். வெள்ளைக்காரன் ரசனையே தனிதான். நான்கு சாலை சந்திக்கும் இடத்தில் பெரிய பார்க் ஒன்றைச் செய்திருந்தார்கள். அதுதான் ஆறுமுக முதலிக்கு அடையாளம். அந்தப் பார்க்கில் புதிதாக ஐந்தாம் ஜார்ஜ் மன்னரின் சிலையை வைத்திருந்தார்கள். போன வருஷம் வந்தபோது இல்லை. சர்.உஸ்மான் பாய் திறந்து வைத்திருந்தார். ஜஸ்டிஸ் பார்ட்டி ஆசாமி.

சிலைக் கல்வெட்டில் இன்னொரு வாசகமும் இருந்தது. 'எம்பரர் ஆஃப் இண்டியா.' யாரோட நாட்டுக்கு யாருடா எம்பரர்?

பார்க்கின் இரண்டு விளிம்பிலிருந்தும் மவுண்ட் ரோடு நோக்கி இரண்டு ரோடுகள் சென்றன. குதிரை வண்டி பிடித்து, அங்கு வந்து

முகவரி விசாரித்தார். ஒரு கடை, கடைத்தெரு இல்லாத இடம். தெருவே காலியாக இருந்தது. அங்கொன்றும் இங்கொன்றுமாக வீடுகள். ராமகிருஷ்ணா மிஷன் பள்ளிக்கூடம் ஒன்று புதிய கட்டடமாக இருந்தது. பெரியது. ஐயர் வூட்டுப் பிள்ளைகள் படிக்கும் இடம். வாத்தியார்கள் மட்டுமின்றி மாணவர்களும்கூட கீழ்பாஸும் நாமமுமாக இருந்தனர்.

ஒருத்தன் பசுமாட்டையும் கன்றையும் கட்டி இழுத்துக்கொண்டு வீட்டுக்குப் பால் கறக்கப் போய்க்கொண்டிருந்தான். அவனை அழைத்து வழி விசாரித்தார். வண்டியை அனுப்பிச்சுட்டு வாங்க பக்கம்தான்."

ஆறுமுக முதலி வண்டிச் சத்தம் கொடுத்து அனுப்பிவிட்டு மாட்டுக் காரன் பின்னாடி போனார். "நமக்கு எந்த ஊருங்க?" விசாரிப்பு ஆரம்பமானது.

"மதுராந்தகம் பக்கத்துல... நீங்க?"

"நா இந்தப் பக்கம்... ஊத்துக்கோட்டை"

"எந்தப் பக்கமா இருந்தா என்ன? எல்லாத்தையும் செங்கல்பட்டுனு இல்ல வெள்ளைக்காரன் பிரிச்சுட்டான்?"

"அது சரி.."

"நமக்கு என்ன வியாபாரமா?"

"ஆமா! எண்ணெய் மண்டி வெச்சிருக்கேன்.. நீங்க?"

"ரெண்டே ரெண்டு காணிதான்.. இந்தக் கறுப்புல ஒரே ஒரு பச்சை இல்லை அந்தப் பக்கம். பயிரெல்லாம் மொளைவிட்ட ரெண்டு நாள்ல தீஞ்சு போயிடுது போங்க. அப்பிடி ஒரு கறுப்பு. ஜனங்க சோத்துக்குத் திண்டாடுதுங்க. நான் ரெண்டு மாட்டைப் பிடிச்சுக்கிட்டு பட்டணத்துக்கே மொத்தமா வந்துட்டேன். பேர் பாதி ஜனம் வுட்டேன் சவாரினு எங்கெங்கயோ ஓடிப்போச்சு. குடிக்கத் தண்ணி இல்லன்றான்... அப்புறம் என்னத்த மனுசன் வாழறது? இதுதான் எங்க மகாலட்சுமி... இப்ப அஞ்சு பசு, ரெண்டு எறுமை வெச்சிருக்கேன். சுத்துப்பட்டு எல்லாம் பாப்பாரமூடு. பாலு, தயிறுனா சீக்கிரமா வியாபாரமாயிடும். இங்கயே ஒரு மனை மடக்கிப் போட்டேன். பின்னாடி வெல ஏறும்னாங்க... ஏதோ... மறுபடி ஊருக்குப் போற பிராப்தம் இருந்தா வித்துட்டுக் கிளம்ப வேண்டியதுதான்... இதாங்க நீங்க கேட்ட வூடு..."

ஏற்கெனவே இரண்டு மூன்று தடவை வந்திருந்தாலும் அடையாளம் மாறிக்கொண்டே இருக்கிறது. எல்லா வீட்டு முன்பும் தென்னை மரம் வைக்கிற பழக்கம் இருந்தது. அந்தத் தெருவில் அண்ணன் வந்த புதிதில் மூன்றே மூன்று வீடுகள்தான் இருந்தன. மஞ்சள் கோபி அடித்த வீடு என்று வீட்டைக் கண்டுபிடிப்பது சுலபமாக இருந்தது. இப்போது பக்கத்தில் ஏழெட்டு வீடுகள். வீட்டின் முன் இருந்த வேப்பமரம்தான் இப்போதைக்கு அடையாளம். கேட் போட்ட வீடு.

திறந்துகொண்டு உள்ளே போனார். கணேசன் சைக்கிளைத் தள்ளிக் கொண்டு வெளியே வந்தார்.

“வா...வா... என்னடா திடீர்னு? ஒரு கடுதாசி போட்டுட்டு வரக் கூடாது...? கொஞ்சத்தில கௌம்பிட்டு இருப்பன்.. உள்ளவா” தம்பியைக் கண்டதில் அவருக்குப் பூரிப்பு. உள்ளே அழைத்து உட்கார வைத்தார். ஹாலில் பெரிது பெரிதாக நாற்காலிகள் இருந்தன. யாரும் தரையில் உட்காரும் சாதியாகத் தெரியவில்லை. ஈவேரா படம் ஒன்றை மாட்டி வைத்திருந்தார். தடி வைத்துக்கொண்டு கம்பீரமாக உட்கார்ந்திருந்தார். அண்ணி வந்து “வாங்க.. சுந்தராம்பா வரலையா?” என்றார். கையோடு கொண்டுவந்திருந்த முறுக்கு, சீடை, பனங்கிழங்கு போன்றவற்றை எடுத்து அண்ணியிடம் கொடுத்துவிட்டு, “என்ன.. பசங்க யாரையும் காணோம்” என்றார்.

“இப்பல்லாம் காலைல ஒம்போது மணிக்கே பள்ளிக்கூடம் ஆரம்பிச்சிட்றாங்களே..”

பெரியவன் என்ன படிக்கிறான். பொண்ணுங்க ரெண்டு பேரும் என்ன படிக்கிறாங்க... கடைசிப் பையன் என்ன படிக்கிறான் என எல்லாவற்றையும் ஒரு மூச்சு சொல்லி முடித்தார் கணேசன்.

“சரிடா... நீ ஏதோ முக்கியமா சொல்லணும்னு வந்திருப்பே. அதைச் சொல்லு?”

ஆறுமுக முதலி அண்ணியை ஒரு தரம் பார்த்துக்கொண்டார். “ஒண்ணுல்லண்ணா.. ஒரு சினிமா படம் எடுக்கலாம்னு யோசனை. அபிப்ராயம் சொன்னீங்கன்னா நல்லா இருக்கும்?”

“பாரேம்மா என் தம்பியோட தைரியத்தை? வெரிகுட்.. வெரிகுட்.. சினிமாவுக்குத்தான் ஜனங்க ஆலா பறக்குறாங்களே... நல்ல யோசனை தான். பாப்பானுங்க நுழையறதுக்குள்ள நுழைஞ்சிடு. ம்ம்.. வெரிகுட்” என்றார். அவருக்குத் தம்பிக்கு வந்த யோசனை மீது பெருமிதமாக இருந்தது. நமக்குக்கூடத் தோன்றாத யோசனை தம்பிக்கு வந்திருக்கிறதே என்ற ஆச்சர்யம் அவருக்கு. “வெள்ளைக்காரனுங்க இருக்கிற வரைக்கும்தான் நமக்குப் பாதுகாப்பு. அவனுங்க போயாச்சின்னா எல்லா பயலுகளும் நம்மைச் சூழ்ந்து அழிச்சிடுவானுங்க.”

இவரிடம் வந்தால் இந்த மாதிரி ஏடாகூடமாக எதையாவது கேட்க வேண்டியிருந்தாலும், ஏதோ நியாயம் இல்லாமல் இருக்காது என்று கேட்டு வைத்துக்கொண்டார்.

“என்ன கதை எடுக்கப் போறே... விக்ஞான வளர்ச்சிய வெச்சி எடு. மறுபடியும் நம்ம பழைய குப்பைங்களைக் கிளறாதே... சீதையும் ராமனும் காட்டுக்குப் போனது, முருகன் வள்ளிய வனத்தில சுத்தி வந்தது எல்லாம் வேண்டாம். நாட்டுப் பிரச்னையை எடு. புதுசா பழக்கம் பண்ணிவுட்டாத்தானே ஜனங்களுக்குத் தெரியும். இல்லாட்டி வள்ளி, ராவணன், கம்சன் இப்பிடித்தான் பார்த்துக்கிட்டு இருப்பாங்க.”

“நல்ல கதைதான் எடுக்கலாம்னு.”

“இப்ப ஒண்ணு பாத்துக்க.. பாப்பான்தான் சுதந்திரத்துக்கு பாடுபட்றவன் மாதிரியும் நம்மல்லாம் தேச விரோதி மாதிரியும் சொல்ல ஆரம்பிச்சுட்டானுங்க.. பெரியார் இன்னா சொல்றாரு? நாம அடிமையா இருக்கிறது வெள்ளைக்காரன்கிட்ட இல்ல.. பாப்பானுங்ககிட்டனு சொல்றாரு.. பாப்பான்கிட்ட இருந்து விடுதலை வேணும்னு சொல்றாரு.. ரெண்டாயிரம் வருஷமாக அடிமையா இருக்கிறது பெரிய விஷயமா.. எர்நூர் வருஷம் அடிமையா இருக்கிறது பெரிய விஷயமா? இதைத்தான் படமா காட்டணும்.”

“சரிண்ணே.. அரை நோட்டு ஆகும்ங்கிறாங்க.. வேற யாராவது பாதி ரூபா போட்டா நல்லா இருக்கும். லாபமோ, நஷ்டமோ சமமா போயிடும்.”

“அவ்ளோ ரூபா ஆகும்னாங்களா? நீ யாரை விசாரிச்சே?” நடந்ததை எல்லாம் சொல்லி முடித்தார்.

“ஸ்டுடியோ என்ன ஸ்டூடியோ... நம்ம ஊர்லயே நாலு பந்தல் போட்டா முடிஞ்சது. மெட்ராஸ்ல படம் எடுத்தாதான் ஓடுமா... ஊத்துக்கோட்டைல படம் எடுத்தா ஓடாதா?”

“நடிக்கிறவங்க தங்கறதுக்கு. போக்குவரத்துக்கு வசதியா இருக்கணு மில்லையா?”

“அட என்னாடா.. இன்னும் ரெண்டு பந்தல் போட்டா தங்கிட்டுப் போறாங்க. நாலு ஆளை வெச்சு சாப்பாட்டுக்கு ரெடி பண்ணிடு. சத்துவாச்சாரில நம்ம சோடா பேக்ட்ரி வஜ்ரவேலு முதலியாரு படம் எடுக்கிறாராம் தெரியுமா?”

“நிஜமாவா?”

“ஆமா. அங்கயே எல்லா ஏற்பாடும் பண்ணிப் படம் ஆரம்பிக்கப் போறாரு, இன்னும் கொஞ்ச நாள்ல.”

“அவரை உனக்குத் தெரியுமா? அவர்கூடக் கலந்துக்கிட்டா நல்லா இருக்குமே?”

“தாராளமா.. நேரா போயி ஜஸ்டீஸ் பார்ட்டி கணேசன் சொன்னார்னு சொல்லு. நானும் வேணாகூட வர்றேன்.”

“அப்ப வர்ற ஞாயத்துக்கிழம ஊருக்கு வந்துடு. அங்கருந்து போயிடுவோம்.”

“அங்க எங்கடா வண்டியிருக்குது? என்ன திரியடிக்காதே... இங்கருந்து நேரா ரயில் இருக்கு. நீ பொறப்பட்டு வந்துடு..”

“ஆங் சரிண்ணே... நீ இருந்து சாப்பிட்டுட்டு சாரட்சை போடா.. பசங்களும் மத்தியானத்துக்கு மேல வந்துடுவாங்க” என்று சைக்கிளை நோக்கி நடந்தார்.

"நாகம்மை செத்துட்டாங்க.. தகவல் தெரியுமா? மொத வருஷத்துக்கு ஞாபகார்த்தமா ஒரு கூட்டம் போட்டம்."

"யாரு நாகம்மை?" பதறிப்போனார் ஆறுமுக முதலி. "என்னடா இது? ஈவேராவோட சம்சாரம்டா.."

"ஓ.."

கணேசன் சைக்கிளோடு குறுகி சந்து முனைத் திருப்பத்தில் மறைந்தார்.

ஆறுமுக முதலிக்கு என்ன செய்வதென்று தெரியாமல், டேபிளில் கிடந்த பத்திரிகைகளைப் புரட்டினார். மணிக்கொடி, கலைமகள், ஆனந்த விகடன் என்று உதிரியாக இருந்தன. ஒரு பத்திரிகையை எடுத்துப் புரட்டியதில் 'கடவுளும் கந்தசாமிப்பிள்ளையும்' என்று தலைப்பிட்டு புதுமைப்பித்தன் என்பவர் எழுதியிருந்த வியாசம் ஒன்று முதலியாரின் கண்ணில் பட்டது.

படிக்க ஆரம்பித்ததில் அது ஒரு கதை என்று தெரிந்தது. சாமி கும்பிடாதவன் கடவுளின் பெருமை போற்றுகிற புத்தகமா படிக்கப் போகிறார்? இது கடவுளைக் கிண்டலடிக்கும் புத்தகமாகத்தான் இருக்கும் என்று ஊர்ஜிதம் செய்துகொண்டு மேற்கொண்டு படிக்கலானார்.

'மேலகரம் மே.க.ராமசாமிப் பிள்ளை அவர்களின் ஏகபுத்திரனும் செல்லப்பா என்பவருமான மேலகரம் மே.கா.ரா. கந்தசாமிப் பிள்ளை யவர்கள், பிராட்வேயும் எஸ்பிளனேடும் ..' என கதை ஆரம்பமானது. அதற்கு முன்னால் அவருக்குத் தூக்கம் வந்து நின்று நாட்டியம் ஆட ஆரம்பித்தது. பாயை விரித்துக் கூடத்தில் படுத்தார்.

வஜ்ரவேலு முதலியாரைப் பார்த்துவிட்டு வந்த பிறகுதான் முழு நம்பிக்கையே வந்தது ஆறுமுக முதலிக்கு. ஆள் நன்கு வளர்ந்த பிற்பாடு, குணம் பார்த்து அந்தப் பெயரை வைத்திருப்பார்களோ என்னவோ.. ரொம்பக் கெட்டியான ஆசாமியாக இருந்தார். "நம்ம ஊர்லயே படம் எடுப்போம். எந்த ஊர்ல எடுத்தாங்கன்னு பிலிம்ல தெரியப்போவுதா? எவன்கிட்டயோ எதுக்கு நாம கையக்கட்டி நிக்கணும்" என்றார்.

"மில்லர்ஸ் ரோட்டில் நடராஜ முதலியார் வைத்து நடத்திய ஸ்டூடியோ எரிந்துபோனதுல பெரிய நஷ்டம். முதல் படம் கீசக வதம்னு வெட்டுக் குத்து, ரத்த வெள்ளமா காட்சிகள் வெச்சதாலதான் காவு வாங்கிவிட்டதாக நம்பிக்கை ஏற்பட்டு, இனி படம் எடுக்கறதில்லைனு விட்டுட்டார்" என்றார் வஜ்ரவேலு.

"கேள்விப்பட்டேங்க" என்றார் ஆறுமுக முதலி.

கணேசன், "எந்தத் தொழிலா இருந்தாலும் மூட நம்பிக்கை வந்துட்டா அவ்வளவுதான்" என சமயம் பார்த்து எடுத்துவிட்டார்.

அவர்கள் பேச்சு இன்னும் பேசா படங்களில் சென்று திரும்பிக்

கொண்டிருந்தது. இனிமேல் எல்லோரும் பேசும் படங்களைத்தான் எடுப்பார்கள் என்பதே அவர்களுக்கு அவ்வளவாக நம்பிக்கை வராமல் இருந்தது. அதாவது தாளமுடியாத ஆச்சர்யத்தினால் அப்படி இருந்தது. "இந்தி பேசுது, இங்கிலீஸ் பேசுது, தமிழ் மட்டும் பேசாதா?" என்கிற ஆச்சர்யம் இருந்தது. ஆறுமுக முதலிக்கு அண்ணனின் உணர்வு நிச்சயமாக இல்லை. தமிழில் பேசினால்தானே தமிழ் ஜனங்களுக்குப் புரியம் என்ற நிலையில்தான் யோசித்தார்.

வஜ்ரவேலு முதலியார் "உங்க ரயில்வே ஆசாமிதான் மொதல்ல டூரிங் சினிமானு கொண்டாந்து அறிமுகப்படுத்தினாரு.. உங்களுக்குத் தெரிஞ்சிருக்குமே?"

"வின்சென்ட்ட எனக்கு அறிமுகம் கிடையாது... அவரு திருச்சில இருந்தவரு.. ஊர் ஊரா டூர் போய்ப் படம் காட்டினவரு... சொந்தமா சினிமா தியேட்டரும் கட்டினாரே.. கடசியா.."

"அந்தக் காலத்துக் கதை எதுக்கு? இப்ப நாம எடுக்கிற படத்தை யோசிங்க.. இதோ ஸ்டூடியோ ஆரம்பிக்கிறேன். எல்லா வசதியும் இங்க வந்துடும். இப்பவே வருஷத்துக்கு நாலஞ்சி படம் எடுக்க ஆரம்பிச்சுட்டாங்க. நெறைய சினிமா கொட்டா இருந்தா. பத்துன்னா..? இருபது படம் எடுத்தாலும் ஓடும்" என்றார் வஜ்ரவேலு முதலியார். அவர் சொன்ன தகவலில் இன்னும் நம்பிக்கை அதிகரித்தது.

கோலோச்சிக்கொண்டிருக்கும் கே.பி.கேசவனின் நாடகத்தை எம்.கே.ராதாவின் அப்பா கந்தசாமி முதலிக்குப் படமாக்குகிற எண்ணம் இருப்பதாகவும் அப்படி அது படமாகும்பட்சத்தில் நம்ம ஸ்டூடியோ வில் நாமே பங்குதாரராக இருந்து படமாக்கலாம் என்று யோசனை சொன்னார். எதற்கும் முதலில் ஸ்டூடியோ வேலையை முடித்து செட்டுகள் போட்டு வைக்கிறேன் என்று சொன்னார். செட்டுகள் மாற்றி அசத்த வேண்டி ஒரு லோடு சவுக்கு மரம் இருந்தால் அனுப்பி வைக்கும்படியும் சொன்னார். "நம்ம பக்கம் தாராளமாக் கிடைக்குமே" என்று ஆறுமுக முதலியும் சொல்லிவிட்டு வந்தார்.

ஊத்துக்கோட்டை வந்ததுமே முதல் வேலையாக சவுக்குத் தோப்பு தேடிப் போனார். சில இடங்களில் இளசாக இருந்தது. பூண்டி ஏரிக்கு அந்தப் பக்கமாகப் போனால் சவுக்கு இருக்கிறதென்று சிலர் கை காட்டினார்கள். அப்படி சவுக்குமரம் தேடி பிரயாணித்தபடி அவர் ரங்காவரம் வந்தபோது, வயலிலே எதிர்ப்பட்டார் சின்னா ரெட்டி.

"மூங்கிலும் இருக்கு... சவுக்கும் இருக்கு. எது வேணுமோ சொல்லி வெக்கிறேன். வெட்றதுக்கு நீங்க ஆளனுப்புறீங்களா? நாங்களே வெட்டி வெக்கட்டுமா?" என மிக பழக்கமான தொனியில் பேச ஆரம்பித்தார் சின்னா ரெட்டி.

"முன் பணமா ஏதாவது கொடுக்கட்டுமா?" ஆறுமுக முதலியின் இந்தக் கேள்வியில் சின்னா ரெட்டிக்குச் சின்னதாகக் கோபம்கூட

வந்துவிட்டது. "முன் பணமாவது பின் பணமாவது. போயிட்டு நாளைக்கு வண்டி அனுப்புங்க.. பணம் எவ்வளவுனு பிறவு பேசிக்கலாம்" என்று கூறிவிட்டார்.

வண்டியில் இருந்து இறங்கி சின்னா ரெட்டியின் கைகளைப் பிடித்துக்கொண்டு "நாளைக்கு நானும்கூட வர்றேன்" என்று புறப் பட்டார் ஆறுமுக முதலி.

"மனுஷாளை மனுஷாள் முன்னபோல நம்பறதில்ல.. இந்தக் காலத்தில இப்பிடி ஒரு ஆளானு ஆச்சர்யமா இருக்குது" பொட்டி வண்டியில் ஏறி உட்கார்ந்து கொக்கியை மாட்டிக்கொண்டே சொன்னார்.

"மனுஷனை நம்பாம ஆடு மாட்டையா நம்ப முடியும்? நம்பாம இன்னா பண்ணுவான்.? தோ.. எனக்குத் தெரிஞ்சி இர்வது வருஷத்துக்கு மின்னாடியே மனுஷனை மனுஷன் நம்ப மாட்டன்றான்னு சொன்னாங்க... இன்னும் அம்பது வருஷம் ஆனாலும் சொல்லுவானுங்க.. சொல்றவன் சொல்லிக்கிட்டு இருக்குறான். நம்பறவன் நம்பிக்குனு இருக்கிறான்.. பாத்து.. வெள்ளை வேஷ்டி கீலு கறை படப்போவுது.. நல்லா குந்திக்கோ.."

"வர்றேன் ரெட்டியாரே.."

"செர்தான்... போய் வா.."

9

மூங்கில் வெட்ட ஆட்களுக்கு இரவு சொல்லிவிட்டு, வயலில் கிடை அடைத்திருந்தவர்களுக்குத் தண்ணிஞ்சோறும் ஊறுகாயும் எடுத்துக் கொண்டு போனார் சின்னா ரெட்டி. அறுவடைக்குப் பிந்தைய நாளில் இப்படி மந்தை மடக்கி வைத்திருப்பதால் மகசூல் நன்றாக இருக்கும். எண்பத்தெட்டு ரூபாய் பேரம் பேசி, போதாததற்கு மூன்று ரூபாயும் ஆறு அணாவும் கொடுத்துப் பத்திரம் எழுதி வாங்கிய ஒரு காணி நிலத்தில், அவருக்குப் போட்ட காசுக்கான பணம் கிடைக்கவில்லைதான். மகன்கள் இப்போது காரை வீடு கட்டுவதில் திறமைசாலி ஆகிவிட்டதால் நான்கு இடத்தில் சம்பாத்தியம் வர ஆரம்பித்திருந்தது. புத்தூர் முதல் பூந்தமல்லி வரை அவர்கள் பெரிய பெரிய வீடுகள் கட்டியிருக்கிறார்கள். சம்பாதிக்கிற காசில் டாம்பீகம் தெரியாத வகையில் ஊரிலேயே ஒரு காரை வீடு கட்டியதுபோக மீதிப் பணத்தில் நிலம் வாங்குவதில்தான் முதலீடு செய்தார்கள். நிலம் வாங்கியதில் எரு பத்தாமல்போனதுதான் கஷ்டம். வீட்டில் ஒரு ஜோடி எருதுகளும் பசுக்கள் எட்டும் இருந்தன. ஆனால், அந்த எருவை மட்டும் நம்பி விவசாயம் செய்ய முடியுமா? அதுவும் இல்லாமல் இப்போது அரிசிச் சோறு சாப்பிடும் ஆசையும் பிள்ளைகளுக்கு வந்துவிட்டதால் நான்கு ஏக்கராவது நெல் விதைக்க வேண்டியிருந்தது. அதிலும் விதைப்பாடாக இல்லாமல் நடவாக இருந்தால் இந்த எரு போதாது. வருங்காலத்தில் எருவுக்கு என்ன செய்வார்கள் என்றே தெரியவில்லை. எங்கு பார்த்தாலும் நடவு நட்டுப் பயிர் செய்வதும்

தமிழ்மகன் | 135

பம்பு வைத்து நீரை எடுப்பதும் அதிகமாகிக்கொண்டே போனது. ஐம்பது ஆடு வைத்திருக்கிறவன் பெரிய வருவாய்க்காரனாகிவிடுவான் போல இருந்தது. ஒரு ராத்திரி மந்தை மடக்க பத்தணா கேட்கிறான். இவன் என்னமோ களத்தில இறங்கி அண்டை கழிக்கிற மாதிரி கூலி பேசுகிறான். இங்கே இல்லை என்றால் ஏதாவது ஒரு இடத்தில் ஆடுகளை மடக்கி இருக்க வைக்கப் போகிறான். அங்கேயும் அவை புடுக்கைப் போடத்தான் போகின்றன. ‘போடம நிறுத்தறதுக்கு மிஷினா வெச்சிருக்கான். அவனுக்கு வந்த வாழ்வு...’ அதில் ஒரு வசூல் செய்துவிடுகிறான். எப்படியும் பத்து நாள் மந்தை மடக்க வைக்க வேண்டியிருக்கும்.

யோசித்துக்கொண்டே வந்தவர், அப்படித்தான் ஒவ்வொரு தொழிலும் வளர வேண்டியிருக்கிறது என்று சமாதானமும் செய்து கொண்டார். நாளைக்கு வருவதாகச் சொல்லியிருக்கிற ஆறுமுக முதலியாருக்கு மூங்கில் வெட்டி வைக்க ஆயத்தம் செய்ய வேண்டியதும் மனதில் ஓடிக்கொண்டிருந்தது. அவர் ஏதோ சினிமா படம் எடுப்பதற்காக என்று சொல்லியிருந்தார். மூங்கில் மூலமாக எப்படி சினிமா எடுப்பார்கள் என்று சின்னாவுக்குப் புரிபடவில்லை. தொடர்ந்து இப்படி மூங்கிலோ, சவுக்கோ சப்ளை செய்ய முடியுமா என்றும் கேட்டிருந்தார் ஆறுமுக முதலி. நல்ல பணம்தான் கொடுப்பார்கள் என்று தோன்றியது. பத்து பேருக்கு வெட்டுக் கூலி பேசி, தயார் பண்ணி வைத்திருந்தார்.

“ரெட்டியாரே கொஞ்சம் ஆட்டைப் பாத்துக்க. வூட்டு வரைக்கும் போயிட்டு வந்துட்றேன்.”

“சாரா குடிக்கவா? காந்தி என்ன சொன்னாலும் கேட்க மாட்டேன்றீங்களடா. போ... சீக்கிரமா வா.”

அவனுடன் காவலுக்கு இருந்த சின்னா ரெட்டி வீட்டு நாய், தமக்கும் சேர்த்து சாப்பாடு வந்திருப்பதை அறிந்து சாப்பாட்டுப் பானைக்குச் சற்றுத் தள்ளி வந்து படுத்துக்கொண்டது. எனக்கும் இந்தச் சாப்பாட்டில் பங்கு இருக்கிறது என்பதை மனிதர்களுக்கு ஞாபகப்படுத்த நினைப்பதுபோல இருந்தது அது.

மாடசாமி “அதெல்லாம் இல்ல ரெட்டியாரே.. ஒடம்பு பல்லிக்கா இருக்குது” என்று முனகிக்கொண்டு நகர்ந்தான்.

“தெரியும் போடா... மூஞ்சியப் பாத்தா தெரியலை?”

அவன் பெரிதாக மறுக்காமல் தலையைச் சொறிந்துகொண்டு வீட்டை நோக்கி ஓடினான். பொட்டை ஆடுகளை விரட்டிப் புணர்ந்து கொண்டிருந்தன கிடாக்கள். லாந்தர் விளக்கின் வெளிச்சம் எட்டத்தில் இருந்த ஆடுகளைக் காட்டவில்லை. சின்னா ரெட்டி இடுப்புப்பக்கம் வேட்டி இறுக்கத்தில் சொருகியிருந்த கத்தியை எடுத்து நடுமுதுகில் அரிப்பெடுத்த இடத்தில் சொறிந்துகொண்டார். நிலமெங்கும் வியாபித்திருந்த ஆடுகளை ஒரு வட்டமடித்துச் சுற்றி வந்து பனை

மரம் சார்ந்து போடப்பட்டிருந்த கயிற்றுக் கட்டிலில் வந்து அமர்ந்தார். மூத்திரை கச்சை. பயிறுக்கு அதுதான் உரம். ஈசான மூலையில் திடீரென்று ஆடுகள் சலசலப்புடன் எழுந்து ஓடிச் சிதறுவதைப் பார்த்து நாய் காதுகளை விரைத்துக்கொண்டு நின்றது. ஆடுகளின் சலசலப்பு அதிகமாவதும் பே... ப்பே என்ற அலறலும் வித்தியாசமாக இருந்தது. அதே நேரத்தில் நாய் எதையோ கண்டு குரைத்துக்கொண்டே வேகமாக மல்லுக்கு நிற்பதுபோலச் சீறியது. உண்டிகோலில் பிடித்து வைத்திருந்து விடுபட்டு ஓடுவதுபோல ஈசான மூலை நோக்கி ஓடியது.

"யார்றா அது?" என்று குரல் கொடுத்தபடியே சின்னா ரெட்டி அந்தப் பக்கம் செல்லவும் திடுக்கிட்டுப் போனார். மின்னும் இரண்டு கண்களைத்தான் அவர் பார்த்தார். முதலில் அவருக்கு அது கண்கள் என்று தெரியவில்லை. ஒரு காட்டுத் தீயைப் புள்ளியாக இழுத்துக் கட்டியிருப்பதுபோலத் தோன்றியது. பதற்றத்தில் ஏற்பட்ட அவதானிப்பு அது. மனம் நடுங்கும் அந்த நேரத்திலும் அதைத் தெரிந்து கொள்ளும் ஆர்வம் அவரை நெருங்கிச் செல்லப் பணித்தது. அது ஒரு சிறுத்தை. ஒரு ஆட்டின் கழுத்தை வாயில் கவ்வியிருந்தது. தலையைத் தூக்கி அத்தனைப் பற்களும் தெரிய உறுமியது. நாய் அதை நெருங்கிச் சென்று கோட்டைத் தாண்டாமல் குரைத்துக்கொண்டிருந்தது. மற்ற ஆடுகள் பனைமரம்தான் நமக்குப் பாதுகாப்பான இடம்போல அதைச் சுற்றி நின்றபடி மிரண்டு பார்த்துக்கொண்டிருந்தன. சின்னா ரெட்டி மற்ற ஆடுகளை வேறு பக்கம் ஓட்டுவதற்கு முனைந்தார். நாய் விடாமல் குரைத்துக்கொண்டிருந்தது.

சிறுத்தை சட்டென இரையைக் கீழே போட்டுவிட்டு நாயின் மீது பாய்ந்தது. நாய், சின்னா ரெட்டியிடம் பாதுகாப்புக்கு வர, கத்தியை ஓங்கியபடி அவரும் சிறுத்தையின் பக்கம் திரும்பினார். பாய்ச்சல் பிரம்மாண்டமாக இருந்தது. ஒரே தாவலில் அது அந்த நிலத்தின் இந்த வரப்பில் இருந்து எதிர் வரப்புக்குத் தாண்டிவிடும்போல இருந்தது. பயந்து போய் அவர் கீழே விழுந்தார். கத்தியின் முனை அதன் உடம்பின் மீது பட்டிருக்க வேண்டும். அதை சின்னா ரெட்டி உணர்ந்தார். ஆனால் அது உணர்ந்ததாகத் தெரியவில்லை. சிவுக்கென்று பாய்ந்தபோதும் கண் முன்னால் அதன் நீண்ட உடம்பு வெகுநேரம் கடந்துபோனது போல இருந்தது. நீளமான உடம்பு. விழுந்தவர் அதே வேகத்தில் சுருண்டு எழுந்தார். அதற்குள் அது அவருடைய கையைக் கவ்வி இழுத்தது. வலது கையில் இருந்த கத்தியால் ஓங்கி ஒரே போடு.. அதன் முதுகில் விழுந்தது. ஆழமாக இறங்கியதாகத் தெரியவில்லை. ஓங்கிய வேகத்தில் அது இரண்டு துண்டாகிவிடும் என்றுதான் எதிர்பார்த்தார். வைரம் பாய்ந்த பனையின் உறுதி தெரிந்தது. சுழன்று கீழே விழுந்து மீண்டும் எழுந்தது. ஆனால் இந்த முறை தன் எதிரியின் கையில் ஒரு ஆயுதம் இருப்பதைக் கவனித்துவிட்டது. சின்னா ரெட்டியின் நெஞ்சின் மீது பாய்ந்தபோது, அதன் நகங்கள் இரும்புக் கொக்கிகள் போல ஆழமாகப் பாய்ந்து சீப்பினால் தலைவாருவதுபோல சதையைக் கவ்விக்

கிழித்தது. பொறுக்க முடியாத வலி. ஐயோ எனக் கீழே விழுந்தார். இனி நாம் பிழைப்பதற்கில்லை என்று முடிவெடுத்த நேரத்தில், நாய் வேகமாகச் சிறுத்தையின் மீது பாய்ந்தது. இரண்டும் ஒன்றை ஒன்று கவ்விக்கொண்டு புழுதியாகப் புரண்டன. சின்னா ரெட்டி எழுந்து கத்தியைத் தலைக்கு மேலே தூக்கி ஒரே போடாகப் போட்டார். இந்த முறை சிறுத்தையின் காதுக்குப் பக்கத்தில் வெட்டு விழுந்தது. கத்தி அப்படியே அதன் தலையோடு போய்விட்டது. சிறுத்தைக்கு வலியும் அதன் தலையோடு சேர்ந்துவிட்ட புது பாரமும் சோதனையாக இருந்திருக்க வேண்டும். பக்கத்தில் ஆள் உயரத்துக்கு வளர்ந்திருந்த வெகல் புதரில் ஓடியது. சின்னா எழுந்து கையிலும் மார்பிலும் இருந்த காயங்களைப் பார்த்தார். தாள முடியாத எரிச்சல். ரத்தம் விரமாக வழிந்துகொண்டிருந்தது. நாய் நொண்டிக்கொண்டு ஊளையிட்டுக் கொண்டிருந்தது. சிறுத்தைக்குப் பலமான வெட்டு. அது புதருக்குள் சென்று இறந்திருக்கலாம். இனி வராது என்று தெரிந்தது. கயிற்றுக் கட்டிலில் போய்ப் படுத்தார். சிறுத்தையால் கடிபட்டு இறந்துபோன ஆட்டை நாய் முகர்ந்து பார்த்துவிட்டு வந்தது. ஒரு காலைத் தரையோடு இழுத்துக்கொண்டு விந்திக்கொண்டிருந்தது.

"கள்ளைக் குடித்துக் குடித்துக் குடிகெட்டுப் போவார்கள்.. போகட்டும் அந்தக் குடிகாரன் என்கடை மயிர்தான்... அந்தக் குடிகாரன் என்கடை மயிர்தான்..."

குணங்குடி மஸ்தான் சாயிபு பாட்டை அவன் இஷ்டம்போல் பாடிக் கொண்டு வந்தான் ஆட்டிடையன். அருகில் வந்தவன், சின்னா ரெட்டி இருந்த கோலத்தைப் பார்த்து ஓவென்று கத்தினான். "சிறுத்தை புகுந்துடுச்சுடா" என்று கண்களைத் திறக்க முயன்று அது முடியாமல் அதன் போக்குக்கே விட்டுவிட்டார். வந்தவன் வந்த வேகத்திலேயே ஊரை நோக்கி ஓடினான். கத்திக்கொண்டே ஓடியதால் அவன் ஊரை அடைவதற்குள்ளாகவே பாதிப் பேர் அவனுக்கு எதிரில் வர ஆரம்பித்தார்கள். சொக்கலிங்க ரெட்டி முன்னால் ஓடிவந்தார். அவருக்குப் பின்னால் ஊரில் இருந்த அத்தனை ஆம்பளைகளும் கையில் லாந்தரும் கத்தியும் கொம்புமாக ஓடினர். சின்னா ரெட்டியை வீட்டுக்குத் தூக்கிக்கொண்டு வந்தனர். நாய் மட்டும் அதுவாகவே கூட்டத்துக்குப் பின்னால் தன் ஒரு காலை இழுத்துக்கொண்டு வந்தது. சின்னா ரெட்டியைப் பிழைக்க வைக்க வேண்டுமானால், காலையில் ஸ்டான்லிக்குப் போய்விட வேண்டும் என்று பேசிக்கொண்டார்கள்.

காலப்பயணம்

இது நடந்தது யுவ வருஷமாக இருக்கலாம் என்றார் ஜானகிராமன். அதாவது 1934- 35. தொடர்ந்து முதல் பாகத்தின் முடிவில் லட்சுமணன் ரங்காவரத்துக்கு வந்தபோது என்ன நடந்தது என்பதைத் தனிக் கதையாக விவரித்தார். ஆனால், அதில் அவருக்கு அவ்வளவு சுவாரஸ்யம் இல்லை. முதற் காரணம், லட்சுமண ரெட்டியார் வந்துபோன பிறகு அவர்களுக்கு மனஸ்தாபங்கள் ஏற்பட்டு ஜெகநாதபுரத்துக்கும் ரங்காவரத்துக்கும் போக்குவரத்து இல்லாமல் போய்விட்டது. இரண்டாவது காரணம், அவர் மிகவும் சோர்ந்து போயிருந்தார். அவர் தன் மருமகள் விருந்தாளிகளைச் சிறப்பாகக் கவனிக்க மாட்டார் என்பதில் உறுதியாக இருந்தார்.

சின்னா ரெட்டி சிறுத்தையை வெட்டிய கதையை ஜெகநாதபுரத்தில் ஒருவிதமாகச் சொன்னார்கள். ரங்காவரத்தில் வேறுவிதமாகச் சொன்னார்கள்.

சில உறவுமுறைகளேகூட மாறிப்போயிருந்தது.

தசரத ரெட்டிக்கு, சின்னா ரெட்டி சகலை முறையில்லை; சகலைக்கு அண்ணன். அதாவது சின்னா ரெட்டி, மங்கம்மாவுக்கு அக்கா புருஷன் இல்லை. அக்கா புருஷனுக்கு அண்ணன்.

இடமும் காலமும் எல்லாவற்றையும் மாற்றிவிடுகிறது.

"நல்ல வெயில் காலமா இருந்தா, இதோ அந்த எடத்தில கோயில்

கோபுரம் ஒண்ணு தெரியும்” என்று விரல் நீட்டினார். அந்த இடத்தில் தண்ணீர் சமுத்திரம் மாதிரி நிறைந்திருந்தது. “எனக்குத் தெரிஞ்சி அஞ்சி ஊரு இதுக்குள்ள கெடக்குது.. வெம்பாக்கம், உளம்புதூரூ.. யாருக்கு நயாபவம் இருக்குது.. அத்தினி பேருக்கும் அரசாங்கத்தில நல்ல ரூபா குடுத்தாங்க.. ஒரு சிலது உஷாரா பொழைச்சிப் போச்சி.. ஒரு சிலது என்ன கதி ஆச்சிங்கன்னு யாருக்குத் தெரியும்?.. அது அது தலஎழுத்து..” மடியை அவிழ்த்து, “வெய்ச்ச கலக்கா துன்றியா?” என்று நீட்டினார். நன்கு முற்றிய கடலையாக ஆளுக்கு ஒன்று எடுத்துக் கொண்டோம்.

இன்னொரு நாள் வருவதாகச் சொன்னேன். “எப்போது வரட்டும்?” என்றபோது “உங்களுக்கு எப்ப தோதுபடுமோ அப்ப வாங்க. அதுக்கு முன்னாடி கொசப்பேட்டையில் அண்ணாமலை நாயக்ரப் பாத்தா இன்னும் நீங்க கேட்கிற விஷயம் கிடைக்கும்” என்றார். பூண்டியில் இருந்து திரும்பும்போதே அண்ணாமலை நாயகரைப் பார்த்தோம். அவர் பெருமாள் நாயகரின் சகலை. நாற்பதுகள் தொடங்கி அறுபதுகள் வரையான கால ஊசல். நாங்கள் அதில் ஆடினோம்.

நாங்கள் அடுத்து ஒருமுறை பூண்டி ஏரிக்கரைக்கு வந்தபோது அவர் சென்ற முறை பார்த்த அதே நாளின் பிரதிபோல அதே இடத்தில் அமர்ந்திருந்தார். காலத்தை மாற்றியடுக்கி விளையாடும் இந்த விளையாட்டு எனக்கு இறைத்தன்மையைத் தந்தது. நான் அதை நேசிக்க ஆரம்பித்தேன். இறந்துபோனவர்கள் பிறந்தார்கள். பிறந்தவர்கள் இறந்தார்கள். ஒரு நூற்றாண்டின் நாடகத்தின் ஒரு பகுதியாக நானும் இருந்துகொண்டே அதை நான் இயக்கிக்கொண்டிருப்பதாகப் பட்டது. புனைவின் சொற்கள் கொண்டு பல வெற்றிடங்களை மூட முடிகிற படைப்பின் அதிபதியாக நான் தினமும் திரிந்தேன். பணம், மின்சாரம், சுதந்திரம் எல்லாமே இல்லாத அந்தக் காலகட்டத்தை எல்லாம் இருக்கிற இன்றைய சூழ்நிலையில் அனுபவித்துப் பார்ப்பதே கால எந்திரப் பயணமாக இருந்தது. கிழிந்த டவுசரை எங்கள் தெரு டைலர் ரஃப் அடித்துத் தைத்துக் கொடுப்பான். கிழிந்த பகுதியை இணைத்து வைத்து மேலும் கீழும் தைப்பான். டவுசரின் நிறத்திலேயே.. அசப்பில் பார்த்தால் தெரியாத மாதிரி தைத்துக் கொடுப்பான். அதை இன்னும் கொஞ்சம் வாகாகச் செய்ய முடிந்தால் டார்னிங் செய்வதுபோல செய்நேர்த்தி இருக்கும் என்று நினைத்தேன்.

பிரபாஷுக்கும் பெர்னான்டஸ்ஸுக்கும் இந்த ஒரு மாத விடுமுறையை எங்கே சத்யம் தியேட்டரிலும் பார்களிலும் கழிக்க வேண்டியிருக்குமோ என்ற ஐயம் என்னால் விலகியது.

கொசப்பேட்டை அண்ணாமலை நாயகரும் ரங்காவரம் ஜானகிராம ரெட்டியும் வெவ்வேறு காலத்தையும் சம்பவத்தையும் பிய்த்துப் போட்டார்கள், சில வெற்றிடங்களோடு இட்டு நிரப்பித் தையலடிக்கிறேன்.

மீண்டும் நாற்பதுகள்...

1

வெள்ளைக்காரன் ஏறத்தாழ வெளியேறும் மனநிலைக்கு வந்து விட்டான். ராஜாங்க விஷயத்தில் அவ்வளவு தலையீடு இல்லை. மதராஸ் மாகாணத்தில் காங்கிரஸ் ஆட்சி. ராஜாஜி தலைமையில் இந்தி படிக்க வேண்டும் என்ற கட்டுப்பாடு, சுனா மனா கட்சிக்காரர்களுக்கு முக்கிய அடையாளத்தை ஏற்படுத்தித் தந்தது. இது இவ்வளவு நாள் வெள்ளைக்காரர்களைக் குறைசொல்லிக் கொண்டிருந்தவர்களுக்கு காங்கிரஸ்காரன் வந்தால் அதைவிடப் பேராபத்துதான் என்ற அபிப்ராயத்தை ஏற்படுத்தியது. பெரியார் அதை உரக்கச் சொன்னார்.

“பேருக்காகவோ புகழுக்காகவோ நான் சமூகப் பணிக்கு வரவில்லை. நான் செத்தால் அழுவதற்குக்கூட ஆள் கிடையாது. நானும் யாருக்கும் அழ வேண்டியது கிடையாது. நான் தனிக்கட்டை. எனக்கு என்ன ஆனாலும் கவலை இல்லை” என்று கூறிவிட்டார் பெரியார். ஜெயிலுக்குப் போய் புழுவும் கல்லும் கலந்த களியைச் சாப்பிட்டு உடம்பைக் கெடுத்துக்கொள்வதும் பழகிப்போயிருந்தது. கணேசன் மாதிரி ஆள்களுக்கு உள்ளிருந்து இயக்கும் மந்திர சக்தியாக இருந்தது அவருடைய நடவடிக்கைகள்.

பெரியார், அண்ணாதுரையோடு கணேசனும் சிறைபிடிக்கப்பட்டதில் குடும்பத்தில் கிலி. குடும்பத்தோடு ஊத்துக்கோட்டைக்குப் புறப்பட்டு வந்துவிட்டாள் கணேசனின் மனைவி புனிதா. கல்லூரிப் பழக்கத்தில் கணேசனுக்கு வாழ்க்கைப்பட்டவள். பிறந்த வீடு கனவில் இருந்த

வீடு மாதிரி ஆகிவிட்டது அவளுக்கு.

"கட்சிக்காரங்க, அதே வேலையா இருக்கிறவங்க ஜெயிலுக்குப் போறாங்க சரி. இவர் ரெண்டு குழந்தைகளை இப்படி நடுப் பட்டணத்தில விட்டுட்டு ஜெயிலுக்குப் போனா நான் என்ன பண்ணுவேன்? பெரியாரை ரெண்டு வருஷமும் அண்ணாதுரையை நாலு மாசமும் ஜெயில்ல போட்டுட்டாங்க. தாளமுத்துங்கிறவர் ஜெயில்லயே செத்துப்போயிட்டாரு. இதெல்லாம் கேட்டா தூக்கம் வருதா? இவர் என்னடான்னா, என்ன சொன்னாலும் கேட்க மாட்டேங்கிறாரு" என்ற அண்ணியின் புலம்பலில் நியாயத்தைப் பார்த்துக்கொண்டிருந்தார் ஆறுமுக முதலி.

"அண்ணனை ஜெயில்ல இருந்து வெளிய கொண்டாருவோம் மொதல்ல. அப்புறம் அவரை ஊரோடு கூட்டிக்கினு வந்து வெச்சுடு வோம். அதான் சரி. மெட்ராஸ் வேலையும் வேணாம், இந்த வம்பும் வேணாம்." அண்ணிக்கு ஆறுதல் தருவதற்காகக் கொஞ்சம் அழுத்த மாகவே சொன்னார். சுந்தராம்பாளுக்கு இந்த ராஜாங்க வம்புகள் எல்லாம் எங்கே தம் கணவரின் தொழிலையும் பாதித்துவிடுமோ என்ற அச்சம் இருந்தது.

ஏற்கெனவே நான்கைந்து வருஷமாக சினிமா படம் எடுக்கப் போகிறேன் என்று காலத்தை வீணாகக் கழித்தது அவருக்கு வருத்தம். விவசாயத்தையும் பார்க்காமல், எண்ணெய் மண்டி, நெல்லு மண்டி வியாபாரத்தையும் மறந்து மனுஷன் கனவிலேயே காலத்தைக் கழித்து விட்டதில் ரொம்பத்தான் அனுபவப்பட்டிருந்தார்.

கேசவனின் நாடகக் கதையை எம்.கே.ராதாவை வைத்துப் படமாக்குவதில் சிக்கல். அந்தப் படத்தை கேசவனே படமாக்கப் போவதாகக் கூறிவிட்டதில் எஸ்.எஸ்.வாசன் வைத்திருந்த 'சர்வாதிகாரி' கதையை வாங்கிப் படமாக்கினார் கந்தசாமி முதலியார். வஜ்ரவேலு முதலியாருக்கு 'சர்வாதிகாரி' கதையில் நாட்டமில்லாமல் போய் ஆறுமுக முதலியை வேறோரு கதையைப் பிடிக்கச் சொன்னார். எம்.ஜி.ராமசந்தர் இப்போது பிரகாசமாக வந்துகொண்டிருப்பதாகவும் அவரையே படத்துக்குப் போட்டால் சண்டைக் காட்சிகள், குதிரை யேற்றம், வாள் சண்டை, கம்புச் சண்டை போன்றவற்றைப் படமாக்க முடியும் என்றார்.

ராமாயணம், அல்லி அர்ஜுனா, சீதா கல்யாணம், வள்ளி-முருகன் திருமணம் போன்ற கதைகளைப் படமாக்கக் கூடாது என்பதில் வஜ்ரவேலுவும் திண்ணமாக இருந்தார். கணேச அண்ணனுக்கும் அது சரியென்று படவே நல்ல அரச வம்சத்துக் கதை ஒன்று படமானால் நன்றாக இருக்கும் என்று யோசனை செய்தார்கள். இதற்குள் வஜ்ரவேலு ஆரம்பித்த ஸ்டூடியோவில் ஏகப்பட்ட பிரச்சினைகள். படமாவது தாமதமாவதால் பாதிப் பேர் மெட்ராஸ் பக்கம் போய்விட்டார்கள். இருந்த ஐந்தாறு பேரில் நீ பெரியவனா, நான் பெரியவனா என்ற யுத்தம்.

உழக்கில் கிழக்கு.. மேற்கு. போதாததற்கு மூங்கில் வாங்கப் போன இடத்தில் மூங்கில் வியாபாரம் செய்ய வந்தவனை சிறுத்தை அடித்துப் போட்டுவிட்டது. எடுத்ததெல்லாம் தடங்கலாக இருக்கவே, ஆறுமுக முதலி தன் சினிமா எடுக்கும் யோசனையை சீனிவாசா சினிடோன் நாராயணன் சொன்ன மாதிரி ஒரு டெண்ட் கொட்டகையாக மாற்றிக் கொண்டார். கையைக் கடிக்காத வேலை. படத்தை வாடகைக்குக் கொண்டுவந்து போட்டோமா, லாபத்தைப் பார்த்தோமா என்று போனது.

இப்படியாக நிலைமை கொஞ்சம் நிதானத்துக்கு வந்தபோது தன் மூத்தாள் இப்படி வந்து நிற்பது சுந்தராம்பாளுக்கு நல்லதாகப் படவில்லை.

மூத்தாளுக்கு இரண்டு பையன்களும் இரண்டு பெண்களும். லட்சணமான பசங்கள். நம்ம வீட்டுக் குழந்தைகள்போல துளுக்க வாத்தியார்கிட்ட மாசத்துக்கு ஒரு படி அரிசி கொடுத்து திண்ணையில் உட்கார்ந்து படித்த குழந்தைகள் இல்லை. பெரிய பள்ளிக்கூடத்தில் பெஞ்சில் உட்கார்ந்து படித்த குழந்தைகள். புதிய சூழ்நிலையில் சித்தியின் வீட்டில் அடைக்கலம் தேடி உட்கார்ந்திருப்பதில் சங்கோஜ மாகத்தான் இருந்தார்கள். ஆம்பளைகளுக்குத் தெரிய வேண்டாமா?... சுந்தராம்பாளுக்குச் சிந்தனை இப்படி ஓடிக்கொண்டிருந்தது.

புனிதா இறங்கி வந்து பழகுவதில் சிரமப்பட்டாள். அவளுக்குத் தன் குழந்தைகள் நால்வரைத் தவிர எல்லோருமே அந்நியமாகத் தோன்றினர். சுந்தராம்பாளிடம் ஓரிரு வார்த்தை பேசினாலும் மீண்டும் குழந்தைகளுடன் போய் அமர்ந்துகொண்டாள். அவளுடைய குழந்தைகள் அதற்குமேல் இருந்தன.

முதல் பையன் நடேசன் நெளிவு சுளிவு தெரிந்தவனாக இருந்தான். கையில் ஏதாவது புத்தகம் வைத்துக்கொண்டிருந்தான். கதை பொஸ்தகம் படிப்பவன். மணிக்கொடி பத்திரிகை, ஆனந்த விகடன் என ஏதாவது ஒரு பத்திரிகை அவன் கையில் இருந்தது. அவன் அப்பாவிடமிருந்து தொற்றிக்கொண்ட பழக்கம். தாம் சித்தப்பா வீட்டில் அபயமாக வந்து தங்கியிருப்பதை முற்றிலும் புரிந்துகொண்டு செயல்பட்டான். அதாவது, அவனுடைய செயலில் நான் ஏதாவது உதவட்டுமா என்ற முனைப்பு இருந்தது. பெண்கள் இரண்டும் குடித்த காபி லோட்டாவை எடுத்துக் கழுவி வைக்க வேண்டும் என்பதும் தெரியவில்லை. மூத்தவள் அமுதா, இளையவள் மலர்விழி. இருவரையும் செல்லமாக வளர்த்திருப்பது தெரிந்தது. அப்பா ஜெயிலில் இருக்கிறார் என்ற வருத்தம் மட்டும் இருந்தது பெண்களின் முகத்தில். கடைசிப் பையன் தியாகராயன். விளையாட்டுத்தனமாக இருந்தான். கன்றுக்குட்டி, கோழி, புளியமரம் என்று அவனுக்குப் பட்டணத்தைவிட இங்கே விளையாடுவதற்கு ஈர்ப்பான விஷயங்கள் அதிகமிருந்தன.

சிவகுரு பெரியவனை சினிமா கொட்டகைக்கு அழைத்துச்

சென்றான். நாற்காலிகள் இல்லாமல் எல்லோரும் மணலில் அமர்ந்து படம் பார்ப்பது நடேசனுக்கு ஆச்சர்யமாக இருந்தது. எதிரில் இருப்பவர் தலை மறைத்தால் மண்ணைக் குவித்து அதன் மேல் ஏறி உட்கார்ந்து கொண்டார்கள். கடைசி வரிசையில் நான்கைந்து மடிப்பு நாற்காலிகள் போட்டு வைத்திருந்தார்கள். பெரிய மனிதர்கள் யாராவது வெள்ளையும் சொள்ளையுமாக வந்தால் அவர்களுக்கு அது.

‘ராஜசேகரன் அண்ட் ஏமாந்த சோணகிரி’ என்ற படம். இந்தப் படத்தில் எம்.ஆர்.ராதா நடித்திருக்கவே கூடாது என்பது நடேசனின் அப்பாவின் தீர்மானம். அவருடைய நாடகத்தில் இருந்த சுவாரஸ்யம் படத்தில் இல்லை என்று சொல்லியிருக்கிறார்.

“அதிரசம் சாப்பிட்றீயா?” என்றான் நடேசனிடம் சிவகுரு.

“வேண்டாம்..”

“அப்பாவையே நினைச்சுக்கிட்டிருந்தா எப்படி? நாளைக்கு பெயில் எடுக்கிறதா சொல்லியிருக்காரு இல்ல?”

நடேசன் உண்மையில் அப்பாவைப் பற்றி நினைத்துக்கொண்டிருக்க வில்லை. இங்கே சினிமா பார்த்துக்கொண்டிருக்கிற யாருக்காவது இந்தி தெரிந்திருக்க வேண்டுமா என்று நினைத்தான். ராஜாஜி வடக்கில் தம் பெண்ணைக் கட்டிக்கொடுத்துவிட்டதால், வடக்குத் தெற்கு எல்லாம் இணைந்துவிட்டதாக நினைப்பது எந்தவிதத்தில் நியாயம் என்று யோசித்துக்கொண்டிருந்தான். இனிமே அவரோட பெண்ணுக்கு இந்தியும் குஜராத்தியும் தெரிந்திருக்க வேண்டும். நாம் எதற்குத் தெரிந்து கொள்ள வேண்டும். இந்த உண்மையைச் சொன்னால் ஜெயிலில் தூக்கிப் போட்டுவிடுவார்களா?

“அதில்லடா சிவகுரு.. எங்க அப்பா அப்படி என்ன தப்பு பண்ணிட்டார்னு கேக்கிறேன்?”

“காரியமே கெட்டது போ. நீயும் உங்க அப்பா கட்சிதானா?” “அப்ப, எங்கப்பா மேல தப்பு சொல்றீயா நீ.”

“அதுக்கில்ல.. இந்த நேரத்தில உங்கப்பா நியாயமாத்தான் இருந் தார்ங்கிற யோஜனை தேவையா? அது உன்னையும் அதில கொண்டு போய் விட்டுடுங்கிற பயத்தில சொல்லிட்டேன்...” சிவகுருவின் குரலில் மன்னிப்பு கோரும் தொனி இருக்கவே நடேசனும் அதைப் பற்றி விவாதிப்பதை அத்தோடு விட்டுவிட்டான்.

கொஞ்சநேரம் பராக்குப் பார்த்துக்கொண்டு இருக்கச் சொல்லிவிட்டு மணி அடித்துவிட்டு டிக்கெட் கிழித்துக் கொடுக்கப் போனான்.

“அடேய், அரையணா வெச்சிருக்கவன் மட்டும் லைன்ல நில்லு... நெல்லு கொண்டாந்திருக்கேன், கொள்ளு கொண்டாந்திருக்கேன்னு சொல்றவனெல்லாம் நடையக்கட்டு”- சிவகுரு சவுண்டாகக் குரல் கொடுத்தான். சிலர் படம் பார்ப்பதற்காக நெல்லு கொண்டு

வந்திருப்பார்கள் என்று தெரிந்தது. ஏனென்றால், இரண்டொருவர் தயங்கி ஓரமாக நின்றனர். அவர்களை அதட்டலுக்கும் மிரட்டலுக்கும் பிறகே உள்ளே அனுப்பினான் சிவகுரு.

நடேசனுக்கு இவ்வளவு கடுமையாக நடந்துகொள்ள வேண்டிய தில்லை என்று தோன்றியது. ஆனால், பரிதாபம் பார்த்தால் எல்லோருமே நெல்லே கொண்டுவந்துவிடுவார்கள். அதைப் பணமாக்குவது இன்னொரு வேலையாக இருக்கும் என்றும் தோன்றியது. ஆனால், தன்னிலும் வயது மூத்தவர்களை அடேய் என்றும் வாடா போடா என்றும் சிவகுரு விளிப்பது நடேசனுக்கு அதிர்ச்சியாக இருந்தது. படம் பார்க்க வந்தவர்கள் பெரும்பாலும் சாதியால் கீழாக்கப்பட்டவர்களாக இருப்பார்கள் என்று சட்டென்று புரிந்தது. அதனால்தான் இந்த அலட்சியம்.

பாரதியார் பறையனுக்குப் பூணூல் போட்டு, அவனை உயர்த்தினார் என்பதை சுனா மனா கட்சிக்காரர்கள் ஏற்றுக்கொள்வதில்லை. சுதேசமித்ரனில் பாரதியார் ஜஸ்டீஸ் பார்ட்டி ஆட்களைத் தாக்கி எழுதியதை அப்பா அவனுக்குச் சொல்லியிருந்தார். 'அல்லாதார்' கட்சிக் காரர்கள் என்றே அவர் குறிப்பிட்டு எழுதியதாகவும் சொல்லுவார். 'பிராமணர் அல்லாதார்' என்று எழுதமாட்டாராம். பாரத தேசத்தைத் துண்டாடும் போக்கு என்றும் 'பிராமணர்கள் மற்ற சாதியினரைக் கலந்து வாழ்வதில்லை என்று நிந்திக்கிற 'அல்லாதவர்கள்' தமக்குக் கீழேயுள்ள இரண்டாயிரத்துச் சில்லரை சாதியுடன் மணம்புரிந்து வாழ யாதொரு பிரயத்தனமும் செய்யாமல் இருக்கிறார்கள்' என பாரதியார் எழுதியதை அப்பா படித்துக் காட்டியது இப்போதுதான் வாசித்து மனப்பாடம் செய்தது மாதிரி ஒலித்தது.

ஜஸ்டீஸ் பார்ட்டி முதலியார்களின் ஆதிக்கம் வலுத்த கட்சியாக இருப்பதால் சமூகத்தில் ஏற்பட்டிருக்கிற பெயரையும் நடேசன் அறியாமல் இல்லை. பெரியார் அதை வெகுஜனக் கட்சியாக மாற்ற போராடிக்கொண்டிருப்பதால், அந்த நிலை மாறும் என்றும் நினைத் தான். சிவகுரு போன்ற டீன் ஏஜ் பையன் அறுபது வயது மதிக்கத் தக்க பெரியவரை டேய் என்று அழைப்பது நியாயமென்றால், பிராமணர்கள் நம்மைப் பார்த்து 'ஏண்டா அம்பி' என்று அழைப்பதை மட்டும் குறைபட்டு என்ன நியாயம் என்பதைத்தான் பாரதியார் கேட்டிருக்கிறார். அவர் கேட்பதும் சரிதானே?

அப்பா எவ்வளவு எடுத்துச் சொல்லியும் நடேசனுக்கு பாரதியின் மீதிருந்த பித்து தணியவில்லை. அப்பாவுக்கும் பாரதியாரை கொச்சைப் படுத்துவதில் தயக்கம் இருந்தது. நடேசன் ஆதாரங்களுடன் பாரதியின் கவிதைகளைப் பாடிக் காட்டியும் அவருடைய கதைகளில் கட்டுரை களில் பிராமணர்களைக் கிண்டலடித்திருப்பதையும் எடுத்துச் சொல்லுவான். அப்பாவுக்குப் பதில் தரத் தெரியாது, பாரதிதாசன் கவிதைகளில் இருக்கிற சொல் வீரியம் பார் என்று 'அடா, புடா'

என்று முடியும் பாடல்களாக எடுத்து முழங்குவார். இன எழுச்சியும் தமிழ் உணர்வும் எப்படியிருக்கிறது பார் என்பார். ஆனால், நடேசன் கேட்ட கேள்விக்கு அது தகுந்த பதிலாக இருக்காது. அது அப்பாவுக்கே தெரியும். பாரதியை நம்புகிற மாதிரி எல்லா பார்ப்பானையும் நம்பிடாதே என்று முடித்துக்கொள்வார். அவர்கள் ரத்தத்திலேயே நம்மை அவமதிக்கிற விஷம் ஊறிக்கிடக்கிறது என்பது அப்பாவின் தீர்மானம். நடேசன் அதை இன்னும் கொஞ்ச நாள் கழித்தே முடிவு செய்யலாம் என்று இருந்துவிட்டான்.

சிவகுரு ஆளான தைரியத்தில் ஆறுமுக முதலியார் பட்டணம் போய் வக்கீல்களையும் கட்சிக்காரர்களையும் பார்த்து சனிக்கிழமைக்குள் பெயில் எடுத்துவிட முயற்சி செய்தார். ஆனால், கணேசன் வெளியே வர விருப்பம் தெரிவிக்கவில்லை. “பெல்லாரி ஜெயில்ல பெரியாரை ரெண்டரை வருஷம் போட்டுட்டானுங்க. அவுரு மொதல்ல வெளிய வரட்டும் அப்புறம் நா வர்றேன்” என்று தீர்மானமாகச் சொல்லிவிட்டார்.

கணேசனுக்குத் தன் பெயரோடு முதலி என்று சேர்த்துச் சொல்வதில் விருப்பமில்லை. அதை ஒழிப்பதில்தான் சுயமரியாதைக் கட்சியின் வெற்றியே இருக்கிறது என்பதில் அவருக்கு உறுதி ஏற்பட்டிருந்தது. முதலில் எல்லா பள்ளிக்கூடத்திலும் இந்தி வகுப்பு என்ற ராஜாஜி, பிறகு நூறு பள்ளிக்கூடத்தில் மட்டும் இந்தி கற்பிக்கப்படும் என்றார். பிறகு எதிர்ப்பால் சிறையெல்லாம் நிரம்பி வழிவதைப் பார்த்து, படிப்படியாகச் சிலரை விடுதலை செய்தார்.

ஜெயிலில் இருந்து வந்தவரைப் பார்க்க ஆறுமுக முதலியின் வீட்டு முன்பு சிறிய கூட்டம் கூடிவிட்டது. திருடினாலோ, கொலை செய்தாலோ ஜெயில் தண்டனை கொடுப்பார்கள். இவரை எதற்கு ஜெயிலில் போட்டார்கள் என்பதே சிலருக்கு விளங்கவில்லை.

வீட்டுக்கு முன்பு திண்ணையில் கூடியிருந்தவர்களை நோக்கி மனம் கலங்காமல் பேசினார் கணேசன். ஜெயிலுக்குப் போய் வந்ததில் தீவிரம் கூடியிருந்ததே தவிர குறையவில்லை.

“நாடாயா இது? தமிழை அழிக்கறதுக்கு ஒருத்தன் ஏற்பாடு செய்றான். அதைத் தட்டிக்கேட்டா ஜெயில்ல தூக்கிப் போடறான். அவனுக்குத் தமிழ்தான் தாய்மொழியா இல்லை சமஸ்கிருதம்தான் தாய்மொழியான்னு இப்ப புரியுதா? தென்னிந்திய மொழிக்கு தமிழ் ஆதாரமா இருக்கிற மாதிரி வட இந்திய மொழிக்கு சமஸ்கிருதம் ஆதாரமா இருக்கு. அதனாலதான் அவனுங்க பாஷைய இந்தியா முழுக்கப் பரப்பணும்னு நினைக்கிறாங்க” தண்டனையால் ஏற்பட்ட மனக்காயம் அவரை தீவிரமாகப் பேசவைத்தது. மூச்சிரைத்தது. பனிக்காற்று காரணமாக இன்னும் அவதிப்பட்டார். புனிதா “ரெஸ்ட் எடுங்க. காலையில பேசிக்கலாம்” என்று இரண்டு தடவை அழைத்த பின்னர்தான் எழுந்து சாப்பிடப் போனார்.

தூங்கி எழுந்ததும் சைக்கிளை எடுத்துக்கொண்டு வயக்காட்டுப் பக்கம் போய்விட்டு வந்தார். குளித்து முடித்து புனிதாவிடம், "பசங்களும் நீயும் இங்கயே இருங்க. நான் பட்டணம் போய்ட்டு சிலரைப் பார்க் கணும். அரசியல் பணியில ஈடுபட்டு ஜெயிலுக்குப் போய் வந்ததால இனிமே ரயில்வே உத்யோகம் பார்க்க முடியாதுனு சொல்றாங்க. அதையும் பேசிட்டு வர்றேன்" என்றார்.

புனிதாவுக்கு அது ஏற்புடையதாக இல்லை. இனி பட்டணம் வேண்டாம் என்று நினைத்தார். இங்கேயே ஒரு எண்ணெய் மண்டி யிலோ, சினிமா கொட்டகையிலோ பங்குதாரராக இருந்து காலத்தை ஓட்டிவிடலாம் என்று நினைத்தாள். பெரியவன் ஒருத்தனை மட்டும் படிக்க வைத்தால் போதும் என்று இருந்தது. ஆனால் இத்தனையையும் சொல்ல முடியவில்லை. "உங்க தம்பிகிட்ட ஒரு வார்த்தை சொல்லிட்டுப் போங்க" என்றாள்.

"பின்ன சொல்லாமயா?"

மேல் சட்டையை மடித்துவிட்டுக்கொண்டு பேண்ட் அணிய ஆரம்பித்தபோது ஆறுமுக முதலி வந்தார். "இப்ப எங்கயும் போக வேண்டாம். எல்லாம் ஒரு வாரம் ஆகட்டும்."

தம்பி இப்படிப் பேசுகிறவன் இல்லையே என்று அதிர்ச்சியோடு திரும்பிப் பார்த்தவர், "நீ ஏதாவது சொன்னியாடீ" என்று கோபத்தை புனிதா மீது திருப்பினார். "என்ன நடக்குதுன்னு உனக்குச் சொன்னா தெரியுமாடீ... பெரியாருக்கு இரண்டரை வருஷம் ஜெயிலு. தமிழ் நாட்டில தமிழ்னு பேசினா ஜெயிலா.. உருப்படுமா இந்த நாடு? இன்னும் இவனுங்க கையில சுதந்திரத்தைக் கொடுத்துட்டா அவ்வளதான்."

வீட்டில் இருந்தவர்கள் எல்லோரும் கூடத்தில் குழுமிவிட்டனர். "மறுபடியும் உங்களைத் தூக்கி ஜெயில்ல போட்டுட்டான்னா சரியாகிடுமா?"

"வேற எதுக்குடா இந்த உயிரு?"

கூடம் அமைதியாக இருந்தது. "சரி.. இன்னும் ஒரே ஒருநாள் ரெஸ்ட் எடுத்துட்டு அப்புறம் கிளம்பிப் போ" என்றார் ஆறுமுக முதலியார். கணேச முதலி கூடத்தில் தலையைத் தொங்கப் போட்டுக்கொண்டு நின்றிருந்த அனைவரையும் ஒருமுறை மூர்க்கமாகப் பார்த்துவிட்டு கொடியில் கிடந்த வேட்டியைப் போர்த்தியபடி பேண்டைக் கழற்றி கொடியில் போட்டார்.

2

இரண்டு நாள் அவரைச் சமாளித்துத் தங்க வைத்ததில் கொஞ்சம் அமைதியடைந்தார். ஆனால், ரேடியோவில் வெளியான செய்திகளும் பட்டணத்தில் இருந்து வந்து பார்த்துவிட்டுப் போன சில கட்சியாளர்களும் தமிழ்நாடெங்கும் பல இடங்களில் ஆர்ப்பாட்டமாக இருப்பதாகவும் ஆட்சியில் இருக்கும் ராஜாஜிக்கு இதுவே பிரதான தலைவலியாக இருப்பதாய் உணர்த்தியது. மற்றும் இருந்த ராஜாங்க விஷயத்தை விட்டுவிட்டு இதில் அதிக பிடிவாதம் காட்டிக்கொண்டிருக்காமல் ஒவ்வொருவராக விடுதலை செய்தும் இந்தி படிக்க வேண்டும் என்ற கட்டாயத்தைத் தளர்த்தியும் பிரச்சினையில் இருந்து ஒருவாறாக மீண்டார் ராஜாஜி.

வடக்கிலே இந்துவையும் முஸ்லீமையும் பிரித்தாளும் முயற்சியில் இறங்கிய பிரிட்டீஷ் அரசு, தென்னிந்தியாவில் - குறிப்பாக தமிழகத்தில் பிராமணர், பிராமணர் அல்லாதார் என்று பிரித்தாண்டு வெற்றி கொண்டு வருவதாகவும் இந்தப் புதிய உபத்திரவத்தில் இருந்து மக்கள் விழிப்புடன் இருக்க வேண்டும் என்றும் பேசி வந்தார் காந்தி.

மூன்றே சதவீத மக்கள்தொகை இருக்கிற பார்ப்பனர்கள் பதவிகளில் தொண்ணூறு சதவீதம் வரை இருப்பதைத் தட்டிக் கேட்டால் தேசத் துரோகிகள் என்பதா என்று ஜஸ்டீஸ் பார்ட்டியினர் பதிலடி கொடுத்தனர். இந்த நேரத்தில் பூண்டியில் அணைகட்டி ஆந்திரம் மார்க்கமாக தமிழ்நாட்டில் பாயும் நீரைத் தேக்கி வைக்க முடிவுசெய்து

அடிக்கல் நாட்டு விழாவுக்கு சத்யமூர்த்தி வரப்போவதாகவும் பூண்டி ஏரிக்கரையில் பிரசங்கத்துக்கும் ஏற்பாடு செய்யப்பட்டிருப்பதாகவும் சொன்னார்கள்.

கணேசன் இதற்காகவே காத்திருந்தார். "பாப்பான் ஒருத்தன் நம்ம ஊர்லயே வந்து பிரசங்கம் செய்ய வர்றானாம். சொரணை இருந்தா அவனை ஊருக்குள்ளய யாரும் சேர்க்கக் கூடாது" என பிரச்சினை செய்துகொண்டிருந்தார்.

ஆறுமுக முதலியாருக்கு அண்ணனின் ஆத்திரம் என்னவென்று ஓரளவுக்குப் புரிந்தது. அதற்கு நம்பிக்கையான ஒரு காரணமும் இருந்தது. அதை அவர் தன் அண்ணனிடம் சொல்லாமல் தவிர்த்து விட்டார். ஏனென்றால், அது அவரை மேலும் பிராமணர்களுக்கு எதிர்ப்பாக ஆவேசத்தைக் கிளப்பிவிட்டுவிடும் என்பதனால்தான். சுந்தராம்பாளுக்கும் சொல்லவில்லை. ஜாய பிரச்சினைகள் புரியாமல் அதைப் புரிந்துகொள்ள முடியாதென்பதுதான் காரணம்.

வேலூர் வஜ்ரவேலு முதலியாரிடத்தில் முத்துசாமி ஐயர் என்ற காரியதரிசி ஒருவர் வேலைபார்த்தார். விசுவாசமாகத்தான் வேலை பார்த்துக்கொண்டிருந்தார். வஜ்ரவேலு முதலியாருக்குத் தென்னிந்திய நலவுரிமைச் சங்கப் பிரதிநிதிகளிடத்தில் போக்குவரத்து இருந்தது. அதில் யாரோ, 'போயும் போயும் கூட ஒரு ஐயரை வேலைக்கு வைத்திருந்தால் காரியம் உருப்படுமா?' என்று சந்தேகம் கிளப்பிவிட்டார்கள். முதலியாருக்கு அதுமுதல் ஐயரிடத்தில் ஒரு கண். அவர் என்ன தப்பு செய்யப்போகிறார் என்பதைக் கவனிப்பதற்கே தனியாக ஒரு ஆளைப் போட்டார். அவர் ஒரு ஆசாரி. இந்தச் சலுகை ஏற்கெனவே ஐயர் மீது விரோதத்தில் இருந்த ஆசாரிக்கு வசதியாகப் போய்விட்டது. ஐயரைப்பற்றி ஒன்றுக்குஇரண்டாகப்போட்டுவிட்டான். முதலியார், ஐயரை வேலையிலிருந்து அனுப்பிவிட்டார்.

ஐயரைப் பக்கத்தில் வைத்துக்கொண்டால் காரியம் உருப்படுமா என்பதுதான் முதலியார் தம்மை வேலையில் இருந்து நீக்கியதற்கு நிஜமான காரணமென்றும் ஆசாரி இடையில் புகுந்த அம்பு என்றும் ஐயருக்குத் தெரியவந்தது.

"ஐயரைப் பக்கத்தில் வைத்துக் கொள்ளவில்லை என்றால்தான் காரியம் உருப்படாமல் போகும் என்பதை நிரூபித்துக் காட்டுகிறேன்" என்று முதலியார் முன்னால் வந்து ஐயர் சபதம் செய்துவிட்டுப் போய்விட்டார். அவன் சபதத்தை நிறைவேற்றினானா, அல்லது அடுத்த வேலையைப் பார்க்கப் போனானா என்ற சந்தேகம் இருந்தது. இப்போது அண்ணன் பிராமணர்கள் பற்றிச் சொல்கிற செய்திகளைக் கேட்கிறபோது, அவன்தான் அந்தக் கம்பெனியை உடைப்பதில் முழுக்காரணமாக இருந்திருப்பான் என்று ஆறுமுக முதலியாருக்குத் தெளிவாகத் தெரிந்தது. ஏனென்றால் அவன் பட்டணத்தில் ஏதோ ஸ்டூடியோவில்தான் இப்போது வேலை பார்ப்பதாகச் சொன்னார்கள்.

இங்கு வேலைக்கு நியமிக்கப்பட்டிருந்த சிலரும் அவனுடன் அங்கே வேலையில் இருக்கிறார்களாம். எடுத்த சபதம் முடித்தான் என்றுதானே அர்த்தம்?

சத்யமூர்த்தி வரும்போது ஊத்துக்கோட்டை திருப்பத்தில் கருப்புக் கொடி காட்டுவதென்று கணேசனும் சில கட்சி நண்பர்களும் ர்மானித் திருந்தனர். இது பட்டணத்தில் இருக்கும் கட்சியின் முக்கிய உறுப்பினர் களுக்கும் போன் மூலம் தகவலாக அறிவிக்கப்பட்டிருந்தது. மதராஸில் இருந்தும் ஐந்தாறு பேர் இதற்காக கறுப்புக் கொடி, கறுப்பு பாட்ஜ் எடுத்துக்கொண்டு வந்திருந்தனர். ராஜாங்கத்தினருக்கு முன்னரே விஷயம் கசிந்துவிடக்கூடாது என்பதற்காக கறுப்புத் துணிகள் அனைத்தும் கோவணமாக அணிந்து வந்திருந்தார்கள். மாலை நான்கு மணிக்கு சத்யமூர்த்தியும் வேறு அரசு அதிகாரிகளும் ஆங்கிலேய அரசுப் பிரதிநிதிகளும் காரில் இந்த வழியாகச் செல்ல இருப்பதாக அறிந்து ஊத்துக்கோட்டை கூட்டுசாலையில் தயாராக இருந்தனர்.

ஆறுமுக முதலியாருக்குத் தாம் செய்துகொண்டிருக்கும் வியாபாரங் களுக்கு ஊறு வந்து சேரும் என்ற யோஜனையைத் தவிர, போராட் டத்துக்கு வேறு மறுப்பு இருக்கவில்லை. நேரம் நெருங்க நெருங்க பதற்றமாக இருந்தது. புனிதா தம் கணவர் அடுத்து சிறைக்குச் செல்லப் போவதை அறிந்து கண்ணீரும் கம்பலையுமாக இருந்தாள். மதியமே சாப்பாடு வேண்டாம் என்று கூறிவிட்டுப் பாயில் கவிழ்ந்து படுத்திருந்தாள். அமுதாவும் மலர்விழியும் அம்மாவுக்கு தமக்குத் தெரிந்த மொழிகளில் சமாதானமும் ஆறுதலும் சொல்லிக் கொண்டிருந்தார்கள். மஞ்சுளாவுக்கும் லட்சுமிக்கும் பட்டாளத்து சகோதரிகளின் நடவடிக்கைகளைப் புரிந்துகொள்ளவே முடியவில்லை.

நடேசன் மட்டும் அப்பாவின் கொள்கைக் கூட்டாளிகளின் பேச்சில் சுவாரஸ்யமாக மூழ்கியிருந்தான். வந்தவர்களுக்குக் கோழி அடித்தார் கள். வந்தவர்கள் சமையல் வேலையிலும் மகிழ்ச்சியாகத் தங்களை ஈடுபடுத்திக்கொண்டார்கள். வந்தவர்கள் எல்லோரின் பெயரையும் சீட்டுக் குலுக்கிப்போட்டு யார் யாருக்கு என்னென்ன வேலை என்று தீர்மானித்தார்கள்.

“கோழிக்குப் பொச்சி புடுங்கிற வேலை” என அறிவித்துவிட்டு சீட்டைக் குலுக்கி எடுத்தபோது அப்பாவின் பெயர் வந்துவிட்டதால் நடேசனுக்குச் சிரிப்பு தாளவில்லை.

“மசாலா அரைக்கிற வேலை.”

இந்த முறை ரெட்ஹில்ஸிலிருந்து வந்திருந்த கலவரம் என்பவர் பெயருக்கு வந்தது. அவர்தன் பெயரை கலவரம் என்று மாற்றி வைத்துக் கொண்டதாகச் சொன்னார்கள்.

“சோறு பொங்கும் வேலை.”

“குழம்பு வைக்கும் வேலை.”

“கறி வறுவல்.”

வரிசையாக சீட்டு படித்தார்கள்.

இப்படியாக ஆளுக்கொரு வேலை. சுந்தராம்பாளுக்கு வீட்டுக்கு வந்த ஆம்பளைகள் இப்படிச் சமையல் வேலை செய்வது மகா கூச்சமாக இருந்தது. அதுவும் இல்லாமல், வீட்டுக்கு முன்னாலேயே அடுப்பு மூட்டி, அம்மிக் கல்லைப் போட்டு மசாலா அரைத்துக்கொண்டிருப்பது உயிர் போகிற அவஸ்தையாக இருந்தது. எங்கிருந்துதான் இப்படியெல்லாம் சினேகிதம் பிடிக்கிறாரோ இவர், என்று தம் மூத்தாரை எண்ணித் தலையில் அடித்துக்கொண்டாள். ஆம்பளைகள் எப்படி சமைத்து சமையலைப் பாழ் ஆக்குவார்களோ என்று அவள் தனியாகப் பின்கட்டில் இன்னொரு சமையலும் செய்தாள்.

“ஆம்பளைகள் வேலை, பொம்பளைகள் வேலை என்று தனித்தனி பிரிவுகள் இருப்பதை உடைத்தெறிந்துவிட்டாலே, நாடு சமத்துவமாகி விடும்” என்றார் கணேசன். கழுத்தை முறித்து இறகுகளைப் பிடுங்க ஆரம்பித்திருந்தார்.

“ஒண்ணு கேட்கிறேன். காந்திக்காக ஆயிரம் பேர் உயிரைக் கொடுப்பான்னா, பெரியாருக்கு லட்சம் பேர் உயிரைக் குடுக்க மாட்டானா?” கலவரம் என்பவர்தான் திடீரென்று இந்தச் சந்தேகத்தைக் கேட்டார்.

இந்தக் கணக்கை அத்தனைச் சரியாக அவதானிக்க முடியாமல், “காந்தி மட்டும் பெரியார் சொன்னபடி வகுப்புவாரிப் பிரச்சினையிலயும் கொஞ்சம் கவனமாக இருந்திருந்தார்னா... அவருக்கும் ஒரு லட்சம் பேர் உயிரைக் குடுக்கச் சம்மதமா இருப்பான்தான்.”

“மக்கள் பெரியார் பக்கம் திரும்பிட்டாங்கன்னுதானே சொல்றே?” - தெளிவாகச் சொல்லிடுப்பா என்ற தொனி.

“அதுசரிதான்” என்பதைத் தீர்மானம் இல்லாமல் சொன்னார்.

நடேசனுக்கு அவர்கள் தப்புக் கணக்குப் போடுகிறார்களோ இல்லை கணக்கு இப்படி மாறிவிட்டதோ என்று புரியாமல் இருந்தது. இறகு பிடுங்கப்பட்ட கோழியின் மீது மஞ்சள்தூளைப் பூசி நெருப்பில் வாட்டினார். கம்பீரமாக இறகு வாலும் சிவப்புக் கொண்டையுமாக இருந்த சேவல், ஒரு புறா சைஸுக்கு மாறிப்போயிருந்தது.

“என் வேலை முடிஞ்சுதப்பா” என்று அவர் கயிற்றுக் கட்டிலில் வந்து உட்காரவும் மற்ற இருவர் எழுந்து மசாலா அரைக்கவும் அரிசி ஆய்ந்து போடவும் போனார்கள். குழம்பு வைக்கிறவரும் கறி வறுவல் செய்கிறவரும் கயிற்றுக்கட்டிலுக்குக் கீழேயே அமர்ந்து வெங்காயம், தக்காளி நறுக்கிக்கொண்டிருந்தார்கள்.

“காந்தி வேற ரகம், பெரியார் வேற ரகம். இவங்க ரெண்டு பேரையும் எதுக்கு ஒப்பிட்டுப் பேசிக்கிட்டு இருக்கீங்க?” வேட்டியால் முகத்தை அழுத்தித் துடைத்துக்கொண்டு கணேசன் கேட்டார். நடேசன்

ஆர்வமாக இருந்தான்.

அப்பாவே மீண்டும் தொடர்ந்தார், "பெரியார் எல்லாம் புதுசா மாறணுங்கிறாரு... மிஷின் மூலமா புள்ள பொறக்கணுங்கிறாரு... அவுரு இன்னாடான்னா அவனவன் வேஷ்டிய அவனே நூல் நூத்து நெஞ்சிக்கணும்கிறாரு... பெரியாரு முன்னாடி இழுத்தா, காந்தி பின்னாடி இழுக்கிறாரு... வடக்க இருக்கிற பிராமின்ஸுக்கும் தெற்க இருக்கிற பிராமின்ஸுக்கும் ஏகப்பட்ட வித்தியாசம் இருக்குது. வங்காளத்தில பாப்பானுங்க மீன் சாப்பிடுவானுங்க. இங்க? இங்க இவனுங்க எங்களுக்குத் தெரியாதது ஒண்ணுமே இல்லன்னுவானுங்க. ஏதாவது எனக்குத் தெரியாதுன்னு ஒரு பாப்பான் வாயில இருந்து வருதா பாரு? காந்தியார் தமிழ்நாட்டில வாழ்ந்து பார்த்தாலொழிய இதைப் புரிஞ்சுக்க மாட்டாரு" என்றார்.

"புரிஞ்சுக்கவே மாட்டேன்னு அடம்புடிச்சா எப்படி? கன்யாகுமரி கோயில்ல காந்திய உள்ள விடமாட்டேன்னு சொல்லிட்டானுங்க அங்க இருந்த நம்பூதிரிங்க. கடல் கடந்து போயிட்டு வந்தா இந்து தர்மமே குடிமுழுகிப் போயிடும்னு. வடக்குல எல்லா பாப்பானும் லண்டன் போய்ப் படிக்கிறேன்னு போறான்.. இது புரியலையா அவருக்கு?" கலவரம் சொன்ன இந்தத் தகவல் மற்ற எல்லாருக்குமே புதிய தகவலாக இருந்திருக்க வேண்டும். அப்படியே தத்தமது வேலைகளை நிறுத்திவிட்டுக் கவனித்தனர்.

கறியை வெட்டிக் குழம்பில் போட்டதும் மசாலா மணம் பத்து வீட்டுக்குப் பறந்தது. எங்கிருக்கிற நாயும் அங்கங்கே மர நிழலில் வந்து படுத்துக் கிடந்தன. கலவரம் வெந்துவிட்டதா என்று பார்ப்பதற்காக ஒரு கறித்துண்டை எடுத்து வாயில் போட்டு மென்றார். அது ரப்பர் போல இருந்தது. அது தெரியாமல் கலவரத்துக்குப் பக்கத்தில் இருந்தவர் இன்னொரு கறித்துண்டை எடுத்து மென்று "ஏன்யா சொல்ல மாட்டியா? பச்சைக் கறியா இருக்கு. நீ எடுத்து மென்னுக்கிட்டு இருக்கியேன்னு நானும் எடுத்து மெல்றேன்" என்றார்.

"அட! பசியில எடுத்து மெல்றேன். பசிக்கு ருசி ஏது?" கணேசன் நிலைமையைப் புரிந்துகொண்டு நடேசனிடம் "உள்ளபோய் மோரோ, கூழோ இருந்தா கொண்டு வாப்பா" என்றார்.

அப்பா கேட்கிற உரிமையோடு நடேசனால் உள்ளே போய்க் கேட்க முடியவில்லை. தன் பேருக்கு வந்த பதினைஞ்சு ஏக்கர் நிலத்துக்கு கணேசன் பணமாகவே வாங்கிக்கொண்டு மாம்பலத்தில் இடம் வாங்கி வீடு கட்டினார். இப்போது சொந்தவீட்டுப் பாத்தியதையில் எப்படி உரிமை கொண்டாட முடியும் என்று நடேசனுக்குத் தயக்கம் இருந்தது. கணேசனுக்கோ இன்னமும் தான் பிறந்து வளர்ந்து விளையாடிய வீடு போலவே எண்ணம். போதாக்குறைக்கு அவர் சுபாவமே இந்தச் சொத்து பத்துப் பிரிவினைகளை உள்வாங்கிக்கொள்கிற ரகமாக இல்லை.

பின்கட்டுக்கு வந்து தயங்கி நின்றவனைப் பார்த்து சுந்தராம்பாளே

"என்ன ராசா?"என்றாள். அவளுடன் வேறு இரண்டு பெண்களும் சமையலுக்கு ஒத்தாசையாக இருந்தார்கள். அவர்களும் நடேசனை வித்தியாசமாகப் பார்த்தனர்.

சொன்னான். "சரி இரு" என்றபடி எதிரிலிருந்த பானையைத் தன் பக்கம் சாய்த்து அப்படியும் இப்படியும் உருட்டிப் பார்த்தார். கொஞ்சம் தண்ணீரை மொண்டு ஊற்றி, அகப்பையால் நான்கு சுழற்று சுழற்றினார். "கொண்டுபோயிடுவியா?" எனத் தலையில் தூக்கிவைத்தார்.

"மெத்தாதியான பையனாகிது... சின்னதுதான் வாலு" என்றாள் நடேசன் பானையைச் சுமந்து செல்வதைப் பார்த்து. பானை சில்லென்று இருந்தது. தலையில் இருந்தபோதும் புளித்த வாடை அடித்தது. கூடம் வழியாக அதைத் தூக்கிக்கொண்டு வெளிவாசலுக்குப் போனபோது அம்மாவையும் அவருக்குப் பக்கத்தில் இருந்த தம் சகோதரிகளையும் பார்த்தான். தவிர்க்க முடியாத சூழ்நிலையால் பீடிக்கப்பட்டுக் கிடந்தார்கள். ஏதும் சொல்லாமல் நடேசன் வெளிவாசலை அடையும் வரை மௌனமாகப் பார்த்துக்கொண்டிருந்தார்கள். அதற்கு என்ன அர்த்தம் என்று நடேசனுக்குப் புரியவில்லை. நீயும் அவர்களுக்கு உடந்தையா? என்ற அர்த்தமாக இருக்கலாம். வெளியே வந்து அங்கு சமையல் வேலையில் இருந்த கட்சிக்காரர்களைப் பார்த்ததும் அந்தப் பெண்களின் மனநிலை அவனுக்கு மறந்துவிட்டது. அதற்குள் இங்கு வேறு விஷயம் ஓடிக்கொண்டிருந்தது.

கணேசன்தான் பேசிக்கொண்டிருந்தார்.

"பிறப்பால ஒருத்தன் உயர்வு பெற்றதா சொல்றது அகம்பாவமானது. அது இந்தியாவுல தெற்குலதான் அதிகமாக இருக்கிறது. தெற்கிலே பிராமணர் - பிராமணர் அல்லாதார் இடத்தில இருக்கிற உணர்ச்சிக் கொந்தளிப்பப் பார்த்தாலே இது புரியும்னு சொல்லியிருக்கிறாருயா" நடேசனுக்கு இடையில் வந்ததால் யார் அப்படிச் சொல்லியிருக்கிறார் என்று தெளிவு பிறக்கவில்லை. நிச்சயம் காந்தியாக இருக்க முடியாது. அவருக்குத்தான் வடக்குத் தெற்கு கலாசார வித்தியாசம் புரிபட வில்லை என்று பேசிக்கொண்டிருந்தார்களே..?

பெரியாராக இருக்குமோ.?

அப்பா சொன்ன அடுத்த வரியிலேயே அது பெரியார் இல்லை என்று தெரிந்தது.

"அவரும் வடக்கத்தி ஆசாமிதானே? அவருக்குப் புரியுதே, இவர்க்குப் புரியலையா?"

நடேசன் ஆர்வம் தாளாமல் "நேதாஜியாப்பா?" என்றான். "இல்லப்பா. விவேகானந்தரு..! பச்சப்பாஸ் காலேஜில காந்தியார் பேசினதுக்கு ராமசாமி முதலியார் பதிலா எழுதின கட்டுரைல இருக்குதே. ஜஸ்டீஸ்ல வந்து அப்புறம் துண்டு பிரசுரமாக்கூடப் போட்டாங்களே... அதில இருக்கு. ஆமா நீ அப்ப குழந்த... பன்னெண்டு பதிமூணு வருஷத்துக்கு

முன்னாடி நடந்தது.. எதுக்குச் சொல்றேன்னா.. திராவிடக் கலாசாரமே வேற. வடக்கு கலாசாரம் ஆரிய கலாசாரம்.. ரெண்டும் எப்படி ஒட்டும்?"

"வடக்குல முஸ்லிம் தனியா போகணும்னு நினைக்கிற மாரி திராவிட நாடும் தனியா பிரியணும்னு சொல்றீர்.. அதானே?"

நாட்டைப் பிரிப்பதில் கணேசனுக்கு உடன்பாடு இல்லை. பேச்சின் போக்கில் அந்த அர்த்தத்தில் பேசிவிட்டார் என்பதுதான் சரி. தன் பேச்சின் சாராம்சத்தை மீண்டும் எங்ஙனம் சரிப்படுத்துவது என்று சற்றே ஆழ்ந்து யோசித்தார். எல்லோரும் அவருடைய பதிலுக்காகக் காத்திருக்கிற பார்வையைச் சீராக்கும் பொருட்டு தொண்டையைக் கனைத்துக்கொண்டார்.

"இப்ப சாதிப் பிரிவினை வேண்டாம்னு வந்திருக்கோம். அதில நமக்கு மாற்றுக் கருத்து உண்டா? அதே மாதிரிதான் நாட்டுப் பிரிவினை, மொழிப் பிரிவினை, இனப் பிரிவினை எல்லாமே மறைஞ்சி நாம மனிதன் என்ற உணர்வோட வாழணும். அதுதான் முக்கியம்."

"ஆங்... இது சப்பக்கட்டு... சாதிப் பாகுபாடு வேணாம்னா அப்ப பாப்பானை எதிர்க்க வேண்டியதே இல்லையே... இந்தி மொழிய எதிர்க்க வேண்டியதில்லையே" கலவரம் தலையை இப்படியும் அப்படியும் ஆட்டி மறுத்தபடியே பேசினார். அப்படிச் செய்வதால் அதில் அவருடைய இரட்டிப்பு மறுப்பு வெளிப்பட்டது.

"அது புரியுது கலவரம்.. ஆனா, நம்ம போராட்டம் எல்லாமே நிரந்தரமானதில்லையே. இதையெல்லாம் தாண்டிப் போகணுமா, இல்லையா?"

"இன்னும் எர்நூரு வருஷம் கழிச்சுப் பேச வேண்டியத இப்ப பேசிக்கிட்டிருக்கீங்க கணேசன்" அப்பாவின் பேச்சில் சுரத்தில்லாமல் இருப்பதாக அனைவரும் நினைப்பதை நடேசன் அந்தக் கணம் உணர்ந்தான்.

அதே வேளையில் சுந்தராம்பாள் சித்தி வந்து, "பேசினது இருக்கட்டும். முதல்ல சாப்பிடுங்க" என்று குத்துமதிப்பாகக் குரல் கொடுத்தார். கணேசனுக்கும் அது விடுதலையாக இருந்தது. சாப்பிட்டுவிட்டுப் பேசுவோம் என்று அவசரமாக ஓலைத்தடுக்கைப் போட்டு இலைகளை ஒவ்வொன்றின் முன்னாலும் பரப்பினார்.

சாப்பிட்டு முடித்த பின்னர் யாரும் பேச்சைத் தொடரவில்லை. களைப்பும் ஒரு காரணம். கொஞ்ச நேரம் படுத்திருந்து நான்கு மணி வாக்கில் எல்லோரும் தயாராக கருப்புக் கொடி ஏந்தி கூட்டுரோட்டில் வந்து நின்றனர். கடைத் தெரு மக்களுக்கு அது வினோதமாக இருந்தது.

"பிராமணரென்றால் உசத்தியா? தமிழரென்றால் தாழ்ந்தவனா?"

"இந்தித் திணிப்பைத் திரும்பப் பெறு."

"திரும்பிப் போ.. திரும்பிப் போ.. சத்தியமூர்த்தியே திரும்பிப் போ.." - இப்படியாக ஏழெட்டுப் பேர் சாலை ஓரமாக நின்று கத்திக் கொண்டிருப்பது வேடிக்கை பார்க்கும் விஷயமாக இருந்தது. சிலர் அவர்களை விசாரிக்கும் தைரியத்தோடு புறப்பட்டு வந்தனர். அருகில் நெருங்கும்போது வேறெதோ வேலையாக அந்தப் பக்கம் வந்தது போல ஒரு ஓரமாக ஒதுங்கி நின்றனர். இப்படி ஓரமாக ஒதுங்கி நின்ற பலருக்கும் அவர்கள் எதற்காக இப்படி கோஷம் போடுகிறார்கள் என்பது விளங்கவில்லை.

"எந்த சத்தியமூர்த்தி? மேலப்பேட்ல கட வெச்சிருக்கானே? அவனா?" என்றார் ஒருவர் அருகில் வந்து.

மேல் துண்டை எடுத்து முதுகைத் தேய்த்தபடியும் முண்டாசு கட்டியபடியும் எதிரில் நிற்பவர்கள் நாங்கள் வேறு வேலையாகத்தான் நின்றுகொண்டிருக்கிறோம், உங்களை வேடிக்கை பார்ப்பதற்காக அல்ல என்று பாவனை காட்டினார்கள்.

நேரம் கடந்துகொண்டிருந்தது. மணி ஐந்தானது. கத்திக் கொண்டிருந்தவர்கள் சோர்ந்துபோயினர். ஊத்துக்கோட்டை போலீஸ் சரகத்துக்கு விஷயம் எட்டி இரண்டு போலீஸ்காரரர்கள் விரைப்பான கால் சராயோடு வந்து சற்றே தயங்கி நின்றனர். அவர்களுக்கும்கூட இது வினோதமாக இருந்திருக்க வேண்டும். பின்னர் கோஷம் போடுகிறவர் கள் யார், எதற்காக என்பதை விசாரிக்கும் நோக்கத்தோடு நெருங்கி வந்தனர்.

கணேசன் மூச்சுத்திணறல் பாதிப்பால் ஒரு ஓரமாக உட்கார்ந்து விட்டார். கலவரம்தான் போலீஸிடம் விளக்கினார்.

போலீஸ்காரர்களுக்கு கணேசன் யார் என்பதை யாரோ ரகசியமாகச் சொன்னார்கள். அதாவது, அவர் ஜஸ்டிஸ் பார்ட்டியைச் சேர்ந்தவர் என்பதை அல்ல, ஆறுமுக முதலியாரின் அண்ணன் என்பதை.

ஒரு கான்ஸ்டபிள், "மேயர் ரெட்டில்ஸ்-தாமிரப்பாக்கம் வழியா இல்ல அடிக்கல் நாட்டப்போயிருக்காரு? இன்ஸ்பெக்டரும் அப்பவே அங்க கிளம்பிப் போயிட்டாரே" என்றார்.

"மேயர் இந்த வழியாத்தானே வர்றதா இருந்தது?" கலவரம் கேட்டார்.

"காலையில இருந்தே அந்தப் பக்கம்தான் ஏற்பாடு நடந்துக்கிட்டு இருக்கு. இந்த வழி சரியா இல்லைனு மாத்திட்டாங்களோ என்னவோ?" கான்ஸ்டபிளுக்கே தெரியவில்லை.

வெட்டி வேலையை நினைத்து வந்திருந்தவர்களுக்குப் பெரும் சலிப்பு. ஒரே நேரத்தில் வளர்ந்து கணேச முதலியாரை விரோதமாகப் பார்த்தனர். இதைக்கூட சரியாகத் தெரிந்துகொள்ள முடியாமல் இப்படி எல்லா பிரயத்தனத்தையும் பாழாக்கிவிட்டாரே எனக் கொதித்தனர். ஆனால், கணேசனோ அவர்களுக்குப் பதில் சொல்லவும் திராணி

இல்லாமல் மூச்சிரைத்துக் கொண்டிருந்தார்.

"உடனே புறப்பட்டு பூண்டி ஏரிக்குப் போயிடுவோம்.. ஹ... ஹ.." என்று இரைப்பினூடே சொன்னார் கணேசன். நடேசன் அப்பாவைத் தாங்கிப் பிடித்து "டாக்டர்கிட்ட போகலாம்பா" என்றான். பக்கத்தில் எங்கே டாக்டர் வீடு இருக்கிறது என்று தெரியவில்லை. கலவரம் சட்டென எல்லா கொடியையும் சுருட்டி வைத்துவிட்டுக் கூட்டத்தைப் பார்த்து "இங்கே டாக்டர் எங்க இருக்காரு?" என்றார்.

எனக்காகப் போராட்டத்தை விட்டுவிட வேண்டாம் என்று இரண்டொரு தரம் சொன்னார் கணேசன். அதன் பிறகு அவர் மயங்கிவிட்டார்.

3

ஜெகநாதபுரத்தில் இருந்து லட்சுமணன் வந்திருப்பதாக அறிந்து ஆசையாக ஓடிவந்தாள் முத்தம்மா. நீளவாக்கில் இரண்டு கட்டு ஓட்டு வீடு. நான்கு அண்ணன்-தம்பிகளுக்கான அறைகள் வரிசையாக இருந்தன. எல்லா அறையிலிருந்தும் நண்டும் சிண்டுமாகக் குழந்தைகள் ஓடிக்கொண்டு இருந்தன. கொண்டுவந்திருந்த பையை எந்த இடத்தில் வைப்பது என்று புரியாமல் கொஞ்ச நேரம் கையிலேயே வைத்திருந்தான் லட்சுமணன். முத்தம்மாதான் பையை வாங்கிக்கொண்டுபோய் தம் அறையில் வைத்துவிட்டு வந்தாள். கூடம் எல்லோரும் புழங்கும் இடமாக இருந்ததால் அங்கே நீளமான பெஞ்சு போட்டிருந்தது. முத்தம்மா ஆசையாகத் தொட்டுத் தொட்டுப் பேசினாள். யார் ஜாடையாக இருக்கிறான் என்பதாக வளைந்து வளைந்து முகத்தைப் பார்த்தாள். சின்னா ரெட்டி சாவுக்கு வந்தபோது பார்த்தது. இந்த பத்து வருஷத்தில் பார்க்கவே இல்லை.

சின்னா ரெட்டியின் மூத்த மகன் பொன்னுசாமி ரெட்டி பூண்டி ஏரி அடிக்கல் நாட்டல் முடிந்ததும் ஏரிக்குக் கரைபோடும் கான்ட்ராக்ட் எடுத்து, நான்கு பேருக்கு அடையாளம் தெரியும் மனிதராக மாறியிருந்தார். சொல்லப்போனால் சிறுத்தை சின்னா ரெட்டி வூடு என்ற பெயரும்கூடக் காலப்போக்கில் மறைந்து போய், கான்ட்ராக்டர் பொன்னுசாமி ரெட்டி வூடு என்ற பெயர் அதிகாரிகள், என்ஜினியர்கள் மத்தியில் பரிச்சயமாகியிருந்தது.

சின்னா ரெட்டியும் அவருடன் பிறந்த இரண்டு பேரும் அடுத்தடுத்து இறந்து போய், அடுத்து வரிசையில் காத்திருப்பவராகத் திண்ணையில் கிடந்தார் ருத்ரா ரெட்டி.

பெரிய பித்தளை டெவுசாவில் தண்ணீர் காய்ச்சி, தூக்க முடியாமல் தூக்கி வந்து தாழ்வாரத்தருகே வைத்தாள் முத்தம்மா. டெவுசா கழுத்து வரை கரி படிந்து பித்தளையா, பானையா என அடையாளம் தெரியாமல் இருந்தது.

விளாவியதாகக் கூறி அடுப்பில் இருந்த அதே சூட்டோடு குளிக்கச் சொன்னார் முத்தம்மா. தம் வீட்டில் இருப்பது மாதிரி புழக்கடைத் தடுப்பு இல்லாமல், வீட்டுக்கு நடுவே குளிப்பது மாதிரி இருந்தது தாழ் வாரத்தில் குளிப்பது. லட்சுமணன் தயங்கத் தயங்க பலரும் குளிக்கச் சொல்லிக் கட்டாயப்படுத்தியே கோரிக்கை வைத்துக்கொண்டிருந்த தால் அதை விட்டு மீளும் காரணத்துக்காகவே வேகமாகக் குளித்து விட்டு, வேட்டியை இறுக்கிக்கொண்டு துண்டைத் தோளில் போட்ட படி, மர பெஞ்சில் வந்து அமர்ந்தான். இடித்து வைத்திருந்த சியாக்காய்த் தூளும்கூட அவசரக் குளியல் காரணமாக முழுதாக நீங்காமல் தலையில் சிக்கிக்கொண்டிருந்தது. அதனால் என்ன.. சியாக்காய் மணம் அவனுக்கு மிகவும் பிடிக்கும். கரி படிந்த ஓட்டுக் கூரையின் நடுவே கரண்டு பல்பு எரிந்தது. வீட்டில் கரண்டு பல்பு எரிவதை முதன்முதலாக இப்போதுதான் பார்த்தான் லட்சுமணன். இதற்கு முன்னால் அவன் பொன்னேரி கோர்ட்டில்தான் குண்டு பல்பைப் பார்த்திருக்கிறான். வீடுகளிலும் இதைப் பயன்படுத்தும் காலம் வரும் என்று அவனுக்கு அப்போதுதான் தோன்றியது. தன் வீட்டிலும் கரண்டு பல்பு போட வேண்டும் என்று அவசரமாக மனதுக்குள் ஒரு சபதம் போட்டான்.

பொன்னுசாமி ரெட்டியாருக்கு லட்சுமணன் வருகை பற்றி விசாரிப்ப தில் சின்னத் தயக்கம் இருந்தது. விருந்தாளி வந்தால், ஏன் வந்தாய் என்று காரணம் கேட்பதில் இருக்கிற நெருடல்தான். ஏதாவது நல்ல செய்தியோ, கெட்ட செய்தியோ கொண்டுவந்திருக்கலாம். எதுவாக இருந்தாலும் அவனாக வாயைத் திறக்கட்டும் என்று நினைத்தார்.

ஆனாலும் வந்த காரணத்தைத் தெரிந்துகொள்ளாமல் எந்த விஷயத்தைப் பேச முடியும்? “அறுவடையெல்லாம் ஆச்சா?” என்றார்.

லட்சுமணனும் தாம் சாதாரணமாகத்தான் வந்ததாகச் சொல்லிவிட நினைத்தான். ஜேம்ஸுக்கும் அவனுக்கும் எற்பட்ட தகறாரைச் சொல்வது வீணாக இவர்களுக்கு ஒரு அச்சத்தை ஏற்படுத்திவிடும் என்பது லட்சமணனுக்கு அவன் அம்மா சொல்லி அனுப்பியிருந்த அறிவுரை. அதைத் தெரியப்படுத்துவதில் அவனுக்கும் அவமானமாகத் தான் இருந்தது.

“சும்மாதான். அறுவடை முடிஞ்சுடுச்சு. எல்லாரையும் பாத்துட்டுப் போகலாம்னு வந்தேன்.” இந்தப் பதிலுக்குப் பிறகு அனைவரின்

முகத்திலும் ஆசுவாசம். "இப்பவாவது வழி தெரிஞ்சுதே" என்றாள் முத்தம்மா.

சாப்பிட்டானதும் பொன்னுசாமி அண்ணன் சைக்கிளில் ஏற்றிக் கொண்டு ஏரிக்கரை வரைக்கும் கூட்டிப் போய் காட்டினார். ஏரியை ஆழப்படுத்துவதும் அகலப்படுத்துவதும் ஒரே நேரத்தில் நடந்து கொண்டிருந்தது. நகர மக்களின் குடிநீர்த் தேவையை முன்னிட்டும் பல கிராமங்கள் அப்புறப்படுத்தப்பட்டு சமுத்திரம்போல விஸ்தீர்ண மாக இருந்தது ஏரி.

"சுத்துப்பட்டுல தப்பிச்சது நம்ம ஊரு மட்டும்தான். எல்லா ஊரும் காலி."

"திடீர்னு எங்க போவாங்க? பட்டணத்துக்காரன் தண்ணி குடிக் கிறதுக்கு இப்படி ஊருக்காரனை விரட்டினா எப்படி?"

"அட சாமி... ஊருக்காரனே பணத்தை வாங்கிக்கிட்டு வேற ஊரப் பாக்கப் போயிட்டான். ஏரித் தண்ணி வூட்டுக்குள்ள வருதுன்னா காலி பண்ணக்கிட்டுப் போக வேண்டியதுதானே? எவன் எப்படிப் போனா என்ன லட்சுமணா? நமக்குக் கரை போட்றதுக்கு கான்ட்ராக்டு. அறுவது கிரிமிட்டு நமக்குக் கீழ வேலை செய்யுது. ஒரு கிரிமிட்டுல குறைஞ்சது பதினைஞ்சு பேரு. மொத்தம் எவ்வளவு பேருனு பாத்துக்க. ரெண்டு வாரத்துக்கு முன்னாடி ஈசான மூலைல மின்னல் வெட்டுது. சம்பா பட்டம் பயிரெல்லாம் விளைஞ்சு நிக்குது. இன்னும் அரை மணி நேரத்தில மொத்த நெல்லும் நாசமாயிடும்னு நெஞ்சு அடைச்சுக்குது. ஒரு பாரலு அப்படியே கும்மிருட்டா எறங்குது.. நீ பொய்னா நினைச் சுக்க, மெய்னா நினைச்சுக்க... நம்ம கிரிமிட்டு ஆளுங்க அத்தனை பேரும் இறங்குனாங்க களத்தில. சும்மா அரை மணி நேரம்தான். இருவது ஏக்கர் பயிரை ஒண்ர மணி நேரத்தில அறுத்து மேட்டுல கொண்டாந்து போட்டுட்டானுங்க.. நல்ல வேளை அதுவரைக்கும் மழைய காணம்."

"நெஜம்மாவாண்ணா? ஒரு நாளெல்லாம் ஒரு காணி அறுக்கு றானுங்க.."

"அவ்வளோ ஆளுங்கன்றேன்.. புரிஞ்சுக்க மாட்டேங்கிறயே?" புரிந்துகொண்டாலும் வியப்பை வெளிப்படுத்துவதற்காக அப்படிச் சொன்னான் லட்சுமணன். அவனும் நம்பிக்கை இல்லாமல் மறுபடி விசாரிக்கவில்லை என்பது பொன்னுசாமி ரெட்டியாருக்குத் தெரியாத தல்லை. பரஸ்பர பிரமிப்பை வெளியிடுவதாக இருந்தது. எங்கும் இருட்டு. தவளைகள் ஒன்றிரண்டு தாவிக் குதித்துக்கொண்டிருந்தன. நீர் தளும்பும் சப்தம் மட்டும் நட்சத்திர வெளிச்சத்தில் மௌனத்தின் மெட்டு போல ஒலித்துக்கொண்டிருந்தது. பெருமையை வெளிப்படுத்தும் விதமாக சிகரெட் ஒன்றைக் கொளுத்திப் புகையை உள்ளுக்கு இழுத்துவிட்டார் பொன்னுசாமி ரெட்டி. தம் குடும்பத்தில் சிகரெட்டு பிடிக்கிற ஆளை முதன்முறையாகப் பார்த்தான் லட்சுமணன்.

“சுருட்டு என்ன வெள்ளை கலரா இருக்கேன்னு பாக்கிறியா? இது வெள்ளைக்காரன் சமாசாரமாச்சே வெள்ளையாத்தானே இருக்கும்” சிரித்துக்கொண்டே வானத்தை நோக்கிப் புகையை ஊதினார் பொன்னுசாமி ரெட்டியார்.

“அவுட் சைட் போவப் போறியா?” என அவர் கேட்டது லட்சுமண னுக்குப் புரியவே இல்லை. புரியாமலேயே இல்லை என்று சொல்லி விட்டான். அவர் ஏரிக்கு அந்தப் பக்கமாகப் போய் வேட்டியைத் தூக்கிவிட்டு உட்கார்ந்து முக்கும் சப்தம் கேட்டதும்தான் அதற்கு அர்த்தம் புரிந்தது. சும்மா இருக்கும் நேரம் நாமும் போயிருக்கலாமே என்றிருந்தாலும் ‘இல்லை’ என்று சொல்லிவிட்டதால், அவர் வரும் வரை கூழாங்கல்லை பொறுக்கித் தண்ணீரில் எறிந்தபடி உட்கார்ந் திருந்தான். மீண்டும் சைக்கிளை மிதித்துக்கொண்டு குண்டும் குழியுமான அந்தச் சாலையில் வீட்டுக்குத் திரும்பும்போது பின் இருக்கையைப் பிடித்துக்கொண்டு உட்கார்ந்திருந்த லட்சுமணனுக்குத் தூக்கம் ஆளைத் தள்ளியது. சைக்கிளில் போவது புது அனுபவமாக இருந்ததால் அவர் புட்டத்துக்குக் கீழே சைக்கிள் சீட்டை இறுக்கிப் பிடித்துக்கொண்டு அண்ணன் ஒரு பக்கமும் தாம் ஒரு பக்கமும் திரும்பி உட்கார்ந்தபடி பயணம் போகிற ஆச்சர்யம் காரணமாகத் தூங்காமல் இருக்க முடிந்தது அவனால்.

நூற்றுக்கணக்கானவர்கள் ஏரிக்குள் பள்ளம் எடுத்துக் கரையில் போட்டு உயரமாகவும் உறுதியாகவும் ஆக்கிக்கொண்டிருந்தார்கள். ஏரிக்கு மேயர் வந்து அடிக்கல் நாட்டிவிட்டுப் போனதாகச் சொன்னார் பொன்னுசாமி ரெட்டியார். ஜெகநாதபுரத்தில் சைக்கிள் உண்டா, கரென்ட்டு உண்டா? உரக்காட்டு ஜமீன்தார் வர போக ஒரே ஒரு மண்சாலை மட்டும் உண்டு. சோத்துப் பெரும்பேட்டில் இருந்து வடக்காகப் பிரிந்து இருளிப்பட்டு வழியாக வரும். உருப்படியான ஒரே ஒரு சாலை என்றால் அதுதான். பூண்டி ஏரி அணைக்கட்டு கட்டப்பட்டு வந்த இடத்துக்கு இரண்டு பக்கமாகக் காட்டு வழியிலேயே கருங்கல், செம்மண் கொட்டி கெட்டியான சாலை போட்டிருந்தார்கள். ஒரு முனை ஊத்துக்கோட்டையிலும் இன்னொரு முனை திருவள்ளூரையும் இணைத்தது. மந்திரிகளும் என்ஜினியர்களும் அதிகாரிகளும் எந்த நேரமும் பார்வையிடுவதற்காக வருவதும் போவதுமாக இருந்தனர். தினமும் ஏரிக்கரைக்கு வந்து மலைத்துப் போய்ப் பார்த்துக்கொண்டிருந்தான் லட்சுமணன். ஏரியைச் சுற்றி கரையை உயர்த்தும் வேலை பொன்னுசாமி ரெட்டிக்கு. ஏறத்தாழ நூறு பேர் வேலை செய்தபடியே இருந்தனர்.

தானாகவே போய் லட்சுமணன் அவர்களுடன் சேர்ந்து பள்ளம் தோண்டுவதும் தோண்டிய மண்ணை புட்டுக்கூடையில் போட்டு தலையில் தூக்கி வைப்பதுமாக இருந்தான். பெண்கள் முப்பது பேர்களுக்கு மேல் இருந்தனர். பலர் தங்கள் குழந்தைகளையும் தூக்கிக் கொண்டுவந்திருந்தனர்.

"உங்களுக்கு எதுக்குச் சிரமம் போய் குந்து தம்பி." "எனக்கொண்ணும் சிரமம் இல்ல... ராமருக்கு அணில் மெரியா ஏதோ செய்றேன்."

"தம்பிக்கு ராமாயணம்லாம் அத்துப்படி போலகிது?" "அதெல்லாம் ஒண்ணுல்ல.. சும்மா சொன்னேன்..."

பின்னால் இருந்த ஒருவர் "இல்லாமயா லட்சுமணன்னு பேரு வெச்சிருக்குது?"

"ஆமாமா.. நானே வளர்ந்து ராமாயணம் படிச்சு எம் பேரை லட்சுமணன்னு வெச்சுக்கிட்டேன்... வேலையப் பாப்பீங்களா?"

பொன்னுசாமி ரெட்டி கரையில் உட்கார்ந்திருந்தார். லட்சுமணனும் சேர்ந்து வேலை செய்துகொண்டிருப்பதைப் பார்த்துக்கொண்டிருந்தார். "டேய், இன்னும் கொஞ்சம் 'ஒசக்க' கொண்டுபோய்க் கொட்டுடா" என இடையில் வேலை செய்துகொண்டிருப்பவர்களுக்குக் குரல் கொடுத்துக்கொண்டிருந்தார்.

"ரெட்டியாரே.. அறுவடை முடிஞ்ச அன்னைக்கு எல்லாரையும் ஊத்துக்கோட்டை சினிமா கொட்டாய்க்குக் கூட்டிட்டுப் போறேன்னு சொன்னியே என்னாச்சு?"

"இவனுங்க வேற சிங்கநாதம் புடிச்சவனுங்க... வேல முடியட்டும்டா.. கூட்டிக்கிட்டுப் போறேன்."

மேற்கொண்டு யாரும் வற்புறுத்தவில்லை. மண்வெட்டிகளின் வெட்டுச் சத்தம் மட்டும் கேட்டுக்கொண்டிருந்தது.

"எந்த ஊரு நீங்கல்லாம்?" என லட்சுமணன் தம் அருகில் இருந்த பெரியவரிடம் பேச்சை ஆரம்பித்தான். அவர் தலையில் கட்டியிருந்த துண்டை அவிழ்த்து முகத்தைத் துடைத்துக்கொண்டு ஏரியின் ஆழத்தை நோக்கிக் கையைக் காட்டினார்.

முதலில் லட்சுமணனுக்கு ஒன்றும் புரியவில்லை. ஏரியை ஒரு தரம் பார்த்துவிட்டு, மறுபடி அவர் முகத்தைப் பார்த்ததும் திகைப்பூட்டும் உணர்வோடு அவனுக்கு உறைத்தது. அவர்கள் கிராமத்துக்குத்தான் அவர்கள் குழி வெட்டிக்கொண்டிருந்தார்கள்.

4

காதல் தரும் பரவசம் உன்மத்தமானது. அந்த உன்மத்த நிலையை மற்றெல்லா வியாதியைப் போல பாதிக்கப்பட்டவர்களை விடவும் அவர்களுக்கு நெருக்கமான பிறரே தெளிவாக உணரக்கூடியதாக இருக்கிறது. குணவதி அப்படியொன்றும் பார்த்ததும் மனதைக் கவ்விவிடும் திரட்சியான பெண் அல்ல. மெலிந்தவள். எண்ணெய் காணாத தலைமுடி பொன்னிறமாகப் போக்குக் காட்டியது. அந்தக் கூட்டத்தில் அவள் நிறம் வேறுபட்டு இருந்ததும் வாஸ்தவம். உடம்பில் எந்நேரமும் மஞ்சள் பூசிய மறுநாள்போலத் தோற்றம் இருந்தது. மண்ணாங்கட்டிகளை உடைத்துக் கூடையில் வைப்பதற்கும் அதைத் தலைக்குத் தூக்கவும் அவள் சிரமப்பட்டாள். அப்படித் தூக்கி வைக்கும்போது அவள் முகத்தில் சின்னதொரு சுணக்கம் தோன்றி மறையும். லட்சுமணன் அந்தக் கணத்தில் அவளைப் பார்த்தபோது தேவதையை நேரில் கண்டது மாதிரி பரவசப்பட்டான். எப்படியோ அவளருகில் இருந்து மண் வெட்டும்படி பார்த்துக்கொண்டான். மண்ணை அவள் தலைக்கு ஏற்றி வைக்க அவன் உதவினான். அப்போதுதான் அந்த முகத்தின் மெல்லிய சுணக்கத்தை அருகிருந்து பார்க்க முடிந்தது அவனால்.

"ஏன் ராசா கெழ்விக்குத் தூக்கி வப்பியா.. கொமரிக்குத் தூக்கி வப்பியா?" காமாட்சி அக்காதான் லட்சுமணனின் இந்த அனுசரணையை முதலில் கவனித்தது. இப்படி உரக்கக் கேட்டதன் மூலம் புரிந்துகொண்டு விலகியிருப்பார்கள் என்று நினைத்துத்தான்

அப்படிச் சொன்னாள். பதிலுக்கு “அக்கா, உனக்குத் தூக்காமயா?” என்று அடுத்த கணம் காமாட்சியின் கூடையைத் தூக்கித் தலையில் வைத்தான்.

“ஆமா.. உங்க அக்காவுக்கே தூக்கி வெய்யி.. எனக்கு நானே தூக்கிக்கத் தெரியும்” என குணவதி செல்லமாகக் கோபித்துக்கொண்டது லட்சுமணனுக்குச் சந்தோஷத்தை உண்டுபண்ணியது. லட்சுமணன் அவளைப் பார்த்தான். அவளுக்கும் அவன் தான் சொன்னதை என்னமாக அர்த்தப்படுத்திக்கொண்டான் என்பதைப் பார்க்கிற ஆர்வம் ஏற்பட்டுத் திரும்பிப் பார்த்தாள்.

ஆம்பளைகள் யாரும் இதைப் பொருட்படுத்தாமல் இருந்தார்கள். மேலும், அவர்கள் யாரும் பக்கத்திலே இருக்கவில்லை. இருபது முப்பதடி தள்ளி வேலை பார்த்துக்கொண்டிருந்தார்கள்.

பொன்னுசாமி இரண்டொரு தரம் உனக்கெதுக்குடா இந்த வேலையெல்லாம் என்று சொல்லிப் பார்த்தார். “சும்மா உக்காந்து வேடிக்கை பார்த்துக்கிட்டு இருக்க முடியுமா? செய்யற வரைக்கும் செய்யறேன்” என்று பிடிவாதமாகச் சொல்லிவிடவே விட்டுவிட்டார். நம்ம ஆள் ஒருத்தன் அந்த இடத்தில் இருக்கிற தைரியத்தில் அவரும் வேறு வெளி வேலைகளைப் பார்க்கப் போய்விட்டார். தரையில் சார்த்தும் கிராவல் கல் வாங்கவும் மெட்ராஸ் போய்வரவும் முடிந்தது. அவர் அப்படிப் போய்விடுவதுதான் லட்சுமணனுக்கு இப்போது வேண்டியதாக இருந்தது. அண்ணன் கரை மேல் உட்கார்ந்து கண் காணித்துக்கொண்டிருப்பது இடைஞ்சலாகத்தான் இருந்திருக்கும்.

வேலை பார்த்துக்கொண்டிருந்த நூறு பேரில் பெரும்பாலும் ரெட்டியாமூட்டு ஆட்களும் சக்கிலியர்கள், பறையர்கள் கொஞ்ச பேரும் இருந்தார்கள். குணவதி ரெட்டியார் வீட்டுப் பெண்ணாகத்தான் இருக்கும் என்பது லட்சுமணனின் கணிப்பு.

சாயரட்சைக்குச் சற்று முன்னதாகவே எல்லோரும் வேலையை முடித்துக்கொண்டனர். மப்பும் மந்தாரமுமாக இருந்ததால் இப்படி முடிவெடுத்தனர். பதினைந்து பேருக்கு ஒரு மேஸ்திரி இருந்ததால் அவர்கள் எடுக்கிற முடிவும் இதில் முக்கியமானதாக இருந்தது. குணவதி வேலை செய்துவந்த கிரிமிட்டுக்கு தர்மன் மேஸ்திரி. கள்ளுக்குடி அதிகம். சுண்ணாம்பு மாவு எடுத்துத் தோண்ட வேண்டிய இடம் குறித்துத் தந்துவிட்டுப் போவதோடு சரி. அப்புறம் குறித்துத் தந்த இடத்தில் ஆளுக்கு ஒரு அடி ஆழம் தோண்டினார்கள் என்று அவருடைய முழங்கையால் அளந்துவிட்டுப் போய்ப் படுத்துக்கொள்வான். கூலி வாங்கித் தருவதில் கறாரான ஆசாமியாக இருக்கிற காரணத்தால் மட்டுமே அவன் மேஸ்திரியாக இருந்தான். மற்ற சிலருக்கோ அதட்டி வேலை வாங்குகிற குரல்வளம் இருந்தது. தருமனுக்குச் சிறிய குரல். பக்கத்தில் இருக்கிறவர்களுக்கே கேட்காது.

கரைக்குப் பத்தடி தள்ளி எல்லோருக்கும் தென்னை ஓலை வேய்ந்த

குடிசை இருந்தது. லட்சுமணன் குணவதி பற்றி விசாரிக்க நேரம் பார்த்தான். தோதான ஆள் யாரும் சிக்கவில்லை. ஒருவழியாக தர்மனின் தம்பிப் பெண்தான் குணவதி என்பது தெரிந்தது. அதைக் கேட்ட போதுதான் லட்சுமணனுக்கு யோசனையாக இருந்தது. தர்மன் பறையனென்று தோன்றியது. போதாததுக்கு அவன் வயதுக்கு ஒரு மரியாதையையும் யாரும் காட்டவில்லை. எல்லோருமே அவனை 'வாடா.. போடா' என்று விளித்தனர். பறையன், சக்கிலியனைத்தான் கிழவனாக இருந்தாலும் அப்படி அழைப்பார்கள். ஒருவேளை தருமனை அவனுடைய குடிப்பழக்கம் காரணமாக எல்லோரும் எளக்காரமாக அழைக்கின்றனரோ என்று தம் வசதிக்காக நினைத்துக்கொண்டான்.

வழக்கம்போல ராத்திரி பொன்னுசாமியோடு கரைக்கு வந்தபோதும் லட்சுமணன் இதே யோசனையாகத்தான் இருந்தான். "என்னப்பா பொல்லாத யோசனை?" என பொன்னுசாமி கேட்ட வரையில் அந்த யோசனையில்தான் இருந்தான்.

"பெர் நைனா பத்திதான் யோசிச்சுக்குனு இருந்தன். சிறுத்தைய அடிச்சதுக்கப்புறம் எவ்ளோ நாள் உசிரோட இருந்தாரு?" என்றான்.

"என்ன.. ஒரு மூணு நாலு வருஷம் இருந்திருப்பாரு." "சிறுத்தை அடிச்சதுதான் அவர் செத்துப் போனதுக்குக் காரணமாயிடுச்சா?"

"சிறுத்தைய ஆன மட்டும் வெட்டி வுட்டுட்டதால அது வெகல்ல போய்ப் படுத்துடுச்சு. மக்கா நாளு வரதா ரெட்டி தூப்பாக்கியோட வெகலுக்குள்ள போனா, குத்துயிரும் குலையுயிருமா கிடந்தது. இருந்தாலும் ஒரு தடவை சுட்டுட்டு, வெளியில இழுத்தாந்து போட்டாரு. அப்ப எனக்கு மாம்பாக்கத்தில வீடு கட்ற வேலை. விஷயம் கேள்விப்பட்டு நான் வந்தபோது, பக்கத்தூரு அக்கத்தூரு எல்லாம் குவிஞ்சி கிடக்குது. இதோ இந்தா நீட்டு.." என்று கீழே கிடந்த குச்சியை எடுத்து எட்டடி நீளத்துக்கு ஒரு கோடு கிழித்தார். "ஊத்துக்கோட்டைல இருந்து ஏட்டு, போலீஸ்காரன்லா வந்து விஷயத்தைக் கேட்டுக்கிட்டுப் போனாங்க.. அவங்க மூலிமா சொல்லி பத்திரிகையிலும் செய்தி போட்டானுங்க."

"தாத்தாவுக்கு அப்புறம் என்ன ஆச்சு?"

"அவரு இங்கயேதான் பச்சிலை வைத்தியம் பண்ணிக்கிறதா சொன்னாரு... அவருதான் வைத்தியராச்சே.. தண்டால், பஸ்கிலாம் எடுப்பாரு... நல்லா தாங்குற உடம்புதான். எல்லோரும் சொன்னதால இங்கருந்து திருவள்ளூர்க்கு மாட்டுவண்டியில கொண்டுபோயீ.. அங்கருந்து ரயில்ல... ஸ்டேன்லில கொண்டுபோய் சேர்க்கப் போனா... டாக்டர் சேர்த்துக்க மாட்டேன்னு சொல்லிட்டான்... செக்கச் செவேல்னு ஆறடி உயர்த்துக்கு வெள்ளக்கார டாக்டரு. நானும்தான் கூட இருக்கேன். உங்கப்பா பொழைக்கறது கஷ்டம்னு சொல்லிட்டான். இப்பிடியே ஊருக்குக் கூட்டிக்கிட்டுப் போயிடுங்கன்னு, ஒரே ஒரு ஊசி போட்டு அனுப்பிட்டான். குளிர் ஜுரம் தூக்கித் தூக்கிப்

போடுது: 'ஐயா! இந்த நிலைமைல எப்படித் தூக்கிட்டுப் போறது? ரெண்டு நாள் இருக்கட்டும். ரெண்டு நாள் மட்டும் ஊசி போட்டு வெச்சிருங்க'ன்னு கேட்டுக்குனேன். அதோ அந்தத் திண்ணைல படுக்க வெச்சுக்கங்கன்னு ஆஸ்பித்திரிக்கு வெளியே இருந்த ஒரு கடப்பா கல்லைக் காண்பிச்சான். அங்க படுக்க வெச்சேன். கொசப்பேட்டைல எங்க அத்தைசார் வூடு இருந்தது. அங்க போய் 'இந்த மாதிரி ஆயிப் போச்சு. ஆஸ்பித்திரில சேர்த்து வெச்சிருக்கோம், பாத்துக்கங்க'ன்னு சொல்லிட்டு வந்தேன்.

வூட்ல தயார் பண்ணி வெச்சிருந்த பச்சிலை மருந்து எல்லாத்தையும் கொண்டாரச் சொன்னாரு. உள்ளுக்குச் சாப்பிட்றது. மேல பூசிக்கிற துக்கு எல்லாம் இங்கிருந்து கொண்டுபோன மருந்துதான். ரெண்டு மூணு நாள்ல நல்லா பக்குகட்டிப் போச்சி. சீழ் புடிக்கல. சீக்கு குறைஞ்சு ஆளு அவரே பக்கத்தில் சில பச்சிலைல்லாம் பறிச்சு என்னமோ பண்ணிக்கிட்டிருந்தாரு. அப்ப ஆஸ்பித்திரிய சுத்தி பெரிய காடு மாரி செடிங்க இருக்கும். 'போதும்டா.. இங்கயே பச்சிலையெல்லாம் இருக்குது. நான் பாத்துக்கிறேன்'னு சொல்லிட்டாரு. மூணாம் நாளு அங்க அடிபட்டு வந்து சேர்ந்தவங்க கொஞ்சம் பேரு இவருகிட்ட மருந்து வாங்கிச் சாப்பிட ஆரம்பிச்சுட்டானுங்க. ஆளு தேறி வர்றதே ஒரு வெளம்பரம்தானே? ஆஸ்பித்திரி வாசல்ல இவரு ஒரு ஆஸ்பித்திரி நடத்திக்கிட்டு இருந்தாரு."

"பாரம்பா!"

"இதையெல்லாம் அந்த சீப் டாக்டரு பாத்துக்கிட்டே இருந்தான். ஒரு வாரம் ஆச்சு. ஆளு சும்மா பழையபடி ஜிங்குனு நிக்கவே, ஆச்சிரியமாப் போச்சு டாக்டருக்கு. கூப்பிட்டு அனுப்பினான். இவர் மடியில கட்டி வெச்சிருந்த பச்சிலை சிலதைப் பார்த்தான்."

"ம்?"

"இங்கயே இருந்து அடிபட்டு வர்றவங்களுக்கெல்லாம் வைத்தியம் பாக்கிறியானு கேட்டான். 'போதுங்க.. நான் கிளம்பறேன். வெவசாயம் தான் நமக்குத் தொழிலு. இது சும்மா பக்கத்தில செய்யிறது'னு சொல்லிட்டு, உடனே புறப்பட்டு வந்துட்டாரு. செத்துப்போயிடு வான்னு சொன்ன ஆளு பொழைச்சுட்டானேன்னு வெள்ளைக் காரனுக்கு ஆச்சிர்யம்.. இந்தியாகாரனுங்க பெரிய ஆளுங்கதான்டானு மலச்சிப்பூட்டான்.

இதோ இந்தக் கரை போட்ற வேலையை எங்கிட்ட குடுத்துட்டு, இத்தனை நாள்ல முடிச்சுடுவியானு கேட்டானுங்க. அவனுங்க சொன்ன தேதிக்கு முன்னாடியே இல்ல முடிச்சுக் காட்னேன்? அப்புறம்தான் இவ்ளோ பெரிய வேலைய என்கிட்ட குடுத்தானுங்க. பர்ஸ்ட்டு சாம்பிளா பத்தடி வேலைய குடுத்தானுங்க.. அதை ஒழுங்காவும் சீக்கிரமாவும் முடிக்கவும்தான் கான்ட்ராக்டு கெடைச்சது. இல்லாட்டி வேற யாருக்காவது குடுத்துட்டு இருப்பான்."

"ஆளுங்க எல்லாம் இங்கேயே இருந்து பண்றதாலதான் இவ்ளோ சுளுவா முடியுது."

"இங்கேயே இருந்து பண்ணாம எங்க போவானுங்க? வீடு வாசல்லாம் போச்சு. இப்ப நம்ம ஊரே ஏரிக்குள்ள போயிருந்தா நம்ம நெலமையும் அவ்வளதான். இன்னா பண்ண முடியும் சொல்லு?"

"எல்லாம் ரெட்டியாருங்கதானா?.. இல்ல..?"

"எல்லாரும்தான் இருக்கானுங்க.. ஒருத்தனுக்கு ஒருத்தன் வித்தியாசம் தெரியுதா பாரு?"

"கோவணம் கட்டி உக்காந்தா எல்லாம் ஒரு சாதி மாரிதான் இருக்கான். வெள்ளையும் சொள்ளையும் போட்டாத்தான் வித்தியாசம்.."

"தருமன் ரெட்டியார்தானா?"

"எதுக்குக் கேக்கிற இப்ப? தொட்டுப்புட்டானா?" "அதெல்லாம் இல்ல.."

"தொட்டுக்கிட்டு பேசினான்னா சொல்லு... பிச்சிப்புட்றன் பிச்சி... அதான் உனக்கு ஏண்டா இந்த வேலைனு கேட்டேன்..."

"ஐய்யோ.. அதெல்லாம் இல்லண்ணா.."

"சரிப்பா.. நீ அப்படியே வேலை பார்க்கணும்னு ஆசைப்பட்ட பழனிச்சாமி கிரிமிட்டுல போய் செய்யி.. இப்பவும் சொல்றேன்.. அப்புறம் உங்கப்பா வந்து எம் பையனை வேலை வாங்கிட்டாங்கன்னு சொன்னார்னா தப்பா போயிடும்."

"சும்மா இருண்ணா.. இருக்கிற கொஞ்ச நாள் சும்மா ஒக்காந்துட்டு இருக்கச் சொல்றீயா? சும்மா ஒக்காந்திருந்தாத்தான் அப்பா திட்டுவாரு."

"சரிடாப்பா. கௌம்புவோம்."

சைக்கிளை நகர்த்தினார். கரையோர வீடுகளில் சிம்னி விளக்குகள் ஒளி கசிந்தன. ஆறாவது குடிசையோ, ஏழாவதோதான் குணவதியினுடையது. பார்வை தானாகவே அந்தப் பக்கம் திரும்பியது. ஒரே ஒரு தங்கச்சி மட்டும் உண்டு அவளுக்கு. அப்பா கிடையாது. அம்மா மட்டும்தான். மூன்று பெண்கள் அடங்கிய அந்தக் குடிசைக்குத் தேவைப்படும் பாதுகாப்பு அவனுக்குள் இரக்கத்தை ஏற்படுத்தியது. அவள் சேரிப் பெண் என்று தெரிந்ததும் மனம் வத்திப் போய்விட்டது லட்சுமணனுக்கு.

"சைக்கிள் கத்துக்கடா" என்றார் பொன்னுசாமி மூச்சிரைக்க. "சரிண்ணா.."

5

குணவதி அதிகம் பேசாதவளாக இருந்தாள். வெடுக்கென்று எப்போதாவது அவள் பேசினாலும் அவளுடைய அம்மா நாகரத்தினம் அவளைக் கண்டித்தாள். அம்மா இல்லாத நேரமாக இருந்தால் அவளிடமிருந்து ஓரிரு வார்த்தைகளைப் பிடுங்க முடிந்தது. லட்சுமணனுக்கு அவளுடைய குரல், பாவனைகள், தலைமுடி, கண்களில் எப்போதும் இருக்கும் மிரட்சி, நடக்கும்போது பூப்போட்ட பாவாடையில் ஏற்படும் சரசரப்பு, படபடக்கும் வெளுத்துப்போன தாவணி, அவளுடைய வாசனை எல்லாமும் ஈர்ப்பானதாக இருந்தது. நகைச்சுவை உணர்வு மிக்கவளாக இருந்தாள். மிகையில்லாத சிரிப்பு அவளுடையது. பல் வரிசையும்கூட விசேஷமாகத் தெரிந்தது லட்சுமணனுக்கு. உதாரணத்துக்கு தருமனின் உளறல்களுக்கு அவள் சிரித்தாள்.

பஸ் பயணங்களின்போது உடம்புக்கு ஒத்துக்கொள்ளாமல் வாந்தி வருவதாக காமாட்சி அக்கா சொன்னபோது தருமன், தனக்கும் பஸ் பயணத்தின்போது வாந்தி வந்ததாகச் சொன்னான். அதைக் கேட்டதும் குணவதி மெல்ல சிரித்தாள். தருமன் தனக்கு வாந்தி வருவதாகச் சொன்னது சிரிப்புக்குரிய விஷயமாக இருந்தது அவளுக்கு. லட்சுமணன் அதை மேற்கொண்டு நகைப்புக்குரிய விஷயமாக்கும் பொருட்டு, “முந்தா நாள் புளிச்சுப் போன கள்ளைக் குடிச்சுட்டு ஒக்காந்திருந்தா பஸ்ல போவாமயே வாந்தி வரும்டா” என்றபோது குணவதிக்குச் சிரிப்புத் தாளவில்லை.

காதிலும் மூக்கிலும் கம்மல் மூக்குத்திக்குப் பதில் அவள் ஈர்க்கு சொருகியிருந்தாள். அது இரண்டும் தங்கத்தில் இருந்தால் அவள் ஜமீன்தாரிணி மாதிரி இருப்பாள் என்று நினைத்தான். அரசாங்கத்து ஆளுங்க அங்கு ஊரில் கட்டிக் குடியிருந்தவங்களைக் காலி பண்ணும் போது தலைக்கு இவ்வளவு பணம் என்று செட்டில் செய்து இருந்தார்கள். நிலம் வைத்திருந்தவர்களுக்கு அதற்கு ஏற்ப பணமும் கொடுத்துதான் அனுப்பினார்கள் என்று சொல்லுவதை வைத்து குணவதிக்கும் காதுக்கும் மூக்குக்கும் ஏதோ வாங்கி பத்திரப்படுத்தி வைத்திருப்பதாகச் சொல்லிக்கொண்டிருந்தார்கள். இப்பவே போட்டா தேய்ந்தா போய்விடும்? இருக்கட்டும்.. நம்முடைய வீட்டுக்குக் கூட்டிக் கிட்டுப் போன பிறகு, இவ்வளவு அழகா இவள் என்று இவர்கள் எல்லாம் வியக்கும்படி செய்யலாம் என்றும் நினைத்துக்கொண்டான்.

ஆனால், அவளிடம் அப்படியொரு தனித்தன்மை இருப்பது, மற்றவர்களுக்குத் தெரியாமல் இருப்பது ஆரம்பத்தில் ஆச்சர்யமாகத்தான் இருந்தது. மற்ற எல்லோருமே அவளைப் புரிந்துகொள்ளாமல் அலட்சியமாக நோக்குவது அவனுக்கு ஆத்திரமூட்டுவதாகவும் இருந்தது. அவளுடைய அழகான சிரிப்புமா மற்றவர்கள் காதுகளுக்கு உறைக்கவில்லை? கொள்ளை கொள்ளும் அந்த அழகு ஏன் மற்றவர்களின் கண்களுக்குப் புலப்படவில்லை என்றெல்லாம் நினைத்தான். ஆனால், அவளை விசேஷமானவளாக எல்லோரும் நினைக்க வேண்டிய நியாயமில்லை என்று அவனுக்கு ஒருவாறு விளங்கியது. அப்படி நினைக்காதது தனக்கு நல்லதென்றும் அவன் நினைத்தான்.

மனத்தச்சம்மன் குகைக்குப் போய் பொங்கல் வைக்கப் போவதாக நாகரத்தினம் தம் மகளிடம் சொன்னபோது "என்னைக்கு?" என ஆர்வமாகக் கேட்டான்.

"அது எங்க குலதெய்வம்யா... இவளை ஒருத்தன்கிட்ட புடுச்சிக் கொடுத்துட்டாபோதும். பாஞ்சி வயசு ஆயிப்போச்சு... இன்னும் கடத்தக் கூடாது... எங்க நெலமை இப்படிப் பரதேசி கணக்கா போச்சு... ஒரு கற்பூரம் ஏத்தி ஒரு மூச்சு அழுதுட்டு வந்தா விடிவு காலம் பொறக்காதா?"

லட்சுமணன், குணவதியைப் பார்த்தான். நான் கட்டிக்கிறேன் என்று சொல்லிவிட உதடு துடித்தது. அவனையும் அறியாமல் எல்லார் முன்னிலையிலும் சொல்லிவிடுவானோ என்று பயந்த காரணத்தால் வேறு பேச்சைப் பேச எண்ணி, "இங்க இருந்து எவ்ளோ தூரம்?" என்றான்.

"ரெண்டு மைலு இருக்காது?" காமாட்சி அக்காவைப் பார்த்துக் கேட்டாள் நாகரத்தினம்.

"நீயும் வரப் போறீயா ரெட்டியாரே?" குணவதி கேட்டாள். "உங் கல்யாணத்துக்கு வேண்டிக்கத்தான்."

“ஐய.. கிண்டலப் பாரேன்..”

“நிஜமாத்தான் நாகு..” நாகரத்தினம் சிரித்தாள்.

அணைக்கட்டில் தண்ணீர் திறந்துவிடும் வசதிக்காகப் பெரிய, பெரிய ராட்டினங்களும் திருகாணிகளும் இரும்புச் சங்கிலிகளும் லாரிகளில் வந்து இறங்கின. மண் வேலை செய்துகொண்டிருந்த எல்லோரையும் என்ஜினியர்கள் ஒத்தாசைக்கு அழைத்தனர். அவர்கள் அழைக்காவிட்டாலும் அந்தப் பிரம்மாண்டமான கருவிகளைப் பார்க்க எல்லாரும் ஓடிவந்திருப்பார்கள்.

அணையில் மொத்தம் பதிமூன்று கண்கள். அத்தனை கண்களுக்கும் தண்ணீர் திறந்துவிடுவதற்கும் மூடுவதற்குமான திருகுக் கருவிகள். அவை கனத்த செயின் பிளாக் இணைப்போடு பயன்படுத்த வேண்டிய படி தயாராகியிருந்தன. தண்ணீரைச் சிறைபிடிக்கும் பிரம்மாண்டம். மக்களுக்கு அதை எப்படி ஏற்றுவார்கள், எப்படி முடுக்குவார்கள் என்று ஆச்சர்யமாக இருந்தது. வழக்கமான லாரியாக இல்லாமல் இந்த லாரிக்குப் பதினான்கு டயர்கள் இருந்தன. லாரியைச் சுற்றி ஒரு கூட்டம் அலை மோதிக் கொண்டிருந்தது. வெள்ளைக்கார அதிகாரிகள் இரண்டு பேர் ஜீப்பில் வந்து இறங்கி, கிரேன் இயக்குபவனிடம் ஏதோ விளக்கினர். லாரியோடு இணைக்கப்பட்டிருந்த கிரேன். ஆயிரம் கிலோ பாரம் உள்ள இரும்பையும் பூப்போல எடுத்து ஓரிடத்திலிருந்து மறு இடத்துக்கு மாற்றிக்கொண்டிருந்தது. வேடிக்கை பார்க்கும் கூட்டத்தின் சப்தமும் பாரம் இறக்குவதற்கான பரபரப்பும் சேர்ந்து எல்லோர் விழிகளிலும் வியப்பு வழிந்துகொண்டிருந்தது. பொன்னுசாமி எல்லாவற்றையும் தன் தலை மூலமாகவே இறக்கி வைக்கிற பதற்றத்தில் இங்குமங்கும் ஓடிக்கொண்டிருந்தார்.

குணவதியும் தன் சிறிய மனது படபடக்கக் கூட்டத்தில் தலையை நுழைத்து எட்டிப் பார்க்க முனைந்தாள். அவளுக்கு எல்லோரையும் முட்டித் தள்ளிக்கொண்டு வேடிக்கை பார்க்கிற பிரயாசை ஏற்பட வில்லை. கூட்டத்தின் அலைமோதலில் அவளாகவே பின்னகர்த்தப் பட்டு ஓரங்கட்டப்பட்டாள். லட்சுமணன் அவ்வளவு பரபரப்பிலும் குணவதியின் மீது ஒரு கண் வைத்திருந்தான். அவளை அலேக்காகத் தூக்கி எல்லாவற்றையும் காட்ட வேண்டும் என்று ஆசையாக இருந்தது. இரண்டு எந்திரங்களை இறக்கி முடிக்கிறவரை பார்த்துக்கொண்டிருந் தவன், ஏதேச்சையாகத் திரும்பியபோது குணவதி தம் குடிசையை நோக்கிப் போய்க்கொண்டிருப்பதைப் பார்த்தான்.

அவள் மட்டுமே தனியாகக் கிடைத்த அந்தச் சந்தர்ப்பம் லட்சுமண னுக்கு ஒரு குறுகுறுப்பை ஏற்படுத்தியது. மெல்ல கூட்டத்தில் இருந்து விலகி, ஏரிக்கரைக்கு உட்புறமாக இறங்கி, அவள் குடிசையை நோக்கி வேகமாக நடைபோட்டான். அதற்குள் அவள் வீட்டில் இருந்து மாற்றுத்துணி எடுத்துக்கொண்டு கண்மாய் நோக்கிப் போய்க் கொண்டிருந்தாள். லட்சுமணன் அவளை நோக்கி வேகமாக வந்து

சேர்ந்து, "ஏய் குணா.. திரும்பிப் பார்க்காமயே போறே?" என்றான்.

"ஐய்ய.. எம் பின்னாடி எதுக்கு ரெட்டியாரே ஓடியாறே? நான் குளிக்கிறதுக்குப் போறேன்."

"நான் துணையா இருக்கலாம்னு ஓடியாந்தேன்" எதிர்பார்க்காத விதமாக அவளை லட்சுமணன் இறுகக் கட்டியணைத்துக் கொண்டான். பதற்றமும் பயமும் வெட்கமும் அதன் உச்ச அளவில் கலந்துகொண்டால் பெண்களின் நிலை என்னவாகும்? மயக்கம் போட்டு விழாத குறையாக மாறிப்போனாள் குணவதி. ரெட்டியார் சாதிக்காரர் தன்னைத் தொட்டுவிட்டதே அவளுக்கு அந்த நேரத்தில் படபடப்பையும் கூச்சத்தையும் ஏற்படுத்திப் பாடாய் படுத்தியதே ஒழிய, காதலில் மயங்கிச் சாயும் வெட்கத்தால் அல்ல. ஆனால் அது லட்சுமணனுக்குப் புரிய வேண்டுமே?

அவள் கைகளைப் பிடித்துத் தள்ளி, கூச்சல் போட்டுக் கத்தாமல், கைகளை ஒடுக்கிக்கொண்டு கண் சொருகச் சாய்ந்துவிட்டது அவனுக்கு வசதியாக இருந்தது. மெலிந்த அவள் உடம்பின் முதுகையும் வேர்வை வழிந்த அவள் கன்னத்தையும் அவன் விரல்களால் தடவினான். அவள் நினைவு திரும்பி விடுவித்துக்கொள்வதற்குள் அவன் முத்தமொன்றையும் அவளுக்குத் தந்தான்.

அவளுடைய உயிரில் இருந்து வருவித்துக்கொண்ட சக்தியினால் தான் பிரயாசைப்பட்டு அவனை விலக்கித் தள்ளினாள்.

"போங்க ரெட்டியாரே.." கோபமாகச் சொல்ல நினைத்திருப்பாள் போல. ஆனால் சாந்தமாகத்தான் அது வெளிப்பட்டது. அதனால் அது கொஞ்சலாகத்தான் காதில் விழுந்தது.

"போனா ரெண்டு பேரும் சேர்ந்துதான் போகணும்."

"நல்லா இருக்குது பேச்சு" அவள் மேற்கொண்டு நடக்காமல் வெடுக் கென நின்றாள்.

"நான் உன்மேல உயிரே வெச்சிருக்கேன். நீ என்னடான்னா புரிஞ்சுக்கவே மாட்டேங்கிறயே?"

கண்களை இடுக்கிப் பார்த்து "எம்மேல நீ எதுக்கு ரெட்டியாரே உயிரை வைக்கணும்?"

"மொதல்ல என்னை ரெட்டியாரேன்னு கூப்பிட்றதை நிறுத்து. நான் உன்னைக் கல்யாணம் கட்டிக்கணும். உனக்குச் சம்மதமான்னு சொல்லிடு."

"யம்மா சாமி.. நான் போறேன் வூட்டுக்கு. இன்னொரு தபா குளிச்சுக்கிறேன்."

அவள் அஞ்சுவது அழகாக இருந்தது. "கேக்கிறன்ல?" உறுதியாகக் கேட்டான் லட்சுமணன்.

“நடக்கிற கதையா பேசு ரெட்டியாரே.. இந்நேரம் வேற யாராவது நாம பேசிக்கிட்டிருக்கிறதைப் பார்த்தாவே வெட்டி ஏரியில புதைச்சுடுவாங்க..”

“அது வரைக்கும் நான் தலை சொறிஞ்சுக்கிட்டு இருப்பனா..?” “ரெட்டியாரே.. நீ போறயா, இல்லையா?” “ரெட்டியார்னுலாம் என்னைச் சொல்லாதே..”

குணவதி தீர்மானமாகப் பார்த்தாள். “நான் ரெட்டியார்னு சொல்லாட்டா எல்லாம் சரியாயிடுமா? நீ எங்க சித்தப்பனை வாடா, போடானு கூப்பிட்றே.. எங்கம்மாவ பேரிட்டுத்தான் கூப்பிட்றே.. அதையெல்லாம் நீ வுட்டுட முடியுமா?” அவள் கேட்ட கேள்வி எதிர் பார்க்காத ஈட்டித் தாக்குதலாக இருந்தது. லட்சுமணன் பேதலித்துப் போய் நின்றான். அவள் பேச்சைக் கேட்கும்போதே இவள் இவ்வளவு புத்திசாலித்தனமாகப் பேசக்கூடியவளா என்ற வியப்பில் வீழ்ந்தான். சொல்லி முடித்துவிட்டு, அவள் வேதனையோடு லட்சுமணனைப் பார்த்தாள். அப்படிக் கேட்பதற்கு நமக்கு என்ன உரிமை இருக்கிறது என்ற பயம். அது அவள் மிரட்சியான கண்களில் மேற்கொண்டு நடுக்கத்தை ஏற்படுத்திக்கொண்டிருந்தது.

“என்னை மன்னிச்சுடு ரெட்டியாரே..”

லட்சுமணன் நிலைகுலைந்து நின்றான். நாம் நினைத்தால் இப்போதே எடுத்துக்கொள்ளலாம் போன்ற ஒரு பெண். அவளை அப்படியே வாரி கையில் அணைத்துக்கொண்டால் யார் என்ன செய்துவிட முடியும். ஆனால், அப்படிச் செய்ய முடியவில்லை. அவன் நிலைகுலைந்து போயிருந்தான். குணவதியின் தந்தை இருந்திருந்தாலும் அவளுடைய பாட்டன் இருந்திருந்தாலும் நாம் அவனை வாடா.. போடா என்று தானே அழைத்திருக்க முடியும்? குணவதி வேண்டுமென்றால் இத்தனை பேரிடமும் நாம் வேறு மாதிரி நடந்துகொள்ள வேண்டியிருக்குமே?

அது சாத்தியமா என்று அவனால் நினைத்துக்கூடப் பார்க்க முடியவில்லை. எப்பேர்ப்பட்ட பைத்தியக்காரத்தனம்? நாகரத்தனத்தை எப்படி அத்தை என்று அழைக்க முடியும்? தருமனை எப்படி மாமன் என்றழைக்க முடியும்? எல்லோரையும் வீட்டுக்குள் சேர்த்துக்கொள்ள முடியுமா? நினைத்துக்கூடப் பார்க்க முடியாத ஓர் அடாத செயலாக அவன் அந்தக் கணம் உணர்ந்தான். கொப்பூர், பாரிவாக்கம், காரணை, ஜெகநாதபுரம், குசப்பேட்டை, மயிலாப்பூர் என்று அவனுக்குக் கற்பிக்கப்பட்ட அனைத்து உறவினரும் பிரம்மாண்ட சுவரென எதிரே நின்றனர். குணவதி அவர்களுக்கு எதிரே ஒரு கொத்தமல்லி தழைபோல இருந்தாள். மெல்லிய புல்லைக்கொண்டு இரும்புத் தூணைத் தகர்த்துவிட முடியுமா என மலைத்தான். அவன் கால்கள் நகர்த்த இயலாதவாறு அங்கேயே புதைந்ததுபோல இருந்தன. அவன் தலையை ஒருவாறு திருப்பி, தாம் செல்ல வேண்டிய பாதையைப் பார்த்தான். மறுபக்கத்தில் குணவதி வேகமாக வெகுதூரம் சென்று

விட்டாள்.

இதை ஏன் அவனாகவே தெரிந்திருக்கவில்லை, அவள் தெளிவு படுத்தித் தெரிந்துகொள்ள வேண்டிய விஷயமாக அது எப்படி ஆனது என்ற கேள்வி ஒன்று எழுந்து மறைந்தது. நிஜமாகவே அதற்கு அவனுக்கு விடை தெரியவில்லை. நிறமும் உடல் உறுப்புகளும் ஒன்றாக இருப்பதால் அவர்களும் நாமும் மனிதர்கள் இல்லையா என்ற கேள்வி அவனுக்குள் முதன்முறையாக எழுந்தது. அவர்களும் பேசுகிறார்கள், பார்க்கிறார்கள், கேட்கிறார்கள், உழைக்கிறார்கள் என்பது அவர்களையும் நம்மையும் ஒரே தராசில் நிறுத்திப் பார்க்கப் போதுமானதாக இருக்காதா? ஞானக் கண் திறந்துகொண்டது போல அவன் உலகைப் புதிதாகப் பார்த்தான்.

இதை பொன்னுசாமி அண்ணனிடமோ, அப்பாவிடமோ, முத்தம்மா பெரியம்மாவிடமோ இந்த உலகில் வேறு யாரிடமோ தெரிவித்தால் அவன் நினைக்கும் நியாயம் அவர்களில் யாருக்காவது புரியுமா என்றும்கூடத் தெரியவில்லை. ஜெகநாதபுரத்தில் நிலங்களைச் சீர் செய்து உழவுக்கு உகந்ததாகச் செய்பவர்கள் பெரும்பாலும் பறையர்கள்தான். ஆனால் அவர்கள் அதை ஒரு கூடை கேழ்வரகுக்கும் நெல்லுக்கும்கூட ரெட்டியார்களுக்குக் கொடுத்துவிடுவார்கள். ரெட்டிகளும் பறையர்கள் போலத்தான் நிலங்களைக் கொத்திக்கொண்டிருப்பார்கள். ஆனால், அதில் எல்லோரும் ஒரு கூடை நெல்லுக்காக நிலத்தைத் தந்துவிடுபவன் கம்மியாக இருந்தான்.

அப்பா அவர்களிடம் "டேய் எறுமை.. உங்க குழந்தைக்குட்டிக்குக் கொஞ்ச நெலம் வெச்சிக்கோடா" என்று உரிமையாக அதட்டுவார். அவர்கள் யாரும் கேட்பதில்லை. அப்பா வேண்டாம் என்று சொல்லி விட்டால், அவர்கள் ஊரில் இருக்கும் கோபால் ரெட்டிக்கோ, அருணாசல செட்டிக்கோ கொடுத்துவிடுவார்கள். இப்போது போல பத்திரம் வாங்கிக் கிரயம் செய்யும் வழக்கமெல்லாம் அப்போது இல்லை. புறம்போக்கு நிலத்தைச் சமம் செய்து கொத்தி, முள் மண்டைகளை வெட்டி எறிந்து, வரப்புக் கட்டி ஒழுங்கு செய்து, பயிர் செய்ய வேண்டியதுதான். முன்சீப் வந்து பயிர் செய்து அறுவடை ஆகும்போது ஓர் ஓலையில் எழுதிக் கொடுத்துவிட்டுப் போவான். ஜமீன்தாருக்கு அறுவடையின்போது நெல் அளந்துவிட வேண்டும் என்று. விளைந்த நெல்லில் பாதியை எப்படியும் ஜமீன்தாருக்கு அளந்து எடுத்துக் கொண்டு போவான். சேரி ஜனம் அவ்வளவு சரியாக இல்லை அளந்து நிலத்தைத் தக்கவைத்துக்கொள்வதில்லை. அவர்களுக்குத் தேவைப்பட்டால் இன்னொரு இடத்தைச் சரிசெய்து கொள்ளலாம் என்றுதான் நினைப்பார்கள். அதில் பயிர் செய்து சாப்பிடுவதைவிட, சரிசெய்து யாருக்காவது கொடுத்துவிட்டு, ஒரு மூட்டை கேழ்வரகை வாங்கி வைத்துக்கொள்வது உசிதமாக இருந்தது. அவர்கள் கடுமையான உழைப்பாளிகளாகவும் அதே சமயத்தில், வைத்து வாழத் தெரியாத சோம்பேறிகளாகவும் இருப்பதை இப்போது யோசித்துப் பார்த்தான்.

அறியாமை அவர்களின் பழக்கமாக இருந்தது. ரெட்டியார் சாதியிலும் சிலர் அந்த மாதிரி இருந்தார்கள்தான். ஆனால், சேரி ஜனத்திலோ முக்கால்வாசிப் பேர் அப்படித்தான் இருந்தனர். பெரிய அளவில் நிலத்தை ஆக்ரமித்து உழுது பயிர் செய்வதில் அவர்களுக்கு வெட்கமும் தயக்கமும் இருப்பதை அவன் பார்த்திருக்கிறான். குணவதி கேட்ட கேள்வியைத் தொடர்ந்து அவனுக்கு எல்லாமே புதிய அர்த்தத்தோடு நினைவுக்கு வந்தன.

இரவு. ஊர் அடங்கி, சென்னையில் இருந்து வந்திருந்த கூட்டமும் லாரியும்கூட சென்றுவிட்டது. கிரேன் பொருத்தப்பட்ட லாரி மட்டுமே அங்கே நின்றிருந்தது. லட்சுமணன், கட்டட வேலைகளுக்காகக் கொட்டி வைத்திருந்த மணல் மீது அப்படியே சரிந்து படுத்துக் கிடந்தான். அவன் எப்போது அங்கு வந்து படுத்தான் என்ற பிரக்ஞைகூட அவனுக்கு இல்லை. பசியோ, நேரமோ அவனுக்கு முக்கியமெனத் தெரியவில்லை. மழைக்காலம் ஆரம்பித்துவிட்ட பின்னும் ஒரு வார மாக மழையில்லாமல் இருந்தது. வானத்தில் மேகத்தின் திரட்சி அதிகமிருந்தது. எந்த நேரத்திலும் மழை வரலாம்போல இருந்தது. நட்சத்திரங்களின் வெளிச்சம்கூட இல்லாமல் இருண்டுகிடந்தது.

நாகரத்தினத்தை அத்தை என்று அழைத்துப் பார்க்க அவனுக்கு இருந்த தடை என்னவென்று புரியவில்லை. அவர்களின் ஏழ்மை மட்டும் அதற்குக் காரணமல்ல என்று அவனுக்குப் புரிந்தது. ஜெகநாத புரத்தில் ஊருக்குள் பஞ்சத்தில் அடிபட்டு, சீக்கு வந்து செத்துக் கொண்டிருக்கிற காசியும்கூட சேரியில் உடல் பலத்திலும் நல்ல ஜீவனத்திலும் இருக்கும் முதியவனைப் பார்த்து ஏக வசனத்தில் அழைப் பதை நினைத்துப் பார்த்தான். தெரியாமல் தொட்டுவிட்டாலும் ஏச்சும் பேச்சும் வாங்கிக் கட்டிக்கொள்வார்கள். அப்போதெல்லாம் அது ஏன் என்று யோசித்துப் பார்க்க வேண்டிய விஷயமாக இருந்ததில்லை. குணவதியின் மீது ஏற்பட்ட ஈர்ப்பின் காரணமாக தாம்தான் உலக நடப்புக்கு விரோதமாக யோசிக்கிறோமா என்றும் எண்ணினான்.

அவனுடைய திண்ணைப் பள்ளிக்கூட எழுத்து வாசனை அவனுடைய ஏராளமான கேள்விகளுக்கு விடை தருவதாக இல்லை. "ஏன்டாப்பா.. இவ்ளோ நேரமா இங்கயா இருக்கே? ஊரெல்லாம் தேடிப் பார்த்துட்டு வர்றேன். ஏறுடா சைக்கிள்ல" என்று பொன்னுசாமியின் குரல் கேட்டது.

"அட.. நான் வர்றேன். நீ போ.."

"என்னத்த வர்றது? கோழி கூவற நேரமாச்சு.. சாப்பிட வர்லனு சித்தி, பெரியம்மாலாம் பொலம்பிக்கினு கிடக்குதுங்க..."

"பைத்தியமா அதுங்களுக்கு?"

"பக்கத்தூர் ஏரியில பொணம் ஒண்ணு மிதக்குதாம். யார், எவன்னு தெரியலை. வெளியூர்க்காரன்போல இருக்கான். நீ காணாமப்

போனதும் அந்தத் தகவல் தெரியவும் குலை நடுங்கிப்போச்சுடா. போலீஸ்காரனுங்க, வேன் எல்லாம் வந்து ஒரே களேபரம். நேர்ல போய்ப் பாத்துட்டு வந்தப்பறம்தான் நிம்மதி. பொறப்பட்றா சாமி."

லட்சுமணன் சைக்கிளின் பின்னால் போய் அமர்ந்தான். சைக்கிள் மிதித்தபடி மூச்சிரைக்க "அப்படியென்ன யோசனை?" என்றார்.

"எப்படிச் செத்தானாம்?" வேறு கேள்வி போட்டுத் திசைதிருப்பினான் லட்சுமணன்.

"அது தெரியல. கத்தியால வெட்டியிருக்கறதா சொன்னாங்க. பொணம் நாறிப் போய்க் கிடக்குது. செத்து ஒரு வாரம் ஆகியிருக்கும். யாராவது அந்தப் பக்கமா போனாத்தானே தெரியறதுக்கு?"

6

காலை எழுந்ததும் அறுவடையின்போது மழை வந்தது மாதிரி பதறிக்கொண்டு ஏரி வேலைக்குக் கிளம்பினான் லட்சுமணன். புது மனிதனாக நடந்துகொள்ள வேண்டும் என்ற வேட்கை கொழுந்து விட்டுக் கொண்டிருந்தது. முத்தம்மா வந்து, ஊரில் வெட்டுக்குத்தாக இருப்பதாகவும் வெளியே போக வேண்டாம் என்றும் சொன்னாள். வீட்டில் ஏதோ விசேஷம்போல இட்லி சுட்டு வைத்திருந்தார்கள். கார் அரிசிப் புட்டு வேறு. அவனுக்கு ஒன்றும் புரியவில்லை.

ஊரிலேயே அவனுக்கு ஒரு அத்தை இருப்பதைச் சொன்னாள் முத்தம்மா. பெரியப்பாவுக்கு நேர் மூத்தவள். லட்சுமி அத்தை. அவளுடைய பெண் வயதுக்கு வந்திருப்பதாகவும் அதற்காகத்தான் தாய் மாமன் வீட்டில் இருந்து சீர் போகிறது என்றும் விளக்கினாள்.

முத்தம்மாவின் முகத்தில் குறும்பு தெரிந்தது. வயதான பின்னும் எப்படித் தம்மிடம் இப்படிக் குறும்பை வெளிப்படுத்துகிறார் இவர் என ஆச்சர்யப்பட்டுக் கொண்டிருந்தான் லட்சுமணன். அம்மாவைவிட ஓரிரு வயது மூத்தவராக இருந்தாலும் அவரிடம் பெரிய அளவில் வித்தியாசம் தோன்றியது. குழந்தை இல்லாத ஏக்கம் முக்கிய காரண மாக இருக்கலாம். முகத்துச் சுருக்கம். நரை. ரவிக்கை போடுவதையோ, காதில் மூக்கில் கம்மலோ, மூக்குத்தியோ கூட தவிர்ப்பவராக இருந்தாள். கொப்பு, நடுக்காது என்று ஆபரணங்கள் இருந்த தடயம்போல ஓட்டைகள் மட்டுமே இப்போது இருந்தன. அதனாலேயே அவளுக்கு

வயது பத்தாண்டுகள் கூடிப்போய்த் தெரிந்தது.

புரியாமல் பார்த்துக்கொண்டிருந்தவனுக்கு மேலும் விளக்கும் பொருட்டு “உன்னைக் கட்டிக்கப் போறவளுக்குச் செஞ்சு கொண்டுபோறாங்கடா” என்றார்.

“ஒனக்கு ஒரு வேலையும் இல்லையா? நான் கௌம்பறேன்..” “அத்தைப் பொண்ணை ஒரு எட்டுப் பார்த்துட்டு அப்புறம் போ.. தப்பா நினைச்சுக்கப் போவுதுங்க.”

“ஐய்ய... வுடு பெரிம்மா..” லட்சுமணன் தெருவில் இறங்கி சுருக்கு வழியில் சென்றுகொண்டிருந்தான். முத்தம்மா நின்று பார்த்துக் கொண்டே இருப்பதைப் பார்க்கவும் லட்சுமணன் மீண்டும் நெருங்கி வந்து, “இன்னொரு தடவ பாக்கிறேன் பெரிம்மா..” என்றான்.

“சரிடா கண்ணு.. புடிக்கலையோன்னு நினைச்சுட்டேன். நல்ல எடம்பா. குதுர்சினா வரப் போவ நல்லா இருக்கும். மாமியா வூட்டுக்கு வரச்சொல்லோ என்னையும் ரவ பாத்துக்க மாட்டியா?” நம்பிக்கையும் ஏக்கமுமாக வெற்றுச் சிரிப்பு சிரித்தாள்.

“நான்தான் பாக்கவேயில்லையே.. எப்படிப் பாக்காமயே பிடிக்காமப் போயிடும்..? மனத்தச்சம்மன் கோயிலுக்குப் போயிருக்கியா பெரிம்மா?” “வேண்டாம் ராசா.. அந்தப் பக்கம் மூலிகை பறிக்கப் போயிதான் உங்க பெரியப்பாவைக் கட்டுபிரியான் தீண்டிடுச்சு...?

“எப்போ?”

“இவரை இல்லைப்பா... சிறுத்தை அடிச்சாரே அவரை... வீட்டுக்கு வந்து படுத்தவரு நுரைதள்ளி செத்துப் போயிட்டாரு..”

“பாம்பு கடிச்சா செத்துப் போயிட்டாரு? அவருதான் வைத்தியராச்சே..”

“வெஷப் பரிச்சையெல்லாம் பண்ணுவாரு... இன்னா எலைய மென்னுட்டாரோ.. இன்னா பாத்தாலியோ” முத்தம்மா இதற்கான விளக்கத்தை மேற்கொண்டு வளர்த்த விரும்பாதவள்போலச் சட்டென மாறிப்போனாள்.

“ஏதோ வைத்தியத்துக்கு மூலிகையைப் பரிச்சை பண்ணிப் பாத்து அது உடம்புக்கு ஆகாம செத்துப் போயிட்டதா சொல்லுவாங்க. பூச்சி கடிச்சிட்டதா சொல்லுவாங்க. எனுக்கென்னமோ பாம்பு கடிச்சு செத்ததாதான் தோணுது. இருட்டுல முள்ளு குத்துச்சினு நெனப்பாங் களா, பாம்பு கடிச்சுதுன்னு நெனப்பாங்களா.. தெரியாதில்ல..? போய்ட்டுப் பொழுதோட வந்துடு.”

லட்சுமணன் ஏரிக்கரையை நோக்கி எட்டு வைத்தான். அவன் மனசுக்குள் சட்டென வந்து அமர்ந்துகொண்டாள் குணவதி. கரை யின் மீது நின்று குணவதி எங்கே இருக்கிறாள் என்று நோக்கினான்.

குணவதியும் எதிர்பார்ப்போடு பார்த்துவிட்டு ஆனால் சட்டென

தலையிறங்கிக் கொண்டாள். நாகரத்தினத்தைப் பார்த்து, “மனத்தச் சம்மன் கோயிலுக்குப் போகும்போது மறக்காமச் சொல்லுக்கா” என்றபடி குணவதியைப் பார்த்தான்.

குணவதிக்குத் தூக்கி வாரிப் போட்டது. ஏன்.. நாகரத்தினமே “என்ன ரெட்டியாரே.. காமாட்சியக்காவக் கூப்பிட்ற ஞாவகத்தில என்னைப் போய் அக்கான்றியே?” என்றாள்.

“ஏன்.. உன்ன அக்கான்னு கூப்புட்டா என்னா?” தலையை மிடுக்காக ஆட்டியபடி கேட்டான்.

“இது என்னாடியம்மா வம்பாப் போச்சு.. கலி முத்திப் போச்சா? நான் எப்படி ரெட்டியாரே உனக்கு அக்கா ஆவ முடியும்? உனக்கு ஒண்ணும் தெரிய மாட்டேங்குது.. அதோ அந்த கிரிமிட்டு உங்க சாதி சனம் நெறையகிது.. அதில போய் வேலை செய்.. போ..”

லட்சுமணன் ஒன்றும் சொல்லவில்லை. தாம் தருகிற மரியாதையை ஏற்றுக்கொள்ளும் தகுதியோ, திறமையோ இல்லாதவர்களை அவன் பார்த்தான்.

‘ஒர்த்தனுக்குத் தம் மேலயே மரியாதை இல்லாமப் போய்டுமா? ஜெகநாதபுரத்திலயும் இப்படித்தான் இருப்பாங்களா? இத்தனை நாளா எட்டாமப் போச்சே? அது சரி.. பெரி வேப்பமரத்திரல காக்கா கூடு கட்டுது.. நாய் குட்டி போடுது.. காட்டுக் கலாக்கா காய்க்குது.. அந்த மாரி லிஸ்ட்லதான் நாம இவனுங்களையும் பாக்குறோம். யாரு இதெல்லாத்தையும் நெனப்பு வெச்சிக் கவனிக்கிறாங்க? பறையனுக்கும் சீக்கு வரும்.. சக்கிலியனுக்கும் நம்மள மாரியே புள்ள பொறக்கும்னு இத்தனை நாளா யோசிக்கல. அவன் ஏதோ குடிசை போடத் தெரிஞ்ச மிருகமாட்டம் நினைக்கிறாங்க எல்லாரும். இயற்கையே அப்படித் தானா? பன்னிய வீட்டுக்குள் சேர்த்துக்கர்தில்ல, பச்சைக்கிளியை வீட்டுக்குள் வளக்குறோம். அப்படித்தானா? பறையனுங்கன்னா பன்னிங்க மெரியாவா? இன்னாங்கடா இது அநியாயம்?’

சட்டென நிமிர்ந்து அவன் குணவதியைப் பார்த்தான். பன்றியோடு இந்தத் தேவதையை எப்படி ஒப்பிட முடியும்? பனைமர நிழலில் பழைய சோறு சாப்பிட்டுக்கொண்டிருந்த தருமனைப் பார்த்தான். மண்வெட்டியை அப்படியே போட்டுவிட்டுக் கரையின் மீது ஏறினான். தருமனுக்குப் பக்கத்தில் இருந்த பானையில் இருந்து சோற்றுத் தண்ணீரைப் பக்கத்தில் கிடந்த அலுமினிய லோட்டாவைக் கொண்டு மொண்டு குடித்தான். தருமன் “சாமீ” என்று பதறி எழுந்து நின்றான்.

சப்தம் கேட்டு அக்கம் பக்கம் வேலை பார்த்துக்கொண்டிருந்தவர்களும் திரும்பிப் பார்த்தனர். குணவதிக்கு லட்சுமணன் காலையில் இருந்து செய்துவரும் சேட்டைகள் எல்லாவற்றுக்கும் தாம் நேற்று கேட்ட கேள்விதான் காரணம் என்று தெரிந்தது. அதற்காக அவள் அதிகம் பயந்தாள். லட்சுமணனின் காலில் விழுந்தாவது மன்னிப்பு கேட்டு

விடலாம் என்று நினைத்தாள். ஆனால், எல்லார் முன்னிலையிலும் மன்னிப்பு கேட்டால், எல்லா சங்கதியும் வெளியே தெரிந்துவிடுமே என்ற யோசனை ஏற்பட்டு உள்ளுக்குள் பதறிக்கொண்டிருந்தாள்.

லட்சுமணன் நீசத்தண்ணீரைக் குடிப்பதை ரெட்டியார் ‘கிரிமிட்டு’ கன்னியப்பன் மிரட்சியோடு பார்த்தான். இந்த அக்கிரமத்தைத் தருமன் எப்படி அனுமதித்தான் என்று அவனுக்குப் புரியவில்லை. லட்சுமண னுக்கு இது தெரியாதா? தவறு யார் மீது என்று சுதாரித்து அவன் வருவதற்குள், தருமன் பதறி எழுந்து “இதெல்லாம் நீங்க குடிக்கக் கூடாதய்யா” என்றான்.

தருமன் மீது தவறில்லை என்றால், லட்சுமணனின் அறியாமைதான் காரணம் என கன்னியப்பன் அதைத் தடுக்க நினைத்து வேகமாக நெருங்கினான். ஆனால், அதற்குள் லட்சுமணன் “ஏன் மாமா குடிக்கக் கூடாது?” என்றான். நெருங்கி வந்த கன்னியப்பன், இந்தக் கேள்வி ஏற்படுத்திய படபடப்பில் லட்சுமணனின் கன்னத்தில் அடுத்தடுத்து இரண்டு அறைவிட்டான். லட்சுமணன் சற்றும் எதிர்பார்க்காத தருணம் அது. கரையில் இருந்து சரிந்து விழுந்து, கீழே நாகரத்தினம் மண் வெட்டிக்கொண்டிருந்த இடம் வரைக்கும் உருண்டு வந்து விழுந்தான். கன்னியப்பனுக்கே தாம் என்ன செய்தோம் என்று அப்போதுதான் உறைத்தது. அங்கிருந்த எழுபத்திச் சொச்சம் பேருக்கும் என்ன நடந்து கொண்டிருக்கிறது என்பதை அனுமானிக்க அவகாசம் தேவையாக இருந்தது. நல்லது-கெட்டது, நியாயம்-அநியாயம் பற்றி நிறுத்துப் பார்க்க சில வினாடிகள் ஆனது.

கன்னியப்பன் “மாடு மாதிரி வளர்ந்திருக்கியே அறிவில்ல உனக்கு? அவன் சாப்பாட்டை எடுத்துச் சாப்பிட்றே... அவனைப் போய் மாமன்னு கூப்பிட்றே? மடையா, மடையா... போ.. போயீ அவன் மடியிலயே ஏறிக் குந்திக்கோ... உங்க ஊர்ல இப்பிடித்தான் இருப்பியா? உங்கப்பன் இப்பிடித்தான் சொல்லிக் குடுத்தானா?” என கோர்வைப்படுத்த முடியாமல் கொந்தளித்தான்.

விழுந்து எழுந்த லட்சுமணன் உடலில் ஒட்டியிருந்த மண்ணைத் தட்டிக்கொண்டு கன்னியப்பனை நெருங்கி வந்தான். நிதானமாக பானையில் இருந்து இன்னொரு லோட்டா நீசத்தண்ணீரை எடுத்து கன்னியப்பனிடம் நெருங்கி “இதில என்ன விஷமா கலந்திருக்குது? குடிடா இதை.. என்ன ஆகுதுன்னு பார்ப்போம்” என்றபடி அவன் வாயருகே கொண்டுபோனான்.

கன்னியப்பனுக்கு இது பெருத்த அவமானமாக இருந்தது. லட்சும ணனைவிட ஏழெட்டு வயது பெரியவனாக அவன் இருந்தான்.

போதாததற்குத் தன்னுடைய அறிவுரையை ஏற்றுக்கொண்டு மன்னிப்புக் கேட்காமல் நம்மையும் அதே தவறைச் செய்யச் சொல்லித் தூண்டுகிறானே என எண்ணி கண்கள் சிவந்தான். வேகமாக அந்த லோட்டாவைத் தட்டிவிட்டுவிட்டு லட்சுமணனை நோக்கி வெறியோடு

பாய்ந்தான். இந்த முறை லட்சுமணன் முந்திக்கொண்டு அவனை விட்டான் ஒரு உதை. மண்ணாங்கட்டி சிராய்ப்புகளோடு பத்தடி தள்ளிப்போய் விழுந்தான் கன்னியப்பன். அவனுடைய வேட்டியும்கூட கிழிந்துபோனது. மறுபடி அவன் எழுந்து ஓடி வருவதற்குள் மற்றவர்கள் வந்து இருவரையும் பிடித்துக்கொண்டனர். பறையர் கூட்டம் தனித்திட்டாகக் குழுமி ஒதுங்கி நின்றது. மற்ற சாதியினர் ஒரு பக்கமாகத் திரண்டனர். லட்சுமணன் மட்டும் தனியாக நடுவில் நின்றுகொண்டிருந்தான்.

"நான் இவரை மாமானு கூப்பிட்றதிலயும் இவர் கிட்ட தண்ணி வாங்கிக் குடிக்கறதலயும் உனக்கு இன்னாடா வந்தது? அதைச் சொல்லு" லட்சுமணன் கேட்டான்.

அதனால் தனக்கு என்ன குறைவு வந்தது என்பதைச் சொல்ல கன்னியப்பனுக்கும் எதுவும் தெரியவில்லை. "கோடி வர்ஷமா இப்பிடித் தான்டா.. உயிர் போற நெலம வந்தாக்கூட அவன்கிட்ட தண்ணி வாங்கிக் குடிக்கிறது தகுமா? இன்னா பேசற நீ.. சாதி சனம். அந்தக் காலத்தில பெரியவங்க ஏற்படுத்தினதுடா.. ஒண்ணு சொல்றேன் கேட்டுக்கோ.. உனுக்குத் தாகம் எடுத்தா போய் மாட்டுக்குக் கரைச்சி வெச்சிருக்கிற காடி தண்ணிய வேணா குடி. இவனுங்ககிட்ட இருந்து வாங்கிக் குடிக்காதே.. நல்லதுக்குச் சொல்றேன்.. சொல்லுங்களண்டா.. மாடு மாரி நிக்கிறிங்களே?"

"ஆமா ஆண்ட... நா சொல்லிக்குனுதான் இருந்தேன்" என்றான் தருமன்.

"அட பைத்தியக்காரா.. ஒன்ன மாட்டவுட கேவலமா சொல்லிங் கிறான்.. ஆமாஞ்சாமின்றியே.. கால்ல இருக்கிறத கழிட்டி செவுளு பிச்சிக்கிற மெரி அடிச்சியனா இப்பிடிப் பேசுவானா" தருமனை நோக்கிக் கேட்டான் லட்சுமணன்.

"அடேய்... தபார்றா.. பூளோகத்தியே பொரட்டிப் போட்றதுக்கு வந்திருக்காரு.. போடா.. போடா டேய்.. அவன் வந்து என்ன அடிக்கணும்.. நா வாங்கிக்குனு வூட்டுக்குப் போவணும்... இன்னாடா தருமா... அடிக்கப் போறியா?"

"அய்யய்யோ சாமீ" அவன் பொதாலென கன்னியப்பனின் காலில் விழுந்தான்.

"புரிஞ்சுதா?" என்றான் கன்னியப்பன்.

பெரிய உண்மையைக் கண்கூடாக விளக்கிவிட்டது மாதிரி இருந்தது கன்னியப்பனுக்கு. கொள்ளிக்கட்டையை எடுத்துத் தலையை சொறிந்துகொண்டால் அதற்கு நான் ஒன்றும் செய்ய முடியாது என்று விவாதத்தில் இருந்து ஒதுங்கிக்கொள்ளும்விதமாகப் பேசினான்.

லட்சுமணன் எதிர்பார்க்காதபடி ஊரில் இருந்து பெரியம்மா, பொன்னுசாமி அண்ணன் விசேஷத்துக்கு வந்திருந்த அக்கம் பக்கத்துச்

சுற்றத்தினர் என்று பட்டாளமாகத் திரண்டு வந்துகொண்டிருந்தனர். எங்கே தருமனைத் தாக்கிவிடுவார்களோ என்று லட்சுமணன் தம் தரப்பு நியாயத்தை விளக்கிச் சொல்ல நினைத்தான். ஆனால், அவர்களுக்குக் கோபம் லட்சுமணன் மீதுதான் என்பது அவர்கள் கிட்டே வந்ததும் நன்றாகத் தெரிந்தது.

"கிறுக்குப் புடிச்சுப் போச்சா உனக்கு?.. ஏண்டா தருமா உனக்கு மூளையே இல்லையா?" பொன்னுசாமி ஆவேசமாக லட்சுமணனை நோக்கி ஆரம்பித்து தருமனிடம் முடித்தார். "இல்லை எஜமான்..."

"என்னது இல்லையா?"

"அதில்ல எஜமான்.. வந்து ரெட்டியார் சொன்னா கேக்க மாட்டேன்றாரு.."

"அவன் சொல்றது புரியுதா? எனக்கு மூள இருக்குது.. உனக்குத்தான் இல்லன்றான்.."

லட்சுமணன் "இப்ப என்ன ஆகிப்போச்சுனு வந்தீங்க?" என்றான்.

"நீ எந்த வேலையும் செய்ய வேணாம். வூட்டுக்குக் கௌம்பு. ஊரைப் பார்க்க வந்தியா? இவனுங்களப் பார்க்க வந்தியா?" தோளில் கையைப் போட்டுத் தள்ளாத குறையாகத் தள்ளிக்கொண்டு போனார் பொன்னுசாமி.

"அறியாத வயசுதானே? விடுங்க.. எல்லாம் சரியாப் போயிடும்" என்ற ரீதியில் நிறைய பேர் சமாதானம் செய்யும் நோக்கில் சலசலத்துக் கொண்டிருந்தனர். லட்சுமணனுக்கு இப்படியான செக்கு மாட்டு கும்பல் மீது ஆத்திரமும் வேதனையும் வந்தது. அந்தப் பரபரப்பிலும் அவன் குணவதியைப் பார்த்தான். அவள் இத்தனை களேபரத்துக்கும் பொறுப்பாளிபோல வெளிறிப்போய் நின்றிருந்தாள்.

வீட்டிலும் யாரும் லட்சுமணனிடம் பேசவில்லை. பக்கத்து எரியில் மிதந்தவனைக் கொன்றவன் போல எல்லோரும் பார்த்தனர். திண்ணை யில் ஈ மொய்த்துக் கிடந்தது. ருத்ரா ரெட்டிக்கு ஆகாரம், ஆய் எல் லாம் ஒரே இடத்தில் நடந்து கொண்டிருந்தது. கெட்டியான உடம்பு. நடமாட்டம் குறைந்து நாள் ஆனாலும் அவ்வளவு சுளுவில் உயிர் போவதாக இல்லை. நினைவு போவதும் வருவதுமாக இருந்தது. யாரோ அருகில் அமர்ந்திருப்பது நிழல் உருவமாகத் தெரியவே, "எங்க அப்பா, அம்மா, அண்ணன் எல்லாருமே மார்கழிலதான் செத்தாங்க... நானும் அதுவரைக்கும் இருப்பேன். இது இன்னா மாசம் கண்ணா" என்றார்.

முத்தம்மா "அஞ்சு நிமிஷத்துக்கு ஒருவாட்டி இன்னா மாசம்னு கேளு... இதான் மார்கழி மாசம் போய் சேரு. பெல்லக் கோணி.. பெல்லக் கோணி" என அலுத்துக் கொண்டாள். "பொன்னுசாமி ஐப்பசின்னானே?"

"பின்ன தெரிஞ்சுக்குனு எதுக்குக் கேக்கிறே?... நீ வந்து உள்ள

உக்காருப்பா... அது இன்னோரு வாட்டி கேக்கும்.”

“அடியேய் மணிப்புறா வெச்சிருந்தியே குஞ்சு பொரிச்சுதா?” சம்பந்தமில்லாமல் பேசிக் கொண்டிருந்தார்.

லட்சுமணன் ஏரிக்கரை சம்பவத்தில் இருந்து இன்னும் மீளாமல் இருந்தான். ஊருக்குக் கிளம்பிப் போய்விடலாமா என்று யோசனை ஓடிக்கொண்டிருந்தது. குணவதியை அழைத்துக் கொண்டு கிளம்பி விடலாம் என்றும், அப்பாவைச் சமாதானப்படுத்திக் கூட்டி வரலாம் என்றும் நினைத்தான். அப்பாவும் இந்த வரட்டுக் கௌரவத்தில் சிக்கியிருந்தாரென்றால் என்ன முடிவெடுப்பது என்பதும் புரியாமல் இருந்தது. எல்லாரையும் மீறி குணவதியைக் கூட்டிக் கொண்டு போனால் என்ன செய்துவிடுவார்கள் என்று தெரிந்து கொள்கிற ஆர்வம் ஒன்றும் அவனுக்குள் ஓடிக் கொண்டிருந்தது. ஏனென்றால் அவனுக்குத் தெரிந்து யாருமே சேரியில் பெண்ணெடுத்ததாகத் தெரியவில்லை. தலைச் சீவுவார்களோ என்று அதைப் பொருட்படுத்தாமல் இருப்பதற்கான கேள்வியைக் கேட்டுக் கொண்டான்.

நினைவுதப்பி மீண்ட ருத்ரா ரெட்டி, “எங்கம்மா பத்ரிநாத்ல பொறந்திருக்கா... மறுபடி அவள் வயித்துலதான் பொறக்கப் போறேன்... புரியுதா? எங்கம்மா வயித்துல பொறக்கத்தான் இப்படி வதைபட்டுக்குனு காத்துக்குனு இருக்கேன்.. அஸ்திய கங்கைல கரைச்சுடுங்க.. கண்ணு.. இது இன்னா மாசம்?” என ஆரம்பித்தார்.

லட்சுமணன் உள்ளே போய் பாயை விரித்துப் படுத்தான். ஏரிக்கரையில் நடந்த விஷயத்தைக் கிளறி எடுத்துப் பேச வேண்டும் என்று தோன்றினாலும் யார் ஆரம்பிப்பது என்று தெரியவில்லை. சுற்றிச் சுற்றி வந்தனரே இன்றி யாருக்கும் பேச்சைத் துவங்கும் திராணியில்லை.

கோபித்துக் கொள்வானோ என்றும் இருந்தது. தர்மனுடைய அண்ணன் பெண் மீது லட்சுமணன் ஸோக்கு கொண்டுவிட்டான் என்பதும் யாகப் பரவிக் கொண்டிருந்தது. அமைதியாக இருந்த ஊருக்கு இது சுலபமாகப் பற்றிக் கொள்ள வசதியாக இருந்தது. ‘மேனா மினுக்கி அவ. வளைச்சிப் போட்டுட்டா பையனை’ என்பது அவர்களின் குற்றச்சாட்டாகவும் மாறிக் கொண்டிருந்தது. பொன்னுசாமி ஏதோ யோசித்தவராக சைக்கிளை எடுத்துக் கொண்டு கிளம்பினார். அதோடு மதிய சாப்பாட்டுக்குத்தான் திரும்பினார்.

தூங்காமல் தூங்கிக் கொண்டிருந்த லட்சுமணனை எழுப்பி “சாப்பிட வாப்பா” என்றார். புட்டுச் சுற்றிய வீட்டில் இருந்து இன்னும் சில பலகாரங்களும் வந்திருந்தன. லட்சுமணன் முகத்தையும் கையையும் கழுவிக் கொண்டு வந்து உட்கார்ந்தான். முறுங்கைக்கீரை சாம்பாரும், உருளைக்கிழங்கு வறுவலும் தயிரும் வைத்துவிட்டு ஆளுக்கொரு ஜாங்கிரியை வைத்தாள் முத்தம்மா. லட்சுமணன் மிக அரிதான பொருளாக அதை நினைத்து சாப்பிட்டிருக்கிறான் முன்பொரு முறை. சொல்லப் போனால் அவன் அதை தன் வாழ்க்கையில் இரண்டாவது

முறையாகச் சாப்பிட்டான்.

கோபமாக இருப்பதுடன் சற்று களைப்பாகவும் இருந்தது லட்சுமண னுக்கு. சற்றே திண்ணையில் உட்கார்ந்திருந்தவன் மீண்டும் பாயில் படுத்துவிட்டான். சாயங்காலமாக எழுந்து முகத்தைக் கழுவி திருநீரு இட்டுக் கொண்டான். சாமிபடங்களின் வரிசையில் சின்னா ரெட்டி யின் படமும் இருந்தது. சின்னா ரெட்டியை போட்டோ போட்டு வைத்திருக்காத காரணத்தால் வெட்டுப்புலி தீப்பெட்டியின் அட்டையை சின்னதாக கண்ணாடி போட்டு மாட்டி வைத்திருந்தனர்.

ஏரிக்கரை நோக்கி நடந்தான். எல்லோருமே லட்சுமணனைக் குறுகுறுவென பார்த்தனர். எல்லோரும் என்றால் முத்தம்மா, ருத்ரா ரெட்டிக்கு இளையவர், அவருடைய சம்சாரம் , பொன்னுசாமியின் சம்சாரம், குழந்தைகள் எல்லாமே. இளையவன் ஜானகிராமன் நன்றாகப் பழகுவான். கொடுக்காபுளி, முந்திரிக்கா பறிக்கறதுக்கு கூப்பிடுவான். அவனும்கூட இப்போது அம்மா பின்னாடி பதுங்கு வதைப் பார்த்தால் ஏதோ சொல்லி வைத்திருப்பார்கள் என்று தோன் றியது. இந்த நிமிஷமே ஊருக்குக் கிளம்பிட வேண்டும் போல தோன்றி னாலும் குணவதியை ஒரு தடவைப் பார்த்து அவளிடம் சொல்லி விட்டுப் போக வேண்டும் என்று தீர்மானித்திருந்தான்.

ஏரிக்கரையில் வேலை எதுவும் நடக்கவில்லை. அணைக்கட்டு கண் களுக்கான இன்னும் இரண்டு மடை திறக்கும் திருகாணி எந்திரங்கள் வந்து இறங்கியிருந்தன. கரையை மேடேற்றும் வேலை காலையில் பார்த்ததில் இருந்து முன்னேற்றமில்லாமல் இருந்தது. அதாவது தருமன் கிரிமிட்டு வேலையில். தைரியமாக குணவதியின் குடிசை இருந்த பக்கம் நோக்கி நடந்தான். அது ரெட்டியார் மூட்டு குடிசைகள் இருந்த இடத்தில் இருந்து சற்றே கீழாகவும் சிறியதாகவும் இருந்தது. ஆளரவம் ஏதும் கேட்காததால் தலையைத் தாழ்த்தி குணா என்றான். இரண்டு மூன்று முறை அழைத்தபின்னும் யாரும் வெளியே வராததால் குளிக்க, கொள்ள அருகில் எங்கும் சென்றிருக்கலாம் என்று வீட்டினுள் தைரிய மாக எட்டிப் பார்த்தான். உள்ளே சாமான் செட்டுகளோ, துணிமணி களோ இல்லை. குடிசையின் குறுக்காகக் கட்டி வைத்திருந்த சணபிரி நார் கொடியிலும் துணி எதுவும் இல்லை. எல்லாமே துப்புரவாகத் துடைத்து வைத்தது மாதிரி இருந்தது. வீணான யோசனைகளுக்கு வழி வகுப்பதாக இருந்தது அந்தச் சூழல். வீடு என்றால் கூரைக்குக் கீழே வெறும்தரை மட்டுமே கொண்டதாகவா இருக்கும் என்று யோசனை ஓடியது.

தயக்கத்தோடு வெளியே வந்தவன் அடுத்த குடிசையில் யாரிட மாவது விசாரிக்கலாம் என்று பார்த்தான். அதிலும் ஒரு சப்தத்தையும் காணோம். வேகமாக அடுத்தடுத்த குடிசையில் பார்த்தான். வரிசையாக நான்கைந்து குடிசையில் யாருமில்லை. அவனால் இது எல்லாமே சேரியைச் சேர்ந்தவர்களுக்கானது என்பதை யோசிக்க முடிந்தது.

அதாவது தருமன் கிரிமிட்.

எதிர் வரிசை மேட்டில் காமாட்சி அக்கா வந்து "என்னப்பா யாரை பார்க்க வந்தே? அண்ணன் ஏதாவது தகவல் சொல்லி வுட்டாதா?" என்றாள். இந்தக் குரலொலிக்குப் பிறகு இன்னும் சிலரும் ரெட்டியார் கிரிமிட்டு வீடுகளில் இருந்து வந்தனர். அவர்களில் யாருமே லட்சு மணன் விஷயத்தில் தலையிட்டுக் கொள்கிற தயக்கம் இருப்பதாகத் தோன்றியது.

"இல்லக்கா... இவங்கல்லாம் எங்கே.. யாரையுமே காணமே?"

குணவதியின் குடிசையைக் காட்டிக் கேட்டான். "அவங்க போயிட்டாங்களே ராசா.."

காமாட்சி அக்கா சொன்ன பதில் அப்படி சாதாரணமாகச் சொல்வ தற்கான விஷயம் இல்லை. அது லட்சுமணனுக்கு மட்டுமன்று என காமாட்சி அக்காவுக்கும் மற்றும் சுற்றியிருந்தவர்களுக்குமே நன்றாகத் தெரிந்திருந்தது.

எங்கே போனார்கள், எதற்காகப் போனார்கள் என்பது அவர்கள் எல்லோருக்குமே தெரிந்திருக்கும் என்பது லட்சுமணனுக்குத் தெரிந்தது. எல்லோர் கண்களையும் அதே வேகத்தோடு பார்த்தான். அவர்களுக்கு நடுவே அப்பாவியாக நின்றுகொண்டிருப்பதே ஒருவித அவமானமாக இருந்தது. வேட்டியை ஒருமுறை மீண்டும் மடித்துக் கட்டியபடி அந்தச் சூழ்நிலையைச் சமாளிக்க முயன்றுவிட்டு, "எங்க போனாங்க?" என்றான்.

"தம்பி... அண்ணன் மத்தியானம்போல வந்தாரு. தருமன் கிரிமிட் டுக்குச் சேர வேண்டிய பணத்தை பைசல் பண்ணிட்டு, மேற்கொண்டும் செலவுக்குக் கொஞ்சம் காசைக் கொடுத்து, வேற எங்கயாவது போய் பொழைச்சுக்கச் சொல்லி அனுப்பிச்சிட்டாரு.. அவ்வளதான் எங்க ளுக்குத் தெரியும்" காமாட்சி அக்காவுக்கு லட்சுமணனின் பதற்றம் புரிந்ததால் இந்த அளவுக்காவது பதில் சொல்வது தார்மீகமானது என்று நினைத்துத்தான் இதைச் சொன்னாள்.

முதுகில் குத்திய துரோகம்போல ஒரு வினாடி துடித்தபோதும் பொன்னுசாமி மீதும் சமூகத்தின் மீதும் தீராப் பகைமை கொண்டான். அநியாயம் செய்வது இவ்வளவு சுலபமானதா என்று நினைத்தான்.

"எங்க போனாங்கன்னு தெரியுமா?"

"எங்கப்பா அதெல்லாம் பேசவா நேரம் இருந்தது? பாலவாக்கம் பக்கத்துல அவுங்க சொந்த பந்தம்லா இருக்குது. அங்க ஒரு குடிசைய போட்டுக்குனு பொழைப்பப் பாக்கணும்னு சொல்லிச்சுங்க. எல்லாம் ஒரு மூச்சு அழுதுட்டுக் கிளம்பிப் போச்சுங்க. எங்க வேலை கிடைக்குதோ அங்க வேலை செய்து பொழைச்சுக்க வேண்டியதுதான்... இதோ இந்தப் பக்கமா போனாங்க... மனத்தச்சம்மன் கோயிலுக்குப் போயிட்டு அப்பிடியே போவாங்கன்னு நினைக்கிறேன்." கன்னியப்பனின் சம்சாரம்

சொன்னாள் இந்தத் தகவலை.

அவள் கைகாட்டிய திசையில் வேகமாக நடக்க ஆரம்பித்தான் லட்சுமணன். இருட்டு கவிய ஆரம்பித்திருந்தது. நடந்து தேய்ந்த பாட்டை ஒன்று மெல்லிய வெளிச்சத்திலும் நன்றாகவே தெரிந்தது. அவர்கள் மதியமே கிளம்பிவிட்டதால் வேகமாகச் சென்றால்தான் பிடிக்க முடியுமா என்ற பதற்றம் இருந்தது அவனுடைய ஓட்டத்தில். நம்மால்தான் அவர்களின் பிழைப்பு கெட்டுப் போய்விட்டதாகக் குற்ற உணர்வும் அவனைப் பாடாய் படுத்தியது. மீண்டும் அவர்களை இங்கேயே வேலை செய்ய ஏற்பாடு செய்துவிட்டுத்தான் தாம் ஊருக்குக் கிளம்ப வேண்டும் என்று உறுதிபூண்டான். பெரிய குன்றும் புதர் மண்டிய பாழ்வெளியும் மனத்தச்சம்மன் கோயிலை நாம் அடைந்துவிட்டோம் என்பதை அவனுக்கு உணர்த்தின.

கண்கள் வேகமாக அங்கே மனித நடமாட்டம் தென்படுகிறதா என்று தேடின. குணா என்று குரல் கொடுத்துப் பார்த்தான். பதில் இல்லை. தம்மிடம் பேச விரும்பாமலோ, தயங்கியோ எல்லோரும் மறைந்துகொண்டார்களோ என்று வேக வேகமாக இங்கும் அங்கும் ஓடிப்பார்த்தான். அம்மன் சிலை இருந்த இடத்தில் சற்று முன்பு சறுகுகள் பெருக்கித் தள்ளப்பட்டு ஓரிடம் மட்டும் சுத்தமாக இருந்தது. அவர்கள் வந்து சாமி கும்பிட்டுவிட்டு உட்கார்ந்திருந்த இடமாக இருக்கலாம். இந்த இடத்தை குணவதிதான் கூட்டியிருப்பாள் என்பதையும் சேர்த்தே நினைத்தான். ஆனால், அவர்கள் எல்லோருமே அங்கு இல்லை. கிளம்பிச் சென்று வெகு நேரம் ஆகியிருக்கலாம்போலத் தோன்றியது. அங்கிருந்த குகைக்கு எதிரே இன்னொரு மண்பாட்டை தொடர்ந்து போனது. அதில் போயிருக்கலாம் என்று நினைத்தான்.

வேகமாக அதில் ஓட ஆரம்பித்தான். இருட்டு.. அவனை நாலா பக்கமும் கண்களால் துழாவி அவர்கள் சென்ற திசையைக் கவனிக்கத் தடையாக இருந்தது. அவன் சென்ற மண்பாட்டை அடுத்தடுத்து ஏராளமாகக் கிளைவிட்டுப் பிரிந்து சென்றுகொண்டிருந்தது. ஒவ்வொரு கிளையிலிருந்தும் இரண்டு மூன்று கிளைகள். நடுவே அறுவடை முடிந்த நிலங்களும் காய்ந்த புல்வெளிகளும் போய் ஒரு பிரதான மண்சாலை ஒன்றைப் பிடித்தான்.

இரண்டு மணி நேரமாக ஓடி வந்த பின்பும் அவர்களைப் பிடிக்க முடியாததால் அவர்கள் வேறு பக்கமாகப் போய்விட்டிருப்பார்களோ என்று அடித்துக்கொண்டது. மதியமே கிளம்பிவிட்டதால் அவர்கள் இன்னும் வெகுதூரம் போய்விட்டிருப்பார்களோ எனவும் வேகத்தைக் கூட்டிக்கொண்டிருந்தான். அந்த மண்சாலை ஏதோ கிராமத்தின் வழியாக நுழைந்தது. நாய்கள் எங்கிருந்தோ ஓடிவந்தன. திருடனைப் பிடித்துவிட்டது மாதிரி, உற்சாகமாகக் குலைத்தன. நாய்களின் அச்சுறுத் தலைக் கண்டுகொள்ளாமல் அதே சீரான வேகத்தோடு நடந்து கொண்டிருந்தான் லட்சுமணன். நடந்தது இரண்டு மணி நேரமா,

நான்கு மணி நேரமா என்ற குறிப்பு எதுவும் உணர முடியவில்லை. விடியும் நேரமா, நடு ஜாமமா என்பதும் தெரியவில்லை. கால்கள் மந்திரத்துக்குக் கட்டுப்பட்டதுபோல திசைகளைத் தீர்மானித்து நடைபோட்டுக்கொண்டிருந்தது. பெரிய ஓட்டுவீடுகளும், ஒரு மாடி வைத்த வீடும்கூட இருந்தது அந்த ஊரில். மூன்று தெருக்கள் வெட்டும் இடத்தில் கிருஷ்ணர் கோயில் ஒன்றும் இருந்தது.

கோயிலை ஒட்டிய மரத்தின் கீழே படுத்திருந்த ஒருவர், நாய்களின் குரைப்பையும் வேகமாகச் செல்லும் இளைஞனையும் பார்த்துவிட்டு தடியைத் தட்டி "யாருப்பா?" என்றார்.

திருடன் என்று சந்தேகிக்க வாய்ப்பிருப்பதை அறிந்து, "வெளியூர்க் காரங்க.." என்றான் லட்சுமணன்.

"நில்லுப்பா... இந்த நேரத்தில இங்க என்ன பண்றே?" என தடியோடு எழுந்து வந்தார்.

"ஊத்துக்கோட்டைக்குப் போவணும்.. வழி தப்பிப் போச்சி.. இந்த பாட்டை போய் சேருமா?"

"எங்க இருந்து வர்றே?"

"சிறுத்தை சின்னா ரெட்டி வூட்ல இருந்து.."

"அகாலத்தில பொறப்பட்டு போறதுக்கு இன்னா அவுசரம்..? இதோ வடக்கால போற பாட்டைலயே போ.. இன்னொரு நாலு கல்லு போனாதான் ஆந்திரா ரோடு வரும்.. பாத்துப் போ" மீண்டும் வேகமாக நடக்க ஆரம்பித்தான்.

7

அங்கே நீண்ட உயரமான கொட்டகை ஒன்று இருந்தது. வெளிப்பக்கம் நான்கு புறமும் தட்டி கட்டி வைத்திருந்தார்கள். கூரைக்குக் கீழை நீண்ட சமவெளியில் மணல் கொட்டி வைத்திருந்தார்கள். லட்சுமணன் படம் ஓடாத வேளையில்தான் அதற்குள் விருப்பமாக வந்து பார்ப்பான். விசாலமான கொட்டகைக்குக் கீழே மணல் பரப்பி, பார்க்க அழகாக இருக்கும். ஓலைக் கூரையின் இண்டு இடுக்குகள் வழியாகத் தரையில் விழும் சூரியப் புள்ளிகள் வட்ட வட்டமாக ஜொலிக்கும். நடுவே ஆண்கள், பெண்களைப் பிரிப்பதற்காக ஒரு சவுக்குத் தடுப்பு.

ஆண்கள் பகுதியில் பீடித் துண்டுகளும் பெண்கள் பகுதியில் கனகாம்பரம், மல்லிப்பூ சருகுகளும் கிடக்கும். இந்த அழகெல்லாம் கூட்டம் வந்துவிட்டால் பார்க்க முடியாது.

கூட்டம் வந்துவிட்டாலோ, படம் ஆரம்பித்துவிட்டாலோ அதனுள் பிரவேசிக்க விரும்பமாட்டான்.

சினிமா பார்க்க வேண்டும் என்ற ஆசையே அவனுக்கு ஒரு தரமும் உண்டானதில்லை. மூன்று தீபாவளி கொண்டாடியதாக சிலம்பன் ஒரு தடவை 'ஹரிதாஸ்' படத்துக்குக் கூட்டிப் போனான். பாதியிலேயே மண்டை வலி கண்டு எழுந்து வந்துவிட்டான். அது 'இல்லாத உலக மாக' இருந்தது. அப்படியொரு அலங்காரமும் அப்படியொரு பேச்சும் அப்படியொரு பாட்டும் மனிதர்களின் வாழ்க்கையில் வழக்கத்தில் இல்லை என்று தீர்மானமாகத் தெரிந்தது. பாட்டும் சங்கீதமும் எட்டிக்

கசப்பாக இருந்தது. சினிமாவில் வருகிற மனிதர்களின் வாழ்க்கையில் மட்டும் இத்தனை இசையும் பாட்டும் அலங்காரமும் இருப்பதாலேயே அதை இல்லாத உலகம் என்று புறந்தள்ளிவிட்டான் லட்சுமணன். ஆனால், இங்கே இரவெல்லாம் இட்லியும் வடையும் சுட்டுப்போடும் வேலை கிடைத்ததால் சாப்பாட்டுப் பிரச்சினையும் வேலையும் ஒரே இடத்தில் தீர்ந்ததால் அங்கேயே இருந்தான். காலையில் குணவதியைத் தேடுவது மாலையில் முதல் ஆட்டம் பார்க்க ஜனக்கூட்டம் வரும்போது வடை, இட்லி சுட்டுப் போடுவதுமாக இருந்தான். பாலவாக்கம் பக்கத்தில் இரண்டு மூன்று பறைச் சேரிகளில் போய் குணவதியின் குடும்பம் வந்து சேர்ந்திருக்கிறதா என்று பார்த்தான். எங்குமே அவர்களின் தடயமே இல்லை. பாலவாக்கத்துக்குக் கிழக்கே, மேற்கே இருந்த எல்லா ஊரிலும் விசாரித்துப் பார்த்தான். பெரியபாளையத்தருகே இன்னொரு பாலவாக்கம் இருப்பதாகச் சொன்னார்கள். அங்கேயும் போய்ப் பார்த்தான்.

ஆறுமுக முதலியார் நல்ல மனிதராக இருந்தார். “பெரிய இடத்துப் புள்ளையாட்டம் இருக்கியே.. வீட்ல ஏதும் சண்டையா?” என்று கேட்டார்.

சின்னா ரெட்டியை அவருக்குத் தெரிந்திருந்தது. “அவரு சிறுத்தைய அடிச்ச அன்னைக்கு நா அங்கதான் இருக்கிறேன். சாரம் கட்றதுக்கு சவுக்கு, மூங்கில் வாங்கறதுக்கு வரச் சொன்னாரு. ..பச்.. சிறுத்த அடிச்சுப் போட்டுடுச்சி.. வெட்டுப்புலி பயர் பாக்ஸ்ல அவரத்தான் போட்டுருக்குது தெரியுல்ல. நல்ல மனுஷன்.. செத்துப் போயிட்டார்னு சொன்னாங்க.. என்னமோ மனஸ்தாபத்துல வந்துட்ட செரியா?” என்றார்.

“பள்ளி சாதிக்கு ரோஷத்துக்குக் குறைவு இருக்காதே” என்று அவரே சமாதானம் செய்துகொண்டார். சிவகுரு கொஞ்சம் தடாலடிப் பேர்வழி. லட்சுமணனின் ஈடுதான் இருந்தான் எனினும் வாட்டசாட்டமானவன். வேலை செய்து முறுக்கேறியதாகத் தெரியவில்லை. உண்டு பெருத்த உடம்பு. எகதாளமாகத்தான் எல்லோரையும் பேசினான். சிகரெட்டு ஊதுகிற பழக்கமும் இருந்தது. சீமைச் சாராயம் குடிக்கும் பழக்கமும் பொம்பளை ஷோக்கும் இருப்பதாகவும் டெண்ட்டு கொட்டகையில் வேலை செய்தவர்கள் பேசிக்கொண்டார்கள்.

டெண்டை ஒட்டி ஒதுக்குப்புறமாக இருந்தது இட்லிக் கடை. இரவில் இரண்டு பக்கமும் பெட்ரோமாஸ் லைட்டு எரியும். சினிமாவுக்கு மயங்கிய கூட்டம் மாதிரி எங்கிருக்கிற பூச்சியும் வெளிச்சத்துக்கு மயங்கி வந்து சூட்டில் தீய்ந்து விழும். படம் ஆரம்பித்ததும் கடையில் வேலை செய்யும் இரண்டொருவரும் சினிமா பார்க்கப் போய்விடுவார்கள். ஒரு நாள் தப்பாமல் தினமும் சினிமா பார்த்தார்கள். தினமும் அவர்களுக்கும் சினிமா ஆச்சர்யமாக இருந்தது. பாகவதரின் பாட்டையோ, காதல் சரசக்காட்சியையோ, உயிருக்குப் போராடும் உருக்கமான காட்சியையோ

தினமும் சிலாகித்தபடி பேசினர். வந்த ஒரு வாரத்தில் அவர்கள் யாரும் படத்தைத் தவறவிடவில்லை. லட்சுமணனை முதல் நாள் சிறப்புச் சலுகையாகப் படம் ஆரம்பித்ததுமே போய் பார்க்கச் சொன்னாள் இட்லிக் கடை வள்ளி. “எனக்குப் புடிக்காதுக்கா” என்று அவன் சொன்னபோது, புதிய மனுஷாளிடம் பேசுவதற்குக் கூச்சப்பட்டு அப்படிச் சொல்கிறான் என்று விட்டுவிட்டாள். ஆனால், அதில் அவனுக்கு ஒரு ஈர்ப்பும் இல்லை என்றபோது பெரிய ஆச்சர்யமாக இருந்தது. அவளுக்கு நினைவு தெரிந்து சினிமா பிடிக்காது என்று சொன்ன முதல் ஆள் அவன்தான். இருந்தாலும் ஒரு நாளாவது படம் பார்க்காமல் லட்சுமணன் போல இருந்து பார்க்க முயற்சி செய்து தோற்றுப் போய்விடுவாள். எல்லோரும் கிளம்பிப் போனதும் கடைசியாகப் படம் பார்க்கப் போகக் கூடியவளாக மாறியிருந்தாள் அவள். அதுவே பெரிய விஷயமாக இருந்தது. “நீ மட்டும் தனியா இருப்பியேன்னு பாக்கிறேன்” என்று சொல்வாள். “கடையில ஒரு ஆள் இருந்தாத்தானே நல்லது... நீ போய் படம் பாருக்கா” என்று அனுப்பிவைப்பான் லட்சுமணன்.

வள்ளியக்கா போனதும் லட்சுமணன் கடைக்கு முன்பாக இங்கும் அங்கும் உலாவிக்கொண்டிருந்தான். அப்பா, அம்மா தேடுவார்களே என்ற எண்ணம் வந்தாலும் குணவதியைத் தேடுவதுதான் லட்சுமண னுக்கு முதல் வேலையாக இருந்தது. அவளின் அச்சம் கலந்த அந்தக் குறுகுறு பார்வை லட்சுமணனுக்கு மிகுந்த மகிழ்ச்சி அளிக்கக் கூடியதாக இருந்தது. வாழ்நாள் முழுதும் நம்முடனேயே இருக்கப் போகும் நிரந்தர சந்தோஷமென நினைத்தது, இப்படி சினிமா காட்சிபோல மறைந்து போனதை நினைத்துப் பார்த்தான்.

சிவகுரு வந்து சிகரெட்டை வாயில் பொருத்திக்கொண்டு “பயர் பாக்ஸ் பெட்டிய எடுடா” என்றான்.

இது என்னோட பெரியப்பாவோட படம்தான் என்று தீப்பெட்டியைக் காட்டிச் சொல்ல நினைத்தான். அது சிவகுருவுக்கும் தமக்கும் நல்ல அறிமுகமாக இருக்கும் என்பது அவனுடைய அனுமானம். சிவகுரு அதற்கு வாய்ப்புத் தரவில்லை. குச்சியைக் கிழித்து நெருப்பை சிகரெட்டுக்கு மாற்றுவதற்கு முயற்சி செய்தான். காற்றில் அது அணைந்து போனது. எரிச்சல் அடைந்து இன்னும் இரண்டு தடவை முயற்சி செய்து பார்த்தான். காற்றின் மீது கோபப்பட முடியாமல் போனதால் “பொட்டிய தண்ணியில ஊற வெச்சிட்டியா?” என்றான் கண்கள் சிவக்க.

“தண்ணியில போடலையே..”

“பின்ன ஏண்டா எரியல?” என்றபடி பெட்டியை முகத்தில் வீசினான். லட்சுமணன் ஒரு வினாடியும் தாமதிக்கவில்லை.

“தெரியாது” என்றான்.

இந்தக் குரல் தொனி சிவகுருவுக்கு ஏளனப்படுத்துவதாகத் தோன்றியது. 'ஐயா! இதோ வேற பொட்டி குடுக்குறேன்யா' என்று சொல்வதை விட்டு எங்கிருந்து இவ்வளவு திமிர் என நினைத்தான். எதிரில் இருப்பவனின் நியாயத்தைப் புரிந்துகொள்ளாமல் அதைத் திமிர் என நினைப்பதில் உள்ள திமிரை அவன் உணர்ந்தான் இல்லை. சட்டென கையை நோக்கினான். லட்சுமணனைக் கீழே சாய்த்துவிடுபவன்போல பாய்ந்தான். அதன் பிறகு லட்சுமணனால் பொறுமை காக்க முடியவில்லை. தலையால் அவன் மார்பில் ஓங்கி முட்டிக் கீழே சாய்த்தான். விழுந்தவன் அங்கிருந்த சட்டிப் பானையை எல்லாம் கீழே சாய்த்து களேபரம் செய்தான். வள்ளியக்கா நாயோ, பூனையோதான் சாய்க்கிறது என்று ஓடிவந்தாள். அவள் பெரும்பாலும் கீற்றுக்கு வெளியே இருந்து சின்ன சந்து வழியே படத்தையும் அதே சமயம் கடையையும் ஒரு பார்வை பார்த்தபடிதான் உட்கார்ந்திருப்பாள். பார்த்த வேகத்தில் அவளால் எதையும் உள்வாங்கிக்கொள்ள முடியவில்லை. "ஐயா சாமி! கொஞ்சம் பொறுமயா இருங்கய்யா" என்றபடி இருவருக்கும் குறுக்கே ஓடி வந்து நின்றாள். லட்சுமணன் முதல் ஆளாக அதற்கு இணங்கி நின்றான். அதுதான் சமயம் என்று இன்னும் இரண்டு அடிகளை லட்சுமணன் மீது பிரயோகித்தான் சிவகுரு.

வள்ளி தொடர்ந்து ஓலமிட்டபடி இருந்தாலும் டெண்டு கொட்டகைக்குள் யாருக்கும் சப்தம் கேட்கவில்லை. அந்த நேரம் பார்த்து சிவகுருவின் பெரியப்பா பையன் நடேசன் அங்கு வந்து சேரவும் நிலைமையைச் சட்டென யூகித்து, சிவகுருவை விலக்கி நின்றான். நடேசனுக்குப் புதிதாகக் கடையில் சேர்ந்திருந்த லட்சுமணனை ஓரளவுக்குத் தெரியும். இருவரும் சற்றே சண்டையிலிருந்து ஓய்ந்து நிற்கவே, "என்னப்பா.. என்ன ஆச்சு... என்னாச்சு வள்ளியக்கா?" என்றான். நியாயத்தை சிவகுருவிடம் கேட்க வேண்டும் என்றுகூட நடேசன் நினைக்கவில்லை.

வள்ளியக்கா தான் படம் பார்த்துக்கொண்டிருக்கும்போது சப்தம் கேட்டு ஓடி வந்து பார்த்தபோது, இருவரும் சண்டை போட்டுக் கொண்டிருந்ததைச் சொன்னாள். மீதி விளக்கத்தை லட்சுமணன் தானே ஆரம்பிப்பதா, அல்லது சிவகுரு தன் பங்காகச் சொல்லுவானா என்று பார்த்தான். சிவகுருவுக்கு இவன் யார்.. இவனிடம் நாம் எதற்கு நியாயமாக நடந்துகொள்ள வேண்டும்போலப் பார்த்தான்.

"வந்து தீப்பெட்டி கேட்டாரு.. குடுத்தேன். அது சரியா எரியலைனு கோபப்படறாரு...." லட்சுமணன் சுருக்கமாகச் சொன்னான்.

"ஏய்... இவன் இனிமே இங்கே வேலைபார்க்கக் கூடாது... அவனை முதல்ல அனுப்பிடு... தொலைச்சுடுவேன், அவனை" சிவகுரு அவன் தரப்பில் இதைத்தான் சொன்னான். நடேசன் அவனைச் சமாதானம் செய்து வீட்டை நோக்கி அழைத்துச் சென்றான்.

"காலைல தெளிஞ்சிடும் உட்காருப்பா" வள்ளியக்கா லட்சுமணனை

சமாதானம் செய்ய முயன்றாள். லட்சுமணனுக்குச் சமாதானம் எதுவும் தேவையாக இருக்கவில்லை. அவன் இத்தனை சண்டைக்குப் பிறகும் கோபமில்லாதவனாகத்தான் இருந்தான். காரணமே இல்லாமல் ஒரு மனிதனை இழிவாக நினைப்பதற்கும் அவமானப்படுத்துவதற்கும் எப்படி முடிகிறது என்பதுதான் அவனுடைய யோசனையாக இருந்தது.

ஜேம்ஸ், பொன்னுசாமி அண்ணன், சிவகுரு எல்லாரிடத்தும் அவன் கண்டது இதைத்தான்.

இழிவாக நினைப்பது ரத்தத்தில் ஊறிய சமாசாரமாக இருப்பது ஆச்சர்யமாகவும் வேதனையாகவும் இருந்தது. ஜேம்ஸ் அதிகாரத்தில் இருப்பதால் ஆணவமாக நடந்துகொண்டதும் சிவகுரு தன்னிடம் வேலை பார்க்கிறவன்தானே என்ற எளக்காரத்தில் ஆணவமாக நடந்து கொண்டதும்கூடப் பொறுத்துக்கொள்ளக் கூடியதாக இருந்தது.

தருமனின் குடும்பத்தை ஊரைவிட்டுத் துரத்தியடிக்கும் அளவுக்கு என்ன நடந்தது என்பதுதான் தாங்க இயலாததாக இருந்தது.

இந்த ஒரு வாரத்தில் அவனுக்குக் குணவதியைத் தேடி அடைய வேண்டும் என்பது போய், குணவதியை மணப்பதற்குத் தடையாக இருப்பது எது என்ற காரணத்தைத் தேடி அடைவது முக்கியமாகியிருந்தது. அவளை ஏன் மணக்கக் கூடாது என்பதே அவளை மணக்க வேண்டும் என்ற வேட்கையை வளர்த்தது. எப்படியும் அவளைக் கண்டுபிடித்துவிட முடியும் என்ற நம்பிக்கை இருந்தது. அவன் சமாதானமடைந்து உட்கார்ந்திருப்பதாக நினைத்து வள்ளியக்கா மீண்டும் படம் பார்க்கப் போய்விட்டாள். லட்சுமணன் ஒரு சொம்புத் தண்ணீரை எடுத்துக் குடித்துவிட்டு வெளியே வந்தான்.. கிழக்கு நோக்கிக் கிளை பிரிந்த சாலையில் நடந்தான். விட்டுவிட்டுப் பெய்ய ஆரம்பித்த மழையின் காரணமாக சாலையெல்லாம் சேறும் சகதியுமாக இருந்தது. எல்லாபுரம், தண்டலம் வழியாக பெரியபாளையம் வந்தபோது கிழக்கே இருட்டைத் துரத்திக்கொண்டு வந்தது செந்நிற வளையம்.

ஆற்றில் லேசாகத் தண்ணீர் ஓடிக்கொண்டிருந்தது. முன்பொருதரம் இதே இடத்தில் குதிரையை விரட்டிக்கொண்டு வந்தது ஞாபகம் வந்தது. வேகமாக எட்டு வைத்து நடந்து வந்ததால் குளிரிலும் வேர்த்துக் கொட்டியது. தலையிலிருந்து வழிந்த வேர்வையைத் துடைக்கும் பொருட்டுக் குடுமியை அவிழ்த்து காற்றில் ஆடவிட்டான். மொட்டை போட்டால்தான் சரியாக இருக்கும். அப்பா இவ்வளவு நீளத்துக்கு முடியை வளரவிட மாட்டார். நான்கு மாசத்துக்கு ஒரு தரம் மொட்டை போடச் சொல்லிவிடுவார். குடுமி வைத்து பேன் பிடித்துச் சிக்குப் பிடித்துக் கிடக்க விடவே மாட்டார். அல்லது நடேசன், சிவகுரு போல கிராப் வெட்டிக்கொண்டால்கூட நன்றாகத்தான் இருக்கும் என்று நினைத்தான்.

ஆற்று மணலில் அப்படியே படுத்தான். சோர்வுக்கு இதமாக இருந்தது. யாருமற்ற வனாந்தரத்தில் வானத்துக்கும் பூமிக்கும் நடுவே

கிடப்பது மாதிரி இருந்தது. தவளை ஒன்று பக்கத்தில் தாவி வந்து நின்றது. பின்னால் துரத்தி வந்த தண்ணீர் பாம்பு ஆளிருப்பதைப் பார்த்து மிரண்டு திரும்பியது. கொஞ்ச நேரத்தில் உடம்பு குளிர்ந்து குளிர் எடுக்க ஆரம்பித்தது. கரையோரம் வளர்ந்திருந்த வேலமரத்தின் குச்சியை ஒடித்துப் பல் தேய்த்து வாய் கொப்பளித்தான். ஆற்றில் இடுப்பளவு ஆழம் இருந்தது. குளித்துவிட்டு அந்தத் தண்ணீரையே கொஞ்சம் சுத்தம் பார்த்துக் குடித்தான். வேட்டியைப் பிழிந்து கட்டிக் கொண்டு கரையேறியபோது கிழக்கின் செந்நிறம் வெளுப்பாக மாறி யிருந்தது.

பெரியபாளையத்தில் இருந்து மீண்டும் கிழக்கு நோக்கிச் சென்ற மண் பாட்டையைப் பிடித்தான். அவனுடைய வேகம் அவனுக்கே ஆச்சர்யமாக இருந்தது. சிலுசிலுக்கும் காற்றில் புகுந்து கிழித்துச் செல்வதுபோல இருந்தது. தொடர்ந்து அப்படியே நடந்துகொண்டிருக்க ஆர்வமாகவும் இருந்தது. எதிரே ஏர்க் கலப்பையோடும் நுகத்தடியில் பிணைக்கப்பட்ட எருதுகளோடும் வரிசையாக ஏழெட்டு உழவர்கள் எதிரே வந்தனர். சாலையில் இரண்டு பக்கமும் வயல்களில் நெல் விரைப்பாடும் சிலர் நடவுசெய்தும் இருந்தனர். தண்ணீர் வாட்டமும் நிலத்தின் வாட்டமும் பொருத்து விரைப்பாடும் நடவும் இருந்தது. பறவைகள் கோரிக்கை எதும் இன்றி இப்படியும் அப்படியும் பறந்தன. கரடிபுத்தூர் வந்தபோது வெயில் முகத்தில் அடித்து வாட்டியது. உண்மையான சோர்வை அப்போதுதான் உணர்ந்தான். அவனை அறியாமலேயே வேகம் குறைந்துபோயிருந்தது. நாயொன்று குரைத்துக் கொண்டு ஓடிவந்து, வாலாட்டிவிட்டு ஓடி மறைந்தது. நல்ல வேளையாக வண்டி மாடு ஒன்று ஏதோ ஊருக்குள் இருந்து லட்சுமணன் நடந்து போய்க்கொண்டிருந்த சாலை வழியாக மேடேறித் திரும்பியது. “சனப்பன் சத்திரம் வரைக்கும் போகணும்.. ஏறிக்கட்டுமா?” என்றான்.

வண்டிக்காரன் திரும்பிப் பார்த்துவிட்டு வண்டியின் வேகத்தை மட்டுப்படுத்தினான் ‘ஏறிக்கொள்’ என்பதற்கு அடையாளமாக.

மாட்டுவண்டியின் அச்சு உழலும் சப்தமும் சக்கரத்தில் சிக்கி மணல் மய்யும் சப்தமும் பிரதானமாக இருந்தது. அவன் பேசுகிற ஆளாக இல்லை. இரண்டொரு தரம் லட்சுமணன் ஏதோ பேச்சுக் கொடுக்க ஆரம்பித்தபோதும் அவன் திரும்பிப் பார்த்துவிட்டு பதில் சொல்லாமல் திரும்பிக்கொண்டான். ஜனப்பன் சத்திரம் சாலை சந்திப்பில் இறங்கிக்கொண்டான். “டீத் தண்ணீ ஏதாச்சும் சாப்பிட்றியா?” என்றபோது, அவன் ‘பே பே’ என்று மறுத்துவிட்டான். அவன் ஊமையாக இருப்பான் என்று எதிர்பார்க்கவில்லை.

நம் இடத்தை நெருங்கிவிட்டோம் என்ற திருப்தி லட்சுமணனுக்கு. தரையில் கால் பதிந்ததும் நிறைவாக இருந்தது. காணாமல் தவித்துப் போயிருக்கும் அப்பாவையும் அம்மாவையும் நினைத்தபோது திடீரென கண் கலங்கியது. அங்கிருந்து இரண்டு மைல் தூரம் இருக்கும்

என்றாலும் அவனுக்கு அது தூரமாக இல்லை. நம் வீட்டுக்குள் புகுந்ததும் பின் கட்டுக்குப் போகிற தூரம்போல இருந்தது. ஒரு மாதத்துக்கும் மேலாகப் பிரிந்து இருந்ததால் ஊர் அவனுக்குப் பல விதத்தில் வித்தியாசமாக இருந்தது. இருளிப்பட்டு அரசமரம் சற்றே நகர்ந்திருப்பதாகத் தோன்றியது. சாலைகள் சற்று சுருங்கியிருப்பதாகவும் வயல்கள் மழை பெய்து பசுமையாகவும் தோன்றின.

சொந்த ஊர் என்பதில் இருக்கும் சமரச உணர்வு அதன் எல்லா அம்சங்களையும் இணக்கமானதாக்கிவிடுகிறது. பாலைவனத்திலும் பனிக்கட்டியிலும்கூட மனிதர்கள் வாழ்கிறார்கள் என்றால் அதனால் தான். அது அவர்கள் சொந்த ஊர். சொந்த பாலை, சொந்த பனி.

ஊரை நெருங்க நெருங்கக் கூச்சமும் வெட்கமும் அவனுக்கு ஏற்பட்டது. யாரும் முதலில் எதிர்ப்பட்டு விசாரிக்கும் முன் அவர் களைப் பார்த்துச் சிரிப்பதைத் தவிர்க்க முடியாது என்று அவனுக்குத் தோன்றியது. அதைத் தவிர்க்க விரும்பினான். அது சிறுவன் போல நடந்துகொள்வதாக இருந்தது. காலைப் பொழுது போய் நண்பகல் நெருங்கும் நேரம் என்பதால், ஊர் மறுபடி வெயிலுக்காக ஒடுங்கியிருந்தது. தூரத்தில் களையெடுப்பவர்கள் சிலர் கண்ணில் பட்டாலும் அவர்களை அடையாளம் காண முடியவில்லை. அவர் களுக்கும் அவனை அங்கிருந்து அடையாளம் கண்டிருக்க முடியாது.

கோயில் திருப்பத்தில் யாரும் தென்படவில்லை. கோயிலுக்குள் வராண்டாவில் யாரோ படுத்திருந்தார்கள். யாரும் பார்க்கும் முன் வீட்டுக்குப் போய்விடுவதும் சரிதான்போல இருந்தது.

வீட்டு வாசல் திண்ணையில் யாரோ கேழ்வரகு புடைத்துக் கொண்டிருந்தார்கள். யாரென்று தெரியவில்லை. வேலைக்கு வந்தவளாக இருப்பாள். உள்ளே நுழையவும் அந்தப் பெண்மணி யாரென்று விசாரிக்க எத்தனித்து நிறுத்திக்கொண்டாள். உள்ளே நுழைந்து கூடத்தைக் கடந்தபோது, அப்பா பாயில் படுத்துத் தூங்கிக் கொண்டிருந்தார். பின் பக்க அடுக்களைக்குப் போனான். அம்மா சுவரில் சாய்ந்து வேர்க்க விறுவிறுக்க அடுப்புப் புகையில் துவண்டு கொண்டிருந்தாள். ஊருக்குள் நுழைந்து இவ்வளவு நேரம் ஆகியும் தம் வருகை கவனிக்கப்படாமல் இருப்பது அவனுக்கு ஒரு பக்கம் ஒட்டாமல் போய்விட்டதாக மெல்லிய வருத்தம் ஏற்பட்டது.

“அம்மா” என்று குரல் கொடுத்தான். அது அவளுக்கு அசரீரி போலக் கேட்டது. நிஜமான ஒரு மனிதக் குரல்தான் என்ற நம்பிக்கை இல்லாமலேயே சுழன்று பார்வை செலுத்தினாள்.

விசுக்கென எழுந்தாள் மங்கம்மா. ஓ..வெனக் குரலெடுத்து அழுதாள். “வந்துட்டியா ராசா... வந்துட்டியா ராசா” என்று ஓடிவந்து அணைத்துக் கொண்டாள். கூப்பாடு கேட்டு தசரத ரெட்டி பதறிப் போய் ஓடி வந்தார்.

மகனைப் பார்த்த திருப்தியும் மங்காவைப் போலக் கத்திக் கூப்பாடு போட்டுவிடக் கூடாது என்ற கட்டுப்பாடும் அவருக்கு ஒரே நேரத்தில் எழுந்தது. லட்சுமணன் திடீரென வளர்ந்துவிட்டதுபோல ஏறிட்டுப் பார்த்தார். பல ஆண்டுகள் பிரிந்து கிடந்ததுபோல இருந்தது. நெருங்கி வந்தவர், பொன்னுசாமி சொல்லிவிட்டுப் போன சங்கதிகளையெல்லாம் மனசில் ஓட்டிப் பார்த்து எதை விசாரிப்பதென்று குழம்பிப் போனார்.

“சாப்பாடு போடுடீ புள்ளக்கி” என்றார் எல்லாவற்றையும் சேர்த்து.

காலப்பயணம்

இந்திய வரலாற்றில் மிக முக்கியமான இரண்டு அரசியல் நிகழ்வுகள் இருபதாம் நூற்றாண்டின் முன் பாதியில் நடந்து முடிந்துவிட்டன. நாடு விடுதலை அடைந்தது. மகாத்மா காந்தி கொல்லப்பட்டார். அதிக கால வித்தியாசமின்றி இரண்டும் நடந்து முடிந்தது. முதல் சுதந்திர தினத்தன்று அவர் மதப் பிரச்சினையைத் தீர்க்கப் போராடிக் கொண்டிருந்தார். இரண்டாவது சுதந்திர தினத்தையும் கொண்டாட விடாமல் அவரை மதம் தீர்த்துக்கட்டியது. திராவிடர் கழகத்தில் இருந்து தி.மு.க. உதயமானது தமிழக வரலாற்றில் கொள்கை மாறாட்டத்துக்கான முதல் விதையாக விழுந்தது.

காங்கிரஸ் பேரியக்கம் ஓட்டுப் பெட்டியில் ஒடுங்க வேண்டாம் என்ற காந்தியாரின் சிந்தனை புறக்கணிக்கப்பட்டது. சாதி ஏற்றத் தாழ்வுகளை நீக்காத இந்திய சுதந்திரம் கறுப்பு தினமாக இருந்தது பெரியாருக்கு. தி.மு.க.வினர் சுதந்திரத்தைக் கொண்டாட வேண்டுமென்றனர். ஒருவனே தேவன் என்ற சுருதி பேதம். காந்திக்கு கிராம ராஜ்ஜியம். நேருவுக்குத் தொழில் வளர்ச்சி. அவனவன் ஆடையை அவனவன் நெய்துகொள்ள வேண்டும் என்பதை நேரு சிரிக்காமல் ரசித்தார். ஜவுளி ஆலைகள் திறக்க சுதந்திர இந்தியாவின் முதல் ஐந்தாண்டுத் திட்டத்திலேயே ஜரூராகத் திட்டங்கள் போடப்பட்டன.

தியாகங்களும் கொள்கைகளும் அதை நினைவுகூர வேண்டியவர்களால் புறக்கணிக்கப்பட்டன. புதிய சித்தாந்தங்கள் எதிர்த்திசையில்

நடைபோடுவதில் ஆர்வம் காட்டின.

நாழிகள் வழக்கத்தைவிட்டு விலகிப்போய் நிமிடங்களும் வினாடிகளும் முக்கியமாகிவிட்டன.

நாங்கள் தேடி வந்த வெட்டுப்புலி தீப்பெட்டி இப்போது எல்லோர் பாக்கெட்டிலும் இருந்தது. பணம் தன் வீரியத்தை உணர்த்தியது. தொண்டி காலணா, அரையணா, ஓரணா நாணயங்கள் மட்டுமே புழங்கிய கிராமங்களில் இப்போது ரூபாய் தாள்கள். இங்கிலாந்து மன்னன் படத்துக்குப் பதிலாக இந்திய அசோக சிங்கம். இந்தியருக்காக இந்தியாவிலேயே தயாரிக்கப்பட்ட இந்திய நோட்டுகள்.

நான் பிறக்காத முன்கோப்புப் பருவம். எனினும் அந்த நாளின் தடுமாற்றங்கள் எனக்கு ஓரளவு தட்டுப்படும் தூரத்தில்தான் இருந்தன.

பிரபாஷ் "என்னை கிராஸ்பெல்ட்டுனு ஒதுக்கி வுட்டுடாதடா" என்றான் என்னிடம். ஏனென்றால், ஐம்பதுகளில் நாங்கள் பிரயாணித்த தருணங்களில் அந்த விரம் இருந்தது. பெர்னான்டஸ் அழுத்தமாகச் சிரித்தான்.

வெட்டுப்புலி வேட்டை இங்கே முடிந்தது. ஆனால், அதனோடு தொடர்புடைய சரித்திரப் பிசுறுகள் தொடர்ந்த ஆர்வங்களுக்கு ஆதாரமாகிவிட்டன. தீப்பெட்டி கம்பெனிக்கும் ஒரு தடவை போய் வரலாம் என்றனர். லட்சுமண ரெட்டியார் என்ன ஆனார் என்பதிலும் ஆறுமுக முதலியார் சினிமா எடுத்தாரா என்பதிலும் ஆர்வப்பட்டனர். இது எங்களை முற்றிலும் வேறு திசையில் பயணப்பட வைத்துவிட்டது.

சிவகுரு படம் தயாரிக்க முயற்சி எடுத்த விஷயம் தெரியவந்தது. சிவகுருவின் இந்த ஒரே ஒரு படத்துக்கு மட்டும் இயக்குநராக வேலை பார்த்த ஒருவரின் முகவரியை சிவகுருவின் சகோதரி மஞ்சுளாவிடம் இருந்து பெற்றோம். ஊத்துக்கோட்டையில் அவர்களுக்கு இருந்த நிலபுலன் எல்லாவற்றையும் விற்றுக்கொண்டு சென்னையில் வீடு வாங்கிக் கொண்டதாகச் சொன்னார். கேன்சரில் இறந்துபோய்விட்ட லட்சுமி குடும்பத்தோடு போக்குவரத்து இல்லை என்றார். ஆனால், லட்சுமிக்கு நான்கு குழந்தைகள் இருந்ததை அறிய முடிந்தது. வறுமை யான குடும்பமாக இருந்தால் அங்கு பழக்கம் வைத்துக்கொள்ள விரும்பாத எத்தனையோ இந்தியக் குடும்பத்தில் இது ஒன்று அவ்வளவு தான். மாம்பலத்தில் இருந்த வீட்டை விற்றுவிட்டு சூளைமேட்டுக்குப் போய்விட்ட நடேசன் குடும்பத்தாருடன் மனஸ்தாபம் இருப்பது தெரிந்தது. சொத்துப் பிரச்சினையாக இருக்கலாம் என்று யூகிக்க முடிந்தது. அல்லது அவர்களின் கட்சி, கொடி சமாசாரங்கள் அவர் களுக்கு ஒத்து வரவில்லைபோலவும் இருந்தது. ஏதாவது விசேஷங்களில் பார்த்துக்கொள்வதோடு சரி என்றார் மஞ்சுளா.

அந்த ஒருபட டைரக்டர், சிவகுருவோடு பழகியவர் என்ற காரணத் தால் அவ்வப்போது ஏதாவது உதவி கேட்டு வருவார் என்றார்.

இப்போதும்கூட அந்தப் படத்தை வெளியிடலாம் என கமல்ஹாசன் நடித்த ‘விருமாண்டி’ வெளியானபோதுகூட வந்து சொல்லிவிட்டுப் போனதாகச் சொன்னது ஆச்சர்யமாக இருந்தது.

ஐம்பது ஆண்டுகளுக்குப் பின்னும் ஒரு படத்துக்கு உயிர் இருக்குமா? அப்படியான ஒரு படத்தை நாம் ரிலீஸ் செய்தால் என்ன என்று கேட்டான் பெர்னான்டஸ். சிவகுரு தயாரித்த படத்தை இயக்கியவர் என்பது ஆச்சர்யமாக இருந்தது. பிலிம் நியூஸ் ஆனந்தன் வெளியிட்ட சாதனைகள் படைத்த தமிழ்த் திரைப்பட வரலாறு என்ற வரலாறு நூலில் அந்தப் படத்தைப் பற்றிய தகவல் எதுவும் இல்லை. அவர் ரிலீஸ் ஆன படங்களின் பட்டியலைத்தான் தொகுத்திருந்தார்.

ஆனால், தமிழ் சினிமா வரலாற்றில் ரிலீஸ் ஆகாத படங்களின் பட்டியல் மிக நீளமானதாக இருக்கும் என்று தோன்றுகிறது. அந்தப் பட்டியலில் இருந்து சிவகுரு தயாரித்த அந்தப் படத்தை வெளியே கொண்டுவரும் முயற்சி, ஒரு நப்பாசை போல முளைத்தது.

அந்த இயக்குநர் சாலிகிராமத்தில் ஓர் இடுக்கு வீட்டில் இருந்தார். தன் பெயர் தண்டபாணி என்றும் தான் எல்.வி.பிரசாத்திடம் உதவியாளராகப் பணியாற்றியவர் என்றும் சொன்னார். எல்லீஸ் ஆர் டங்கன் காலத்து செட்டு என்று பெருமைப்பட்டுக் கொள்பவராக இருந்தார்.

மு.கருணாநிதி, எம்.ஜி.ராமசந்தர் போன்ற அவர் காலத்துப் புதுமுகங்களை ‘நம்ம பசங்கதான்’ போன்ற தொனியில் சொல்லிக் கொண்டிருந்தார். உச்சத்துக்குப் போய்விட்டவனைக் குறித்து உடனிருந்து பழகியவனின் கூற்று. அதை நாங்கள் சந்தித்த பலரிடமும் சகஜமாக எதிர்கொண்டோம்.

ஐம்பதுகள்...

1

பி.ஏ. ஹானர்ஸ் தமிழ் சிறப்புப்பாடம். முதல் வகுப்பு எடுப்பது அ.ச.ஞானசம்பந்தம் என்பதால், எல்லோரும் வகுப்புக்கு வந்து விட்டனர். மாநிலக் கல்லூரி மாணவர்கள் சிலரும் இடம்பெற்றிருந்த னர். தெ.பொ.மீ. சிலப்பதிகாரம் எடுக்கும்போது பச்சையப்பன் கல்லூரியில் இருந்து மாநிலக் கல்லூரிக்குச் செல்வதும் நடைமுறையில் இருந்தது. இது ஒரு மாதிரி கொடுக்கல் வாங்கல்தான்.

ட்ராம் ஒழிந்து நிறைய பஸ்கள் வந்துவிட்டதாலும் அவை வேகமாகச் செல்வதாலும் மாணவர்கள் பால்மாறாமல் போய்ப் பாடம் பயின்றனர்.

அ.ச.ஞா. மெத்தென்ற கதராடையில் நெற்றியில் நீறு பூசி நிமிர்ந்து உட்கார்ந்து பாடம் எடுப்பார். அது அவருக்குக் கூடுதல் உயரத்தையும் மிடுக்கையும் காட்டும். கையில் எடுக்கப் போகும் வகுப்புக்கான புத்தகம் இருக்கும். ஆனால், அதை ஒரு முறையேனும் பார்த்துப் படித்துப் பாடம் சொன்னவர் இல்லை. ஆற்றொழுக்குபோல அப்படியொரு தலைகீழ்ப் பாடம். கணீரென்ற குரல்.

"மீனாட்சியம்மை பிள்ளைத் தமிழ்.. சப்பாணிப் பருவத்தில் பச்சை மேனி கொண்ட மீனாட்சி தவழ்ந்து வருகிறாள். அவளுடைய பவளச் செவ்வாய் இதழ்கள் சிவந்து மின்னுகின்றன. அந்த நேரத்தில் அம்மன் சிரிக்கிறாள்... பச்சை மேனி, பவளச் செவ்வாய், அதிலே முத்துப்போல் வெள்ளைப் பற்களின் வரிசை... மாணவர்களே இங்குதான் உங்கள் கற்பனை வளம் செயல்பட வேண்டும்... கலர் கான்ட்ராஸ்ட்டைக்

கவனியுங்கள். பச்சையும் சிவப்பும் வெள்ளையும் கலந்து ஓர் ஓவியத்தை மனத்திலே எண்ணிப் பாருங்கள்.. இலக்கியச் சுவை என்பது பாடலை உருவமாக மாற்றிப் பார்ப்பதிலேதான் இருக்கிறது... குமரகுருபரர் என்னமா வர்ணிக்கிறார் பாருங்க..

"தண்ணளிக் கமலஞ் சிவப்பூற வம்மையரு சப்பாணி கொட்டி யருளே

தமிழொடு பிறந்துபழ மதுரையில் வளர்ந்தகொடி சப்பாணி கொட்டி யருளே"

"அய்யா ஒரு சந்தேகம்..." தியாகராசன் அவருடைய நடை ஓட்டத்தை நிறுத்தினான்.

"கேளுங்கள்" கடைசி பெஞ்சு பசங்கள் மீது அவருக்கு ஒரு வெறுப்பு உண்டு. இப்படி இடைமறிப்பது தேவையற்ற வீண் பேச்சுக்காகத்தான் என்ற தொனியில் சற்றே சிடுசிடுப்பு வெளிப்படுமாறு கேட்டார்.

"சப்பாணிப் பருவம் என்பது எட்டு ஒன்பது மாதம் என்கிறார்கள்.." தலையசைத்துச் சந்தேகம் என்ன என்பதில் கவனமாகக் காத்திருந்தார் அ.ச.ஞா.

"ஒன்பது மாதத்தில் ஒன்றிரண்டு பல் வேண்டுமானால் முளைத் திருக்கலாம். பல் வரிசை என்கிறீர்களே..?"

"இந்த மாதிரி நாத்திகம் பேசறதா இருந்தா என் வகுப்புக்கு நீங்க வர வேண்டாம்." முகம் சிவக்க வகுப்பைவிட்டு வெளியேற எத்தனித்தவர், "நான் மேற்கொண்டு வகுப்பு எடுக்க வேண்டுமா, இல்லை இப்படி ஏடாகூடமா கேட்கப்போறீங்களா?" தியாகராசன் தவிர்த்துப் பிறர் நோக்கிக் கேட்டார். மாணவர்கள் பலரும் தியாகராசனை ஏண்டா வகுப்பைக் கெடுக்கிறாய் என்று நோக்கினர். தியாகராசன் "மன்னித்துக் கொள்ளுங்கள் அய்யா" என்றான்.

பேராசிரியர் சற்று நிதானமடைந்து, "சில முரட்டு ஈறு கொண்ட குழந்தைகளுக்குப் பற்கள் தாமதமாக முளைக்கும். அம்மை போன்ற மென்மையான ஈறுடைய குழந்தைகளுக்கு முன்பற்கள் அத்தனையும் முளைத்திருக்கக் கூடும்" என்றபடி வகுப்பைத் தொடர்ந்தார். சற்றே பாடம் நடத்திவிட்டு, "புத்திசாலித்தனமாக மடக்கிவிட்டதாக எண்ணமா? அப்படி என்றால், பச்சை நிறத்தில் குழந்தை பிறக்குமா என்று கேட்க வேண்டியதுதானே?" என்றார்.

தியாகராசன் தி.மு.க.காரன் என்பது பேராசிரியருக்குத் தெரியும். தியாகராயன் என்ற அவனுடைய பெயர், பெயர்ப் பட்டியலில் தியாக ராசன் என்று மாறிப்போனபோது, அவன் அதைத் திருத்தும் பொருட்டு தமிழ்த் துறைத் தலைவர் மு.வரதராசனிடம் வந்து முறையிட்டுக் கொண்டிருந்தபோதே அதைக் கவனித்தும் இருக்கிறார். சர்.பிட்டி. தியாகராயரின் ஞாபகமாக என் தந்தை வைத்த பெயர் இது எனச் சொல்லிக்கொண்டிருந்தான். ஆனால், பள்ளிச் சான்றிதழில் இருந்தே இது மாறிப் போயிருந்ததால் தாம் ஒன்றும் செய்வதற்கில்லை என்று துறைத் தலைவர் கூறிவிட்டார்.

இவன் சிறு வயதாக இருக்கும்போதே அவனுடைய தந்தையார் ஆஸ்துமாவில் அவதிப்பட்டு இறந்துபோனதாக அவன் சொன்னான். அவர் இருந்திருந்தால் இந்தத் தவறு நேர்ந்திருக்காது என்பது அதன் அர்த்தம். படிக்கிற மாணவர்கள் இந்த மாதிரி கொள்கைகள் வைத்துக் கொள்வதில் அவருக்கு வெறுப்பு இருந்து வந்தது. அதுதான் இன்று தியாகராாசன் கிண்டலுக்குக் கேட்ட கேள்வி இப்படி வெடித்துவிட்டது.

வகுப்புக்கு வெளியே வந்து பின்பக்க மரவெளிக்கு வந்தான். அது ஹாஸ்டலுக்குப் போகும் வழி. அங்கே மரத்தின் பின்புறத்தில் அமர்ந்து சிகரெட் ஒன்றைப் பற்ற வைத்தான். அவனுடைய சக மாணவர்கள் சிலரும் அவன் மனம் அறிந்து அங்கே வந்து சேர்ந்தனர்.

ஏற்கெனவே சம்பந்தன் ஒருமுறை அப்படி வகுப்பில் கேட்டான். அது மகளுக்கு நேரு எழுதிய கடிதங்கள் என்ற பாடம். 'மென்மையான கூழங்கல்' என்று அதிலே ஒரு இடம் வந்தது.

"வழவழப்பான கூழாங்கல் என்று இருக்க வேண்டும். கூழாங்கல் எப்படி மென்மையாக இருக்கும்?" என்றான் சம்பந்தன்.

"தெரியும் உக்காருடா.. எழுதனவன் அப்படி எழுதியிருக்கான்...

நான் நடத்த வந்திருக்கேன். நீ எழுதும்போது சரியா எழுதிக்கோ... என்கிட்ட குற்றம் கண்டுபிடிச்சா மாதிரி பேசறீயே?" என்று எரிச்சல் பட்டார்.

"அய்யாவுக்கு என்ன கோவம் வருது பார்த்தியாடா? புத்திசாலித் தனமா கேள்வி கேட்டா நாத்திகப் பசங்களு முத்திரை குத்திட வேண்டியது." சம்பந்தன்தான் பேச்சை ஆரம்பித்தான்.

"அதை விடுடா. 'மனோகரா' பாத்துட்டியா நீ?... பாத்துட்டியா.. அப்பாடி நெருப்பு மாதிரி இருக்குடா வசனம். கருணாநிதி வசனம், கணேசன் நடிப்பு.. அடேங்கப்பா.. கல்கி, விகடன் மாரியான பாப்பாரப் பத்திரிகையெல்லாமே படத்தை ஒசத்தியா எழுதிட்டாங்கன்னா பாத்துக்கயேன்" தியாகராசன் பெருமையாகச் சொல்லிக்கொண்டு போனான்.

"அடுத்தது நம்ம ஆட்சிதான். இந்த வருஷம் தமிழ் மன்ற விழாவுக்குக் கலைஞரை பேசக் கூப்பிடுவோமா?" சிகாமணி ஆர்வமாகக் கேட்டான்.

"அவர் பத்தாங்கிளாஸ் வரைக்கும்தான் படிச்சிருக்காராம். நிர்வாகத்தில ஒத்துக்குவாங்களா?"

"இங்க தமிழ் கத்துக் கொடுக்கிறவங்களைவிட அவர் நல்லாவே பேசுவாரு. அப்படியில்லைனா அண்ணாவக் கூப்புடுவோம். அண்ணா ஏற்கெனவே பலதடவ பேசியிருக்காரேனு பார்த்தேன்" தியாகராசன் சொன்னான்.

"அண்ணாமலை யூனிவர்சிட்டில அண்ணா பேசறதுக்கே தடை போட்டு வெச்சிருக்கானுங்க. நான் பிராமின்ஸ்ஸே அப்படிப் பண்ணா

பிராமின்ஸ் ஏன் நம்மளைக் கீழ போட்டு மிதிக்கமாட்டான்?"

தமிழ் மன்றத்தில் பெரும்பான்மை திராவிடர் இயக்க சிந்தனை கொண்டவர்களாகவோ, திராவிட முன்னேற்றக் கழகச் சிந்தனை கொண்டவர்களாகவோ இருந்தனர். இது தவிர, பக்தி மாணவர்கள் கூட்டம் ஒன்று இருந்தது. அவர்களுக்கு கிருபானந்த வாரியாரையோ, திரு.வி.க.வையோ, ரா.பி. சேதுபிள்ளையையோ அழைத்து வந்து கூட்டம் போடுவதில் ஆர்வம் இருந்தது.

ஆனால், அப்படி ஆசைப்பட்டவர்களின் எண்ணம் ஈடேறுவது சிரமமாக இருந்தது. பேராசிரியர்கள் துணை, கல்லூரி நிர்வாகத்தின் துணையிலேயே அத்தகைய கூட்டம் நடைபெற வேண்டியிருந்தது. ஆனால் அண்ணா, பெரியார், நாவலர் நெடுஞ்செழியன் போன்றவர்கள் என்றால், அது மாணவர்களின் ஏகோபித்த ஆர்வத்தில் நடைபெறும் கூட்டமாக அமைந்துவிடும். கூட்டம் அலைமோதும். உட்கார இடமிருக்காது. கரகோஷமும் உற்சாகக் குரல்களும் அதிகமிருக்கும். சைவக் கூட்டங்களில் நிதானமும் அமைதியும் நெரிசல் குறைவும் இருக்கும். அதாவது, அப்படியொன்று நடந்ததாக மாணவர்களிடத்தில் பதிவாகாது. மாணவர்களின் மனநிலை பெரும்பாலும் பேச்சுகளால், வசனங்களால் கட்டமைக்கப்பட்டதாக மாறியிருந்தது.

வேதங்கள், பாசுரங்கள், பிரபந்தங்கள், திருமறைகள், கம்பராமாயணம், பெரியபுராணம் போன்ற வார்த்தைகள் மாணவர்களுக்குத் தீண்டத் தகாத வார்த்தைகளாக இருந்தன. அதிலும் பச்சையப்பன் கல்லூரியில் இந்த நிலை அதிகமாகவே இருந்தது. தென்னிந்திய நல உரிமைச் சங்கம், ஜஸ்டீஸ் பார்ட்டி போன்றவற்றில் முதலியார் சமூகம் அதிக பங்கு வகித்ததால் பச்சையப்பன் முதலியார் கல்லூரியிலும் அதனுடைய தாக்கமும் இயல்பாகவே இருந்தது. அதே சமயத்தில், சாதி ஈடுபாட்டை வெளிக்காட்டுவதை மாணவர்கள் அவமானகரமாக நினைத்தனர். தியாகராாசன் இறுதியாண்டு மாணவனாகவும் தமிழ் மன்றத் தலைவனாகவும் இருந்ததால் மாணவர்கள் அவன் தலைமையில் ஒன்று கூடுவது தவிர்க்க இயலாததாக இருந்தது. இப்போது ஒவ்வொருவராக வந்து சேர்ந்து கிட்டத்தட்ட முழு வகுப்புமே மரத்தடியில் கூடிவிட்டது.

வேட்டி சட்டையோடு வகுப்புக்கு வரும் மாணவர்கள் பெரும்பாலும் இல்லை என்ற நிலை வந்துவிட்டது. கண்ட இடத்தில் இப்படி உட்காரவும் வேகமாக ஓடவும் அவர்களுக்கு பேன்ட், சட்டை அவசியமாகிவிட்டது. ஒன்றிரண்டு பேர் படுத்தவாக்கிலேயே பேசிக் கொண்டிருந்தனர். சிலர் உட்கார்ந்திருந்தனர். பேராசிரியர்கள் கடந்து செல்லும் நேரங்களில் சற்றே குரலை அடக்கிப் பேசுவதும் மீண்டும் குரல் உயர்த்திப் பேசுவதுமாகக் கழித்தனர். பேசுவதற்கு அன்றைக்கு விஷயமும் கிடைத்துவிட்டதால் வீட்டுக்குப் போகாமல் இருந்தனர். தியாகராசனுக்கு நேர்ந்த அவமானம் மாணவ சமுதாயத்துக்கே ஏற்பட்ட அவமானமாக அவர்களுக்குத் தோன்றியது.

சொல்லப்போனால் ஒட்டுமொத்தக் கல்லூரியில் அ.ச. ஞானசம்பந் தத்தைவிட தியாகராசனை ஆதரிப்பவர்களே அதிகமிருந்தனர். பேராசிரியர்களில்கூட சிலர் திராவிடக்கட்சிக்கு ஆதரவானவர்கள்தான். புதிதாக வந்திருந்த அன்பழகன் அதற்கு நல்ல உதாரணமாக இருந் தார். அவர் வேலை போனாலும் பரவாயில்லை என்பதாகவே வகுப்பு களில் திராவிடக் கருத்துகளைப் பேசிவந்தார்.

அ.ச.ஞானசம்பந்தம் அந்த வழியாகப் போனார். மாணவர்கள் சிலர் எழுந்து நின்றும் படுத்திருந்தவர்கள் சிலர் எழுந்து உட்கார்ந்தும் சப்தம் ஒடுங்கினர். அவர் சற்றே கண்ணில் மறைந்ததும், "ஒரு அரை கல்லை எடுத்து மண்டையை அடிச்சு உடைச்சுட்டுமா?" என கிருஷ்ணன் கேட்டான். "நம் தலைவர் நம்மை அப்படி வளர்க்கவில்லை" என்று தீவிர தொனியில் பதில் சொன்னான் தியாகராசன். அந்தக் குரலின் தொனிக்கே அனைவரும் கட்டுப்பட்டனர். கடமை, கண்ணியம், கட்டுப்பாடு என்பது அவர்களுக்குக் கேட்ட மாத்திரத்தில் வீரத்தைத் தரும் தாரக மந்திரமாக மாறியிருந்தது.

திராவிட நாடு உருவான பின்பு பார்ப்பான்களையெல்லாம் வட நாட்டுக்குத் துரத்திவிட வேண்டும் என்று சொல்லி வந்தான் அவன். ஆனால், அவனுடைய அண்ணன் நடேசனுக்கு அதில் உடன்பாடு இல்லை. ஏற்கெனவே பாகிஸ்தான் பிரிந்து இந்துக்கள், முஸ்லிம்கள் பிரிவினையின் சோகம் அவனை ஆழமாகத் தைத்திருந்தது. திராவிட நாடு உருவாகுமென்பதில் அவனுக்கு எதிர்பார்ப்போ, நம்பிக்கையோ கூட இல்லை. அவன் அண்ணாவைவிட ஈ.வே.ரா. மீது பற்றுக் கொண்டிருந்தான். அவரும் இப்படிப் பேசி வந்தாலும் மொழி, இனம், சாதி, மதம், நாடு போன்ற குறுகிய நோக்கு இல்லாமல் இருப்பதை அவன் உணர்ந்திருந்தான். அவரேகூட இதையெல்லாம் தாண்டி மனிதனாக எல்லோரும் ஒன்றிணைய வேண்டும் என்று விரும்பியும் பேசியும் வந்தார். இந்தியா சுதந்திரம் அடைந்ததை பெரியார் துக்க தினம் என்று அறிவித்தது முதற்கொண்டே அண்ணாவுக்கும் அவருக்கும் கசப்பு அதிகமானது. அண்ணாவோ நான் ஒரு சரித்திரம் படித்த மாணவன் என்ற முறையில் இந்திய சுதந்திரத்தைக் கொண்டாட முடிவு செய்துவிட்டார்.

'வீடு இருந்தால்தான் ஓடு வேய முடியும்' என்று அண்ணா தன் இளைஞர் பட்டாளத்தினிடத்தில் அபிப்ராயம் சொன்னார்.

நடேசன் அதை ஏற்றுக்கொள்ளவில்லை. உங்கள் கூட்டத்துக்குப் பதவி ஆசை வந்துவிட்டது என்பான்.

தியாகராசனுக்குக் கோபம் தாங்காது. "வரலாறும் தெரியாது.. தமிழ் ஞானமும் கிடையாது... அண்ணா மாதிரி அறிவாளி, பெரியார் தலைமையில வேலை பார்க்க முடியுமா?" அவ்வப்போது வீட்டில் அண்ணனுக்கும் தம்பிக்கும் இப்படித்தான் விவாதம் ஆரம்பிக்கும்.

"அவர் தலைமையில வேலை பார்க்க முடியாதுன்னா எதுக்கு

தமிழ்மகன் | 203

தி.மு.க.வுக்குத் தலைவர் பெரியார்தான். அவருக்கான நாற்காலி காலியாகவே இருக்கும்னு புலம்பறாரு? பதவி ஆசை வந்துடுச்சுன்னு சொல்லிட்டுப் போங்க" நடேசன் பதிலடி கொடுப்பான்.

"அது அண்ணாவோட பெருந்தன்மை... இதுவரைக்கும் அண்ணா ஏதாவது திட்டியிருப்பாரா பெரியாரை? மரியாதை குடுத்தா அதை ஏத்துக்கக்கூடத் தெரியலை.. கண்ணீர்த் துளி பசங்க.. திருட்டுப் பசங்க.. இவனுங்க கிட்ட நாட்டைக் குடுத்தா கொள்ளையடிச்சுட்டுப் போயிடுவானுங்கனு வாய்க்கு வந்ததையெல்லாம் பேசறாரு..."

"பகுத்தறிவாளரைப் பாக்காதீங்க.. பகுத்துண்டு வாழுங்க.. பழக்கத்த மாத்தாதீங்கனு உங்க கருணாநிதி பாட்டெழுதறாரே.. உங்க பக்கமுந்தா ஏடாகூடமாப் பேசறீங்க.. அந்தம்மா பத்தி நா கூசறா மாதிரி பேசல..

பேசலன்னு சொல்லு பாக்கலாம். நம்ப வெச்சிக் கழுத்தறுத்தவனுங்கனு தானே உங்க கூட்டத்துக்குப் பேரு?" ஆவேசம் அதிகரிக்கும் நடேசனை புனிதாதான் வந்து தடுப்பார்.

"ராசா... அப்பாதான் கட்சி, கொடினு உடம்பக் கெடுத்துக்கிட்டு போனாரு.. நான் உங்கள நம்பித்தானே இருக்கேன்.. நீங்களே சண்டை போட்டுக்கிட்டா எப்படி?" என்று அவர் கலங்கும்போது சகோதரர்களின் நெருப்பு நீறு பூத்து மறைந்துகொள்ளும்.

'வடக்கத்தியானுக்கு அடிமையா இருக்கிறது வெள்ளைக்காரனுக்கு அடிமையா இருக்கிறதவிட மோசம்னு சொல்லும் பெரியார், காங்கிரஸ்காரர்களுக்கு ஜால்ரா போடுவது அவர் செய்யும் பெரிய அநீதியாக இருந்தது. அண்ணாவைப் பிடிக்கவில்லை என்பதற்காக காமராசரைப் பச்சைத் தமிழன் என்று பாராட்டிக்கொண்டிருப்பது பெரியாரின் பிடிவாதம் இல்லாமல் வேறு என்னவாக இருக்க முடியும்?' என்பது தியாகராசனின் கருத்தாக இருந்தது. காங்கிரஸை ஆதரிப்பதற்குப் பேசாமல் சங்கராச்சாரியார் மடத்தில் போய் சேர்ந்துவிடலாம் என்று இருந்தது. அவனுக்குத் திராவிட நாடும், குடுமி வைத்த சாணக்கியப் பார்ப்பானைத் தலையோடு திருகிப் போட வேண்டும் என்ற வெறியும் வாழ்வின் ஆதாரமான விஷயங்களாக இருந்தன.

அதன் காரணமாக அவனும் அவனுடைய கூட்டாளிகளும் இன்றும் ஒரு முறை 'மனோகரா' படம் பார்க்கக் கிளம்பினர். அது அவர்களின் கோபத்தை அணையாமல் பார்த்துக்கொள்ளும் கவசமாகவும் ஊதி அதிகப்படுத்தும் உலைக்களமாகவும் இருந்தது.

2

கிராமத்தின் முகத்தையே லட்சுமண ரெட்டி மாற்றிவிட்டார் என்றுதான் சொல்ல வேண்டும். அதாவது அவர் மாறினார். கிராமம் அவரைப் பின்பற்றியது. குடுமி எடுத்துவிட்டு வலது பக்கம் வகிடு எடுத்துத் தலைவார ஆரம்பித்திருந்தார். நறுக்கென்று வெட்டப்பட்ட கத்தை மீசை. சுற்றுவட்டாரத்தில் வேறு யாரும் அப்படி அதற்கு முன் பின்பற்றியதில்லை. வெள்ளைச் சட்டையும் மேலே நான்கு முழத் துண்டை தழையப் போர்த்திக்கொள்வதும் அவருக்குப் பழக்கமாகியிருந்தது. பொதுவாக தலைப்பாகையாகவும் மேல் துண்டாகவும் குற்றாலத் துண்டுபோல ஒன்றைப் பயன்படுத்தி வந்தனர் பலரும். இரண்டு பட்டன் மட்டுமே வைத்த தலைவழியாக நுழைந்துகொள்ளும் கதர் சட்டை பழமையின் அடையாளமாகவும் காங்கிரஸுக்கான சட்டையாகவும் இருந்தது. சட்டையின் முன்பகுதியில் மேலிருந்து நெடுக்க பட்டன் வைத்த சட்டைகள் நவீனத்தின் அடையாளமாகவும் நாத்திகவாதிகளின் அடையாளமாகவும் இருந்தது. விசாலாட்சிக்குத் தன் கணவரின் மீசையும் தலை அலங்காரமும் மெத்தப் பிடித்திருந்தது.

அவருடைய உயரத்துக்கு அவருடைய ஆடையும் தலைவெட்டும் கம்பீரத்தைத் தந்தன. பின்பக்கம் கச்சிதமாக நேர்த்தியாக முடிகள் அடுக்கப்பட்டதுபோல இருந்துன. பின் தலையில் படிப்படியாக முடி சிறியதாகிக் கடைசியில் கழுத்து துவங்கும் இடத்தில் வெட்டியெடுத்ததுபோல மழுங்க சிரைக்கப்பட்டிருப்பது அவருக்குக் களையாக இருந்தது. வேட்டியை முழங்கால் வரை தூக்கிக் கட்டாமல் பாதம்

வரை இறக்கிக் கட்டியிருந்தார் லட்சுமணன். மோட்டா ரகமாக இல்லாமல் மெல்லிய ரகமான வேட்டி. அதுவும் இல்லாமல் எப்போதும் செருப்பில்லாமல் வெளியில் செல்வதில்லை. தம் கணவர் என்பதும் அவளுக்குப் பெருமைப் பட்டுக்கொள்ளும் விஷயமாக இருந்தது.

நல்ல முரட்டுச் செருப்பு. அந்தச் செருப்பை ஒரு முறை போட்டுப் பார்த்தபோது அது வளைந்திருந்த பாணிக்குத் தன் பாதம் வளைந்து விடுமோ என்று நினைத்தாள். அப்படி முன்னும் பின்னும் மேல் நோக்கி வளைந்திருந்தது. மரத்தால் செய்யப்பட்டது மாதிரி இருந்தது.

அதைப் போட்டுக்கொண்டு நடக்க வேண்டுமானால் ஏதாவது பிடிமானம் இருக்க வேண்டும்போல் இருந்தது. ஆனால், லட்சுமணன் என்னவோ அவளுக்கும் செருப்பு வாங்கித் தருவதற்குச் சித்தமாகத்தான் இருந்தார். அப்படிக் கேட்டபோதே அவளுக்கு வெட்கம் பிடுங்கித் தின்றது. பட்டணத்தில் போடுவது மாதிரி கிராமத்திலும் செருப்பை அணிவதில்தான் வெட்கம்.

“யாராவது பார்த்தா என்ன நினைப்பாங்க” என்றாள். தொடர்ந்து அவளே “ஊர்ல எந்தப் பொம்பளை செருப்பு போடுறா?” என்று திருப்பிக் கேட்டாள்.

“பட்டணத்தில பார்க்கிறல்ல எல்லா பொம்பளையும் செருப்பு போட்டுக்கினு கைல பேக் வெச்சிக்கினுத் திரியறதை? ஏன் சினிமாவுல பார்க்கல?”

“சினிமாவுல போட்டா அந்த மாதிரி நிஜத்தில நடக்குமா?” லட்சுமணன் சிரித்தார். இத்தனைக்கும் விசாலாட்சி பட்டணத்தில் இருந்து வந்தவள்தான். சினிமாவும் நிஜமும் வேறு என்பதில் அவளுக்கு இருந்த கணிப்பு அவருக்கு இணக்கமானதாக இருந்தது. கல்யாணமான புதிதில் ஏதோ சடங்கு போல ரெட்ஹில்ஸ் நடராஜா தியேட்டரில் விசாலாட்சியுடன் போய் ஒரு படம் பார்த்துவிட்டு வந்ததோடு சரி. அதன் பிறகு அவளும் படம் பார்க்கவேண்டும் என்று கேட்டதில்லை. அவளுக்கு சினிமா பிடிக்காமல் போனதற்குக் காரணம் போன கொஞ்ச நேரத்திலேயே தலைவலிக்க ஆரம்பித்துவிடுவதுதான். கல்யாணத்துக்கு முன்னாடி ராக்ஸி தியேட்டரில் இரண்டு மூன்று முறை படம் பார்த்துவிட்டு தலைவலி, வாந்தி என்று அவதிப்பட்டதில் அவளுக்கு சினிமா மீது கிலி கண்டிருந்தது. எனக்குப் படம் பார்த்தால் தலைவலிக்கும் என்று சொல்வதற்குத் தயங்கித்தான் லட்சுமணனோடு படம் பார்க்கப் போனாள். பாதி படத்தில் நல்ல தலைவலி. படத்தையும் பார்க்க முடியாமல் தவித்தாள். பிறகு வீட்டுக்குப் போய்விடலாம் என்றாள். ராதா நடித்த ‘ரத்தக் கண்ணீர்’ நாடகம்தான் படமாக்கப்பட்டு வெளிவந்திருப்பதாகச் சொன்னதால்தான் கிளம்பி வந்திருந்தார். பெரியாரின் கருத்துகளை ஆங்காங்கே சொல்லியிருந்தார். ஆனாலும் படம் பிரயோஜனமில்லை என்பதாகவே அவருக்குத் தோன்றியது. பெரியார் கருத்துகளைச் சொல்பவரை தாயை அவமதிக்கும்

அயோக்கியனாகக் காட்டியிருந்தது அவருக்கு ஏற்றுக்கொள்ளும் விதமாக இல்லை. அவரும் அதை மேற்கொண்டு சகிக்க முடியாத நிலையில்தான் இருந்தார். ஏதோ, விசாலாட்சியும் அழைத்ததால் வீட்டுக்குப் புறப்பட்டார். கூண்டு வண்டியில்தான் வந்திருந்தார். வழியெல்லாம் வாந்தி எடுத்தபடி இருந்தாள் விசாலாட்சி.

வழியில் வாந்தி எடுத்துவிட்டாள் என்றதும் மங்கம்மாவுக்கும் சந்தோஷச் செய்தியாக இருக்குமோ என்றுதான் தோன்றியது. நம்மைப் போலவே அவளுக்கும் தாமதமாகத்தான் குழந்தை பிறக்குமோ என்ற பயத்தில் இருந்தார் மங்கம்மா. சுருக்க ஒரு குழந்தையைப் பெற்றுக் கொடுத்துவிட்டாள் என்றால், அவளுக்கு அந்தப் பயம் விட்டுப் போய் விடும். தசரத ரெட்டி தனி ஆளாக உழைத்து முப்பது காணி நிலமும் ஒரு மச்சு வீடும் சம்பாதித்து வைத்துவிட்டுப் போய் சேர்ந்த பின்பு மங்கம்மாக்கு அந்த வீடு மட்டுமே கதியாகிப் போனது. பெற்று எடுத்தவர்கள், கூடப் பிறந்தவர்கள் எல்லாம் போன பிறகும்கூட தப்பி ஒட்டிக்கொண்டிருந்த பிடிமானம் தசரத ரெட்டிக்குப் பிறகு சுத்தமாகப் போய்விட்டது. அவர் இருந்த வீட்டின் மூலமாகக் கொஞ்சம் தொடர்ந்துகொண்டிருந்தது.

"கங்கையாடிக் குப்பம் போய்ட்டு வந்திட்றேன்" இரட்டை மாட்டுப் பொட்டி வண்டியில் உட்கார்ந்து குரல் கொடுத்தார் லட்சுமண ரெட்டி.

பெரியார் கட்சிக்காரர்களோடு அவருக்கு சினேகிதம் ஏற்பட்டிருந்தது. கூட்டங்களுக்குப் போய்வருவது, ஊர் மக்களிடம் மூடநம்பிக்கையை விட்டொழிக்க வேண்டும் என்பதாக அவருடைய நடவடிக்கைகள் இருந்தன. தந்தையைப் போலவே நல்ல உழைப்பாளியென்றும் சொல்ல வேண்டும்தான். பம்பு ஷெட்டில் வேட்டி, சட்டையைக் கழற்றி வைத்துவிட்டு, பட்டா பட்டா டவுசருடன் நிலத்தில் இறங்கிவிட்டா ரென்றால், மனுஷன் மிருகம்தான். களைப்பே இல்லாமல் வேலையில் இறங்கிவிடுவார். ஒட்டு மண் தள்ளுவது, பரம்படித்துக் கால்வாய் சீர்ப்படுத்தித் தண்ணீர் தடுப்பில்லாமல் வருவதற்கு வழி செய்வது இதற்கெல்லாம் ஒரு ஆளை எதிர்பார்ப்பதில்லை. நடவு நட்டான பின்புதான் இந்த அலங்காரமெல்லாம்.

தலைகளைச் சுற்றிப் பார்க்க செம்மண் பாட்டையில் போவதற்கு வழி இருந்தும் சேரி வழியாகப் போவதைத்தான் அவர் விரும்பினார்.

சேரி வழியாக நடப்பது என்பது அதற்கு முன்னர் யாரும் செய்யாத செயலாக இருந்தது. அங்கே வீரராகவன் குடிசை பக்கமோ, குப்பனின் குடிசை பக்கமோ நிழலுக்கு நின்று குடிக்கத் தண்ணீர் வாங்கிக் குடிப்பதும் அவருக்கு கிராமத்தின் இறுக்கத்தை உடைப்பற்கு உதவும் என்பதாலேயே அப்படிச் செய்துவந்தார். எதிர்ப்படும்போது துண்டை இடுப்பில் கட்டிக்கொள்பவர்களை லாகவமாகத் தோள் மீது கை போட்டு, "களைக்கு நாளைக்குப் பத்து ஆளு வோணும்.. அதான் பாக்கலாம்னு வந்தேன்" என்று இயல்பாகப் பேச்சுக் கொடுப்பார்.

ஊரில் யாரும் சேரி ஆட்களைத் திண்ணையைத் தாண்டி உள்ளே அனுமதிப்பதில்லை. லட்சுமண ரெட்டி உள்ளே கூடத்துக்கு வரவழைத்துதான் சாப்பாடு போடுவார்.

வண்டி இப்படியும் அப்படியும் நடனம் காட்டிக்கொண்டு மணி நாயுடு வீட்டை நோக்கிப் போய்க்கொண்டிருந்தது.

மணி நாயுடுவும் பெரியார் கட்சிக்காரர்தான். திடீரென்று வீடு, கார் என்று அவருடைய வளர்ச்சி அபரிமிதமாக இருந்ததால் ஊரில் ஒரு கதை உலவிக்கொண்டிருந்தது. அது எந்த அளவுக்கு நிஜமென்று யாருக்கும் தெரியாது. ஜமீன்தார் ஆட்சிக் காலத்தில் படவட்டான் ஒரு தங்கச் சிலையைத் திருடிக்கொண்டு வந்து மணி நாயுடுவிடம் கொடுத்துவிட்டதாகவும் அதைத்தான் கொஞ்சம் கொஞ்சமாக வெட்டி எடுத்து அவன் வீடும் நிலமும் காரும் வாங்கியதாகவும் சொல்லுவார்கள். ஒருத்தன் உழைத்து முன்னேறிவிட்டால் சோம்பேறி யாக இருந்தவர்கள் இந்த மாதிரி ஆயிரம் கதை சொல்லுவார்கள் என்று மணி நாயுடு எரிச்சல் அடைந்து சொன்னார் ஒரு தரம். எது எப்படியோ சாமி சிலையை வெட்டியதற்காக வேனும் அவன் மீது ஒரு மரியாதை ஏற்பட்டிருந்தது லட்சுமண ரெட்டிக்கு.

எல்லோரும் சந்தேகிக்கும் படியான ஒரு வீட்டைத்தான் மணி நாயுடு கட்டியிருந்தார். பெரிய காம்பவுண்டு சுவர் போட்டு, இரும்பு கேட் போட்டு வீடு கட்டுவார்கள் என்று யாருக்குத் தெரியும். எல்லோருமே அதை வித்தியாசமாகப் பார்த்தார்கள். கதைகள் முளைக்கவும் வளரவும் அதுவே வழிவகுத்தது.

லட்சுமண ரெட்டி கூண்டு வண்டியில் போய் இறங்கியதும் அவரை வாசலுக்கு வந்து அழைத்துச் சென்றார் மணி நாயுடு. கருணாநிதி மீது அப்படி ஒரு பைத்தியம் அவருக்கு. பொம்பளை மாதிரி அவரும் நடுவுல வகிடெடுத்துக் கொண்டார் என்பதிலிருந்தே அது தெரியும். ஊரில் எத்தனை பேருக்கு அது கருணாநிதி வகிடு என்று தெரியும்? கிண்டல் பண்ணி, கிண்டல் பண்ணி ஓய்ந்துபோய் விட்டுவிட்டார் கள். மணி நாயுடு அசைந்து கொடுக்கவில்லை.

“பெரியார் சொன்னது சரிதான். ஜஸ்டிஸ் பார்ட்டியை ஆதரிக் கிறேன்னு அண்ணாதுரை சொல்லும்போதே சாயம் வெளுத்துப் போச்சு” என்று பேச்சைத் துவங்கினார். கூடவே ஸ்பென்ஸர் சுருட்டை எடுத்துப் பற்ற வைத்துக்கொண்டார். வெட்டுப்புலி தீப்பெட்டி மாட்சீட் இப்போது வார்னீஸ் பூசிய பளபளப்புடன் வரத் தொடங்கியிருந்ததைக் கவனித்தார் லட்சுமண ரெட்டி.

லட்சமண ரெட்டிக்கு அரசியல் ஈடுபாடு ஏற்பட்ட இந்தப் பத்து ஆண்டுகளில் பெரியாரை நட்டாற்றில் விட்டுவிட்டுப் போனதில் அண்ணா மீது கோபம். அதை உணர்ந்துதான் மணி நாயுடுவும் பேச்சைத் தொடங்கினார். ஜஸ்டிஸ் பார்ட்டியையும் சுயமரியாதைக் கட்சியையும் இணைத்து திராவிடர் கழகமாக மாற்றிய அதே அண்ணாதுரை

இன்று திராவிடர் கழகத்தில் இருந்து வெளியேறியதும் இல்லாமல் மீண்டும் ஜஸ்டிஸ் பார்ட்டிக்கு ஆதரவு என்று கூறியிருப்பது பொறுத்துக் கொள்ள முடியாததாக இருந்தது.

“பதவிக்கு வந்து நாட்டை ஆளணும்னு ஆசையா இருக்குன்னா தைரியமா சொல்லிட்டுப் போய்க்கிட்டே இருக்க வேண்டியத்தானே.. கம்னாட்டிப் பசங்க பெரியார் கொள்கையை அரசியல் ரீதியா செயல் படுத்துவேன்னு வேற நொண்டி சமாதானம்லாம் எதுக்கு? பாப்பானும் பறையனும் சமமாகணும்னு சட்டம் போட்டுட்டா சரியாயிடுமா? மக்கள் மனசுல இருந்து அதை மாத்தணும். ஆயிரம் வருஷமா ஊறிப்போயிருக்குதுங்கிறான். அதை எப்படி எடுக்கறது... அதுக்குத் தடையா இருக்கிற சமாசாரம் என்னாது.. அதுக்கு வழியப் பாருடான்னா மணியம்மையக் கட்டிக்கிட்டது செரி கிடையாதுங்கிறான்யா பாதிப் பேரு... எதுக்காக கழகத்தில இருந்து விலகினானுங்கன்னு புதுசு புதுசா காரணம் கண்டுபிடிச்சுக்கிட்டு இருக்கானுங்க. தலைவர் நாக்காலி அப்படியே வெச்சிருக்கேன். அதில நீங்கதான் வந்து உக்காரணும்னு அழகா பேசறான். இவரு ஏன் அங்க போறாரு.. அவனுங்கதான் இங்க திரும்பி வருவானுங்க..”

“எனக்கென்னமோ நம்பிக்கை இல்ல. பதவி ஆசை... நாலு காசைக் கையில பார்த்துட்டா எவனும் வரமாட்டான். அண்ணாதுரை திரும்பிப் போகலாம்னு கூப்பிட்டாலும் அவரு மட்டும்தான் பெரியார் கிட்ட வந்து நிப்பாரு. மீதிப் பேர் எல்லாம் வரமாட்டானுங்க. ருசி கண்ட பூனைங்க..”

“எனக்கும் அதுதான் தோணுது. இந்த அண்ணாதுரை கேட்பார் பேச்சைக் கேட்டுக்கிட்டு... ஏம்மா ரெண்டு தண்ணிக்காயா கொண்டா...”

“எனக்கு எளநி வேணாம்.. இப்பத்தான் காபி குடிச்சுட்டு வந்தேன்.”

மணி நாயுடுவின் சம்சாரம் எத்தனை இளநீர் என்று முடிவு தெரிந்து கொள்வதற்காக நின்று, “ஒண்ணு குடிச்சுட்டுப் போங்க.. அது இன்னா ரெட்டியாரே பண்ணுது?” என்றபடி வீட்டின் பின்பக்கம் போனாள்.

“ம்.. இன்னா சொல்லிக்குனு இருந்தேன்?.. அண்ணாதுரைக்கு என்னமோ தனியா வந்ததிலே அச்சம்தான்.. பெரியாரும் ‘அண்ணாகூட இருக்கவனுங்க எல்லாம் அன்னக்காவடி பசங்க. அதில மூணு வேளை சாப்பாட்டுக்கு வழியில்லாதவன்தான் அதிகம்’னு சொல்லிட்டாரு.” “எப்ப சொன்னாரு..”

“பிரிஞ்சு வந்தப்பவே சொல்லிட்டாரு. அது அண்ணாவுக்கும் தெரியும்” ஆணித்தரமாகச் சொன்னார் மணி நாயுடு.

“நிஜமாவா நாயுடு?”

“அட! தேவராஜ் முதலியார் சொல்லியிருக்கார். அவங்க பஸ் சர்வீஸ்ல வேலை செஞ்சவர்தானே இப்ப எனக்கு கார் டிரைவரா இருக்காரு?.. ஏம்பா டிரைவரைக் கூப்பிடு” திண்ணைக்குப் பக்கத்தில்

மாடு கட்ட கயிறு திரித்துக்கொண்டு உட்கார்ந்திருந்த குள்ளப்ப ரெட்டியை ஏவினார். அவர் வேட்டியை இறுக்கிக்கொண்டு வெளியே போய் அங்கே மரத்தடியில் இளநீர் சிவிக்கொண்டிருந்த பலராமனை அழைத்தார். “சிவுக்குனு சீவி எடத்தும்போ... இன்னாது... இந்தியால பொறந்துட்டு இப்டி நெப்பமாகிறியே?” என்று குரல் கொடுத்தாள் பலராமனை நோக்கி.

“இதோ ரெட்டியாருக்குத்தான் சீவியாறேன்.. வர்றேன் போ” என்றார். பலராமனே கொண்டுபோய்க் கொடுக்கட்டுமென்று மணி நாயுடுவின் சம்சாரம் வேலையைப் பார்க்க அடுக்களைக்குப் போனாள்.

பலராமனுக்கு ஐம்பது வயதுக்கு மேல் இருக்கும். பஸ் டிரைவராக வேலை பார்த்தபோது, ஏதோ கன்றுக்குட்டியின் மீது இடித்துத்தள்ளிவிட்டதால், இனி ராப்பகலாக பஸ் ஓட்டுவது சரிப்பட்டு வராது என்று கார் டிரைவராக வந்து சேர்ந்தவர். ஜனப்பன் சத்திரத்தில் வீடு. காலையில் வந்துவிட்டார் என்றால், வீட்டு வேலைகளுக்கு ஒத்தாசையாக இருப்பார். எப்பவாவது கார் எடுக்க வேண்டியிருந்தால் தெம்பாக கார் ஓட்டுவார். சில நாள் வரமாட்டார். “வேலை இருந்தா சொல்லி அனுப்புங்க. அங்க வெட்டுவெட்டுனு உட்கார்ந்திருக்க முடியலை” என்று சொல்லிவிடுவார்.

இளநீரை வாங்கிக்கொண்டு, “ஏம்பா அண்ணாவைப் பத்தி பெரியார்ன்னா சொன்னார்னு சொல்லுப்பா” என்றார்.

ரெட்டியாரை, பலராமன் ஏறிட்டுவிட்டு, “அண்ணாதுரைகிட்ட இருக்கவனுங்க ஆட்சிக்கு வந்தா பணம் சம்பாதிக்கிறதிலதான் குறியா இருப்பாங்கனு சொன்னாரு.”

“அட என்னா சாமி... அன்னைக்கு என்கிட்ட சொன்னா மாரி ஃபேர்ஸ்ட்ல இருந்து சொல்லுப்பா.”

“புரியுது விட்ரு நாயுடு..” லட்சுமணன் தடுக்கப் பார்த்தார். “இல்ல ரெட்டியாரே.. சொல்லுப்பா.”

பலராமனிடம் இந்தக் கதையைப் பலமுறை சொல்லக் கேட்டிருப்பார் போலிருந்தது. யார் வந்தாலும் பெரியார் சொன்னதை உறுதிப்படுத்து வதற்கு பலராமனை ஒருதரம் அழைத்துவிடுவார் என்று லட்சுமண ரெட்டியாருக்கு உணர முடிந்தது.

“அண்ணா பட்டணம் வந்தா எப்பவும் தேவராஜ் முதலியார் பஸ் கிடங்குல மெத்தை மேல இருந்த ரூம்லதான் தங்குவார்... அண்ணா வுக்கு அப்பல்லாம் யாரும் சப்போர்ட் கிடையாது. காஞ்சிபுரத்தில வடக்க ரங்கசாமி நாயக்கரும்.. உங்களவர்தான். தெற்க ஏ.கே.தங்கவேல் முதலியாரும்தான் பக்கத்துணையா இருந்தாங்க. நம்ம ஊர் பையன் இவ்ளோ பெரிய மேதையா இருக்கானேன்னு அவங்களுக்கு அண்ணா மேல கொள்ளை பிரியமாச்சே.. அப்போ மெட்ராஸ் வந்தா தேவராஜ் முதலியாரு. கோவிந்தப்ப நாயக்கன் தெரு இருக்குதே.. மண்ணடி

பக்கத்துல. அங்கதான் தேவராஜ் முதலியாரோட பஸ் ஆபிஸ். அண்ணா ஒரு தடவை வந்தப்ப பெரியார் இப்படி சொல்லிட்டார்னு யாரோ வந்து சொல்லிட்டாங்களாம். அண்ணாவுக்கு மனசே சரியில்லைனு சொல்லிக்கிட்டு இருந்தாரு. என்ன இருந்தாலும் பெரியார் கோவத்துல வாய்க்கு வந்த மெரிலாம் பேசக்கூடாது, இல்லையா? எல்லாரும் எம்.ஏ. படிச்சிருக்காங்க.. சம்பத்தே அவங்க அண்ணன் பையன்தானே?.. எப்படி சோத்துக்கு வழியில்லாதவனுங்கன்னு சுருக்குனு சொல்லிப்பிடலாம்?"

"அது சரி.. வளர்த்த கடா மார்ல பாஞ்ச கதையா ஆட்சியப் புடிக்க எட்டி உதைச்சுட்டு வந்தவங்கதானே.. அந்தக் கோவத்தில சொல்றாரு" லட்சுமண ரெட்டி மேற்கொண்டு பேசவிடாமல் மறுத்துப் பேசினார்.

"இந்த வயசுல சின்னப் பொண்ணு கேட்குதா பெரியாருக்குனு மேடைல பேசறாங்கப்பா. இந்தக் கேப்மாரிப் பசங்க இப்படி கழுத்தறுப் பானுங்கன்னுதானே அவரு சொத்து பத்துக்கு ஒரு வாரிசைக் கொண் டாந்தாரு.? வாரிசா வர்றவங்க இவரை மாதிரியே இன்னொரு கிழமா இருந்தா சரிப்பட்டு வருமா? எள வயசா இருந்தாத்தானே அவருக்குப் பின்னாடி பொறுப்பா பாத்துக்க முடியும்?" மணி நாயுடு குரல் உயர்த்திப் பேச ஆரம்பித்தார்.

"அண்ணா அந்த அம்மாவைப் பத்தி எதுவும் சொன்னது கிடையாதுங்க.. சும்மா சொல்லக் கூடாது, நாயுடு" என்றார் பலராமன்.

"அண்ணா மட்டுமில்ல... பெரியார் கிட்ட பழகினவங்க யாருமே அவரைப் பத்தி வாயைத் திறக்க மாட்டாங்க. புதுசா வந்த பொறுக் கலுங்கதான் அப்படிப் பேசுதுங்க.."

பலராமன் சமாதானமடைந்து தலையை ஆட்டிக்கொண்டார்.

"ஆனா கூட்டம் என்னமோ அண்ணா பக்கம்தான். ராபின்சன் பார்க்ல மீட்டிங் போயிருந்தீங்களா? கொட்ற மழைல அப்படியே ஜனங்க உக்காந்து கேட்டாங்களே.. புதுக் கட்சி என்னவோ நாட்ல மாத்தம் கொண்டாரும்னு ஜனங்க முடிவுபண்ணிட்டாங்க.."

"கிழிச்சானுங்க" என்றார் நாயுடு. பலராமன் முகம் வாடிவிட்டது. அண்ணாவைத் தெய்வம் போலவே தினம் பார்த்துக் கொண்டிருந்தவர். லட்சுமண ரெட்டி பேச்சைத் திருப்பினார்.

"நான் இன்னொரு விஷயமா வந்தேன்.. இப்ப பூவேரி தலையில கெணறு எடுக்கிறேன். கரெண்டு கம்பி இழுக்கணும்னா இருளிப்பட்டுல இருந்து வரணும். அரசாங்கம் கம்பி, போஸ்ட்டு செலவை நம்ம தலையிலதான் கட்றாங்க. நீங்களும் இந்தச் சமயத்தில பம்பு ஷெட்டு வேலையை ஆரம்பிச்சா ரெண்டு பேரும் ஆளுக்குப் பாதியா பணத்தைப் போட்டு கம்பி இழுத்திடலாம்."

"செலவு பாதியா ஆவுதுன்னா செஞ்சிட வேண்டியதான். இப்ப நான் கெணறு எடுத்தா நீ சேந்துக்க மாட்டியா?" நாயுடு பெருந்தன்மை யாகச் சம்மதித்தார். "செலவை மூணா பிரிக்க முடியுமானு பாக்கிறேன்.

நம்ப செலம்பன் ரெட்டியும் டீசல் மோட்டர் வெச்சு சமாளிக்க முடியலைனு சொல்லிக்கிட்டு இருந்தான். அவனையும் கரெண்டு மோட்டாருக்கு மாத்திட்டா மூணு பேராயிடும். செலவும் சல்லீசா இருக்கும்."

"அப்படிச் செஞ்சா இன்னும் வசதிதான்" என்றபடியே லட்சுமண ரெட்டி எழுந்தார். மணி நாயுடுவும் எழுந்து "செலம்பா இப்படி வயிறுதாரியா போயிட்டானே... சாப்பிட்டுட்டுப் போறது" என்றார்.

"எள்நீர்ல ஒரு கொடம் தண்ணி.. ஏவ்... ஒர் மணி நேரத்துக்குப் பசியே இருக்காது."

ரெட்டியார் எழுந்து வருவதைப் பார்த்து கூண்டு வண்டி மாடு களும் சுதாரித்து எழுந்து நின்றன.

3

பிரகாசிப்பதற்குத் தருணம் பார்த்து, தயாராக இருக்கும் பிரித்தெடுக்கப் படாத தங்கத்தைப் போல இருந்தாள் விசாலாட்சி. லட்சுமண ரெட்டிக்குப் பலவிதங்களில் குணவதியை ஞாபகப்படுத்துபவளாக இருந்தாள். நிறம், உயரம், அகலம் எல்லாமே அப்படியே இருந்தது.

குணவதிக்குத் தலைமுடி காய்ந்து செம்பட்டையாக இருக்கும் இவளுக்குக் கருப்பாக இருந்தது. தங்க ஆபரணம் இன்னொரு வித்தியாசம். கல்யாணம் வேண்டாம் என்று பிடிவாதம் பிடித்துக் கொண்டிருந்த நேரத்தில், தசரதன் பிடிவாதமாகப் பெண் தேடினார். அதிலும் பட்டணத்துப் பெண் என்பதால் அவருக்கு மிகவும் பிடித்துப் போய்விட்டது. பெண் பார்த்துவிட்டு வீட்டுக்குத் திரும்பும்போது கூட்டுரோட்டில் பஸ்ஸை விட்டு இறங்கி நடக்கத் தொடங்கிய சிறிது நேரத்தில் பக்கவாதம் பாதித்து ரோட்டிலேயே சாய்ந்துவிட்டார். தலை ஒரு பக்கமாகத் திரும்பி, வலது கையும் காலும் இயக்கமில்லாமல் வாய் கோணிய நிலையில் கொண்டுவந்து போட்டார்கள். ராத்திரி முழுக்க அனைவரும் அவர் பக்கத்திலேயே உட்கார்ந்திருந்தனர். இடது கையால் லட்சுமணனின் கையைப் பிடித்துக்கொண்டே கண் சோர்ந்து மூடும் வரை பார்த்துக்கொண்டிருந்தார்.

காலையில் அவர் உயிருடன் இல்லை.

மங்கா கதறி அழுதாள். "பொண்ணு பார்த்து புடிச்சுப்போச்சுனு சொன்னியே என் ராசா.. பொழுது விடியறப்போ எங்க போனே

என் ராசா" என்பதையே பிரதானமாகச் சொல்லி அழுதாள். அப்பா பார்த்துப் பிடித்துப்போனதாகச் சொன்ன பெண். அவருடைய கடைசி ஆசை. அதை நிறைவேற்றலாம்தான். ஆனால், லட்சுமண ரெட்டிக்கு அதற்காக மனதை மாற்றிக்கொள்வது உடன்பாடாக இல்லை. அப்பா பார்த்துவிட்டு வந்தார், வரும் வழியில் இறந்துவிட்டார். அதற்காக அவர் ஆசையை நிறைவேற்றும் காரியமாக அதை நினைக்க வேண்டாம் என்றுதான் இருந்தார். எரித்து முடித்து வீட்டுக்கு வந்து குளித்துவிட்டு மாடத்தில் விளக்கு ஏற்றி வைத்து பெண்களெல்லாம் ஒப்பாரியைத் தொடர்ந்துகொண்டிருந்தபோது, அத்தைசார் ஒருத்தி பேசிய பேச்சுதான் லட்சுமண ரெட்டியை உலுக்கித் தள்ளிவிட்டது.

"பாத்துட்டு வந்த அன்னைக்கே அந்தப் பாழாப் போனவ என் அண்ணனை அநியாயமா கொண்டுபோய்ட்டாளே.. அவளை வீட்டுக்குக் கொண்டாந்து விளக்கேத்தச் சொன்னா இன்னும் எத்தனை உசிர அனுப்பி வப்பாளோ?"

கூடியிருந்த ஜனத்துக்கும் எப்போதும் ஒரு எடுப்பான கருத்துக்கு ஜால்ரா போடுவது கைவந்த கலையாக இருந்தது.

ஊர்க் கிழவி ஒருத்தி, "குடும்பத்தையே வாய்ல போட்டு ஏப்பம் விட்டுடுவா... இப்பிடித்தான் எங்க மூத்தார் வூட்ல பொண்ணெடுத்தாங்க. நீ நம்ப மாட்ட... அவ வந்த மறாம் மாசமே நூறு ஆடு மந்தைல செத்துப்போச்சு.. அதெல்லாம் ஒவ்வொருத்தரோட ராசி.. கல்யாணம் கட்டி ஆனப்புறம் என்னாத்தப் பண்றது? வந்த மூதேவிக்கு வாக்கரிசி போட்ற வரைக்கும் நம்ம தலையெழுத்த நொந்துக்க வேண்டியதுதான்.. மங்கம்மா ஜாக்கிரதையா இப்பவே சொல்லிடும்மா... நீ அறியாதவோ வெளுத்ததெல்லாம் பாலாட்டமா நினைப்பே.." இப்படிப் பேசிக் கொண்டு போனாள்.

லட்சுமண ரெட்டி அப்போதே தீர்மானித்துவிட்டார், சவாலாக அந்தப் பெண்ணையே மணப்பதென்று.

ராத்திரி எல்லோரும் தூங்க ஆரம்பித்த நேரத்தில், அம்மாவின் பக்கத்தில் சென்று அமர்ந்தார். "அப்பா செத்ததுக்கும் அவர் பார்த்துட்டு வந்த பொண்ணுக்கும் சம்பந்தப்படுத்தாதம்மா. அப்படியெல்லாம் பழி போட்டுப் பேசறது தப்பும்மா."

"கிழவி ஏதோ புத்தியில்லாமப் பேசுது. நீ வுடு ராசா... அப்பா செத்துப் போனதுக்கு அந்தப் பொண்ணு இன்னா ராசா பண்ணும்? நான் செத்துப் போயீ அப்பா இருந்திருந்தா அந்தக் கிழவியை வூட்ட வுட்டு வெளிய தொரத்தியிருப்பாரு. இப்பிடில்லாம் பேசறது பொண்ணைப் பெத்தவங்க காதுல விழுந்தா அவங்க துடிச்சுப் போயிட மாட்டாங் களா? யாரா இருந்தாலும் வெடுக்குனு அப்படியெல்லாம் பல்லு மேல நாக்கப் போட்டுச் சொல்லிடக் கூடாது" மங்கம்மா பேசப் பேச லட்சுமண ரெட்டிக்குச் சந்தோஷம் தாளவில்லை.

“எனக்கு அந்தப் பொண்ணேயே பேசி முடிச்சுடுங்கம்மா” என்றார்.

புருஷன் செத்த துக்கமே மறந்துவிட்டது மங்கம்மாவுக்கு. பத்து வருஷமாகத் திருமணம் செய்துகொள்ளச் சொல்லி எவ்வளவோ கெஞ்சிப் பார்த்தும் சம்மதிக்காதவன், இப்படிப் பேசியபோது பூரித்துப்போனாள். கண்கள் கலங்க லட்சுமணனின் கைகளைப் பெருமிதமாகப் பிடித்துக்கொண்டாள். செலம்பாத்தாளுக்குக் கூழ் ஊற்றி பொங்கல் வைப்பதாகச் சொல்லிக்கொண்டாள்.

அடுத்த ஆறு மாதத்தில் கல்யாணம் முடிந்து விசாலாட்சி வீட்டுக்குள் அடி எடுத்து வைத்தபோது, வீடே ஒளியால் நிறைந்தது மாதிரி இருந்தது. திருமணமானதும் ஒரு பெண் எப்படி புகுந்த வீட்டைத் தனதாக்கிக் கொள்கிறாள் என்ற மாற்றத்தை அவள் பார்த்துக்கொண்டிருந்தாள். அரிசிப் பானை, பழைய அரிசிப் பானை, மிளகாய்ப் பானை, கடலைக்காய் பானை, கேழ்வரகுப் பானை, நொய் அரிசிப் பானை, உப்புப் பானை, ஊறுகாய்ப் பானை, புளிப் பானை... எல்லாவற்றையும் சுலபமாக அடையாளம் வைத்துக்கொண்டாள். உரித்த கடலை வேணுமா? முதல் பானை வரிசையின் முதல் இரண்டு பானைகளை இறக்கி வைத்துவிட்டுச் சட்டென்று எடுத்து வந்தாள். கல்யாணமாகி வந்து இரண்டு வருஷம் ஆன பின்பும் இது பிடிபடாத விஷயமாக இருந்தது மங்காவுக்கு. எள்ளு கேட்டால், கொள்ளுப் பானையை எடுத்து வருவாள். இருப்பதிலேயே சிறியதாக இருக்கும் ஊறுகாய்ப் பானையைக்கூட அவளால் ஞாபகம் வைத்துக்கொள்ள முடியவில்லை.

வீடு முழுதையும் கழுவி, ஜன்னல், கதவுகளைத் தண்ணீர் போட்டுத் துடைத்து பளிச்சென்று மாற்றினாள். அடுத்தடுத்த நாள்களில் படியாளிடம் சொல்லி, முள்ளு மண்டைகளைத் தரித்தாள். வீட்டுக்கு முன் பூவரசு கிளையொன்றை வெட்டி நட்டு, வேலி முள் மண்டைகளால் அண்டக் கொடுத்தாள். புகுந்த வீட்டை எவ்வளவு சீக்கிரம் ஒரு பெண் தன் வீடாக மாற்றிக்கொள்கிறாள் என்ற இந்தக் காட்சி, மங்காவுக்குப் பெருமிதமாக இருந்தது. இத்தனைக்கும் அவள் அத்தனை நெருங்கிய சொந்தமில்லை. அடிக்கடி போய் வந்துகொண்டிருந்த, பார்த்துக் கொண்டிருந்த பெண்ணும் அல்ல. வீட்டின் நடுவில் தொங்கப் போட்டிருந்த ஊஞ்சலில் ஆடுவது அவளுக்குப் பிடித்திருந்தது. சமையல் வேலை முடிந்தால் அதில் ஏறி ஆடிக்கொண்டிருப்பாள். மாமியாரின் ஒரு குரல் போதும்.. கேட்டதோ, இல்லையோ அடுத்த குரல் கொடுப்ப தற்குள் வந்து நிற்பாள். பதினேழு வயசுக்குள் அப்படி ஒரு பக்குவம். லட்சுமணனுக்கும் விசாலாட்சிக்கும் பத்து வயசு வித்தியாசம் இருந்தது.

தன்னுடைய பதினேழு வயதில் தான் இவ்வளவு தெளிவாக இல்லை என்பதை மங்கம்மா விசாலாட்சியிடமே சொன்னாள்.

இந்தக் கேள்வியைத் தன் பங்குக்கு லட்சுமணன் ராத்திரி கேட்டார். “பட்டணத்தில படிச்ச பொண்ணு. உனுக்கு எப்டி எங்க வூடும் வூரும் புடிச்சது?”

பதிலுக்கு விசாலாட்சி ஆச்சர்யப்படும்படியான பதிலைச் சொன்னாள்.

“எங்க வூட்டவிட எனக்கு இந்த வூடுதான் பிடிச்சிருக்குது” அதனால்தான் என்னால் இப்படி இந்த வீட்டில் சுலபமாகக் கலந்துவிட முடிந்தது என்றாள்.

அவள் பேச்சில் தெளிவு இருந்தது. காமத்தையும் மீறி லட்சுமண னுக்கு அவளைப் பிடித்தது, அவளுடைய படிப்பு வாசனைக்காகத்தான். அவள் ஆங்கில எழுத்துக்களையும் படிக்கக் கூடியவளாக இருந்தாள். டவுன் பக்கம் போனால் ஒரு இந்து பேப்பரையும் தந்தி பேப்பரையும் வாங்கிக்கொள்வதை வழக்கமாக்கிக்கொண்டார். இத்தனைக்கும் லட்சுமணனுக்குத் தந்தி பேப்பரின் தலைப்புகள் சிலதைப் படித்து முடிப்பதற்கே பொழுது சரியாக இருக்கும். விடுதலை பேப்பராக இருந்தால் பெரியார் பேசியதையோ, எழுதியதையோ எப்படியாயினும் படித்து முடித்துவிட்டுத்தான் மறு வேலை பார்ப்பார்.

விசாலாட்சிக்கும் பெரியாரைப் பிடிக்காமல் இல்லை. அவளுடைய அப்பா மூலமாக பெரியார் மீது நல்ல அபிப்ராயம்தான் கொண்டிருந் தாள். ஆனால், எந்தக் கொள்கையையுமே குடும்பத்தோடு சேர்த்துக் கொண்டால் பல சமாசாரங்கள் ரசமாக இல்லாமல் போய்விடும் என்றாள்.

“ராமகிருஷ்ண பரமஹம்சரோ, பெரியாரோ யாரா இருந்தாலும் குடும்ப வாழ்க்கைக்குப் பாதிப்பில்லாம சம்பந்தம் வெச்சிக்கணும்” என்பாள். அது என்ன கணக்கோ லட்சுமண ரெட்டிக்குப் புரிந்ததில்லை. மடமே கதியென்று இருந்தாலும் திடலே கதியென்று இருந்தாலும் எல்லாமே ஒன்றுதான் என்றாள். இந்த ஒரு விஷயம் காரணமாக அவ்வப்போது அவர்களுக்குள் விவாதம் வரும். பெரும்பாலும் லட்சுமண ரெட்டி “செரி வுடு. இனிமே மாசத்துக்கு ஒருக்காதான் கூட்டத்துக்குப் போய் வருவேன்.. போதுமா?” என இறங்கி வருவார்.

“சும்மாதான் சொல்றீங்க. மூஞ்சைப் பார்த்தாலே தெரியுது” அவளும் சிரித்துக்கொண்டே சொல்வாள்.

அவள் வந்த நாளாகக் கேட்டுக்கொண்டிருந்த பல்லாங்குழியை ஆசாரியிடம் சொல்லி, செய்துகொண்டு வந்திருந்ததைக் காட்டினார். அவளுக்கு அவர் கூட்டத்துக்குப் போய்வந்த கோபம் மறைந்துவிட்டது. இன்னொரு விளக்கையும் ஏற்றி வைத்து, அந்த ராத்திரியிலேயே பல்லாங்குழி ஆடலாம் என்றாள்.

“வெளிச்சம் பத்தாது.. காலைல ஆடலாம்” என்று கட்டிலில் சாய்ந்தார் லட்சுமணன்.

கரெண்ட் வந்த பின்னும் எதனாலோ எல்லா அறைக்கும் கரெண்ட் இழுத்து பல்பு மாட்டாமல் இருந்தது அவளுக்குப் புரியாமல் இருந்தது. வீட்டில் நான்கு அறைகள். இருந்தும் எதிலும் பல்பு மாட்ட வசதி

இல்லை. கூடத்திலும் பின்கட்டுக்குப் போகிற தாழ்வாரத்திலும் மட்டும் பல்பு மாட்டியிருந்தது.

"எங்க வீட்ல எல்லா ரூம்லயும் பல்பு போட்டாச்சு.. நீங்க ஏன் அப்பிடிப் போடல?"

"கரென்ட் செலவு ஏறிப்போயிடும்னு கனெக்ஷன் குடுக்க வந்தவனே பயமுறுத்திவுட்டுட்டான்."

விசாலாட்சி சிரித்தாள். "அதெல்லாம் ஒண்ணும் ஆகாது.. எல்லா ரூம்லயும் கரென்ட் இழுங்க" என்றபடி தீப்பெட்டியைத் தலைமாட்டு மாடத்தில் வைத்தாள்.

லட்சுமண ரெட்டி தீப்பெட்டியை எடுத்து "இவர் யாரு தெரியுமா?" என்றார்.

"இது என்ன போட்டோவா? படம் வரைஞ்சு வெச்சிருக்காங்க.. யார்னு கேட்டா?"

"இது என் பெரியப்பா..." வெட்டுப்புலி தீப்பெட்டியைக் கையில் வைத்துக்கொண்டு கதையைச் சொல்ல ஆரம்பித்தார். விசாலாட்சி அவர் மேல் சாய்ந்துகொண்டு கேட்டுக்கொண்டிருந்தாள்.

4

காமராஜருக்கும் பெரியாருக்கும் இருந்த நட்பை ஒட்டி இப்படி ஏதாவது ஒரு கதை ஓடிக்கொண்டிருந்தது.

அந்த மனுஷர் எந்த சிபாரிசுக்காகவும் யாரிடமும் வந்தவரில்லை என்று காமராஜர் அறிந்திருந்தார். தன் சகாக்கள் சி.சுப்பிரமணியம், கக்கன் போன்றவர்களிடமும் அதைச் சொல்லவும் செய்தார். "இப்ப ஈரோடு ரயில் ஸ்டேஷன் இருக்கில்லா.. அது அவங்க வீட்டு இடம் தாம்லே... கவர்மென்ட் கேட்டப்போ விட்டுக் கொடுத்தவங்கதானே? இப்பம் அவங்களுக்குப் பட்டணத்தில ஒரு எடம் வேணும்னா நாம செஞ்சிக் கொடுத்தாதானே?" என்று சொல்லிவிட்டார். வேப்பேரி ட்ராம் ஷெட் இருந்த இடம் ஏலத்துக்கு வருகிறது என்று தெரிந்ததும் அவர் மனதில் அந்த இடம் பெரியாருக்குக் கிடைத்தால் நன்றாக இருக்குமென்று யோசனைப்பட்டார்.

ஏலத்துக்கு நான்கைந்து பேர் மனு செய்திருந்தார்கள். பெரியாரும் ஜி.டி.நாயுடுவும் ஆதித்தனாரும் சேர்ந்து அனுப்பியிருந்த டெண்டரும் அதில் இருந்தது. ராத்திரிக்குள் என்ன நடந்ததோ மற்றவர்கள் எல்லாம் வாபஸ் வாங்கிக்கொள்ள, பெரியாருக்கு அந்த இடம் ஏலத்தில் ஒதுக்கப்பட்டது. அவருக்கே அரசாங்கம் நிர்ணயித்த விலைக்குக் கொடுத்துவிட்டார்கள்.

காமராஜர் அப்படி என்ன காரியம் செய்தார் என்று யாருக்கும் தெரியவில்லை. சிலர் ஏலம் எடுக்க விண்ணப்பித்தவர்களை காமராஜர்

அழைத்துப் பேசி, பெரியாருக்காக அவர்களை விட்டுக் கொடுக்க வைத்தார் என்று பேசிக்கொண்டார்கள். அவர்களுக்கு வேறு இடத்தை வழங்க ஏற்பாடு செய்தார் என்றார்கள். ஆனால், அதை யாரும் காமராஜரிடம் வாயைக் கிளறி வாங்கிக் கட்டிக்கொள்ள விரும்பவில்லை. காமராஜரும் தாம் செயற்கரிய செயலைச் செய்து முடித்ததாக நினைத்துக்கொள்ளவும் இல்லை. ஏலம் விட்டுக்கொடுத்த ஆசாமிகளிடமும் அந்தப் பெருந்தன்மை இருந்ததனால் அது விஷயம் யாருக்கும் தெரியமலேயே போனது. பெரியார் காதில் விழுந்தால் மனுஷன் இப்படியொரு சிபாரிசு எனக்கு வேண்டாம் என்று வெகுண்டெழுந்து விடுவார் என்பது எல்லாருக்கும் புரிந்திருந்ததும் ஒரு காரணம்.

இதுதான் அப்போது தியாகராசன் போன்றவர்களால் சொல்லப் பட்ட கதை. ஜனத்துக்கு எல்லா விஷயத்தையும் குதர்க்கமாகப் பார்க்கிற புத்தி. பெரியார் யாரிடமும் சிபாரிசு கேட்கிறவர் இல்லை என்பது போலவே, காமராஜரும் யாருக்கும் சிபாரிசு செய்கிறவர் இல்லை என்பதுதான் நடேசன் போன்றவர்களின் வாதம்.

ஜி.டி. நாயுடு 3.27 மணிக்குச் சந்திக்கிறேன் என்று சொல்லும் சுபாவம் உடையவர். குத்துமதிப்பாக 'மத்தியானத்துக்கு மேல வர்றேன்' என்று சொல்லுகிறவர்களை அவர் சந்திக்கவே மாட்டார். பெரியாருக்கும் நாயுடுவுக்கும் நேரத்தின் முக்கியத்துவத்தில் ஒற்றுமை இருந்தாலும் ஒன்றாகச் சேர்ந்து இருப்பதற்குச் சரிப்பட்டுவரவில்லை. தன் மருமக னுக்குக் கொடுத்திருந்த இடத்தையும் பின்னர் பெரியாருக்கே விற்று விட்டார் நாயுடு.

தந்தி பத்திரிகைக்கு இடம் தோதுபடாமல் மயிலாப்பூரிலும் மவுன்ட் ரோட்டிலும் அலுவலகத்தை மாற்றிப் பார்த்த ஆதித்தனாருக்கு இது வசதியான இடமாக இருந்தது. மைலாப்பூர் சினிமா டைரக்டர் கே.சுப்ரமணியம் சினிமா கம்பெனியில் கொஞ்சகாலம் தந்தி ஆபீஸை முன்வைத்து நடத்திப் பார்த்தும் சரிப்பட்டு வரவில்லை. எழும்பூர் இடம் பிரஸ் வைத்துக்கொள்ளவும் வசதியாகிவிட்டது. முன்பக்க போர்ஷனை அவருக்கு மாற்றிவிட்டதில் பெரியாருக்கு லாபம்தான். வாங்கிய விலைக்கு மேலே கிடைத்தால் கொடுப்பதற்கென்ன? தமிழ் பத்திரிகை இத்தனை குறுகிய காலத்தில் பார்ப்பான் பத்திரிகைகளை வீழ்த்திவிட்டு முன்னுக்கு வந்துகொண்டிருப்பதிலும் பெரியாருக்கு விற்பதற்கான கூடுதல் விருப்பமாக இருந்தது. ஒரே நாளில் இரண்டு தரமும்கூட பேப்பர் அச்சடித்து 'வேறு பேப்பரில் இடம் பெறாத செய்தி' என்று அவர் தரும் சுவாரஸ்யங்கள் பெரியாருக்குச் சந்தோஷம். பேப்பர் தட்டுப்பாடு என்றாலும் மனுஷன் எப்பாடு பட்டானாலும் கொண்டாந்துவிடுகிறாரே என்ற பூரிப்பு.

இடத்தை வாங்கிய வேகத்தில் கட்டடம் கட்ட ஆரம்பித்துவிட்டார் ஆதித்தனார். பத்து வருஷ காலமாக வாடகைக்கே இருந்துவிட்டதால்

இனி பொறுப்பதில்லை என்ற வேகம்.

தொண்டர்கள் அனுப்பிய நிதியின் மூலம் கட்டடப் பணிகளை முடித்துக்கொண்டு, பெரியாரும் தம் சிந்தாதிரிப்பேட்டை ஆபீஸை வேகமாக வேப்பேரிக்கு மாற்றிக்கொண்டு வந்துவிட்டார். அலுவலகமும், பிரஸ்ஸும் பக்கத்திலேயே வைத்துக்கொண்டதில் அவருக்குத் திருப்தி. ஈரோடு, திருச்சியைப் போல சென்னையும் அவருக்கு வந்து போக வாகாக அமைந்தது. எல்லாம் அடுத்தடுத்து நடந்துபோனது. அச்சகத்துக்கு கரென்ட் கனெக்ஷன் வாங்க வேண்டியிருந்தது.

அது சம்பந்தமாக திருச்சியிலிருந்து சென்னை வந்துகொண்டிருந்த போது பெரியாருக்குச் சந்தோஷம் தரும் விஷயம் ஆங்காங்கே கண்ணில் பட்டுக்கொண்டிருந்தது. அண்ணாதுரை போன பிறகு கட்சி செல்வாக்கிழந்துவிட்டது என்று சொல்கிறவர்கள் எந்த ஆதாரத்தில் பேசுகிறார்கள் என்றும் எண்ணலானார்.

திருச்சியில் புறப்படும்போதே அதிகாலையிலேயே கும்பல் கும்ப லாகக் கருப்புச் சட்டையோடு மக்கள் திரிந்துகொண்டிருப்பதைப் பார்த்தார். மாறாக, கருப்பு வேட்டியும்கூட அவர்கள் அணிந்திருந்தனர். மக்களின் தீவிரம் எண்ணிச் சிரித்துக்கொண்டார். ஆனால் பெரம்பலூர், விழுப்புரம் பகுதியிலும் அதேபோன்ற காட்சியைப் பார்த்ததும் அவருக்கு இது ஏதோ விபரீதமாகத் தோன்றியது. போதாததற்கு கருப்பு சொக்காய் போட்டுக்கொண்டு, சிலர் குங்குமமும் சந்தனமும் வைத்திருக்கவும் "என்ன அது? பட்டையும் அடிச்சுக்கிறான்.. கருப்புச் சொக்காயும் போட்டுக்கிறான்.. ஒண்ணும் புரியலையே" மணியம்மை தலையை நீட்டிப் பார்த்தார்.

"இவங்க வேற" அவருக்கு இட்லி பொட்டலத்தைப் பிரித்து வைத்து விட்டு, "தமிழ்நாட்டுக்கு இருக்கிற சாமி போதாதுனு புது சாமி வந்திருக்கு.. கேரள இறக்குமதியாம்" என்றார்.

"ஐயப்பன்ட்டு சொல்லுவாங்களே?" "ஆமா.."

"ஆம்பளைக்கும் ஆம்பளைக்கும் பொறந்தவனா கதை சொல்லு வாங்களே.. அவனைக் கும்பிட கருப்புச் சொக்காய்தான் போடணுமா? காவி கட்டிக் கும்பிட்டா ஆகாதா?"

"ஆகாதாம்."

"நாளைக்கு அவனுங்க பண்ற தப்புக்கெல்லாம் கருப்புச் சொக்கா போட்ட நம்மளையும் சேர்த்துல்ல தப்பா நினைப்பாங்க?" அவர் குரல் வழக்கத்துக்கு மீறி நடுங்கியது. "இந்தப் பசங்கதான்.. ஒண்ணே குலம், ஒருத்தனே தேவன்னு பாதை போட்டுக் குடுத்துட்டானுங்களே.. ஒரு வெங்காயமும் சொல்ல வக்கில்லாதவங்க.. என் கொள்கையக் காப்பாத்தத்தான் வந்ததா சொல்லிக்கிட்டுத் திரியறாங்க."

"நீங்க சாப்புடுங்க மொதல்ல.."

வண்டி போய்க்கொண்டிருந்தது. சாலையை ஏகாந்தமாகப் பார்த்துக் கொண்டிருந்தார். காற்றின் வேகத்தாலோ என்னவோ கண்ணின் நீர்த் திரட்சி காது மடலுக்கு மேலே வழிந்து தெறித்தது. ஒருத்தனை ஒருத்தன் சமமாக மதிச்சுக்கிறது அவ்வளவு பெரிய கஷ்டமா? ஒருத்தனை ஒருத்தன் தாழ்த்திக்கிறதக் காட்டிலும் சுலபம்தானே? எல்லாரும் சமம்னு ஆகிப்போனா சண்டை இருக்காது. போர் இருக்காது. என்ன கருமத்துக்கு இனச்சண்டை, மொழிச் சண்டை? பாப்பானுங்க மட்டும் ஒசத்தினு சொல்லிக்கிட்டு இருந்தா என்ன நியாயம்? ஒரு மண்ணாங்கட்டியும் தெரியாதவனும்கூட எல்லாம் தெரிந்த ஏகாம்பர முதலியாரா நடந்துக்கிறானே? எனக்கு இன்ன விஷயம் தெரியாது சாமின்னு சொல்ற பாப்பான் இந்த உலகத்தில இருக்கானா? கஞ்சித் தண்ணிய குடிச்சுப்புட்டு வந்தாலும் அவன் சாப்பிட்ற சாப்பாடுதான் தேவாமிர்தம். அவன் படிக்கிற பொஸ்தகம்தான் சரி. அவன் வாழ்க்கைதான் பெரிசு. மத்த பசங்க கறியும் சோறும் சாப்புட்டாலும் மட்டம், பேசற பேச்சு நீச பாஷை, இருக்கிற இடம் சாதியில ஒசந்தவன் போகக் கூடாத இடம்...

ஒரே சாதியிலயே பொம்பளையும் ஆம்பளையும் சமமில்லைங் கிறான். கேட்கும்போதே தப்புன்னு படலையா? இத ஒருத்தன் விளக்கிச் சொல்லித்தான் புரிஞ்சுக்கணுமா? அதையும் புரிஞ்சுக்கமாட்டேன்னு நம்ம ஆளுங்க அடம் புடிக்கிறான். முட்டா பசங்க...

திரும்பி "எப்படி இந்த ஐயப்பன் சாமி உள்ள வந்தான்?" என வினவினார்.

"நல்லது சொல்றதுக்குத்தான் நாலாயிரம் தடவை கத்த வேண்டி யிருக்குது. இதெல்லாம் தானாவே உள்ள வந்துடும்."

"தானா எதுவும் வராது.." தீர்மானமாகச் சொன்னார்.

"நடிகர் ஒருத்தர் இருக்காரு. நம்பியார்னு பேரு.. அவரு வருஷம் தப்பாமப் போயிட்டு வர்றாரு.. அவரைப் பார்த்துப் பாதிப் பேரு போக ஆரம்பிச்சுருக்காங்க."

"எல்லாத்துக்கும் சினிமாகாரன்தானா..? அவனுங்க பின்னாடி.. கணேசன், எம்.ஜி.ஆரு.. எஸ்.எஸ்.ஸாரு.. கே.ஆரு.னு ஒரு கூட்டம். ஐயப்பன் பின்னாடி ஒரு கூட்டம்... ஹா.. ஹா.."

அவருடைய ஞாபகங்கள் 1945 காஞ்சி மாநாட்டுக்கு நகர்ந்தன. மாநாட்டின் முடிவில் நிறைவு உரை ஆற்றிக்கொண்டிருந்தார் பெரியார். ஸ்டெஃபோர்ட் கிரிஸ்ப் மிஷன் இந்தியாவுக்கு வருவதை ஒட்டி தீவிரமாகப் பேசிக்கொண்டிருந்தார். "பிரிட்டன் பிரதம மந்திரி சர்ச்சிலு.. இந்தியாவுக்குச் சுதந்திரம் குடுக்குணுமா வேணாமானு ஆராய்ச்சி பண்றதுக்கு ஸ்டெப்ஃபோர்டு கிரிஸ்ப்புங்கிற மந்திரிய அனுப்பப் போறாராம்.. நமக்கு இப்ப சுதந்திரம் வேண்டாம்.. மொதல்ல எல்லா சாதிக்காரனும் சமம்னு சொன்னப்புறம்தான் நமக்கு உண்மையான

விடுதலை..” ஆவேசமாகப் பேசிக்கொண்டிருந்தார்.

அந்த உரைக்குப் பின் ‘சிவாஜி கண்ட இந்து ராஜ்ஜியம்’ என்ற அண்ணாவின் நாடகம். கணேசன் என்ற அந்தத் தம்பி சிறப்பாத் தான் நடிக்கிறார். அதையும் மாநாட்டு போஸ்டர்களில் விளம்பரப் படுத்தியிருந்தார்கள். மாநாட்டில் நாடகம் போட்டால் சரிப்பட்டு வருமா என்று பெரியார் யோசனைப்பட்டார். அண்ணா நம்முடைய கொள்கைகளை விளக்க அது சரியான உத்தியாக இருக்கும் என்று வலியுறுத்தவே அப்போதைக்கு விட்டுவிட்டார். அது குறித்து அலட்சியமாகச் சம்மதித்துவிட்டது பெரும் தவறு என்று நிறைவுரை ஆற்றிக்கொண்டிருந்தபோது புரிந்தது. பெரியார் கிரிஸ்ப் மிஷன் பற்றி எடுக்க வேண்டிய முக்கியமான முடிவைச் சொல்லிக் கொண்டிருந்தார். இரண்டு மணி நேரம் தொண்டைத் தண்ணீர் வற்ற கத்திக்கொண்டிருந்தார்.

அரங்கத்தில் சலனம் அதிகமாக இருந்தது. பலரும் கவனிக்காமல் தினுசு தினுசாக உட்கார்ந்தும் சாய்ந்தும் கிடந்தனர்.

யாரோ ஒருவன் மேடையைப் பார்த்துக் குரல் கொடுத்தான். பெரியார் மேடையில் இருப்பவர் பக்கம் திரும்பி என்ன சொல்கிறார் அவர் என்று கேட்டார். குத்தூசி குருசாமியோ, யாரோ முதுகுக்குப் பின்னாடி வந்து நின்று “நாடகத்தை ஆரம்பிக்கச் சொல்றாங்க” என்றார்.

பெரியார் கொதித்துப் போனார். “அதுக்குத்தான் வெங்காயம் இந்த நாடகம் கூத்தெல்லாம் வேணாம்னு தலையில அடிச்சுக்கிட்டேன். முக்கியமான பேச்சப்போ திசை மாறிட்டான் பாரு? வேணுமா இதெல்லாம்?” என்று மைக்கிலேயே முழங்கினார். அண்ணா வெல வெலத்துப் போனார். வேஷம் கட்டிக்கொண்டிருந்தவர்கள் எல்லாம் மேற்கொண்டு என்ன செய்வதென்று தெரியாமல் விழித்துக் கொண்டிருந்தனர். அப்போதே இந்தக் கூத்தாடிகள் மீது அவருக்கு வெறுப்பு உருவாகியிருந்தது. மையப் பிரச்சினையை விட்டு இது வேற மாதிரி போவதை அவர் அறிந்திருந்தார். பாட்டுப் பாடி, ஆட்டம் ஆடி, காதல் கல்யாணம் கத்திரிக்காய் எல்லாம் காட்டி கதையை வளர்த்திக்கொண்டு போவதில் பொறுமை இழந்தார். சம்சாரி வீட்டை ஜன்னல் பக்கமா ஒளிந்துகொண்டு வேடிக்கை பார்க்கிற மாதிரி இருந்தது அவருக்கு. அரசியல் கட்சியா மாறினா எப்படி நான்கு பேரிடம் சமரசம் பண்ணிக்க வேண்டியிருக்கிறதோ, அப்படி சினிமா எடுக்கப்போனால் நம்ம கருத்தை விற்க நான்கு பேரிடம் பல் இளிக்க வேண்டியதாகிவிடும் என்று பூரணமாக உணர்ந்திருந்தார். அதையும் மீறி கணேசன் நன்றாகத்தான் நடித்தார் என்றும் நினைத்தார். ‘சிவாஜி’ கணேசன் என்று கொஞ்ச நாளுக்கு முன்னாள்தான் சென்னையில் வைத்துப் பட்டம் வேறு கொடுத்துக் கவுரவித்தார்.

பெரியாரின் நினைவோட்டத்தைக் கவனித்தபடி சற்றுத் தள்ளி அமர்ந்து பார்த்துக்கொண்டிருந்தார் மணியம்மை. ஒரு மனிதன் எந்த

நேரமும் சமூக சிந்தனையே கதி என்று இருக்க முடியுமா என்று யோசித்துக்கொண்டிருந்த மணியம்மைக்கு, முதல் சம்சாரம் இறந்த போது இனி முழுமையாக சங்கராச்சாரியாரைப் போல பணியாற்ற முடியும் என்று சொல்லியிருந்தது ஞாபகம் வந்தது. குளிப்பதற்கும் துணி மாற்றிக்கொள்வதற்கும் தாடியை எடுப்பதற்குமே நேரம் இல்லாதவராக அவர் இருந்தார். அசந்து தூங்கிவிடும் நேரம் தவிர மற்ற நேரமெல்லாம் மனித சமூகம் பற்றியே அவர் யோசித்துக் கொண்டிருப்பதாக அவர் நினைத்தார். பிரிந்து போன எம்.ஏ. படித்த இளைஞர் பட்டாளத்துக்குப் பிறகு அவருக்கு உறுதுணையாக இருந்த சிலரிடம் மணியம்மை இதைச் சொல்லவும் செய்தார். வயதும் மூப்பும் அவரைக் கொள்கைகளை இளக்கிக்கொள்ளச் சம்மதிக்கவில்லை. அவர் எப்போதும்போலப் பிடிவாதமாகவே இருந்தார். "யாரை நம்பி இந்த இயக்கத்தை ஆரம்பிச்சேன்னு நினைக்கிறே..? என்னை நம்பி ஆரம்பிச்சேன்... ஜஸ்டிஸ் பார்ட்டி அரசியல்ல நிக்கிற கட்சியா இருக்கு அதோட தொடர்பு வேணாம்னுதான் இருந்தேன். அண்ணாதுரைதான் அதில கவனமா இருந்தாரு. இயக்கத்தையும் ஜஸ்டிஸ் பார்ட்டியும் இணைச்சோம். திராவிடர் கழகம் அரசியலில் ஈடுபடாது, தேர்தல்ல நிக்காதுனு சொல்லிப்புட்டுதானே வந்தோம். ஜஸ்டிஸ் பார்ட்டிய திராவிடர் கழகமாக்கினப்போ எத்தனை பேரோட விரோதம்..? பல முக்கியஸ்தர்கள் திராவிடர் கழகம் வேண்டாம்னு தங்கிட்டாங்க. இப்போ அண்ணாதுரை அரசியலுக்குப் போனா என்ன அர்த்தம்..? அதுக்கு ஜஸ்டிஸ் பார்ட்டி அப்பிடியே இருந்து தொலைச்சிருக்கலாமே? என்னத்துக்கு இந்தக் கூத்து? ஜனங்க நம்மள என்ன நினைப்பாங்க" இப்படியாக இருந்தது அவருடைய வருத்தமெல்லாம்.

வேன் திண்டிவனம் தாண்டும்போது டிரைவரை டீ சாப்பிடச் சொன்னார் பெரியார். ப்ளாஸ்க்கைக் கொடுத்து அதிலும் டீ வாங்கி வரச் சொன்னார் மணியம்மை.

யார் போனபோதும் நிராதரவாக நினைக்காத அந்த மனிதரின் பலம் ஆச்சர்யப்படுத்தும் விதமாக இருக்கிறது. தனிமனிதனின் இயக்க மாகவும் அவருடைய சுயமான சிந்தனையைச் செயல்படுத்தும் இயக்க மாகவும் அவர் வளர்த்தெடுத்துக்கொண்டிருந்தார். எவரையும் பின்பற்றி நடக்க அவருக்கு உடன்பாடு இருப்பதாகத் தெரியவில்லை. காந்தியோ, புத்தரோ, வள்ளுவரோ அவருடைய விமர்சனத்துக்குத் தப்பியதில்லை. யார் எந்த இடத்தில் தேங்கி நின்றுவிட்டாலும் அவர்களில் இருந்து பெரியார் மாறுபட்டுக்கொண்டே இருந்தார். நவீனமும் விஞ்ஞானமும் சமூக நீதியும் அவருடைய அடிப்படையாக இருந்தது. அவருக்குப் போட்டியாக ஓடிவர முடியாதவர்கள் வழியில் குறுக்குச் சாலையில் நுழைந்து காணாமல் போய்விட்டார்கள்.

சங்கீதம் பற்றியோ, இதிகாசம் பற்றியோ, கலையைப் பற்றியோ அவர் பிரதான அபிப்பிராயங்களை வளர்த்துக்கொள்ள விரும்பவில்லை. அதெல்லாம் பார்ப்பான் தொழில். அவனுங்க வயித்துப் பொழைப்புக்கு

ஏதாவது பண்ணிக்கிட்டு இருப்பானுங்க என்று முரட்டுத்தனமாக அபிப்ராயம் சொல்லிவிடுவார். அவ்வளவு வெறுப்பாக அதை மறுத்திருக்க வேண்டாம் என்று தோன்றும். இருந்தாலும் பாதிக்கும் மேல் அவனுங்கதான் இருக்கானுங்க. மட்டம்தட்டறதுக்குக்கூட யாராவது வேணும்னு நம்ம ஆளு சில பேரைச் சேர்த்துப்பானுங்க என்று சொல்லிவிட்டார். அவரே உருவாக்கிக்கொண்ட எத்தனையோ முரண்பாடுகளை முழுங்கி ஏப்பம் விடும் செரிமானம் மிக்கவராக அவர் இருந்தார். கண்ணுக்கு நேராக அறியும் அனுபவங்களுக்கு என்றைக்கும் அவரிடம் முன்னுரிமை இருந்தது. அதனால் கடவுள் நேரில் தோன்றினால் என்ன சொல்வீர்கள் என்று நாகப்பட்டனக் கூட்டத்தில் ஒருத்தன் கேட்டதற்கு "கடவுள் இருக்கிறாருனு சொல்லிப் புட்டுப் போவேன்" என்று துணிச்சலாகப் பதிலடி கொடுக்க முடிந்தது.

மறுபடி வேன் புறப்பட ஆரம்பித்தது. மக்கள் பெரியார் வந்திருக்கிறார் என்று அறிந்து வாகனத்தைச் சூழ்ந்து நின்றிருந்தார்கள். பெரியார் மக்களை நோக்கிக் கையசைத்தார்.

பண முடையில் பாதியில் நின்றுபோயிருக்கும் தன் படத்தை முடிப்பதற்குப் பணம் தோது பண்ண காரைக்காலில் உமர் பாயைப் பார்த்துவிட்டு வந்துகொண்டிருந்தான் சிவகுரு. அவனுக்குப் பெரியார் இருக்கும் வண்டி என்பதால் ஈர்ப்பு ஏற்பட்டு வண்டிக்கு அருகில் ஓடினான். அதற்குள் அது நகர்ந்துவிட்டது. நடேசனைப் பார்த்தால் பெரியாரை அருகில் இருந்து பார்த்ததைச் சொல்லலாம் என்று நினைத்துக்கொண்டு வெற்றிலைப் பாக்குக் கடையை அணுகி, சிகரெட்டை வாங்கிப் புகைக்க ஆரம்பித்தான். அவனுடைய சில்க் சட்டையில் பளிச்சென்று தெரிந்தது வெட்டுப்புலி தீப்பெட்டி.

உமர் பாய் பணம் உதவுவார் என்ற நம்பிக்கை ஏற்படவில்லை. படத்தின் கதை என்னவென்று விசாரித்தார். கதையை சிவகுருவால் அப்படி சிறப்பாகச் சொல்லத் தெரியவில்லை. அந்தக் கதையைச் சிறப்பாகவே சொல்லியிருந்தாலும் உமர் பாய் பரவசப்பட்டிருப்பார் என்று தோன்றவில்லை.

யார் யாரெல்லாம் நடிக்கிறார்கள், இசையமைப்பது யார், டைரக்ஷன் செய்வது யார் என்றெல்லாம் ஆயிரம் கேள்விகள் கேட்டார். அதன் பிறகும் சமாதானமாகாமல் எடுத்திருக்கும் வரை படத்தை ஒருதரம் பார்த்துட்டுச் சொல்கிறேன் என்று கூறிவிட்டார்.

அடுத்து யாரைப் பிடிப்பது என ஆழ்ந்து புகையை இழுக்க ஆரம்பித்தான் சிவகுரு.

5

ஆண்கள் அதிகம் புழங்கும் இடங்களில் சில பெண்கள் மட்டும் இருப்பது ஒருவகை விநோத இயல்பாக இருந்தது. அவர்கள் சுலபத்தில் இணங்கிவிடுவார்கள் போன்ற சித்திரத்தை ஏற்படுத்தியது. அல்லது சுலபமாக இணங்க வைத்துவிடலாம் என்ற நம்பிக்கையை ஊற்றெடுக்க வைத்தது. மற்றபடி அறுவடை பெண்களிடமோ, களையெடுக்கும் பெண்களிடமோ, சித்தாள் வேலை செய்யும் பெண்களிடமோ இத்தகைய சிந்தனைகள் தோன்றுவதில்லை. அப்படித் தோன்றினாலும் அவர்கள் உடல் உழைப்பால் சம்பாதிக்கிறார்கள் என்ற தயக்கம் இருந்தது. சினிமாவில் பெண்கள் தங்கள் எடுப்பான தோற்றத்தை முதலீடாக வைப்பது சிவகுருவை ஆட்டிப் படைத்தது. சினிமா பெண்கள் தங்கள் உடலை மூலதனமாகக் கொள்வதாக அவன் உள்வாங்கிக்கொண்டான். அது அவனுக்கு மிக்க மனச்சிக்கலைத் தந்துகொண்டிருந்தது.

சினிமாவில் நிறைய ஆண்களும் சில பெண்களும் இருந்தனர். அது பெண்களை அடக்கிவிடக்கூடிய மிக சல்லீசான களமாக இருந்தது. அவர்கள் தங்கள் தொழில் நிமித்தம் ஏராளமான அலங்காரம் செய்யவேண்டியிருந்தது. முன்னழகையும் பின்னழகையும் தேவைக்கு அதிகமாக வெளிப்படுத்த வேண்டியிருந்தது. எப்போதும் மலர்ச்சியாகக் காட்டிக்கொள்ள வேண்டியிருந்தது. அது சிவகுருவை சுலபத்தில் சிற்றின்ப வேட்கைக்குத் தள்ளியது. கைக்கு நெருக்கத்தில் அனுபவிக்கக் கூடிய தூரத்தில் பெண் இருந்தும் அது எட்டாக்

கனியாக இருப்பதன் காரணமென்ன என்பதை ஆராய்ந்தான். பல நடிகைகள் படமெடுப்பவரைக் கண்டு முதலாளி என்று எழுந்து நிற்கும் தோரணையும் நளினமும் தானும் ஒரு படம் எடுப்பதன் மூலம் யாரையும் கைக்குள் போட்டுக்கொள்ள முடியும் என்ற யோசனையை ஏற்படுத்தியது. படமெடுப்பதற்கு அப்பாவிடம் பணம் கேட்டு நச்சரிக்க ஆரம்பித்தான். ஆறுமுக முதலிக்கோ தன் பையன் பெயரில் அத்தனை நம்பிக்கை இல்லை. அதன் காரணமாக சினிமா எடுப்பதற்குத் தனக்கிருந்த ஆர்வத்தையும் மூட்டை கட்டி வைத்துவிட்டார்.

குடித்துச் சண்டை போட்டு, சினிமா கொட்டகையையும் எண்ணெய் மில்லையும் சிவகுரு தன் பெயருக்கு மாற்றிக்கொண்டு ஆன பின்பு மிகவும் மனம் வெறுத்துவிட்டார். படம் எடுக்க வேண்டி எண்ணெய் மில்லை விற்றுவிட்டான் என்ற செய்தி வந்ததுமே தினப் பத்திரிகை ஒன்றில் விளம்பரமே கொடுத்துவிட்டார்.

எனது குமாரனாகப்பட்ட ஸ்ரீமான் சிவகுருவுக்கும் எனக்கும் சொத்து பத்து விவகாரத்தில் எந்தவிதச் சம்பந்தமும் இல்லை என்பதை இதனால் தெரிவித்துக்கொள்கிறேன். ஊதாரித்தனமாகச் செலவழித்துவரும் அவனை நம்பிப் பணம் கொடுப்போருக்கு நான் ஜவாப்தாரி ஆக முடியாதென்றும், அதனால் ஏற்படும் பிரச்சினைகளிலும் தன்னால் தலையிட முடியாதென்றும் தெரிவித்துக்கொள்கிறேன்.

இங்ஙனம், ஆறுமுக முதலியார், ஊத்துக்கோட்டை.

இந்த விளம்பரத்துக்குப் பிறகு தந்தைக்கும் மகனுக்குமான உறவு முற்றிலும் தகர்ந்துவிட்டது. இதுவே சிவகுருவுக்கு இன்னும் வசதியாகவும் போனது. தன் இஷ்டம்போல ஆடிவந்தான். சினிமா எடுப்பதற்கு முதல் தேவைபோல கார் ஒன்றை வாங்கிக்கொண்டான். ஆடம்பர ஓட்டல்களில் அறை எடுத்துத் தங்கிக்கொண்டு, சினிமா எடுப்பதற்கு ஆரம்பித்தான். கழுத்தில் கனத்த தங்கச் சங்கிலியும் காரும் பணமுமாக இருப்பதைக் கண்டு, கோடம்பாக்கத்தில் குடித்தனம் நடத்தும் ஒன்றிரண்டு சினிமா சம்பந்தப்பட்ட பெண்கள் நடிக்க வாய்ப்புக் கேட்டு வந்தனர். சிவகுருவுக்கு ஜன்ம சாபல்யம் ஏற்பட்டது போல மனது களியாட்டம் போட்டது. ஆனாலும் அவர்களிடம் தன் பலவீனத்தை வெளிக்காட்டிக்கொள்ளாமல் ஆடத் தெரியுமா, பாடத் தெரியுமா என்று கேட்டான். அவனுக்கு ஆட்டம், பாட்டு பற்றிய அறிவெல்லாம் இல்லை. சினிமாவில் பார்த்த ஆட்டமும் பாட்டும் அவனுக்குத் தெரிந்ததாக இருந்தது. அதையே அவர்களும் ஆடிக் காட்டினர். பெரும்பாலும் தெலுங்குப் பெண்களாக இருந்தனர். அவர்கள் நல்ல உயரத்துடனும் மிடுக்கான தோற்றத்துடனும் இருந்தனர். அவர்களுடன் நடிப்புக்கு ஆள் பிடித்துத் தரும் ஆசாமிகள் சிலர் வந்தனர். அவர்கள் "பொண்ணு நல்லா நடிக்கும் ஸார். இவ்வளவு ஏன்.. வைஜெயந்தி மாலா நான் கூட்டாயாந்த பொண்ணுதான். திருவிதாங்கூர் சமஸ்தானத்தில இருந்த பொண்ணு. இப்ப பத்மினி,

ராகினி.. எல்லாம் சினிமாவுக்கு நுழைச்சுவிட்டது நான்தான். இதோ... இந்தப் பொண்ணைக் கூட்டியாந்திருக்கேன். அடுத்த வருஷம் ஆயிரம் ஆயிரமா சம்பாதிக்கப்போவுது.. எங்கயாவது பார்த்து எப்படிம்மா இருக்கேனு கேட்டா.. யாருப்பா நீனு கேக்கும்" என்றான் வெற்றிலைக் குதப்பலோடு.

பதிலுக்கு அந்தப் பெண்ணும் "எஜமான்.. அப்படிகாது.. விசுவாசம் எப்பவும் மனசுல உண்டாதி" என்று மார்பின் மீது அழுத்திச் சொன்னாள்.

விளையாட்டாக அதில் நம்பிக்கை ஏற்படாதவனாக "இந்த மாதிரி நிறையப் பேரைப் பார்த்திருக்கேன்.?" என்றான்.

அவள் சீரியஸாக முகத்தை வைத்துக்கொண்டு, இப்படியெல்லாம் சொன்னால் எனக்கு சான்ஸே வேண்டாம் நான் கிளம்புகிறேன் என்றாள். அவளுடைய பொய்க் கோபத்துக்கு சிவகுரு மன்னிப்புக் கேட்டுக்கொண்டான். "இந்தா இதை முன்பணமா வெச்சுக்க" என்று அவள் கையில் வைத்து பணத்தை அழுத்தினான். கூட வந்திருந்த அவளுடைய அம்மா "அப்ப நாங்க காலைல போறோம்" என்றாள்.

இப்படி வெடுக்கெனப் படிந்துவிட்டதில் சிவகுரு ஆச்சர்யமடைந்தான். கூட்டி வந்த ஆசாமியும் திடுக்கிட்டுப் போய் அம்மாகாரியைப் பார்த்தான். எல்லோரும் இப்படி ஒரே வார்த்தையில் ஆச்சர்யப்பட்டுப் போகும் அளவுக்கு நாம் என்ன சொல்லிவிட்டோம் என்று அவளுக்கும் புரியவில்லை. கூட்டி வந்தவன் வேகமாக விஷயத்தைப் புரிந்து கொண்டான்.

"அப்ப நாங்க காலைல வர்றோம்னு சொல்றதுக்கு காலைல போறோம்னு சொல்லிடுச்சு. தமிழ் இன்னும் சரியா வரலை அதுக்கு" சிவகுருவைப் பார்த்து விளக்கினான்.

சிவகுரு "அவங்க சரியாத்தான் சொன்னாங்க" அம்மாகாரியைச் சம்மதம் கேட்பதுபோலப் பார்த்தபடி சொன்னான்.

"ஐயோ! ராத்திரில ஓட்டல்லயா.. காது எஜமான்.." உலகம் என்ன நினைக்கும் என்ற அவளுடைய பதற்றம் சிவகுருவுக்குப் பிடித்திருந்தது.

"ராத்திரில எங்க போவீங்க பொண்ணைக் கூட்டிக்கிட்டு.. பஸ்கூட இருக்காது இப்ப.. சாப்பிட்டுட்டுப் படுங்க" என்று கரிசனத்தோடு சொன்னான்.

ஒண்ணுக்கு இரண்டாய் பணம் கறக்கிற ஆசையில் சிவகுருவை நோக்கிக் கண்ணால் சமிக்ஞை செய்தான் கூட்டி வந்தவன். அதை நடிக்க வந்தவளும் கவனித்துவிட்டதால் சமிக்ஞையின் தொடர்ச்சியை அவளிடம் தெரிவித்தான். இருவருக்குமே தெரிந்துவிட்ட பின்பு இதற்கு எதற்கு சமிக்ஞை? நேராக இருவரையும் பார்த்துச் சொல்லலாமே என்று நினைத்தபோதும் அதில் ஒரு கவர்ச்சி அம்சம் இருந்தது.

வேறு வழியின்றி ஒருவருக்கு ஒருவர் தெரியாமல் சமிக்ஞை பெற்றதாக உருவகித்துக்கொண்டனர்.

"அப்ப நான் கிளம்பறேன்" ஆசாமி தலையைச் சொறிந்தான். அவனிடம் ஒரு நூறு ரூபாயை அழுத்திவிட்டு, கதவைச் சாத்திவிட்டு வந்தான்.

பெல்லை அழுத்தி ரூம் பாயை வரவழைத்து, "என்ன சாப்பிட்றீங்க" என்றான்.

"எனக்கு ஆப்பிள் ஜூஸ் போதும்" வயிற்றைத் தடவிச் சொல்லிவிட்டு "நாங்க கிளம்பறோம் எஜமான்" சிணுங்கலாக நடிகை சொன்னாள்.

"சரி.. எனக்கும் ஆப்பிள்" என அம்மாவும் நாகரிகமாகச் சொன்னாள். "அப்ப மூணு ஆப்பிள் ஜூஸ் கொண்டாப்பா."

பெண்ணைச் சற்றுத் தள்ளி உட்கார வைத்து, அவள் கையிலேயே வைத்திருந்த பணத்தை வாங்கித் தன் ஹாண்ட் பேகில் போட்டுக் கொண்டாள் அம்மாக்காரி. ரகசிய குரலில் "பொண்ணுக்கு இதெல்லாம் பலக்கம் இல்லை.. எனக்கு முப்பத்தஞ்சி ஏஜ்தான்.." என்றாள்.

நாற்பதற்கு மேல் இருக்கும் என்று கணக்கிட்டான் சிவகுரு. எதுவும் சொல்லாமல் சிகரெட் ஒன்றை எடுத்துப் பற்ற வைத்துக்கொண்டான். ஆப்பிள் ஜூஸ் வந்ததும் ஸ்ட்ரா மார்க்கமாக மூவரும் அதைக் குடித்தனர். உறிஞ்சும் சப்தம் மட்டும் வந்தது. அம்மாக்காரிக்கும் எடுப்பான உடம்புதான். முகம்கூட அழகுதான். மகளுக்கு நிகராக அலங்காரமும் செய்து வந்திருந்தாள். காவி ஏறிப்போன பற்களைப் பார்த்தபோதுதான் சிவகுருவுக்குச் சங்கடமாக இருந்தது. வயிற்றுப் பகுதியும் அகன்று போய் இருந்தது. மூவரும் கண்ணாடி டம்ளர்களை மிருதுவாக டேபிளின் மீது வைத்தனர். அடுத்து என்ன என்பதுபோல் மௌனம் நிலவியது. ஏதாவது பேச வேண்டும் என்பதாக அம்மாக்காரி "நெல்லூர் தெல்ஸ்னா? அங்க எங்கள்க்கு பூர்வீகம்.. எங்க வூட்டுக்காரு பிசினஸு.." என்று ஆரம்பித்தாள். சிவகுரு அவளைத் தொடரவிடாமல் பர்ஸைத் திறந்து இரண்டு நூறு ரூபாய்த் தாள்களை எடுத்துக் கொடுத்து, "நீ அந்த ரூம்ல படுத்துக்க" என்றான்.

"பாக மனசு ஒச்சி பொண்ண முன்னால கொண்டாரணும்." மாத்திரை ஒன்றைப் பெண்ணின் வாயில் போட்டுத் தண்ணீர் புகட்டக் கொடுத்தாள். மகள் அதை முழிங்கிவிட்டு, உதட்டைத் துடைத்துக் கொண்டாள். அம்மாகாரி எழுந்து செல்லவும் நடிக்க வந்தவளும் எழுந்து பின்னால் சென்றாள்.

"என்ன வுட்டுட்டு ஒண்டிக்கா படுக்க பயம் உந்தி.. நு எசமாங்கிட்ட படுத்துக்கோ.. பாத்து எசமான்.. இதுக்கு ஒண்ணும் தெல்லேது.."

நடிகையின் கையைப் பிடித்து நாம் இங்க படுத்துக்கலாம் என்று இன்னொரு அறைக்குள் அழைத்துச் சென்றான். மெத்தென்ற படுக்கையும் டேபிளும் கப்போர்டும் கொண்டதாக இருந்தது. ஜன்னல்

ஸ்கிரீனை இழுத்து மூடிவிட்டு "உன் பேரைச் சொல்லவே இல்லையே" என்றான்.

"சொன்னனே..? வனிதா."

இடுப்பை இழுத்து அணைத்தபோது அவள் இரண்டு கைகளாலும் முகத்தை மூடிக்கொண்டாள். அந்த வெட்கத்தில் நடிப்பு இருந்தது. "வுடு எசமான்" என்று அவள் சிணுங்கியதிலும் மிகை உணர்ச்சியாக இருந்தது. "இது ராஜாங்க ஃபிலிமா, ஸோஸிலா?" என்றாள்.

"படுத்துக்கொண்டே பேசலாம்.."

விளக்கை அணைத்துவிட்டு அவளைப் படுக்கையில் சாய்த்தான். என்னவென்றே தெரியாமல் இயல்பான மோகத் தீயால் மேலே சாய்ந்தது போல் கண்களை மூடிக்கொண்டாள். ஆனால், 'பலக்கமில்லாதவளாக' அவளால் அதிக நேரம் நடிக்க முடியவில்லை.

காலையில் மூவரும் லாட்ஜ் ரெஸ்டாரன்ட்டில் பொங்கல், மெது வடை, காபி சாப்பிட்டு முடிக்கும் தறுவாயில், நேற்று விடைபெற்றுப் போனவன் கூட ஒருவனைக் கூட்டிக்கொண்டு வந்தான். "வடபழனி முருகன் கோயில் பிரசாதம்" என்று பவ்யமாக விபூதியை நீட்டினான். அம்மாக்காரி "டிபன் சாப்பிட்டியா சண்முகம்?" என்றாள். சிவகுரு அவன் பெயரை நினைவுபடுத்திக்கொண்டபடி விபூதியை எடுத்து தீற்றிக்கொண்டான்.

சண்முகம் பக்கத்தில் இருந்தவனைக் காட்டி, "இவரு டைரக்டரு.. எல்.வி.பிரசாத் கிட்ட வேலை பார்த்தவரு.. தண்டபாணினு பேரு" என்றான்.

"பிரசாத் காரு பெத்த டைரக்டரு" என்றாள் வனிதா. "இப்புடு ஒக்க பிலிம் ஒச்சந்தியே.. ஏமி?.. மிஸ்ஸியம்மா.. பாக பிலிமு.. அவருகிட்ட வொர்க்கு செஞ்சீனாவா நுவ்?"

தண்டபாணி என்பவன் அக்கம் பக்கம் கண்கள் ஓட்டித் தலையசைத்தான். "இப்பத்தான் கோடம்பாக்கம் ரயில்வே கிராஸ்ல சாவித்ரியம்மாவப் பாத்துட்டு வர்றேன். ரயில்வேகாரன் 'கேட்'ட போட்டுட்டான்.. என்னப் பாத்து சிரிச்சிட்டுப்போனாங்க" சாவித்ரியை நன்றாகத் தெரியும் என்பதற்காக இந்தத் தகவலைச் சொன்னான்.

இந்தப் பக்கம் நடிகை, இந்தப் பக்கம் டைரக்டர் என சிவகுரு தயாரிப்பாளராகத் தன்னைப் பூரணமாகக் கருதிக்கொண்டான். உடனடியாக வந்தவர்கள் இருவருக்கும் பொங்கல் வடை ஆர்டர் செய்தான். வனிதா பக்கத்தில் அமர்ந்திருக்க எதிரில் இயக்குநரும் சண்முகமும் அமர்ந்திருந்தனர்.

முகத்தைக் கூர்ந்து கவனிக்கும் பாங்கில் வைத்தபடி "கதை என்ன?" என்றான்.

"அண்ணன்மார் கதை... கணேசனையும் எஸ்.எஸ்.ஆரையும் போட்டு

எடுக்கணும்னு திட்டம்.. கருணாநிதி வசனம் டி.ஆர்.பாப்பா மீசிக்..”

“பெரிய திட்டமாத்தான் இருக்கு.. நமக்குக் கட்டுப்படி ஆகிற ஆசாமியா சொல்லுப்பா..”

“ஜெமினி.. எஸ்.எஸ்.ஆர்?” தண்டபாணியால் அதற்கு மேல் இறங்க முடியவில்லை.

“ ‘பராசக்தி’ கணேசன் மாரி நாமளும் யாரையனா புதுசா எறக்குவோம்... கதாநாயகி இவங்கதான்.”

வனிதா “நமஸ்காரண்டி” என்றாள். டைரக்டரைப் பார்த்த நேரத்தில். “படத்தில வசனம் முக்கியம்.. விந்தனை எழுத வைக்கலாம்.. பேசற ஆளும் கம்பீரமா பேசணும்.”

“அப்படி என்ன கதை அது?”

“தெற்க நடந்த நிஜக் கதை... அண்ணன்-தம்பிங்க, தங்கச்சினு பாசமான கதை. ராஜாங்க விஷயமும் இருக்கு. வாள் சண்டை, வேல் சண்டைனு பிரமாதம் பண்ணிப்பிடலாம்.”

“அப்ப ராமசந்திரனைப் போடுங்க. ஸ்டண்ட்ல கில்லாடியாச்சே?”

“அவரும் சம்பளத்தை ஏத்திப்புட்டாருங்க. அவரு சம்மதிச்சாலும் சக்ரபாணி குறைச்சுக்க மாட்டாரு. வேணும்னா விசாரிச்சுச் சொல்றேன்.”

காபி குடித்து ஆனதும் “மொத்தத்தில எவ்வளவு ஆகும்னு உத்தேசமா சொல்லுங்க..”

“சரிங்க” என்றபடி எழுந்தான் தண்டபாணி.

“ஊர்ல நில புலம் இருந்தா அத வித்துப்புட்டு இங்க வந்து வாங்கிப் போடுங்க. செட்டியார்க்கு நான்தான் பாய்கிட்ட இருந்து புடுச்சிக் குடுத்தேன். பத்து ஏக்கர் விஸ்தீர்ணம். மாட்டுத் தோல் கொடோன் இருந்த இடம். இப்பப் பாருங்க என் கை ராசி.. வருஷத்துக்கு அஞ்சு படம் எடுக்கிறாரு.. நமக்கு ஒரு ஸ்டூடியோ இருந்தா நல்லதுதானே?”

சிவகுருவுக்கு ஊரில் இருக்கிற முப்பது ஏக்கரில் இருபது ஏக்கரை விற்றுவிட்டு, செட்டியார் ஸ்டூடியோவுக்குப் பக்கத்தில் மலிந்து கிடக்கும் புதர் மண்டிய காட்டுப் பகுதியை வாங்கிப்போட்டால் ஒரு ஸ்டூடியோ கட்டிவிடலாம் என ஆசை உருவானது. சில ஆசைகள் சொன்னவுடன் றெக்கைக் கட்டிப் பறக்கும். அதுவே பேராசையாகத் தொற்றிக்கொண்டால் றெக்கைக் கட்டிக்கொள்ளாமலேயே பறக்கும். அப்பாவைச் சரிக்கட்டுவது எப்படி என்று யோசனையாக இருந்தது.

“நாகி ரெட்டியாருக்கும் நீங்கதான் வாங்கித் தந்தீங்களா?” கண்ணைச் சிமிட்டிச் சிரித்தான் சண்முகம். அதாவது, அதில் என்ன உங்களுக்குப் புதிதாகச் சந்தேகம் என்பதை வெளிப்படுத்தினான்.

ஏவி.எம்., விஜயவாகினி, சிவகுரு ஸ்டூடியோஸ் என்று ஒரு வரிசை

மனதுக்குள் ஓடியது.

"சரி.. பண்ணிடுவோம். நல்ல எடமாப் பார்த்து வையுங்க. பத்து ஏக்கருக்குள்ள இருந்தா போதும்."

சண்முகம் மீண்டும் ஒரு நூறு ரூபாய் வாங்கிக்கொண்டு விடை பெற்றான்.

6

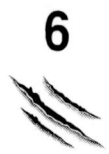

நினைத்தபடி நடக்காமல் அது வேறொன்றாக உருவெடுத்தது சிவகுரு தயாரித்த சினிமா. சிவாஜி கணேசன், எம்.ஜி.ராமசந்திரன், ஜெமினி, எஸ்.எஸ்.ஆர். என்று நடிகர்களின் மாற்று யோசனை செய்தாலும் வனிதாவை மாற்றிவிடக் கூடாது என்பதில் சிவகுரு தீர்மானமாக இருந்தான். சென்னையில் அமெச்சூர் நாடகக் குழுவில் நடித்த சிவப்பிரகாசம் என்பவரை நடிக்க வைத்து, ஒரு கதையைத் தீர்மானித்தனர். ராஜாங்கப் படமென்றால் அதிக செலவு பிடிக்கும் என்று 'பத்தினி தெய்வம்' என்ற பெயரில் சமூகக் கதையையே தயாரிக்க முனைந்தனர். ஆனால் சிவகுரு, எதற்குச் செலவு செய்ய வேண்டுமோ அந்த இடத்தில் கஞ்சத்தனமாகவும் எங்கே இறுக்கிப் பிடிக்க வேண்டுமோ அந்த இடத்தில் மகா வள்ளலாகவும் செயல்பட்டான். இது படத்தின் வளர்ச்சியைப் பெரிதும் பாதித்தது. ஆனால், நினைப்பெல்லாம் எஸ்.எஸ்.வாசன் போல பிரம்மாண்டமாகப் படமெடுப்பதில் இருந்தது. அவர் மொத்த சொத்தையும் அடமானமிட்டு 'சந்திரலேகா' என்ற படத்தை எடுத்து, உலக நாட்டில் எல்லாம் விநியோகித்த மாதிரி ஆசைப்பட்டான். அவன் யோசித்து வைத்திருந்த கதைக்கு அத்தனை பிரம்மாண்டம் தேவையில்லை. தாலி பாக்கியத்தைப் பெரிதென எண்ணும் ஒரு பெண்ணின் கதை. ஆனால், கணவனோ குடிகாரனா கவும் பணியாற்றும் வங்கியில் கையாடல் செய்து போலீஸில் சிக்கிக் கொள்பவனாகவும் இருந்தான். மனைவி அவனுக்காக வேண்டாத தெய்வம் இல்லை. வேண்டாத சிபாரிசு இல்லை. புருஷன் வெளிய

வந்து பொண்டாட்டியைச் சந்தேகப்படுகிறான். அவள் விஷம் குடித்துச் செத்துப் போகிறாள். அப்போதுதான் அவளுடைய பெருமை அவனுக்குத் தெரிகிறது... இதுதான் கதை.

ஏவி.எம். கதை இலாகாவில் பணி செய்பவன் என்று சொல்லிய ஒருவரை வைத்து வசனம் எழுதிக்கொண்டனர். கோல்டன் ஸ்டூடியோவில் முதல் நாள் ஷூட்டிங்.

கேமராவில் பார்த்தால் வனிதாவின் முகம் சகிக்கவில்லை என்று தீர்மானமாகச் சொல்லிவிட்டார் கேமராமேன். வசனம் பேச வீட்டுக்கு ஆள் அனுப்பிச் சொல்லிக் கொடுத்தும் அவளுக்கு வார்த்தைகள் ஸ்பஷ்டமாக வரவில்லை. எங்கே வனிதாவை நீக்கிவிடுவார்களோ என்று பயந்தே போனான் சிவகுரு. அவனைத் தொடர்ந்துதான் வனிதாவுக்குப் பயம் வந்தது.

“குற்றமென்ன செய்துவிட்டேன்.. எனைப் பாவியென்று சொல்வதற்கு எப்படி நா எழுந்தது?” - இது வசனத்தின் ஆரம்பம்.

அவளோ “கொற்றம்ன்னா செய்துட்டேன் நாதா..” என்று ஆரம்பித்தாள்.

எல்லோரும் திடுக்கிட்டுப் போயினர். உதவியாள் ஒருவர் அந்தப் பதற்றத்தில் சொல்லித்தர முனைந்தார். பதற்றத்தில் அவள் பேசினாள். நா புரளாமல் எல்லோரும் சிரிக்கும்படியாகவும் வேதனை அடையும்படியாகவும் நிலைமை மாறிக்கொண்டிருந்தது. மதிய உணவுக்குப் பிறகு படப்பிடிப்பை வைத்துக்கொள்ளலாம் என்றார் தண்டபாணி.

“முதல் நாள் இல்லையா? பதற்றம் அதிகமாக இருக்கு” என்று லைட் பாய் யாரோ பேசிக்கொள்வது சிவகுருவின் காதில் விழுந்தது. வனிதாவை அறைக்கு அனுப்பி வைத்து ஆசுவாசப்படுத்திக்கொள்ளப் பணித்தார்கள். வனிதாவின் அறையில் செட் ஆசாரி ஒருவர் சென்று பொறுமையாக வசனத்தைக் காதில் வாங்கிக்கொண்டு பேசுமாறு அறிவுரை சொன்னார். அவர் சினிமா துறையில் பத்து ஆண்டுகளுக்கு மேலாக உழல்பவர்.

“தமிழ் பேசுவது தெலுங்கு மாரி இல்ல. மத்தவங்க பேசும்போது கவனமா கேட்டுப் பழகும்மா.. முன்னல்லாம் நடிகருங்க பேசும்போதும் பாடும்போதும் பின்னாடியே வாத்திய கோஷ்டி நின்னுக்குட்டு வாசிப்பாங்க. ஒண்ணும் காதுல விழாது. இப்ப வாத்தியம் படம் எடுத்த பிற்பாடு தனியா சேர்த்துக்கிற வசதி வந்தாச்சு.

பேச்சும்கூட அப்புறமா டப்பிங் பேசிச் சரி பண்ணிடலாம். ஆனா, இப்ப நீ உச்சரிக்கிறதை வெச்சுத்தான் அப்புறம் பேச முடியும். உதடு சேரணும் இல்ல?” என்றார்.

மேக்கப் போட வந்திருந்த நாயுடுவும் “கவனமா பேசிடும்மா” என்றார் அவர் பங்குக்கு.

“கொஞ்சம் சொல்லுங்க ஸார்.. இப்பிடி வந்த சான்ஸை யூஸ் பண்ணிக்காம தத்தியாட்டமா இருக்குது” சலித்துக்கொண்டாள் அம்மாக்காரி.

வசனக் காகிதத்தைக் கையில் பிடித்துக்கொண்டு கண்ணைக் கசக்கிக் கொண்டு நின்றாள் வனிதா. அம்மாக்காரி அவசரத்தில் இவளை மாற்றிவிடுவார்களோ என்று சிவகுருவை நோக்கி ஓடினாள். அவன் இயக்குநர், கேமராமேன் சூழ நின்றுகொண்டிருந்தான். தூரத்தில் நின்று என்ன பேசிக்கொள்கிறார்கள் என்று அவதானிக்க முயன்றாள். அவர்கள் பேச்சு காதில் விழவில்லை. மேக்கப் உதவிக்கு வந்திருந்த பையனை அனுப்பி சிவகுருவை வரச் சொன்னாள்.

சிவகுரு அங்கிருந்தே திரும்பிப் பார்த்து, உள்ளே போய் உட்காரும் படி சைகை செய்தான். அவனுக்கு கேமராமேனும் டைரக்டரும் சொல்வதில் நியாயம் ஏற்பட்டது. வனிதாவைத் தூக்கிவிட்டு சாவித்திரியை இந்த வேடத்துக்குப் போட்டால் பிரமாதப்படுத்திவிடுவார் என்று சொன்னார். சிவகுருவுக்கு உடனே ‘மிஸ்ஸியம்மா’வில் சாவித்திரி நடித்த காட்சி ஞாபகத்துக்கு வந்தது.

கேமராமேன் இதற்கு முன் இரண்டு படங்களுக்குப் பணியாற்றி இருப்பதாகவும் அது விரைவில் ரிலீஸ் ஆக இருப்பதாகவும் சொன்னான்.

அவன் குறிப்பிட்டுச் சொன்ன விஷயம், ‘சுகத்துக்குப் பெண்கள் வேண்டும் என்றால் தனியாக வைத்துக்கொள்ள வேண்டும். அதற்கு ஆயிரம் பேர் இருக்கிறார்கள். ஆனால், நடிப்பதற்கு அதற்குத் தகுதியான ஆளை வைத்துப் படம் எடுக்க வேண்டும். இந்தப் பெண்ணுக்கு ஏதாவது காசைக் கொடுத்து அனுப்பிவிடுங்கள். அல்லது வேறு ஏதாவது சிறிய வேஷம் கொடுத்துக்கொள்ளலாம். இல்லாவிட்டால், இவளால் முழுப் படமும் வீணாகிவிடும்’ என்பதுதான்.

டைரக்டருக்கு சாவித்திரி நடிப்பாரா என்பதில் சந்தேகம் தோன்றியது. “வேற யாராவது புதுசா தேடினாலும் கிடைப்பாங்க. இல்லாட்டி ஸ்ரீரஞ்சனி, குசலகுமாரி இப்படி யாராவது புடிக்கலாம்” என்றான்.

சிவகுருவின் மனசு அலை பாய்ந்தது.

“சரி.. தூக்கிடலாம். சின்ன வேஷம் ஏதாவது போட்டுவுட்டுடுங்க..” என்றான்.

சிகரெட்டைக் கொளுத்திக்கொண்டான். இதற்குள் வனிதாவின் அம்மாவுக்கு விஷயம் எட்டியிருக்க வேண்டும். யாரும் அறைப் பக்கம் வந்து எதுவும் சொல்லாமல் இருந்ததால், சிவகுருவின் காலில் விழாத குறையாக என் பெண்ணின் வாழ்க்கையைக் கெடுத்துவிடாதீர்கள் என்று அழுதாள். அல்லது பேசிய சம்பளத்தையாவது கொடுத்து விடுங்கள் என்றாள். உண்மையில் அவளுக்குச் சம்பளம் எதுவும் பேசவில்லை. அட்வான்ஸாக ஆயிரம் ரூபாய் கொடுத்திருந்தான்.

"சம்பளம் என்ன பேசின நீ?" என்று கோபமாகக் கேட்டான்.

"ஆயிரம் ரூபா குடுத்திருக்கேன் இல்ல? அதோட போ.."

"அப்ப இத்தனை நாள் செஞ்சதெல்லாம் ஃப்ரியாவா?" என சப்தம் போட ஆரம்பித்தாள். வனிதாவுக்கு மானம் போனது. ஓடிவந்து அவளுடைய அம்மாவை இழுத்துக்கொண்டு ஓடினாள். "செகண்ட் ஹீரோயினி வேஷமாவது கேளு.. கோஷம்போட்டு அசிங்கம் பண்ணாதே" என்றாள் வினிதா. மீண்டும் வந்து சிவகுருவிடம் கெஞ்சினாள்.

கேமராமேனும் டைரக்டரும் தலையிட்டு நல்ல வேஷமாகக் கொடுப்பதாக வாக்குறுதி அளித்தனர்.

அன்று படப்பிடிப்பு எதுவும் நடக்கவில்லை. இன்னும் ஒரு வாரம் கழித்து ஷூட்டிங் வைத்துக்கொள்வதாகப் பேசிவிட்டு கதையில் சில மாற்றங்களையும் நடிப்பவர்களில் சில மாற்றங்களையும் செய்தார்கள். வனிதாவின் படம் பாதி வளர்வதற்குள் சிவகுருவுக்கு கையிருப்பு கரைந்துபோனது. அப்பாவுக்குத் தெரிந்தவர்கள் வகையில் பணம் புரட்டி இன்னும் இரண்டு மூன்று நாள் ஷூட்டிங் நடத்தினான். இந்த நேரத்தில்தான் ஆறுமுக முதலியார் பையனை நம்பி யாரும் பணம் தரக்கூடாது என்று விளம்பரம் கொடுத்தது. பாதியில் நின்று போன படத்தை வேறு யாருக்காவது மாற்றிக் கொடுத்துவிட்டு, வந்த வரைக்கும் பணம் வாங்கிக்கொண்டால் போதுமென்று இருந்தது.

ஓட்டலைக் காலி செய்துவிட்டு புலியூரில் ஒரு வீடு எடுத்து வாடகைக்குத் தங்கினான். அவனுடன் அட்டைபோல ஒட்டிக் கொண்டாள் வனிதா. 'வேறு யாராவது வசதியான ஆசாமி கிடைத்தால் நீ அவனோடு போய்விடு' என்றும் சொல்லி வைத்திருந்தான் சிவகுரு. அவன் சொல்லாமலே அப்படியொரு யோசனையில்தான் இருந்தாள் அவளும்.

அம்மாவும் பெண்ணும் சினிமா ஷூட்டிங் நடக்கிற இடத்தில் வாய்ப்புக் கேட்டு அலைந்தனர். சின்னச் சின்ன வேஷம் கிடைத்தது. உடம்பை வைத்துச் சம்பாத்தியம் செய்வது தவிர்க்க முடியாததாகி வந்தது. சாப்பாட்டுக்கும் வீட்டு வாடகைக்கும் தேற்றியாக வேண்டுமே. சிவகுரு காரை விற்றுவிட்டான். டாக்ஸி வைத்துக்கொண்டு நான்கு இடம் போய் வந்தான். இரவில் வீட்டுக்கு வந்தால் சில நாள் அம்மாவும் பொண்ணும் இருப்பார்கள்; சில நாள் அம்மா மட்டும் இருப்பாள். சில நாள் அம்மாவுடன் வேறு ஒருத்தனும் இருப்பான். இதனால் சிவகுருவுக்கும் அவர்களுக்கும் அடிக்கடி சண்டை வந்து கொண்டிருந்தது.

உமர் பாயைப் பார்த்தால் உதவி செய்வார் என்றார்கள். எம்.ஜி.ஆர். நடித்த 'ஜெனோவா' படம் இப்படித்தான் பாதியில் நின்றுபோய் இருந்ததாகவும் படம் எடுத்த ஆலப்புழைக்காரரர் எம்.ஜி.ஆரை வைத்து மீண்டும் படம் எடுக்க முனைந்தபோது சக்ரபாணி, "எம்.ஜி.ஆரோட

சக்ரவர்த்தித் திருமகன் நல்லா போகுதில்ல? இப்ப சின்னவருக்கு சம்பளம் கூட்டியாச்சு... இருபத்தஞ்சாயிரம் மேல வெச்சாத்தான் படத்தில நடிக்கிறத பத்திப் பேசலாம்." என்று கறாராகக் கூறிவிட்டார். உமர்தான் சின்னவரைப் போய்ப் பார்த்துப் பேசி, முதலில் பேசியிருந்த பத்தாயிரம் ரூபாய் சம்பளத்திலேயே படத்தை முடிக்க வைத்தார். அந்த நம்பிக்கையில்தான் அவரைப் போய்ப் பார்த்துவிட்டு வந்தான் சிவகுரு.

அவரும் பிடிகொடுக்காமல் பேசி அனுப்பிவிட்டார்.

7

மவுன்ட் ரோடு புஹாரி ஓட்டல் சமீபம் வந்துகொண்டிருந்த லட்சுமண ரெட்டி, உருக்குலைந்து போய் சைக்கிளில் வந்து இறங்கிய சிவகுருவைப் பார்த்தார்.

அவருக்கு சிவகுருவை நன்றாகவே அடையாளம் தெரிந்தது.

ஆனால், சிவகுருவுக்கு அவரைத் தெரியவில்லை.

“என்னைத் தெரியலையா? உங்க சினிமா கொட்டாய்ல சாப் பாட்டுக் கடையில வேலை பார்த்தனே.. லட்சுமணன்..” என்று பல வாறாக ஞாபகப்படுத்திய பின்பே அவனுக்கு நினைவு வந்தது.

தெய்வத்தை நேரில் பார்த்தது மாதிரி பரவசப்பட்டான். தன் கசங்கிய ஆடையைக் கையால் நீவி விட்டுக்கொண்டு மிடுக்காகப் பேச எத்தனித்தான். ஆனால், பசியும் பட்ட அனுபவமும் அவனுக்குத் துணை புரியவில்லை. லட்சுமணன் நேர்த்தியான டெர்லின் சட்டையும் எட்டு முழ ஃபின்லே வேட்டியும் அணிந்திருப்பதைப் பார்த்த பின்பு தனக்கு ஒரு விடிவு காலம் பிறந்துவிட்டதாகவே பூரித்தான்.

ஓட்டலுக்குள் அழைத்துச் சென்று, இரண்டு பிரியாணிக்குச் சொல்லி விட்டு,“ஊர்ல பம்புசெட்டுக்கு கனெக்ஷன் வர்றாம இருக்கு. அதான் கரென்ட் ஆபிஸ்ல பேசிட்டுப் போக வந்தேன்.. அப்பால்லாம் எப்பிடி இருக்காரு.. இங்க என்ன விஷயமா வந்தீங்க?” எனப் பல கேள்விகளைக் கேட்டார்.

சிவகுருவுக்குத் தன்னைப் பெருமையாக அறிமுகப்படுத்திக் கொள்வதா, பரிதாபமாக அறிமுகப்படுத்திக்கொள்வதா என்று ஒரு நீண்ட குழப்பம் இருந்தது. "ஒரு படம் எடுத்தேன். அது ஏடா கூடமா மாட்டிக்கிட்டு நிக்குது. அதுக்குத்தான் கொஞ்சம் பணம் தோது பண்ண வேண்டியிருக்குது..." என நிறுத்திவிட்டு, லட்சுமணன் ஏதாவது எதிர்பாவனை காட்டுகிறாரா என்று பார்த்தான். சினிமா என்பதால் சுலபமாக ஏற்பட்டிருக்க வேண்டிய எந்த ஆச்சர்யமும் அவர் முகத்தில் காணப்படவில்லை.

"படம் பிரமாதமா வந்திருக்கு.. நீங்க வேணா ஒரு தடவை பார்க்கிறீங்களா?"

"என்னால படம் மட்டும் பார்க்கவே முடியாது. ஒரு லோடு கட்ட பொளந்து போடச் சொன்னாக்கூடச் செஞ்சிடுவேன். சினிமா கொட்டாய்ல இப்பல்லாம் கதவை வேற மூடிவிட்டுர்றாங்களா.. என்னமோ ஜெயில்ல போட்டாப்பல ஆகிப்போவுது... உங்க அண்ணனை பெரியார் திடல்ல பார்த்தேனே.. நடேசன்..."

"அவரு அவங்க அப்பா மாரி.. பெரியார் கட்சி.." "அம்பேத்கார் இறந்ததுல சந்தேகம் இருக்கிறதா பேசிக்கிட்டு இருந்தாரு.. காந்திய ஒரு பாப்பான் நேராவே சுட்டுக் கொன்னுட்டான்.

இவரை நேக்கா வெளில தெரியாமக் கொன்னுட்டாங்க.. நீதி விசாரிப்பு வேணும்னு போராட்டம் பண்ணப் போறதா சொன்னாரு... நீங்க நடேசனைப் பாக்கறதுண்டா?"

உபயோகமற்ற பொருந்தாப் பேச்சாக இருக்கவே "உம்" என்று மட்டும் பதிலுரைத்தான்.

சாப்பிட்டுக்கொண்டே கைச் செலவுக்கு நூறு ரூபாய் கேட்கலாமா, படத்தை முடிக்கப் பத்தாயிரம் கேட்கலாமா என்று யோசனை செய்து கொண்டிருந்தான். லட்சுமண ரெட்டி, சினிமாவை ஒரு பொருட்டாகவே எடுத்துக்கொள்ளவில்லை.

தண்ணீர் குடித்துவிட்டு, வாயைத் துண்டால் துடைத்துக்கொண்டு வேறு என்ன என்பதுபோல் பார்க்கவும் என்ன தேறுகிறதோ அதை உடனடியாகப் பெற்றாக வேண்டும் என்று அவசரப்பட்டான். "படத்துக்கு என்ன சொல்றீங்க.. பத்தாயிரம் இருந்தா அடுத்த வாரத்தில நான் லட்சாதிபதி... இல்லாப் போனா எடுத்த பிலிமை எடைக்குப் போட்டாக்கூட காலணா கிடைக்காது.."

"நமக்கு அதில ஆர்வம் இல்லீங்க.." லட்சுமண ரெட்டி நறுக்கென்று சொல்லிவிட்டார்.

"வேற யாராவது ஆர்வம் இருக்கவங்களக் காட்டிவுட்டாலும் நல்லா இருக்கும்" ஒரு துண்டுச் சீட்டில் தான் இருக்கும் முகவரியை எழுதி, "எதற்கும் என் அட்ரஸை வெச்சிக்கங்க" பதற்றமாகக் கொடுத்தான்.

“சரி.. பார்க்கிறேன்” லட்சுமண ரெட்டி எழுந்தார். “அப்பா நல்லா இருக்காரா?” எதிரெதிர் திசையில் பிரயாணிக்கும் ரயில்போல நகர்ந்து கொண்டிருந்தது அவர்களின் பேச்சு. இன்னும் சில வினாடிகளில் அவர் எதிரில் வரும் பஸ்ஸைப் பிடித்துப் புறப்பட்டு மறைந்து விடுவார் என்ற அச்சம் தோன்றவே பதறி பின்னாலேயே ஓடி வந்தான் சிவகுரு. “அவருக்கென்ன நல்லாத்தான் இருக்காரு. அவர் கொஞ்சம் ஒத்தாசையா இருந்தா எனக்கு இவ்வளவு தொல்லையில்லையே.”

தந்தைக்கும் மகனுக்கும் ஒட்டு உறவு இல்லை என்பதை அந்தக் கணத்தில் ஒரு தரம் சிவகுருவை ஊடுருவிப் பார்த்ததன் மூலம் அனுமானித்தார் ரெட்டியார்.

“செகட்ரியேட்ல இருந்து கரெண்ட் ஆபீஸைத் தனியா பிரிச்சு வாரியமா மாத்தப்போறாங்களாம்.. கேள்விப்பட்டீங்களா?”

“நிஜமாவா? கவர்மென்ட்டு மீன்ஸ்லதானே?” தோராயமாக ஆச்சர்யத்தை வெளிப்படுத்தினான்.

“ஆமாமா. இதோ இந்தப் பக்கம் எல்.ஐ.சி. எதிர்ல ஒரு சின்ன சந்து இருக்கில்ல... அங்கதான் கரெண்ட் ஆபிஸ் வரப்போவுதுனு சொன்னாங்க.”

வெளியே வந்ததும் பக்கத்துக் கடையில் சிவகுரு ஒரு பீடி வாங்கிப் பற்ற வைத்துக்கொண்டான்.

“சரி.. நான் இப்படிக் கிளம்பிக்கிறேன்..” இரு கரம் கூப்பி நமஸ்கரித்தார். அந்த நமஸ்காரத்தைப் பார்த்ததும் சிவகுருவின் முகத்தில் பேரச்சம் படர்ந்தது. சைக்கிளைத் தள்ளிக்கொண்டு பின்னாடியே ஓடிவந்தான்.

“இப்படியே ஊருக்குக் கிளம்பறீங்களா?”

“ஆமா.. வந்த வேலை முடிஞ்சது... பட்டாளத்துல மாமனார் வூடு. ஒரு எட்டு தலையைக் காண்பிச்சுட்டுக் கிளம்பிடுவேன்.. அவருக்கு பி அண்ட் சி மில்லுல வேலை..”

“ஓ..”

“பெரிய மில்லாச்சே.. பார்த்திருக்கீங்களா? இர்வதாயிரம் பேரு வேல செய்றான்.. அடடா.. கம்பெனி உள்ளயே கப்பல் போவுது.. ரயிலு போவுது.. அடேங்கப்பா இனிமே யாராலயும் அப்படி ஒரு மில்லு கட்ட முடியாது மைல் கணக்கா இந்த நீட்டுக்கும் அந்த நீட்டுக்கும் கட்டி வெச்சிருக்கான்னா..” லட்சுமண ரெட்டி பரவசப்பட்டு தன் மாமனாரின் சொந்தக் கட்டடம் போலவே விவரித்துக்கொண்டிருந்தார்.

அவர் சற்றும் எதிர்பார்க்காத நேரத்தில் சிவகுரு வினோத குரலில் “ஒரு நூர் ரூபா இருந்தா குடுத்துட்டுப் போங்களேன்..” என்றான்.

காலப்பயணம்

சொல்லப் புகுவதும் சொல்லில் வருவதும் வேறுபட்டு நின்றன. ஒரு பதின் ஆண்டின் சுருக்கம் இப்படித்தான் இருந்தது. பெரிய லட்சியங்கள் துலங்கத் துவங்கின. நம்பிக்கை தரும் புதிய ஆரம்பம். இந்தப் பதின் ஆண்டின் இறுதியில் எல்லாமே மறு பரிசீலனைக்கு உள்ளானது. புதிய மாற்றங்கள் தொடர்ந்தன. எழுத்தில், எண்ணத்தில், காட்சியில் பேச்சில், எல்லாவற்றிலும் புதிய சாயங்கள். புதிய நபர்கள், புதிய கொடிகள்.. மந்திரிகள், அமைச்சர்கள் ஆனார்கள். தமிழர்கள் தாங்கள் வாழ்ந்த பகுதிக்குப் புதிய பெயரிட்டு மகிழ்ந்தனர். தென்னிந்தியா முழுதும் பரவியிருந்த மதறாஸ் சுருங்கி, கடல் ஒட்டிப் பிழைத்தது. உலகத் தமிழ் மாநாட்டின் உடனடி விளைவாக உதித்தது அண்ணா நகர். ஏரியும் வனாந்தரமுமாக இருந்த பெரிய நிலப்பரப்பில் வீடுகள் நடப்பட்டன.

மூன்றாம் தேதி பிறந்தவர், உலகையே மூன்றின் வடிவமாகப் பார்த்தார். மூவேந்தர், முத்தமிழ், முக்கனி, மூவுலகம் என்பது அவருக்கு ஏற்புடையதாக இல்லை. தமிழ் சினிமா அறுபது பாடல்களில் இருந்து மெல்ல வடிந்து, ஆறு பாடல்களில் வந்து நின்றது. பா வரிசை, தா வரிசை என தர வரிசை.

அரசியல் நாகரிகத்தின் அபாய எச்சரிக்கை முழங்க ஆரம்பித்தது. தலைவர்கள் தெருச் சண்டையில் குதிக்க இந்தப் பதின் ஆண்டின் கடைசித் துளிகளில் பிள்ளையார்சுழி போடப்பட்டது.

சினிமாவும் அரசியலும் செழித்தோங்கும் தொழிலாகவும் பின்னிப் பிணைந்த இரட்டைப் பிறப்பாகவும் மாறிப்போனது. வரைவதற்குச் சுலபமாகவும் அழகாகவும் இருந்த அழகான தேர்தல் சின்னங்கள் பெரும்பான்மையான வீட்டின் சுவர்களில் இலச்சினையாக இருந்தன. தகரங்களில் ஸ்டென்சில் அச்சாக அதை வெட்டி எடுத்துக்கொண்டு, அதில் நீலம் பாய்ந்த சுண்ணாம்பு நீரில் தோய்த்த பிரஷ்ஷால் தீட்டிப் பார்த்தனர். ஒவ்வொரு அச்சும் மனதுக்குள் பச்சைக் குத்தியது. உதித்த சூரியன் உச்சிக்குப் போனது. ராட்டையின் சுழற்சி, வேகம் குறைந்து காணப்பட்டது.

‘இந்தியாவில் இந்தி பேசுவோர்தான் அதிகம். அதனால் அதுதான் தேசிய மொழியாக இருக்க முடியும்’ என்ற வாதத்துக்கு அண்ணாவின் பதில் நெருப்பாக இருந்தது.

“இந்தியாவில் காக்கைகள்தான் அதிகம் என்பதால் காக்கையைத் தேசியப் பறவை ஆக்க முடியுமா?”

கண்ணீர்த் துளிகளும் பச்சைத் தமிழனும் மாற்று மேடைகளில் அர்ச்சிக்கப்பட்டனர்.

ஆட்சியைக் காணிக்கை ஆக்கினர். இதயத்தை இரவலாகக் கேட்டனர். சென்னையின் கொச்சைத் தமிழும் பிராமணத் தமிழுமாக ஜெயகாந்தன் புறப்பட்டார்.

ஒரு கட்டுப் பீடிக்கு ஒரு தீப்பெட்டி போதுமானதாக இல்லை. ஆனால், சிகரெட்டு கம்பெனிகளின் வருகை தீக்குச்சிகளை மிச்சப்படுத்த ஆரம்பித்தன.

சிவகுரு எடுத்த படத்தை இரண்டு பாகமாக எடுத்து முடித்து எப்படியாவது சன் டி.வி. தயாரிப்பாக வெளியிட்டால் நன்றாக இருக்கும் என்றான் பிரபாஷ்.

சன் மியூஸிக்கில் ஒரு தமிழ் நிகழ்ச்சி.

“அடுத்த காலர் யார்னு பாக்கலாம்... ஏம்மா டி.வி. வால்யூம கம்மி பண்ணுங்கம்மா.. வெய்ட் பண்றேன்... நாங்க கேட்ட கொஸினுக்கு ஆன்ஸர் தெரிஞ்சுதா? நல்லா திங்க் பண்ணிட்டுச் சொல்லுங்க.. பச் லைன் கட் ஆயிடுச்சி.. அடுத்த காலர் யாரு?”

இதை ஆர்வமாகப் பார்த்துக்கொண்டிருந்தபோதுதான் அவனுக்கு இப்படியொரு யோசனை. இந்தப் பயணத்தில் அதற்கான நம்பிக்கை வந்தால், அடுத்த ஆண்டு சென்னை வரும்போது அதைப் பின் தொடர்ந்து முடிக்கலாம் என்றான்.

இந்த ஆண்டு தீப்பெட்டியைத் தொடர்ந்ததுபோல அடுத்த ஆண்டில் படத் தீப்பெட்டியை.

அறுபதுகள்...

1

எல்டாம்ஸ் சாலை எஸ்.எஸ்.ஆர். வீட்டில் இருந்து அண்ணாவின் கார் புறப்பட்டது. சாலைத் திருப்பத்தில் "அண்ணா.. அண்ணா.." என்று உயிர் திரட்டி உரக்கக் கத்திக்கொண்டிருந்தான் தியாகராசன். சாதிப் பிரிவு சட்ட நகலை எரித்து ஜெயிலுக்குப் போனது, நேருவுக்குக் கருப்புக் கொடி காட்டி ஜெயிலுக்குப் போனது, இந்தி எதிர்ப்புப் போராட்டத்தில் காலில் தடியடிபட்டு உடைந்தது என்று தியாகராசனுக்கு ஏராளமான 'திராவிட' அனுபவங்கள் இருந்தன.

பெரியார் நடத்தும் போராட்டங்கள், அண்ணா நடத்தும் போராட்டங்கள் என இரண்டிலும் பங்கேற்கும் விசித்திரக் கூட்டம் ஒன்று இருந்தது. அந்த வகையைச் சேர்ந்தவனாக மாறியிருந்தான் தியாகராசன். பெரியார் சில நேரங்களில் தி.மு.க.காரர்களை மானம் போகும் அளவுக்குத் திட்டினாலும் பெரியவர் ஏதோ சொல்கிறார் என்று தலைகுனிந்து கேட்டுக்கொள்ளும் மரியாதையான கும்பல் அது. அவர்கள் பெரியாரைத் திருப்பித் திட்டுவதற்கு மனம் எழும்பாமல் திரும்பிப்போவார்கள். இத்தகையவர்களுக்குப் பொது எதிரி 'பார்ப்பான்' மட்டுமே. 'சாதி இழிவு தீருவதற்கு ஆயிரம் பார்ப்பானைக் கொல்ல வேண்டுமானால் நான் அதையும் செய்வேன்' என்று அவர் தஞ்சாவூரிலே பேசியதற்குக் கைதானபோது தியாகராசன் துடித்துப் போனான். பெரியாரும் அவரோடு கைதான பல தோழர்களும் சிறையில் கடுமையாக உடல்நிலை பாதிக்கப்பட்ட போது, தியாகராசனும் கைதாகி விடுவிக்கப்பட்டான். "சட்ட நகலை எரிப்பவர்கள் பைத்தியக் கார

ஆஸ்பித்திரியிலேயோ ஜெயிலிலேயோதான் இருப்பதற்கு லாயக்கான வர்கள்” என்ற நேருவின் பேச்சு தாங்க முடியாமல் போகவே அவர் மவுன்ட் ரோடு வரும்போது, கறுப்புக் கொடி காட்டுவதற்கு அவனைத் தீவிரமாக்கியது. ஜெயில் தண்டனைப் பட்டவர்கள் ஏழெட்டுப் பேர் செத்துப்போனதும் அவனுக்கு மட்டுமின்றி தி.மு.க.வினருக்குமே ரத்தம் கொதிக்க வைப்பதாக இருந்தது. இத்தனைக்கும் பெரியார் இயக்கத்தில் தீவிரமாக இருந்த நடேசனே இதெல்லாம் வேண்டாம் என்று சொல்லியிருந்தும் தியாகராசன் கேட்கவே இல்லை.

கறுப்புக் கொடியோடு ‘நான்சென்ஸ் நேரு’ என்று அவன் போட்ட கூச்சல் நேருவின் காதில் நிச்சயம் விழுந்திருக்கும். ஸ்பென்ஸர் வாசலில் நின்று அவன் கத்திய கத்தல் அவர் காதில் விழுந்து, புன்னகைத்தபடி திரும்பிப் பார்த்துவிட்டுப் போய்விட்டார். ஆனால், போலீஸ்காரர்கள் துவைத்து எடுத்துவிட்டார்கள். கல்லூரி முடித்த அடுத்த இரண்டு ஆண்டுகளில் தியாகராசனுக்கு இதுவே நிரந்தர வேலையாக இருந்தது. அண்ணாவுக்குப் பொன்விழா ஏற்பாடும் எஸ்.எஸ்.ஆரின் புதிய வீட்டின் திறப்பு விழாவும் ஒரே நாளில் ஏற்பாடான அன்றுதான் தியாகராசனுக்குத் திருமணம் செய்ய ஒருவழியாகச் சம்மதம் வாங்கினான் நடேசன்.

திருப்பூர் குமரன் கொடியைப் பிடித்துக்கொண்டே உயிரை விட்டார் என்பதற்குக் கொடுக்கிற மரியாதையை மனிதன் மானத்தோடு வாழ வேண்டும் என்று உயிரை விட்டவனுக்கு ஏன் தரக்கூடாது? என்று திராவிட நாடு பத்திரிகைக்கு ஒரு கட்டுரை எழுதினான் நடேசன். காங்கிரஸ்காரன் தியாகம் மட்டும்தான் தியாகமா? ‘நாடு’ என்ற ரோசத்துக்காக ஏற்படுத்தப்பட்ட ஒரு இயக்கத்தின் தியாகமும் அதனுடைய தலைவரான காந்தியும்தான் முக்கியமா? அதைவிட பெரிய நோக்கத்துக்காக மனிதன் மனிதனாக வாழ வேண்டும் என்ற கொள்கைக்காகப் போராடி வருகிறவரின் தியாகம் பெரியதில்லையா?

இத்தனைக்கும் வர்ணாஸ்ரமக் கொள்கையை ஒழிக்க வேண்டும் என்ற உத்வேகம் இல்லாத ஒருவர் தேசப் பிதா என்றால், உலகின் எல்லா மனிதனும் சமம் என்று சொன்ன பெரியார் உலகின் தந்தை அல்லவா.. என்றெல்லாம் கேட்டு அந்தக் கட்டுரையை எழுதியிருந்தான் நடேசன்.

அண்ணா அந்தக் கட்டுரையைப் பிரசுரிக்காததோடு ‘ஒவ்வொரு இயக்கத்துக்கும் ஒவ்வொரு தியாகப் பின்னணி உண்டு. அதை ஒப்பிட்டுப் பார்த்து விமர்சிப்பது நியாயமான போக்கு அல்ல’ என்று பதில் எழுதித் திருப்பி அனுப்பிவிட்டார். விடுதலைக்கு எழுதி அனுப்பியிருக்கலாம்தான். பெரியாரைப் பெரியார் நடத்தும் பத்திரிகையிலேயே பாராட்டி எழுதுவது சரியாக இருக்குமா? பெரியாரும்தான் அதை விரும்புவாரா என்று நினைத்தான். நாத்திகம், மன்றம் என்று சில இதழ்களுக்கும் அனுப்பிப் பார்த்தான். ஆனால்

எதிலும் அந்தக் கட்டுரை வரவில்லை.

இந்த நியாயமான விஷயத்தை ஏன் யாருமே புரிந்துகொள்ளவில்லை என்று நடேசனுக்கு வருத்தமாக இருந்தது. உண்மையைப் புரிந்துகொள்வது அத்தனை கடினமானதா? நேருவுக்கே இதை அனுப்பிவைத்தால் என்ன என யோசித்தான். மனசாட்சி உள்ள யாருமே இதைப் புரிந்துகொள்ள முடியும். இந்திய சுதந்திரத்துக்காக வெளி நாட்டுக்காரனோடு போராடுவதற்கு இழப்புகள் இருந்திருக்கலாம். ஏனென்றால், அவன் வெளிநாட்டுக்காரன்.. நம்மைச் சுரண்ட வந்தவன். ஆனால், இந்தியனோடு எதற்கு இன்னொரு இந்தியன் போராட வேண்டும்? ஜின்னா மாதிரி தனி நாடு வாங்கிக்கொண்டு போவதில்தான் உங்களுக்கு விருப்பமா என்று நேருவிடம் கேட்பதில் என்ன தவறு இருக்க முடியும்?

நடேசனுக்கு வாய்த்தவளும் அவனுடைய கருத்துகளைப் போற்று பவளுமாக இருந்தும்கூட குடும்பச் சுமை அதிகமாக இருந்தது. அம்மாவை அவன்தான் காப்பாற்றி வந்தான். தியாகராசனோ எந்தப் பொறுப்பையும் சுமப்பவனாக இல்லாமல் கட்சி, கொடி என்றே சுத்தி வந்தான். நடேசனுக்கு இரண்டும் பெண் குழந்தைகளாகப் பிறந்துவிட்டதால், அவர்களைக் கரையேற்ற வேண்டிய கவலையை அவனுடைய அம்மா அடிக்கடி நினைவூட்டியபடி இருந்தாள். மாம்பலத்தில் இருந்த வீட்டை விற்றுக் கடனை அடைத்த மிச்சத்தில், சூளையில் ஒரு வீடு வாங்கியதுதான் பெரிய சாதனை. கீழே ஒரு லாண்டரி கடையும் இவர்கள் குடும்பமும் இருந்தன. இது தவிர, மேலே ஒரு குடித்தனம் வாடகைக்கு இருந்தனர். இரண்டு தீப்பெட்டியை ஒன்றின் மேல் ஒன்று அடுக்கியது மாதிரியான வீடு. சாமர்த்தியமாக அதை வாங்கிப் போட்டது இப்போது வாடகைப் பிரச்சினை இல்லாமல் காலம் ஓட்ட வாய்ப்பாக இருந்தது. அப்பாவின் ரயில்வே வேலை நடேசனுக்குக் கிடைத்ததாலும் ஒரு நிம்மதிதான். 'தியாகராசனை ஒரு கட்டுக்குள் கொண்டுவந்து கல்யாணத்தை முடித்துவிட்டால், என் கடமை முடிந்துவிடும்' என்று புனிதா புலம்ப ஆரம்பித்திருந்தாள். இத்தனை இழுபறிக்கும் நடுவில் நேருவுக்குக் கடிதம் எழுதி பெரியாரின் தியாகங்களைப் புரியவைப்பதில் நடேசனுக்கு உத்வேகம் இருக்கத்தான் செய்தது. அதற்குக் காரணமாகவும் பெரியாரே இருந்தார். அதற்கு அழகான மேற்கோள்களும் அழகிய ஆங்கில நடையும் அவசியம் என நடேசன் நினைத்தான். நாட்களை நகர்த்துவதற்கு இதெல்லாம் காரணங்களாகச் சேர்ந்துகொண்டன.

தியாகராசனுக்கு சிந்தாதிரிப்பேட்டை சாமிநாயக்கன் தெருவில் முதலியார் சாதியாக இருக்கக் கூடாது என்ற தீர்மானத்தின் பேரில் பெண் எடுத்தார்கள். ஹேமலதா என்று பெண்ணின் பெயர். நாயக்கமார் என்று சொல்லிக்கொண்டனர். ஆனால், தெலுங்கு பேசுபவர்களாக இருந்தனர். என்னமோ கலப்பு சாதி. அப்படித்தான் இருக்க வேண்டும் என்று விருப்பப்பட்டதால் அதை அவர்கள் பெரிதாகக் கணக்கில்

எடுத்துக்கொள்ளவில்லை. இரண்டு பக்கமும் கட்சிக்காரர்கள் ஏற்பாடு. பெண் வீட்டாருக்கும் சம்மதம்தான். சொந்த வீடு இருக்கிறது என்ற காரணம் போதுமானதாக இருந்தது. பேச்சுக்கு மாப்பிள்ளை எங்கே வேலை பார்க்கிறார் என்று கேட்டு வைத்தார்கள். வேலைக்கு எழுதிப் போட்டிருப்பதாகச் சொன்னதும் சமாதானமாகிவிட்டார்கள்.

அண்ணா தலைமையில்தான் திருமணம் நடக்க வேண்டும் என்று நடேசனும் ஆசைப்பட்டான். தியாகராசனைச் சொல்லவே வேண்டிய தில்லை. இல்லையென்றால் திருமணமே வேண்டாம் என்று சொல்லிக் கொண்டிருந்தான். பெண் வீட்டில் நச்சரிப்பு அதிகமாக இருந்தது. கடமை முடிந்தது என்றால், எங்களுக்கும் திருப்தியாக இருக்கும் என்று சொல்ல ஆரம்பித்தார்கள். இதன் காரணமாக தியாகராசன் அவர்கள் வீட்டுக்குச் சென்று ‘உங்கள் பெண்ணை வேறு யாருக்காவது கொடுத்துவிடுங்கள் எனக்கு ஆட்சேபணை இல்லை’ என்று சொல்லி விட்டு வந்துவிட்டான். சம்பந்தப்பட்ட பெரியவர்களெல்லாம் வீட்டுக்கு வந்து இரு வீட்டாரையும் மத்தியஸ்தம் செய்தனர். அண்ணா தலைமையில்தான் திருமணம் நடக்க வேண்டுமானால், அதற்கு ஒரு ஆண்டுகூட் காத்திருக்க வேண்டியிருக்கும் என்று சொல்லிவிட்டார்கள். அண்ணாவை ஷெனாய் நகர் வீட்டுக்குப் போய்ப் பார்த்துவிட்டு வந்த நடேசன், அவர் தேர்தல் பிரசார வேலையில் மூழ்கியிருப்பதால் இப்போதைக்குத் தன் எண்ணமும் செயலும் தேர்தலை நோக்கியே இருப்பதாகச் சொல்லிவிட்டார். என்.வி.நடராசன் அண்ணாவின் வேலைப் பளுவை விவரித்தார். அண்ணாவின் எண்ணத்துக்கு இடையூறாக இருக்கக் கூடாது என்ற காரணத்தால், தியாகராசன் திருமணத்துக்கு நாள் குறிக்கச் சம்மதித்தான். அது அண்ணாவின் பிறந்த நாள் தினமாக அமைந்துவிட்டதே பெரிய திருப்திதான் அவனுக்கு. ஆனால், தாலி மறுப்புச் சீர்திருத்தத் திருமணமாக அது இருக்க வேண்டும் என்பது அடுத்த பிடிவாதமாக இருந்தது.

ஏதேதோ கனவில் ஆரம்பித்த அவனுடைய திருமணம், கடைசியில் கழகத் தோழர்கள் சூழ எளிமையாக நடந்து முடிந்தது. தோழர்கள் சிலர் மைக் இல்லாத திருமண அரங்கத்தில் தொண்டையின் சாமர்த் தியத்தில் கத்திப் பேசிச் சமாளித்தனர். கழகத்து ஆசாமிகள் ஒரு தினு சாகவும் திருமணத்துக்கு வந்திருந்த மற்ற ஜனத்திரள் வேறு மாதிரி யாகவும் திணறிக்கொண்டிருந்தது. அமுதாவுக்கும் மலர்விழிக்கும் அவர்கள் புருஷன்மார்களுக்கும் இந்த ஆர்ப்பாட்டமெல்லாம் விவரிக்கக் கூடியதாக இல்லை. ‘சின்ன புள்ளைங்க சமாசாரம்’ போல கல்யாணம் நடப்பதாக சகலைகளுக்குள் கிசுகிசுத்துக்கொண்டனர். அக்காவுக்குச் செய்ய வேண்டிய மரியாதையைக்கூடக் கண்டுகொள்ள வில்லை. மாமன்காரன்களுக்கு வேட்டி, துண்டும் எடுத்துவைக்க வில்லை. சீக்கிரமே சொல்லாமல் கொள்ளாமல் கிளம்பிவிட்டனர். அப்படிக் கிளம்பியதை நடேசனோ, தியாகராஜனோ பெரிதுபடுத்திக் கொள்ளவுமில்லை.

மேள தாளமில்லாத.. ஐயர் இல்லாத இந்தத் திருமணத்தில் கலந்து கொண்ட உறவுக்காரர்களுக்குத் திருமணச் சடங்காக எதையாவது செய்ய வேண்டும்போல பாவித்துக் காத்திருந்தனர். ஊத்துக்கோட்டையில் ஆறுமுக முதலி கல்யாணத்தில் பங்கெடுக்க வரவே இல்லை. அவருக்கு வேறு சாதியில் பெண் எடுக்கிற விவகாரமே பிடிக்கவில்லை. அவரைப் போல உறவுக்காரர்களில் பலர் கல்யாணத்தில் கலந்து கொள்ளவில்லை. அதெல்லாம் தெரிந்துதான் இந்தக் கல்யாணம் நடப்பதால், நடேசன் அதை அலட்சியப்படுத்திவிட்டான். மாலை எடுத்துக் கொடுத்து, மணமக்களை ஆதரித்து வாழ்த்திப் பேச வந்திருந்த பெரியவர்.. கழகத் தொண்டர் கண்ணப்பன், வராமல் போன தன் அத்தனை சொந்த பந்தங்களுக்கும் ஈடாகத் தெரிந்தார். ஏதோ சில சமயம் பெரியார் கூட்டங்களில் பார்த்த பழக்கத்தில் லட்சுமண ரெட்டியார் போன்றவர்கள் வந்திருந்ததும் அவருக்குப் பெருமையாக இருந்தது. அப்புறம் என்ன சொந்த பந்தம்? இதைவிடவா சொந்தக்காரன் முக்கியமானவனாக இருந்துவிட முடியும்?

நலங்கு வைப்பதோ, சீர்வரிசை செய்வதோ, மொய் எழுதுவதோ அங்கு நடைபெறவில்லை. பெண்கள் பலரும் தலை நிறையப் பூ வைத்து, பட்டுப்புடவையும் குங்குமமுமாக இருந்தனர். அவர்கள் பாடுதான் திண்டாட்டம். அவர்கள் பாதுகாப்பாக ஒரே இடத்தில் உட்கார்ந்துகொண்டனர். அதிலும் பெண் வீட்டுப் பெண்களுக்கு இந்தக் கல்யாணம் பெரிய குழப்பமாக இருந்தது. தியாகராசனுக்கும் நடேசனுக்குமான தோழர் வட்டத்துப் பெண்களில் சிலர் குங்குமமோ, தாலியோ அணியாமல், போதாக் குறைக்குக் கருப்புப் புடவை அணிந்து கல்யாணத்துக்கு வந்து களேபரத்தை ஏற்படுத்தினர். சம்பிரதாயமான கல்யாணத்தை எதிர்பார்த்து வந்திருந்த பெண்களுக்குக் கல்யாணம் முடிந்துவிட்டதா, ஆரம்பிக்கவே இல்லையா என்பதை உணரும் சக்தியும் இல்லாமல் இருந்தது.

ஒருவர் தமிழர் வாழ்வில் பார்ப்பனர் ஆதிக்கம் ஒழிய வேண்டும் என்பது குறித்துப் பேசினார். கறுப்புப் புடவை அணிந்த பெண்கள் கைதட்டுவதை பட்டுப்புடவை பெண்கள் வினோதமாகப் பார்த்தனர். சாப்பாடு மட்டும் பிரமாதமாகத் தயாராகியிருந்தது.

கருப்புச் சட்டைத் தோழர்களுக்கு ஆட்டுக்கறி பிரியாணி பிரத்யேகமாக ஏற்பாடு செய்திருந்தான் தியாகராசன். வழக்கமான கல்யாண சாப்பாடு வேண்டியவர்களுக்கு உருளைக்கிழங்கு வறுவல், சாம்பார், அப்பளம், ரசம் இருந்தது. ஆனால், இந்த விஷயத்தில் பலரும் பிரியாணியின் பக்கமே ஆதரவு தெரிவித்தனர்.

கல்யாணம் நடத்துவதாகச் சொல்லிவிட்டு, இப்படி மீட்டிங் போட்டுக் கத்திக்கொண்டிருந்ததில் கடுங்கோபத்தில் இருந்தான் மண்டபத்துக்காரன்.

“கல்யாணம்னு சொல்லிட்டு பிரியாணிலாம் செஞ்சா இன்னாய்யா

அர்த்தம்.. நாள பின்ன என் மண்டபத்துல எவனாவது கல்யாணம் காட்சினு பண்றதுக்கு வருவானாய்யா?” எனப் பொங்கினான்.

“அதுவும் சாப்பாடுதான? என்னமோ நாய் சாப்பிட்றத சாப்பிட்டா மாரி சொல்ற?” என்று தோழர்கள் பதிலுக்கு எகிற.. நடேசன்தான் ஒருவழியாகச் சமாளித்து, மணமக்களை முதல் வேலையாக டாக்ஸி பிடித்து வீட்டுக்கு அனுப்பி வைத்தான்.

ஹேமலதா நல்ல சிவப்பு. தியாகராசனைப் பார்த்து அவள் அதிகம் வெட்கப்பட்டாள். வீட்டில் பின்கட்டு அறையில் அவர்களுக்கு முதலிரவு ஏற்பாடாகியிருந்தது.

“நீ ரொம்ப அழகா இருக்கிறே.. பத்மினியாட்டம்” என்று மனதாரச் சொன்னான். கொள்கைப் பிடிப்பும் விரமும் இழுத்துப் பிடித்து வைத்திருந்ததால் மண்டபத்திலேயே அதைச் சொல்லிவிட நினைத்தும் தன்னைத்தானே தடுத்துக்கொண்டான்.

“பின்ன எந்துக்குப் பிடிக்கலேதுன்னு செப்பினானு நீனு..” என செல்லக் கோபத்தை வெளிப்படுத்தினாள்.

இந்த மாதிரி செல்லப் பேச்சுகளுக்கு அவன் பழக்கப்பட்டவனில்லை. “அது வேற.. இது வேற” என்பதோடு முடித்துக்கொண்டான்.

“எதுக்கு மீட்டிங் வந்தவங்கல்லாம் ஐயரைத் திட்டிக்கினு இருந்தாங்க? வேற வேல கெடையாதா? நாம நம்ம பொழைப்பப் பாக்கணும். ஒருத்தரப் பாத்து வயிறெரியறுது கூடொத்து.. அப்புறம் இருக்குறதும் நம்மளவுட்டுப் போயிடும்?” முடிந்த அளவுக்குத் தமிழ் பேசினாள்.

“அவனுங்களாலதான் நம்ம வாழ்க்கை இப்பிடி நாறிக்கிட்டு இருக்குது.”

அவள் தன் கழுத்தில் தொங்கும் நகையையும் புடவையையும் அவசரமாகப் பார்த்துவிட்டு நல்லாத்தானே இருக்கிறோம் என்று ஏறிட்டுப் பார்த்தாள்.

தியாகராசன் இப்போதைக்கு இதை விளக்க முடியாது என்பதால் விளக்கை அணைத்துவிட்டு அவளை அணைத்துக்கொண்டான்.

அவனுடைய செயல் மீது அவனுக்குக் குற்ற உணர்வு இருந்தது. காமத்தின் காரணமாக அவள் பேசியதைப் பொருட்படுத்தாமல் சுயநலமாகச் செயல்படுவதாக நினைத்தான். யுகம் தோறும் யுகம் தோறும் மக்களை வசப்படுத்தி வரும் ஈர்ப்புச்சக்தியாக இருக்கிறது காமம். மக்களை உருவாக்கும் இயற்கையின் மகத்தான உந்து சக்தியின் முன்னால் பல கொள்கைகள் சமரசமாகியுள்ளன. பல சாம்ராஜ்ஜியங்கள் தடம்புரண்டிருக்கின்றன. தியாகராசன் இப்படியான ஒத்துவராத ஜென்மங்களைத் தன் இடதுகையால் புறம்தள்ளிவிடக் கூடியவன்தான். ஆனால், அவனுக்கு முதன்முறையாக ‘சரி.. அதை அப்புறம் பார்த்துக்கொள்ளலாம்’ என்று தோன்றியது. மறுநாள்

காலை அவள் மஞ்சள் பூசி, குங்குமம் வைத்துக்கொண்டு காபி கொண்டுவந்தபோதே தியாகராாசனுக்கு ஏதோ தவறு முன்னேறிக் கொண்டிருப்பது மாதிரி தோன்றியது. மஞ்சளும் குங்குமுமா? அதுவும் நம் வீட்டிலா? தோழர்கள் யாராவது பார்த்தால் என்ன நினைப்பார் கள் என்று தோன்றியது. பதறியது என்று சொன்னாலும் தப்பில்லை. சில மணி நேரங்களுக்கு முன்னால், ஏன் விடியற்காலையில்கூட கூடிக் குலாவி இருந்துவிட்டதால், அவளைக் கண்டிக்கும் துணிவு வரவில்லை. அவளே நடேசன் அண்ணனுக்கும் காபி கொண்டுபோய்க் கொடுத்தாள். அவன் மிரட்சியான விழிகளோடு ஹேமலதாவைப் பார்த்தபடி காபியை வாங்கிக்கொண்டான்.

மறுநாள் வெள்ளிக்கிழமை காலையில் அவளுடைய அம்மாவுடன் கோயிலுக்குப் போய் வரப் போவதாகச் சொன்னபோது, கழுத்தின் மீது ஒரு போடு போட்டு வீட்டுக்குள் அனுப்புவதா அல்லது வீட்டைவிட்டுத் துரத்திவிடுவதா என்று மனப் போராட்டத்தில் வீழ்ந்தான்.

அவளோ போகிற போக்கில் “எனக்கோசம் ஒரு வாட்டி வாங்களேன் கோயிலுக்கு” என்று சிணுங்கலாகச் சொல்லிவிட்டுப் போனாள். பொறுமையாகத் திருத்துவதற்கு யோசிப்போம் என்று அமைதி காத்தான் தியாகராாசன்.

இரவு எட்டு மணி சுமாருக்கு அவள் உடைத்த தேங்காய், பழம் சகிதம் வந்தாள். இருட்டிவிட்டது ‘நான் வரேன் மாப்பிள்ளை’ எனப் புறப்பட்டுப் போனாள் ஹேமலதாவின் அம்மா.

சாப்பிட்டு முடித்து, எல்லோரும் அறைக்குள் அடங்குகிற வரை பொறுமையாக இருந்தான். புனிதா, நடேசன், நடேசன் மனைவி ரேணுகா உட்பட எல்லோருமே தியாகராாசன் என்ன முடிவெடுக்கப் போகிறான் என்று தெரிந்துகொள்கிற கலவரத்தில் வேகமாக வீடு அடங்குவதற்கு ஏதுவாகச் செயல்பட்டனர்.

கட்டிலில் ‘பெண் ஏன் அடிமையானாள்’ என்ற திராவிடர் கழக வெளியீட்டை ஹேமலதாவின் கையில் கொடுத்துப் படிக்கச் சொல்லக் காத்திருந்தான். அவள் “எப்பப் பார்த்தாலும் புக்ஸ¬.. புக்ஸ¬” என்றபடி அதைப் பிடுங்கிக் கீழே வைத்தாள்.

“இது நான் படிக்கிறதுக்கு இல்ல, நீ படிக்கறதுக்கு.” “எனுக்கா?” கீழே கிடந்த புத்தகத்தை ஆர்வம் பொங்க எடுத்தாள்.

“அழகுதான்.. எனக்கு அரவம் ஒரு அட்சரம் படிக்கத் தெல்லதே..”

கட்டிலில் அதை வீசிவிட்டு முந்தானையை விலக்கினாள். பேரதிர்ச்சியோடு பார்த்தான். அங்கே தாலி தொங்கிக்கொண்டிருந்தது. “அம்மாதான் கழுத்து மூளியா இருக்க ஒத்துனு செப்பி அரை சவரன்ல தாலி எடுத்துக் குடுத்துச்சி” என்றாள்.

2

நரகம் என்பதில் நம்பிக்கை இல்லாதவனாகவும் ஆனால் அதை அனுபவிப்பவனாகவும் மாறிப்போனான் தியாகராசன். முதலில் அடித்துத் துவைத்து வழிக்குக் கொண்டுவந்துவிட்டு, அப்புறம் ஹேமலதாவுக்குப் பாடம் எடுக்கலாம் என்று நினைத்தான். முதலில் அவளுடைய அம்மா வீட்டிலிருந்து யாரும் இங்கு வந்துபோகத் தேவையில்லை என்று சத்தம் போட்டுவிட்டு வந்தான்.

புனிதா அதற்காக சம்பந்தியின் வீடேறிப்போய் மன்னிப்புக் கேட்டுவிட்டு வந்தாள். வயதான காலத்தில் அவளுக்கு இது தேவை இல்லாத தலைவலியாக இருந்தது. தன் கணவனிடமிருந்து தனக்குக் கிடைத்த அனுபவத்தில், இந்தக் கொள்கைகளை எல்லாம் ஒரு அளவோடு வைத்துக்கொண்டு குடும்பத்தைக் கவனித்தால் நன்றாக இருக்கும் என்று தோன்றியது. ஆனால், தியாகராசனிடம் இருந்த முரட்டுத்தனத்துக்கு அவனுக்கு இப்படியொரு மனைவி வந்து வாய்த்தது பரிதாபமாக இருந்தது. அவன் அறையிலிருந்து ஒரு மணி நேரத்துக்கு ஒரு சண்டைச் சச்சரவு ஒலித்தது. பெரும்பாலும் ஒவ்வொன்றும் முதற் சண்டையின் தொடர்ச்சிபோல இருக்காது. புதிய வேறு ஒரு சண்டையாக இருக்கும். அறைக்குள் எலியும் பூனையும் குடியிருப்பது போல இருந்தது. சத்தம் பெரிதாக உருவெடுக்கும்போது ரேணுகாவோ, புனிதாவோ சென்று தலையிட்டுச் சமாளிக்க வேண்டியிருந்தது.

தியாகராசனின் முரட்டுக் கோபம் அதிகமாவதை உணராமல் அவள்

“சாமி லேது; பூதம் லேதுனு செப்பிந்தாரண்டே நரகம் நிச்சியம்...” என்று தாக்குவாள். அவளுக்கு தியாகராசனைத் திட்டுவதைவிட அவனுடைய நம்பிக்கைகளை வம்புக்கிழுப்பது சுலபமானதாகவும் அவனை விரைவில் கோபப்படுத்தக் கூடியதாகவும் இருப்பதை வந்த சீக்கிரத்தில் தெரிந்து வைத்துக்கொண்டாள். அது அவளுக்குக் காலப்போக்கில் பிடித்த பொழுதுபோக்குபோல ஆனது. அதை அவள் அறியாமலேயே செய்தாள்.

மிக நல்ல மனநிலையில் மீன்குழம்பு சாப்பிட்டுவிட்டு, வெற்றிலைத் தாம்பூலம் எடுத்துக்கொண்டு, சிரித்துக்கொண்டேதான் பேச ஆரம்பித்தனர். அவள் சாதாரணமாகக் கேட்டாள். “ஐயருங்களைத் திட்றதை விட்டுட்டு நாமளும் அவங்க மாதிரி ஆனா என்னாங்க?”

“அதெல்லாம் ஒரு நாள்ல நடக்கக் கூடிய கதை இல்லடீ..” “நாமளும் நாமம் போட்டுக்குனு தயிர் சாதம் சாப்பிடணும்.. அவ்வளதானே?”

தமாஷ் பண்ணுகிறாளா என்பதாக ஏறிட்டுப் பார்த்தான். அவளோ பெரியாருக்கோ, அண்ணாவுக்கோ உதிக்காத மிக நல்ல திட்டத்தைச் சொல்லிவிட்டது மாதிரி அவனுடைய ஒப்புதலுக்காகக் காத்திருந்தாள். தியாகராசன் நிலைகுலைந்து செய்வதறியாது போனான். உண்மையில் இந்த ரம்மியமான நேரத்தில் இது குறித்து மேலும் பேசாமல் எளிமையான ஏதாவது ஒரு விஷயத்தைப் பேசவே பிரியப்பட்டான்.

“நீ ஏன் படிக்கலை?” என திசைமாற்றினான்.

“நான் சொன்னதுக்குப் பதிலைச் சொல்லுங்க.. அவங்களை மாரி சுத்தபத்தமா இருக்க முடியலைனுதான அவங்க மேல பொறாமை?”

“அடி செருப்பால...” மென்ற வெற்றிலைச் சாற்றை புளிச் என அவள் முகத்தில் துப்பினான். “பைத்தியக்காரி.. முட்டாள்... தயிர் சாதம் சாப்பிட்டா நீயும் ஐயர் மாரி கலெக்டராயிடுவியா? ஜட்ஜ் ஆயிடுவியா?” ஆத்திரம் தாளாமல் அப்படியே இழுத்து முதுகில் நான்கு சாத்து சாத்தினான். அவளுக்கு முதலில் அழுகை வரவில்லை. நாம் கேட்டதில் என்ன தவறு என்பதிலேயே சில நிமிடங்கள் கேள்வியாக இருந்தாள். அவன் துப்பியதுகூட அவளுக்குத் தாமதமாகத்தான் உறைத்தது. அதாவது, அவன் அடித்த அடியில் உடம்பு வலிக்க ஆரம்பித்த பிறகு. ‘ஓ’வென அழுதபடி “இந்த ராட்சஷன் கிட்ட இனிமே ஒரு நிமிஷம்கூட வாழ முடியாது... நா என் நைனா இன்ட்டிக்குப் போறேன்” என்றபடி தலைவிரி கோலமாக ஓடிவந்தாள்.

ரேணு அந்த அசாதாரணமான சூழலைச் சுருக்கெனப் புரிந்து கொண்டு முதலில் அவளைத் தன்னுடைய அறைக்குள் அழைத்துச் சென்று பாதுகாத்தாள். ஏனென்றால், அவள் இப்படிக் கத்திக்கொண்டு வெளியே ஓடுவது தியாகராசனுக்கு மேலும் கோபத்தை ஏற்படுத்தியது. அரிவாள்மணையை எடுத்துக்கொண்டு பின்னாலேயே துரத்திக் கொண்டு ஓடிவந்தான். ரேணுவின் தோளில் சாய்ந்துகொண்டு “இனி

இந்த ஆள்கூட என்னால வாழ முடியாதுக்கா... வெத்திலை போட்டு அப்பிடியே மூஞ்சியில முழியறான்கா.. எட்டி உதைக்கிறான்...” எனக் கதறினாள்.

டவலை எடுத்து முதலில் முகத்தைத் துடைத்துவிட்டாள். “புருஷனை அப்படிலாம் சொல்லக் கூடாது.. எதுக்காக இந்தச் சண்டை....? அவர் எது சொன்னாலும் சரின்னு சொல்லிட்டுப் போயேன்.

அவர் வழிக்குப் போய் மாத்தணும். குழந்தையில இருந்தே அப்படி வளர்ந்தவரு. நீ பாட்டுக்கு ரெண்டு நாள்ல உன் வழிக்குக் கொண்டாந்துட முடியுமா.. இப்ப நான் இல்ல?” எனச் சொல்லிவிட்டு அறையில் நடேசன் இல்லைதானே என்பதை உறுதிப்படுத்திக் கொண்டாள்.

அதற்குள் தியாகராசன் அறை வாசலில் வந்து “அண்ணி.. அவளை வெளியே அனுப்பிடுங்க... அந்தப் பைத்தியத்தை அவங்க அம்மா வூட்ல வுட்டுட்டு தலை முழிவிட்டு வந்திட்றேன். தயிர்சாதம் சாப் பிட்டா நாம ஐயராயிட முடியுமா? இதுகூடத் தெரியாத ஜென்மத்துக் கிட்ட இனிமே நான் வாழ முடியாது.”

ரேணுவுக்குப் புரியவில்லை. “அவளுக்குத்தான் தெரியலையே.. நீங்கதான் பொறுமையா எடுத்துச் சொல்லிப் புரியவைக்கக் கூடாதா?” பிரச்சினையை முதலில் அவள் புரிந்துகொள்ளும் ஆர்வத்தில்தான் இந்தக் கேள்வியைக் கேட்டாள்.

“ஐயர் பசங்க மாதிரி நாமளும் ஜிட்டு வெச்சுக்குனு குளிச்சுட்டு நாமம் போட்டுக்கிட்டு தயிர் சோறு சாப்பிடணுமாம். அப்ப நாமளும் அவங்களப் போலவே ஆய்ட்லாம்னு ஐடியா சொல்றா.. இந்த மாரி மண்டுக்கு என்னத்தச் சொல்லிப் புரிய வைக்க முடியும்?”

ஹேமலதா அளவுக்கு நாம் மோசமில்லை என்ற உணர்வில் ரேணுவுக்கு அந்த நேரத்தில் மகிழ்ச்சி ஏற்பட்டது. ஹேமாவின் அறியாமையை நொந்துகொள்வதுபோல முகத்தை வைத்துக்கொண்டு அதே நேரத்தில் பெருந்தன்மையாகத் தோளில் இழுத்துச் சாய்த்துக் கொண்டாள். நீ என்னடீ.. எல்லாம் தெரிந்தவள்போல எனக்கு ஆறுதல் சொல்வது என்ற மெல்லிய எரிச்சல் ஹேமாவுக்கு. அதனால், ரேணுகா மிகுந்த அழுத்தம் கொடுத்துதான் அவளைத் தோள் மீது சாய்த்துக் கொள்ள வேண்டியிருந்தது. ஒரு மரியாதைக்காகச் சில வினாடிகள் இருந்துவிட்டு, மறுபடி தலையை இழுத்துக்கொண்டு அங்கிருந்து தன் அறைக்குச் சென்றுவிட்டாள் ஹேமா.

அவள் போகட்டும் என்று காத்திருந்து, “இல்ல அண்ணி.. எதை யாவது புரிஞ்சுக்கணுமா வேண்டாமா? அன்னைக்கு அப்பிடித்தான்.. தமிழ்நாட்ல கிறிஸ்டீன், முதலியார், நாயுடு, இந்து... அப்புறம் வேற என்ன சாதிலாம் இருக்குதுனு கேக்கறா? ஏண்டீ.. மதம் வேற, சாதி வேற. இந்து, கிறிஸ்டீன், முஸ்லிம் இதெல்லாம் மதம். முதலியார், நாயுடு,

ஐயர் இதெல்லாம் சாதினு பொறுமையா எடுத்துச் சொல்றேன். ஆமா.. நீங்கதான் இப்படிப் பிரிச்சுப் பிரிச்சுப் பேசறீங்க... எனுக்கு எல்லா மனுஷாளும் ஒண்ணுதான்னு வியாக்யானம் பேசறா. ஏண்டீ.. நான் என்ன சொல்றேன்... நீ என்னடி சொல்றே... மதம் வேற, சாதி வேறனு சொன்னா.. எல்லா மனுஷாளும் ஒண்ணுனு சொல்றீயேனு.. இதப் பாருங்க.. நீங்க நம்ப மாட்டீங்க,. கிளிப்புள்ளைக்குச் சொல்ற மெரி பொறுமையா கேட்கிறேன். அதுக்கு அவ என்ன சொல்றா தெரிமா? எல்லாரையும் சமமா பார்க்கணும்னு சொல்றீங்க.. அப்புறம் இது வேற அதுவேறனு சொல்றீங்க.. எதுக்கு இந்தப் பித்தலாட்டங்கிறா... கோவம் வருமா.. வராதா? அப்புறம் ரெண்டு போட்டுப் படுக்க வெச்சேன்.. எருமைக்கு இத்தனை வயசாகியும் புத்தி வளர்லியே" இதைச் சொல்லி முடிப்பதற்குள் தியாகராசனுக்கு அழுகையே வந்துவிட்டது.

"அவங்க குடும்பத்துக்குப் பழக்கமில்லாத விஷயமா இருக்கும். இப்ப நம்ம வீட்டுப் பொண்ணாய்ட்டா இல்ல.. மெதுவா சொல்லித் தருவோம்.."

தியாகராசன் சமாதானமாகாமல் தன் அறைக்குப் போனான். அவள் தலைவிரி கோலமாகக் கட்டிலின் மீது கிடந்தாள். திடீரென பெண்ணடிமைத்தனம் கூடாது என்ற சிந்தனை அவனை வாட்டியது. பெண்கள் சுதந்திரமாக, புத்திசாலியாக மாற வேண்டும் என்று நாம் ஆசைப்படுவதேகூட இப்படிப் பெண்ணடிமைத்தனப் போக்காக மாறிவிடுவது அவனுக்கு வேதனையாக இருந்தது. அவன் அவளைக் கரிசனமாக அணுகி, "ஹேமா" என்றான். தன் மேல் பட்ட அவன் கையை உதறித் தள்ளினாள்.

அதைப் பெரிதுபடுத்தாமல் அவளைத் தன் பக்கம் இழுத்து மார்போடு அணைக்கப் பார்த்தான். "ஆமா.. இதுக்கு மட்டும்தான் நானா?" என்றாள். அவள் என்ன சொல்கிறாள் என்பதைச் சீக்கிரமாகக் கிரகிக்க முடியாமல் யோசித்தான். தன்னை மிகக் கேவலமாகத் தாக்கிவிட்டதாக அவனுக்கு அவள் சொன்ன வார்த்தை உறுத்தத் தொடங்கியது. அவன் சட்டென அவளினின்று விலகி ரோஷப்பட்டு நின்றான்.

நம்மை எளக்காரப்படுத்தியதை அவள் உணர்ந்தாளா என்று அவனுக்குச் சந்தேகமாக இருந்தது. சாய்வு நாற்காலியில் உட்கார்ந்து 'ஏ தாழ்ந்த தமிழகமே' படிக்க ஆரம்பித்தான். அது அவனுடைய கோபத்தைத் திசைத் திருப்புவதற்கு உதவியாக இருந்தது. அவன் மதத்தின் பெயரால், வர்ணாஸ்ரம தர்மத்தால் தமிழர்கள் எப்படி யெல்லாம் வஞ்சிக்கப்பட்டார்கள் என்று கோபமானான். அந்த நேரத்தில் அவனுக்கு முன்னால் ஏதாவது பார்ப்பனர் சிக்கினால் அவர்களைத் தீர்த்துக் கட்டுகிற கோபம் அவனுக்குள் பீறிட்டது. தான் ஒரு கொலைகாரனாக மாறி ஜெயிலிலேயே இருக்கவும் அவனுக்குச் சம்மதமாகவும் தோன்றியது. இந்த மாதிரி மனைவியுடன் சேர்ந்து

வாழ்வதைவிட கொள்கைக்காக அந்தத் தியாகத்தைச் செய்துவிடலாம் என்று கண்ணை மூடித் தீவிரமாக யோசித்துக்கொண்டிருந்தான்.

நடேசன் அறைக்கு வெளியே இருந்து தியாகு என்று அழைத்தது கேட்டது.

எழுந்து போய்ப் பார்த்தான். கையில் ஒரு கவரைக் கொடுத்தான். "உனக்கு ஏஜிஎஸ் ஆபிஸ்ல வேலைக்கு ஏற்பாடு பண்ணிட்டேன். இது இண்டர்வியூ கார்டு... வேலைக்குப் போக ஆரம்பிச்சியனா எல்லாம் சரியாயிடும்... புரியுதா? நூர் ரூபாய்க்கு மேலயே சம்பளம் கைல கிடைக்கும்.. நம்ம குடும்பத்தை நாமதான் சரி பண்ணிக்கணும். உன் வீட்டையே சரிபண்ண முடியாதவன் எனக்குச் சொல்ல வந்துட்டியானு கேட்பாங்க.."

தியாகராசன் தலை இறங்கி நின்றான். "வெளிய எங்கயும் போயிறாத எம்.ஜி.ஆரை சுட்டுட்டாங்களாம். ராயப்பேட்டை ஆஸ்பித்திரில கொண்டாந்து சேத்திருக்காங்களாம்.. கலவரமா இருக்குது."

"சுட்டது எவன்?"

"ராதான்னு சொன்னாங்க. எதுக்கு.. ஏன்னு ஒண்ணும் புரியல.. ஷூட்டிங்ல நடிக்கும்போது டம்மி துப்பாக்கிக்குப் பதிலா நிஜ துப்பாக்கி வெச்சுட்டாங்கன்னு பேசிக்றாங்க."

"எலக்ஷன்ல அண்ணா ஜெயிக்கக் கூடாதுனு இங்க ஒரு கோட்சே வந்துட்டான்.. பழிய ராதா மேல போட்டுட்டானுங்க."

"அதான் நீ வெளிய போவாத. பொழைச்சுக்கிட்டார்னா நிலைமை சரியாயிடும்.. இல்லாட்டிபோனா பிரச்சினைதான்."

"ராதா பேரை எதுக்கு இழுத்துவுட்றானுங்க.. அவுரு எதுக்கு சுடப் போறாரு..? அவங்களுக்கு ஒரு பகையும் இல்லையே? ராதா பெரியார் கட்சி... டி.எம்.கே.காரன்னு கோபம் இருக்குமோ?"

அதற்குள் புனிதா, ரேணுகா, ஹேமலதா மூவரும் வந்து சேர, குழந்தைகளும் ஏதோ விபரீதம் உணர்ந்து எழுந்து வந்தன. எல்லோரும் எம்.ஜி.ஆரைப் பற்றிய நினைவுகளை அசை போட ஆரம்பித்தனர். எம்.ஜி.ஆருக்காக ஹேமலதா அழுதாள். இந்த விஷயத்தில் தியாகராசனுக்கும் உடன்பாடுதான். அவன் கண்களிலும் கண்ணீர் வழிந்துகொண்டிருந்தது.

3

தர்மசங்கடம் என்ற வார்த்தையின் முழுமையான அர்த்தம் தெரிந்து கொள்ள வேண்டுமானால், அறுபத்தேழு தேர்தல் முடிவுகளை ரேடியோ வில் கேட்டுக்கொண்டிருந்தபோது லட்சுமண ரெட்டிக்கு ஏற்பட்ட உணர்வைத் தெரிந்துகொள்ள வேண்டும். அவர் புழுபோலத் துடித்தார். அதே நேரத்தில் மகிழ்ந்தார். மகிழ்ந்த மனதைக் கட்டுப்படுத்திக் கொண்டும் வருந்தும் மனதைத் தேற்றிக்கொண்டும் இருக்க வேண்டி யிருந்தது. தேர்தலில் காமராஜர் தோற்று, அண்ணா ஜெயித்தது கட்டுப் பாட்டோடு அவரை மகிழவும் துன்பப்படவும் செய்தது.

சுதந்திரம் அடைந்த பத்தாண்டுகளில் மக்கள் காங்கிரஸை, சுதந்திர இந்தியாவைக் கேள்வி கேட்டார்கள். தங்கள் தேவைகளை அது நிறைவேற்றாத கோபம் இருந்தது. 'நாம் இருவர்' படத்தில் ஆடுவோமே பள்ளு பாடுவோமே பாட வைத்துப் படமெடுத்த செட்டியார், அடுத்த நான்கு ஆண்டுகளில் 'பராசக்தி' படத்தில் திராவிடக் குரல் ஒலிக்கச் செய்கிறார். 'அந்த நாள்' படத்தில் தன்னைப் புறக்கணித்த நாட்டைக் காட்டிக் கொடுக்கிற கதாநாயகனை அறிமுகப்படுத்தினார். சினிமா பார்க்காதவராக இருந்தாலும் லட்சுமண ரெட்டியாருக்கு மணி நாயுடு இதையெல்லாம் கோவையாகச் சொன்னபோது ஏற்புடையதாகத்தான் இருந்தது. அடுத்த பத்தாண்டில் நாடே, திராவிட ஆட்சிக்கு மாறியது.

மக்கள் மனதில் இனம் புரியாத மகிழ்ச்சி. மறுபடி சுதந்திரம் கிடைத்ததுபோல இருந்தார் லட்சுமண ரெட்டியார். பெரியாரும் அண்ணாவை ஏற்றுக்கொண்டார் என்பதால், தானும் அண்ணாவை

ஏற்றுக்கொள்வதில் மனத்தடை எதுவும் அவருக்கு இல்லை.

நான்கு பேண்ட் ரேடியோ. நாகம்மா பிரியப்பட்டுக் கேட்டதற்காக வாங்கினார். அவருக்கு ரேடியோவில் வருகிற பாட்டுகள் மீது அருவருப்பு இருந்தது. பாவாடை, சட்டை போட ஆரம்பித்த குழந்தை. இந்த மாதிரி ஆசைகள் எல்லாம் வருவது சகஜம்தான். விசாலாட்சிக்கும் வேறு என்ன பொழுதுபோக்கு? அவளுக்கும் ரேடியோ வாங்குவதில் உடன்பாடு இருக்கவே, பட்டணம் போய் மர்ப்பி டீலரிடமே நேரில் போய் வாங்கி வந்தார். காப்பி கலரில் அது அழகாக இருந்தது. கண்ணாடிபோல வழவழப்பு. போட்டால் உடைந்துவிடும் என்று கடைக்காரன் எச்சரித்தான். பேண்டு மாற்றுகிற குமிழ்கள் இருந்த இடத்தில் குழந்தையொன்று வாயில் விரல் வைத்துப் புன்சிரிப்புடன் பார்த்துக்கொண்டிருந்தது. நான்கு பேண்டுகளுக்கும் நான்கு பட்டன் கள். ஆர்மோனியக் கட்டைகள் மாதிரி இருந்தது. கரெண்ட்டைத் தட்டிவிட்டதும் அது சூடாகி, மெதுவாகப் பாட ஆரம்பித்தபோது, பரவசமாகத்தான் இருந்தது. செம்புக் கம்பியால் வலைபோலப் பின்னப்பட்ட ஏரியல் ஒன்றும் அதனோடு கொடுத்திருந்தார்கள். ஏரியல் சரியாகத் தொடர்பில் இல்லையென்றால், பாடுபவர்கள் தொண்டை செறுமுவதுபோலக் கரகரத்தனர். சின்னவள் கண்ணம்மா, ரேடியோ போட்டதும் அதன் பின்னால் ஓடிப்போய்ப் பார்ப்பாள். “உள்ளே சின்னச் சின்ன ஆளுங்க இருப்பாங்களா?” கேட்பாள். அவளுடைய சந்தேகத்தை யாராலும் தீர்க்க முடியவில்லை. ஏனென்றால், அவர்களுக்கும் அந்தச் சந்தேகம் இருந்தது. லட்சுமண ரெட்டியே இப்போதுதான் கொஞ்ச நாளாக ரேடியோவுக்குப் பின்னால் சென்று பார்ப்பதைக் கட்டுப்படுத்திக் கொண்டிருந்தார்.

நாகம்மாவுக்கும் கண்ணம்மாவுக்கும் நடுவே ஒரு பையன் பிறந்து நான்கு மாதத்தில் மஞ்சள் காமாலை கண்டு இறந்துபோனதால் பெண் குழந்தைகளிடம் பிரியம் காட்டுவது இன்னும் அதிகமாகி விட்டது. இத்தனைக்கும் கடைசியாக நடராஜன் பிறந்த பின்னாலும் பெண்களின் மீது அவருக்கு இருந்த செல்லம் மாறவே இல்லை. நாகம்மா பஞ்சாயத்துப் பள்ளிக்கூடத்தில் மூன்று வருஷம் படித்து ஆத்திசூடி, கொன்றை வேந்தன், திருப்பாவை, வாய்ப்பாடு எல்லாம் தலைகீழ் பாடமாக ஒப்பிக்கத் தெரிந்துகொண்டதால், அவளை மேற் கொண்டு படிக்க வைக்க ஆசைப்பட்டார். ஆனால், பள்ளிக்கூடம் எதுவும் தோதுபடவில்லை. பொன்னேரி உயர்நிலைப் பள்ளிக்கூடம் சென்று வர வேண்டுமானால், வண்டி மாடு கட்டி, ஒரு ஆளை அனுப்பி பொழுதன்னைக்கும் அங்கேயே இருக்கச் சொல்ல வேண்டும். அது உசிதமாக இல்லை. விசாலாட்சி கொசப் பேட்டையில் அவளுடைய அம்மா வீட்டுக்கு அனுப்பிப் படிக்க வைக்கலாம் என்றாள்.

பிள்ளையைப் பிரிந்து இருக்க முடியுமா என்பதும் ஏதாவது தவறான முடிவெடுத்ததாக வருந்த வேண்டியிருக்குமோ என லட்சுமண ரெட்டி கலக்கமாக இருந்தார். நாகம்மா என்னமோ படிப்பதிலும் பட்டணம் போவதிலும் மிகவும் ஆர்வமாகத்தான் இருந்தாள்.

வேலூர் சுந்தரம் முதலியார் தன் பாட்டியாளுக்கு வாரிசு இல்லாமல் போனதால் இப்போது ஊரோடு வந்து சேர்ந்துவிட்டிருந்தார். அவரிடம் படிப்பு சம்பந்தமாக ஆலோசனை கேட்க உத்தேசித்திருந்தார் லட்சுமண ரெட்டி. அவர் எட்டாவது வரைக்கும் படித்தவராக இருந்தார். அது ஊருக்கு அதீதமான படிப்பாகத்தான் இருந்தது. அதுவுமில்லாமல் அவர் வேலூர் பஸ் அதிபர் தேவராஜ் முதலியாரின் உறவினர் வேறு. படிப்பு வாசனை உள்ள குடும்பத்தினரோடு பரிச்சயம் உள்ளவர் என்பதால், மகளின் படிப்பு குறித்து பொதுவாகப் பேசுவதற்குச் சமயம் பார்த்துக்கொண்டிருந்தார். பொழுதுக்கும் டீக்கடையில் உட்கார்ந் திருப்பார் சுந்தர முதலியார். அந்தத் தந்தி பேப்பரை ஒரு நாளைக்கு எத்தனை தடவைதான் படிப்பாரோ? குத்துக்காலிட்டு உட்கார்ந்து கொண்டு எந்த நேரமும் பேப்பர்தான். அந்தச் சமயத்தில் கூப்பிட்டு இது பற்றி விசாரிக்க யோசனையாக இருந்தது. இரண்டொருதரம் பார்த்தபோதும் பேச நினைத்துப் பேசாமல் போய்விட்டார். மனிதர் பீடி பிடித்துக்கொண்டிருந்தால் அதை மறைப்பதற்காகவும் சங்கடப் படுபவராக இருந்தார்.

சேடைகூட்டி பரம்படித்துக்கொண்டிருந்த வேளையில், காயல் எரிந்து போய் மோட்டாரைக் கிணற்றில் இருந்து மேலே தூக்கிக் கொண்டிருந்தவரைப் பார்த்தார் லட்சுமண ரெட்டி. காயல் எரிந்து போனால் அடுத்த மூன்று நாட்களுக்குப் பயிருக்குத் தண்ணீர் பாய்ச்ச முடியாது.

சேடை உலர்ந்துபோனால் உழுது என்ன பிரயோஜனம்? தலை வறண்டு போகாமல் இருக்க, தண்ணீர் போடக் கேட்பதற்காக அவரா கவே பேச்சுக் கொடுத்தார். லட்சுமண ரெட்டியும் இரண்டு வரப்பு கடந்து நெருங்கி வந்தார்.

“போட்டுக்க நைனா.. அதுல என்னா இருக்குது” என்பதாகப் பேச்சை ஆரம்பித்துக் கிணற்றுக்கு அருகே துண்டை விரித்துப் போட்டு உட்கார்ந்தார். “எங்க பார்த்தாலும் கிறுக்கி வெச்சிடுதுங்க” என்றார் பம்புசெட் சுவரைப் பார்த்தவாறு.

“ஒரு கரித்துண்டு, மாங்கொட்டை கெடச்சிட்டா போதும் பசங்களுக்கு. கிணத்து மேடு, பம்புசெட்ல எம்.ஜி.ஆர். வாழ்க, சிவாஜி ஒழிகனு எழுதிப்புடுதுங்க.”

சுந்தரம் ஒல்லியான ஆசாமி. பேச்சு சற்றே துடுக்குத்தனம் போலவும் தீர்மானமாகவும் இருக்கும். எதையும் ஒரு தரத்துக்கு இருதரம் யோசித்துவிட்டுப் பேசுபவராகத் தோன்றினார். ஊரில் எல்லோரும் டெக்ஸ்மோ மோட்டர் வாங்கி வந்து கிணற்றில் பொருத்திக் கொண்டிருந்தபோது, அவர் மட்டும் சுகுணா மோட்டார் வாங்கி வந்தார். “வேலூர் முழுக்க இதுதான். சுகுணாகிட்ட எவனும் நிக்க முடியாது. வாங்கியாறும்போது பேரிங் போட்டு வர்றதோடு செரி... சத்தம் கேட்டுப் பாரேன்... மோட்டார் போவுதா இல்லையானு சந்தேகமே வந்திடும்” என்றார்.

“அதுவும் செரிதான். சும்மாவா பின்னே.. உங்க அனுபோகத்தில சொல்றீங்க. நம்ம ஊர்ல அந்தக் காலத்தில மோட்டாரு சமாசாரம்னா சுப்ரமணிய ஐயருதான்... அவர வுட்டா வேற ஆளு கெடயாது... நுணுப்பமான வேலைக்காரன்...”

சுந்தர முதலியாருக்கு யாரைப் பற்றிச் சொல்கிறார் என்று புரியவில்லை. “இல்ல ரெட்டியாரே.. நீ கூட உடனே சுகுணாவுக்கு மாறிடு சொல்றேன்” என்றார்.

“இப்பத்தான் ரெண்டு மோட்டாரும் புதுசு போட்டேன். மாத்தும் போது மாத்திர்றேன்... இப்ப நான் வேற ஒரு யோசனை கேட்கணும்னு வந்தேன்..”

“இன்னா சொல்லு?”

“பொண்ணை பட்டணத்துல அவங்க பாட்டியா வூட்ல வெச்சி படிக்க வெக்கலாம்னு..”

“அதுல இன்னா கேக்கறதுக்கு இருக்குது? எவ்ளனாலும் படிக்கட்டும். இப்ப பொம்பளைங்கலாம்கூட ஆபீஸரா வேலைபாக்குதுங்களே.. இவ்ளோ சொல்றீயே? பொம்பளைல கலெக்டர்லாம்கூட வந்துடுச்சிங்க... நல்லா படிக்கட்டும்.”

“எனக்கும் சரின்னுதான் இருக்குது? பெரிய பொண்ணா ஆகிற நேரத்தில இன்னோர்த்தர் வூட்ல வெச்சிப் படிக்க வெச்சா சரியா இருக்குமா? அதுதான் யோசனை?” பெரியார் கட்சியில் இருந்துக்கிட்டு இப்படிச் சந்தேகம் கேட்பது அவருக்கு வெட்கமாகத்தான் இருந்தது.

“பாப்பாரமூட்டுப் பொண்ணுங்கள இப்ப வெளிநாட்டுக்கே அனுப்பி படிக்க வெக்கிறானுங்க. தபாரு.. கொஞ்ச வர்ஷத்துக்கு முன்னால வூட்ட வுட்டு வெளிய அனுப்பாம வெச்சிருந்தானுங்க. எப்படி மாறிட்டானுங்க பாரு. பெரியார் சொல்றத ஒழுங்கா கேட்டு நடக்கறவனுங்க அவனுங்கதான்னா..”

லட்சுமண ரெட்டியார் சிரித்தார். சுந்தர முதலிக்குப் பேச சொல்லித் தரவேண்டியதில்லை. தன்னைக் குஷிப்படுத்தவே இப்படி பெரியாரை இழுக்கிறார் என்பது தெரியாமல் இல்லை.

“இன்னா சிரிக்கிறியே? ருக்மணி அருண்டேல் யாரு? பாப்பார மூட்டுப் பொண்ணு. வெளிநாட்டுகாரனையே கல்யாணம் கட்டிக்கிச்சி.. பாதிப் பேர் எகிர்னாலும் பேர் பாதிப் பேரு கட்டினா என்ன தப்புனுதான் காவா கட்றானுங்க.. இந்த பக்கம் எம்.எஸ்.சுப்புலஷ்மிய ஐயரு ஒருத்தன் கட்டிக்னான். எப்டெப்டியோ மாறிப் போய்க்கினே இருக்குது? நீ இன்னாடான்னா பாட்டி வூட்டுக்கு அனுப்பிப் படிக்க வெக்கிறதுக்கு யோசனை பண்றே?”

“இந்த மாதிரி சொல்றதுக்கு ஒரு ஆளு வேணும்னுதானே வந்தேன்.. நாளைக்கே பட்டணத்துக்கு அனுப்பிர்றேன்.. உன் சொல்லாப்பல” லட்சுமண ரெட்டி எழுந்தார்.

“இவ்ளோ சொல்றேன்.. எம் பொண்ணுக்குப் படிப்பைக் காணமே..”
“எதுக்கு அப்பிடிச் சொல்றே..? நல்லாத்தான் படிக்குது.. நாகம்மாவைப் பார்க்க வருமே?”

“இதில இன்னா இருக்குது.. அது பேரையே எழுதத் தெர்ல இன்னும்னாக்கா?”

“அப்ப நீயும்தான் நாகம்மாகூடவே ரஞ்சிதத்தையும் அனுப்பி வெய்யேன் பட்டணத்துக்கு.”

“அட! நீ வேற கெளம்பு...” துண்டை உதறித் தோளில் போட்டபடி எழுந்து விடை கொடுத்தார். “உங்க பெரியப்பா புள்ளையும் நிக்கறரா எலெக்‌ஷன்ல?” என்று விசாரித்தபடி எழுந்தார்.

“பின்ன? அண்ணாதுரையை ஆளாக்கிவுட்டவராச்சே... வேலூர்ல இவரைவிட்டா வேற யாரு இருக்காங்க? ஆனா அவருக்கு எலெக்‌ஷன்ல இஷ்டமில்லாமதான் இருக்காரு.. அவரும் கேக்கலே.. இவரும் தொந்தரவு பண்ணலே.. அதுக்கெல்லாம் நாக்கத் தொங்கப்போட்டுக்குனு அலைய முடியாது சாமி அவங்களால.. அவங்களுக்கு வேற சோலி இருக்குது.”

“அது செரி.. நான் கெளம்புறேன்...”

“ஆங்.. செரி செய்யி.. படிக்க விருப்பப்பட்ட பொண்ண படிக்க வைக்கிறதில தப்பு இல்லே... இதுதான் நம்ம யோசனை.”

“செரி.”

உண்மையில் பெண்ணைப் படிக்க அனுப்புவதில் லட்சுமண ரெட்டிக்கு எந்தத் தயக்கமும் இல்லை. ஏனோ உலகப் போக்கைத் தெரிந்துகொண்டு செய்கிற பாவனையில் சுந்தர முதலியாரிடம் ஒரு வார்த்தை போட்டு வைத்தார். பாரத்தை இறக்கி வைத்தது மாதிரி இருந்தது.

இரண்டு பம்புசெட்டு போட்ட பின்பு ஓரளவுக்கு எல்லா நிலங்களையும் உழவுகூட்டி நடவு நட முடிவதால் நிலைமை மிகவும் மாறிப்போனது. மூன்று போகம் பயிர் செய்ய முடிவது முதல் காரணம். வானம் பொய்த்தாலும் நிலத்தடி நீர் பொய்க்காமல் வாரிக் கொடுத்தது. இரண்டு மூன்று கருப்புகளிலும் வறட்சி இன்றித் தப்பிக்க முடிந்தது. “யார்றா இங்க மடை மார்னது?” என்றபடி துண்டை இடுப்பில் கட்டிக்கொண்டு காவாயில் இறங்கினார். ஆனால், அவருக்குப் பதில் சொல்ல அங்கு யாரும் இல்லை. எல்லாம் அவரே அவருக்குக் கேட்டுக்கொள்ளும் கேள்விகள்தான். பாட்டை தலைக்குத் தண்ணி மாற்றிவிட்டு அப்படியே இரண்டொரு பொகடை அடைத்தார். “பேர் பாதித் தண்ணி இப்படித்தான்யா வீணா பாயுது” என்று சொல்லிக் கொண்டார். கையைக் காலை அலசிக்கொண்டு மீண்டும் வரப்புக்கு ஏறியபோது இடுப்பில் கட்டியிருந்த துண்டையும் தலைக்கு மாற்றிக் கொண்டார். வெயில் உச்சி மண்டைக்குப் ‘பொறுக்க’ அடித்துக் கொண்டிருந்தது.

4

“வாடீ நாட்டுப் பொறத்தா” படிக்க வந்திருந்த பேத்தியை இழுத்துப் பக்கத்தில் உட்கார வைத்துக்கொண்டார் பெருமாள். நாகம்மைக்கு வெட்கம் பிடுங்கியது. அவளுடைய அப்பாவே அப்படி இழுத்துப் பக்கத்தில் உட்கார வைத்துக்கொண்டதில்லை. பட்டணத்தில் அப்பாவும் பெண்ணும் பக்கத்தில் உட்கார்ந்துகொண்டு பேசுவதை அவள் அறிவாள். ஆனாலும் தாத்தா, தன்னை அழைத்துப் பக்கத்தில் உட்கார வைத்துக்கொண்டது கூச்சமாகத்தான் இருந்தது. அவள் எதிர் நாற்காலியில் அமர்ந்திருந்த தன் அப்பாவைப் பார்த்தாள். லட்சுமண ரெட்டி மகளின் சங்கடமறிந்து தேறுதலாகப் பார்த்துக் கொண்டிருந்தார். பட்டணத்தில் படிக்கும் பெண்ணைப் பார்க்க மாசத்துக்கு ஒரு கணக்கு என்று விசாலாட்சியும் லட்சுமண ரெட்டியும் வந்துபோவது வாடிக்கையாகியிருந்தது.

விசாலாட்சி “விடுப்பா அவளை.. அவங்க ஆயாகிட்ட பேசட்டும்” என உள்ளே அழைத்துப் போனாள். பழைய பாணி ஓட்டு வீடுதான். கிராமத்து வீட்டுக்கும் அதற்கும் பெரிய வித்தியாசம் இல்லை. என்ன தாழ்வாரத்தில் அடி பம்பு போட்டிருந்தது. வீட்டு வாசலுக்குப் போனால் தார் போட்ட தெரு. முனையில் இரண்டு கடை என்று வித்தியாசம் குறைவாகவே இருந்தது. தான் பிறந்த வீட்டில் தம் மகளை வாழ வைக்கத் தோதாக ஒரு தம்பி இல்லாமல் போனது அவளுக்கு வருத்தம்தான்.

பாடியில் சுந்தரம் ஐயங்கார் பேக்ட்ரி கட்டியபோது பெருமாள் நாயகர் தன் பத்து ஏக்கர் நிலத்தையும் ஐயங்காருக்கு விற்றுவிட்டார். நிலத்தைக் கொடுப்பவர்கள் குடும்பத்தில் ஒருத்தருக்கு வேலை தருவதாகச் சொல்லி, விசாலாட்சியின் அண்ணனுக்கு வேலை போட்டுக் கொடுத்தார்கள். "இப்ப இருந்திருந்தா ரெண்டு லட்சம் வரைக்கும் போவும்" என்று பெருமாள் புலம்புவதைச் சமீபகாலமாக நிறுத்தியிருந்தார். நிலம் இருந்தபோது பி அண்ட் சி மில்லில் வேலை கிடைத்துவிட்டதால், நிலத்தை மேனாம் பேட்டானுக்குக் குத்தகை விட்டுவிட்டு வந்தவர்தான். அதை அதற்கப்பறம் கண்ணால் பார்த்தவரில்லை. இப்போது இருந்திருந்தால் இரண்டு லட்சத்துக்கு விற்கலாம் என்பது மட்டும் என்ன நியாயம்? இன்னும் அம்பது வருஷம் கழித்து ஒரு கோடி ரூபாய்க்கு விற்கலாம்தான். நிலம் என்பது விற்பதற்கா? பயிர் செய்வதற்கானது. அது புரிந்த ஒரு வேளையில் அவர் அப்படிப் பேசுவதை விட்டுவிட்டார்.

அண்ணனும் டி.வி.எஸ்.ஸில் வேலை கிடைத்த பின்பு அம்பத்தூரில் வீடு வாங்கிக்கொண்டு போய்விடவே அம்மா, அப்பாவுக்கு நாகம்மா தான் துணை. நாகம்மாவுக்கு அவர்கள்தான் துணை என்று நினைத்துக் கொண்டாள். எதனாலோ விசாலாட்சியின் கண்ணில் நீர் அரும்பியது. தேவையற்ற தன்னிரக்கம்.

உடனே கண்களைத் துடைத்துக்கொண்டாள். "நான் போய் வஞ்சிரம் வாங்கியாறேன்" மருமகனைப் பார்த்தால் இன்னமும் எதிரில் வந்து பேசுவதற்கு வெட்கப்படும் ஆண்டாள், பின்கட்டு வழியாக மார்க்கெட்டுக்கு ஓடினாள். ஜெகநாதபுரத்தில் அவர்களுக்குக் கிடைக்காத மீன் வஸ்துவாகவும் அதிகம் பிடித்த சமாசாரமாகவும் இருப்பதினால் மருமகன் வந்தால் ஊருக்குக் கிளம்புகிற வரை வஞ்சிரம் மணக்கும் வீடெங்கும்.

விசாலாட்சி மசாலா அரைத்து வைத்துவிட்டு, நாகம்மாவை வெங்காயம், தக்காளி நறுக்கி வைக்கச் சொல்லிவிட்டு கூடத்துக்கு வந்தாள். கூடத்தில் மின்விசிறிக்குக் கீழே ஆளுக்கொரு நாற்காலியில் மாமனாரும் மருமகனும் பழங்கதை பேசிக்கொண்டிருந்தனர்.

"வாம்மா உக்காரு.. குழந்தைக்கு இன்னா வேலை வெச்சிட்ட? வரச் சொல்லு. ம்.. விவேகானந்தர் வந்து போன பொறவு ராமகிஷ்ண மடத்துக்கான மொத்த மர அலங்காரமும் நம்ம மைலாப்பூர் வகை யறா செஞ்சதுதான். சுதந்துரம் கிடைக்கிற வரைக்குமே அவங்க எல்லாரும் நல்லா எடுப்பா இருந்தவங்கதான். மடத்துல இருக்கிற கதவெல்லாம் பாத்திருப்பீங்களே.. இன்னா டெக்ரேஷனு? ப்பா.. இழைச்சுட்டாங்க இழைச்சு.. கண்ணாடி மெரியா மின்னுது வார்னீஷ் பெயின்ட்டு. அந்தக் காலத்தில மைலாப்பூர்ல இவங்களை விட்டா ஆளு கிடையாதுன்னா.. அட! மைலாப்பூர் கபாலீஸ்வரன் கோயில்ல எத்தனையோ வேலை இவங்கள்துதான்..." பெருமாள் நாயக்கர் பெருமையாக விவரித்தார்.

“அது தெரியும்..”

“மடத்துக்கும் அவங்கதான்... நீங்க போனதில்லையா மடத்துப் பக்கம்?”

“இவரு பெரியார் கட்சியாச்சே..”

“அது இருக்கட்டும்மா... நம்ம ஊர்ல என்ன நடக்குதுன்னு தெரிஞ்சிக்கணுமில்ல.. நம்மளவன் செஞ்சதுன்னாவது தெரிஞ்சு வெச்சுக்கிணுமில்ல?”

“கோயில் மேல நமக்கு இன்னா கோவம்? பாப்பானுங்க மேலதான் நம்ம கோவமெல்லாம்.. நம்ம ஆளுங்க பணத்தில கட்டுவானுங்க, நம்ம ஆளுங்க உழைப்பானுங்க.. கட்சீல அவனுங்க வந்து ராஜாங்கம் பண்ணுவாங்க.. அதான நடக்குது?” என்றார் லட்சுமண ரெட்டியார்.

பெருமாள் நாயகர் நம்ம ஆளுங்க என்று விவரிப்பது வேறு. லட்சுமண ரெட்டியார் நம்ம ஆளுங்க என்பதைப் பிராமணரல்லாதார் என்ற அர்த்தத்தில் சொன்னார்.

அந்த வித்தியாசம் உணராமல் “கட்டனவன் அங்கயே உக்காந்துக்க வேண்டியத்தானே? விவேகானந்தர் இன்னா பாப்பானுங்க வந்து மடத்த நடத்தட்டும்னா சொல்லிட்டுப் போனாரு? இவனுங்களே இது நம்ம எடம் கெடையாதுனு வந்துர்றானுங்க” என்பதாக நீட்டிக் கொண்டு போனார்.

நாகம்மா அதிராமல் நடந்து வந்து பாவாடை, தாவணியை நீவி சரி செய்து அம்மாவுக்கு அருகே அமர்ந்தாள்.

“நாடே பாப்பானுங்க கைக்குப் போயாச்சி... வெள்ளக்காரன் யார் யார்கிட்ட நாட்டைப் புடிச்சானோ அவனுங்ககிட்ட நாட்டை ஒப்படைக்கணும்.. இது நூறு தேசமா இருந்துது.. எல்லாத்தையும் சேர்த்து நேருகிட்ட குடுத்துட்டுப் போனா இன்னா அர்த்தம்? அவுர்தான் எல்லாருக்கும் ஜவாப்தாரியா? இதோ இப்ப புசுக்குனு செத்துப்புட்டாரு.. சாஸ்திரிங்கிறான்.. பண்டிட்டுங்கிறான்.. இந்தி படிக்கணுங்கிறான்.. இன்னாய்யா அக்குரமம் இது.. பெரியார் கேக்கிறதும் நாயம்தான்” மருமகனுக்குச் சாதகமாக வந்து முடித்தார்.

“நீங்கல்லாம் சுதந்திரப் போராட்டத்தில கலந்துக்கிலயா தாத்தா” என்றாள் நாகம்மா. பள்ளிக்கூடத்தில் சுதந்திர வேட்கை பற்றி நடத்துகிற பாடம் வேறு மாதிரியாக இருப்பதும் இவர்கள் பேசுவது வேறு மாதிரியாக இருப்பதும் கணக்குப் பாடத்தில் இணைக்க முடியாமல் அவதிப்படுத்தும் நாற்கர வரைபடம்போல இருந்தது.

“காந்தி வந்தார்னா மந்திரிச்சி வுட்டா மாதிரி ஓடுவோம். இங்க வெள்ளக்காரன் ரொம்ப அனுசரிச்சுப் போனாப்லதான். ஏன் நம்ம ராகவ நாயக்கரு இருட்டுன பிறவு மாட்டு வண்டியில வெளக்குக் கட்டிக்கினு வரலைனு போலீஸ்காரன் மடக்குனப்போ வுட்டாரு

செவுள்ல ஒரு அறை.. கோர்ட்டுக்குக் கூட்டீன் போயி ஏதோ ஃபைன் போட்டு அனுப்புனானுங்க..” “வெள்ளக்கார போலீஸ்காரனா?”

“ஆமான்றேன்.. அடி வாங்கினு வாயைத் திறக்கலையே... இங்க அவ்ளோ போராட்டம்லா இல்ல.. தெற்கதான்.. அதுவும் சும்மா இருந்தவனையா அவன் சித்திரவதை பண்றான்? அவனைத் தொல்லை பண்ணா பதிலுக்கு அவன் நம்மளத் தொல்லை பண்றான்.. இப்ப நேருவுக்குக் கருப்புக் கொடி காட்டினவனையெல்லாம் ஜெயில்ல போட்டு இம்சை பண்ணலையா? இந்திய எதிர்த்து எத்தன பேரு உயிர விட்டான்..? வெள்ளக்காரனா அடிச்சுக் கொன்னான்? நம்ம ஆளுங்களேதான் சும்மா நிமிர அடிச்சானுங்க..”

லட்சுமண ரெட்டிக்கு ஜேம்ஸின் குதிரையை எடுத்து சும்மா காத்து மாதிரி பறந்தது நினைவுக்கு வந்துபோனது. ‘அவன்கூட நம்மளப் பெருசா ஒண்ணும் செஞ்சுடலை’ என்று ஞாபகத்திலேயே சொல்லிப் பார்த்துக்கொண்டார்.

நாகம்மாவுக்குப் பள்ளிக்கூடத்தில் நடத்தும் பாடத்துக்கும் இதற்கும் வித்தியாசமாக இருந்தது. உண்மையில் அவள் தத்தளித்தாள். உண்மை எதுவென்று அவள் பிஞ்சு மனம் அவதிகொண்டது. வெள்ளையருக்கு எதிராகக் கப்பல் செலுத்தி நஷ்டப்பட்டு இறந்துபோன வ.உ.சி.யின் தியாகம், ஆஷ் துரையைச் சுட்டுக் கொன்றுவிட்டு, தானும் சுட்டுக் கொண்டு இறந்துபோன வாஞ்சிநாதன், சிறைக் கொடுமையால் தொழு நோய் கண்டு இறந்த சுப்ரமணிய சிவா, தேசிய கீதங்களால் நாட்டைத் தட்டி எழுப்பிய பாரதியார் என்று அவளுக்குச் சுதந்திர வேட்கையின் மனச் சித்திரம் தியாகபூர்வமானதாக இருந்தது. பள்ளிக்குச் சுதந்திர தினத்தன்று வரும் தலைவர்களும் அதைத்தான் சொன்னார்கள். பட்டம்மாள் போன்றவர்கள் வந்து பாரதியின் பாட்டைப் பாடும் போதும் ஏற்படும் உணர்வை அவளால் புறக்கணிக்க முடியாமல் திண்டாடினாள். தன் தாத்தாவும் அப்பாவுமே தம் உணர்வுகளுக்கு முரண்பட்டவர்களாக இருப்பது அவளுக்கு உடனடியாக அவிழ்க்க வேண்டிய ரகசியமாக மாறியது.

மகளின் இந்தத் தவிப்பைப் புரிந்துகொண்டதுபோல “உனக்கு ஏண்டி இந்தக் கதையெல்லாம்” என விசாலாட்சி தடுக்கப்பார்த்தாள்.

“எல்லாம் ஒண்ணுக்கு ரெண்டா எழுதறானுங்க.. அவனுங்க ஆட்சி நடக்குது.. தோ.. இந்த பாரதியாரு? தில்லக்கேணில தனியா நின்னு கத்திக்குனு கெடப்பாரு. நாலு மீன்புடிக்கிற பசங்க எதிர்ல உக்காந்து கேட்டுக்குனு இருப்பானுங்க. அவருக்குத் துணையா கூட யாராவது ஒரு சில நாள் வந்து நிப்பானுங்க.. அவ்வளதான்.. நாம் பாத்திருக்கம்மா.. இப்ப சொன்னா நம்புவானுங்களா? பாரதியார் பாடுனார்னா பட்டணமே வந்து பாக்கும்னு எழுதிடுவானுங்க. சொல்றன் பாத்துக்க... இப்ப அண்ணாதுரைக்குக் கூடுற கூட்டம் அப்ப பாரதியாருக்குக் கூடுச்சாமா?.. காந்திக்கும் நேருவுக்கும் வர்ற மாதிரி

வந்து குவியுதில்லா? ஜனங்க திரும்பிட்டாங்கன்னுதான அர்த்தம்" பெருமாள் நாயக்கர் சற்றே ஆசுவாசப்படுத்திக்கொண்டார்.

விசாலாட்சி தூண் மீது சாய்ந்தபடியே தூங்க ஆரம்பித்துவிட்டாள். ஆண்டாள் கடைக்குப் போய் திரும்பி வந்துவிடவும் நாகம்மா எழுந்து சமையல் கட்டுக்குப் போனாள்.

லட்சுமண ரெட்டிக்குத் தன் மாமனார் மீது நம்பகத்தன்மை உண்டு. தாம் கண்ணால் கண்டதை விருப்பு வெறுப்பு இல்லாமல் சொல்பவராக இருப்பதனால் அந்த நம்பகம் வளர்ந்தது. இத்தனைக்கும் மாமனாருக்கு பெரியார் மீதோ, அண்ணா மீதோ பற்று இருந்ததில்லை.

சமீப காலமாக காங்கிரஸ்காரர்களின் மிதமிஞ்சிய மெத்தனத்தால் அவருக்கு ஒரு சிறு கோபமும் மறு பக்கத்தில் அண்ணா மூலமாக ஏதாவது மாற்றம் வரும் என்ற எண்ணமுமே இப்படிப் பேச வைத்தது.

அது அவருடைய பேச்சின் போக்கைப் பொறுத்தது. சில சமயங்களில் காங்கிரஸை ஆதரித்துப் பேச முற்பட்டுவிட்டாலோ தி.மு.க.காரர்களைக் கிழித்து நார்நாராகத் தொங்கவிட்டுவிடுவார். கொள்ளை அடிக்கறதுக்குனே கூட்டு சேர்ந்தவனுங்க என்பார். சொல்லப்போனால், தமிழகத்தின் இரண்டு கட்சிகள் மீது மக்களுக்கு இருந்த தடுமாற்றத்தை வெளிப்படுத்தும் ஆயிரக்கணக்கானோரின் பிரதிநிதியாக அவர் இருந்தார்.

கம்யூனிஸ்ட்டுகள் தமிழை, சாதிப் பிரச்சினையை விட்டுவிட்டு உலக நியாயங்கள் பேசிக்கொண்டிருந்தனர். காங்கிரஸ்காரர்கள் தேசிய நியாயம் பேசிக்கொண்டிருந்தார்கள். தி.மு.க.காரன் பேசுவது கேட்பதற்கு நன்றாகவும் நெருக்கமாகவும் தனக்காகப் பேசுவதாகவும் தோன்ற ஆரம்பித்திருந்ததால் இளைஞர்களுக்கு ஈர்ப்பு அதிகமாகிவிட்டது.

"சுதந்திரம் வந்தா அதைப் பண்ணிடுவோம்.. இதைப் பண்ணிடு வோம்னு குதிச்சானுங்க.. அப்பிடியேதான் இருக்குது.. காந்திய சுட்டுத் தள்ளிட்டு, அவரோட படத்தை பார்லிமென்ட்டுல மாட்டினானுங்க.. அப்புறம் அவரைச் சுட்டுத் தள்றதுக்கு வழி சொல்லிக் குடுத்த சாவர்க்கர் படத்தையும் பக்கத்துல போட்டா புடிச்சு மாட்டிட்டானுங்க.. இவனுங்க நியாயத்தைச் சொல்லுங்க.."

மாமனாரின் ஆணித்தரமான பேச்சை லட்சுமண ரெட்டி, ஒரு நிலையான புன்னகையோடு ஆமோதித்துக்கொண்டிருந்தார்.

விசாலாட்சிக்கோ எஸ்.எஸ்.எல்.சி. முடித்ததும் நாகம்மாவுக்குக் கல்யாணத்தை முடித்துவிட வேண்டும் என்பதில் ஆர்வமாக இருந்தது. ஆண்டாள் சாப்பிட அழைத்தாள்.

மாலை எல்லோரும் துணி மணி வாங்க புரசைவாக்கம் சென்றனர். மதார்ஷா என்ற புதிய துணிக் கடை கங்காதீஸ்வரர் கோயில் குளத்துக்கு அருகே பிரம்மாண்டமாக இயங்கிவந்தது. மற்ற கடைகள் போல இதில் பாயில் உட்கார்ந்து துணி எடுக்க வேண்டியதில்லை.

நின்றுகொண்டே துணி எடுக்கலாம். நீளமான டேபிளும் அதற்கு மறுபுறத்தில் கடை சிப்பந்திகள் துணிகளை எடுத்துப்போட்டு விரித்துக் காண்பித்தனர். டேபிளுக்கு இந்தப் பக்கம் வாடிக்கையாளர்கள் என வித்தியாசமான வியாபாரமாக இருந்தது. மாமனார், மாமியாருக்கு நல்ல விலையில் வேட்டி, புடவை என வாங்கினார் லட்சுமண ரெட்டி. மகளுக்கு இரண்டு செட் பாவாடை, தாவணி வாங்கிக்கொண்டார். விசாலாட்சிக்குச் செலவு அதிகமாகிக்கொண்டு போவதால் தனக்கு எதுவும் வேண்டாம் என்று சொல்லிப் பார்த்தாள். அப்படி விசாலாட்சி மறுப்பதும் அவளுக்கும் ஒரு புடவையை எடுத்துக்கொள்வதும் வாடிக்கைதான். கண்ணம்மாவுக்கு ஒரு ஜிம்மி ஜாக்கெட் துணியும் நடராசனுக்கு ஆண்டு வருகிற மாதிரி மோட்டா ரக டவுசர் சொக்கா துணியும் வாங்கிக்கொண்டனர்.

விலை 300 ரூபாய்க்கு நெருங்கிப் போய்விட்டது. 'ஒரு சவரனுக்கு மேல் வாங்கலாம். எதுக்குத் துணி எடுத்து விரயம் பண்றீங்களோ?' என்று முணுமுணுத்துக்கொண்டிருந்தாள் விசாலாட்சி. லட்சுமண ரெட்டி மூன்று நூறு ரூபாய் தாள்களை எடுத்துக் கவுன்ட்டரில் கொடுத்தார். எப்போதும்போலப் புன்னகையோடு கவுன்ட்டரில் பணத்தை வாங்கிப் போட்ட முதலாளி, "நாலு நூறு ரூபாய் கொடுத்துட்டீங்க போல இருக்கே" என்று முதலில் ஒரு நூறு ரூபாய் தாளை எடுத்துப் பத்திரமாகத் திருப்பித் தந்தார்.

லட்சுமண ரெட்டி பாக்கெட்டில் இருந்த பணத்தை எடுத்து எண்ணிப் பார்த்துவிட்டு "மூணு நோட்டுதான்.. சரியாத்தான் குடுத்திருக்கேன்" என்றார்.

பாய்க்கு தான் சொல்வதுதான் சரி என்று பட்டது. "உங்ககிட்ட வாங்கி இப்பத்தானே கல்லாவுல போட்டேன். இதோ முன்னாடியே நாலு நோட்டு விழுந்திருக்கு பாருங்க.."

சிரித்துக்கொண்டே... "கல்லாவுல எத்தனை இருக்குதுன்னு எனக்குத் தெரியாது பாய்.. நான் மூணு நோட்டுதான் குடுத்தேன்.."

"கொஞ்சம் உக்காருங்க. கணக்குப் பாத்துடுவோம்... டேய்! நாலு காப்பி சொல்லு."

இரண்டு தரப்பிலும் மற்றவர் பணத்துக்கு ஆசைப்படாத குணம். கல்லாவில் இருந்த பணத்தையும் ரசீது புத்தகத்தையும் வைத்துக் கொண்டு நீண்ட ஆராய்ச்சி நடந்தது. கணக்குப் போட்டார்கள். ஆமாம்! சரியாகத்தான் இருக்கிறது என்று பாய் முடிவுக்கு வந்து நன்றி சொல்லி, பிடிவாதமாக நூறு ரூபாயை வாங்கிக்கொள்ள மறுத்த லட்சுமண ரெட்டியின் கையைப் பிடித்து நெகிழ்ந்தார்.

"இதில என்ன சாமி இருக்குது.. உங்களுக்குச் சேர வேண்டிய பணத்தை எம் பணம்னு எப்படிச் சொல்லிக்க முடியும்..?"

"இந்தக் காலத்தில அந்த மாதிரி நினைக்கிறவங்க குறைஞ்சு

போயிட்டாங்க.. நாணயத்துக்கு எங்க மதிப்பு?"

லட்சுமண ரெட்டியார் கைகூப்பிவிட்டு, காக்கிப் பேப்பர் உறைகளில் திணித்துக் கொடுத்த துணிப் பைகளைத் தயாராகக் கொண்டுவந்த துணிப்பைக்கு மாற்றினார். பாய், தன் கடைப் பெயர் அச்சிட்ட துணிப்பை இரண்டை எடுத்துக் கொடுத்து, அதில் போட்டுக்கொண்டு போகுமாறு சொன்னார். பெருமாள் நாயக்கரை அவருக்கு முன்பிருந்தே வாடிக்கையாளராகத் தெரிந்திருந்தது.

"நம்ம கடையில வந்து உக்காந்து கணக்கு வழக்குப் பாப்பீங்கன்னு கூப்பட்றேன்.. வர மாட்டேங்கிறீங்களே?" என்றார் பெருமாள் நாயக்கரைப் பார்த்து.

"எங்க முடியுது? எதனா ஒரு வேலை இருந்துக்குனே இருக்குது.." என்று பெருமாள் சிரித்தார்.

பெண்களுக்குச் சந்தோஷமாகிவிட்டது. மதார்ஷா என்று பெயரிட்ட துணிப்பை இரண்டு இனாமாகக் கிடைத்ததில்.

வெளியே வந்து டாணா தெரு திருப்பத்தில் பழக்கடையில் சாத்துக்குடி வாங்கிக்கொண்டிருந்தபோது லட்சுமண ரெட்டியாரை அடையாளம் கண்டு நெருங்கி வந்தான் தியாகராசன்.

5

தியாகராசன் ஆள் மிகவும் உருக்குலைந்து போயிருந்தான். அண்ணனைப் போலத் தனக்கும் குடும்பம் வாய்க்காமல் போனதே என்று அல்லலுற்றான். ஹேமலதா தெரிந்து செய்கிறாளா, தெரியாமல் செய்கிறாளா என்பதையே இன்னும்கூட அவனால் அறுதியிட்டு உணர முடியவில்லை. தம்மைப் பழி வாங்க பார்ப்பனர் செய்த சூழ்ச்சிபோல இருந்தது அவனுக்கு மனைவி வாய்த்தது.

சுகமான தருணங்களில் அவள் கேள்விகளால் துளைத்தெடுத்தாள். இணக்கமாகவும் மகிழ்வாகவும் இருக்க வேண்டிய நேரங்கள் அவளுடைய கேள்விகளால் சீர்குலைந்துபோயின. எப்போதும் அவளுடைய குரல் ஒரு தடுப்புச் சுவராக ஒலித்துக்கொண்டே இருந்தது. ஒருநாள் உடல் சேர்க்கைத் தருணத்தில் அவள், "வாயு பகவான்னு சொல்றாங்களே.. அது அனுமானா?" என்று கேட்டாள். இத்தகைய நேரங்களை அலுப்பாக எதிர்கொள்வான். அவளுக்குக் காற்று பற்றியும் தெரியவில்லை, கடவுள் பற்றியும் தெரியவில்லை. "அப்படித்தான் சொல்றானுங்க" என்று அந்தக் கேள்வியை இடித்துத் தள்ளிவிட்டு, தியாகராசன் மேற்கொண்டு முயன்றுகொண்டிருப்பான். அவளுடைய ஜாக்கெட் பட்டன்களை நீக்குவதிலோ, தலைமுடியை வருடிக் கொடுப்பதிலோ அவளுடைய கவனத்தைத் தன் கவனத்துக்குள் ஆழ்த்துவதற்கு அவன் சிரமம் எடுத்துக்கொள்வான். அவளோ, "நீப்புக்கு ஒக்க தேவுடு உண்டுகாதா.. ஆமாவா?" என்ற கேள்வியை எழுப்பி வழிமறித்து நிற்பாள். "ஆதி மனிதன் எல்லாவற்றையும் கண்டு

பயந்தான். அதனால புயல், கடல் எல்லாத்தையும் கடவுள்னு கும்பிட ஆரம்பிச்சுட்டான்" என்று அறிவியல்பூர்வமாக விளக்குவதற்குத்தான் முதலில் நினைப்பான். ஆனால், இச்சைக்கான இணக்கமான நேரத்தில் வளர்த்திச் சொல்வதற்கு விருப்பமிருக்காது. "இவனுங்க எதைத்தான் கும்பிடாம விட்டானுங்க" என்று அலுத்துக்கொள்வான். ஹேமலதாவின் கேள்வியால் ஏற்பட்ட அலுப்பும் கடவுளைக் கும்பிடும் காட்டுமிராண்டிகளின் அலுப்பும் அதில் சேர்ந்துகொள்ளும்.

தியாகராசனின் விளக்கங்களும் ஹேமலதாவின் கேள்விகளும் எப்போதும் பொருந்தாமல் ஊசலாடிக்கொண்டிருந்தன. தியாகராசன் நெருங்கி வந்து பொறுமையாகப் பதில் சொல்கிற நேரம் இது மட்டும்தான் என்று நினைத்ததாலோ இல்லை... சாதாரணமாகவோ அவள், அவன் மோகம் கொண்டு தவித்த நேரங்களில் அதைத் தணிக்கும்விதமாகக் கேள்விகளால் குளிப்பாட்டினாளோ? என்ன எழவோ.. தன் காரியம் ஆக வேண்டும் என்பதன் பொருட்டு, சமயத்தில் அவன் நெருப்பைத் தெய்வம்தான் என்று சொல்வதற்கும் தயங்காதவனாகியிருந்தான்.

நிலாவில்தான் எல்லா தெய்வங்களும் இருக்கின்றனவா என்று ஒரு தரம் கேட்டாள். இந்த மாதிரி கேள்விகளுக்கு அவனுடைய வழக்கமான பதில் என்று ஒன்று இருக்கத்தான் செய்தது. ஆனால், தியாகராசன் இது ஒரு கேள்வியா எனவும் இந்த நேரத்தில் இது அவசியமா எனவும் திணறினான். இவளுக்கு எந்த மாதிரி சொன்னால் சட்டென்று விளங்கும் என்பதாகத்தான் ஆரம்பத்தில் யோசித்து வந்தான். போகப் போக அவள் தொடர்ந்து கேள்வி கேட்க முடியாத பதிலாக ஒன்றைச் சொல்ல வேண்டும் என்று ஆசைப்பட ஆரம்பித்தான். ஆனால் எதுவுமே நடக்கவில்லை. அவள் கேள்விகள் அடங்கி அவன் மீது சாய்ந்து தயாராகும் நேரத்தில் தியாகராசன் முற்றிலும் திராணியற்று சோர்ந்துபோயிருப்பான். அவன் மூளையெங்கும் கேள்விகள் தொங்கி இழுத்துக்கொண்டிருந்தன. அவளுடைய தேவை புரிந்தாலும் அதை ஈடுசெய்யும் செயல்திறன் குறைந்துபோயிருந்தான். ஊசிக் காதுக்குள் நுழையாமல் மடிந்துகொள்ளும் நூலென அவனைப் பொறுமை இழக்க வைத்தாள்.

அமெரிக்காகாரன் நிலாவுக்கே ஆள் அனுப்பத் திட்டமிட்டிருப்பதை நினைத்துக்கொள்வான். ராக்கெட்டுகள் மூலமாக நாயும் குரங்கும் போய் வந்துகொண்டிருக்கும் அந்த நிலா, எப்படி மேல் லோகமாக இருக்க முடியும் என்று அவனுக்குக் கற்பனை விரியும்.

இருவருமே நிதானத்துக்கு வந்த நேரத்தில் இருவருக்குமான இயலாமையை உணர்ந்து எரிச்சல்பட்டனர். அவளுக்கு மீண்டும் கேள்வி கேட்பதன் மூலம் எரிச்சலை வெளித்தள்ளும் வடிகாலாக யோசித்தாள். "நிலா இருக்கிற இடம்தானே மேல் லோகம்" என்று தன் தீராத கேள்விகளை முன்வைக்க ஆரம்பித்தாள். ஆனால், அந்தச்

சமயத்தில் தியாகராசனிடம் சரியான பதில் இருக்காது.

வேகமாக எழுந்து அவள் கன்னத்தில் பளார் என்று அறைந்து அந்தக் கேள்வி ஓடையை மறித்து நிற்பான். தொடர்ந்து அவளுடைய கேள்விகள் புலம்பல்களாக வடிவெடுக்கும். புலம்பல்களுக்குத் தியாகராசனிடம் அடியோ, ஆவேசத் திட்டுகளோ பதிலாக அமையும். இப்படியாக அவர்கள் வாழ்க்கை இருந்தது. தியாகராசனுக்கு ஓயாத சிகரெட்டுப் பழக்கமும் குடிக்கும் பழக்கமும் ஏற்பட்டது. காமத்தின் தரிசனத்தை அவன் போதையில் தேட ஆரம்பித்தான்.

போதையில் கிடைத்த சுகம் அலாதியாக இருந்தது. அது கேள்வியின்றி சந்தோஷத்தைத் தந்தது. ஹேமலதாவைப் பார்ப்பதே அவனுக்கு அருவருப்பான விஷயமாகிவிட்டது. அவள் உருண்டு திரண்ட ஒரு வினாக்குறி போல மாறிப்போனாள்.

அரசு உத்தியோகம். தேனாம்பேட்டை ஏ.ஜி.எஸ். ஆபீஸில் வேலை என்றுதான் பெயர். பார்ப்பதற்கு அவன் ரிக்ஷா இழுப்பவனை நினைவு படுத்துபவனாக இருந்தான். சட்டை கசங்கியே இருக்கும். இந்தி எதிர்ப்புப் போராட்டத்தில் அடிபட்டதன் பிறகு, காலின் வளைவை மறைக்க வேண்டி அவன் வேட்டி அணிவதையே வழக்கமாக்கிக் கொண்டிருந்தான். அந்த வேட்டி எப்போதுமே வெள்ளை நிறமாக இருந்ததே இல்லை. புதிதாக வாங்கும் வேட்டியும்கூட செம்மண்ணில் நனைத்துக் கட்டியது மாதிரியே தோன்றும். ஆபீஸில் பார்ப்பனர் ஒருவர் நாடகங்கள் போடுவதிலும் சினிமாவுக்கு வசனம் எழுதுவதிலும் ஈடுபட்டிருந்ததை அறிந்தான். தன் ரேங்கில் பணியாற்றிய ஒருவன் எம்.ஜி.ஆர். படத்துக்கு வசனம் எழுதும் அளவுக்குப் போனது அவனுக்குத் தாள முடியாத ஆத்திரமாக இருந்தது. இத்தனைக்கும் இவன் அந்த வேலையில் சேருவதற்கு முன்னரே அந்த வேலையில் இருந்து அவர் சினிமா துறைக்குப் போய்விட்டார்.

ஒரு கட்டத்துக்குப் பிறகு அவரை யாரோ ஒரு பார்ப்பான் என்று சொல்லிக்கொண்டிருக்க முடியவில்லை. தமிழ் சினிமா உலகில் அவருக்கு என்று ரசிக வட்டம் ஏற்பட்டது. ‘பாலசந்தர் படம்’ என்று சொல்லிப் படம் பார்க்கக் கிளம்பினார்கள். படத்தின் தலைப்போ, அதில் நடிப்பவர்களோ இரண்டாம்பட்சமாக இருந்தார்கள். புது வகையான நகைச்சுவையாக இருந்தது அந்தப் படங்களில். எங்காவது ஓரிடத்தில் திடீர் சோகம் மனதைக் கவ்வும் விதமாக இருந்தது. ஒரு சிறிய அரங்கில் நடப்பதுபோன்ற அவருடைய கதைகள், தயாரிப்பாளர்களின் கையைக் கடிக்காமலும் படத்தை வேகமாக முடிக்கவும் உத்தரவாதம் தந்தன. சுவை மிகுந்த திருப்பங்கள் படத்தில் இருந்தன. சில தமிழ் சினிமாவில் அதுவரை வராததாகவும் இருந்ததால் மக்கள் அவருடைய படங்களை ரசிக்கச் செய்தனர்.

அடுத்தடுத்து அந்தப் பிராமணர் வேகமாக வளர்ந்துகொண்டே போனார். ‘நாண’லோ, ‘பாமா விஜய’மோ படம் ராக்ஸியிலோ

உமா தியேட்டரிலோ ஓடும்போது இவன் என் ஆபிஸ்ல வேலை செஞ்சவன்தான் என்று அலட்சியமாகச் சொல்லிக்கொள்வதில் ஆனந்தப்பட்டுக்கொண்டான் தியாகராசன். 'மேஜர் சந்திரகாந்த்', 'எதிர் நீச்சல்', 'சர்வர் சுந்தரம்' என எல்லாமே அந்த இயக்குநருக்குப் பேர் கொடுத்தது. கொஞ்ச நாளில் அவருடைய வளர்ச்சி அவனுக்குப் பெரும் தலைவலியாக இருந்தது. அவருடைய பெயர் கல்வெட்டாக மனதில் பதிந்திருந்தாலும் பாலசுந்தரமோ, பாலசந்திரனோ என்று தெனாவட்டாக உச்சரிப்பான். குடித்துவிட்டாலோ என்கூட வேலை செஞ்ச பையன் என்று சொல்லுவான். காலப்போக்கில் எனக்குக் கீழ வேலை செஞ்சவன் என்றும் சொல்லிப் பார்த்தான். ஆனால், பாலசந்தர் தமிழில் புதிய வசனத்துக்காகப் பேசப்பட்டார். கலைஞர், அண்ணா போன்றவர்களின் அடுக்கு மொழி வசனங்கள் வரலாற்றுப் படங்களுக்கு வேண்டுமானால் லாயக்காக இருக்கும் என்று அலுவலகத்தில் பேசிக்கொண்டார்கள். ஸ்ரீதரும் பாலசந்தரும் திரையுலகத் திருப்புமுனையாக மாறிய நேரத்தில், அண்ணா அறுதிப் பெரும்பான்மை பெற்று ஆட்சியைப் பிடித்துவிட்டார். அடுக்கு மொழி வசனங்கள் வரவேற்பை இழந்த சோகமும் ஆற்றாமையும் தியாகராசனுக்கு இதனால் தீர்ந்தது. அவர்களுடைய பேனாக்கள் இனி வசனம் எழுதத் தேவையில்லை, மக்களின் விசனம் தீர்க்கப் போகின்றன என்று தியாகராசன் சவால்விட்டான் அலுவலகத்தில். அதே சூட்டோடு ஒரு சார்மினாரைப் பற்றவைத்துப் புகைவிட்டான் சந்தோஷமாக.

6

மாம்பலம் சிவா விஷ்ணு கோயில் வாசல் பக்கத்தில் தர்ப்பை, பூணூல் விற்றுக்கொண்டு அமர்ந்திருந்த அந்த பிராமணப் பெரியவர் அடிக்கடி சலித்துக்கொள்பவராக இருந்தார்.

"பக்தவத்சலம் சரியா சொன்னாரு... நாட்டுல நச்சுக் கிருமி நுழைஞ் சாச்சு.. நுழைஞ்சு ஆட்சியையும் புடிச்சிருக்கு.. கலிகாலம்னா..? இதுவும் நடக்கும் இதுக்கு மேலயும் நடக்கும். இந்த ராஜகோபாலாச்சாரிக்கி பைத்தியம்தான் புடிச்சுப்போச்சி... அவா கூடக் கூட்டு வெச்சிருக்கான்."

அண்ணாதுரை இறந்த அன்றும் அடுத்த நாட்களிலும் சென்னை நகரம் குலுங்கியதை அவர் ஒரு கெட்ட சொப்பனமாக வர்ணித்தார். "இரணிய கசிபு, கம்சன் இவாள்லாம் செத்தப்போ பூமி இப்பிடித்தான் பித்துப் பிடிச்சு ஆடியிருக்கும். அண்ணாதுரை, இந்திரஜித்தன். இன்னும் ராவணன் இருக்கானே.. வடக்கே போய்க் கேட்டுப் பாருங்கோ.. தக்ஷின் ராவண்ணுதான் அந்தத் தாடிக்காரனுக்குப் பேரு.. குளிக்க மாட்டானாமே சண்டாளன்.."

"ஐயரே சும்மா இருக்க மாட்டியா நீ? எவன் காதுலயாவது விழுந்தா ரெண்டா பொளந்துடுவான்.. ராமன் ஆண்டா இன்னா, ராவணன் ஆண்டா இன்னா? யார் ஆண்டாலும் நீ நாலு தர்ப்பக் கட்டை வித்துத்தான் பொழைக்கணும்.. நான் நாலு முழம் பூ வித்துத்தான் பொழைக்கணும்.. பெசாம மூடிக்கிட்டு இரு" பூக்காரியின் குரலில் அலுப்பு கலந்த அதட்டல்.

“அடி செருப்பால. யாரப் பாத்து மூடிக்கிட்டு இருங்கிறே? வாய்க் கொழுப்பா?”

“கோச்சுக்காத ஐயரே.. உன் நல்லதுக்குத்தான் சொல்றேன்.” “எனக்கு நீ புத்திமதி சொல்றியா?”

பூக்காரி அதன் பிறகு வாய் திறக்கவில்லை. அடுத்து ஐயர் புலம்பும்போது யாராவது கேட்டுவிட்டு நான்கு சாத்து சாத்தட்டும் என்று வேண்டிக்கொண்டாள். தனக்குக் கொஞ்சம் தள்ளி உட்கார்ந்திருந்த பிச்சைக்காரனைக் கொஞ்சம் தள்ளி உட்காரச் சொன்னாள். அவன் நகர்வதாக இல்லை. அதாவது, நகர்வதற்குத் திராணியில்லை அவனுக்கு. தலைமுடியும் தாடியும் பின்னிப் பிணைந்து அழுக்குப் பிசுக்கேறி இருந்தான். ஆகாரமும் வெளியேற்றமும் ஒரே இடத்தில் நிகழ்ந்து கச்சை அடித்தது.

“இதுங்க ரெண்டுத்துக்கும் நடுவுல நான் வந்து மாட்டிக்கினேன் பாரு” என்றபடி பூக்கூடையைத் தூக்கிக்கொண்டு கோயிலுக்கு இடப்பக்கமாகப் போய் உட்கார்ந்துகொண்டாள். அந்த விலகல் நாற்றத்தைத் தவிர்க்கப் போதுமானதாக இல்லை. ஆனால், இன்னும் தள்ளிப்போனால், கோயிலுக்குச் சம்பந்தமில்லாமல் உட்கார வேண்டி யிருக்கும் என்று நினைத்து, அப்படியே பூவில் மனதைச் செலுத்தினாள்.

அந்தப் பிச்சைக்காரன் மீது அவளுக்கு வெறுப்பு இருந்த அதே நேரத்தில் பரிதாபமும் இருந்தது. ஒரு வருஷத்துக்கு முன் அவன் சினிமா படம் எடுக்கப் போய், நஷ்டப்பட்டுப் போனதாக வந்து ஊர், வாசல், பெற்றார், உற்றார் எல்லோரையும் விட்டுவிட்டு இங்கு வந்து பிச்சை எடுப்பதற்கு முதன்முதலில் உட்கார்ந்தபோது கேவிக் கேவி அழுதவண்ணம் இருந்தான்.

அவன் சொல்வது பொய்யாக இருக்கும் என்று நினைத்தவர்களும் அவன் அழுகையில் தெரிந்த நிராதரவான வலியை உணர்ந்தபோது நம்பத் தொடங்கிவிட்டனர். அதன் பிறகு அவன் அந்த இடத்தை நிரந்தரமாக்கிக்கொண்டான். காலையில் எழுந்து பஸ் டிப்போ பக்கத்தில் இருந்த பம்பில் தண்ணீர் அடித்துக் குளித்துவிட்டு, நெற்றி நிறைய திருநீறுடன் வந்து உட்கார்ந்துவிடுவான். வசதியாக வாழ்ந்தவன் என்பது அவனுடைய நடவடிக்கையில் தெரிந்தது. தன் சொந்த ஊர் எது என்பதையோ, தன் சொந்த பந்தங்கள் எங்கிருக்கிறார்கள் என்பதையோ அவன் யாரிடமும் சொல்வதில்லை. ஆரம்பத்தில் அவன் சொல்ல விரும்பாமல் இருந்தான், பிறகு யாரும் கேட்கவும் விரும்பாமல் போனார்கள். அவனுடைய பலவீனம் சுற்றியிருந்தவர் களை அச்சுறுத்தியது. பொறுத்துக்கொள்ள முடியாத நாற்றம் வீசியது. அவனே அழுகிக்கொண்டிருப்பது தெரிந்தது. உயிர் வாழ்வதற்கு எந்தப் பிரயாசையும் அற்ற அவன், எதற்காகத் தொடர்ந்து உயிர் வாழ்ந்து கொண்டிருக்கிறான் என்பது புரியவில்லை.

வெயில் ஏறிக்கொண்டிருந்தது. அவன் மீதும் கிரணங்கள் தாக்கித்

தகித்தவண்ணம் இருந்தன.

உஷ்ணம் அதன் முழு வலிமையோடும் அவன் மீது செயல்பட ஆரம்பித்த பின்பும் அவனால் அங்கிருந்து நகர்ந்துகொள்ள முடியவில்லை. அதற்கான முயற்சியைக்கூட அவனால் செய்ய முடியாமல் இருந்தது. உயிரின் கடைசிச் சொட்டு சக்தியைத் திரட்டித் தன் முன் இருந்த அலுமினியத் தட்டை எடுத்துத் தட்டினான். தலையை உயர்த்த முடியவில்லை. கண்கள் மட்டும் ஒரு வினாடி திறந்து மூடியது. தாகம் பொறுத்துக்கொள்ள முடியாததாக இருந்தது. அந்த அலுமினியத் தட்டைத் தட்டியது தண்ணீருக்காகத்தான். ஆனால், இரக்கப்படுபவர்கள் அந்தத் தேவையைப் பூர்த்திசெய்யும் யோசனை இன்றி அதில் ஒரு பத்து பைசாவை எறிந்துவிட்டுச் சென்றனர்.

சிவகுரு தன் தட்டைப் பார்த்தான். எந்த விதத்திலும் தனக்கு உதவ முடியாத அந்தக் காசைத் தட்டோடு கவிழ்த்துவிட்டு, நிரந்தரமாகக் கண்களை மூடிக்கொண்டான்.

காலப்பயணம்

காலம், கலர் கண்ணாடி மாட்டிக்கொண்டது. கறுப்புகளின் ஆதிக்கம் படங்களில் மட்டுமின்றி, அரசியலிலும் மட்டுப்பட ஆரம்பித்தது. எண்ணிறந்த விசித்திரங்கள். பல சாதனைகள் பின்னுக்குத் தள்ளப் பட்டுப் புதிய சாதனைகள் நிகழ்த்தப்பட்டன. சாதனைகளின் ஆயுள் காலம் குறைந்துகொண்டே போனது, இந்தப் பத்துகளில் உறுதி செய்யப்பட்டது. அரசியல்வாதிகளுக்கு ஏற்பட்ட நெருக்கடி, அரசியல் நெருக்கடியாகி.. மக்களை நெருக்கித் தள்ளியது. தலைவர்கள் உயிர் இழந்தனர் அல்லது பதவி இழந்தனர். புதிய தலைவர்கள் கிளை விட்டனர். ராஜாஜி, பெரியார், காமராஜர் மறைந்து புதிய தலைவர் களால் அவர்களை ஈடுசெய்ய முடியாதென நிரூபித்தனர்.

பசுமைப் புரட்சி, கலர் சினிமா, டி.வி. எனப் புதிய மாற்றங்கள். ஒரு தலைமுறை தடாலெனப் பின்தங்கிப்போனது. புதிய நிறத்தில் புதிய நடிகர்களுடன் புதிய இசை ரீங்கரித்தது.

காற்று புதிய திசையில் வீசியது. கடல் புதிய தாளத்தில் ஆடியது. புயல் வேறு வேகத்தில் வீசியது. பழைய ஆசாமிகள் கலிகாலம் என்றார்கள். புதியவர்கள் போகி கொண்டாடினார்கள். பத்துக்கு மேல், பனிரெண்டாம் வகுப்பெனத் தொப்பி போட்டார்கள். புதிய புதிய புதுமைகளும் புதிய புதிய ஊழல்களும் போட்டியிட்டன.

திடீரெனக் காலம் வயதுக்கு வந்ததுவிட்டது. வனப்பு கூடியது. வெட்டுப்புலி தீப்பெட்டி கம்பெனி தன் விதைகளால் பூமிப் பந்தில்

வெளிச்சத்தை வியாபித்தது. அதன் கந்தக மணம் பரவாத இடமில்லை, கோயிலில்லை, சாலையில்லை, விஞ்ஞானக் கூடமில்லை, திரையரங்கு இல்லை, சுடுகாடு இல்லை. அது தன் வெப்பக் கிரணங்களைக் கொண்டு தமிழ் மக்களைச் சூடாக்கிக்கொண்டே இருந்தது. நீர்த்துப் போகவிடாத அதன் சரித்திரப் பின்னணிக்கு நாற்பதாண்டு வயது. கீழ்வெண்மணியில் தன் செந்நாக்கால் அது தொடுத்த நெருப்பு கருகிய வடுவாகச் சரித்திரத்தில் கோடு கிழித்தது.

"எடுத்துக்கிட்ட வேலையில இருந்து விலகிப் போய்க்கிட்டிருக்கோமே பரவால்லயா?" என்று கேட்டேன்.

பிரபாஷுக்கு இதுவும் நன்றாகத்தான் இருந்தது.

இனிப்பின் தொடர்ச்சி நோயிலும் கசப்பின் தொடர்ச்சி சுகத்திலும் இட்டுச் செல்வதுபோல ஒவ்வொரு நிகழ்வின் எல்லையிலும் புதிய தரிசனம் சாத்தியப்பட்டுக்கொண்டிருந்தது.

"பாம்பு ஓடம்புல இடுப்பத் தேடினா மாதிரிதான்.. கழுத்துல ஆரம்பிச்சி வால் வரைக்கும் போய்க்கிட்டே இருக்க வேண்டியதுதான்" என்ற புதுமொழியை பெர்னான்டஸ் அவன் அறியாமலேயே சொல்லி விட்டான். வரலாறு பாம்புபோலப் படுத்துக் கிடந்தது. ஆளாளுக்கு இதுதான் இடுப்பு என்று வர்ணித்துக்கொண்டிருந்தார்கள்.

எழுபதுகள்...

1

“குள்ச்சா குள்ச்ச?”

லட்சுமண ரெட்டி ஆமோதிப்பதற்கு யோசித்தார். இந்த சாயங்கால வேளையில் குளித்துவிட்டு வேறு ஆடைக்கு மாறுவதைப் பார்த்தால் வழக்கம்போலக் கூட்டத்துக்குக் கிளம்பிவிட்டதாக விசாலாட்சிக்கு யோசனை வரும். இப்போதெல்லாம் வெளிக்காட்டிக்கொள்ளாமல் எரிச்சலும் படுகிறாள்.

முடிந்த அளவுக்கு அவளுக்குப் பதில் சொல்லாமல் தலை துவட்டும் போக்கில் முகத்தை மறைத்தவாறு இருந்தார். திடீரென்று வெளியில் கிளம்புவதற்கு ஆட்சேபம் தெரிவித்து அலுத்துக்கொள்வதற்கு அவளும் அவசரப்படாமல் இருந்தாள். வைக்கோலால் மூடப்பட்ட நெருப்புக் கங்கு திடீரென்று தீப்பிடிக்கும் ஒரு தருணம்போல இருந்தது அது. இது புகை மூட்டம். அவர் கூட்டங்களுக்குக் கிளம்பும்போது விசாலாட்சிக்குள் ஏற்படும் ரசாயன மாற்றத்தை லட்சுமண ரெட்டியாரும் உணர்ந்துதான் இருந்தார்.

கிளம்புவதற்குச் சற்று முன்பிருந்தே இறுக்கமான முகத்துடனும் யாருடனும் பேசாமலும் இருப்பார். இது முதல்படி. பீரோவில் இருந்து புதிய வேட்டி, சட்டையை எடுத்துக் கட்டிலின் மீது வைப்பார். இது இரண்டாவதுபடி. விசாலாட்சியிடமிருந்து எதிர்ப்புகள் ஏற்படா விட்டால் ‘உக்கும்’ என்ற கனைப்புக்குப் பிறகு “நான் வர்றதுக்கு பத்து மணி ஆவும்” என்பார்.

‘சொன்னால் கேட்கவா போகுது’ என்று விசாலாட்சி சில நேரங்களில் அவருடைய அறிவிப்புக்கு எந்தவித எதிர்வினையும் காட்டாமல் இருப்பாள். பொதுவாக இது நல்ல தருணம். லட்சுமண ரெட்டி ஒரு மாதிரியாக வீட்டைவிட்டு வெளியே வந்துவிடுவார்.

“இப்பிடியே போனா குடும்பம் உருப்பட்டா மாரிதான்” என்று ஒரு பிடி பிடித்தாள் என்றால், சில நேரத்தில் தாஜா வேலைகள் செய்ய வேண்டியிருக்கும். “அட சும்மா இருடீ.. எப்பவோ ஒருதரம் போறேன். வூட்லயே வெட்டுவெட்டுனு எவ்ளோ நேரம் குந்திக்குனு இருக்கிறது?” “நான் மட்டும் எங்க போறேன்? இங்கயேதான் கெடக்கிறேன்.” “நீயும் வாடீனுதான் கூப்பர்றன்.”

“எப்பா சாமி.. நீ போய்ட்டு வா.. வூட்டுக்கு ஒரு ஆளை நேந்துவுட்டா போதும்.. வரும்போது மறக்காம மளிக சாமான் வாங்கியாந்துடு.. வூட்ல ஒரு பொட்டு சாமான் இல்ல.”

“செரி.. வரும்போது புடிச்சாந்திர்றேன்..”

விசாலாட்சிக்கு கணவர் மளிகை சாமான் வாங்குவதற்காக வெளியே போய் இருப்பதாகத் திருப்தி. லட்சுமண ரெட்டிக்கு மீட்டிங் போக அனுமதி கிடைத்த திருப்தி. கூட்டம் முடிந்து திரும்பும்போது எப்படியும் கடைகள் சாத்தப்பட்டுவிடும் என்பதால், போகும்போது ரெட்ஹில்ஸிலேயே எல்லாவற்றையும் வாங்கி, ஏழுமலை நாயக்கர் வீட்டில் கொடுத்துவிட்டுப் போய்விடுவார். கடைசி பஸ் பிடித்துத் திரும்பும்போது அவர் பஸ் ஸ்டாப்புக்கு வந்து பையை பஸ் ஜன்னல் வழியாக ஒப்படைப்பார். சில நாள் ஏழுமலை நாயக்கர் பஸ்ஸைத் தவறவிட்டுவிட்டால், வீட்டில் கூட்டத்துக்குப் போய் வந்த சுவையே போய்விடும். மறுநாள் காலை விடிந்ததும் விடியாததுமாக ராகவனை அனுப்பி சாமான்களை எடுத்துவரச் சொல்லுவார்.

இது வழக்கமான சங்கதி. ஆனால், இன்று வழக்கத்துக்கு மாறாக இருந்தது லட்சுமண ரெட்டியின் போக்கு. தைரியமாகவே குரல் கொடுத்தார். “விசாலாட்சி.. வேட்டி, சொக்கா எடுத்து வெய்... நான் பெரியார் திடலுக்குப் போயிட்டு வந்துட்றேன்” என்றார்.

குரலில் இருந்த தீர்மானத்துக்குக் கட்டுப்பட்டு, அவளும் எடுத்து வைத்தாள். கண்ணம்மா ஓடிவந்து அம்மாவைப் பிடித்துக்கொண்டு “பாரும்மா தம்பிய... சிக்கலக்கா கொட்டிக்கினே இருக்கான்” என்று புகார் சொன்னாள்.

“டேய்! சும்மா இரண்டா கொஞ்ச நேரம்.. வாலு... பொட்டப் பசங்க கிட்ட வெளையாட்றது இன்னா பழக்கம்?” எரிந்து விழுந்ததோடு இல்லாமல், அவன் முதுகிலும் ஒன்று போட்டாள். நடராஜன், அப்பா தம்மைச் சமாதானப்படுத்த வேண்டும் என்ற நோக்கத்தில் பெருங்குரல் எடுத்து அழ ஆரம்பித்தான். அவனைச் சமாதானப்படுத்துவதென்றால் ஏதாவது கோலா கலர் வாங்கித் தர

வேண்டும். “சதா இந்த கொய்னா தண்ணியக் குடிக்காதடா.. வேறெதனா வேர்க்கடலை உரண்ட வாங்கித் தரன்” என்று சொல்லிப் பார்ப்பார். இதுநாள் வரை அவன் கேட்டான் இல்லை. அப்படி இன்றைக்கும் கலர் குடிக்கும் வாய்ப்பு தனக்குத் தானாக அமைந்துவிட்டதாக நடராஜன் ஆனமட்டும் அழுதுகொண்டிருந்தான். வேட்டி, சட்டை அணிந்ததும் இந்தப் பஞ்சாயத்துகளிலெல்லாம் கவனம் செலுத்தாமல் பட்டா டவுசரில் கொஞ்சம் நூறு ரூபாய் நோட்டுகளையும் மேல் பாக்கெட்டில் சில்லறை நோட்டுகளையும் எடுத்து வைத்துக்கொண்டு “நான் வர்றம்மா” என்று வேகமாகக் கிளம்பிப் போனார். கிளம்பிப் போனது அவ்வளவு முக்கியமான விஷயத்துக்காகத்தானா என்பதைத் தெரிந்துகொண்டு எரிச்சல்பட்டுக் கொள்ளலாம் என்று விசாலாட்சியும் அமைதியாக இருந்துவிட்டாள்.

லட்சுமண ரெட்டியின் இந்தத் தீவிரமான போக்குக்கு நியாயமான காரணம் இருந்தது. பெரியாரின் உடல்நிலை மிகவும் மோசமடைந்து விட்டதாகவும் பொது மருத்துவமனைக்குக் கொண்டுபோய் இருப்பதாகவும் மணி நாயுடு வந்து சொல்லிவிட்டுப் போனார். பெரியார் இறந்துவிடுவார் என்பதை அவர் அதற்கு முன் எப்போதுமே யோசித்ததில்லை. மணி நாயுடு சொன்ன தொனியினாலா அல்லது அவருடைய வயது திடீரென்று மூளைக்குள் அப்போதுதான் உறைத்ததா என்று சொல்லத் தெரியவில்லை. உலக நியதி அப்போதுதான் அவருக்கு எட்டியதுபோல இருந்தது. அவர் நிரந்தரமாக மனிதகுலம் பற்றிச் சிந்தித்துக்கொண்டே இருப்பார், எல்லோருக்காகவும் அவர் ஒருவரே யோசித்துக்கொண்டிருப்பார் என்பதுபோல லட்சுமண ரெட்டியாருக்கு ஒரு மூடநம்பிக்கை ஏற்பட்டுவிட்டிருந்தது. நாளை முதல் நாமெல்லாம் என்ன செய்வது என்பதுபோலப் பதறினார். அதனால்தான் பெரியாரை உடனே போய்ப் பார்க்க வேண்டும் என்று துடித்தார். திடலுக்குப் போய்விட்டால் எந்தத் தகவலும் உடனுக்குடன் தெரிந்துவிடும் என்று விரைந்தார். பூக்கடையில் இறங்கி, பூந்தமல்லி சாலையில் செல்கிற ஏதோ ஒரு பஸ்ஸைப் பிடித்து தினத்தந்தி ஆபிஸ் ஸ்டாப்பிங்கில் இறங்கினார். போன செப்டம்பர் மாதம் அவருடைய பிறந்த நாளுக்கு வந்துபோனதோடு சரி. தி.மு.க.வில் இருந்து பிரிந்த பின்பு எம்.ஜி.ஆரும் வந்திருந்தார். இந்த வயசில் ‘உலகம் சுற்றும் வாலிபன்’ என்று அவருடைய படத்துக்குத் தலைப்பு வைத்திருப்பதாகச் சற்று கேலியாகப் பேசிக்கொண்டிருந்த தோழர்களும் அவரை நேரில் பார்த்தபோது வாலிபன் என்று சொல்வது அத்தனை பெரிய குற்றமில்லை என்று கருத்தை மாற்றிக்கொண்டார்கள். ‘நல்ல நேரம்’னு தலைப்பு வைக்கிறாரே.. அதுதான்யா புடிக்கல” என வேறு குறையைச் சொல்ல ஆரம்பித்தார்கள். அவர்களுக்கு கருணாநிதியை விட்டுப் பிரிந்து வந்த கோபம் இருந்தது.

தி.மு.க.வுக்காக எம்.ஜி.ஆரும் பாடுபட்டுத்தான் இருந்தார். கருப்பு வேட்டி சிவப்புச் சட்டையெல்லாம் போட்டு நடிப்பதும் ஒருவகை

பிரசாரம்தானே? கருப்புச் சட்டை, சிவப்பு பேன்ட் என யாராவது போடுவார்களா? போட்டால் சகித்துக்கொள்ளத்தான் முடியுமா? அண்ணா இறந்த பிறகு, கருணாநிதிக்கு ஆதரவாக இருந்தவரும் அவர்தானே? என்ற யோசனைகள் லட்சுமண ரெட்டியாருக்கு அடுத்தடுத்து வந்துகொண்டிருந்தன.

திடலுக்குள் நுழையும்போதே பதற்றம் இரண்டு மடங்காகிவிட்டது. பெரியார் நல்லபடியாக இருக்கிறார் என்று யாராவது ஓடிவந்து தெரிவிக்க மாட்டார்களா? ஆங்காங்கே இருவர் மூவராக தோழர்கள் நின்றுகொண்டிருந்தனர். அரங்கம் இருக்கும் இடத்துக்கு முன்புறம் விசாலமாக இடம்விட்டுப் பரந்து கிடந்தது மணல்வெளி. அதில் நின்றிருந்தவர்களின் முகங்களில் சோகம் அதிகமாக இருந்தது. ஒரு வேளை செய்தி வந்துவிட்டதா என்று சந்தேகமாக இருந்தது. ஏற்கெனவே திடலில் நிலவிய மனஓட்டத்தோடு புதிதாக உள்ளே வந்த இவருடைய மனஓட்டம் இணைவதற்குச் சற்றே தயக்கம் இருந்தது. நாமாகச் சென்று ஆரம்பிக்கலாமா, அவர்களாக ஆரம்பிப்பார்களா என்ற தயக்கம்.

நல்ல வேளையாக அங்கே சௌந்திர பாண்டிய நாடார் இருந்தார். திடலுக்கு வந்தால் போனால் அருகில் வந்து வாஞ்சையாகப் பேசக் கூடிய தோழர்களில் ஒருவர். லட்சுமண ரெட்டியாரின் மன ஓட்டத்தை வாசித்துவிட்டதாலோ, என்னவோ கண்ணை நிதானமாக மூடித் திறந்து ஒன்றுமில்லை, கவலைப்பட வேண்டாம் என்றார் சைகையாலேயே. இருட்டத் தொடங்கிவிட்டிருந்தது. ஈசல் பூச்சிகள் பறந்து வந்து மொய்த்தன. “வேலூர் சி.எம்.சி.க்குக் கொண்டுபோயிருக்காங்க... ஒண்ணும் ஆகாது உக்காருங்க அண்ணாச்சி” அரங்கத்தின் படியில் பேப்பரைத் தட்டிச் சுத்தம் செய்துவிட்டு அமர்ந்த சௌந்திர பாண்டியன், லட்சுமண ரெட்டியாரையும் உட்காரச் சொல்லிப் பணித்தார். உட்காரும் முன்பே மறுகையில் இருந்த சஞ்சிகையைக் காட்டி, ‘பார்த்தீங்களா இதை’ போல கண்ணைச் சிமிட்டினார்.

அவருடைய கையில் இருந்த சஞ்சிகையின் பெயர் நாடார்குல மித்ரன் என்றிருந்தது. “மொத மொதல்ல பெரியாரோட பேச்சை முழுசா இதிலதான் போட்டுருக்காங்க.. நீங்க வந்தா காட்டலாம்னுட்டு தான் கொண்டாந்தேன்” என்றவாறே நீட்டினார். “அப்படியா?” என்று ஆசையோடு வாங்கியவர், அது உடைந்துவிடும்படிக்கு இருந்ததால் மீண்டும் அவரிடமே கொடுத்து, “நீங்களே வாசிங்க, கேக்கறேன்.. நான் படிச்சா நிதானமாத்தான் படிப்பேன்” என்றார்.

“நானும் உங்க கேஸுதான்... முழுசா வேணாம்.. சிலதைக் குறிச்சு வெச்சிருக்கேன் அத மட்டும் படிக்கிறேன்... பெரியார் காங்கிரஸ்ல இருந்தபோது பேசினது... இர்பத்து நாலுல..”

“அடேங்கப்பா.. அம்பது வருஷத்துப் பத்திரிக்க..” “திருவண்ணா மலையிலிருக்கும் தகரக் கொட்டகையில் சுமார் 2.30 மணிக்கு

மகாநாடு ஆரம்பமாயிற்று. அவ்வமையம் இந்து, முஸ்லிம், கிறிஸ்தவ மதங்களின் சார்பாகக் கடவுள் வணக்கம் செய்யப்பட்ட பின்பு உபசரணைக் கமிட்டித் தலைவர் ஸ்ரீமான் பிரம்மஸ்ரீ காவ்ய கண்ட கணபதி சாஸ்திரிகள் வரவேற்புப் பத்திரம் வாசித்து முடித்ததும் ஸ்ரீமான் இராமசாமி நாயக்கரவர்கள் அக்கிராசனராகப் பிரேரித்தார்...”

“பெரியார் கலந்துக்கிட்ட கூட்டமா இது? மாத்திக்கீத்தி படிச்சுடப் போறீரு.”

“அட... தமிழ் மாகாண மகாநாடு நடந்திருக்கு.. அப்பல்லாம் பெரியாரு கடவுள் சம்பந்தமா தீவிரமாகல. அதான் விஷயம்... அப்ப காங்கிரஸ்ல இல்ல இருக்காரு? மேல படிக்கிறன் கேளுங்க.. சுயராஜ்ஜியம் என்பதற்குப் பலர் பலவாறு பொருள் கூறுவது வழக்கம். சுயராஜ்யத்தின் உண்மைப் பொருளை உள்ளங்கொண்டு நோக்கும்போது உலகில் எந்தத் தேசமுஞ் சுயராஜ்ஜியம் பெற்றிருப்பதாகத் தெரியவில்லை. ஒரு தேசம் மற்றவர்களால் ஆளப்படாமல் தன்னைத் தானே ஆண்டுகொள்வது சுயராஜ்யமென்று சொல்லப்படுவதும் எனக்கு நியாயமாகத் தோன்றவில்லை. ருஷ்யாவில் ஜார் காலத்தில் நடைபெற்ற அரசாட்சி அந்நிய அரசாட்சியா..?”

“எப்படிக் கேள்வி போட்றாரு பாருங்க.. அதான் பெரியாரு.”

“இன்னொரு எடத்தில பாருங்க.. சுயராஜ்யத்தில் ஊக்கங் கொண்டுழைக்க முற்பட்டுள்ள காங்கிரஸ் ராஜ்யத்திலாவது சுயராஜ்ய மிருக்கிறதா என்றால், அங்கும் இருப்பதாகத் தெரியவில்லை. தமிழ் நாட்டைப் பொறுத்தளவில் எனக்குற்ற அனுபவம் காங்கிரஸிலும் இன்னும் சுயராஜ்ஜியம் ஏற்படவில்லை என்றே சொல்லும்... தேசத்தில் செல்வர் இறுமாப்பும் ஏழைகள் இழிவும் இந்துக்கள் அச்சமும் முஸ்லிம் ஐயமும் தாழ்ந்த வகுப்பார் நடுக்கமும் ஒழியுமாறு முயல வேண்டும். இக்குறைகள் ஒழியப் பெற்றால், சுயராஜ்ஜியம் என்பது ஒருவர் கொடுக்க நாம் வாங்குவதல்ல என்பதும் அது உம்மிடமே இருப்பதென்பதும் செவ்வனே விளங்கும்.”

“இந்த மாதிரி யோசிக்கிறதுக்கு இவர வுட்டா வேற யாரு இருக்கான் இந்த உலகத்தில? சுயசிந்தனை. எதனா புக்க பாத்துப் படிச்சுட்டு பேசற பேச்சா இது?”

லட்சுமண ரெட்டியார் சிலாகிப்பதற்கு அவகாசம் தந்துவிட்டு மேலே படிக்கலானார் சௌந்திர பாண்டி. “ஹிந்து - முஸ்லிம் ஒற்றுமை தேசத்துக்கு மிக அவசியமானது. அவ்வொற்றுமைப் பேச்சும் நமது தமிழ்நாட்டுக்கு வேண்டுவதில்லை. கடவுளை வாழ்த்துகிறேன்... கடவுளை வாழ்த்தறது யாரு...? பெரியாரு. எதுக்காக வாழ்த்தறாரு..? அடுத்த வரியப் பாருங்க.. கோயில்களை இடிப்பதும் மசூதிகளைக் கொளுத்துவதும் பெண் மக்கள் கற்பை வலிந்து குலைப்பதும் மனிதர்கள் செயல்களாக. சுயராஜ்யத்துக்கு அடிப்படையாக உள்ள ஹிந்து - முஸ்லிம் ஒற்றுமைக்கே கேடு நிகழ்வது கண்டு மகாத்மா

இருபத்தொரு நாள் உண்ணாவிரதம் இருந்தார். அவர் முயற்சி வெற்றியடைய வேண்டுமென்று நாம் கடவுளை எப்பொழுதும் வழுத்திய வண்ணமிருப்போமாக... கடவுளை வாழ்த்தறது இதுக்குத்தான் ரெட்டியாரே புரியுதா?"

"புரியுது.. புரியுது."

"இன்னொரு முக்கியமான இடம் படிக்கிறன் கேளுங்க.. சில பிராமணரல்லாதார் - ஜஸ்டிஸ் கட்சியார் - கூடி ஒரு பிற்போக்கான இயக்கத்தைக் கிளப்பியதும் அதை ஒடுக்கப் பிராமணரல்லாதார் - காங்கிரஸ் கட்சிக்காரரர் - புறப்பட்டதும் கனவில் தோன்றிய நாடகங் களல்ல. காங்கிரஸ் சார்பாக டாக்டர் வரதராஜுலு நாயுடுவும் ஸ்ரீமான் வி. கல்யாணசுந்தர முதலியாரும் வேறு சிலரும் மேற்கொண்ட பேருதவியால் ஜஸ்டிஸ் கட்சி முளையாகவும் நின்று வெம்பிக் காய்ந்து வருகிறது. ஜஸ்டிஸ் கட்சியை ஒழிக்க வேண்டுமென்று நாடோறும் பிரார்த்தனை செய்பவருள் நானும் ஒருவன்."

"இது இன்னாய்யா புதுக் கதையா இருக்குது.. ஏம்பா.. நாடார்குல மித்ரன்ல ஒண்ணுகெடக்க ஒண்ணு எழுதி வெச்சிருக்கப் போறாம்பா..."

"முடிக்கிறதுக்குள்ள அவசரப்பட்றிங்களே? காங்கிரஸ்வாதியாயிருந்த டாக்டர் நாயர் திடீரென ஜஸ்டிஸ் கட்சியைத் தோற்றுவிக்கக் காரணங்களாக நின்றவை எவையோ, அவை இன்னும் நிற்கின்றனவா, இல்லையா என்பதை நேயர்கள் கவனிப்பார்களாக. அக்காரணங்கள் அழிந்துவிட்டதாக எனக்குத் தெரியவில்லை. அவை தமிழ்நாட்டில் வளர்ந்துகொண்டிருக்கும்வரை பிராமணர் - பிராமணரல்லாதார் ஒற்றுமை நிலவுதலரிதே. தேச சேவையில் ஈடுபட்டுத் தமிழ்நாட்டுக் காங்கிரஸில் காரியதரிசியாகவும் தலைவனாகவுமிருந்து பெற்ற அனுபவத்தை ஆதாரமாகக்கொண்டே நான் இன்று பேசுகிறேன்...

இப்ப புரியுதா? நாடார் குல மித்ரன்ல சரியாத்தான் போட்டுருக்கம்னு?.. இன்னும் ஒரே ஒரு பத்தி படிச்சிர்றேன். அவருடைய பேச்சு சாமர்த்தியத்துக்கு இது உதாரணம். தமிழ்நாட்டிலுள்ள காங்கிரஸில் உள்ள பிராமணரல்லாத தலைவர்கள் எல்லாவற்றையும் அடக்கிக்கொண்டு காங்கிரஸ் தொண்டு செய்துவருகிறார்களாதலால் எக்குறை முறையீடும் வெளிக்கிளம்பாது கிடக்கிறது. மகாத்மா காந்திக்குத் தமிழ்நாட்டில் ஹிந்துக்களுக்குள் உள்ள குறைகள் பெரிதும் தெரியா. தெரியவிப்போருமில்லை. உண்மை நிலை தெரிந்தால் அவர் எத்துணை நாள் உண்ணாவிரதம் கொள்வாரோ தெரியாது... எப்பிடி?. உனுக்கு பெரியார்னா உயிராச்சே... அதான் படிச்சுக் காட்டலாம்னு கொண்டாந்தேன்.. டீ சாப்புடுவமா தோழர்?"

"ஆனைமுத்து வருவார்னு பாத்தேன். அவரு, பெரியார் பேசினது எல்லாத்தையும் புத்தகமா போடப்போறதா சொன்னாங்க." பேசியபடியே டீக்கடை வாசலுக்கு வந்து நின்றபடி "ரெண்டு டீ போடுங்கய்யா" என்றார் லட்சுமண ரெட்டி.

"அவரு.. வீரமணி, மணியம்மை எல்லாருமே வேலூர்லதான் இருக்காங்க இப்போ."

"ஓ.."

பஸ் பிடித்து நிம்மதியாக ஊர்வந்து சேர்ந்தார் லட்சுமண ரெட்டியார். மீண்டும் திடலுக்கு வந்ததும் பெரியாரைப் போய்ப் பார்த்துக்கொள்ளலாம் என்று நம்பிக்கையாக இருந்தார். மூன்றாம் நாள் பெரியார் இறந்துவிட்டதாக ரேடியோவில் செய்தி வாசித்தார்கள்.

2

நாகம்மா கல்யாணத்துக்குச் சம்பந்தம் பேசப் போயிருந்தபோது சுந்தர முதலியாரும் கூட வந்திருந்தார். மயிலாப்பூர் பெரியம்மாவுக்கு நாத்தனார் பையனைத்தான் லட்சுமண ரெட்டியார் சம்பந்தம் பேசியிருந்தார். சொந்த சாதியிலேயே கல்யாணம் செய்யக் கூடாது என்பதற்காக லட்சுமண ரெட்டியார் பெரும் போராட்டம் பண்ணிப் பார்த்தார். முதல் பெண்ணுக்கு முடியட்டும்.. இரண்டாவது பெண் ணுக்கு உங்கள் இஷ்டப்படி பார்த்துக்கொள்ளலாம் என்று விசாலாட்சி ஒரு யோசனையைக் கண்ணீரும் கம்பலையுமாக முன் வைத்தாள். படித்த குடும்பமாக இருந்ததால் சொந்த சாதியாக இருந்தாலும் சரி என்று சம்மதித்துவிட்டார்.

ஆயிரம்தான் சொந்தம் என்று பேசியும் என்ன பிரயோஜனம்? பெண்ணுக்கு முப்பது பவுன் போட வேண்டும் என்ற புதிய நிபந் தனையைத் தன் வாழ்நாளில் முதன்முறையாகக் காதால் கேட்டார் லட்சுமண ரெட்டியார்.

சபையில் அனைவருக்குமே அதிர்ச்சியாகத்தான் இருந்தது. லட்சுமண ரெட்டியாரு எதற்காக மாப்பிள்ளை வீட்டார் இப்படிக் கேட்டார்கள் என்று அவருக்குப் புரியவில்லை. ‘என் பொண்ணைக் கட்டிக்க நீங்கதான்டா கோடி சவரன் கொண்டாந்து கொட்டணும்’ என்று சொல்வதற்கு அவர் தயாரானார். பெண்ணுடன் கொஞ்சம் நகையும் கொடுத்துத் தள்ளிவிடுவது பெரிய அவமானமாக இருந்தது.

இந்த அவமானத்துக்குத் தாம் உடன்பட்டு முப்பது பவுன் போட்டு கல்யாணம் செய்து வைத்துவிடுவோம் என்ற அவர்களின் எதிர்பார்ப்பு அவருக்குத் தாள முடியாததாக இருந்தது.

அவர் சம்மதிக்கப்போகிறாரா? அவமதிக்கப்போகிறாரா? என்ற தடுமாற்றமான புள்ளி. பையன் அரசுச் செயலகத்தில் நல்ல பதவியில் இருப்பதால், நாகம்மாவுக்குப் பொருத்தமாக இருக்கும் என்று எல்லோரும் மனதளவில் தீர்மானித்துவிட்டிருந்தனர். மயிலாப்பூர் சொந்தம் ஒரு நிலையில் அறுந்துபோனது மாதிரி இருக்கவே அதைத் தக்கவைக்க இது நல்ல சந்தர்ப்பம் என்றும் யோசித்திருந்தனர். ஜெகநாதபுரத்தைப் பொறுத்தவரை பெண் வீட்டார் மாப்பிள்ளையின் வீட்டுக்குப் போய் தட்டு மாற்றிக்கொள்ள உத்தேசித்திருந்ததால் கல்யாணம் முடிந்த மாதிரியே நினைத்துக்கொண்டிருந்தனர். ஊரிலும் இப்படிப் பாதியில் முறித்துக்கொண்டால் ஊருக்கு எந்த முகத்தோடு போய் நிற்பது என்று தவித்துப்போனாள் விசாலாட்சி. சுந்தர முதலியார்தான் பேச்சை இப்படி ஆரம்பித்தார்.

“முப்பதுக்கு அதிகமா போட்டா கல்யாணத்துக்குச் சம்மதிக்க மாட்டீங்களா? நாங்க அம்பதும் போடுவோம்.. நூறும் போடுவோம்.. இன்னாய்யா இது முப்பது போடுங்க.. நாப்பது போடுங்கன்னு.. மாடு புடிக்கறதுக்கா வந்திருக்கோம்? இதெல்லாம் சரியில்ல..”

மாப்பிள்ளை வீட்டாரின் முகத்தில் ஈ ஆடவில்லை. முப்பது கேட்டால் நாங்கள் அம்பதும் போடுவோம், நூறும் போடுவோம் அதைச் சொல்ல நீங்கள் யார் என்று கேட்கும் அந்த ரோஷத்தை அவர்கள் உத்தேசிக்கவில்லை.

“இத பாருங்க.. நீங்க கிராமத்தில இருந்து வர்ரீங்க.. பட்டணத்து வழக்கத்தச் சொன்னேன்.. முன்னாடியே இதையெல்லாம் பேசிக்கிட்டா பிரச்சினை இருக்காதுன்னுதான்” மாப்பிள்ளையின் அண்ணன் வடிவேலு சமாதானமாக இறங்கி வந்தார். அவர் தம் குடும்பத் தொழில் போல மர அறுவை எந்திரம் வைத்துத் தொழில் செய்து வந்தார்.

“சரி சாமி.. மின்னாடியே இதைப் பேசிக்கலைன்னா அப்படி இன்னா பிரச்சினை வந்துடும் சொல்லுங்க?” சுந்தர முதலியார் பேச்சில் தெரிந்து கொள்கிற தொனியா, கோபமா என்று தீர்மானிக்க முடியவில்லை.

லட்சுமண ரெட்டி மனம் வெறுத்துப்போய் வெளியே வந்தார். அகன்ற பெரிய தெரு. அந்தத் தெருவின் கடைசியில் வீணை எஸ்.பாலசந்தர் என்ற சினிமா டைரக்டர் வீடு இருப்பதாக முதல் தடவை மாப்பிள்ளை வீட்டைப் பார்க்க வந்தபோது சொன்னார்கள்.

வடிவேலு வெளியே வந்து, லட்சுமண ரெட்டியாரை அணுகி, “ன்னா வெளிய வந்துட்டீங்க.. உள்ள வாங்க” என்று கையைப் பிடித்து இழுத்துக்கொண்டு போனார்.

“இதபார்ப்பா.. பொண்ணைக் கட்டிக்கறதுக்குப் பணம் குடுக்கறது..

தமிழ்மகன் | 285

நகை நட்டு போட்றதுல்லாம் பாப்பாரமூட்டுப் பழக்கம். அவனுங்ககிட்ட நல்ல விஷயம் எதனா இருந்தா கத்துக்கிட்டு வாங்க. உருப்படாத விஷயத்தையெல்லாம் கத்துக்கிட்டு வந்து, இதெல்லாம் பட்டணத்து வழக்கம்னா சம்சாரி ஒத்துப்பானா?" என்றார் நாற்காலி கைப்பிடியில் துண்டைப் போட்டு உட்கார்ந்தபடி. ஃபேன் காற்றில் மடிந்து பறந்து கொண்டிருந்த மாத காலண்டர்போல ஒரு பக்கமாகத் திரும்பிக் கொண்டு பேசினார். "வடிவேலு தெரியாமக் கேட்டுட்டான். அவனுக்குப் பட்டணத்துப் பொண்ணுதான் பேசினது. நம்ம குடும்பத்துல இதெல்லாம் பழக்கமே இல்லையே.. மூத்த மருமவ வீட்டுலதான் இத்தனை பவுனு போடுவோம்.. இவ்ளோ சீர் செய்வோம்னு அவங்களாவே சொன்னாங்க.. ரெண்டாவதா வர்றவளுக்கும் அதே முறையைச் சொல்லிட்டான்" என்றார், மாப்பிள்ளையின் அப்பா. அதாவது அப்பாசாமி நாயக்கரின் மருமகன்.

"இப்ப பாருங்க.. பாப்பானுங்க கடல் கடந்து போவக்கூடாதுன்னு சொன்னானுங்க. இப்ப பாதி பாப்பான் கப்பல்லதான் மிதந்துக்கிட்டு இருக்கான். கணக்குப் போடுவாரே.. ராமானுஜம், சர்.சி.வி.ராமன், வ.வே.சு ஐயர்.. நேரு யாரைப் பார்த்தாலும் கப்பல்ல போய் வந்த வங்கதான்... அவனுங்க போட்ட சிஸ்டத்தை அவனுங்களே அப்படியே மாத்திக்கிறானுங்க பாருங்க.. தப்பு சொல்லல.. தேவைப்பட்டா மாத்திக்கிறானுங்கல்ல, அதச் சொல்றேன்.. தோ எத்தனை ஐயர் பொம்னாட்டிங்க பேக் மாட்டிக்குனு வேலைக்குப் போவுதுங்க.. இருவது வருஷத்துக்கு மின்னாடி வூட்டிவுட்டு அனுப்புவானுங்களா...? எட்டு கஜம் பொடவையப் போத்திக்குனு வூட்ல கிடக்குங்க.. படிக்கறதே பாவம்னுட்டு வெச்சிருந்தானுங்க பொம்னாட்டிய" லட்சுமண ரெட்டி ஆவேசமாகப் பேச ஆரம்பித்தார்.

"பெரியார் கட்சி மாதிரி பேசறீங்களே?" "உண்மையச் சொன்னா பெரியார் கட்சியா?"

"பொண்ணுங்க பேரும் நாகம்மா, கண்ணம்மானு வெச்சிருக்கீங்களே? அதான் கேட்டேன்."

லட்சுமண ரெட்டியார் சிரித்தார்.

மெல்ல மெல்ல அவர் தான் மட்டுமான ஒரு இயக்கமாக மாறிப் போயிருந்தார். முன்புபோல அவரால் பெரியார் திடலுக்குச் சென்று வர முடியவில்லை. பெரியாரைப் பார்க்க அவருக்கு வேதனையாக இருந்தது. பேச்சின் நடுவே அவர் "அம்மா" என்று முனகினார் ஒரு தரம். ஒருபக்கம் வயிற்றிலே ஓட்டை போட்டு மூத்திரைப்பை தொங்கிக் கொண்டிருந்தது. சக்கர நாற்காலியிலே நகர்த்தி வந்து மேடையில் ஏற்றுகிறார்கள். ஒரு இயக்கம் அவருடைய சொந்த சக்தியில் உருவாகி, இயங்கி, தளர்ந்துகொண்டிருப்பதை அவர் கண்ணுற்றார். ஒவ்வொரு மனிதருமே அவருடைய கொள்கை பொதிந்த இயக்கமாகச் செயல்பட வேண்டிய காலகட்டத்தை உணர்ந்தார்.

லட்சுமண ரெட்டியார் திராவிடர் கழகத்தைப் பொறுத்தவரை ஒரு பார்வையாளராகவும் அனுதாபியாகவும் மட்டுமே இருந்தார். கிராமத்தில் பெரியார் படிப்பகம் அமைப்பதையும் பள்ளிக்கூடம் திறக்க இடம் ஒதுக்கிக் கட்டட நிதிக்குப் பணம் தருவதையும் தன் சீர்திருத்த முயற்சியாக அவர் நிறுத்திக்கொண்டார். ஒரு ஆவேசத்தில் நாகம்மா, கண்ணம்மா, தாளமுத்து நடராசன் என அவர்கள் ஞாபக மாகப் பெயர் வைத்தார். ஆனால், தன் குடும்பத்து நபர்களையேகூட சம்பிரதாயங்களில் இருந்து அவரால் மீட்க முடியவில்லை. மணி நாயுடுவின் சகவாசத்தால் ஏதாவது செய்யலாம் என்று நினைத்தபோது, அவர் சாராயக்கடையை ஏலம் எடுப்பதிலும் கவர்ன்மென்ட் கான்ட்ராக்ட்டுகளை ஏலம் எடுக்க அரசுத் தரகர்களுக்கு லஞ்சம் தருபவராகவும் மாறிப்போனதால், அந்தத் தொடர்பும் அப்படியே விட்டுப் போனது. பல நிகழ்வுகள், தொடர்பின் ஒரு கண்ணி கழன்றபோது தடம் மாறிப் போய்விடுவதை லட்சுமண ரெட்டியார் பார்த்திருக்கிறார். தடம் மாறாமல் இருக்க முடிவதே சாதனையாக இருந்தது அவருக்கு. ஒரு பழக்கத்தின் காரணமாகச் சில சமயம் ஆவேசப்படும்போது அவரைப் பெரியார் கட்சி என்று அழைப்பதும் அதற்கு அவர் சிரித்துக்கொள்வதும்கூட இயல்பாகிப் போயிருந்தது.

“கல்யாணத்தில ஐயர் வேணாங்கிறது என்னோட யோசனை..” “ஐயர் இல்லாம?” சபை மீண்டும் ஒருவிதத் தவிப்புக்கு ஆளானது. நல்லவேளையாக இந்த முறை மாப்பிள்ளை முந்திக்கொண்டார். “நானும் அதைத்தான் சொல்லணும்னு நினைச்சேன்” என்றார் மாப்பிள்ளை பாலு.

மெல்லிய மீசை வைத்த சிவந்த பையன். லட்சுமண ரெட்டி ஆர்வமாக மாப்பிள்ளையைப் பார்த்தார்.

“திருமந்திரம் சொல்லி சீர்திருத்தக் கல்யாணமா பண்ணிடலாம். இப்பதான் சட்டப்படி செல்லும்னு சொல்லிட்டாங்களே..” பேச்சில் தெளிவு இருந்தது.

“அட! இவன் எவன்டா.. ஒரு பய கல்யாணத்துக்கு வரமாட்டான்.” பையனின் தகப்பனார் நிர்தாட்சண்யமாக மறுத்தார்.

“வர்லனா பரவால்ல..”

“அடி செருப்பால” சம்பந்தி கையை உயர்த்திக்கொண்டு அடிக்கப் போனார்.

“ஐயர் இன்னா மந்திரம் சொல்றாரு தெரியுமா? உம் பொண்டாட்டிய அக்னி தேவன் தன் அனுபோகத்தில வெச்சிருந்தான்.. வாயுதேவன் வெச்சிருந்தான்... இப்ப நான் வெச்சிருக்கேன்.. இனிமே நீ வெச்சுக்கோனு சொல்றான்.. இந்தக் கருமத்தைச் சொன்னாத்தான் கல்யாணமா? உலகம் ஃபுல்லா இப்பிடித்தான் சொல்லிக் கல்யாணம் பண்ணிக்கிறானா? த பார்ப்பா.. ஐயர் வந்துதான் பண்ணணும்னா எனக்குக் கல்யாணமே

வேணாம்.. சொல்லிட்டேன்." பாலு தீர்மானமாகச் சொன்னார்.

எல்லோரும் அமைதியாக இருந்தனர்.

பூவரசு மர நிழலில் அமர்ந்திருந்த லட்சுமண ரெட்டியாரின் மனதில் இந்தக் காட்சிகள் அனைத்தும் ஓடிக்கொண்டிருந்தன. விசாலாட்சி "ரொம்ப நேரமா அப்படி இன்னா யோசனை?" என்றபோதுதான் அவர் முன்னகர்ந்து வந்தார்.

"மரும்புள்ள வர்றேன்னு காய்தம் போட்டுருக்காரு."

"ஓட்னே மாப்பிள்ளை பெருமைய அசை போட ஆரம்புச்சிட்டு இருப்பியே.?"

"படிப்பாளியாச்சே பின்ன? வர்ற ஞாயத்துக் கெழம கூட்ரோட்டுக்கு வண்டியனுப்பணும். ராகவன் கிட்டயும் சொல்லி வெச்சிடு."

நடராசனுக்குத் தன் மாமா வந்துவிட்டால் போதும் உடனே சினிமாதான். ரஜினி படம் ஒன்று விடமாட்டான். ஆனால் மாமா எம்.ஜி.ஆர். ரசிகராக இருந்தார். நடராசனின் வற்புறுத்தல் காரணமாகவே பாலுவும் ரஜினி படம் பார்ப்பவராக மாறிப் போய்விட்டார். ஆனால், அவர் நடராசனுக்கு இவர்கள் இருவரையும் தவிர வேறு ஒருவரை அறிமுகப்படுத்தினார். ஆனந்த் தியேட்டருக்கு அழைத்துச் சென்று அவர் 'என்டர் தி டிராகன்' படத்தைக் காண்பித்தார். அது அவனுக்குத் தமிழ்ச் சண்டைகளைக் கேலிப் பொருளாக்கிவிட்டன.

மாமாவுடன் சேர்ந்து ஆங்கிலப் படங்களைப் பார்க்க ஆரம்பித்தான். பென்ஹர், சாம்சன் அண்ட் டிலைலா, டென் கமான்ட்மென்ட்ஸ், காட்பாதர் போன்ற படங்கள் அவனுடைய ரசனையை மெருகூட்டின. எம்.ஜி.ஆர். சிவாஜி, ரஜினி, கமல் போன்றவர்கள் அவனுக்குள் ஏற்படுத்தியிருந்த பிரமைகள் வேகமாக விலகின.

3

ஹேமலதாவின் போக்கு விசித்திரமானதாக மாறிவிட்டது. தன் கணவனின் தொடர்ச்சியான தோல்வியும் பிழைக்க லாயக்கற்ற போக்கும் அவளைத் துணிச்சல்காரியாக்கிவிட்டது. தன் முடிவுகளே எதினினும் சிறந்தது என்று நினைக்கத் தொடங்கியிருந்தாள்.

வாயைச் சும்மா வைத்திருக்க முடியாமல், ஒரு அலுவலகச் சர்ச்சையில் இந்திரா காந்தி தன் புருஷனைத் தானே கொன்றுவிட்டாள் என்று சொல்லியதால், வேலூர் சிறையில் ஆறு மாதத்துக்கும் மேலாக சித்ரவதை அனுபவித்தான் தியாகராசன். மிசா நேரம். இவனைப் போலவே கட்சியை நம்பி சிறையில் வதைபட்டுக் கொண்டிருந்தவர்கள் ஏராளமானவர் இருந்தனர். அவனை விரையிலேயே உதைத்துச் சித்ரவதை செய்ததாகச் சொன்னான் தியாகராசன். அதற்கான பரிகாரங்கள் எதுவும் அவனுக்குக் கிடைக்கவில்லை. திராவிட இயக்கம் அவனுக்கு உடல், பொருள், ஆவி என இருந்தது. அதற்காக உயிர் விடுவது தன் கடமை என்று நினைத்திருந்தான். நடேசனால் தம்பியைக் கட்டுப்படுத்த முடியவில்லை. கொள்கைப் பிடிப்பும் குடிப் பழக்கமும் சேர்ந்திருந்ததால் அவன் நிதானத்தில் இருக்கும் நேரத்தில் உபதேசிக்கும் எதுவும் அவனுக்குக் குடித்திருக்கும்போது மீறப் பட வேண்டிய விஷயமாக இருந்தது. பொண்டாட்டியை அடிக்காதே என்று சொன்னால், குடித்த சூட்டோடு வந்து அடித்தான்.

எமெர்ஜென்ஸியில் எல்லோரும் ஒன்பது மணிக்குள் சீட்டில் இருக்க

வேண்டும் என்ற கட்டாயம் இருந்த காரணத்தால், எல்லோரும் எட்டரைக்கெல்லாம் இருக்கை பிடித்துக்கொண்டிருந்தார்கள். பெர்மிட் இல்லாமல் குடிக்கக்கூடாதென்ற கெடுபிடியும் இருந்தது. ஆனால், தியாகராசனுக்கு இந்த இரண்டு முக்கிய விதிகளுமே ஏற்றுக்கொள்ளும் விதமாக இல்லை.

பெர்மிட் இல்லாமல் குடித்ததற்காக இரண்டு முறை லாக்கப்பில் அடைத்து வைக்கப்பட்டான். தாமதமாக வேலைக்குப் போனதற்காக விசாரணை வைத்தார்கள். அவன் பொறுமை இல்லாமல் பதில் சொன்னான். டீ குடிக்க கேன்டீனுக்குப் போனால் லாக் புக்கில் பதிவு செய்துவிட்டுப் போக வேண்டும் என்ற விதிமுறையையும் அவன் பின்பற்றவில்லை.

தி.மு.க.காரன் என்று வயிற்றெரிச்சல் பிடித்தவர்கள் புதிய கட்சியான அ.தி.மு.க. வட்டாரத்திலேயே இருந்தனர். ஒன்றுக்குப் போனவனை ஒன்றுக்கு இரண்டாகப் போட்டுக் கொடுத்தனர். விசாரணையின் போதுதான் அவன் இந்திரா காந்தியை இப்படி விமர்சித்தான். "பெரோஸ் கான்ங்கிற வூட்டுக்காரன் பேர அவர் எதுக்கு பெரோஸ் காந்தினு சொல்றார்?" என்று கேட்டான். "நேருவும் காந்தியும் சம்பந்தி ஆய்ட்டா மாதிரி எதுக்கு பாவ்லா காட்றீங்க.. பெரோஸ் கான் திடீர்னு செத்ததுக்கு இன்னா காரணம்" என்று இந்திரா காந்தியைச் சந்தேகித்தான்.

உயிர் பிழைத்து வந்தது பெரிய விஷயம்தான். போகிற வருகிறவனெல்லாம் போட்டு உதைத்தார்கள். ஜெயிலில் ஊசி மாதிரி இளைத்துப்போய் ரத்தக் கழிச்சலோடு கொண்டுவந்து போட்டார்கள். மிசாவில் செத்துப்போனவர்களில் மயிரிழையில் பிழைத்தான். அதுவும் இந்திரா காந்தியின் ஆட்சி கவிழ்ந்த காரணத்தால் கிடைத்த விடுதலை. இன்னொரு முறை அவர் ஜெயித்திருந்தால் தமிழ்நாட்டில் எல்லா தி.மு.க.காரனும் அ.தி.மு.க.வில் சேர்ந்துவிட்டிருப்பார்கள். தியாகராசனுக்குத் தாங்க முடியாத ஆத்திரம். 'மலையாளத்தான் இப்படி ஆள் காட்டியா இருக்கானே? வாங்கித் துன்ன பாடு' என்று குடிபோதையிலும் போதை இல்லாவிட்டாலும்கூட எம்.ஜி.ஆரைத் திட்டித் தீர்த்தான். பொம்பளைகள் அவரைத் தன் கனவு நாயகனாக நினைத்து ஓட்டுப் போடுவதாக அவனுக்கு ஓர் எண்ணம் இருந்தது. அவன் பொம்பளைகளைத் திட்டினான். "ஆம்பளை எவனும் அந்தப் பொட்டைப் பையனுக்கு ஓட்டுப் போட மாட்டார்கள்" என்று சந்துமுனையில் நின்று கூவினான். ஒழுங்கு நடவடிக்கை காரணமாக வேலையில் இருந்து அவன் சஸ்பென்ட் செய்யப்பட்டு வழக்கு நடந்து கொண்டிருந்ததால், பாதி சம்பளம் மட்டுமே வந்துகொண்டிருந்தது. குடிப்பது போகக் குடும்பத்துக்கு மிஞ்சுவது சொற்பம்தான்.

ஹேமலதாவுக்கு தியாகராசனைப் பழிதீர்க்க சுலபமான வழி ஒன்று இருந்தது. அவள் எம்.ஜி.ஆருக்குத்தான் ஓட்டுப் போட்டாள். தாம்

ஓட்டு போட்ட ஆள் தமிழ்நாட்டுக்கு முதலமைச்சராக வந்ததால் அவளுக்குப் பெரிய திருப்தியும் அதனால் தன் முடிவுகள் மீது அதீத நம்பிக்கையும் வலுத்துக்கொண்டே போனது.

எம்.ஜி.ஆரை தியாகராசன் மலையாளத்தான் என்று திட்டினால் இவள் கருணாநிதியை 'ஊழல் பேர்வழி' என்று பதிலுக்குத் திட்டுவாள்.

நேரடியாக இருவருக்கும் சம்பந்தமில்லாத வேறு இருவரின் திறமைகளையும் அவமதிப்புகளையும் பொரிந்துதள்ளினார்கள். எம்.ஜி.ஆரை இவன் தொப்பித் தலையன் என்று திட்டும்போது, கருணாநிதியை வழுக்கைத் தலையன் என்று திட்டுவதற்குச் சுலபமாக இருந்தது.

நடேசனுக்கு அது பெரிய தலைவலியாக மாறியது. வீட்டில் அரசியல் பேச்சே இருக்கக்கூடாது என்றும் தீர்மானித்தான். அதற்காக வீட்டில் மாட்டியிருந்த பெரியார், அண்ணா, கலைஞர் படங்களையும் அவன் அப்புறப்படுத்தினான். சாக்குப் பையில் கட்டிப் பரண் மீது போட்டான்.

முரசொலி வாங்குவதை நிறுத்திவிட்டுப் புதிதாக ஆரம்பிக்கப்பட்டிருந்த தினகரன் பத்திரிகையை வாங்க ஆரம்பித்திருந்தான். இதனால் நடேசனுக்குத்தான் நஷ்டமே தவிர, தியாகராசன் அதற்காக எதையும் மாற்றிக்கொள்வதாக இல்லை. நடேசன் தன் இழப்பை ஈடுகட்ட அருகில் இருந்த ஜில்லா கிளை நூலகத்துக்குச் சென்று முரசொலி படிக்க வேண்டியிருந்தது.

தன் முடிவுகளால் பூரித்துப்போயிருந்த ஹேமலதா வீட்டை விற்றுத் தன் பெயருக்கான பாகத்தைத் தந்துவிடுமாறு சொல்லிக்கொண்டிருந்தாள். தியாகராசன் இறந்துபோனால் கணவனுக்கான பங்கு தனக்குக் கிடைக்காமல் போய்விடும் என்று நினைத்தாள். நடேசனுக்கு இரண்டு பெண்களும் கடைசிப் பையன் ரவியும் நன்கு படித்துக்கொண்டுபோவதாலும் அவளுக்குப் பொறாமையும் இருந்தது. குழந்தை இல்லாத, பொறுப்பற்ற கணவனை வைத்துக்கொண்டு தான் நிர்க்கதியாக நடுரோட்டில் நிற்க வேண்டுமா என்று தெருவில் நின்று கத்தினாள். இதைப் பொறுக்க மாட்டாமல் தியாகராசன், தன் பங்கும் தன் அண்ணனுக்கே சேர வேண்டும் என்று பவர் பட்டா எழுதிக் கொண்டுவந்து ஹேமலதாவிடம் மல்லுக்கட்டினான். அவள் பதிலுக்கு இன்னொரு வக்கீலிடம் போனாள். அவர் அ.தி.மு.க. வக்கீல். சொத்து பங்கு கைக்கு வந்ததும் வக்கீல் பீஸ் எடுத்துக்கொள்வதாக அக்ரிமென்ட் போட்டிருந்தான். தியாகராசனுக்குக் கிடைத்த தி.மு.க. வக்கீலோ ஒவ்வொரு வாய்தாவின்போதும் பீஸைக் கொடுத்துவிட வேண்டும் என்றான்.

நடேசன் தன் குடும்பம் சந்தி சிரிப்பதைப் பொறுக்க மாட்டாமல் அவனாகவே ஒருநாள் வீட்டு புரோக்கரை அழைத்து வந்து கிரயம் பேசி முடித்தான். வீடு அறுபத்திரண்டாயிரத்துக்கு முடிவு செய்யப் பட்டது. ஆளுக்கு முப்பத்தியோர் ஆயிரம். அ.தி.மு.க வக்கீல் அஞ்சாயிரம் ரூபாய் வரை கணக்கு சொன்னான். ஹேமலதா ஒரு டாலர் செயினும்

பட்டுப்புடவையும் எடுத்துக்கொண்டாள். பெருமாள்பேட்டை புவனேஸ்வரி தியேட்டர் பக்கம் வீடு வாடகைக்கு எடுத்துக்கொண்டு ஒரு இட்லிக் கடை போட்டாள். தியாகராசனுக்கும் ஒரு மாசத்துக்குக் குடிப்பதற்குப் பஞ்சமில்லாமல் இருந்ததால் அவள் கூடவே இருந்தான். ஆனால், அவனுக்கு அது நிரந்தரமல்ல என்பது சீக்கிரத்திலேயே உணர்த்தப்பட்டது.

அவன் அருகில் இருந்த திராவிட முன்னேற்றக் கழகப் படிப்பகத்தில் பொழுதெல்லாம் முரசொலி படித்தான். தினமும் ஐந்து ரூபாய் வீதம் கொடுத்து அவனை ஹேமலதா வெளியே துரத்துவதில் குறியாக இருந்தாள். அவனும் அதைத்தான் விரும்பினான். காலை டிபன் மட்டும் வீட்டில். அப்புறம் அவன் சாப்பிட்டானா இல்லையா என்பது அவனுக்கே கவலையில்லாத விஷயம். ஒரு கட்டு காஜா பீடி. 500 மில்லி கடா மார்க் சாராயம் அது போக மீதமிருந்தால் முட்டை பொடி மாஸோ, மசால் வடையோ சாப்பிடுவான். படிப்பகம் பக்கத்தில் அரசமரம் ஒன்று உண்டு. குடிபோதையில் அங்கேயே இரவும் மடிந்து கிடப்பான். ஹேமலதா இப்போதெல்லாம் அவனைத் தேடுவதில்லை. அவளுக்கு முடிவெடுக்கும் முழு சுதந்திரம் கிடைத்திருந்தது. இட்லிக் கடை டல் அடித்தபோதும் கையில் காசு இருந்ததால் சினிமா பார்க்கவும் வீட்டு வாடகை தரவும் ஓட்டலில் சாப்பிட்டுக்கொள்ளவும் அவளால் முடிந்தது.

சில நேரங்களில் அவளுடன் கையில் அண்ணா படம் பச்சை குத்தியிருந்த ஒரு பையனும் வந்து தங்கினான். இட்லிக் கடையை அவள் ஒருத்தியே சமாளிக்க முடியாததால் மணிகண்டன் ஒத்தசையாக இருக்கிறான் என்று அவள் போகிற போக்கில் ஒருதரம் சொன்னாள். அவளுக்குத் தி.மு.க. வேறு; தியாகராசன் வேறு என்று பிரித்துப் பார்க்க முடியாததால், எல்லா நேரமும் எம்.ஜி.ஆர். கட்சிக்காரர்களுடன் இருக்க ஆரம்பித்தாள். வீட்டில் ஆயிரத்தில் ஒருவன் போஸ்டரை பிரேம் போட்டு மாட்டிவைத்தாள். அது பழி தீர்த்துக்கொள்ளவும் பாதுகாப்பாகவும் இருந்தது. மணிகண்டனை அவள் தம்பி என்றுதான் அழைத்தாள். அவனும் எந்த நேரமும் அக்கா அக்கா என்று கூடவே இருந்தான். தியாகராசன் ஒரு முறை மணிகண்டனிடம் சண்டைக்குப் போனான். இரவில் இருவரும் அறையைச் சாத்தித் தாழ்ப்பாள் போட்டுக்கொண்டு படுத்திருப்பதாகக் குடித்துவிட்டுக் கத்தினான். அதனால் தியாகராசனுக்குத் தினமும் அளக்கும் படியை நிறுத்தி விட்டாள் ஹேமலதா.

ஆபீஸுக்குக் கடிதம் எழுதிப் புகார் செய்து, அந்தப் பாதி சம்பளத்தையும் அவள் கையில் பெறுகிற மாதிரி செய்துகொண்டாள். பொறுப்பற்ற குடிகாரக் கணவன் என்ற புகாருக்கு அரசாங்கத்தில் மதிப்பிருந்தது.

தியாகராசன் ரோஷமாக இருந்தான். அவள் எக்கேடு கெட்டாகிலும்

தன்னிடம்தான் திரும்பி வர வேண்டும் என்று பழக்கமான சிலரிடம் சொல்லிக்கொண்டிருந்தான்.

அங்கே நிறைய மண்பானை செய்பவர்கள் இருந்தார்கள். தியாக ராசன் அவர்களுக்கு ஒத்தாசையாக ஏதாவது வேலை செய்வான். மாட்டுவண்டியில் வந்து இறங்கும் களிமண்ணைத் தண்ணீர் ஊற்றி மிதித்துக் களிம்பு சேறாக்கிக் கொடுப்பான். கிருஷ்ண ஜெயந்தி, புள்ளையார் சதுர்த்தி நேரங்களில் பொம்மை செய்யும் நேரங்களில் வேலை அதிகமாக இருக்கும். வேலைக்கு ஏற்ற இரண்டு ரூபாயோ மூன்று ரூபாயோ கொடுப்பார்கள். பீடி பிடிக்கவும், குடிக்கவும் ஆஃப் பாயில் சாப்பிடவும் காசு தேற்றினால் போதும் அவனுக்கு. எப்பவாவது ஒரு தரம் வீட்டுக்குப் போவான். அழுக்கு வேட்டி, சட்டையைத் துவைத்துப் போட்டுவிட்டு, வேறு துணி மாற்றிக்கொண்டு வருவான். அவளும் ஏன் வந்தாய் என்று கேட்பதில்லை. அவள் முழுகாமல் இருந்ததால் அவன் அப்படி வந்துபோவதை எதிர்பார்க்கவும் செய்தாள்.

தமிழ்மகன் | 293

4

சினிமா படம் பார்த்துவிட்டு ஹேமலதாவும் மணிகண்டனும் வந்தனர். வரும்போதே குழந்தை தூங்கிப் போய் இருந்தது. தியாகராசன் முன்பு போல ஆவேசப்படுவதில்லை. சொல்லப்போனால் அவர்களுக்குத் தொல்லையில்லாமல் இருக்கப் பழகிக்கொண்டான். கண்டு கொள்ளாமல் இருப்பதும் சும்மா இருந்துவிடுவதும் வாழ்வின் ஒரு தரிசனம்போல ஏற்றுக்கொண்டுவிட்டான்.

"உனுக்குத்தான் அங்க பாய் போட்டு வெச்சிருக்குதில்ல? படுத்துக்கியேன்" என்பாள் கரிசனமாக.

தியாகராசன் அந்தப் பாயில் படுப்பதில்லை. அது தனக்கான இறுதிப் படுக்கைபோல அவனை அச்சுறுத்தியது. அதே பாயில்தான் தான் இறக்கப்போவதாகவும் அதைச் சுற்றி எல்லோரும் உட்கார்ந்து அழப்போவதாகவும் நினைத்தான். முடிந்த மட்டும் வெளியே நடமாட விரும்பினான். ஆனால், அந்தப் பாய்க்குப் பக்கத்தில் படுத்துக்கொண்டு தூங்குவதைத் தவிர வேறு வழி தெரியவில்லை. குழந்தை மட்டும் கூடத்தில் தொட்டிலில் ஆடிக்கொண்டிருக்கும். புடவையைக் கட்டித் தொங்கவிட்ட தொட்டில். குழந்தைக்கு முழிப்பு வந்துவிட்டால் தலையைத் தூக்கித் தியாகராசனைப் பார்க்கும். பதிலுக்கு அவனும் சிரிப்பான். பெண் குழந்தை. சரோஜா என்று வேண்டுமென்றே பெயர் வைத்திருந்தாள். எம்.ஜி.ஆருக்கு ஜோடியாக நடித்த நடிகையின் பெயர் என்பதால் அப்படி வைத்திருந்தாள். தன் மீது இருந்த வன்மம் அவளுக்கு இந்த ஜென்மத்துக்கும் தீராது என்று புரிந்துபோனது. தியாகராசன்

தன் அம்மா பெயரை வைக்க விருப்பம் தெரிவித்தான். அதை அவள் சட்டை செய்யவே இல்லை.

மணிகண்டன் ஒரு சிகரெட்டைத் தூக்கிப்போட்டு உதட்டால் கவ்விக்கொள்ள முயற்சி செய்தபடி உட்கார்ந்திருந்தான். ஏதோ சினிமா நடிகனைப் பார்த்துவிட்டு அப்படியெல்லாம் செய்துகொண்டிருந்தான் என்று மட்டும் புரிந்தது. அவனுக்கு ஹேமலதாவைவிட வயது குறைவு. இருந்தாலும் பெரிய மனிதன்போல நடந்துகொண்டான். தியாகராசனைவிடப் படிப்பிலும் வயதிலும் மிகமிகப் பின்தங்கியவன். விசேஷம் என்னவென்றால், அதை அவன் உணர்ந்தானில்லை. தனக்குப் பின்னால் ஹேமலதாவுக்காக இல்லையென்றாலும் இந்தக் குழந்தைக்காகவாவது அவன் கூட இருப்பது நல்லதென்று சாந்தப்படுத்திக்கொண்டான் தியாகராசன்.

ஆனால் முன்புபோல இல்லாமல் அவர்கள் அடிக்கடி சண்டை போட்டுக்கொள்ள ஆரம்பித்திருந்தனர். மணிகண்டன் நாகர்கோயில் பக்கத்தில் இருந்து சென்னைக்குப் பிழைக்க வந்தவன். பொம்பளை சோக்கு முடிந்த நிலையில், அவள் கையிலும் பணம் கரைந்துவிட்டதை அறிந்து ஒருவித அலட்சியம் பாராட்டினான். அடுத்து ஒரு குழந்தை உருவாகி, அவள் அபார்ஷன் செய்துகொண்டு பாவாடையெல்லாம் ரத்தம் ரத்தமாகப் புரண்டுகொண்டிருந்தபோது அவன் வீட்டுப் பக்கமே வரவில்லை. தியாகராசன்தான் பாவாடை, புடவையை அலசிப் போட்டு குழந்தையையும் பார்த்துக்கொண்டான். ராத்திரி மட்டும்தான் குடிப்பேன் என்று வைராக்கியம் வைத்துக்கொண்டான். மணிகண்டன் பட்டாளத்தில் ஒரு லாட்டரிச் சீட்டு கடை வைப்பதற்குப் பணம் கேட்டு அவளை நச்சரித்துக்கொண்டிருந்தான். உண்மையிலேயே அவள் கையில் பணம் இல்லை. பட்டுப் புடவையையும் மார்வாடிக் கடையில் வைத்துவிட்டாள். அது அப்படியே முழுகிப் போய்விட்டது. கழுத்தில் ஒரே செயின் மட்டும் தாலியோடு சேர்த்துக் கட்டிக்கொண்டிருந்தாள். கல்யாணமான புதிதில் டாலரையும் தனியாகக் கழற்றி விற்றுவிட்டாள். பாதி ஆஸ்பத்திரி செலவுக்கே போய்விட்டது.

சம்பளம் அவர்கள் சாப்பாட்டுக்கும் வாடகை கொடுக்கவும் சரியாக இருந்தது. சுளையாக நாற்பது ரூபாய் வாடகைக்கே போய்விட்டது. தொடர்ந்து இரண்டு நாள் இட்லி போடவில்லையென்றால் குடும்பம் நடத்த முடியாமல் போனது. இந்த அழகில் லாட்டரி நடத்துவது எப்படி?

“என்னாண்ட ரோதனை பண்ணிங்கெடக்காதே.. நீ எவகூடனாலும் போய்டு... மிருகம்மெரியா எம் பிராணனை எடுக்கிறியே.. ரவ நாழி சும்மா கிறியா நீ?” என்று சத்தம் போட்டாள்.

அந்தச் செயின் கழுத்தில் இருக்கிற வரைக்கும் அவன் போய்விட மாட்டான் என்று அவளுக்குத் தெரிந்தது. ஆந்திரா சரக்கு சல்லீசான விலையில் கிடைப்பதால் மணிகண்டன் இரண்டு கேன்

வாங்கிவந்து வைத்திருந்தான். ஒரு கேனுக்கு 20 ரூபாய், முப்பது ரூபாய் வரைக்கும் லாபம் கிடைக்கவே ஹேமலதாவும் ஏதோ ஒரு தொழில் செய்தால்போதும் என்று விட்டுவிட்டாள்.

சாராயம் இருப்பது எப்படித்தான் தெரியுமோ தினமும் எவன் எவனோ வீட்டுக்கு வந்தான். ஐந்து ரூபாய்க்கு இந்த டம்ளரில் ஊற்றிக் கொடுக்க வேண்டும் என்று சொல்லிவிட்டுச் சென்றிருந்ததால் வேறு வழியில்லாமல் ஹேமலதாவே ஊற்றிக்கொடுக்க வேண்டியதாக இருந்தது. பொம்பளை சாராயம் விற்கிறாள் என்பதால், அந்தச் சாராயத்துக்கு இன்னும் 'கிக்' அதிகமாக இருந்தது. அவள் ஏதோ அவசரத்தில் மாராக்கைச் சரியாக மூடாமல் வந்துவிட்டால் இஞ்சி தின்ன குரங்குகள்போலப் பார்த்தார்கள். நிறைய வியாபாரம் ஆனால் சரிதான் என்று அவள் நினைத்தது தவறாகிப்போனது. ஒருத்தன் பத்து ரூபாயைக் கையில் அமுக்கிவிட்டு, இடுப்பில் கிள்ளிவிட்டுப் போனான். அப்போது உள்ளே தியாகராசன்தான் இருந்தான். "தொடப்பக் கட்டைப் பிச்சுக்கும்" என்று அவள் கத்தியதைக் கேட்டு எழுந்துவந்தான். ஆனால், அதற்குள் அவன் ஓடிவிட்டான்.

ஹேமலதா, "ஒண்ணுல்ல நீ போய் உக்காரு" என்றாள். மணிகண்டன் காலையிலேயே சரக்கு வாங்கிவரப் போய்விட்டான்.

காந்தி ஜெயந்தி வருவதால் சரக்குக்கு நிறைய டிமாண்டு இருக்கும் என்று இருந்த முன்னூறு ரூபாயையும் வாங்கிக்கொண்டு போய் விட்டான். குழந்தை காலையிலிருந்தே கக்குவான் வந்தது மாதிரி இருமிக்கொண்டிருந்தது. ஆஸ்பத்திரி கூட்டிச் செல்லவும் வழி இல்லாமல் இருந்தது. இரண்டு நாட்களாக மழை வேறு பிசு பிசுவென்று ஈர்த்துப்போக வைத்திருந்தது.

யாரோ கதவைத் தட்டும் சப்தம் கேட்டு வெளியே வந்தாள். மணிகண்டனா, சாராயம் குடிக்க வந்தவங்களா என்று யோசிப்பதற்குள் திபுதிபு என பூட்ஸ் சப்தம் வீட்டை ஆக்ரமித்தது. நான்கு போலீஸ்காரர்கள்.. ஹேமலதாவின் தலைமுடியைக் கொத்தாகப் பிடித்து "கள்ளச் சாராயமா விக்கிறே?" என்றான் ஒருத்தன் மிருகத்தனமாக. தடுக்க வந்த தியாகராசனை லேசாக விலக்கிவிட்டதற்கே வாசற் படியில் இடித்துக்கொண்டு கீழே விழுந்துவிட்டான்.

"பிராத்தல் வேற நடக்குது சார்" என்றான் இன்னொருத்தன்.

"ஷி இஸ் மை வொய்ப்" என்று விளக்குவதற்கு முற்பட்டான் தியாகராசன். கல்லூரியில் படித்ததும் ஏ.ஜி.எஸ்.ஸில் வேலை பார்த்ததும் அவனுக்கு இந்த நிமிடத்தில் பயன்படுத்த முடியுமா என்று பதறினான்.

"நீ புருஷனா, மாமாவாடா?" என்றான்.

குழந்தை புதிய ஆள்களைப் பார்த்ததனாலும் கூச்சலாக இருந்ததனாலும் பயந்து போய்க் கதறியது. "ஐயையோ! என் கொழந்த.. என் கொழந்த" என ஹேமலதா உள்புறம் ஓட, ஒரு போலீஸ்காரன்

தலைமுடியைப் பிடித்து இழுத்துக்கொண்டு வெளியே போனான். தியாகராசனுக்குக் கைகால் இயக்கம் ஸ்தம்பித்துப் போனது.

ஏணையில் தலை தொங்கக் கதறிக்கொண்டிருந்த குழந்தையை ஒரு கையால் தூக்கிக்கொண்டு, பின்னாலேயே ஓடினான். ஒரு போலீஸ்காரன் வீட்டை உருட்டிப் பார்த்து சாராயக் கேனோடு வெளியே வந்தான். மழை.. தெருவே ஜன்னல் வழியாக வேடிக்கைப் பார்த்தது. கடும் இருமலும் ஜுரமுமாகக் குழந்தை கதறிக் கொண்டிருந்தது.

தெரு முனையில் நின்றிருந்த ஜீப்பில் ஏற்றிக்கொண்டு பட்டாளம் போலீஸ் ஸ்டேஷனில் வைத்து விசாரித்தனர். "சாராயம் வித்தியா?"

"ஐயா..?"

"வித்தியா இல்லியாடீ?"

"ஐயா நான்தான் வித்தேன்.. அவளுக்கு ஒண்ணும் தெரியாது.."

"நீ யாருடா?"

"அவ ஹஸ்பண்ட்."

"வூட்ல வெச்சி பிராத்தல் நடத்திறியாமே?"

"சார்.. அபாண்டமா சொல்லாதீங்க சார்.."

"நீ உண்மையச் சொல்லுடீ.. பிராத்தல் பண்றியா?"

"பிரார்த்தனை பண்ணுவேன்யா... இவரு பண்ண மாட்டாரு.."

"அடி செருப்பால.. தேவடியா நாயே.. கிண்டலா பண்றே?"

"குழந்தை மேல சத்தியம்.. அவ பத்தினிய்யா.. ஐயோ குழந்தை.. குழந்தை பேச்சு மூச்சு இல்லையே... ஹேமா.. த பாரு குழந்தய."

ஹேமலதா பெருங் குரலிட்டுக் கேவி அழ ஆரம்பித்தாள். குழந்தை தலை தொங்கிப்போய் துவண்டுகிடந்தது. சப் இன்ஸ்பெக்டரே விசாரணையில் செத்துப்போனதாகப் பழி வந்துவிடுமோ என்று பயந்துபோய்விட்டான்.

"குழந்தைய எடுத்துக்குனு வெளிய போய்யா."

"சார்.. கைக்குழந்தைய வெச்சுக்கிட்டு நா எங்கய்யா போவேன்..? பொண்டாட்டிய அனுப்புங்கய்யா.. ஆஸ்பித்திரிக்குப் போய்ட்டு நாங்களே வந்துருவோம்யா."

"ஐயோ... ஐயோ.. ஐயோ.." என்று குழந்தையைக் கீழே படுக்கப் போட்டுவிட்டு வாயிலும் வயிற்றிலும் அடித்துக்கொண்டிருந்தாள் ஹேமாவதி. அவளுடைய கையில் அ.தி.மு.க. கொடி பச்சைக் குத்தி இருந்ததை அப்போதுதான் பார்த்தார் இன்ஸ்பெக்டர். ஏதாவது வட்டம், மாவட்டம் என்று தொல்லை வந்து சேரும்போலவும் தெரிந்தது.

"சார்.. மதுசூதனன் ஆளா இருக்கும்.. வம்பு வேணாம்" என்றான்

கான்ஸ்டபிள்.

"ஏம்மா.. நீ வெளிய போய்க் கூப்பாடு போடு... ஸ்டேஷன்ல வெச்சுக்கினே.. தொலைச்சுடுவேன். போங்கய்யா ரெண்டு பேரும்... நாளைக்கு ரெண்டு பேரும் வந்துடணும்.. இல்ல முட்டியப் பேத்துடுவேன்."

"சரிங்க.." குழந்தையைத் தோளில் போட்டுக்கொண்டு வெளியே வந்தான் தியாகராாசன். தலைவிரிகோலமாகப் பின்னால் ஓடிவந்தாள். மழைத்தூறல் நின்றபாடில்லை. சாலையெங்கும் தண்ணீர், மில் வேலையில் இருந்து வீடு திரும்பும் தொழிலாளர்கள் மாதிரி தலை தெறிக்க ஓடிக்கொண்டிருந்தது.

எல்லாம் சைக்கிள் ரிக்ஷாவாக மாறிப்போனதால் ஒரு சவுகர்யம். "பேபி ஆஸ்பித்திரிக்குப் போப்பா.."

"எக்மோர் பிரிட்ஜ் ஏறி எறங்கணும்... ஆர் ரூபா தருவியா?"

"தர்றேன் போப்பா."

தியாகராசன் எந்தத் தைரியத்தில் சொன்னான் என்றே தெரிய வில்லை. ஹேமலதா கண்கள் கொப்பளிக்கத் தன் புருஷனைப் பார்த்தாள்.

பெரிய எமகண்டத்திலிருந்து தம் புருஷன்தான் தன்னைக் காப்பாற்றினான் என்று அவள் உடைந்துபோனாள். "அவ பத்தினிய்யா" என்று அவன் கதறியபோது, அவளுக்கு சப் இன்ஸ்பெக்டர் என்ன கேட்டார் என்பதைப் புரிந்துகொள்ள முடிந்தது.

தாம் செய்த பாவத்துக்குப் பிராயச்சித்தமே இல்லை என்று அவள் நினைத்தாள். ரிக்ஷாவின் முன்பக்கம் படுதா போட்டிருந்ததால் இருவருக்குமே இருந்த உணர்வுக் கொந்தளிப்பும் குழந்தையின் உடல் நிலையும் சேர்ந்து புரட்டி எடுத்துக்கொண்டிருந்தது. குழந்தைக்குப் பால் புகட்ட நினைத்தாள். அதன் உலர்ந்த உதட்டைக் காம்பில் வைத்தாள். நல்லவேளையாகக் குழந்தை அந்த அரவணைப்பில் அப்படியே சப்ப ஆரம்பித்தது.

"குடிக்குது" என்றபடி தியாகராசனைப் பார்த்தாள். கண நேரத்தில் குழந்தையையும் அவனையும் சம்பந்தப்படுத்தி குற்ற உணர்வுக்கு ஆளானாள். குற்றக் கூச்சத்துடன் தலையைக் குனிந்துகொண்டாள்.

தியாகராசன் மவுனமாக இருந்தான். ரிக்ஷா மிதிப்பவன் சில நீர்ப் பாங்கான இடத்தில் கீழே இறங்கித் தள்ளினான். கணுக்கால் அளவு தண்ணீர் ஏறியிருந்தது. தியாகராசனுக்குக் குளிர் கிடுகிடுத்தது. காலையில் சாப்பிட்ட இரண்டு இட்லியோடு சரி. வேறு எதுவும் சாப்பிடவே இல்லை. அவன் நடுங்குவதை அறிந்து அவன் மீது சாய்ந்து உட்கார்ந்தாள். மனைவி தம்மீது நீண்ட நாள் கழித்து உரசி உட்காருவது அவனுக்குப் பதற்றத்தை ஏற்படுத்தியது. கால்களைத் தூக்கி சீட்டின் மீது வைத்து குண்டுக்கட்டாக அமர்ந்துகொண்டான்.

என்ன பேசுவதென்று அவனுக்குத் தெரியவில்லை. ஏதாவது பேசி தான் சகஜமாகத்தான் இருப்பதாகக் காட்ட நினைத்தான். “கலைஞர்தான் கை ரிக்ஷாவை ஒழிச்சாரு” என்று சொல்லி முடித்துவிட்டு, சொல்லியிருக்கக் கூடாதென்று திடுக்கிட்டுத் திரும்பிப் பார்த்தான். அவன் திடுக்கிட்ட காரணத்தை அறியாமல், “சைக்கிள் ரிக்ஷாவா இருந்ததா காட்டியம் இவ்ள சீக்கிரம் இங்க வந்துட்டம்” என்றபடி படுதாவை விலக்கி வெளியே பார்த்தாள். பிரிட்ஜில் இருந்து இறங்கிக்கொண்டிருந்தது.

அவள் கடைசியாக விற்ற சாராயக் காசை ஜாக்கெட்டிலேயே சொருகி வைத்திருந்தாள். ஆறு ரூபாய் போக மீதி நான்கு ரூபாய் வாங்கிக்கொண்டு உள்ளே ஓடினர்.

“ஐய்ய நில்லும்மா.. இஷ்டத்துக்கு ஓட்றே..? கொழந்தைக்கு இன்னா உடம்புக்கு..” என்றாள் ஆஸ்பத்திரி ஆயா.

“ஒல்லு பாகலேது.. கொழந்திக்கி.”

குழந்தை தோள் மீது துணிபோலக் கிடந்தது. தொட்டுப் பார்த்தாள். அனலாகக் கொதித்துக்கொண்டிருந்தது. “தோ.. அங்க போயி பேர் சொல்லி ரசீது வாங்க்கோ..”

ஆஸ்பத்திரி வராண்டா எங்கும் கட்டிலிலும் பாயிலுமாகக் குழந்தைகள் படுத்துக் கிடந்தன. தியாகராசன் நர்ஸை அணுகி, குழந்தையின் உடல் நிலையை விவரித்தான். அவள் டெம்பரேச்சர் பார்த்துவிட்டு, “மழையில நனைச்சேவா கூட்டியாந்திங்க?” என்றாள்.

“போலீஸ்காரனுங்க..” ஓவென அழுதுகொண்டு ஏதோ சொல்ல ஆரம்பித்தவளை “சும்மா இருடீ” என்று அடக்கிவிட்டு “சைக்கிள்ல லைட்டு இல்லேன்னுட்டு போலீஸ்காரன் காத்தை எறக்கிவுட்டாரு.. நடந்தே ஓடியார்றம்..”

ஹேமலதா எப்படியோ நிலைமையைப் புரிந்துகொண்டு சும்மா இருந்துவிட்டாள். “என் குழந்தையைக் காப்பாத்திடும்மா புண்ணியமாப்போய்டும்” என்பதாக மாறிப்போனது அவளுடைய புலம்பல். “குழந்தையோட அப்பாவா நீ?”

“ஆமா” என்றான் தியாகராசன்.

சப்பாணிப் பருவத்தில் குழந்தைக்குப் பல் இருக்குமா என்று அ.ச. ஞானசம்பந்தத்திடம் கேட்டது கனவில் நடந்ததுபோல ஞாபகம் வந்தது. துவண்டிருந்த குழந்தையை அணைத்துக்கொண்டு ஓவென அழுதான்.

“அழறத விட்டுட்டு பேரைச் சொல்லுப்பா..”

“தியாகராசன்.”

“குழந்தை பேருப்பா..?”

“புனிதா” என்றாள் ஹேமலதா. அந்த நேரத்திலும் அவளை வியந்து பார்த்தான் தியாகராசன்.

5

திருவள்ளுவர் சிலை இருக்கும் இடத்தில் இருந்து தண்ணித்துறை மார்க்கெட் பக்கம் நடைபோட்டுக்கொண்டிருந்தார் பாலு. கூடவே, காய்கறி பையைத் தூக்கிக்கொண்டு கேள்வி கேட்டுக்கொண்டு வந்தான் நடராஜன்.

"பாப்பானுங்க நூத்துக்கு மூணு பேருதானா இருப்பானுங்க. ஒவ்வொரு தொண்ணூத்தேழு பேரும் சேந்து அந்த மூணு பேரை அடக்கிவெச்சா இன்னா..? அவனுங்க தொல்லை ஒழிஞ்சிடுமில்ல? மூணே பேருங்கிற... எங்க பாத்தாலும் அவனுங்கதான் ஒக்காந்துக்குனு இருக்கானுங்க" கோயில் வாசலில் உட்காந்திருப்பவர்களைக் காட்டினான்.

"பெசாம வாடா.."

மயிலாப்பூர் ஐயர்களால் வளைக்கப்பட்டிருந்தது. நாமம் போட்ட, விபூதி தீட்டிய ஐயர்கள் சூழ்ந்திருந்தார்கள். பஞ்சகச்சம், பட்டுப் புடவை. பார்க்கப் பார்க்க ஆத்திரமாக இருந்தது நடராஜனுக்கு.

நெற்பயிரில் பெருகிவிட்ட களையாக, அரிசியில் கலந்து கிடக்கும் புழுவாக அவர்கள் ஒரே மனிதப் போர்வையில் நிறைந்திருப்பதாக நினைத்தான்.

ஊதி நீக்க வேண்டிய பதர்கள் என்று நினைத்தான். இன்னும் எவ்வளவு காலத்துக்கு நம் வாழ்க்கையை அபகரித்துக்கொண்டு நம்முடனே இருப்பார்கள் என்று தீவிரமானான்.

“சொல்லு மாமா.. இப்ப எங்க ஊர்ல நாலு ஐயர் பசங்க இருக் கானுங்க. மத்தவங்க நானூறு பேர் இருக்கானுங்க. ஒரு தட்டுத் தட்டி வெச்சா சரியாயிடும் இல்ல? அவனுங்க என்ன நம்மள அதிகாரம் பண்றது?”

இது புரியாத வயசுக் கேள்வியாக இருந்தது. “உங்க ஊர்ல இருக் கான்னு அவனைச் சாதாரணமா நினைக்காதே.. அவனோட அத்திம்பேர் இந்திரா காந்தி வூட்ல சமையல்காரனா இருப்பான்.. அவனோட தோப்பனார் சங்கர மடத்தில ஆடிட்டரா இருப்பான். இன்னோர்த்தன் ரீகன் வூட்ல கார் டிரைவரா இருப்பான். எங்க கை வெச்சா.. எங்க வெடிக்கும்னு தெரியாது.”

“அது இன்னாது? அத்திம்பேர், தோப்பனார்.. மாட்டுப் பொண்ணு.. தனியா ஒரு லேங்வேஜ் வெச்சிருக்கானுங்க, தமிழ்லயே.”

“அவா, இவா, நேக்கு, நூக்கும்பானுங்க. அதிலதான் இருக்கு அவனுங்க உயிரே.. நல்லா தமிழ்ல பேசிக்கினே இருப்பான். அவனுங்க ஆளுங்கன்னு தெரிஞ்சதும் ஜலம் சாப்பிட்றேளானு மாறிடுவான். லோகம் கெட்டுக் கெடக்குன்னுவான்.. த்தா” பாலுவுக்கு அவன் சுயவிருப்பமின்றியே உஷ்ணம் ஏறியது. மேற்கொண்டு நடராஜன் ஏதாவது சந்தேகங்கள் கேட்பதற்கு முன்பே கொட்டித் தீர்ப்பதற்குத் தயாராக இருந்தான். சேர்ந்து நடந்து வருவதற்கு வாய்ப்பில்லாமல் தெரு இடுங்கிக் கிடந்தது. எதற்காகவோ தெருவைத் தோண்டிப் போட்டிருந்தார்கள். அதனால் பின்னால் நடந்தபடி பேச வேண்டியதாக இருந்தது.

“இவனுங்க பேசறது எந்த ஊர் ஸ்லாங்கு?”

“அது எந்த வூர் ஸ்லாங்கும் இல்ல. யுனிவர்ஸல். துபாய்ல போய் இருந்தாலும் அமெரிக்காவுல போய் இருந்தாலும் நேக்கு, நூக்கு, அம்பின்னுதான் பேசுவானுங்க.. அவனுங்களுக்கு ஏது ஊரு.. இப்ப நிலாவுல போய் வாழலாம்னு வந்துட்டா, உடனே அங்க கிளம்பிடு வானுங்க.. அங்கயும் என் தோப்பனார்.. உன் தோப்பனார்னு பேசறதுக்கு..”

இருவரும் ஒருவருக்குப் பின்னால் ஒருவராக நடந்து கொண்டிருந்தாலும் உணர்வுகள் ஒரே அலைவரிசையில் கொந்தளித்துக் கொண்டிருந்தன. உலகத்திலேயே வட்டார வழக்கு என்று ஒன்று கேள்விப்பட்டிருக்கிறோம். வட்டாரமே இல்லாத வழக்காக இருக்கிறதே.. இதிலிருந்தே இவர்கள் மனித இனத்தில் வேறு வகையினர் என்று தெரியவேண்டாமா? திருநெல்வேலி, தஞ்சாவூர், பாலக்காடு, டெல்லி, பம்பாய், அமெரிக்கா எல்லா ஊரிலும் இவர்களுக்கு இதுதான் பிரத்யேக வழக்கு மொழி என்றால் என்ன அர்த்தம்? நடராஜன் நிலைகொள்ள முடியாமல் தவித்தான். இதற்குப் போய் இவ்வளவு கோபமா என்று நினைப்பார்கள். ம்.. ஒரு இனம் எந்த விதத்திலும் உங்களோடு சேர மாட்டேன் என்று சொல்லிக்கொள்வது எந்த

விதத்தில் நியாயம்? அப்படியாப்பட்டவன்கள் எங்கள் ஊரில் இருக்கக் கூடாது என்று துரத்தி அடித்தால் என்ன? தமிழ்நாட்டின் எந்தக் கலாசாரத்தோடும் ஒட்டாமல் இவன்கள் மட்டும் ஒரு டைப்பாக வேட்டி கட்டுவதும், புடவை கட்டுவதும் சாப்பிடுவதும் தாம் தான் இருக்கிற மனிதர்களுக்கெல்லாம் ஒசத்தி, நெத்தியிலே உதித்து வந்தவன் என்றால் 'கட்டி வைத்து அடித்தால் என்ன?' ஊருக்கு நான்கு பேரை அடித்தால் எல்லாம் சரியாகிவிடாதா?

"அவனுங்க கொரலே எனக்குப் பிடிக்கலை மாமா.. என்னமோ மூக்குல பிரச்சினை மாதிரியே பேசறானுங்க. இல்ல தொண்டையில சளி கட்டினா மாதிரி பேசறானுங்க.. அவனுங்க மனசனுங்க இல்ல மாமா.. வேற ஏதோ மிருகம்.. குரங்குக்கும் மனுஷனுக்கும் நடுவுல."

பாலு சிரித்தான்.. "அப்பிடி இல்லடா.. மனுஷனுக்கு அடுத்து வந்த மிருகம்னு வேணா சொல்லு.. ஒத்துக்குவானுங்க."

அண்ணா எழுதிய ஆரிய மாயை, தீ பரவட்டும், நிலையும் நினைப்பும்... இதெல்லாம் பாலு கொடுத்துதான் நடராஜன் படித்தான். ஆனால், இதற்கு முன்னால் நடராஜனின் அப்பாவே அந்தப் புத்தகங்களை வாங்கிப் படித்து ட்ரங்குப் பெட்டியில் பூட்டி வைத்திருந்தது அதற்குப் பிறகுதான் நடராஜனுக்குத் தெரிந்தது. அப்பா போகிற பாதையிலேயே போவதில் நடராஜனுக்குப் பெருமை இருந்தது. லட்சுமண ரெட்டிக்கு அந்த அளவுக்கு உணர்ச்சிவசப்பட வேண்டியதில்லை என்ற எண்ணம்தான் இருந்தது. ஆரம்பத்தில் அவருக்கும் இப்போது நடராஜனுக்கு ஏற்படுகிற உணர்வெல்லாம் இருந்தது உண்மைதான். தசரத ரெட்டியாருக்கு என்று ஊரில் இருந்த மரியாதையும் அது அவர் கழுத்தில் அவர் அறியாமலேயே பூட்டப்பட்டபோது அந்தப் புத்தகங்களும் ட்ரங்குப் பெட்டிக்குப் போய்விட்டன. வெளிக்காட்டிக் கொள்ள வேண்டியிருக்காத ஒரு லட்சிய வேட்கைக்கு அவர் பழக்கிக் கொண்டார். யாருடனும் மல்லுக்கு நிற்காத, ஒத்துப்போகிற சிந்தனை உள்ளவர்களிடம் மட்டும் கருத்துக்களைப் பகிர்ந்துகொண்டு இருக்கப் பழகிக்கொண்டார் லட்சுமண ரெட்டியார்.

தன் மாமனாரும் தனக்குக் கிடைத்த மருமகனும் செங்கல்லுக்கு மேலும் கீழும் பிடிமானத்துக்குப் பூசப்பட்ட சிமெண்ட்போல பாதுகாப்பாக இருப்பது அவருக்குப் பெரிய மகிழ்ச்சியாக இருந்தது. அவர் நடராஜன் விஷயத்தில்தான் பயந்தார். அவனுக்கு ஆர்வக்கோளாறு அதிகம் இருந்தது. ஊர்ப் பிள்ளையார் கோயில் ஐயரிடம் சண்டைக்குப் போய், அவருடைய பூணூலை அறுத்துப் போட்டுவிட்டு வந்து நின்றான். ஐயர் வயசானவர். "தகாத சவகாசமா போயிடப்போறான்... உம்ம குடும்பத்துக்குக் கெட்ட பேர் ஆயிடும்" என்று ஒரு மூச்சு புலம்பினார். அவருக்குக் காபி போட்டுக் கொடுத்து "தெரியாமப் பண்ணிட்டான்.. மனசுல வெச்சுக்காதீங்க" என்று பத்து ரூபாயைக் கொடுத்து அனுப்பினார். ஐயருக்குச் சுளையாகப் பத்து

ரூபாயைப் பார்த்ததில் சந்தோஷம். “உங்க குணத்துக்குத் தன்னால சரியாயிடுவான்.. இள ரத்தம்தானே? கேப்பார் பேச்சைக் கேட்டுக்கிட்டு இப்படித் திசை மாறிடுதுகள்.. புள்ளாண்டான் நல்லா வருவான்” என்று சொல்லிவிட்டுப் போய்விட்டார். அதன் பிறகுதான் இந்த மாதிரி புத்தகத்தையெல்லாம் அவன் கண்ணில் படாமல் வைத்துப் பூட்டி வைத்தது. ஆனால், பாலு வந்ததும் மீண்டும் தன் ஆர்வங்களுக்குப் புதுத் துணை கிடைத்துவிட்டதாக நினைத்து, தளர்ந்துகிடந்த கயிற்றை மீண்டும் இறுக்கிக்கொண்டான்.

சென்னையில் மாமா வீட்டில் தங்கிப் படிப்பதாகச் சொன்னதும் நகரத்துப் பிரம்மாண்டம் அவனை வழிக்குக் கொண்டுவந்துவிடும் என்று நினைத்தார் லட்சுமண ரெட்டியார். மயிலாப்பூரில் விவேகானந்தா கல்லூரியில் சீட் கிடைத்தும்கூட பச்சையப்பன் கல்லூரியில்தான் படிப்பேன் என்று அடம்பிடித்துச் சேர்ந்தான். அண்ணாதுரை மாதிரி வலதுபக்கம் வகிடெடுத்துத் தலைவாரிக்கொள்வதும் கருணாநிதி மாதிரி நடுவகிடு எடுத்துக்கொள்வதும் இந்தப் பத்து வருஷத்தில் குறைந்து கொண்டு வந்திருந்தபோதும் இப்போதும் இருக்கும் மிச்ச சொச்சத்தின் அடையாளமாகத் தோன்றினான் நடராஜன். அண்ணாவைப் போல மூக்குப் பொடி போடாததுதான் குறையாக இருந்தது.

அண்ணா இன்னமும் அவன் உள்ளத்தில் வீரிய விதையாக இருந்தார். அவருடைய பாராளுமன்ற கன்னிப் பேச்சு நடராஜனை மிரளவைத்தது. அவன் மனப்பாடம் போல அதைப் படித்தான். வரிக்கு வரி அவனுக்கு ஞாபகத்தில் ஏறியது. மயக்க வைக்கும் அந்த ஆங்கில நடை, உணர்ச்சிக் கொப்பளிக்கும் அந்த வீச்சில் அவன் இசைக்கு மயங்கும் மனநிலையை அடைந்தான். கண்ணாடியின் முன் நின்று ஏற்ற இறக்கங்களோடு அதை வாசித்துப் பார்ப்பான். அந்த ஆங்கிலப் பிரயோகத்துக்காக அவன் மிகுந்த செருக்கடைவான். அண்ணாவின் கன்னிப் பேச்சின்போது யாரும் குறுக்கிட்டுக் கேள்வி கேட்க வேண்டாம் என்று சபாநாயகர் சொல்லும்போது, அண்ணா பதிலடியாக ‘எனக்குக் குறுக்கிட்டுக் கேள்வி கேட்டால் பிடிக்கும்’ என்று சொல்கிற இடம் வரும்போது சிலிர்த்துக்கொள்வான். தமிழ்நாட்டில் இருந்து நான்கடி உயரமுள்ள ஒரு கருப்பு மனிதன், டெல்லி மார்வாடிக் கோட்டையில் இப்படி முழங்கியதைப் படிக்கும்போது அவனுக்கு ஒவ்வொரு போதிலும் நேரில் கேட்பதுபோல இருக்கும்,

‘கதம்பம் கட்டியது மாதிரி இருக்கும் இந்தியாவை ஒற்றுமையாக இருப்பதாக நினைத்துக்கொண்டிருப்பது சரியல்ல’ என்று அவர் வைக்கும் வாதம், நேருவை உலுக்கியிருக்க வேண்டும். நேரு அன்று அவைக்கு வரவில்லை. ஆனால், அண்ணா பேசியதை அவர் தன் அறையில் இருந்தவாரே முழுக்கக் கேட்டிருக்கிறார். தன் சகாக்களிடம் ‘ஐ அக்ரி வித் மிஸ்டர் அண்ணாதுரை’ என்று பாராட்டுப் பத்திரம் வழங்கியிருக்கிறார். எந்தக் காங்கிரஸ்காரனாவது சொல்கிறானா?

வீட்டுக்குள் போனதும் நாகம்மா "காய்கறி வாங்கும்போதுகூடப் பிரியமாட்டீங்களா?" என்றாள்.

"பெசாம உன்னையே கட்டி வைச்சிருக்கலாம்" என்று சிரித்தாள். அவள் கூற்றுக்கு அவளுடைய மாமனாரும் செவிசாய்த்துச் சிரித்தார். கல்லூரி விட்டுச் சீக்கிரமே வந்துவிட்டானானால் அவனுக்குப் பாலு மாமாவின் அப்பாவிடம்தான் பேச்சு.

அவருக்கும் நடராஜன் எப்போது வருவான் என்பதாகத்தான் இருக்கும். இந்த வயதான காலத்தில் அவர் பேசுவதை யார் காது கொடுத்துக் கேட்கிறார்கள்? ராமகிருஷ்ணா மடத்துக்கு அவருடைய மாமனாருடன் தேக்குமரம் எடுக்க டவுனுக்குப் போனது, திருவல்லிக்கேணியில் கடற்கரையில் பாரதியைப் பார்த்தது என்று அவர் சொல்லும் விஷயங்கள் வரலாற்றை அனுபவமாக தரிசிக்கும்படியாகத் தோன்றியது. நடராஜன் மிகுந்த அக்கறையோடு கேட்டான்.

பார்ப்பனராக இருந்தாலும் அவனுக்குப் பாரதியாரை மட்டும் பிடித்திருந்தது. பாரதியாரும் பெரியாரும் சந்தித்ததுண்டா என்ற கேள்வியைக் கேட்டான். அவர்கள் இருவரும் சாதியை எதிர்த்தவர்களாக இருந்ததால், ஏதாவது ஒரு சமயமாவது சந்தித்துக் கொண்டிருந்தால்தான் பாரதியாரைப் பிடிக்கும் என்று சொல்லிக் கொள்வதற்கு ஒரு சமாதானமாக இருக்கும் என்று யோசித்தான். அவன் பழகும் வட்டாரங்களில் பாரதியாரை யாரும் தாங்கிப் பிடிப்பதில்லை. பாரதிதாசன் கட்சி. 'கொலை வாளினை எடடா கொடியோர் செயல் அறவே' என்று சொல்ல வேண்டும். பாரதியார் தருமம் ஒரு நாள் வெல்லும் என்பது அவர்களுக்குப் பசப்பு வார்த்தையாகத் தோன்றியது. ஆனால் பாரதியார் - பெரியார் சந்திப்பு நிகழ்ந்திருந்தால் நன்றாக இருந்திருக்குமே என்று அவன் ஏங்கினான்.

தாத்தாவுக்கு அவ்வளவு சரியாக நினைவில்லை. "பெரியார் காங்கிரஸை விட்டு வெளியேறி சாதி கிடையாது, சாமி கிடையாதுனு தீவிரமா பேச ஆரம்பிச்சது பாரதியார் செத்த பின்னாடிதான். பார்த் திருக்க மாட்டாங்கன்னுதான் நினைக்கிறேன்" என்று பொசுக்கென்று முடித்துவிட்டார். பாரதியார் இன்னும் கொஞ்ச காலம் வாழ்ந்திருந்தால் பெரியாருக்கு ஆதரவாகக் குரல் கொடுத்திருப்பார். இருவரும் சேர்ந்தே பார்ப்பனர்களின் கொட்டத்தை அடக்கியிருப்பார்கள் என்று நினைத்துக்கொண்டான்.

வ.உ.சி.க்கும் பெரியாருக்கும் இருந்த நெருக்கம் அவனை அப்படி யோசிக்க வைத்தது. அப்படியில்லை என்றால் பாரதியாருக்கும் வ.உ.சி.க்கும் மனஸ்தாபமாவது ஏற்பட்டிருக்கும். நாமும் பாரதியாரை இப்படி மறைமுகமாக ஆதரித்துக்கொண்டிருக்க வேண்டியதில்லை என்பது அவன் யோசனை.

பெரியவர் மயிலாப்பூரின் தெருவுக்கெல்லாம் ஒரு கதை வைத்திருந் தார். அங்கிருந்த பால்காரன், காய்கறிக்காரன், அட்வகேட், கணக்கு

வாத்தி எல்லாரையும் பற்றி அவரிடம் கதைகள் இருந்தன. "அந்த அட்வகேட்டுக்குக் கொழந்தைங்க எல்லாம் பால்காரனுக்குப் பொறந்த பசங்கதான்" என்று அதிர்ச்சி குண்டு போடுவார். "பால்காரன் காலில நாலு மணிக்கு சும்மா ஜிங்குனு மாட்டை ஓட்டிக்கிட்டு வருவான். அட்வகேட்டு காலப்பரப்பிக்குனு தூங்கினு கெடப்பான். பால் சொம்பை வெச்சிக்குனு மாமி எவ்ளோ நேரம் ஒக்காந்துனு இருப்பா?" என்று சிரிப்பார். சாயங்கால வேலைகளில் பெண்கள் சிலர் ஜுரம் பாதித்த குழந்தைகளைத் தூக்கிக்கொண்டு வந்தனர். தாத்தாதான் டாக்டர். மளுக்கென்று கைக்கெட்டிய தூரத்தில் கொஞ்சம் வேப்பிலைக் கொத்தை உடைத்து மந்திரிப்பார். அது என்ன மந்திரமோ, யார் அவருக்குச் சொல்லித் தந்தார்களோ, அதனால் குழந்தைகள் சரியாகின்றனவோ.. எதுவுமே உறுதியாகத் தெரியவில்லை. ஆனால் எல்லோரும் நம்பிக்கையோடு தினமும் வந்துகொண்டிருந்தனர். பக்கத்துத் தெருவில் இருக்கும் டாக்டரின் வாடிக்கையாளர்களைவிட இங்கு கூட்டம் அதிகம் இருந்தது. எல்லாவற்றையும் கிண்டலடித்துப் பேசும் தாத்தா, இந்த விஷயத்தைப் பற்றிக் கிளறினால் மட்டும் இறுக்கமான முகத்துடன் சிரிக்காமல் "வெளியே சொல்லிட்டா பலிக்காது" என்று கூறிவிட்டார். மந்திரிக்கும்போது நடராஜனும் அந்த மந்திரத்தைக் கிரகித்துவிட ஓரிரு முறை முயன்றான். "அவர் சூ மந்திரக்காளி" மாதிரி ஒரு வார்த்தையைத்தான் திரும்பத் திரும்பச் சொல்லிக்கொண்டிருந்தார். தாத்தாவுக்கு ஒரு கால் கொஞ்சம் சின்னதாக இருக்கும். நடக்கும்போதே அவர் சற்றுத் தாங்கி நடப்பது தெரியும். பிரசவத்தின்போது தலை முதலில் வருவதற்குப் பதில் கால் முதலில் வந்தால்தான் இந்த மந்திரம் பலிக்கும் என்று வேறு சொன்னார். கால் முதலில் வந்தால் பிறகு கையெல்லாம் எப்படி வெளியே வரும்? குழந்தையின் கை மேல் நோக்கித் தூக்கிய நிலையில், பிரசவம் தாயின் உயிருக்கே அல்லவா பாதகமாகியிருக்கும்? தெரியவில்லை. ஒரு வேளை பிரசவத்தின்போதே தாத்தாவின் அம்மா இறந்திருக்கக்கூடும். பிறக்கும்போதே தாயைப் பலி வாங்கிய குழந்தை, இன்று பிற குழந்தைகளைக் குணப்படுத்திக் கொண்டிருக்கிறது என்று யோசிப்பதற்கும் நன்றாகத்தான் இருந்தது. ஒருவேளை தாயும் சேயும் பிழைத்தால்தான் மந்திரம் பலிக்குமா என்பதைத் தீர விசாரிக்கப் போதிய துணிவில்லை. ஏனென்றால், தாத்தா இதைப் பற்றி விசாரித்தாலே சீரியஸாகிவிடுபவராக இருந்தார்.

வீட்டுக்கு முன்னால் கொஞ்சம் போல இடம் இருந்தது. அதில் ஒரு வேப்பமரமும் இரண்டு தென்னைமரங்களும் இருந்தன. பாலு மாமா கல்லூரி படிக்கும்போது பயன்படுத்திய சைக்கிள் ஒன்று இருந்தது. அவர் இப்போது ஸ்கூட்டர் வாங்கிவிட்டதால், சைக்கிள் கிடப்பில் போடப்பட்டுக் கிடந்தது. நடராஜனுக்கு சைக்கிள் மீது காதல் உண்டு. ஆனால் கல்லூரி தொலைவில் இருந்ததாலும் சைக்கிளை எடுத்துச் சுத்தப்படுத்திப் பயன்படுத்த வேண்டுமானால் பிரேம் பகுதியைத்

தவிர எல்லாவற்றையும் மாற்ற வேண்டியிருக்கும் என்பதாலும் அந்த ஆசையை நடராஜன் தவிர்த்து வந்தான்.

பாலு மாமா வந்ததும் வராததுமா பாரதிராஜா படம் ஒண்ணு வந்திருக்கு.. மனுஷன் பின்னிட்டான். பட்டிக்காட்டுப் படம்தான் எடுப்பான்னு பாத்தா..இங்கிலீஸ்காரனையே ஆட வெச்சுட்டானாமில்ல? கமல் ஆஸ்காரே வாங்கிடுவாங்கிறாங்க."

"இன்னா மாமா சொல்றே.. எப்போ வந்துது?"

"தீ பாலிக்கி."

6

போரூரில் அண்ணன் வீட்டுக்கு அருகிலேயே ஒரு வீட்டை வாடகைக்கு எடுத்துக்கொண்டான் தியாகராசன். ஏ.ஜி.எஸ். ஆபீஸில் வழக்கு தீர்ப்பு அவனுக்குச் சாதகமாகி, போன வேலையும் திரும்பக் கிடைத்தது. அவனுக்கு நம்பிக்கையே இல்லாத எத்தனையோ விஷயங்கள் வாழ்க்கையில் நடந்து முடிந்துபோனதால், அவன் ஒரு தியான நிலைக்குத் தள்ளப்பட்டிருந்தான். தினச் செயல்கள் எல்லாமே அவனுக்கு இறைவனின் சித்தம்போல இருந்தது. காற்று வீசுவது, குழாயில் தண்ணீர் வருவது எல்லாமே.

மிசா சட்டம் இந்தியாவில் ஏற்படுத்திய அலை மெல்ல மெல்ல கசடுகளாகக் கரை ஒதுங்கிக்கொண்டிருந்தது. பொதுத் தேர்தலில் இந்திரா காந்தியை ரத்தக் காட்டேரியாகச் சித்திரிக்காத தமிழகச் சுவர்கள் கம்மி. எல்லா சுவர்களிலும் மனித மண்டை ஓடுகளை கழுத்தில் ருத்திராட்ச மாலைபோல அணிந்துகொண்டிருந்தார். நாக்கு வெளியே ரப்பர் துண்டுபோல நீட்டிக்கொண்டிருந்தது. கையிலே எலும்புத் துண்டு. காலடியில் ஜனநாயகத்தைப் போட்டு மிதித்துக்கொண்டிருந்தார். தி.மு.க.வின் வெற்றி உறுதி என்றே நினைத்திருந்த நேரத்தில், மத்தியில் ஜனதா கட்சியை மக்கள் ஆட்சியில் ஏற்றினர், தமிழ்நாட்டில் எம்.ஜி.ஆர். ஆட்சி. மக்கள் இத்தனைக் கறாராக முடிவுசெய்தது எப்படி என்பது முதல் முறையாக விந்தையாக இருந்தது.

தி.மு.க., கம்யூனிஸ்ட் கட்சி, ஆர்.எஸ்.எஸ். எல்லாமே ஒரே நேர்க்

தமிழ்மகன் | 307

கோட்டில் பயணித்த அந்த அவசரக் காலகட்டத்தை அசை போட்ட படி இருந்தான் தியாகராசன். காலையில் விஸ்வநாதன் ஏ.ஜி.எஸ்.க்கு வந்து பார்த்துவிட்டுப் போன பிறகு அலை அலையாக ஞாபகங்கள் அடித்தன.

அரசு வேலையில் இருந்த காரணத்தால், இவனிடம் பத்து இருபது உதவி கேட்டு வந்த தலைமறைவுத் தோழர்கள் இருந்தனர். இவன் சற்று மூர்க்கமாகவே இந்திரா காந்தியை எதிர்த்துக் கொண்டிருந்ததால், இவனை அடையாளம் காண எந்த முயற்சியும் எடுக்க வேண்டியிருக்கவில்லை அவர்களுக்கு. மார்க்ஸிஸ்ட் லெனினிஸ்ட் இயக்கம் தடை செய்யப்பட்டிருந்தது. ஆர்.எஸ்.எஸ்.ஸும் தடைசெய்யப்பட்டிருந்தது. தலைமறைவு வாழ்க்கை. அவர்கள் ஒரே இடத்தில் தொடர்ந்து இருக்க முடியாது. சாப்பாடு ஒரு இடத்தில், தங்குவது ஓரிடத்தில். ஒரு நாள் திருவல்லிக்கேணியில் என்றால், அடுத்த நாள் தாம்பரத்தில். இன்னொரு நாள் சேலத்தில் என்று ஓடிக் கொண்டிருந்தனர். தறிகெட்டு ஓடி.. அடங்கிய பலரை தியாகராசன் மீண்டும் கண்டான். எல்லோரும் ஒரு நிதானத்துக்கு வந்துவிட்டது மாதிரி இருந்தது. ஒரு சிலர் மட்டுமே பழைய வீரியம் குறையாமல் இருந்தனர். ஆர்.எஸ்.எஸ். இயக்கத்தில் இருந்து தலைமறைவின்போது பரிச்சயமான விஸ்வநாதன்தான் இப்போது வந்து பார்த்துவிட்டுப் போனது. அவருக்கு தியாகராசன் உயிரோடு இருப்பதே ஆச்சர்யமாக இருந்தது.

“அந்தப் பாவி நாட்டையே இந்தப் பாடு படுத்திட்டுப் போனப்புறமும் இந்த தொப்பித் தலையன் அவகூட கூட்டணி வைக்கிறான்னா இன்னாப்பா அர்த்தம்? தி.மு.க.வை உடைக்கிறதுக்கு இவனை யூஸ் பண்ணிக்கிட்டான்னுதானே அர்த்தம். தமிழ்நாட்டு ஜனங்க இவனைத் தூக்கிக் கடாசுவானுங்கன்னு பார்த்தா, நடுவூட்டுல கொண்டாந்து வெச்சுட்டுப் போய்ட்டானுங்களே...” என ஒரு பாட்டம் புலம்பினார். இருந்தாலும் அவருக்கு முன்புபோல அரசியல் ஈடுபாடெல்லாம் இல்லை. பாண்டிச்சேரியில் அரவிந்தர் ஆஸ்ரமத்துக்குப் போய் வருவதோடு சரி என்றார்.

அவர் ஒரு பார்ப்பனராக இருந்தும் அவரிடம் பேச முடிகிற ஒரு மாற்றம் அவனிடம் இருந்தது தியாகராசனிடத்திலும். “ஆனா தி.மு.க.காரனுங்களும் கடைசியில ஒரு ஆட்டம் ஆடிட்டானுங்க. இல்லாமப் போனா ஜனங்களுக்கு இவ்வளவு ஆத்திரம் வந்திருக்காது. பார்த்துப்பா நீயும் கட்சி கிட்சினு சுத்தாம குடும்பத்தப் பாருப்பா.. எவனாவது வந்து பார்த்தானா உன்னை?.. ம் பின்ன? பாதியா எளச்சிப் போயிட்டியேப்பா. வுட்டுத் தள்ளு. பிடிச்ச சனியன் வுட்டுத்துன்னு வேலையப் பாரு... ஒரு தரம் ஆஸ்ரமத்துக்குக் கூட்டிக் கிட்டுப் போறேன்” என்று உரிமையாக அறிவுரையும் சொல்லிவிட்டுப் போனார்.

காலம்தான் கனிய வைத்திருக்கிறது. இருவரும் அந்தி வெயில்

போல இருந்தனர். பத்து வருஷத்துக்கு முன்பு என்றால் இப்படி ஒரு அறிவுரை சொல்ல அவருக்கும் தைரியம் வந்திருக்காது. சொல்லி யிருந்தால் தியாகராசனும் சும்மா விட்டிருக்க மாட்டான். கேட்டுக் கொண்டான். சொல்வது நல்லதுக்கு மாதிரிதான் இருந்தது.

தியாகராசனுக்கு உடம்பு ஒத்துழைக்கவில்லை. தளர்ந்து போயிருந்தான். குடிப்பழக்கத்தை அடியோடு நிறுத்திய பின்னும் உடம்பில் முன்னேற்றமில்லை. அண்ணன் தயவு இல்லை என்றால் போதையில் இருந்து மீண்டிருக்க முடியாது. தியாகராசன் குடியில் இருந்து மீண்டுவிட வேண்டும் என்று விரும்பிய நேரத்தில், டாக்டரிடம் அழைத்துப்போய், ஆஸ்பத்திரியில் தங்க வைத்து, காப்பாற்றிக் கொண்டு வந்தார். நடேசன் மீது மரியாதை மிகுந்திருந்தது. அப்பா ஸ்தானத்தில் நினைத்துப் போற்றினான். ஹேமலதாவும் குற்ற உணர்வால் அடிபட்டுப் போய்விட்டாள். குழந்தையை வளர்ப்பது அன்றி அவளுக்கு வேறு லட்சியம் இல்லாமல்போய்விட்டது. தியாகராசனை அவள் மன ஆழத்தில் இருந்து வணங்கினாள். அவள் தரும் கவுரவத்தால் அவன் உடல்கூசிப் போனான். தனக்கு அத்தனை மரியாதை தேவை இல்லை என்று அவளிடம் சொன்னான். அவன் தகுதிக்கேற்ற மனைவியாகத்தான் அவளும் நடந்துகொண்டதாக ஒரு தீர்ப்பு அவனுக்குள் உறைந்திருந்தது. அவளைத் தொடாமலும் படாமலும் விலகியே இருக்க நினைத்தான்.

ஹேமலதா தன் கணவனுக்குத் தன்னால் செய்ய முடிகிற மிகப் பெரிய தியாகம் எதுவாக இருக்கும் என்று நினைத்தாள். உடம்பின் சுகம் ஒரு புள்ளியாக மறைந்து காணாமல் போய்விட்டது. உயிரைத் தருவது ஒன்றுதான் ஓரளவுக்கு ஈடானதாக இருக்கும் என்றாலும் அதனால் கணவனுக்கு என்ன பயன் இருக்க முடியும் என்று புரிய வில்லை. புனிதாவை வளர்க்கும் பெரிய சுமையும் இழப்பினால் ஏற்படும் கவலையும் தவிர, அதில் மிஞ்சி இருப்பது ஏதுமில்லை. பயனற்ற தியாகம் எத்தனை உயர்ந்ததாக இருந்தும் பொருளற்றதாக இருந்தது.

"சாப்பிட வாங்க", "தண்ணி எடுத்து வெச்சுட்டேன்" போன்ற வாக்கியங்களை மட்டுமே அவனிடம் பேசி வந்தாள். இருவருக்கும் இடையில் நிரப்ப முடியாத இடைவெளி இருந்தது. அது மவுனத்தால் ஆனதாக இருந்தது. தியாகராசன் அதனால் பாதிக்கப்படாதவனாக இருந்தான்.

ஹேமலதாவுக்கு அப்படி இல்லை. மவுனம் அவளுக்குப் பழக்கமில்லாத தாகவும் வேதனை தருவதாகவும் இருந்தது. மேலுக்கு அமைதியாக இருந்தாலும் மனதில் சூறாவளி சுழன்றடித்துக்கொண்டிருந்தது. ஒரு வார்த்தை திட்டமாட்டானா என்று ஏங்கினாள். அவள் இயல்பு நிலைக்கு மாறுவதற்கான வைத்தியம் அவனுடைய ஏச்சிலும் பேச்சிலும் அடி உதையிலும் ஒளிந்திருந்தது.

தியாகராசன் அலுவலகம் கிளம்பிப் போனதும் அவள் மோட்டு வளையைப் பார்த்துக்கொண்டிருப்பாள். புனிதா தூங்கிக்கொண்டிருந் தால் அவளுடைய உலகம் ஒளியோ, ஒலியோ இல்லாமல் சூன்யமாக இருக்கும். வினாடிகளோ, நிமிடங்களோ இல்லாமல் இருக்கும். உயிரற்ற பொழுதாக அவை கழிந்தன.

ஹேமலதாவுக்குக் கையில் பதித்திருந்த அண்ணா உருவம் உடலோடு பிணைந்துவிட்ட பெருந்தடையாக மாறியிருந்தது. அவளுக்கு வேதனை யாக மாறியிருந்தது அவளுடைய உடல்தான். அதை அவள் புறக் கணிக்கத் தொடங்கியிருந்தாள். பச்சை குத்தியிருந்தது அவளுடைய கற்பின் வழுக்கலுக்கு அடையாளமாக அவளை உறுத்திக்கொண்டே இருந்தது. குளிக்கும்போதும் வேறு எப்போதும் அதைத் தொட்டு விடாமல் இருக்க அவள் முயற்சி செய்தாள். சோப்போ, மஞ்சளோ அதன் மீது படாமல் இருக்கப் பிரயத்தனப்பட்டாள். உடலின் அந்த இடம் மட்டும் அவளுக்கானதல்ல என்று அவள் முடிவாக இருந்தாள். எந்நேரமும் கைச் சிரங்கை மறைப்பது மாதிரி அதை முந்தானையால் மறைக்கத் தொடங்கியிருந்தாள். ஒரு படையைப் போல அது வெளியே தெரிந்துகொண்டிருப்பதாகக் கூசினாள்.

காலையில் தியாகராசன் வேலைக்குக் கிளம்பியதில் இருந்தே அவள் தன் கையில் குத்தியிருந்த பச்சையைப் பார்த்துக்கொண்டே இருந்தாள். வெறுப்பு உருண்டு திரண்டு உச்சி மண்டை வரை நிரம்பிக்கொண்டிருந்தது. குழந்தை சிணுங்கியது. பாலைக் காய்ச்சிக் குடிப்பாட்ட எழுந்தாள். பம்பு ஸ்டவ்வைப் பற்ற வைக்க முயற்சி செய்தாள். அது காற்று அடித்து மண்ணெண்ணெய் கசிந்து பர்னரின் அடித்தட்டில் நிரம்பி நின்றது. வத்தி ஸ்டவ் போல இது பற்ற வைப்பதற்கு எளிமையானதாக இல்லை. ஆனால், எரிய ஆரம்பித்ததும் வேகமாக சமையல் நடப்பது இதில்தான். நெருப்பு நீல நிறத்தில் சப்தத்தோடு ஜொலித்தது. பால் கொதி வந்ததும் ஸ்டவ்வை அணைத்தாள். பர்னருக்கு மேல் இருந்த இரும்பு வளையம் சிவப்பு நிறமாக இன்னமும் பழுத்துப் பிரகாசித்துக்கொண்டிருந்தது. செக்கச் சிவப்பு. பாலை வைத்துவிட்டு அதையே பார்த்துக்கொண்டிருந்தாள். கிட்டியால் அந்த வளையத்தை எடுத்து அதைப் பச்சையாக இருந்த அண்ணாவின் மேல் வைத்தாள். சுளீரென்ற வலி. தோல் வழட்டிக்கொண்டு சிவந்த சதைப் பகுதி தெரிந்தது. அண்ணா உருவம் இல்லாத தன் கையைப் பார்த்து உண்மையில் அவளுக்குப் பரவசமாக இருந்தது. இத்தனை நாளாய் இந்த யோசனை வராமல் போய்விட்டதே என்று நினைத்தாள். அவளுக்கு மகிழ்ச்சியாக இருந்தது. வலி இனித்தது. துடிக்காமல் அந்த வளையத்தை மீண்டும் ஸ்டவ்வில் பொருத்தினாள்.

புத்துணர்வாக அவள் வீட்டைப் பார்த்தாள். வீடும் புதுசாக இருந்தது. களங்கம் நீங்கிய புதிய வெளிச்சம் வீடெங்கும் நிரம்பி வழிந்தது. தேங்காய் எண்ணெய் எடுத்துக் காயத்தின் மேல் பூசிக்கொண்டு பாலை ஆற்றிக்கொண்டு குழந்தையை நெருங்கினாள்.

7

கொசஸ்தலை ஆற்றில் தண்ணீர் இல்லாமல் வறண்டு கிடந்தது. மக்கள் மணலில் அங்கங்கே சுனை எடுத்துத் தண்ணீர் எடுத்துக் கொண்டிருந்தனர். மணலில் விளையாடும் சிறுவர்களும் தாகமெடுத்தால் சட்டென்று இரண்டடி தோண்டி தண்ணீர் குடிப்பதை வழக்கமாக்கிக் கொண்டிருந்தனர். அந்தி சாய்ந்துவிட்டதால் அப்படியே சப்பணமிட்டு உட்கார்ந்து யோசனையில் இருந்தார் லட்சுமண ரெட்டி.

ரங்காவரத்துப் போக்குவரத்து இந்த அந்திப் பொழுதைப் போலவே கண்ணெதிரில் இருந்த உருவங்களை மறைத்துவிட்டது அவருக்கு ஆச்சர்யமாகத்தான் இருந்தது. கொடுக்கல் வாங்கல் இல்லாமலும் சம்பந்தம் கட்டிக்கொள்வதும்கூட மறைந்து போய்விட்டது.

இரண்டு காரணங்கள் இருந்தன. ரங்காவரத்து அத்தைப் பெண்ணை லட்சுமண ரெட்டியார் கட்டிக்கொள்ளச் சம்மதிக்கவில்லை என்பது முதல் காரணம். இரண்டாவது, பொன்னுசாமி ரெட்டி ஊரில் நடந்த விஷயங்களைத் தசரத ரெட்டியார்கிட்ட பிராது சொல்ல வந்தபோது, அவர் தம் பிள்ளைக்காக வாதாடியது. இந்த இரண்டு காரணங்களினால் ஒரு விரிசல் ஏற்பட்டு, போக்குவரத்து குறைந்துதான் போய்விட்டது. ஒரு தரம் சின்னா ரெட்டியின் பங்காளி வீட்டுக் கல்யாணத்துக்குப் போக முடியாமல் போய்விட்டது. பெரியாரின் மாநாடு ஒன்றுக்குப் போவதாக முன்னரே மணி நாயுடுவோடு திட்டம் போட்டிருந்ததால் அலட்சியமாக விட்டுவிட்டார். அது பூதாகரமாக மாறிப் போய்விட்டது.

பங்காளி வீட்டுக் கல்யாணத்துக்கு வர முடியாம அப்படி என்ன மீட்டிங் என்று. ஆனால் பெரியார் கூட்டத்துக்குப் போய் வருகிற வேலையில், இதெல்லாம் ஜவ்வுமிட்டாய் விவகாரம்போல இருந்தது. விட்டுவிட்டார். ஆனால், இதைச் சாக்காக வைத்து அவர்கள் தரப்பிலிருந்தும் யாரும் வந்துபோவது இல்லாமல் போய்விட்டது. ஏன் லட்சுமண ரெட்டியார் கல்யாணத்துக்கே ராத்திரி வந்து காலையில் போய்விட்டனர்.

என்னமோ ஆற்று மணல் பரப்பில் ஒரு காலி வெட்டுப்புலி தீப்பெட்டியைப் பார்த்ததும் அவருக்கு ரங்காவரத்து ஞாபகமும் குணவதியின் ஞாபகமும் வந்து போனது. இத்தனை வருஷத்துக்கு அப்புறமும் அவருக்கு அந்தத் தழும்பு, தடவிப் பார்த்து நினைவின் அசைபோடலில் மூழ்கிப் பார்க்கும் விஷயமாகவே இருந்தது. இரண்டு பெண்களுக்கும் கல்யாணம் செய்து முடித்த பின்பும் அவருக்குக் குணவதியின் வாசனையும் அந்த மஞ்சள் நிறமும் மனதில் அப்படியே இருந்தது.

நடராஜனுக்கும் ஒரு கல்யாணத்தை முடித்துவிட்டால் போதும் என்ற திருப்திதான் இப்போது குணவதியை நினைக்க வைத்தது. தான் குணவதியை மணக்க வேண்டும் என்று நினைத்தது இன்னமும்கூடத் தன் குடும்பத்தில் சாதிக்க முடியாத செயலாக இருந்துவருவதை அவர் அறிவார். சாதி மறுப்புத் திருமணம் என்பது விலகி நின்று செல்ல வேண்டிய நெடும்பாதையாக இருந்தது. அதில் இறங்க அவகாசமோ, யோசனையோ ஏற்படவே இல்லை என்பது அவருக்கு வருத்தமாகத்தான் இருந்தது. பெரியார்கூட முழுக்க முழுக்க நாடார்களைச் சமையல் செய்யச் சொல்லி, காஞ்சிபுரத்தில் ஒரு மாநாடு போட்டார். சாதியில் தாழ்ந்தவர்களாக இருப்பவர்கள் சமைத்தால் சாப்பிடக் கூடாதா என்று. நாடார் சமையலா என்று சிலர் சாப்பிடாமல் சால்ஜாப்பு சொன்னதாகக் கேள்விப்பட்டிருக்கிறார். சாதி அப்படி இறுகிக் கிடக்கிறது மனங்களில்.

கண்ணம்மாவுக்கு வன்னியர் தவிர வேறு சாதியில மணமகன் தேடலாம் என்று பத்திரிகையில் விளம்பரம் கொடுத்தார். யாருமே தொடர்புகொள்ளவில்லை. திராவிடர் கழக நண்பர்கள் சிலரிடம் சொல்லி வைத்திருந்தார். மனதுக்குப் பிடித்த மாதிரி யாரும் அமையவில்லை. வேறு சாதியில்தான் மணமுடிக்க வேண்டும் என்பதற்காக ஏதாவது ஏடாகூடமாக மாட்டிக்கொள்ளப்போகிறோம் என்று யோசனை ஆகிவிட்டது.

இப்படியெல்லாம் ஏற்பாடு செய்வதே லட்சுமண ரெட்டியாருக்குத் தலைவலியாக இருந்தது. தானாகவே தேர்ந்தெடுத்துக்கொள்கிற வாய்ப்பும் கண்ணம்மாவுக்கு இருக்கவில்லை. இது ஒரு இரண்டாம் கெட்டான் நிலையாக இருந்தது. மனதில் இருக்கும் கொள்கையை நடைமுறைப்படுத்துவதற்கான இயல்பான சூழ்நிலை இருக்கவில்லை.

பெரியார் தம் தங்கைக்குத் திருமணம் செய்து வைத்ததையும் தம் குடும்ப உறுப்பினர்களிடம் ஏற்படுத்திய மாற்றத்தையும் தன்னால் ஏன் செய்ய முடியவில்லை என்பதாக யோசித்துக்கொண்டிருந்தார்.

ஆற்றில் தண்ணீர் குறையக் குறைய துணி துவைக்கிற கல் தண்ணீருக்கு நெருக்கமாக நகர்ந்து நகர்ந்து நடு ஆற்றில் கிடந்தது. ஆற்று நீர் காற்றில் சுருண்டு கிடக்கும் போர்வைபோல மெலிந்துபோயிருந்தது. மறுபடி ஆற்றில் வெள்ளம் ஏற்பட்டதும் அந்தக் கல் காணாமல் போய்விடுவதும் மீண்டும் இன்னொரு புதிய கல் கரையில் கொண்டு வந்து போடப்படுவதும் வாடிக்கையாகவும் யார் ஆரம்பித்து வைக்கி றார்கள் இந்தச் செயலை என்பதாகவும் அவர் வேறு சிந்தனையைப் பற்றினார். ஆற்று மணல் குவாரி ஏலம் விட்டபோது ஊருக்கு வருமானத்துக்கு ஒரு வழி கிடைத்ததாகத்தான் எல்லோரும் சந்தோஷப் பட்டார்கள். இந்தப் பக்கம் திருமலோடையில் இருந்து மறுகரையான ஜெக்கஞ்சேரி வரை தெளுக்க இருந்த மணல் இப்போது இருபது, முப்பது அடி ஆழத்துக்குப் போய்விட்டது. குழந்தைகள் வந்தால் போனால் விளையாடுவதற்கு ஏதுவாக இல்லாமல் போய் களிப்புத் திட்டுகள் தெரிய ஆரம்பித்துவிட்டன. ஊருக்கு வருமானம் என்று நினைத்த விஷயம் இப்போது ஊருக்கு நஷ்டமாக மாறுவதையும் யோசித்தார். அவருடைய பம்பு செட்டிலேயே தண்ணீர் வராமல் போய் இன்னும் முப்பது அடி மோட்டரைக் கீழே இறக்கி வைக்கவேண்டியதாகியிருந்தது.

எல்லா நல்ல விஷயங்களின் முடிவிலும் ஒரு தீமை காத்திருப்பதுபோல எல்லா தீமையின் எல்லையிலும் ஒரு நன்மையும் இருப்பதை அவர் நம்பினார். திராவிடர் கழகத்துக்கும் இது பொருந்துமா என்று யோசித்தார். தி.மு.க.வும் அ.தி.மு.க.வும் தீமைகளா? என்ன கொள்கை முரண்பாட்டுக்காக இவை இரண்டு கட்சிகளாகச் செயல்பட்டுக் கொண்டிருக்கின்றன என்பது நகைச்சுவையாகத்தான் இருந்தது. மிசாவில் சொந்த மகனே சித்திரவதைக்கு ஆளான பின்பும் இந்திரா காந்தியை ‘நேருவின் மகளே வருக.. நிலையான ஆட்சி தருக’ என்று கலைஞர் பேசியிருப்பது என்ன சமரசம்? இதைத்தானே அண்ணா தனிக் கட்சி ஆரம்பிக்கும்போதே பெரியார் சொன்னார். ஒரு செயல் அதனுடைய வளர்ச்சியினாலேயே வேறுபட்டு விலகிப் போய் முரண்படவும் ஆரம்பிக்கிற விந்தையை அவர் யோசித்தார்.

மறுகரையில் கோயில். “ஒண்ணாம் திருப்படி சரணம் பொன்னய் யப்பா.. சாமி பொன்னய்யப்பா, ரெண்டாம் திருப்படி சரணம் பொன் னய்யப்பா.. சாமி பொன்னய்யப்பா..” பாட்டுச் சத்தம் கேட்டது. அல்லது சத்தமாகப் பாட்டு கேட்டது. திருத்தவே முடியவில்லையே என்று வருத்தமாக இருந்தது.

ஆறு இப்போது இருண்டு கனத்த கறுத்த பாம்புபோலத் தோற்றமளிக்கத் தொடங்கியது. நிலவொளியும் காற்றோட்டமும் இணைந்து ஆறு அவ்வப்போது மின்னியது. லாரிகள் ஹெட் லைட்

வெளிச்சத்தில் அல்லது தீப்பந்தம் கொளுத்தி வைத்து மணலைச் சுரண்டிக்கொண்டிருந்தன. மணலை இப்படி இரவு பகலாக அப்புறப்படுத்திக்கொண்டிருப்பது அவருக்கு வேறு எதையும் சிந்திக்க விடாத நிகழ்வாக மாறிப்போனது. மேட்டில் இருந்து தொடர்ந்து லாரிகள் ஆற்றுக்குள் இறங்குவதும் ஏறிக்கொண்டிருப்பதும் அதன் ஊங்காரமும் தொடர்ந்து கேட்டுக்கொண்டிருந்தது. அது அவருக்கு அச்சுறுத்தலாக இருந்தது.

மணி நாயுடுதான் குவாரியை ஏலம் எடுத்திருந்தார். நாளைக்கு முதல் வேலையாகக் குவாரியை நிறுத்தச் சொல்ல வேண்டும் என்று கிளம்பினார். கொஞ்ச காலமாக நாயுடுவை வழியில் பார்க்கிறதோடு சரி. அவருக்கு அரசியலில் ஈடுபாடு அதிகமாகிப் போனதால் நேரம் இருப்பதில்லை. இரண்டு முறை எம்.எல்.ஏ.வுக்கு நின்று தோற்றுப்போயிருந்தாலும் மனிதர் செல்வாக்காகத்தான் இருந்தார். படவேட்டான் தங்க விக்ரகத்தை மணி நாயுடுவிடம் கொடுத்துவிட்டுச் செத்துப்போனதாகச் சொல்வதை லட்சுமண ரெட்டியே நம்பிவிடுவார் போல இருந்தது. நிறைய கரை வேட்டி அணிந்தவர்கள் இருந்தார்கள். பொட்டி வண்டியை ஓரமாக நிறுத்தவும் மணி நாயுடுவின் ஆள்காரன் ஒருத்தன் ஓடி வந்தான். வண்டிமாட்டை தான் கட்டுவதாகச் சொன்னான். ரெட்டியாரைப் பார்த்து கரை வேட்டிகள் ஒதுங்கிக் கொண்டன. அதற்குள் ஆள்காரன் மாட்டைக் கட்டிவிட்டு நாயுடு விடம் தகவல் சொல்வதற்கு உள்ளே ஓடினான்.

“வா ரெட்டியாரே.. இன்னாது இங்கேயே உக்காந்துட்டே... உள்ள வா..” மணல் சுரண்டுவதை நிறுத்தச் சொல்லி சொல்ல வேண்டும் என்ற வேண்டுகோளைச் சொன்னார். “ஊர்ல ஒரு பம்பு செட்டுலயும் தண்ணி இருக்காது. நிலத்தடி நீரை நம்பி ஏரியயும் உழுது பயிராக்கிட்டானுங்க... சீக்கிரமா நல்லதா செய்யீ.”

“இன்னா ரெட்டியாரே நான்தான் காண்ட்ராக்ட் எடுத்தேன்னு பேரு.. இதில எத்தனை பேருக்குப் பங்கு போவுது தெரியுமா? அதை நிறுத்தினா அத்தனை பேரும் மேல உழுந்து பாய்வானுங்க.. என்னோட எல்லா பிசினஸையும் பாதிக்கும் ரெட்டியாரே..”

“அப்பிடியாகொந்த பிசினஸு நமக்கு எதுக்குன்றேன்? வுட்டுத் தொலைக்க வேண்டியத்தானே?”

“ஒரு நாள்ல நடந்துடுமா சொல்லு? பையன் ஒரு காண்ட்ராக்டு எடுத்துட்டான்.. மாளிவாக்கம் இஸ்கூல் கட்டறதுக்கு.. அப்பிடியே வுட்டுட்டு வாடானு சொல்ல முடியுமா? அதை முடிச்சுக் குடுக்கணும். அதை முடிக்கணும்னா கமிஷன் வெட்டணும். கமிஷனுக்கு இன்னொர் காண்ட்ராக்டு எடுக்கணும்... அப்படித்தான். ஆளை அப்பிடியே இஸ்துக்குனு போவுது.. சட்டுனு நின்னுட முடியுமா?”

“அதில்ல நாயுடு.. அப்புறம் நமக்கே நாளிக்கி குடிக்கத் தண்ணி கெடிக்காது..”

“எம்.எல்.ஏ., சேர்மேன், தாசில்தார், ஆர்.ஐ.. எவ்ளோ பேரு இதில சம்பந்தப்பட்டிருக்கான்னு நினைக்கிறே நீ... நீ பாட்டுக்கு சுளுவா சொல்லிட்டே நாளையிலிருந்து நிறுத்திடுன்னு.. இன்னும் ஒரு வருஷம் காண்ட்ராக்ட் இருக்குது.. அதுக்கப்புறம் வேணா நா வுட்டுர்றேன்.. ஒண்ணு வேணா எழுதி வெச்சுக்கோ.. வேற ஒருத்தன் ஏலம் எடுப்பான்.. அவன்கிட்ட போயி நீ இப்பிடிலாம் உக்காந்து பேச முடியாது.

“ருசி கண்டுட்டானுங்கன்னா விடுவானுங்களா?”

“ருசி கண்டவன்ல உன்னையும் சேர்த்துக்கலாமா?”

“இன்னா.. என்னைப் போய் இப்படிக் கேக்கிறீயே? இதெல்லாம் உனுக்குப் புரியாது.. இப்ப எலெக்ஷன்ல எவன் வரப் போறான்னு தெரியாம ஆத்துல ஒரு காலு.. சேத்துல ஒரு காலு வெச்சிக்கிட்டு நிக்கிறேன்.”

“ஆத்துல வெச்சிருக்கிற காலை எடுத்துடுன்னுதான் சொல்றேன். எப்ப பொது சொத்துல இருந்து ஆதாயம் கிடைக்குதான்னு பாக்குறமோ அப்பவே எல்லாம் போச்சி. இப்ப பாரு.. பிரிட்ஜ் கட்றன், ரோடு போட்றன்னு ஆளாளுக்கு நாயா ஓடியார்றானுங்க.. அரசாங்கமே பண்ணா இன்னா? இதை எதுக்குத் தனியாளுங்களுக்கு வுடணும்? நா உன்னைச் சொல்லல நாயுடு.. பொதுவா சொல்றேன்.”

வேட்டியை நீவிவிட்டுக்கொண்டு எழுந்தார். “காபியனா சாப்ட்டுட்டுப் போ.. உக்காரு.. ஏம்மா..”

“அட! இருக்கட்டும்பா.”

அரசியலில் சிக்கிக்கொண்டவன் பாடு அவ்வளவுதான். அரசியலில் புகுந்து தொழில் நடத்த வேண்டும் என்று முடிவெடுத்துக் கொண்டாலோ அது இன்னும் மோசமாக மாறிப் போய்விடுகிறது. நாயுடுவைக் குறை சொல்லி என்ன பிரயோஜனம்? நாயுடு சொல்வது மாதிரி அடுத்த குவாரியை அவர் எடுக்கவில்லை என்றால், அவருக்குப் பதிலாக வேறு யாரோ எடுப்பார்கள். அவர்கள் இந்த அளவுக்குப் பணிந்து பேசுவார்களா என்பதும் தெரியாது.

நாயுடு சொல்வது இயலாமையா, மிரட்டலா என்பதும்கூட யோசிக்க வேண்டிய விஷயம்தான். மாடுகள் மெதுவாக வண்டியை இழுத்துப் போயின.

8

வெயில் தீட்சணை பொறுக்க முடியாததாக இருந்தது. கணக்குப் பிள்ளை இந்த வெயிலில் வீடு தேடி வந்திருந்தது சந்தேகம் தரும் வருகையாக இருந்தது. “என்னது இந்த வெயில்ல? ஃபேனைத் தட்டும்மா” என்றபடி மர பெஞ்சில் உட்கார இடம்விட்டார் ரெட்டியார்.

“இன்னாது ரோட்டை இப்படிப் பாழ் பண்ணி வெச்சிருக்கானுங்களே.. லாரிய வெச்சி உழுதாப்பல.. ரெண்டு தடம் மட்டும் என்னமோ காவா கணக்கா பள்ளம் உழுந்துபோய் இருக்குது. நடுவுல இமயமலை மாதிரி எழும்பி நிக்குது. சைக்கிள எப்பிடி வுட்றது காவால. கம்பி மேல பேலன்ஸ் பண்ற மாரி.. இத்தெல்லாம் கேக்கிறதில்லையா?”

விசாலாட்சி மோர் கொண்டுவந்து கொடுத்துவிட்டுப் போனாள். “நாயுடு கிட்ட சொல்லிட்டேன். இன்னும் ஒரு வருஷம் போகணும்னு சொல்லிட்டாரு.. கிரிமிட்டு வுட்டானுங்களாம்” லட்சுமண ரெட்டியார் நம்ம கையை மீறிப் போய்க்கொண்டிருக்கிறது என்று கையை விரித்துக் காண்பித்தார்.

அது சம்பந்தமாகப் பேசுவதை ரெட்டியார் ரசிக்க மாட்டார் என்பதாக உணர்ந்து, “நம்ம ஜனங்களுக்கு இன்னும் அடிமைப் புத்தி போகலை. பாரு.. ஜனதா கட்சி ரெண்டே வருஷத்தில சாஞ்சி போச்சி. ஒருத்தன் வலுவா உக்காந்துக்குனு அதிகாரம் பண்ணணும். அவன் பின்னாடி நின்னுக்குனு மத்தவன் சிலும்ஷம் பண்ணிக்கிட்டு இருக்கணும்.. இதுதான் நம்ம ஆளுங்களுக்கு வாட்டம். ஜனதாவுல

எல்லாருமே அதிகாரிங்க. யாருக்கும் யாரும் சளைச்சவன் இல்ல.. மொராஜ்ஜி ஒருபக்கம்.. வாஜ்பாய் ஒருபக்கம்.. ஜெகஜீவன்ராம் ஒரு பக்கம்.. சரண் சிங் ஒருபக்கம். பாவம் ஜெய்பிகாஷ் நாராயண்.. அவனுங்க எப்படியாவது போறானுங்க. இப்ப எலெக்ஷன்ல மறுபடி இந்திரா வருவா. வந்ததும் மலையாளத்தானுக்கு பெல் அடிச்சு வீட்டுக்கு அனுப்பிடுவானுங்க.. நம்ம ஆள்தான் வருவாரு." அவர் நம்ம ஆளு என்று சொல்லிக்கொண்டிருந்தது கலைஞரை.

"எனக்குப் பெரியாரோட சரி."

கணக்குப் பிள்ளை, இவ்வளவு வெயில் வியர்வையிலும் நெற்றியில் மூன்று பட்டை விபூதி கலையாமல் இருப்பவர். பெரியார் என்றதும் அவர் சற்றே சுணங்கிப் போனார். ஞாபகம் வந்தவராக நிலைப்படியில் மாட்டியிருந்த பெரியார் படத்தைப் பார்த்தார்.

"கருணாநிதியும் நாஸ்திகன்தானே? அதனால சொன்னேன்.. உங்களுக்குத் தெரியுமில்ல.. எம்.ஜி.ஆர். நடிக்க வரும்போது ருத்ராட்சக் கொட்டை போட்டு விபூதி வெச்சிருப்பாரு. திருப்பதி கணேசா கோவிந்தா கோவிந்தானு கிண்டல் பண்ணாங்களே.. இவரு மட்டும் என்னாவாம்?"

"சரி.. வேற ஏதோ சொல்ல வந்தீங்க.. அதைச் சொல்லுங்க.." "எம்.ஜி.ஆர். ஆட்சிக்கு வர்றது அவ்வளோ நல்லதில்ல.."

"சரி.. அதுக்கு நம்ம ரெண்டு பேர் ஓட்டு போடாம விட்டுடலாம்.. வேற என்ன பண்ண முடியும்?"

கணக்குப் பிள்ளைக்குச் சந்தேகமே வந்துவிட்டது. லட்சுமண ரெட்டி ஒரு வேளை எம்.ஜி.ஆர். பக்கம் சேர்ந்துவிட்டாரோ என்று.

"கூத்தாடியக் கொண்டாந்து நாடாளவுடலாமா?"

லட்சுமண ரெட்டி சிரித்தார். "எனக்கு ஒண்ணும் புரியலை. நானும் நீயும் சேர்ந்து மாத்திற விஷயமா இது?"

"இல்ல.. கணக்குப் புள்ளைங்க நூத்துக்குத் தொண்ணூறு பேரு தமிழ்நாடு ஃபுல்லாவே எம்.ஜி.ஆருக்கு எதிர்ப்புதான்.. நில சர்வே விவகாரம் எங்கள விட்டா யார் இருக்காங்க.. நீயே சொல்லு..? அதில வந்து மூக்கை நுழைக்கிறான்.. நாங்க கூத்தாடுற வேலையில அவனுக்குப் போட்டியா வந்து நின்னம்மா.. என்னமோ சரோஜா தேவி, ஜெயலலிதாவா இந்தப் பக்கமும் அந்தப் பக்கமும் இழுத்து இழுத்துப் புடிக்கிறானே அந்த மாதிரி நினைச்சுட்டானா? அதான் எல்லாருமா அந்தந்த ஊர்ல செல்வாக்குல இருக்கிறவங்க எலக்ஷன்ல தி.மு.க.வுக்கு சப்போர்ட் பண்ணச் சொல்லலாம்னு ஐடியா பண்ணி வெச்சிருக்கோம்.."

"எனக்கு இன்னா செல்வாக்கு இருக்குன்னு இங்க வந்துட்ட நீ?" லட்சுமண ரெட்டி நம்பிக்கையில்லாமல் சிரித்துக்கொண்டே

சொன்னார்.

முத்து ஐயர் ஊரில் இருந்த நிலங்களையெல்லாம் ஜாலித்துக் கொண்டு வெளியூருக்குப் போன பின்பு, இவர் கணக்கனாக வந்து சேர்ந்தார். முத்து ஐயரைவிட சுதாரிப்பானவர்தான். ஆனால், என்ன நிலம் வாங்கும்போதும் விற்கும்போதும் பட்டா வாங்க, சிட்டா, அடங்கல் வாங்க என்று எதிர்பார்ப்பு அதிகம். ஏதாவது நில விவகாரமென்று போனால் ஒரு மூட்டை புளியோ, கேழ்வரகோ, அரிசியோ எடுத்துக்கொண்டு போய் அவர் வீட்டு நடையில் சாத்திவிட்டுத்தான் பேசவே ஆரம்பிக்க வேண்டும். சின்ன பையில் எடுத்துப் போனாலோ, வாழைக்காய், வாழைத் தண்டு என்று சல்லீசான பொருளாக இருந்தாலோ அப்படியே கையைச் சொடுக்கித் திருப்பிவிடுவார்.. எமகாதகன். இப்போது உலக நன்மை கருதிப் பேசுவது போலப் பேசிக்கொண்டிருந்தான். லட்சுமண ரெட்டியாரிடமே கையை நீட்டியவன்தான். என்ன.. அவன் எதிர்பார்ப்புக்கு அதிகமாகவே கொடுத்துவிடுவார். அவனுக்கு மட்டும் வேறு என்ன சம்பாத்தியம் இருக்கிறது. அரசாங்கத்தில் மட்டான சம்பளம்தான். இரண்டு பெண் குழந்தைகள் வேறு. பிழைப்பு சரஸ்வதி பிழைப்பாகப் போய்விட்டதால் லட்சுமண ரெட்டி அதைப் பெரிதாக எடுத்துக்கொள்ள மாட்டார்.

"என்ன ரெட்டியாரே.. அமைதியா இருக்கியே? நீ யோசிக்கிறதப் பாத்தா எங்க மேல அதிருப்தி காட்ற மாதிரிதான் தோணுது.."

"அப்பிடியில்ல.. நான் சொல்லி இந்த ஊர்ல யாரு கேப்பான்?"

"இந்த ஊரு இல்ல.. மாளிவாக்கம், அகரம், குதிர பாளையம், இருளிப்பட்டு சத்திரம் வரைக்கும் கேப்பாங்க.. எனக்குத் தெரியும்.. எலக்ஷனுக்கு முன்னாடி கடைசியா ஒரு கூட்டம் ஜெகநாதபுரத்தில போடுவோம்... நீங்க ஒரு வார்த்தை சொல்லிட்டா போதும்.."

"உடனே, சரினு சூரியன்ல குத்திடுவானுங்களா?"

"உங்க பலம் உங்களுக்குத் தெரியாதிங்றேன்.. இந்த ஊருக்கு ஸ்கூல் வர்றதுக்கு நீங்க எவ்ளோ பாடுபட்டீங்க... ஏன் குதிர பாளையம் சண்முகம் ரெட்டியார் லாரி டிரான்ஸ்போர்ட் ஆரம்பிச்சப்போ நீங்கதானே பெரியார் கிட்ட கூட்டிக்கினு போய் முடிச்சுவெச்சீங்க..?"

"உனுக்கு எப்பிடி தெரியும் இதெல்லாம்?"

தாழ்ந்த குரலில் "சண்முக ரெட்டியார்தான் சொல்லிச்சு.. அண்ணாவப் பாக்கறதுக்கு கைப்பட சீட்டு எழுதிக் குடுத்தாராமே?" என்றார் கணக்குப்பிள்ளை.

"சீட்டு எழுதிக் குடுத்தது பெரிய விஷயமில்லை.. ட்ரான்ஸ் போர்ட்டுக்கு என்ன பேரு வெய்க்கப் போறீங்கன்னாரு... 'ஐயா! நீங்க சொல்ற பேரை வெச்சுட்றேன்'னாரு சண்முகம்.. பெரியார் இன்னா தெரியுமா சொன்னாரு..?"

“அதச் சொல்லலையே?”

“மூவேந்தர் ட்ரான்ஸ்போர்ட்டுனு வைங்க.. அந்த மாரி பேர்தான் அண்ணாதுரைக்குப் பிடிக்கும்னாரு... அப்பிடியே வெச்சுட்டாரு சண்முகம்..”

இருவரும் ஓ..வென்று சிரித்தனர். “அந்த மாரி பேருங்கன்னா அண்ணாவுக்கு ஒரு மயக்கம்னு ஒரு கிண்டலு...” சிரிப்பினூடே லட்சுமண ரெட்டியார் விளக்கினார்.

“புரியுது.. புரியுது...” என சிலாகித்தார் பிள்ளை.

சூழ்நிலை கனிந்து வந்ததுபோல இருக்கவும் “சரி.. அதான் ஒரு வார்த்தை போட்டு வைக்கலாம்னு வந்தேன்” என்று கவனமாகப் பேச்சைத் திருப்பினார்.

“ஊருக்கு நல்லது செஞ்சா அதைச் சொல்லி காட்டக் கூடாது.. அதுக்காக இதைச் செய்யுங்கன்னு ஆதாயம் தேடக்கூடாது.. அதெல்லாம் எனக்குப் பிடிக்காதுயா.”

“அப்ப ஒண்ணு பண்ணுங்க.. நீங்களே எலக்ஷன்ல நின்னு நாலு பேருக்கு உபகாரம் பண்ணுங்க..” கணக்குப்பிள்ளை துடிப்பான கேள்வியோடு கூர்மையாகப் பார்த்தபடி கேட்டார்.

“இது அதைவிட மோசம்... இதோ மணி நாயுடு மாட்டிக்கினு முழிக்கிறத பாக்கல? எனக்கு ஓட்டு போட்டா நாளைக்கு அவனுக்கு நா போய் நிக்கணும்.. கட்சிக்காரனுங்க வருவானுங்க.. புடிக்காத வேலையெல்லாம் செஞ்சு பொழப்பு நாரிப்பூடும். வேணாம்.. வேணாம்... ஒருத்தனை ஒருத்தன் காலித்தனமா திட்டிக்கிட்டுத் திரியறானுங்களே அப்பிடியா?”

“சரி.. ஸ்டாலினை நிக்க வைக்கலாமா சொல்லுங்க..”

“அது யாரு?”

“கருணாநிதியோட புள்ளை..”

“ஆமா... எமர்ஜென்ஸிலகூட ஜெயில்ல போட்டு வெச்சாங்களே..? அவரை எப்படி இங்க கூட்டியாந்து நிக்க வைப்பே? எல்லாம் உன் இஷ்டப்படி நடக்கறா மாதிரி..?”

“ஆளு இருக்குது.. சரின்னு ஒரு வார்த்தை சொல்லு ரெட்டியாரே.”

“பெரிய வம்புல கொண்டுபோய் வுட்ருவீங்கபோல இருக்குதே.. சொல்றன் போய் வாங்க.”

“இதில எனக்குச் சுயநலம்னு நினைக்கிறீங்க.. இப்போ பஞ்சாயத்துன்னா என்னன்னு தெரியுமா புதுசா வர்றவனுக்கு? குறிஞ்சி, முல்லை, மருதம், நெய்தல், பாலை இந்த ‘பஞ்ச’ பகுதிகள்ல இருந்து ஆயத்தம் பண்றவங்கன்னு பேரு..” புத்திசாலித்தனமாகச் சொல்லி மடிக்கும் வேலையை ஆரம்பித்தார்.

“அது சரி.. புதுப் பசங்களைக் கொண்டாந்து போட்டா இன்னா புரியும்?”

“சர்வே நம்பரும் புரியாது. எங்க, என்னா கல்லு நட்டு இருக்குதுனு புரியாது... அவ்வளவு ஏன்.. பட்டா, அடங்கல்னா பாதிப் பேரு ஓடிப் புடுவான்.. இந்த எம்.ஜி.ஆர். நினைக்கறது நடக்காது.. நா வர்றேன்..”

கிளம்பும்போது டி.வி. பெட்டியைப் பார்த்தார். “நீயும் ஒண்ணு வாங்கிட்டியா?”

“சினிமாலாம் வூட்டுல இருந்தமெனிக்கே பார்த்துட்லாம். மணி நாயுடு வாங்கினாரு. ஊரு ஜனமெல்லாம் அங்க போய் கஷ்டப்பட்டு பாத்துட்டு வருதுங்க... ராத்திரில பொம்பளைங்க தனியா வர்றது சிரமமாச்சே..”

“பாருப்பா.. அந்தக் காலத்தில படம் பாக்கணும்னா பொன்னேரி டெண்டு கொட்டாய்க்கு ஓடணும்... இல்லாட்டிபோனா ரெட்டீல்ஸு.”

“ஆமா நான் பாக்கறதில்லை... பொம்மை மெரியா.. இப்ப எம்ஜி யாரும் நடிக்கிறதில்ல... கணேசன் படமும் சரியா இல்லன்றாங்கோ..”

“நீ அந்தக் காலத்திலயே கிற... இப்ப புதுசா எவ்ளோ பேரு ஆடுறாங்க தெரியுமா? கமலஹாசன், தேவி, ரஜினிகாந்த்னு..”

“எனக்குத் தெரிய வேணாம் வுட்ருப்பா.. பாகவதர், சின்னப்பா படங்களையே பாத்ததில்ல நானு.. பேரன் வந்தா பாப்பான்.. கருமம் ஓட்டு மேல ஒரு கம்பி கட்டி வெச்சிருக்கானுங்க.. அது மேல காக்கா ஒக்காந்தா போச்சி. இங்க ஒரு உருவமும் தெரியாது.. மழை பெய்ற மாதிரி கீறுது... மெட்ராஸ்ல மட்டும்தான் நல்லா தெரியுது... இங்க எப்பவுமே சுமார்தான்.. பேரன் வந்தா இப்படியும் அப்பிடியும் திருப்பி வெச்சி படம் தெரியறாப்ல பண்ணுவான்... நல்லா தெரிஞ்சா மட்டும்? அதில வர்றவனுங்கல்லாம் நமக்குத் தெரிஞ்சா இருக்குது? பசங்களுக்குத்தான் லாயக்கு.. நடராஜன் வந்தா பாப்பான்.. எல்லாம் பாப்பானுங்க நாடகமா போட்றானுங்க, எப்பப் பார்த்தாலும் ததரினா ததரினானு பாட்றானுங்க, பரதநாட்டியம் ஆடுறானுங்கன்னு திட்டிக்னே பார்த்துங் கெடப்பான்..”

“அதெல்லாம் பாத்தா நடக்குமா? இன்னொருத்தரப் பாத்து வயிறெரியக்கூடாது.. நாம போய்ப் பாடிட முடியுமா? ஆட முடியுமா? இதுக்காகவே பொறந்தவனுங்க மாதிரி ராத்திரியும் பவலுமா பாடம் பண்ணிட்டு வந்து பாட்றானுங்களே.. அவனுங்க பாட்டு புடிக்கலைனா நிறுத்திட வேண்டியத்தானே? சுட்சி நம்ம கைல இருக்குது.. திட்டிக்கினு ஒக்காந்திருந்தா இன்னா புண்ணியம்?”

“சினிமா பாக்கறதுதான் நம்ம ஆளுங்களுக்குப் புடிக்குது.. போவப் போவ இதே கதியா உக்காந்துருவானுங்க பாரேன்.. நா சொல்றது நடக்குதா இல்லையானு.”

“பின்ன.. கால்ணா செலவு இல்லாமப் படம் பாத்துட முடியுதுனா வுட்றுவாங்களா?” கணக்குப்பிள்ளை மேலும் மேலும் உசுப்பேத்தி பேச வைத்துக்கொண்டிருந்தார்.

லட்சுமண ரெட்டியாருக்குக் கொஞ்சம் யோசனை ஆகிவிட்டது. “பொழுதுக்கும் படம் பாக்கச் சொன்னாகூடப் பாப்பானுங்க போலகிதே.. பக்கத்தூரு.. அக்கத்தூரு ஜனம்லாம் வந்து குவியுதுனா? இன்னிக்கி இன்னா படம், அடுத்த வாரம் இன்னா படம்.. யாரு நடிக்கிறான்.. எல்லாம் அத்துப்படி போ..” என்ற லட்சுமண ரெட்டியின் வார்த்தையில் வருத்தம் இருந்தது. ஆனால், அது கணக்குப்பிள்ளைக்குப் பெருமிதமான தொனியில் உணர்ந்து கொள்ளப்பட்டது.

“பெரியவங்களவுட சின்னப் பசங்கதான் ரொம்ப தீவிரமா இருக்குதுங்க. நமக்கே சொல்லித்தருதுங்க... இளையராஜானு ஒருத்தம் மீசிக் போட்றான்... சாமீ... சும்மா டமுக்கு டமுக்குனு அடிக்கிறான்... கால்னி ஆளுன்றானுங்க.. பரமோளம் அடிக்கறதுதான் வேலை அவனுக்கு. கண்ணதாசன் பாட்டுக்கு விஸ்வநாதன், மகாதேவன்லா இன்னாமா மீசிக் போடுவாங்க...? காலம் அப்பிடி ஆயிப்போச்சி.. ஆறு மணிக்குத்தான் ஆரம்பிக்குமா டி.வி.?” விட்டால் இருந்து டி.வி. பார்த்துவிட்டுத்தான் போவார் என்று தோன்றியது.

“ஆமா... ஞாயத்துக்கிழம மட்டும்தான் காலைல ரவ நேரம் எதனா காட்டுவான்.. பேட்டு வெச்சுக்குனு ஆட்டம் ஆடுவானுங்களே அது இருந்தா பகல்ல போடுவான்... என்னமோ எனக்கு ஒண்ணும் புரியர்தில்ல” என்றார் பட்டுக்கொள்ளாமல்.

இந்தப் பழம் பெருச்சாளிகளின் கொட்டத்தை அடக்க எம்.ஜி.ஆர். ஏதோ நல்ல விஷயம் செய்வதாகத்தான் தோன்றியது. மேற்கொண்டு கணக்குப்பிள்ளையிடம் பேச்சுக் கொடுத்துக்கொண்டு இருக்க வேண்டாம் என முடிவெடுத்து, “டேய் ராகவா.. அந்த முள்ளு மண்டைய வெட்டி தரச்சி வெய்டா... நாகம்மாவுக்கு அடுப்புக்குத் தேவைப்படும்.. வர்ற வாரம் ஒரு வண்டி எடுத்தும்போய் தள்ளிட்டுவா” என்றபடி எழுந்து வெளியே வந்தார்.

கணக்குப்பிள்ளையும் கூடவே எழுந்து வெளியே வந்தார். “வர்றன் ரெட்டியாரே” - ஒரு குரல் கொடுத்துவிட்டு பதிலுக்கு எதிர்பாராமல் சைக்கிளைத் தள்ளிக்கொண்டு நிதானமாக நகர்ந்தார் கணக்குப் பிள்ளை.

“உஷாரா உன்ன இழுத்துவுடப் பாக்றாரு.. பரவால்ல தப்புச்சிட்டே” என்றாள் விசாலாட்சி பெருமை பொங்க.

“புரியுதில்ல.. அந்த ஆளோட நோக்கம்..? அதான் புடி குடுக்கல. வெறும் வாய்லயே மொழம் போட்றானே.. இவனுங்க எல்லாம் ஜால்ச்சிக்குனு போவ வேண்டியத்தான்” என்று சிரித்தார் லட்சுமண ரெட்டி.

9

மலரின் சுகந்தம் அறையெங்கும் பரவியிருந்தது. மனதும் அன்றலர்ந்த மலர்போலத் தூய்மையாக இருந்தது. பச்சைக் குழந்தை போன்ற அதன் ஸ்பரிசம், குரோதங்களற்ற எண்ணத்தைத் தக்க வைப்பதாக இருந்தது. சார்பு இல்லாத நிலை. எல்லாம் ஒன்று என்ற சமநிலை. வெறுப்பு, எரிச்சல், கோபம், காமம் எல்லாம் அன்பினால் துடைக்கப் பட்டு பளீரென்று கண்ணாடியாக மாறிவிட்டது.

திராவிடன், ஆரியன் என்ற பேதம் தியாகராசனுக்கு இப்போது இல்லை. கண்ணை மூடித் தியானித்தால் எல்லாமே பஸ்மமாகிவிடுகிறது. வித்தியாசம் இல்லாத, எல்லாரும் நாமாக எண்ணுகிற புதிய உலகம் அவனுக்குக் கிடைத்துவிட்டது. மறு உலகத்தில் மறு பிறவியில் இருப்பதுபோல இருந்தது. எடுத்ததற்கெல்லாம் பார்ப்பனனைப் பழி சொல்லிக்கொண்டிருப்பது எப்பேர்பட்ட தப்பிக்கும் குணம்?

அவன் நம் வாழ்க்கையில் எங்கே குறுக்கிடுகிறான்? அவன் வேண்டாம் என்றால் வேண்டாம், அவன் வேண்டும் என்றால் சேர்த்துக் கொள்ளலாம். எண்பது கோடி இந்தியர்களை அவன் கெடுத்துத் தன் கைப்பிடிக்குள் வைத்துக்கொள்ள முடிகிறதென்றால், அவன் நம்மைவிடச் சிறந்தவனாக இருப்பதை ஏற்றுக்கொள்ள வேண்டும். இத்தனை கோடிப் பேரை அவன் ஒன்றும் அசைத்துவிட முடியாது என்று நினைத்தால், அவனைப் பற்றிக் கவலைப்பட வேண்டியதில்லை.

நாம் என்ன படிக்க வேண்டும் என்பதில் அவன் குறுக்கிடுகிறானா,

நாம் யாரைக் கல்யாணம் செய்துகொள்ள வேண்டும் என்பதில் அவன் குறுக்கிடுகிறானா, போரூரில் வீடு மாற்றுவதைத் தடுத்தானா? பின் எதற்காக அவன் மீது குரோதம் வளர்க்க வேண்டும்? இப்படி தியாகராசன் மாறிப்போனதில் ஹேமலதாவுக்குப் பரம சந்தோஷம். அமைதியாக வேலைக்குப் போய் வருவதும், வந்ததும் தியானம் செய்துவிட்டு சாப்பிட்டுப் படுப்பதும் அவளுக்குப் பரிபூரணம் அடைந்தது மாதிரி ஆகிவிட்டது. செய்த பாவமெல்லாம் கழுவப்பட்டு விட்டதாக நினைத்தாள்.

சம்பாத்தியத்தில் குன்றிமணி குன்றிமணியாக சின்னச் சின்ன நகைகள் வாங்கிப் போட்டுக்கொண்டாள். அவளுக்கு மீண்டும் ஒரு பொலிவு கைக்கூடியது. குழந்தை புனிதாவை "மம்மி சொல்லு.. டாடி சொல்லு" என்று கொஞ்சினாள். குழந்தை அவளுடைய ஆசையை சுலபமாக நிறைவேற்றியது. கணவன் மார்க்கெட்டுக்குப் போய் சொத்தை யில்லாத கத்திரிக்காய் வாங்கி வருவதிலும், முற்றாத வெண்டைக்காய் வாங்கி வருவதிலும் சமர்த்தராக இருப்பதில் அவளுக்குப் பூரண திருப்தி கிடைத்தது. அவளுடைய எளிமையான கோட்பாடுகளை நிறைவேற்றுவதில் தியாகராசனுக்கும் திருப்தியிருந்தது. வாங்கி வந்ததில் ஒன்றிரண்டு முற்றியதாக இருந்தால் அதைத் திருப்பிக் கொடுத்துவிட்டு வேறு வாங்கி வருவதில் அவனுக்குத் தயக்கம் இருந்ததில்லை. அது ஹேமலதாவுக்கு வாழ்வின் பேரானந்தமான விஷயமாக இருந்தது. மார்க்கெட்டுக்கே போகாமல் இருந்த ஒருவன் இப்போது செல்ல ஆரம்பித்திருப்பது மகிழ்ச்சி. பொறுமையாக நல்ல காய்கள் தேர்வு செய்வது அதைவிட மகிழ்ச்சி. அந்தத் தேர்வில் குற்றம் சொன்னால் அதைத் திருத்திக்கொள்ள முனைவது பேரானந்தம் என்பதாக அவளுடைய ஆனந்த அடுக்குகள் இருந்தன.

தியாகராசன் மெலிந்திருந்தான். ஆனால், தொடர்ந்து மெலிந்து கொண்டே வந்து ஒரு இடத்தில் நிலையாக நின்றுவிட்டதுபோல தன் இளைக்கும் தொடர்ச்சியை நிறுத்திக்கொண்டான். குழந்தையை வெகுநேரம் தூக்கிச் சுமக்க முடியவில்லை. மடியில் வைத்துக் கொஞ்சுவ தொன்றே இயலுவதாக இருந்தது. தலைவாரி, பவுடர் போட்டு விடுவது அவனுக்குப் பிடித்திருந்தது. வேலைக்குக் கிளம்புவதற்கு முன் இத்தனையையும் முடிக்க முடிந்தது.

எரிச்சல், கோபம், ஆத்திரம், வன்மம், கோபத்தை அடக்குதல் போன்றவற்றால் உடலில் எண்ணற்ற ரசாயன மாற்றங்கள் நிகழ்வதாக மதர் ஆஸ்ரம அன்பர் சொன்னார். பாலசுப்ரமணியம் என்ற அந்த அன்பர் பிராமணர். விஸ்வநாதன் மூலமாக மாறாத மனம் இவருடைய பேச்சில் கட்டுப்பட்டுவிட்டது.

உணர்ச்சி, கொந்தளிப்பு இல்லாத மனநிலைதான் உடலைக் கோயிலாக்கும் என்று அவர் வலியுறுத்தினார். போரூருக்குத் தினம் போகும் வரும் பஸ் பிரயாணத்தின்போது அறிமுகமானவர். பக்கத்து

இருக்கையில் அமர்ந்திருந்தபோது நமக்கு அருகில் ஒரு பார்ப்பனனா என்ற பழங்காலக் கோபத்தின் மிச்சத்தோடு பேசாதிருந்தான் தியாக ராசன். ஆனால், டிக்கெட் எடுக்கும்போதே கண்டக்டர் சில்லறை இல்லை என்று எரிந்து விழுந்தபோது, சில்லறை தந்து உதவினார் அவர். அந்தச் சிறு உதவிக்காக மயங்கிவிடக் கூடாது என்று உறுதியாக இருந்தான். அவர் கண்டக்டரின் எரிச்சல் காரணமாக அவருடைய உடல் எத்தனை பாதிப்படைகிறது என்பதை விவரிக்க ஆரம்பித்தார்.

“எரிச்சல் அடைவதுகூடப் பரவாயில்லை. எரிச்சலை அடக்கி வைப் பதில்தான் பாதிப்பு அதிகம்” என்று விளக்கிக்கொண்டு போனார்.

“உங்க அதிகாரிய ஒங்களுக்குப் பிடிக்காது. ஆனா அவர் பேசும்போது சரி சார்.. சரி சார்னு சொல்லிக்கிட்டு நிக்கிறீங்க.. இல்லையா?” ஒளிந்திருந்து பார்த்தவர் மாதிரி சொன்னதும் தியாகராசன் சந்தேகமாக அவரைப் பார்த்தான்.

“எரிச்சலால் ஏற்பட்ட உடம்பின் சுரப்பிகள்லாம் என்னாகும்? புரியுதில்ல? எரிச்சல் அடையறதுக்காக, சண்டை போட்றதுக்காக உடம்புல ஏதோ அமிலம் சுரக்குது... நாம அடக்கிக்கிட்டு நிக்கிறோம். அந்த அமிலம் உடம்புல அப்பிடியே தங்கிடுது.. பல வியாதிகளுக்கு அதுதான் காரணம். புதுசா அல்சர்ங்கிறான், கேன்சர்ங்குறான்.. எரிச்சல் பட்றதையும் நிறுத்தலாம்.. எரிச்சல அடக்கறதையும் நிறுத்தலாம்” பிராமண நெடியில்லாத சாதாரண தமிழில் பேசியதால் தியாகராசனின் காது அதை ஏற்றுக்கொண்டது.

எப்படி என்று தெரிந்துகொள்ளும் விதமாக அவரைப் பார்த்துக் கொண்டிருந்தான். அன்னை படம் ஒன்றை அவர் தியாகராசனிடம் கொடுத்தார்.

“வெளிநாட்டுக்காரி மாரிக்கிது” என்றான். “வெளிநாட்டுக்காரினு சொல்லக்கூடாது.. இவங்க உலக மாதா.. இவங்க கண்ணைப் பாருங்க..”

ஏதோ மேஜிக் நிகழ்த்தப்போவதாக வியந்து பார்த்தான். அவனுக்கு அந்தக் கண்களில் ஒன்றும் தெரியவில்லை.

வீட்டுக்கு வந்ததும் ஹேமலதா சட்டைப் பையில் இருந்து அந்தப் படத்தை எடுத்துப் பார்த்துவிட்டு, “வெளிநாட்டுக்காரியாட்டம் இருக்குது?” என்றபோது, “அந்த மாதிரி சொல்லக் கூடாது.. இவங்க லோக மாதா” என்றான். அவனுக்கே அந்த வார்த்தையை நாம்தான் சொன்னோமா என்று இருந்தது. சுதாரித்து அதை நினைத்துப் பார்த் தான். வியப்பாக இருந்தது. நாம் ஏன் அப்படிச் சொன்னோம் என்று புரியவில்லை. நினைக்க நினைக்கத் திகைப்பாக இருந்தது. ஆனால் மற்றொரு ஆச்சர்யத்தை கூடவே உணர்ந்தான். இவன் சொன்ன அந்த ஒரு வார்த்தைக்குக் கட்டுப்பட்டது மாதிரி ஹேமலதா அப்படியே வியந்து அந்தப் படத்தைப் பார்த்துக்கொண்டிருந்தாள். அவர்கள் இருவரும் அது குறித்து மேற்கொண்டு விவாதிக்காமல் தத்தமது

வேலைகளில் ஈடுபட்டனர்.

அன்னை அவன் கட்டிலருகில் வந்தார். அவர் முகத்தில் புன்னகை நிரந்தரமானதாக இருந்தது. கட்டிலில் அவன் காலருகில் அமர்ந்து அவன் கால்களைப் பிடித்துவிட்டார். அவன் பெரிதும் மதிக்கும் அவர், தன் கால்களைப் பிடித்துவிடுவதை நினைத்துப் பதறினான். எழுந்திருக்க முனைந்தான். ஆனால் அன்னை அவனை நோக்கி கையை உயர்த்தி அப்படியே படுத்திரு என்று சைகை செய்தார். அவர் கைகள் மிருதுவாகப் பஞ்சுபோல இருந்தன. அவன் தன் கட்டுப் பாடின்றி அப்படியே கிடந்தான். அன்னை என்ன மொழியில் பேசுவார் என்று அவனுக்குத் தெரியவில்லை. வெளிநாட்டுக்காரி என்று சொல்வது தவறுதான் என்றாலும் ஆங்கிலத்தில் பேசுவதுதான் சரியென அவன் தீர்மானித்தான். லோக மாதாவுக்கு ஆங்கிலம் தெரிந்திருக்கும் என மூளைக்குள் அந்த நேரம் உதித்தது.

"உங்கள் கருணையே கருணை" என்றான்.

"இனிமேல் உனக்குள் அமிலம் தேங்காமல் பார்த்துக்கொள்."

"சரி அன்னையே."

"ஹேமலதா தெய்வக் குழந்தை.. அவள் பேச்சு தெய்வ வாக்கு."

"அப்படியே ஏற்றுக்கொள்கிறேன்."

"அவள் அமிலம் தேக்காதவள்.."

திடுக்கிட்டுக் கண் விழித்தபோது அருகே இன்னமும் அன்னை அமர்ந்திருப்பதாகப் பதறி எழுந்தான். ஆனால் அது ஹேமலதா.. அவன் காலை அழுத்திவிட்டபடி அமர்ந்திருந்தாள்.

"நீயா?" என்றான்.

"தூக்கத்திலயே காலை ஆட்டிக்கிட்டு இருந்த.. அதான் ஏதோ கால் கொடைச்சலா இருக்குதாங்காட்டியம்னு அழுத்தறேன்.."

எழுந்து அவள் முகத்தை அருகே உன்னிப்பாகப் பார்த்தான். "என் கனவுல மதர் வந்தாங்க.."

"உன் கனவுலயுமா?"

"உன் கனவுல வந்து என்ன பண்ணாங்க, ஹேமா?"

"குழந்தைய எடுத்துக் கொஞ்சிக்கிட்டு இருந்தாங்க.. பச்சை ரிப்பன்வெச்சி பின்னல் போட்டாங்க.. அவங்களப் பாக்கும்போது எனக்கு உன் ஞாபகம்தான் வந்திச்சி."

இது சாதாரணக் கனவென்று அவனுக்குத் தோன்றவில்லை. அவள் கனவில் வந்து என்னை அன்னையாகக் காட்டுவதும் தன் கனவில் வந்து அவளைத் தெய்வமாகக் காட்டுவதும்... அவன் குலுங்கிக் குலுங்கி அழுதான். அவனுக்குக் கட்டுப்படுத்த முடியாத அளவுக்குக் கண்ணீர் பெருகி வழிந்தது.

“இன்னா ஆச்சி உனுக்கு?” அவனை உலுக்கி விசாரித்துத் தெரிந்து கொள்ள விரும்பினாள். அவளாகவே அவனை அனுமதித்தாள். அழுது அழுது தேம்பி அவன் நிதானத்துக்கு வந்தான். அப்பா, அம்மா.. அவர்கள் தன் மீது வைத்திருந்த கனவு, அ.ச.ஞானசம்பந்தம், அண்ணா, பெரியார், ராஜாஜி, காந்தி, கூவம், கங்கை, புளியமரம், வேலிகாத்தான் எல்லாமும் இயற்கையின் பொருள் பொதிந்த தேவையெனத் தோன்றியது. ஒன்று இல்லாமல் இன்னொன்று இல்லை. எதையும் புறக்கணிக்கத் தேவையில்லை. அல்லது ஆதரிக்கத் தேவையில்லை. எல்லாமே இயற்கையின் உற்பத்தி. தோன்றுவதெல்லாம் தோன்றியது போல மறையும். மாறாத ஒன்றை.. நிலையான ஒன்றை.. மேலான ஒன்றை.. மனம் தேடியது.

ஓய்ந்து அமர்ந்திருந்தான். அவள் சமையல்கூடம் சென்று தண்ணீர் கொண்டுவந்து கொடுத்தாள். குடித்துவிட்டு அமைதியாகச் சிறிது நேரம் அமர்ந்திருந்தான். பாக்கெட்டில் இருந்த அன்னையின் படத்தை எடுத்துப் பார்த்தான். அவனுக்கு உடம்பெல்லாம் சிலிர்த்தது. படத்தின் பின்னால் பாலசுப்ரமணியத்தின் போன் நம்பர் இருந்தது.

காலையில் முதல் வேலையாக அவருக்குப் போன் செய்தான். அவர் தியான வகுப்புக்கு வர முடியுமா என்றார். அதற்கு நான் என்ன கட்டணம் செலுத்த வேண்டும் என்று கேட்டான்.

அவர் “மலர்கள்” என்றார். என்ன மலராகவும் இருக்கலாம். பட்டு ரோஜா பூவாகவும் போகன் வில்லா பூக்களாகவும்கூட இருக்கலாம். மல்லிகை, ரோஜா, சாமந்தி, தாழம்பூ எதுவாகவும் இருக்கலாம். மலர்கள் கிடைக்கவில்லை என்றால் வெறும் மனசுடன் வந்தாலும் போதும் என்றார்.

ஹேமலதாவோடு அடுத்த ஞாயிற்றுக்கிழமை தியான வகுப்புக்குச் சென்றான். கூடம் அமைதியான மொசைக் தரையால் சில்லென்று இருந்தது. பலரும் அன்னையின் படம் மாட்டப்பட்டிருந்த திசை நோக்கிக் கண்ணை மூடி அமைதியாக அமர்ந்திருந்தனர். சிலர் கண்களில் நீர் கசிந்து இருந்தது. இமைகள் நனைந்த.. மூடிய விழிகள் தியாகராசனை நேற்று தனக்கு ஏற்பட்ட அனுவபத்தை நினைவுபடுத்தியது. ஹேமலதாவும்கூட கண்கள் மூடி அமர்ந்திருந்தாள். அவளுக்கும் கண்ணீர் கசிந்தது.

அதன் பிறகு அவன் யாரையுமே இந்த உலகத்தில் வெறுக்க வேண்டிய அவசியம் இல்லை என்ற முடிவுக்கு வந்துவிட்டான். இப்போது வீட்டிலேயே அந்த சுகந்தம் பரப்பிய நிம்மதியை அவன் கண்டுகொண்டான்.

10

“இந்த மாதிரி ஒருத்தனா.. ரெண்டு பேரா? இந்தியாவையே ‘கொட்டி’ யாக்கிடப் பாத்தானே.. நல்லவேளை செத்தான்..” நடேசன் ஆவேசத்துக்கு முன்னால் அப்பாவியாக நின்றிருந்தான் அந்த இளைஞன். மண்ணாரு என்று அவனுக்குப் பெயர். அது அவனுடைய நடவடிக்கையைப் பார்த்த பிறகு வைக்கப்பட்ட பெயராகத்தான் இருக்கும். அவனுடைய நிஜப் பெயர் என்னவென்று அவனுடைய பெற்றோருக்கே தெரியவில்லை. கொத்தனார் வேலை செய்யும் குடும்பம். நடேசன் போரூருக்கு வந்த புதிதில், அங்கே இருந்த பூர்வ குடியினர் அவர்கள். ஒரே ஒரு பையன். மண்ணோடு மண்ணாகத்தான் அவன் புரண்டு வளர்ந்தான். பதினெட்டுப் பத்தொன்பது வயதுப் பையனாக மண்ணாரு இருந்தான். திடீரென்று ஒரு வேனில் அவனைக் கொண்டுபோய்விட்டதாக அக்கம் பக்கத்தில் இருந்தவர்கள் பரபரப்பாகப் பேசினர். ஒரு வாரம் கழித்து அவனாகவே தட்டுத் தடுமாறி வந்து சேர்ந்தான். அவனுக்கு இடுப்புக்கு நடுவே மையத்தில் குறிக்கு நெருக்கமாக ஒரு தழும்பு இருந்தது. தையல் போடப்பட்ட தழும்பு. சரியாக ஆறாத தழும்பு. மண்ணாரு பேந்தப் பேந்த முழித்துக் கொண்டிருந்தான்.

அவனுக்குக் கருத்தடை ஆபரேஷன் நடத்தப்பட்டிருக்கிறது என்று நடேசன்தான் கண்டுபிடித்துச் சொன்னார். மண்ணாருவின் பெற்றோருக்கு முதலில் புரியவில்லை. கருத்தடை என்ற வார்த்தை அவர்கள் பயன்படுத்தாததாகவும் கேள்வியுறாததாகவும் இருந்தது.

இனிமேல் மண்ணாருவுக்குக் குழந்தை பிறக்காது என்று விளக்கிச் சொன்னபோது, ஐயோ.. ஐயோ என்று வயிற்றில் அடித்துக் கொண்டனர்.

இந்தியாவில் இப்படி தம் வம்ச விருத்தி கருகியது கேட்டு வயிற்றில் அடித்துக்கொண்டு அழுதவர்கள் ஏராளம். எத்தனையோ பேருக்குத் திருமணத்துக்கு முன்பே கருத்தடை ஆபரேஷன் நடந்தது. மக்கள் பெருக்கத்தைக் குறைக்க சஞ்சய் காந்தியின் மூளையில் உதித்த அரிய திட்டம். நடேசன் கொந்தளித்துக் கதறினார். இவ்வளவு சீக்கிரம் அவனுக்கு நடுவானத்தில் முடிவு ஏற்படும் என்று அவர் நினைக்கவில்லை. கைக் குழந்தையோடு நின்றுகொண்டிருந்த அந்த பஞ்சாபிப் பெண் மேனகாவைப் பார்க்கப் பாவமாக இருந்தாலும் நான்கு பேருக்கு நல்லது நடக்க வேண்டுமானால், ஒரு கெட்டது நடக்கத்தான் வேண்டும் என்று தேற்றிக்கொண்டார்.

ரேணு "நமக்கு எதுக்குங்க ஊர் வம்பு? எவனாவது காதுல கேட்டு ஜெயில்ல கொண்டுபோய் போடப் போறான்?" என அவரைக் கையைப் பிடித்து வீட்டுக்குள் அழைத்துச் சென்றாள். காலையில் வாசலில் இருந்த சிமென்ட் திண்டில் உட்கார்ந்து பேப்பர் படிக்கும்போது அவருக்கு இந்திரா காந்தியையோ, எம்.ஜி.ஆரையோ திட்டுவதற்கு ஏதாவது ஒரு விஷயம் இருந்தது.

மீண்டும் கலைஞர் ஆட்சிக்கு வந்தால்தான் நாடு உருப்படும் என்பதில் அவருக்கு உறுதியான நம்பிக்கை இருந்தது. ஆனால், ரேணுவுக்கு அந்த நம்பிக்கை எப்போதோ மறைந்துவிட்டது. அவள் தலைவரின் மகன் பெண்களிடம் மோசமாக நடந்துகொண்டது உண்மையா என்று ஒரு முறை நடேசனிடம் கேட்டாள். நடேசனுக்கு ஆத்திரம் தாளவில்லை. "எவன்டீ சொன்னான் உனுக்கு..? கண்டவன் சொல்றதை எல்லாம் நம்பிக்கிட்டு?"

"பேசிக்கிட்டாங்க."

"பிரேமா இங்க வந்தாளுக்கும்? நான் வேலைக்குப் போனதும் அவகிட்டதான் சவகாசம் உனுக்கு. அதானே?" பிரேமா அந்தப் பகுதி அ.தி.மு.க. வட்டச் செயலாளரின் மனைவி.

"யார் சொன்னா இன்னா..? உண்மையானு பாக்கணும்.." "போடீ.. நல்ல உண்மையப் பாத்த.. எவனாவது பொறம்போக்கு ஆயிரம் சொல்லுவான். அதெல்லாம் உண்மையானு பாப்பியா? உனுக்கு ஒண்ணு சொல்றேன் கேட்டுக்க.. இன்னொரு வாட்டி தம்பியப் பத்தி இப்படி ஏதாவது கேட்டே தொடப்பக்கட்ட பிச்சுக்கும்."

இந்த வீட்டின் சாபக்கேடு இது என்று ரேணுகா நினைத்தாள். மாமனார் ஒருவழி பண்ணிட்டுப் போனார். அதுக்கப்புறம் கொழுந்தன்... அவர் திருந்திட்டார்னு பார்த்தால் இப்ப இவர். அவர் திருந்தின பிறகுதான் இவர் ரொம்ப மோசமாயிட்டார். ரெண்டு பேருக்குமா

சேர்ந்து. அப்பா மாம்பலத்தில இருந்த வீட்டை விற்றார். அது இருந்தா இப்ப எத்தனையோ லட்சம் போகும். பையன் சூளையில இருந்த வீட்டை விற்றார்... இப்போது இருக்கிற வீடும் போய் நடுத்தெருவுக்குப் போய் நிற்க வேண்டியிருக்கும் என்று நினைத்தாள்.

கருணாநிதி தொடர்ந்து தோல்வி முகம் காட்டுவது நடேசனுக்கு பதில் சொல்ல முடியாத வருத்தமாக மாறிக்கொண்டிருந்தது. அலுவலகத்தில் தலையைத் தொங்கப் போட்டுக்கொண்டு நடந்தார். ஆட்சியைக் கலைத்து மறு தேர்தல் நடத்திய பின்பும் அ.தி.மு.க.வே வெற்றி பெற்று விட்டது அவருடைய மனநிலையைப் பெரிதும் பாதித்தது. தானே ஒரு பிரசார பீரங்கியாகச் செயல்பட்டாலொழிய கலைஞரை ஆட்சியில் அமர்த்த முடியாதென நினைத்தார். அவருடைய இயலாமை அவர் கோபம் செல்லுபடியாகும் இடங்களில் வெடித்தது. அவருடைய விசனம் வெள்ளைச் சட்டையில் படிந்த வாழைக் கறையென ஒட்டிக்கொண்டது. மனதோடு பதிந்துவிட்ட திராவிட வருத்தமாக மாறிவிட்டது.

தேர்தலின்போது "கத்திரிக்கா கள்ள பருப்புக் கூட்டு.. கருணாநிதிய ஊரவிட்டு ஓட்டு" என்று கத்திக்கொண்டு போன வாண்டு பசங்களிடம் மல்லுக்கு நின்றார்.

"தமிழனை வூரவிட்டு ஓட்டிட்டு மலையாளத்தான நடுவூட்டல கொண்டாந்து வெச்சுக்கங்கடா" என்று அடிக்கப் பாய்ந்தார்.

உண்மையில் அவர்களுக்கு யார் மலையாளத்தான், யார் தமிழன் என்பதே தெரிந்திருக்கவில்லை.

"அதுக்காக அவனக் கொண்டாந்து ஆட்சியில ஒக்கார வெக்கச் சொல்றீயா?" வயதில் மூத்தவன் முன்னால் வந்து கேட்டான். சபரி மலைக்கு மாலை வேறு போட்டிருந்தான். அடியாரின் நீரோட்டம் பத்திரிகையைப் படித்துவிட்டு தறிகெட்டுப்போன விசிலடிச்சான் குஞ்சுகள்.

பெரியாரோட ஒரு கொள்கையும் தெரியாதவன்களின் கூட்டம் என்பதற்கு இந்த சாமியார் வேஷம் போதாதா? நடேசன் கொதித்தார்.

"யாரை நொள்ளைக் கண்ணன்னு சொன்ன? கொன்னு போட்டுடுவேன் தெவடியா பசங்களா" முகம் சிவக்கப் படபடப்புடன் வெகுண்டார்.

"த்தா இன்னா? கருணாநிதியத்தான் சொன்னேன்.. இன்னா பண்ணிடுவே? கண்ணு நொள்ளையா இருந்தா சொல்லாம இன்னா சொல்லுவாங்க?"

"மொத்தப் பேரையும் கொலை பண்ணிட்டு ஜெயிலுக்குப் போயிடுவேன்.. சும்மா என்கிட்ட விளையாடாதீங்க.."

"இன்னா பெரியவரே.. பசங்க ஏதோ கத்திக்கிட்டுப் போறானுங்க..

விடுங்க.. இதுக்கெல்லாம் சண்டைக்கி வந்தா எப்பிடி... உங்க ஆளுங்க கூடத்தான் பொட்டைனு கத்தாறானுங்க.. நாங்க பதிலுக்கு அடிச்சா சரியாயிடுமா? கருணாநிதியும் எம்ஜாரும் மரியாதையாதான் பேசிக்கிறாங்க.. சண்டைலாம் நமக்குத்தான்... வுடு வுடு வுட்டுத்தள்ளு... டேய் போங்கடா...” யாரோ வாட்டசாட்டமான ஒருவன் குரல் கொடுக்க எல்லோரும் கலைந்துபோனார்கள். “பெரிய மனுஷன்னு பாத்தா தெவ்டியா பையன்னு சொல்றாம்பா...”.

“வுட்ரா வுடு...” போய்விட்டார்கள்.

மனம் வெம்பிப் புழுங்கிச் சாகும் இத்தகைய இயலாமைகள் சமீப காலங்களாகத் தவிர்க்க முடியாமல் போனது. வள்ளுவனுக்குக் கோட்டம் கட்டினால் அதை வடநாட்டான் வந்து திறந்து வைக்கிறான்.

இதையெல்லாம் பார்த்துக்கொண்டு கலைஞர் எப்படிப் பொறுத்துக் கொண்டு இருக்கிறாரோ நடேசனுக்குப் புரியவில்லை.

ஆரம்பத்தில் பெரியாரின் இயக்கத்தோடு மட்டும் போக்கு வரத்து வைத்திருந்த நடேசன், வீரமணியும் தொடர்ந்து தி.மு.க. ஆதரவாகச் செயல்பட ஆரம்பித்ததில் தானும் தி.மு.க. அனுதாபியாக மாறினார். தி.க.விலிருந்து அவருடைய வேகத்தைக் காட்ட முடியாத சூழ்நிலை இருந்தது. அவருடைய வேகத்துக்கு தி.மு.க. மாதிரியான ஒரு இயக்கம் தான் சரியாக இருக்கும் என்று தோன்றியது. உரத்துக் குரல் கொடுக்க ஆதரவான ஒரு கட்சியாக அவருக்கு அக்கட்சி தோன்றியது. தம்பி தியாகராசன் ஒரு மாதிரி சாமியார்போல ஆனதுகூட அவருக்கு ஒரு வகையில் நல்லதென்றே பட்டது. இருந்திருந்து பெண்டாட்டி பேச்சைக் கேட்டு எம்.ஜி.ஆர். கட்சியில் சேர்ந்துவிடுவான் என்றுதான் அவர் அஞ்சிக்கொண்டிருந்தார். இல்லாவிட்டால், கலைஞர் கட்சியில் இருந்து யாரையாவது கொலை செய்துவிட்டு ஜெயிலுக்குப் போயிருப்பான். கொலைகாரனாகவோ, அ.தி.மு.க.காரனாகவோ மாறாமல் சாமியாரானது நல்லதுதான் என்று மனதைத் தேற்றிக் கொண்டார்.

பெரியார் கண்ட கனவு, அப்பாவுக்கு இருந்த லட்சியம் எல்லாமே எப்படி எப்படியோ திசைமாறிப் போய்க்கொண்டிருக்கிற வலி. எப்படி யாவது கலைஞரை ஆட்சிக்கு வரவழைத்துவிட்டால் எல்லாம் சரியாகிவிடும் என்ற நம்பிக்கை இருந்தது.

காலப்பயணம்

வெட்டுப்புலி தீப்பெட்டியில் வித்தியாசமான ஒரு மாற்றத்தைச் செய்திருந்தார்கள். மரப் பட்டையால் ஆன அந்தத் தீப்பெட்டியை அட்டைப் பெட்டியாக மாற்றியிருந்தார்கள். கார்போரைஸ்டு குச்சி பயன்படுத்தப்பட்டது. அந்தக் குச்சிகள் சமச்சீராகவும் பிசிறில்லாமலும் இருந்தன. அதன் எல்லா குச்சிகளும் ஒரே சீரான தடிமனோடும் சமமான உயரத்தோடும் இருந்தன. அதைப் பார்க்கவே ஆசையாக இருந்தது. முன்பிருந்த தீக்குச்சிகள் சில கனமாகவும் சில குண்டூசி போலவும் கிடக்கும். தலையில் மருந்தும் அப்படித்தான் விதம்விதமாக இருக்கும்.

குச்சியைக் கிழித்தால் அத்தனை சுலபத்தில் எரியாது. அப்படி எரிந்தாலும் தலையில் மருந்துப் பகுதி எரிந்ததும் அணைந்துவிடுவதாக இருக்கும். அடிக்கடி ஈர்த்துப் போகும். குச்சியை உரசும் பகுதி ரேக்கு எனப்பட்டது. அதிலும் மருந்து தடவப்பட்டிருக்கும். ஆனால் அது சீக்கிரமே உரசுவதுக்குப் போதுமானதாக இல்லாமல் தேய்ந்து போய்விடும்.

இப்போது தீக்குச்சி கடைசி வரை எரியக்கூடியதாகவும் பெட்டியின் பக்கவாட்டுப் பகுதியில் பூசப்பட்டிருக்கும் மருந்துப் பகுதி சொர சொரப்பாக இருப்பதுபோலச் செய்திருப்பதால் நீடித்து வந்தது. பெட்டியில் உள்ள அத்தனைக் குச்சிகள் எரிந்த பின்பும் ரேக்கில் மருந்து இருந்தது. முன்பு வெட்டுப்புலி சின்னம் தனியாக அச்சடிக்கப்பட்டு

மரப் பட்டையால் ஆன தீப்பெட்டி மீது ஒட்டப்பட்டிருக்கும். இப்போது அட்டைப் பெட்டியோடு சின்னத்தை அச்சிட்டிருந்தார்கள். சிறுத்தையை வெட்டுபவனுக்கு அருகில் இருந்த நாயை நீக்கிவிட்டார் கள். இது பெரிய மாற்றம். துவண்டிருந்த தீப்பெட்டி நிறுவனத்துக்குப் புத்துயிர் பாய்ச்சியதுபோல இருந்தது. தூர்தர்ஷனில் விளம்பரங்கள் வந்தன.

இலங்கைத் தமிழர்கள் பிரச்சினைக்கு இந்திய அரசு நடவடிக்கை எடுக்க வேண்டும் என்பதை வலியுறுத்தி எம்.ஜி.ஆர். கறுப்பு ஆடை பூண்டார். அவருடைய மந்திரி சபையில் அனைத்து அமைச்சர்களும் கறுப்பு ஆடையில் சட்ட சபைக்கு வந்தனர்.

இலங்கையில் இருந்த அனைத்துப் போராட்ட அமைப்புகளையும் அழைத்துப் பேசினார் எம்.ஜி.ஆர். இலங்கைத் தமிழர்களுக்கு ஆதரவாக இருந்தது இந்தியாவின் குரல். இந்திராவின் குரலும்தான். குட்டிமணி ஜெகன், தங்கதுரை என்ற பெயர்கள் உணர்ச்சியூட்டின. மக்கள் சுலபமாக ஒன்றுதிரண்டார்கள். இலங்கையின் பல அமைப்புகள் தமிழ்நாட்டில் துப்பாக்கி சகிதம் உலா வந்தன.

திரைப்படங்களுக்கான தமிழக அரசு விழாவில் எல்லோரும் எம்.ஜி.ஆரின் காலைத் தொட்டு ஆசி பெற்றார்கள். ரஜினிகாந்த் காலில் விழவில்லை, எம்.ஜி.ஆரின் கையைப் பிடித்துக் குலுக்கினார். ரஜினியின் கண்களில் நடுக்கம் கலந்த அசட்டுத் துணிச்சல்.

ஒரே ஒரு தேவனை மட்டும் உள்ளே அனுமதித்ததன் விளைவு கழக மாநாடுகளில் ஐயப்பசாமி பக்தர்கள் பிராந்தி பாட்டிலோடு பங்கேற்க வைத்தது.

இந்த மாற்றம் எனக்கு ஓரளவுக்கு நினைவிருந்தது. பிரபாஷுக்கு மிகக் குறைவான 'ஓரளவுக்கு'த்தான் ஞாபகமிருந்தது. பெர்னான்டஸ் சுத்தம். இன்னும் அவனுடைய நினைவுக் காலம் துவங்கவேயில்லை. கொழும்பு பற்றியும் தெரிந்திருக்கவில்லை. அவனுடைய வீட்டுக்கு எதிரில் ஒரு விளையாட்டு மைதானம் இருந்தது மட்டும்தான் தெரிந்தது. பத்து வயதிலேயே சென்னையில் குடியேறிவிட்டான்.

திருவொற்றியூர் சென்று வெட்டுப்புலி தீப்பெட்டித் தொழிற்சாலையை ஒருதரம் பார்த்துவிட்டு வரலாம் என்றான் பிரபாஷ். சென்ட்ரலில் காரைப் போட்டுவிட்டு, புறநகர் ரயில் நிலையத்தில் திருவொற்றியூர் டிக்கெட் எடுத்தோம். இங்குதான் மூர் மார்க்கெட் இருந்தது என்ற தகவலைச் சொன்னேன்.

"அங்க எல்லாமே கிடைக்கும்னு சொல்லுவாங்க.. கலர் மீன், கண்ணாடி, பச்சைக்கிளி, குரங்கு, புக்ஸ், கோலி, இரும்பு ஸ்கேல்.. எல்லாமே. இன்க்லூடிங் கேர்ள்ஸ்."

"எம்.ஜி.ஆர். ஆட்சியில நைட்டோட நைட்டா கொளுத்திட்டாங்க.."

"எதுக்கு?"

“கடைக்காரனுங்க காலி பண்ணமாட்டன்னுட்டானுங்க..”

“ச்சோ.. டேய் ட்ரெய்ன் வந்தாச்சி..”

தீப்பெட்டித் தொழிற்சாலைக்குள் அனுமதிக்க மறுத்தார்கள். நினைத்து வந்ததைவிடப் பிரம்மாண்டமாக இருந்தது. வயதான பெரியவர் மாதிரி இருந்தது அது. ஒரு காலத்தில் ராட்சஷன் போல இருந்தவன் வயதான பின்பு தன் எலும்புச் சட்டகத்தினுள் திரட்சி இல்லாத சதையோடு நிற்பதாகத் தோன்றியது. ஆலைச் சங்கு முழங்கியதும் அவ்வளவு பெரிய தொழிற்சாலையில் குறைவான ஆட்களே வெளியேறினர்.

தொழிற்சங்க ஆசாமி ஒருவர் “யாரைப் பாக்கணும்னு வந்தீங்க.. இன்னா விஷயம்?” என்றார். அவர் செக்யூரிட்டியிடம் பேசிக் கொண்டிருந்தபோதே விசாரிக்க விரும்பிப் பார்த்துக்கொண்டிருந்தார். நாங்கள் ஏமாற்றத்துடன் திரும்புவதைப் பார்த்துப் பேச்சுக் கொடுத்தார்.

“அந்தக் காலத்தில பொம்பளைங்களே ஒரு ஐநூர் பேர் வேலை பாத்தாங்கன்னா பாருங்களேன்... ஆம்பளைங்க அது மெரியா மூணு மடங்கு இருந்தாங்கோ.. ப்ச்.. இப்ப எங்க.. மொத்தமே நானூர் பேரு இருந்தா அதிகம். அப்பல்லாம் லாரிங்க வரிசையா வந்து நிக்கும். ஃபுல்லா குச்சிங்க சாக்கு மூட்டைல இருக்கும். குச்சி வடக்க இருந்து வரும். இங்க மருந்து தயாராவும். பொட்டிங்க ஒரு ஊர்ல தயாராவும். இந்த எடம் பத்தாம வேற எந்தெந்த ஊர்லயோ ஆர்டர் குடுத்துவுட்ருவானுங்க.. அந்தந்த ஏரியாவுல தயாரானத அப்பிடியே ஏத்தி உட்றுவானுங்க.. மெட்ராஸுக்கே வராது. நெறிய டூப்ளிகேட் வர ஆரம்பிச்சிடுச்சி. அப்புறம்தான் இந்த மாதிரி பெட்டி மாத்திட்டாங்க” இப்போதிருக்கிற தீப்பெட்டியை எடுத்துக் காண்பித்தார்.

“ஊத்துக்கோட்டை பக்கத்துல ஒருத்தரு சிறுத்தைய வெட்டினத வெச்சிதான்.. அப்ப ஆரம்பிச்ச இந்தக் கம்பெனிக்கு இந்தப் பேரு வந்துதாமே?”

“அது தெர்லயே.. இருக்கும். அந்தக் காலத்தில சிறுத்தையோட சண்டை போட்றதெல்லாம் சகஜம்.. சிறுத்த ஆள அடிச்சிட்டுப் போயிடும். ஆளு சிறுத்தைய அடிச்சிடுவான்.. நீங்க சொல்றாப்புல இருந்திருக்கலாம். இப்ப கம்பெனில இருக்கவன் அதெல்லாம் தெரிஞ்சி வெச்சிருப்பான்னு நினைக்கிறீங்களா? மேனேஜர் மதுரைல இருந்து வந்திருப்பான்.. ஃபோர்மேன் கோயமுத்தூர்ல இருந்து வந்திருப்பான்... அதெல்லாம் ஒர்த்தனுக்கும் தெரியாது.”

தொழிற்சாலைக்குப் பக்கத்திலேயே பெட்டிக் கடையில் ஒரு தீப்பெட்டி வாங்கிக்கொண்டு திரும்பினோம்.

எண்பதுகள்...

1

லயோலா கல்லூரியை ஒட்டி பெரிய பள்ளம் வெட்டியிருந்தார்கள். கீழே பஸ் போவதற்காக ஏற்பாடு. ரோட்டுக்கு மேலே குறுக்காக மின்சார ரயில் செல்லும் என்றார்கள்.

“ரயில்ல போறவன் ஒண்ணுக்கு அடிச்சா ரோட்ல போறவன் தலைமேலே ஊத்தாதா?” என்ற சந்தேகத்தை முன்வைத்தான் நடராஜன். பச்சையப்பன் கல்லூரியில் எம்.ஏ. முடித்த கையோடு அங்கேயே எம்.பில்.லும் முடித்துவிட வேண்டும் என்று அவனுக்கு ஆசை. தத்துவத் துறைப் பேராசிரியராக இருந்த பெரியார்தாசனும் “உன்ன மாதிரி படிக்க வைக்கறதுக்கு ஒரு அப்பன் கிடைச்சிருந்தா நா இன்னும்கூடப் படிச்சுக்குனே இருப்பேம்பா” என்று அந்த ஆசையை இன்னும் கொஞ்சம் வளர்த்துவிட்டார்.

கல்லூரிக்குப் பின்னாலேயே இருந்த ஒரு குறுகலான சந்தில் இருந்தது அவருடைய வீடு. நடராஜனுடன் அவரும் சூளைமேடு பக்கம் வந்து ஒரு பாக்கெட் பர்க்லே சிகரெட் வாங்கிக்கொண்டார். எப்போதும் இரண்டு சிகரெட்டுகளைத் தொடர்ச்சியாகப் புகைப்பது அவருடைய வழக்கமாக இருந்தது. “இத்தனூண்டு சிகரெட்டா செய்றானுங்கப்பா.. பத்தவே மாட்டென்னுது” என்று அங்கலாய்த்தபடி முதல் சிகரெட்டின் கடைசி கங்கின் சிவப்பை அடுத்த சிகரெட்டின் நுனிக்கு மாற்றிக் கொண்டார்.

“டி.வி.எஸ். ஃபிப்டிதான் ஒண்ணு வாங்கலாம்னு பாக்றேன். ஒரு லிட்ரு அஞ்சு ரூபான்றான்.. அதான் பயமாகுது” என்று கண்சிமிட்டிச் சிரித்தார்.

பொந்து போன்ற ஒரு வீடு. நிறைய புத்தகங்கள் படிப்பவராக இருந்தாலும் அதை ஒழுங்காகப் பரமரிப்பவராகத் தெரியவில்லை. வீடு முழுக்கக் குப்பைபோலக் கிடந்தன புத்தகங்கள். சில புத்தகங்களைச் சாக்குப் பையில் கட்டி பரண் மீதும் அப்படியான சில சாக்குப் பைகளை வெளியே சைக்கிள் நிறுத்தும் இடத்திலும் போட்டு வைத்திருந்தார். அவரிடம் டைனமோ வைத்த ஒரு சைக்கிள் இருந்தது. சென்னை சுற்று வட்டாரத்தில் நடக்கும் இலக்கிய, அரசியல் கூட்டங்களுக்கு அவர் சைக்கிளில்தான் போய்க்கொண்டிருந்தார்.

அவருடைய கூட்டங்களில் ஜனங்கள் கட்டுண்டு உட்கார்ந்திருந் தனர். பேச்சின் நடுவே 'இடைவேளை' விட்டுப் பேசுவார். எல்லோரும் போய் ஒன்றுக்கு இருந்துவிட்டு வரலாம். மீண்டும் பேச்சு தொடரும். அப்படி மயங்கிப் போய்க் கேட்கக் கூடிய பேச்சு.

"இலங்கைத் தமிழர்களுக்கு ஆதரவுப் பேரணி நடத்னாங்களே, பசங்கள்லாம் சேர்ந்து... நீயும் போயிருந்தியா?" என்றார்.

"நல்ல கூட்டம்.. எல்லா காலேஜ் பசங்களும் வந்தானுங்க. நல்ல எழுச்சியா இருந்துது.. அண்ணா மேம்பாலத்து நடுவுல நான் வந்துக்கிட்டு இருக்கும்போதே.. ஊர்வலத்தோட ஆரம்பம் ஆயிரம் விளக்குக்கிட்ட போயிடுச்சி. திடீர்னு ஏதோ ரகளை.. போன பசங்கள்லாம் திரும்பி ஓடியார்றானுங்க. லத்தி சார்ஜ்.. பசங்களுக்கும் நல்ல அடி. நாலஞ்சி போலீஸ்காரனுங்களையும் போட்டுத் தாக்கிட்டானுங்க பசங்க. போதாதா? சில பொறுக்கலுங்க உள்ள பூந்து கடைய ஒட்ச்சி கலாட்டா பண்ணி... ச்சே.. நம்ம புலமைப்பித்தன் பையன் புகழேந்தின்னு.. பிரிஸிடன்ஸில படிக்கிறான். அவனுக்குச் சரியான அடி... போய்ப் பாத்துட்டு வந்தேன் மயிலாப்பூர்ல."

"அப்பிடியா?"

அவர் சிகரெட் பிடித்து முடிக்கிற வரைக்கும் கூட இருக்கத் தீர்மானித்ததுபோல நின்றிருந்தான். ரயில் பாலத்துக்காக வேலை நடப்பதைப் பார்த்தவாறு இருந்தான்.

"ஆரம்பத்தில இங்க ரயில் ஸ்டேஷன் போடலையாம்... மாம்பலத் திலதான் ஸ்டேஷன்.. லயோலா காலேஜ் பசங்க அங்க எறங்கி நடந்து வருவானுங்களாம்.. தெரியுமா ஸார்? 42லயோ, 44லயோதான் ஸ்டேஷன் வுழுந்துதாம் இங்க.."

"இருக்கும்..." சிகரெட்டை இழுத்துப் புகைவிட்டுவிட்டு.. "இதோ ரெண்டு பேரும் பேசிங்கிறோம்.. இன்னொரு பத்து வருஷம் கழிச்சி.. மின்னாடி இங்க பிரிட்ஜே இல்ல.. ரயில்வே கிராஸ் இருந்துது.. கேட்டைத் திறந்தாதான் பஸ்ஸெல்லாம் போவும்னு சொன்னா ஆச்சர்யமாத்தான் இருக்கும்.. மாறிக்னே இருக்குதுபா ஒலகம்.. ஒவ்வொரு பத்து வருஷத்துக்கு ஒருதரம் பாக்கறதுதான் பளிச்சுனு தெரியுது.. செகண்டுக்கு செகண்டு மாறிக்னு இருக்குது தெரியுமா..?

ஜெர்மன் தாடிக்காரன் அதான் சொல்றான்... மாற்றம்தான் நிலையானதுனு" சிரித்தபடி சிகரெட்டைக் கீழே போட்டு நசுக்கினார்.

"சார் ஒரு விஷயம்.. தீஸிஸ்ல பெரியார் எழுத்தே போட்டுறவா? பழசே இருக்கட்டுமா?"

"எம்ஜார் பண்ணதுலயே உருப்படியான காரியம் இதுதான்... பெரியார் எழுத்தே போட்டுடு. நா எப்பவோ பெரியார் எழுத்துக்கு மாறிட்டன்.. அதுல இன்னாப்பா கஷ்டம்?"

"சரி சார்."

பச்சையப்பன் கல்லூரியில் இருந்து சூளைமேட்டுக்குச் செல்லும் சாலையை நோக்கி ஒரு மரப்பாலம் போடப்பட்டிருந்தது. தற்காலிக மானது. அதில் மக்கள் நடக்கலாம். சிலர் சைக்கிளை நகர்த்திக் கொண்டும் சென்றனர். சைக்கிளை ஓட்டிக்கொண்டே சென்றுவிடாத படிக்குப் பாலத்தின் இருபுறமும் இரண்டு மரப்படி வைத்து, அதில் ஏறிய பின்புதான் பாலத்தில் நகர்த்த முடிகிற மாதிரி வடிவமைத்திருந் தார்கள். பெரியார்தாசனிடம் விடைபெற்று மரப்பாலத்தின் மறு பக்கம் வந்தான் நடராஜன்.

மீண்டும் இலங்கைத் துயரம் நெஞ்சை அழுத்தியது. ஜெயிலில் வைத்து கண்ட துண்டமாக வெட்டிச் சிதைத்திருக்கிறார்கள் என்ற செய்தி ரத்தம் கொதிக்க வைத்தது. 'கண்ணை யாருக்காவது தானமாகக் கொடுத்துவிடுங்கள்.. மலரப் போகும் தமிழ் ஈழத்தை நான் அந்தக் கண்களால் பார்த்துக்கொள்கிறேன்' என்ற லட்சியமும் தியாகமும் கலந்த கோரிக்கையைக்கூடப் புரிந்துகொள்ளாத மடையர்களாக இருக்கிறார்களே என்று நினைத்துக்கொண்டான். சிங்களக் காடை யர்கள் என்ற பிரயோகம் அவனுக்குள் ஊறிப் போயிருந்தது.

அடுத்த சில மாதங்களில் சென்னையில் ஜெயவர்த்தனா கொடும் பாவி எரிப்பது சர்வசகஜமாக இருந்தது. சென்னையில் இன்குலாப் தலைமையில் கூட்டம் நடந்தால், அடுத்து மு.மேத்தா தலைமையில் கூட்டம். தமிழகமெங்கும் கூட்டங்கள். எம்.ஜி.ஆர். அமைச்சர்களின் கண்டனக் கூட்டம். தொடர்ந்து தி.மு.க. கூட்டம். அவருக்கு வேலுப் பிள்ளை பிரபாகரன் என்றால், இவருக்கு டெலோ ஸ்ரீ சபா ரத்னம். முக்கியமாக ஆட்சியில் இருந்த எம்.ஜி.ஆருக்கு இலங்கைத் தமிழர் மீது பற்று இருந்ததை அவதானிக்க முடிந்தது. பிரபாகரனை அழைத்துப் பேசினார். ராமாவரம் தோட்டத்துக்கும் கோட்டைக்கும் இயல்பாகச் சென்றுவந்தார் பிரபாகரன்.

கலைஞர் நடத்திய டெசோ மாநாட்டையும் ரொம்பவும் நம்பினான் நடராஜன். இந்தியாவில் இருந்த முக்கியமான தலைவர்கள் எல்லோரும் வந்திருந்தார்கள். இந்தியத் தலைவர்கள் பலர் பங்குபெற்றனர். வாஜ்பாய், என்.டி.ஆர்., சுப்ரமண்யம் சாமி, வீரமணி, நெடுமாறன் போன்றவர்கள் காட்டமாகக் குரல் கொடுத்தனர். "வயசானா மூளை

மழுங்கிவிடுமா” ஜெயவர்த்தனாவை நோக்கி ஆவேசக் கேள்வி எழுப்பிய சுப்ரமண்யம் சாமியைப் பார்த்து ஆர்ப்பாட்டமாகக் கை தட்டினான் நடராஜன். மாலை வேளை என்றால், அவன் ஏதாவது கூட்டத்தில் பங்குபெறுவதை வழக்கமாக்கிக்கொண்டிருந்தான்.

இப்போது எம்.பில். படிப்பதற்கும்கூட இந்தக் கூட்டங்கள்தான் காரணம். படிக்கவில்லை என்றால், ஊருக்குச் சென்றுவிட வேண்டியிருக்கும். சென்னையில் வேலை பார்க்கிறேன் என்றால் பிடிவாதமாக வேலைக்கெல்லாம் போக வேண்டாம் என்று கூறிவிட்டார் லட்சுமண ரெட்டி. அப்படியானால் இந்தக் கூட்டங்களில் கலந்துகொள்வதற்காக ஒவ்வொரு முறையும் ஊரில் இருந்து வந்து போக முடியுமா? இலங்கை சம்பந்தமான பொதுக் கூட்டங்கள் அவனை உணர்ச்சியின் மேல் தளத்தில் கொண்டுவந்து நிறுத்தி ஆக்கிரமித்திருந்தன. அங்கே தமிழர்கள் ஆளும் தனி அரசு உதிக்க வேண்டும் என்பதில் அவனுக்கு அதீத அக்கறை ஏற்பட்டு, அது மூளை செல்களில் உறைந்திருந்திருந்தது. அவனுக்குத் தன் தாய் நாடு இனிமேல்தான் உதிக்கப்போவதுபோல இருந்தது. இந்தியாவை அவன் அயல்நாடுபோலப் பாவிக்க ஆரம்பித்தான்.

வெளிக்கடைச் சிறை, கிளி நொச்சி, வவுனியா, மட்டக் களப்பு, ஆனையிறவு போன்ற ஊர்கள் அவன் ஊர்கள்போலப் பழகியிருந்தது. எம்.ஜி.ஆரும் இந்திராவும் காட்டி வரும் ஆர்வம் தமிழ் ஈழம் விரைவில் பிறந்துவிடும்போல இருந்தது. ஈழப் போராளிகளுக்கு இந்தியாவில் பயிற்சி அளிக்கப்பட்டு, நவீன ஆயுதங்களும் வழங்கப்பட்டு வருவதாகத் தெரிந்ததும் அவனுக்கு நம்பிக்கை வலுத்தது. புதிய இளைஞர்கள் போர்க்களத்தில் தீவிரமாக இருப்பதாக அவனுக்கு மட்டும் கனவுகள் வரும். அல்லது அப்படி வரும் செய்திகளை மட்டும் அவன் ஆசையாகப் படித்தான். இலங்கை எழுத்தாளர்கள்தான் அவனுக்குத் தமிழை வாழ வைப்பவர்களாகத் தோன்றினார்கள். இலங்கைத் தமிழ்தான் தூய தமிழாக ஒலித்தது.

துவக்குகளைச் சுமந்தபடி - என்பதாக உச்சரிக்கிற சொற்கள் அவனுக்குப் பிடித்திருந்தது. அவன் இந்திய மண்ணில் உதித்த இலங்கைத் தமிழனாகக் கனவு கண்டுகொண்டிருந்தான். நமக்கான ஒரு நாடு அமைந்துவிட்டால், நாம் அங்கு போய்க் குடியேறிவிட வேண்டும் என்று நினைத்தான். உலகில் சில லட்சம் பேர் உள்ள இனக்குழுவுக்கெல்லாம் தனியாக ஒரு நாடு இருக்கிறது. ஆறு கோடித் தமிழன் இருந்தும் தனியாக நாடு இல்லை... அது இன்னும் சில மாதங்களில் நனவாகப்போகிறது என்பதாக எதிர்பார்த்தான். அண்ணாவின் தனி நாடு ஆசை இலங்கை மூலமாகச் சாத்தியமாவது கண் முன் தெரிந்தது.

நடந்தே ஸ்டெர்லிங் ரோடு கடைசி வரை வந்தான். அங்கிருந்து 29 சி வழித்தட பல்லவன் பஸ்ஸைப் பிடித்து மயிலாப்பூருக்கு ஒரு டிக்கெட் வாங்கினான்.

2

எல்லாம் சகஜம்போலத்தான் இருந்தது. கன்னிமரா நூலகத்தில் ஆய்வுப் படிப்புக்காகக் குறிப்பெடுக்க வந்திருந்தான் நடராஜன். பக்கத்தில் ஒருத்தன் புத்தகத்தை முகத்துக்குப் பாதுகாப்பாக வைத்துக்கொண்டு தூங்கிக்கொண்டிருந்தான்.

ஃபேன் காற்றும் உட்கார அமைதியான இடமும்கூட மனிதர் களுக்குப் பொக்கிஷமாகிப் போய்விட்டது. இல்லாவிட்டால் எங்கிருந்தோ புறப்பட்டு, இங்கு வந்து தூங்குவதற்கு இவனுக்கென்ன தலையெழுத்தா? நடராஜன் பதினைந்து நாட்களுக்கு ஒருமுறை புத்தகத்தைத் திருப்பித் தருவதற்காகத்தான் அங்கு வருவான். அப்படி வரும்போதெல்லாம் சில குறிப்பிட்ட ஆள்களை அங்கே நிரந்தரமாகப் பார்க்க முடிகிறது.

நடராஜனுக்கு அருகில் வந்து அமர்ந்தாள் கிருஷ்ணப்ரியா. அவளும் எம்.பில். மாணவி. உடன் படிப்பவள்தான். வந்ததும் நூலக அமைதி கருதி ஒரு புன்னகையை மட்டும் நடராஜனின் பக்கம் சலுகையாக அனுப்பினாள். நல்ல சிவப்பு மேனிக்கு அவள் அணிந்திருந்த இஸ்திரி போட்ட நூல் புடவை மிடுக்கான தோற்றத்தை அளித்தது. அவள் வைத்திருந்த பெரிய அரக்குநிறக் குங்குமம் உடனடியாகத் தேவதை எனச் சொல்லிவிட வேண்டும்போல இருந்தது. பக்கவாட்டில் அவளுடைய காது மடல் நடராஜனுக்குச் சமீபத்தில் இருந்தது. பளிங்கு துல்லியமாக ரத்த ஓட்டம் தெரியும் அளவுக்கு இருந்தது. ஜன்னலின் வெளிச்சம்

அந்தக் காது மடலில் நுழைந்து மறு புறம் வருவதாகத் தோன்றியது. அவன் அவசரமாகக் கைக்குட்டை எடுத்துத் தன் காது மடல்களைத் துடைத்துக்கொண்டான். கைக்குட்டையில் எண்ணெய்ப் பிசுக்குடன் கூடிய தூசு தெரிந்தது. அவள் மட்டும் பல்லக்கில் சுமந்துகொண்டு வரப்பட்டதுபோலவும் லைப்ரரி வாசலில்தான் குளித்துவிட்டு வந்ததுபோலவும் சுத்தமாக இருந்தாள். அவனுடைய இலங்கை ஆதரவு நடவடிக்கைகள் தவிர, மற்ற எல்லா விஷயங்களுக்காகவும் நடராஜனைப் பிடித்திருந்தது அவளுக்கு.

புத்தகப் பக்கத்தைத் திருப்பும்போது நடராஜன் தன்னைப் பார்த்துக் கொண்டிருப்பதை அவதானித்து கண்களைச் சிமிட்டி “என்ன?’ என்றாள்.

நடராஜனுக்கு அப்படியே காலில் விழுந்து அவளை ஏற்றுக்கொள்ள வேண்டும்போல இருந்தது. கவி புனையும் ஆற்றல் எதுவும் இல்லை என்பதால் ‘என்ன ஒரு அழகு’ என்ற வார்த்தையை மனதில் சொல்லிப் பார்த்துக்கொண்டான். அவளைக் காதலிக்க வேண்டும் என்று மனம் எப்போதோ விரும்பிவிட்டபோதிலும் புத்தி தடையாக நின்று கொண்டிருந்தது. அவள் பிராமணக் குடும்பத்தைச் சேர்ந்த பெண் என்பது பறந்து வந்து உடம்பில் உட்கார்ந்துகொண்ட கரப்பான் பூச்சியைப் போலப் பதற வைத்தது. போயும் போயும் பிராமணப் பெண்ணைத் திருமணம் செய்வதா என்ற அரசியல் புத்தி தூங்கும் போதும் விழிப்பாய் இருந்து அவனை இம்சித்தது.

தலையில் மல்லிகைச் சரம் கூந்தலோடு பிணைந்து தொங்கிக் கொண்டிருந்தது. தலைமுழுகி அது காயும் பொருட்டுப் பின்னாமல் ஒரு ரப்பர் பேண்ட் மட்டும் போட்டிருந்தாள்.

அதிலிருந்து மெல்லிய மணம் தன் ரகசிய கரங்களால் அவனைச் சீண்டிக்கொண்டே இருந்தது. மனம் புத்தகத்தில் லயிக்கவில்லை. அவளுடைய நாசி, சுவாசிப்பதற்கான கருவிபோல இல்லாமல் ஒரு அணிகலன் போல இருந்தது. புத்தகத்தைச் சற்று வெற்றுப் பார்வை பார்த்துவிட்டு, கழுத்தையும் அதற்குக் கிழேயும் பார்க்க மனதைத் திடப்படுத்திக்கொண்டான். இந்த முறை திரும்பும்போது அவனுக்கே அவனுடைய முகம் விபரீதமாக இருப்பதாகத் தோன்றியது. முந்தானை ஃபேன் காற்றில் படபடத்துக் கொண்டிருந்தது. அவளுடைய இளைய மார்பகங்களை அந்தப் புடவைத் தலைப்பு இதமாகத் தட்டிக் கொடுத்துக்கொண்டிருப்பதாகத் தோன்றியது. அவள் மும்முரமாக புத்தகத்தில் இருந்து குறிப்பெடுத்துக்கொண்டிருந்தாள். அவளுடைய கையசைவுக்கு ஏற்ப அவளுடைய தோளும் முதுகுப் பகுதியும் சிறு நடுக்கம் காட்டிக்கொண்டிருந்தன.

நடராஜன் சட்டெனத் தலையை உதறிக்கொண்டு எழுந்தான்.

கிருஷ்ணப்ரியா கண்களை இடுக்கி ‘எங்கே?’ என்றாள் பாவனை யால். அவளுக்கு மொழியே தேவையில்லை. வழக்கமான எல்லா

பேச்சுக்கும் அவளிடம் அழகான, எளிமையாகப் புரிந்துகொள்ளக் கூடிய பாவனைகள் இருந்தன. விஞ்ஞான, கணித சூத்திரங்கள் போன்றவற்றைத்தான் அவளால் பாவனையால் வெளிப்படுத்த முடியாது என்று நினைத்துக்கொண்டான்.

"டீ சாப்பிட" என்பதைச் சைகையால் சொல்லிப் பார்த்தான். அது குழந்தைகள் சண்டை போட்டுக்கொண்டால் 'கா'விட்டுக் கொள்வதுபோல இருக்கவே கம்மிய குரலில் சொன்னான். விரல்கள் 'பொறு நானும் வருகிறேன்' என்றன.

டீக்கடை சாத்தியிருந்தது. சாலையில் ஏதோ அமானுஷ்ய மவுனம் நடமாடிக்கொண்டிருந்தது. மியூஸியம் தியேட்டர் படிக்கட்டில் அமர்ந்து கொஞ்ச நேரம் பேசலாமே என்று இருவரும் ஒரே நேரத்தில் முடிவெடுத்தனர். கூட்டம் குறைவாக இருந்தது.

"என்னைப் பாத்தா எப்படித் தெரியுது உங்களுக்கு?" சண்டைக்கு இழுக்கிற கேள்வி மாதிரி இருந்தாலும் அவள் கேட்ட தொனி உண்மை யிலேயே தெரிந்துகொள்ள வேண்டும் என்ற அவாவை வெளிப்படுத்து கிற மாதிரி இருந்தது.

"அப்படீனா?"

"பிராமின் பொண்ணுனு எம் மேல ஒரு வெறுப்பு இருக்கா?"

"சேச்சே.."

"எங்கப்பா கோயில் குருக்கள்.. மத்தியானம் அவர் கொண்டார்ற கோயில் பிரசாதம்தான் எங்களுக்குச் சாப்பாடு.. அண்ணா ஏற்பட்டு வேலைக்குப் போனப்பறம்தான் எல்லார்போலவும் காலையில ராத்திரியெல்லாம் சாப்பிட்டோம்.. நா எங்க வீட்ல காபி குடிச்சது அஞ்சாங் கிளாஸ் முடிச்ச பின்னாடிதான்.." அவளுடைய அழகு அரச குமாரிகளுக்கானது. அவன் அவளுடைய பேச்சையும் அவளுடைய உருவத்தையும் ஒப்பு நோக்கிக்கொண்டான்.

"எதுக்குச் சொல்றேன்னா.. எனக்குத் தெரிஞ்சு நானோ, எங்கப்பாவோ, அண்ணனோ, என்னோட அம்மாவோ யாரையும் சின்னதா தொந்தரவு செஞ்சி பாத்தது கிடையாது. நமக்கு விதிக்கப்பட்டதுனு வேலையப் பாத்துக்கிட்டு இருப்போம்.."

எங்கு வந்து தொடுகிறாள் என்பதை முன்னெச்சரிக்கையாக யோசித்து வைத்துவிட முயன்றுகொண்டிருந்தான் நடராஜன்.

"ஆனா, நீங்கள்லாம் பிராமணாள்னா ஏதோ சூழ்ச்சி செஞ்சு கெடுக்க வந்தவான்னே பாக்கறீங்க. எங்க குடும்பத்தில இதுவரைக்கும் அந்த மாதிரி ஒரு சூழ்ச்சியும் செஞ்சதில்லே.. சும்மா கற்பிதமா ஏதேதோ நினைச்சுக்கிட்டு விரோதம் பாராட்றா.. இது தர்மமா?"

நடராஜன் யூகித்து முடிப்பதற்கும் கிருஷ்ணப்ரியா அந்தக் கேள்வி யைக் கேட்டு முடிக்கவும் சரியாக இருந்தது. இதற்கு உடனடியாக பதில் சொல்லக் கூடியவன்தான். ஆனால், கிருஷ்ணப்ரியாவிடம்

பதில் சொல்வதுதான் அவனுக்குச் சங்கடம்.

கொஞ்சம் குரல் கனைத்துதான் பேச்சை ஆரம்பித்தான். "அந்தப் பிரசாதத்துக்கும் வழி இல்லாம செத்த மாட்டைச் சாப்பிட்டு வாழறவன் இருக்கான்.. அவன்கிட்ட மொதல்ல விரோதம் பாராட்னது யாரு? அவனை மாடு தண்ணி குடிக்கிற குளத்தில தண்ணிக் குடிக்கக்கூட அனுமதிக்காம ஒதுக்கிவெச்சது யாரு..?"

"உங்க ஊர்ல இருக்க கோயில் குருக்கள்தான் அப்படி ஒதுக்கி வெச்சாரா? எல்லா ஊர்லயும் குருக்கள் ஆட்சிதான் நடக்குதா? மனசாட்சி தொட்டுச் சொல்லுங்க?"

"ப்ரியா உனக்கு இதெல்லாம் புரியாது... வேற ஏதாவது பேசுவோம்... நான் உன்னைப் பத்தியோ, உங்க அப்பாவைப் பத்தியோ இங்க பேசல.."

அவள் சிரித்தாள். "நீங்க சொல்ற மூணு சதவீதத்தில ரெண்டு சதம் இப்படித்தான் இருக்கா.. என் அப்பா போல.."

"இருக்கட்டும்.. ஒரு சதவீதம் பேரு இருக்கானில்ல... அவன்தான் இந்த நாட்டைப் பிடிச்ச சனி... ரெண்டாயிரம் வருஷமா சேத்துல போட்டு அழுத்தி வெச்சிருக்கான்..."

"அப்போ மீதி தொண்ணூத்தொம்பது பேருக்கு மூளை மழுங்கிப் போச்சா?"

"ஆமா.. மூளை மழுங்கித்தான் போச்சு.. இதோட விட்டுடுவோம்.. எனக்கு ரத்தம் கொதிக்க ஆரம்பிச்சுடும்.. அப்புறம்....?" "சொல்லுங்க.. கொதிச்சப்புறம் என்ன பண்ணுவேள்? அடிப்பீங்களா? வெட்டிப் போட்டுடுவீங்களா?"

"நா அப்படிலாம் ஒண்ணும் சொல்லல.." நடராஜன் எழுந்தான்.

ஒரு போலீஸ்காரன் ஏற இறங்கப் பார்த்துவிட்டுப் போனான். இருவரும் அமைதியாக இருந்தனர். போலீஸ்காரன் கொஞ்ச தூரம் பார்த்துக்கொண்டே போய் மறைந்தான்.

"பின்ன பேசித் தீர்க்க முடியாதா? ரத்தம் கொதிச்சிடும்னா என்ன அர்த்தம்?"

"அந்த ஒரு சதவீதம் பேரு... தினமும் எழுந்து வந்து எங்களை அடிமைப்படுத்தறான்னு சொல்லல... ஆனா, டிராகுலா மாதிரி அவன் விஷத்தை எங்க உடம்பிலயே ஏத்திட்டான்... இப்ப நூறு சதம் பேரும் அந்த விஷத்தோட அலையறான்... நாலு வர்ணம்னு பிரிச்சு.. நூறு சதத்தை நாலா பிரிச்சு வெச்சிருக்கான்... தெரியுமில்ல? ஒருத்தனுக்கு ஒருத்தன் எளச்சவன்.. ஒருத்தனுக்கு ஒருத்தன் அடிமை.. பாப்பானுக்கு வெள்ளாளன் அடிமை.. வெள்ளானுக்குப் பள்ளி சாதி அடிமை.. பள்ளி சாதிக்குப் பறையன் அடிமை... இப்ப எல்லாரும் சமமா இருங்கடான்னு சொல்றவன் பொது எதிரியாய்ட்டான்.. ஒரு

சில ஊர்ல பறையன்கூடக் கேக்க மாட்டன்றான்... சம்மா இருக்கிறது தெய்வ குத்தம்கிறான்.. அந்த ஒரு சதவீதம் பேரு.. எப்படி எல்லார் மனசுலயும் பூந்து வேலை செய்றான் பாரு..”

“உங்களுக்கே இது வேடிக்கையா இல்ல?”

“இவ்வளவு பெரிய அரசாங்கம் புதுசா ஒரு திட்டம் கொண்டாந்து செயல்படுத்த முடியல... பயிருக்குக் களைக்கொல்லி மருந்து போடுங்கன்னா போட மாட்டேங்கிறாங்க... தினமும் வயலும் வாழ்வும்ல சொல்றாங்க.. ரேடியோவுல சொல்றாங்க.. வண்டியில மைக் கட்டி பிரசாரம் பண்றாங்க.. கேக்குறாங்களா..? யாரோ ஒரு சதவீதம் பேரு... அதுவும் இந்தியா முழுக்க நாலு சாதியா பிரிஞ்சிடுங்கன்னு சொன்னா பிரிஞ்சிடுவாங்களா?” தயார் பண்ணிக்கொண்டு வந்தவள்போலப் பேசினாள் கிருஷ்ணப்ரியா.

“கருத்தடை ஆபரேஷன் பண்ணிக்கச் சொல்லி பிரசாரம் பண்றதும் மதத்தைப் பிரசாரம் பண்றதும் வேற.. மதத்தில கடவுள் பயம் வேற இருக்குது.. இந்தியா முழுக்க சிவன் கோயிலும் விஷ்ணு கோயிலும் இருக்குது.. ஒரு அரசாங்கம் கட்டினதா அது? இந்தியாவில அத்தனை அரசாங்கமும் அத்தனை தனி மனிதனும் அத்தனை குழுவும் மதத்தால சேருவாங்க சுலபமா. அப்படிச் சேர்க்கறதுக்குக் கடவுள் பயம் பயன் பட்டது.”

“அதுக்கு மின்னாடி இன்டஸ் வேலி சிவிலைஸேஸன்லயே மனுஷன்ல ஏத்தத் தாழ்வு ஏற்பட்டுப்போச்சுனு இப்ப புஸ்தகம்லா வந்திருக்கு தெரியுமா?”

“பொஸ்தகம்னா பிராமின்ஸ் எழுதறதுதானே..? பாரதியார், வ.வே.சு., தி.ஜானகிராமன், சுஜாதா, பாலகுமாரன்... எல்லாம் யாரு?”

“எல்லாத்தையும் பெரியார் கண்ணாடி போட்டுக்கிட்டுப் பாக்காதீங்க... புதுமைப்பித்தன், ஜெயகாந்தன்லா உங்க ஆளுங்கதானே?”

“உங்களுக்கு ஏத்த மாதிரி எழுதினதால வுட்டு வெச்சிருக்கீங்க.”

இப்போது ஐந்தாறு போலீஸ்காரன்கள் சேர்ந்து வந்தனர். நடராஜனும் கிருஷ்ணப்ரியாவும் அவர்கள் தம்மை நோக்கித்தான் வருகிறார்கள் என்பதை உணர்ந்த பிறகு, மேலும் இயல்பாகப் பேசத் தொடங்கினர். ஆனால், போலீஸ்காரர்கள் நெருங்கி வந்து சூழ்ந்து நின்றனர். இயல்பாகப் பேச இயலாதவாறு இருந்தது போலீஸ்காரர்களின் நெருக்கடி.

“என்ன பண்றீங்க?” ஒருவன் முரட்டுத்தனமாகக் கேட்டான். “லைப்ரரிக்கு வந்தோம்..” நடராஜன் பதில் சொன்னான்.

அவன் மற்ற நான்கு பேரைத் திரும்பிப் பார்த்துவிட்டு “இதுதான் லைப்ரரியா?” என்றான் லட்டியால் படிக்கட்டைத் தட்டி.

இருவருக்கும் ஏதோ விபரீதம் புரிந்தது. இவர்கள் இரும்புத் தொப்பி

அணிந்த போலீஸ்காரர்கள். லைப்ரரி வளாகத்தில் யாரும் இல்லாமல் வெறிச்சோடிக் கிடந்தது. சாலையில் பஸ்ஸோ, வேறு வாகனங்களோ இல்லை. மக்கள் சிலர் பதற்றத்துடன் நடந்து ஓடிக்கொண்டிருந்தனர்.

"ஏன் சார் கேக்கிறீங்க?" என்றான் நடராஜன்.

"ஏன் கேக்கக் கூடாதா? இங்க என்ன பண்றீங்கன்னு கேட்டேன்."

"சார்.. இதுதான் லைப்ரரி.. டீ சாப்பிட்டுட்டுப் படிக்கலாம்னு கீழே வந்தோம். டீக்கடை சாத்தியிருந்தது. சரி.. கொஞ்ச நேரம் பேசிட்டுப் போய்ப் படிக்கலாம்னு உக்காந்தோம்..."

"லைப்ரரிய எப்பவோ மூடிட்டாங்க.. தெரியும்ல?"

நடராஜன் இப்போது லைப்ரரியின் வாயிலைப் பார்த்தான். அது அரை ஷட்டர் இறக்கப்பட்டு, மூடுவதற்கான முஸ்தீபுகளோடு இருந்தது.

"சார்.. உண்மையிலேயே எங்களுக்கு என்ன ப்ராப்ளம்னு தெரியாது... கவனிக்காமப் பேசிக்கிட்டு இருக்கோம்..." கிருஷ்ணப்ரியா பதற்றமானாள்.

"அப்படி லவ்வு?"

"அப்படிலாம் இல்ல சார்... இது எங்க மாமா பையன்... ஒண்ணாத்தான் படிக்கிறோம்.."

"அப்பிடியாடா?" என்றான் நடராஜனைப் பார்த்து. தம்மைப் போன்ற ஒரு கருப்பனே நம்மை இழிவுபடுத்தும்போது பார்ப்பான் ஏன் ஏளனமாக நடத்தமாட்டான்?

"ஆமா சார்.. ஒண்ணாத்தான் படிக்கிறோம்... கிளம்பறோம்.." என்றபடி கிருஷ்ணப்ரியாவின் கையைப் பிடித்துக்கொண்டு வேகமாக நடக்க ஆரம்பித்தான்.

"ஏய் நில்லுடா.. இந்திரா காந்திய சுட்டுக் கொன்னுட்டாங்க, தெரியுமில்ல..? நாடு முழுக்கக் கொந்தளிப்பா இருக்குது... பத்திரமா போய்ச் சேரு... புரியுதா...? ஊரைச் சுத்திக்கிட்டு இருந்தே.. பொண்ணு பாழாய்டும் ஜாக்கிரத" என்றான்.

அவன் எச்சரித்தது மாதிரி தெரியவில்லை. அவனுடைய விருப்பத்தைத் தெரிவித்த மாதிரி இருந்தது. நடராஜன் வேகமாகச் சாலைக்கு வந்தான். சைக்கிள் ரிக்ஷாக்காரன் வந்து "எங்க போவணும் சார்.." என்றான்.

"புரசைவாக்கம்.."

"அம்பது ரூபா இருந்தா வண்டியில ஏறு.."

"அஞ்சு ரூபா குடுத்தா லட்டு மாதிரி கொண்டுபோய் விடுவான்.. அநியாயமா இருக்கே..?"

"உங்கிட்ட பேசறதுக்கு நேரமில்ல..." ரிக்ஷாக்காரன் நிறுத்தாமல் போய்க்கொண்டே இருந்தான்.

“எவ்ளதான் கேக்குற? நியாயமா கேளு...”

“நாயம் இன்னா சார்... சேப்டிக்கி போட்டு வெச்ச போல்ஸே இந்திரா காந்திய சுட்டுட்டான்.. அப்புறம் இன்னா நாயம்..?”

இந்த மாதிரி தத்துவங்களை எல்லாம் கேட்க வேண்டியிருக்கிறதே என இருவரும் பரஸ்பரம் முகம் பார்த்துக்கொண்டனர்.

“என்னது.. அவங்க செக்யூரிட்டியா?”

“ஆமாம் தலைவா. சரி.. நாப்பது ரூபா குடுத்துட்டு குந்து.” “அதெல்லாம் வேணாம்.. நான் நடந்தே போய்க்கிறேன்...”

“வெவரம் தெரியாமப் பேசிங்கிறீயே.. நடந்துபோனா தாராந்துடுவே... ஒரே கலாட்டாவா கிது.. சரி முப்பது?”

இருவரும் ஒருவர் முகத்தை ஒருவர் பார்த்துக்கொண்டனர். சரி என்று சொல்ல நினைத்தான் நடராஜன்.

“இர்வத்தஞ்சு ரூவா தர்றீயா?” ரிக்ஷாக்காரன் முந்திக்கொண்டான். இருவரும் ரிக்ஷாவில் ஏறி அமர்ந்தனர்.

எம்.ஜி.ஆருக்குப் பக்கவாதம் வந்து அப்பல்லோவில் சேர்ந்ததும் இந்திரா காந்தி கொஞ்ச நாளைக்கு முன்னால்தான் வந்து பார்த்து விட்டுப் போனார். ஆனால், விதி வலியது. இந்திரா காந்தியை அவருடைய பாதுகாவலரே சுட்டுத்தள்ளிவிட்டதாகச் சொல்கிறான். “எதுக்காக இவ்ளோ விரோதம்?” என்றாள்.

“மதம் புடிச்சா இப்படித்தான்” இரண்டு அர்த்தம் தொனிக்கச் சொன்னான்.. “எதுக்கு மாமா பையன்னு சொன்னே? நம்ம ரெண்டு பேர் கலரையும் பார்த்து அந்த போலீஸ்காரன் கலகலத்துப் போய்ட்டான்...”

அவள் சிரித்தாள். “நா அப்படிச் சொன்னதாலதான் விட்டான்..”

அவள் சொல்வது என்ன லாஜிக் என்று தெரியவில்லை. எக்மோர் பிரிட்ஜ் இறங்கி, மாண்டிசோரி பள்ளிக்கூடம் இருந்த சந்துக்குள் நுழைந்து, ஓடு போட்ட பழைய வீட்டின் முன்னால் நிறுத்தச் சொன்னாள்.

“இந்தத் தெரு குறுக்குல போனா அதோ தெரியுதே அதுதான் எங்க வீடு. ரிக்ஷா இங்கயே இருக்கட்டும். நாம நடந்துபோவோம்..”

“இல்ல.. நான் இப்படியே ரிக்ஷாவுல போய், மெயின் ரோட்ல இறங்கி பஸ் பிடிச்சுப் போறேன்.”

“பஸ்லாம் கிடையாது சார்... கண்ணாடிய ஓடிக்கிறாங்க..” என்றான் ரிக்ஷா.

“வாங்க” என்று துரிதப்படுத்தவும் அவன் இறங்கி அவள் பின்னால் நடந்தான்.

இன்னும் குறுகலான சந்து. சைக்கிள் மட்டுமே நுழையக்கூடியதாக இருந்தது. குடுமி போட்டிருந்த ஒருவர் “பதறிப் போய்ட்டேன்மா..

ஜாக்கிரதையா முன்னாடியே கெளம்பி வர்றதுக்கு என்ன?" என்றபடி ஓடிவந்தார்.

"இவா என்கூடப் படிக்கிறவா.. தொணைக்கு வந்திருக்கா" என்று அறிமுகப்படுத்தினாள்.

"நமஸ்காரம்" என்றார். நடராஜனின் காதுகளில் ஈயம் காய்ச்சி ஊற்றினது மாதிரி இருந்தது. அந்த வீட்டின் வாசனையே அவனுக்கு வினோதமாக இருந்தது. விபூதியா, அடைசலா என்று பிரித்தறிய முடியாத வாசனை.

"வணக்கம்ங்க.. லைப்ரரிக்கு வந்தோம்.. அதுக்குள்ள இப்படி ஆகிப் போச்சு.. நா கிளம்பறேன்."

"ரொம்ப புண்ணியம்பா.. இரு காபி போட்டுக் கொண்டாறேன்.." என்று உட்புறம் ஓடினாள் கிருஷ்ணப்ரியாவின் அம்மா. ஜாடையே சொல்லியது.

நடராஜன் ஒரு ஐயர் வீட்டில் காலடி எடுத்து வைத்தது இதுதான் முதல் முறை. ஐயங்காராகவும் இருக்கலாம். அத்தகையோர் வீட்டில் முதல் முறையாகக் காபி குடித்தான்.

பேச முடியாத நிலையிலும் பேச்சுவார்த்தை மட்டும் நடந்து கொண்டிருந்தது.

எம்.ஜி.ஆர். பேசுவதை முடிந்தளவுக்குப் புரிந்துகொண்டதாகச் சொன்னார் பிரபாகரன்.

மாநிலக் கல்லூரித் தமிழ்ப் பேராசிரியர்கள் நல்லது நடந்தால் சரி என்ற தவிப்பிலும் பிரபாகரன் பார்க்க வந்திருக்கிற பரபரப்பிலும் இருந்தனர்.

"ராஜீவ்-ஜெயவர்த்தனா ஒப்பந்தத்தில் தனக்கும் எம்.ஜி.ஆருக்கும் சற்றும் பிரியமில்லை" என்றார் பிரபாகரன்.

வேறு மாற்றுக் கருத்தை அவரே முன்வைக்கட்டும் என்று பேராசிரியர்கள் காத்திருந்தனர்.

"தமிழீழம்தான் ஒரே தீர்வு" தன் அடர்த்தியான மீசைக்குக் கீழே அவருடைய புன்னகையை எல்லோரும் நம்பிக்கையோடு பார்த்தனர்.

பேராசிரியர் இளவரசுவைப் பார்க்க வந்திருந்த நடராஜனுக்கு இது கொந்தளிப்பான மன அதிர்ச்சியையும் பரவசத்தையும் ஏற்படுத்தியது. பிரபாகரனை இவ்வளவு அருகில் பார்ப்போம் என்று அவன் நினைத்துக் கூடப் பார்க்கவில்லை. அவசரப் பணிகள் இருப்பதாக பிரபாகரன் சில நிமிடங்களிலேயே புறப்பட்டார். அவரை ஏற்றிக்கொண்டு வெள்ளை அம்பாசடர் கார் கடற்கரைச் சாலையில் விரைந்தது.

காலப்பயணம்

காலம் சுருங்கிவிட்டதென்று நினைக்க வேண்டாம். அது அதன் நீள, அகலப் பரிமாணங்களோடுதான் இருக்கிறது. வேகம் உலகைச் சுருங்க வைத்தது மாதிரி காலத்தையும் சுருங்க வைத்துவிடுகிறது. ஒளியின் வேகம் மட்டும்தான் காலத்தைச் சுருக்கும் சாத்தியம் பெற்றதென்று விஞ்ஞானம் நினைக்கிறது.

அரை ஆடை அணிந்து, அரை உணவு உண்டு எளிமையாக வாழ்ந்த காந்தி பணமாக மாறினார். காந்தி எதிர்பார்க்காத திருப்பம். எல்லா ரூபாய் நோட்டுகளிலும் நீக்கமற நிறைந்திருந்தார் அவர். கள்ளச்சாராயம் விற்பவன், அரசியலில் பொறுக்கித் தின்பவன், கள்ள மார்க்கெட் பேர்வழி, விபச்சாரி எல்லார் பாக்கெட்டுகளிலும் காந்தி இருந்தார் பொருளற்ற பிணமாக.

புதிய புதிய நோய்கள்.. மனித ரத்தம் குடிக்கும் வைரஸ்கள் இந்தியாவை அச்சுறுத்தியது. சர்க்கரை என்றார் சில பேர்.. இதயக் கோளாறு என்றார் சில பேர். நூற்றாண்டின் மையத்தில் மேட்டுக்குடிக்கு அறிமுகப்படுத்தப்பட்ட இவை, இப்போது சமத்துவம் அடைந்துவிட்டது.

திராவிட ஆட்சி பார்ப்பனப் பெண்மணியின் கைக்கு மாறியது அதிரடியான மாற்றம். அவர் பின்னால் நிறைய பேர் தலை கவிழ்ந்து ஓடினார்கள். அவருக்கு மீசையை முறுக்கிக்கொண்டிருக்கும் ஆண் களைக் காலில் விழ வைத்து ரசிக்கும் ஆசை இருந்தது. அவர் செல்லும்

காருக்குப் பின்னால் விழுந்தடித்துக்கொண்டு, ஜீப்பில் தொங்கிக் கொண்டு பயணித்த தலைவர்களைப் பார்க்க வேடிக்கையாக இருந்தது. தமிழகத்தில் மதவாதம் பேசும் கட்சியை முதன் முதலில் கூட்டணிக்குச் சேர்த்துப் பெருமைப்படுத்தினார்.

மழை வெள்ளமாகி ஆந்திரத்தையும் கர்நாடகத்தையும் அச்சுறுத்தும் நேரங்கள் தமிழக ஆறுகளில் தண்ணீர் திறக்கப்பட்டது. திவ்ய தேசம். மத்திய அமைச்சர்கள் அங்கே தலையைக் காட்டினார்கள். இங்கே வாலைக் காட்டினார்கள்.

இந்திராவின் மூத்த மகனும் பணயம் வைக்கப்பட்டார். அந்த 48 வயது இளைஞர், 'திருவாளர் சுத்த'மென வர்ணிக்கப்பட்டார்.

வேலைக்குப் போகிற எல்லோரும் பைக் வாங்கினார்கள். ஹெல்மெட் அணிந்து முகத்தை மூடிக்கொண்டு காற்றோடு பறந்தார்கள். திருவாளர் சுத்தம் அலை மாதிரி எழுந்து அடுத்த கணம் வீழ்ந்தார். அமைதிப் படை மூலம் அமைதி இழந்தார்... இழக்கச் செய்தார். காங்கிரஸ் கண்களும் காங்கிரஸ் காதுகளும் அவரை வேறு ஸ்கேல் கொண்டு அளந்தனர். திராவிடர்களின் அளவுகளில் அவருக்கு மதிப்பெண் குறைந்துகொண்டே வந்தது.

காந்தியைக் கொன்றவர்களின் வாரிசுகள் ராவணேஸ்வரத்தைக் கொளுத்திய மிச்சத்தையெடுத்து அதே வால்கள் மூலம் அயோத்தியைப் பற்ற வைத்தனர். சிரிக்க மறந்தவர் தில்லியையும் சிரிப்பாய் சிரிக்க வைத்தவர்கள் தமிழ்நாட்டையும் ஆண்டனர்.

தமிழ் எனும் கொடுஞ்சொல் தடை செய்யப்பட்டது. வாய்ஸ் கொடுக்கும் புதிய கலாசாரம். ஆர்மோனியப் பெட்டியின் இடத்தை கீபோர்டு ஆக்ரமித்தது. ரோஜா இதழ்கள் ராஜாவை வீழ்த்தின. பாட்ஷாவின் குதிரை எல்லோரையும் நிரந்தரமாகப் பின்னுக்குத் தள்ளிவிட்டது. அவர் நடந்தால் தீக்குச்சி இல்லாமலேயே தீப்பொறி பறந்தது.

“சிறுத்தையக் கொன்னது பத்தி பத்திரிகையில் வந்ததாலதானே வெட்டுப்புலி தீப்பெட்டி உருவானதா சொன்னீங்க? அந்தக் காலத்துப் பேப்பர்ல பாப்போமா?” பெர்னான்டஸ் ஆசைப்பட்டான். ஆனால், எந்த வருஷம் என்பதில் எனக்குக் குழப்பம் இருந்தது. லட்சுமண ரெட்டியாருக்கு ஆறேழு வயது இருக்கும்போது நடந்த சம்பவம் என்றால்.. 1934 அல்லது 35ல் நடந்திருக்கலாம் என்று தோன்றியது. அப்போது வந்த பேப்பரில் சுதேசமித்திரன் இப்போது இல்லை.

குடியரசு பத்திரிகையில் பெரியார் போட்டிருக்க வாய்ப்பில்லை. தினமணி..?அம்பத்தூர் எஸ்டேட்டில் இருந்தது தினமணி அலுவலகம். மவுன்ட்ரோட்டில் இருந்த அலுவலகம் 2006ல்தான் அங்கு மாறிவிட்ட தாகச் சொன்னார்கள். சென்னையைக் குறுக்கு நெடுக்காக அளப்பதாக இருந்தது. மயிலாப்பூர், திருவொற்றியூர், ஜெகநாதபுரம், ரங்காவரம்...

தினமணியில் பக்கங்கள் ஒடிந்து தூளாகும் நிலையில் இருப்பதால் யாரையும் பார்க்க அனுமதிப்பதில்லை என்று கூறிவிட்டார்கள். அதுவும் இரண்டு வருஷத்துப் பேப்பர் என்றால், அதெல்லாம் சாத்தியமே இல்லை. இன்ன தேதியிட்ட பேப்பர் என்றால் ஒருவேளை எடுத்துக் கொடுக்க முடியும். அல்லது மைக்ரோ ஃபிலிமாகத் தயாரிக்க இருப்பதாகவும் இரண்டொரு ஆண்டுகளில் அதற்கான வேலை முடிந்துவிடும்.. அப்புறம் சுலபமாக எந்த பேப்பரையும் பார்க்கலாம் என்று கூறிவிட்டனர். "ரெண்டு வருஷமா?" என்று அலறினேன். அமெரிக்கா போவதற்கு டிக்கெட் எடுத்துவிட்டாயிற்று. இன்னும் பன்னிரண்டு நாட்கள்தான் இருந்தன.

பிரபாஷ் தெளிவாக ஒரு உதவி கேட்டான். "1934 அக்டோபர் எட்டாம் தேதி பேப்பர் கிடைக்குமா?"

லைப்ரரியன் அந்த ஒரு பேப்பர் மட்டும் போதுமா என்பதை இரண்டு முறை உறுதிசெய்துகொண்டு உதவியாளரிடம் அந்தத் தேதியை எழுதிக் கொடுத்துவிட்டுக் காத்திருக்கச் சொன்னார். பத்து நிமிடங்களில் உதவியாளர் ஒரு பேப்பர் கட்டைத் தூக்கிக்கொண்டு வந்தார். ஒரு மாதப் பேப்பரை ஒரு வால்யூமாக பைண்ட் செய்திருந்தார்கள். தாள்களை உடைக்காமல் முன்னும் பின்னுமாகப் புரட்டிப் பார்த்தோம்.

போரூரில் நடேசனின் வீட்டைக் கண்டுபிடித்தோம். நடேசனின் மகன் ரவி பத்திரிகையில் வேலை பார்ப்பதாக அறிமுகப்படுத்திக் கொண்டான்.

நாங்கள் நியூயார்க் புறப்பட வேண்டிய நாள் நெருங்கிவிட்டது.

நேரம் அச்சுறுத்துவதாக இருந்தது.

தொண்ணூறுகள்...

1

“என்னப்பா சொல்றாரு ரஜினி?” என்றார் மாறன். அவருடைய கார் புறப்படத் தயாராக இருந்தது. காரில் இருந்தபடியே கேட்டார்.

“ஜெயலிலதா ஆட்சிக்கு வந்தா இந்த நாட்டைக் கடவுளாலகூட காப்பாத்த முடியாதுனு சொல்றாருயா.”

“முழுசா சொல்லு” என்றார்.

பேட்டியின்போது எழுதிய குறிப்பை முழுவதுமாக வாசித்தான் ரவி. மாறன் நடத்தும் வண்ணத்திரை பத்திரிகையின் நிருபனாக இருந்தான் ரவி. கண்ணை வேறெங்கோ வெறித்துக்கொண்டு பார்த்தபடி பொறுமையாகக் கேட்டுக்கொண்டிருந்தார் மாறன். ஆயத்தமாக இருந்த கார் நிறுத்தப்பட்டது. மாறனின் முன்னால் ரஜினி சொன்ன அறிவிப்பை ரவி வாசித்தபடி இருந்தான். அலுவலகத்தில் இருந்த எல்லோரும் கேட்கும் ஆவலோடு குழுமிவிட்டனர். சில இடங்களில் அவன் எழுதிய கையெழுத்து புரியாமல் அவனே தடுமாறுவது கண்டு உடன் வந்த முரசொலி சேது சரியாக வாசிக்க ஆரம்பித்தார். அவருடைய அனுபவம் வேறு..

“மொதப் பக்கம் போட்ருங்க. நான் தலைவர்கிட்ட சொல்லிக்கிறேன்.” அவர் காரில் ஏறி அமர்ந்தார். காரில் ஏறியவரின் உற்சாகத்தை அது புறப்பட்ட வேகம் உணர்த்திவிட்டு மறைந்தது.

எல்லோரும் ரவியைச் சூழ்ந்தனர்.

"இன்னா.. ரஜினி நம்ம பக்கம் வன்ட்டானா?"

"அந்த மாரி தெர்ல.. நமக்கு சப்போர்ட்டா பேசறாரு."

"மினிஸ்டர் போஸ்ட்டு குடுத்தா தன்னால வர்றான்."

"வேணாம்யா.. ஒரு எம்ஜார் பாத்தாச்சு.." என்றார் ஒருவர்.

"நம்ம ஆளுங்களுக்கு இதுதான் கட்சீ சான்ஸு... ஜனங்க அந்தம்மா ஆடின ஆட்டத்துக்கு மண்ட காஞ்சிபோயிருக்காங்க.. தோழி கை காட்ன நெலத்தையெல்லாம் கிரயம் பண்ணிக் குடுத்துட்டாங்க... இன்னும் கொஞ்ச நாள் இருந்திருந்தா.. தமிழ்நாடு பட்டா அவங்க பேருக்கு மாறிட்டிருக்கும். ரஜினிய யூஸ் பண்ணி வந்துட்டா நல்லது.."

"இந்த மொற ஜெயிக்கும்போதாவது போனஸ் தர்றானுங்களானு பாக்கலாம்."

"யோவ்! பாலு சாரு காதுல உழப்போவதுய்யா.." சிரித்துக் கொண்டே கலைந்தனர்.

ரவிக்குத் தினமணியில் வேலை கிடைத்தபோது நடேசன் "அந்த பாப்பான் பத்திரிகையில சேராதே" எனத் தடுத்துவிட்டார். அங்கு இதே சினிமா நிருபர் வேலைக்கு ஐயாயிரம், ஆறாயிரம் சம்பளம் தருவதாகச் சொன்னார்கள். பத்திரிகையில் டெஸ்ட் வைத்தார்கள். பி.டி.ஐ. நியூஸ் ஒன்றைக் கொடுத்து, தமிழில் மொழிபெயர்க்கச் சொன்னார்கள். செய்துகொடுத்தான். 'வெரிகுட்' என்றார் ஆசிரியர் சம்பந்தம். 'சினிமாவில் துணை நடிகர்கள்' என்று ஒரு கட்டுரை எழுதச் சொன்னார். சமீபத்தில்தான் பிலிமாலயாவுக்குத் துணை நடிகர் யூனியன் தலைவரைச் சந்தித்து ஒரு கட்டுரை எழுதியிருந்ததால் அது எப்போது ஆரம்பிக்கப்பட்டது. எத்தனை உறுப்பினர்கள் இருக்கிறார்கள். அவர்கள் சம்பளம், போக்குவரத்து, பிரச்சினை எல்லாவற்றையும் தொகுத்து எழுதியிருந்தான். சம்பந்தம் சந்தோஷம் தாளாமல் "கொஞ்சம் உக்காரு" என்று கையோடு ஆர்டர் வாங்கிக் கொண்டு வந்தார்.

ஆனால், இத்தனை சந்தோஷமான விஷயத்தைக் கொண்டாட விடாமல் தடுத்துவிட்டார் அவனுடைய அப்பா.

"நம்மளையெல்லாம் சுனா மானா கட்சிக்காரன்னுதான் சொல்லுவானுங்க. 'திராவிடக் கட்சியினர் ஈனச் செயல்'னு எழுதுவா னுங்க... அது ஒரு பத்திரிகையாடா...? அந்தப் பத்திரிகைல சேந்தே அதோட வீட்டுப் பக்கம் வராதே" என்று சொல்லிவிட்டார்.

"இப்பல்லாம் அப்படி இல்லப்பா" என்றது அவர் காதில் விழவே இல்லை.

"ரிட்டில்ஸ் ஆஃப் எக்ஸ்பிரஸ்'னு புரோப் பத்திரிகையில எழுதி யிருக்கான் படிச்சியாடா? ஊர்ல நடக்கிற ஊழலையெல்லாம் எழுத றானே... அவனுங்க பண்ண ஊழல் இன்னான்னு புட்டுப் புட்டு

வெச்சிருக்கான்.. அண்ணா ஆட்சிக்கு வர்ற வரைக்கும் நம்மளை யெல்லாம் புழு மாதிரி எழுதினானுங்க.. அவனுக்குப் போயி நீ பாடுபடணுமா? எத்தன லட்சம் குடுத்தாலும் அங்க போவாதடா..”

வண்ணத்திரையில் ஆயிரத்து இருநூத்து அம்பது ரூபாய்க்குச் சேர வேண்டியதாகிவிட்டது. என்ன ஒரு மகிழ்ச்சி என்றால், தினமும் தலைவரைப் பார்க்க முடியும். தலைவர் முரசொலிக்கு வரும்போதும் கிளம்பும்போதும் ஆபிஸே வெளியே வந்து அவரைப் பார்க்கும். தெய்வகாடாட்சம் மாதிரிதான்.

வீட்டுக்குள் போனதும் நடேசன், “தலைவர பாத்தியாப்பா?” என்பார் ஆர்வம் கொப்பளிக்க.

கலைஞர் மட்டும்தான் அவருடைய கலங்கரை விளக்கமாக மாறிப் போயிருந்தார்.

எம்.ஜி.ஆரை இந்த அளவுக்குப் பொழுதெல்லாம் வசைபாடிக் கொண்டிருந்தாலும் எம்.ஜி.ஆர். நடித்த ஒரு படத்தையும் தவறாமல் பார்த்தவர்தான். ‘ரிக்ஷாக்காரன்’, ‘நல்ல நேரம்’ வரை ஒரு படம் விடாமல் போனவர்தான்.

எம்.ஜி.ஆர். பிரிந்துவிட்டார் என்பதை ஒரு வருஷம் வரை நம்பவே இல்லை. ‘திரும்பி வந்துருவாரு பாரு’ என்றே சொல்லிக்கொண்டிருந் தார். திடலில் நடந்த மு.க.அழகிரி கல்யாணத்துக்கு நிச்சயமாக வருவார் என்று சக ரயில்வே ஊழியர்களிடம் ‘பெட்’கட்டித் தோற்றார். எம்.ஜி.ஆர். பிரிந்தபோதே அவருக்குப் பாதி உயிர் போய்விட்டது. நெடுஞ்செழியன், வைகோ என்று முதுகில் குத்தியவர்கள் அதிகரித்தபோது, நட்டாற்றில் தவித்துக்கொண்டிருந்த கலைஞரை எண்ணி அழுதார்.

“பைத்தியக்காரத்தனமா இருக்குதுய்யா நீ பண்றதுல்லாம்... அவ அவன் கோடி கோடியா அரசியல்ல கொள்ளடிக்கிறானுங்க... நீ இன்னாடான்னா இப்பிடிக் கிறியே” போன்ற அறிவுரையெல்லாம் அவர் காதுகளுக்கு எட்டவே இல்லை.

எம்.ஜி.ஆர். இறந்த அன்று மவுன்ட் ரோடில் இருந்த கலைஞர் சிலையை ஒருத்தன் நெஞ்சுக்கு நேராக ஈட்டியைக் குத்தி உடைத்த போது, கலைஞர் முரசொலியில் எழுதின கவிதையை வேதம்போல வாசித்தார்:

“பரவாயில்லை தம்பி!

நீ என் முதுகிலே குத்தவில்லை!”

வண்ணத்திரையில் பெரும்பாலும் நடுப்பக்கப் படம் செழுமையாக இருக்க வேண்டும் என்பதில் கண்ணும் கருத்துமாக இருந்தனர். மாராக்கு இல்லாத படங்கள். ரவியின் எழுத்து தாகம் அங்கு எடுபட வில்லை. அதில் படங்கள் வியாபித்தது போக எழுத்துக்கு இடமிருந்தது. அதில் சினிமா நட்சத்திரங்களை வம்புக்கு இழுக்கிற செய்திக்குத்தான்

முதலிடம் தரப்பட்டது.

மணிரத்னம் இந்திய ஜனாதிபதியை அழைத்து 'அக்னி நட்சத்திரம்' என்ற இரண்டு பொண்டாட்டி கதையைப் பார்க்க வைத்தது எப்படிச் சாத்தியமானது என்று புரியாமல் இருந்தான் ரவி. இருவரும் பார்ப்பனராக இருந்ததால்தான் அது சாத்தியமானது என்ற கோபம் இருந்தது. சங்கராச்சாரியாரை வந்து பார்த்துவிட்டுப் போவதற்கென்றே அவருக்கு விமானத்தில் சீஸன் டிக்கெட் எடுத்துத் தந்தது மாதிரி அடிக்கொரு தரம் வந்து போய்க்கொண்டிருந்தார் வெங்கட்ராமன். தமக்குக் கிடைத்த வண்ணத்திரை துணுக்குச் செய்திகளுக்கு இடையே இந்தக் கோபங்களைப் புகுத்தினான் ரவி. படங்களுக்கு நடுவே அது யாருக்கும் புரிந்துகொள்ள முடியாததாக இருந்தது.

சத்யராஜ், மணிவண்ணன் போன்றவர்களைப் பேட்டி எடுப்பதென்றால் சுவாரஸ்யமாக இருந்தது அவனுக்கு.

அது அவனுக்கு வசதியாகவும் வருத்தமானதாகவும் இருந்தது. அவனுடைய இடைச்செருகலை அலுவலகத்தில் யாரும் கண்டு கொள்ளவில்லை. அதனால் அவன் தொடர்ந்து வேலையில் இருக்க முடிந்தது. ஆனால், அவன் எழுதியதை வெளியில் இருப்பவர்களும் கண்டுகொள்ளவில்லை.

அவனுடைய இடைச்செருகல்கள் அவனுடைய பிரத்யேக டைரியைப் போல அவனுக்கு மட்டுமானதாக இருந்தது. "ஏண்ணே.. உங்களுக்கு மணிரத்னத்தைப் பிடிக்க மாட்டேங்குது?" என சில நேரங்களில் சினிமா துணுக்குகள் எழுதித் தரும் ப்ரீலான்ஸ் ரிப்போர்ட்டர்கள் கேட்பார்கள்.

"தேசிய இயக்குநரா வலுக்கட்டாயமா மாத்திக்கிட்டான்யா.. இதயக்கோயிலும் அக்னி நட்சத்திரமும் அஞ்சலியும் எடுத்துக்கிட்டிருந்த ஆளு.. திடீர்னு 'ரோஜா', 'பம்பாய்'னு வேற மாரி அவதாரம் எடுத்தது எப்பிடி? எல்லாத்துக்குப் பின்னாடியும் ஒரு அரசியல் இருக்கு.. இதோ இந்த பாலசந்தரு எங்க சித்தப்பாகூட வேல பாத்தவருதான்.. எப்பிடி நேக்கா இளையராஜாவ கழட்டி வுட்டாரு பாரு..."

"இவரும் அநியாயத்துக்கு ராமராஜன், ராஜ்கிரண்னு பாட்டுக்காரன்.. ஆட்டுக்காரன்னு அலம்பல் பண்றாரேண்ணே?"

"நம்ம ஆளுங்க கொஞ்சம் ரோஷக்காரனாத்தான் இருப்பானுங்க.. அதவுடு.. ஆனா இவனுங்க திட்டம் போட்டுக் காரியத்தில எறங்குறவனுங்க.." பத்திரிகை வேலை தினமும் இப்படியான பேச்சுகளுடன்போனது.

புதுமுக நடிகர்களோ, நடிகையரோ, புதிதாகப் படம் எடுப்பவர்களோ தங்கள் செய்தியைப் போடச் செய்வதற்காகப் பணம் தருகிற விஷயம் ரவிக்குப் புதிதாக இருந்தது. யாரும் இருநூறு, முன்னூறு ரூபாயைத் தாண்ட மாட்டார்கள். மாதத்துக்குக் கணக்குப் போட்டால் அது

சில நேரத்தில் சம்பளத்தையே மிஞ்சுவதாக இருக்கும். ஆனால் தினம் கூட்டமாகப் போய் பஜ்ஜி, டீ சாப்பிட்டுவிட்டு சிகரெட் ஊதுவதற்கே சரியாக இருக்கும். மத்தியானத்தில் நிருபர்கள் சேர்ந்து பிரியாணி, பரோட்டா குருமா சாப்பிட சரியாகப் போகும்.

முதன்முதலில் செண்பகா என்ற புதுமுக நடிகையை அவர்கள் வீட்டில் சென்று சந்தித்தபோது ரவிக்குப் பரவசமாக இருந்தது. நடிகையை அவர்கள் வீட்டில், அவர்கள் எதிரில் அமர்ந்து பேசக்கூடிய வாய்ப்பு அவனுக்குப் பெருமிதமாக இருந்தது. சாப்பிட காபியும் பிஸ்கட்டும் கொடுத்துப் பேசிக்கொண்டிருந்தார் அந்த நடிகை. தன்னுடைய பேட்டிக்கு புகைப்படங்களையும் அவரே கொடுத்தார். வேலைக்குச் சேர்ந்த புதிது. நடிகையின் புகைப்படங்களை அதற்கு முன்னர் அவன் பத்திரிகைகளில்தான் பார்த்திருந்தான். நடிகையின் புகைப்படத்தை அவர் கையால் வாங்கும்போது அவரையே வாங்கிவிட்டது மாதிரி இருந்தது. அந்த மனநிலையை அதன் பிறகு அவனுக்கு இன்னொரு தரம் புரட்டிப் பார்க்கவும் முடியாமல் போய்விட்டது. அதன் பிறகு கமல், ரஜினி, சிவாஜி, இளையராஜா எல்லோரையும் பலமுறை பார்த்தபோதும்கூட கூடிவராத மனநிலை அது. சாய் பாபாவையோ, வெறும் பாபாவையோ முதன் முறையாகப் பார்க்கும்போது ஒரு பக்தனுக்கு ஏற்படும் மனநிலை என்று சொல்வதும் அவ்வளவு சரியானதா என்று தெரியவில்லை.

பேசி முடித்துக் கிளம்பும்போது அந்த நடிகை அவசரமாக உள்ளே ஓடி கவரில் எதையோ போட்டு எடுத்து வந்தார். அவர் மடித்த அவசரத்தில் அதில் ரூபாய்த் தாள் இருப்பது ரவிக்குத் தெரிந்தது.

“இது எதுக்கு?” பதறிப் பின்வாங்கியவனை அவள் கையைப் பிடித்து அழுத்திக் கொடுத்தாள். ஒரு நடிகை தன்னைத் தொட்டுப் பேசிவிட்டாள் என்பது அவனுக்குப் பதற்றமாக இருந்தது. மேற்கொண்டு மறுப்பதன் மூலம் அவள் மேலும் தன்னைத் தொட்டுக்கொண்டிருப்பது தொடரும் என்பதனால், சட்டென அதை வாங்கிக்கொண்டான். இதயம் வேகமாக அடித்துக்கொண்டது. ஒரு பேட்டியின் முடிவு இப்படிப் பதற வைப்பதாக அமையும் என்று அவன் நினைத்துக் கூடப் பார்க்கவில்லை.

அவளோ “பேட்டி பப்ளிஷ் ஆனதும் வந்து பாருங்க” என்று கனிவுடன் சிரித்துக்கொண்டிருந்தாள்.

ரவி வேகமாக அவள் வீட்டைவிட்டு வெளியேறி, விஜயராகவா சாலை தெரு முனைக்கு வந்தான். இப்போதுதான் காபி குடித்திருந்தும் அவனுக்கு வேறு என்ன செய்வது என்பது புரியாததால், ஒரு டீ வாங்கிக் குடித்தான். பாக்கெட்டுக்குள் இருந்த கவர் உறுத்திக்கொண்டே இருந்தது. ஏதோ ஊழல் பிரிவு அதிகாரி வந்து தம்மைக் கையும் களவுமாகப் பிடித்துவிடுவார்களோ என்று நினைத்தான். பாக்கெட்டுக்குள்ளே இருந்து அந்தக் கவரை எடுத்து அதிலிருந்த

தாள்களை வெளியே எடுத்தான். இரண்டு நூறு ரூபாய்த் தாள்கள். இது அவனுடைய சம்பளத்தில் ஆறில் ஒரு பகுதி. அவனுக்குக் கைகால் ஓடவில்லை. அதன் பிறகு ஒவ்வொரு முறையும் இப்படிச் சில புதுமுக நடிகர்களைச் சந்திக்க நேர்ந்தால், பேட்டியின் முடிவில் ஏற்படும் இத்தகைய சந்தர்ப்பத்தை நடுக்கத்துடன் எதிர்பார்த்தான். கரும்பு தின்னக் கூலி என்பது இந்த வேலைக்குத்தான் என்று நினைத்தான்.

சினிமா உலகில் இப்படித் தரப்படுகிற சன்மானத்தை ஒரு பிரவுன் நிற கவரில் வைத்துத் தருவதால், பொதுவாக அந்தப் பணத்துக்கே கவர் என்று பெயரிட்டிருந்தனர். “எவ்ளோ கவர்?” என்பார்கள்.

பைக் என்றால் இருநூறு ரூபாய்... ஆட்டோ என்றால் முன்னூறு ரூபாய். பத்திரிகைத் துறையின் சகல பிரிவுகளிலும் இத்தகைய ஆதாயங்கள் இருந்தபோதும் சினிமா துறையினருக்கு கவர் முத்திரை பிரதானமாக விழுந்தது.

மறுபிறவியில் நம்பிக்கை இல்லாத கமல்ஹாசன்கூட “அடுத்து பிறந்தால் அதிவீரபாண்டியனாகப் பிறக்க ஆசைப்படுகிறேன்” என்றார். அவர் ஒரு தமிழ் நாளிதழின் சினிமா நிருபர். கமல் எதற்காக இந்த ஆசையை வெளியிட்டாரோ.. பத்திரிகையாளர் சந்திப்பில் எல்லோரும் கவரைத்தான் குறிப்பிடுவதாகச் சொன்னார்கள்.

காலையில் ரஜினிகாந்த் பிரஸ் மீட்டில் ஆளுக்கு இரண்டாயிரம் தந்ததாகப் பேசிக்கொண்டார்கள். ரவிக்கு எதுவும் கிடைக்கவில்லை. சில நேரங்களில் பத்திரிகைக்காரர்களுக்குத் தரவேண்டிய பணத்தை பி.ஆர்.ஓ.க்கள் சுருட்டிக்கொள்வார்கள். ஒருவேளை, அது தினசரி பத்திரிகைகளுக்கு மட்டும் வழங்கப்பட்டிருக்கலாம் என்று ரவியோடு வந்த சில சக பத்திரிகையாளர்கள் பேசிக்கொண்டார்கள்.

நடேசன் ரிடையர்ட் ஆகிவிட்ட பின்பு வீட்டில் கஷ்டம்தான். நல்ல வேளையாக ரவியின் அக்காக்கள் இருவருக்கும் அவர் வேலையில் இருக்கும்போதே கல்யாணம் நடந்துவிட்டது.. ஏதேதோ லோன்கள் போட்டு இருவரையும் கரையேற்றி அனுப்பி வைத்தார். ஃப்ரிலான்ஸ் நிருபர்கள் கலைந்தானதும், இந்த வார இதழுக்காக டைப் செட் ஆகி வந்த செய்திகளை ப்ரூப் பார்த்து வைத்துவிட்டு, அந்தச் செய்திகளுக்கான புகைப்படங்களைத் தேடி எடுக்க ஆரம்பித்தான்.

பூமாலை வீடியோ பத்திரிகை தயாராகிக்கொண்டிருந்த வரை இரவிலும் ஆள் நடமாட்டம் இருக்கும். இப்போது சன் டி.வி. ஆரம் பித்த பின்பு, தி.மு.க. தலைமையகம் இருக்கும் அறிவாலயமே கதி என்று ஆகிவிட்டார் புகழ்... அவருடைய தம்பி அன்பு இப்போது பத்திரிகை நிர்வாகத்தைப் பார்க்க ஆரம்பித்திருந்தார்.

ரவிக்குப் பெருமையான ஒரு விஷயம் இருந்தது. தன் தாத்தாவுடைய தம்பி எம்.ஜி.ஆரை வைத்துப் படம் எடுக்க இருந்ததைச் சொல்லுவான். அப்படி தாத்தா படம் எடுத்திருந்தால் அதில் கலைஞர்தான் வசனம்

356 | வெட்டுப்புலி

எழுதியிருப்பார் என்பதாகவும் அவனுடைய விருப்பம் வளர்ந்திருந்தது. ஆனால் தாத்தா, எம்.ஜி.ஆர். எல்லாரும்போய்ச் சேர்ந்துவிட்ட பின்பு அதில் யாருக்கும் சுவாரஸ்யம் இல்லாமல் போனது. காலப்போக்கில் ரவி ரீல் விடுகிறான் என்று நினைக்க ஆரம்பித்திருந்தார்கள். அதனால் அவன் அதை யாரிடமும் இப்போதெல்லாம் சொல்வதில்லை.

எந்த நினைவுகளுக்குத்தான் மதிப்பு இருக்க முடியும்? இரண்டு நாட்களுக்கு முன்னால் ஒரு வயதான மனிதர் கலைஞரைத் தேடி வந்தார். முரசொலியில் அன்று பரபரப்பான தினமாக இருந்தது. கலைஞர் அன்று யாரையும் பார்க்கவில்லை. அதாவது, பார்க்க வந்தவர்கள் பட்டியலை உள்ளே அனுப்பவே இல்லை.

கலைஞர் கார் புறப்பட்ட நேரத்தில் அந்தப் பெரியவர் ஒரு கணம் கலைஞர் தன்னைக் கவனித்துவிட்டால், காரை நிறுத்திவிட்டு இறங்கி ஓடிவந்து தம்மை அணைத்துக்கொள்வார் என்று நம்பிக்கையோடு கார் ஜன்னலுக்கு அருகே ஓடினார். சூழ்ந்திருந்த மக்களின் நடுவே அவரைக் கவனித்திருக்க வாய்ப்பே இல்லை. நம்பிக்கை இழந்து அவர் வெறுமையோடு நின்றுவிட்டதைப் பார்த்தான் ரவி.

“எங்கருந்து வர்றீங்க பெரியவரே..?”

“கருணாநிதி என் சினேகிதகாரர்தான்.. அதான் பாத்துட்டுப் போலாம்னு வந்தேன்.. அவசரமா கௌம்பிப்பூடுதே.”

ரவி எதற்குப் பிரச்சினை என்று யோசித்து, ‘மாடிக்கு வாங்க பெரியவரே’ என்று வண்ணத்திரை பிரிவுக்கு அழைத்துச் சென்றான்.

“இது கருணாநிதிக்குச் சொந்தக் கட்டடமா?” என்று ஆச்சர்யப் பட்டார்.

“பரவால்ல .. சொந்த வூடு.. ஆபீஸுன்னு வசதியாத்தான் இருக்குது.. கார் கவுன்மென்ட்டுதா.. அதுவும் சொந்தமா?”

தன்னை பாஸ்கர் என்று அறிமுகப்படுத்திக்கொண்ட அவர், மனநிலை பிறழ்ந்தவராக இருப்பாரோ என்று தோன்றியது. அவருடைய தொடர் பேச்சில் அப்படியிருக்க வாய்ப்பில்லை என்று புரிந்தது. “ராதா நாடகத்திலதான் நான் எலக்ட்ரீஷியனா இருந்தேன்.. எல்லா வேலையும் நான்தான். திருச்சியில இன்னொரு சபாவுல அண்ணா வோட நாடகம் நடக்குது... அவுங்கோ ‘அறிஞர் அண்ணாவின் வேலைக் காரி’னு வெளம்பரம் போட்டிருந்தாங்கோ... நாம வெறும் கருணா நிதியின் தூக்குமேடைனு போட்டா சரியா இருக்குமா? அண்ணாவுக்கு அறிஞர்னு போட்டாப்பல நாமளும் கருணாநிதிக்கு கலைஞர்னு போடலாம்னு ராதாகிட்டே கேட்டேன். அவரு சரிடான்னுட்டாரு... சாக்பீஸ் வெச்சி நாடகக் கொட்டா வாசல்ல மொத மொதலா ‘கலைஞர் கருணாநிதி’னு வெளம்பரம் எழுதினவன் நான்தான்... இதுக்கும் தெரியும்.. மறந்துட்டுருக்குமோ என்னாவோ? அம்பது வருஷத்துக்கு மேல ஆவுதே?” கெட்டியான இறுகிய மனிதராக இருந்தார்

அவர், லேசான முன் வழுக்கை. எழுபத்தைந்து வயதில் பாஸ்கர் என்பவரைப் பார்ப்பதற்கு வேடிக்கையாக இருந்தது ரவிக்கு. அந்தப் பெயர் இளைஞர்களுக்கான பெயர்போல இருந்தது.

அவர் அசைபோடும் நினைவை நிஜமானதுதான் என்று கொண்டாடு வதற்கும் ஏற்றுக்கொள்வதற்கும் யாரும் இல்லை. நிச்சயம் பாஸ்கர் அவருடைய வீட்டில் இந்தத் தகவலைச் சொல்வதற்காக அலட்சியப் படுத்தப்பட்டிருப்பார் என்றே ரவிக்குத் தோன்றியது.

இதில் ரவியின் சின்ன தாத்தா படம் எடுக்க வந்து காணாமல் போய்விட்ட கதையை யார் ஆர்வமாகக் கேட்பார்கள்?

காலப்பயணம்

இன்டெர்நெட், செல்போன், டிஜிட்டல், சாஃப்ட்வேர், மல்டி மால். டிஷ் டிவி, தங்க நாற்கரச்சாலை, உலகமயமான சிந்தனைகள். இது யாதும் ஊரே கனவாக இல்லை. யார் வேண்டுமானாலும் எங்கு வேண்டுமானாலும் கொள்ளையடிக்கலாம் என்ற வசதி. அல்பாயுளில் மறைந்துபோனது பேஜர்.

காந்தியைக் கொல்ல சதிசெய்தவராகக் கருதிய சாவர்க்கர் படமும் காந்தியின் படமும் பாராளுமன்றத்தில் பக்கத்தில் பக்கத்தில் மாட்டப் பட்டன. முரண்பாடுகள் இயல்பாகின.

உலகம் சுருங்கியது. வாழ்க்கை சுருங்கியது. எண்ணம் சுருங்கியது. எல்லா உணர்வுகளும் ஒரு புள்ளியாய்க் குவிந்துவிடுமோ என்று அச்சுறுத்தியது. விளக்கிச் சொல்ல விருப்பம் இருக்கவில்லை. அவிழ்த் தால் எல்லாமே அசிங்கமாக இருந்தது. ஆடைக்கு மட்டுமின்றி உண்மைக்கும் இது பொருந்தியது. வேக வைக்கிற வரை எல்லாம் சுவைதான். சுட்டுக் கருக்கிவிட்டால் எல்லாம் கரி. ஒன்றும் கரியன்றி வேறொன்றாக உருவெடுக்க வாய்ப்பே இருக்கவில்லை.

தமிழகக் கடற்கரையில் சுனாமியின் திடீர் விசிட்... புத்தாயிரத்தில் இது ஒரு புதுசு. மயிலாப்பூர் வரைக்கும் கடல்நீர். மயிலாப்பூரில் கே.சுப்ரமணியம் சினிமா கம்பெனி வைத்திருந்த இடத்தில் தினத்தந்தி

பத்திரிகை நடந்தது. அந்த இதழை வாங்கி அவருடைய மருமகன் கந்தசாமி தினகரன் பத்திரிகையை நடத்தினார். அந்த இடத்தையும் பத்திரிகையையும் கலாநிதி மாறன் வாங்கினார்.

தினமணி 1934-ம் வருஷத்துப் பேப்பரில் பிரபாஷ் எதிர் பார்த்தபடி ஒரு செய்தி இருந்தது. திருத்தணி அருகே காட்டில் ஒரு சிறுத்தை ஒன்று மனிதனைக் கவ்விக் கொல்லப் பாய்ந்ததாக ஒரு செய்தி வெளியாகியிருந்தது. மனிதன் மறுபிறவி எடுத்து உயிர் பிழைத்துவிட்டா னென்றும் போட்டிருந்தார்கள். அது சிறுத்தைப் புலி சின்னா ரெட்டியாக இருக்கலாம் என்று மூவரும் ஆனந்தப்பட்டனர். ஆனால், ஊர் திருத்தணி என்று போட்டிருந்ததில்தான் தயக்கம். திருவள்ளூர் ஜில்லாவுக்கும் திருத்தணி ஜில்லாவுக்கும் நடுவே அன்றைய வரைபடத்தில் முப்பது கிலோமீட்டர் வித்தியாசம் இருந்தது. வெட்கம் கெட்ட வெள்ளைக் கொக்குகளை லண்டனுக்கு விரட்டிக் கொண்டிருந்த சொக்கலிங்கத்துக்கு ரங்காவரத்தில் வெட்டுப்பட்ட சிறுத்தை எந்த ஜில்லாவைச் சேர்ந்தது என்பதில் அத்தனை விசாரிப்பு இருந்திருக்காதுதான். விசாரித்துக் காதில் விழுந்த செய்தியை நிருபர் இப்படி எழுதியிருக்கலாம்.

மனதைத் தேற்றிக்கொண்டு அவரையே சின்னா ரெட்டி என்று மனதில் ஏற்றிக்கொண்டனர். வெட்டுப்புலி தீப்பெட்டி நிறுவனத்தையும் இந்த ஆண்டு மூடிவிடப் போவதாக அறிவிப்பு வெளியாகியிருந்தது. காலம் ஒரு முழுச் சுற்று சுற்றி வந்ததுபோல இருந்தது.

குஜிலி பாடல்களில் தேடினால் சில நேரங்களில் சிறுத்தையை வெட்டியவர் பற்றி தகவல் கிடைக்கலாம் என்றார் கன்னிமரா லைப்ர ரியில் ஒரு பெரியவர்... ஆனால் எங்களுக்கு நாட்கள் இல்லை. ஐந்து நாட்கள்தான் இருந்தன.

"செண்பகானு ஒரு நடிகை உனுக்குத் தெரியுமாடா?" பெர்னான்டஸ் கேட்டான்.

"தெரிஞ்சுக்கலைனா தலை வெடிச்சுடுமா?" என்றான் பிரபாஷ். "அதுக்கில்லடா... யூ.எஸ்.ல ஒரு தடவ கலைநிகழ்ச்சிக்கு வந்தாளே.. செண்பகா..."

"சரி. இப்ப அம்மா நடிகையா டி.வி.யில நடிக்கிறாங்களே அவங்க தானே?"

"ஆமா. அவளோட அம்மாவும் ஒரு நடிகைன்னு சொல்லியிருக்கா.. அம்மா பேரு வனிதாவாம்... சிவகுரு படம் எடுத்து பாதியில விட்டுட்ட படத்தில நடிச்சவளா இருக்குமா?"

"அடடா... இன்னா இன்வால்வ்மெண்ட்டுடா உனுக்கு.. விசாரிச்சுப் பாக்கலாம்?" என்றேன்.

"தமிழ்... அவளா இருந்தா.. சிவகுரு எடுத்த படத்தில அவளை இப்ப நடிக்க வெச்சி.. அந்தப் படத்தையே ரீமிக்ஸ் பண்ணிடலாம்" என்று கண் சிமிட்டிச் சிரித்தான் பிரபாஷ்.

புத்தாயிரம் முதல் பத்து...

1

நியூயார்க்கின் வெயில் வேறுவிதமானது. மண் வேறு. காற்று வேறு. அது நிச்சயமாக சென்னையை நினைவுபடுத்துவதாக இல்லை. இதன் நிறமும் சுவையும்கூட வேறுபட்டிருந்தது. பொதுவான சில மனித அம்சங்கள் தவிர, அவர்கள் தலையசைப்பது, ஏற்றுக்கொள்வது, வெறுப்பது போன்றவையும் வித்தியாச பாவனைகளாக இருந்தன.

ஒரு இந்தியன் அத்தகைய சூழ்நிலையில் வசிக்க நேர்வது பொறுத்த மற்றதாக இருந்தது. தமிழ்ச்செல்வன் அதை வேறு மாதிரி யோசித்தான். இந்தப் பொருத்தமின்மை இந்தியர்களின் சிந்தனை மரபில் புதிய கிளையைப் பரப்புவதைப் பார்த்தான். நியூயார்க்கில் பெரும்பாலும் பிராமணர்கள் வீட்டில் பிராமணர்களாகத் தங்களைத் தக்க வைத்துக்கொள்ள பிரயத்தனப்பட்டார்கள். பிள்ளையார் சதுர்த்திக்கு விநாயகர் அகவல் வாசிக்கிற நிகழ்வும் ஆவணி ஆவிட்டம் வந்தால் பூணூல் மாற்றிக்கொள்வதும் ஒரு சடங்காக நிகழ்த்தினார்கள். மற்ற நாட்களில் டேட்டிங், ஜீன்ஸ் பேண்ட் என்று சுழலும் பெண்கள், கிளீவ்லேண்ட் தியாகராஜ ஆராதனையில் “எந்துக்கு ராமுடு ஈ ஜீவிடு” என்று பாடினார்கள். நெளிவு இல்லாமல் தட்டையான நாக்கில் ஆங்கிலம் பேசினார்கள். அமெரிக்கா, இந்தியா இரண்டும் கலந்த மிக்ஸர் பொட்டலம்போல இருந்தார்கள். பிராமணர்களுக்கு மட்டும் எங்கு போனாலும் அந்த இடத்துக்குத் தகவமைந்துகொண்டு வீட்டில் பழைய கலாசாரத்தை ஊறுகாய் மாதிரி பேணிக்கொள்ள முடிந்தது அவனுக்கு ஆச்சர்யமாக இருந்தது. மிக்ஸர் மனிதர்கள்.

குழந்தையாக இருந்தபோது இலையில் கட்டிய பொட்டலமாக பம்பாய் லக்கடி, காராசேவு, ஓம்பொடி, காராபூந்தி எல்லாம் ஸ்வீட் ஸ்டால்களில் விற்பதைப் பார்த்திருக்கிறான். அதில் மிக்ஸர் பொட்டலம் தமிழ்ச் செல்வனின் பிடித்த ஐட்டம். மயிலாப்பூர் ராமகிருஷ்ணா மடத்துக்குப் பக்கத்தில் அப்போது ஒரு கடை இருந்தது. ஒவ்வொரு வாய் உள்ளே போகும்போதும் அந்த மிக்ஸர் தரும் சுவை அலாதியானது. உப்பாக ஒரு சுவை, மைதாவும் இனிப்பும் கலந்து முறுமுறுப்பாக ஒரு சுவை, கூடவே ஓம்பொடியின் குச்சி குச்சியான நடமாட்டத்தை நாக்கு அசைத்துத் தள்ளும். எதிர்பார்க்காத நேரத்தில் எதிர்பார்க்காத சுவையாகத் தந்துகொண்டிருக்கும். அந்த மாதிரி மிக்ஸரை இலையில் கட்டிய பொட்டலத்தை அதன் பிறகு அவனால் எங்கும் காண இயலவில்லை. எல்லா இடத்திலும் ப்ளாஸ்டிக் ஆக்ரமித்து, துணிக் கடை, ஸ்வீட் கடை, கம்ப்யூட்டர் கடை, சாம்பார் சட்னி வாங்க எல்லாவற்றுக்கும் ப்ளாஸ்டிக் வந்த பின்பு, ஒவ்வொரு பொருளுக்கும் ஒவ்வொரு விதமான பைகளில் பொருள் வாங்கும் போக்கு மறைந்துவிட்டது. எல்லாம் ஒரே மயம். ஒயர் கூடை, துணிப் பை, சாக்குப் பை, மூங்கில் கூடை, அட்டைப் பெட்டி, காகிதப்பை எல்லாம் ஓடி ஒளிந்துகொண்டன. மந்தாரை இலைப் பொட்டலம் காணாமல் போனது அவனுக்கு ஏக்கமாக இருந்தது. அமெரிக்கா வந்து சேர்ந்ததிலிருந்தே அவனுக்கு இந்திய ஏக்கம் தொற்றிக்கொண்டது.

குறிப்பாக மயிலாப்பூர், ஜெகநாதபுரம் பற்றிய நினைவுகள்.

கூகுள் புரோக்ராம் டிவிஷனில் வேலை. ஆன்லைனிலேயே டெஸ்ட் வைத்து ஆன் லைனிலேயே அபாய்ன்மென்ட் ஆர்டர் அனுப்பி, விசா, மைக்ரேஷன் சர்டிபிகேட், கான்ட்ராக்ட் பேப்பர் எல்லாம் பத்தே நாளில் தயாராகி, இரண்டாயிரத்து எட்டில் நியூயார்க் வந்து இறங்கியபோது "எல்லாரும் ஆள் குறைப்பு காரணமா இந்தியாவுக்குத் திரும்பிக்கொண்டிருக்கும்போது எதிர் நீச்சல்போட்டு வந்திருக்கே.. நல்வரவு" என்று வரவேற்றவன் பிரபாஷ். தமிழ்நாட்டுப் பிராமணப் பையன். பூணூல் போட்டிருப்பதைத் தவிர பிற மனிதர்களுக்கும் அவனுக்கும் வேறு வித்தியாசம் இல்லை. அதை இழுத்துக் காண்பித்து கிராஸ் பெல்ட் என்று சொல்லிக்கொள்ளுவான்.

"ஐ லைக் பெரியார் யூ நோ... புரோகிரஸிவ் மேன்.. என்ன.. கொஞ்சம் முன்னாடி பொறந்துட்டாரு.. அவர் இறந்து இத்தனை வருஷம் ஆகியும் அவரை நம்மால பீட் பண்ணமுடியலையே? எங்களைத் திட் றதுக்கு ரொம்ப கஷ்டப்பட்டுட்டாரு.. இப்ப இருந்திருந்தாருனா.. எங்களைத் திட்டியிருக்க மாட்டாரு.. உங்களைத்தான் திட்டியிருப்பாரு.. ஒருத்தனோட ஒருத்தன் அடிச்சிக்றாங்க.. என் சாதிதான் பெருசு.. உன் சாதிதான் பெருசுனு.. மோர் ஆர் லஸ் எல்லா சாதிக்காரனும் ஒரு கட்சி வெச்சிருக்கான்னு நினைக்கிறேன்.. சண்டை போட்டுக்கி றதுக்கு... அரசியல்வாதிங்க கிட்ட பொறுக்கித் தின்றதுக்கு" என்றான். தெளிவாக இருந்தான். அவன் எல்லா சார்பிலிருந்தும் விலகி உலக

மனிதன்போலப் பேசினான்.

"அப்புறம் எதுக்குடா பூணூல்?" என்றால்.. "முதுகு சொறியறதுக்குன்னு வெச்சுக்கயேன்" என்றான். "அப்பாவுடைய ஆசை... இருந்துட்டுப் போவட்டுமே?" கண் சிமிட்டினான்.

"ஒண்ணு சொல்லட்டா.. இந்து மதத்தில நாத்திகவாதம்னும் ஒரு பிரிவு இருக்கு.. கடவுள் இல்லைனு சொன்ன ரிஷியெல்லாம் இருந்திருக்கா.. எங்கப்பாகிட்ட கேட்டா இன்னும் தெளிவா சொல்லுவாரு. பெரியாரு அப்படி ஒரு ரிஷிதான்.. இஸ்லாத்திலயோ, புத்த மதத்திலயோ சேரல பாரு. அவர் கேள்வி கேட்டதெல்லாம் இந்து மதத்ததான்... வேதங்கள அப்படியே ஏத்துக்கணும்னு அவசியமில்லைன்னு இந்து மதத்துல ஒரு பிரிவு இருக்குதே. அந்தப் பிரிவுதான் அவரு... அஃப் கோர்ஸ் இது என்னோட ஒபினியன்... சாமிய வெச்சிப் பொழைப்பு நடத்திறவன் வேணும்னா பெரியாரைத் திட்டுவான்.. யோசிச்சுப் பார்த்தா.. வெரி பிரில்லியன்ட் அவரு.. டெஸ்ட் ட்யூப் குழந்தை பத்தி சொல்லியிருக்காரு... பொம்பளைங்களப் பத்தி அவர் கவலைப்பட்ட மாதிரி இந்தியாவுல வேறெந்தத் தலைவரும் கவலைப்பட்டதில்ல தெரியுமா?" - பிரபாஷ் வாயால் கேட்கும்போது பெருமையாக இருந்தது. தாத்தா, அப்பா, மாமா என்று எல்லோரும் சொன்ன விஷயம்தான். பெரியார் திடலில் ராமதாஸ் தமிழர் தன்னுரிமை மாநாடு நடத்துகிறார் என்று அப்பாவுடன் சென்றான் தமிழ்ச் செல்வன்.

தமிழர்கள் எப்படிச் சாதி வாரியாக இழிவுபடுத்தப்பட்டிருக்கின்றனர் என்று ஓவியக் கண்காட்சி வைத்திருந்தார்கள். தமிழ்ச்செல்வனுக்குப் பிடித்திருந்த அம்சம் அதுதான்.

ராஜீவ் காந்தி இறந்து தமிழ்நாடே தாழ்த்தப்பட்ட மாநிலம் போல பாவிக்கப்பட்டிருந்த நேரம். துணிச்சலாக தமிழ் தேசியம் பேசும் ஒரு மாநாட்டை ராமதாஸ் நடத்தியது பெருமையாக இருந்தது. "பரவால்ல இந்த ஆளு ஒருத்தனாவது வாயைத் திறந்து பேசறானே?" என்று பாலு அங்கிருந்த அவருடைய நண்பரிடம் சொன்னார்.

கிசுகிசுத்த குரலில் அவர் "ராமதாஸ் சாதியில நம்மளவன் தெரியுமா?" என்றபோது அப்பா முகத்தில் வெறுப்பு பொங்கியதை தமிழ் பார்த்தான்.

"நான் சொல்றது உனுக்கு வெறுப்பாத்தான் இருக்கும். ஒண்ணு சொல்றேன் கேட்டுக்கோ... வன்னியன் எவனுக்கும் சுயபுத்தி கெடையாது. சொல்புத்தி மட்டும்தான். ஷத்ரியன்தானே? அவன வெட்டுடான்னா வெட்டுவான். ஒரு தொழில் தெரியுமா அவனுக்கு சொந்தமா? ஆசாரிக்கு ஒரு தொழில் இருக்குது... செட்டியாருக்கு ஒரு தொழில். நாடானுங்க கடை வெக்கிறானுங்க... பாப்பானுங்க ஒடம்பு நோகாத வேலை எதுவோ அதைச் செய்வானுங்க... வெள்ளாளனுக்கு வெவசாயம்... நம்மாளவனுக்குக் கூலி வேலை செய்றது புடிக்கும். எவனாவது ஆணையிட்டா அத செஞ்சு முடிப்பான்... ஒண்ணு, ரெண்டு இதல தப்பியிருக்கலாம்... சேரி ஆளுக்கு அடுத்தபடியா

உருப்படாம இருக்கிற கூட்டம் இதுதான்” என்றார்.

பிரபாஷ் ஒரு தரம் தமிழ்ச்செல்வனை அவனுடைய கிரீன்வேலி அப்பார்ட்மெண்ட்டுக்கு அழைத்துப் போனான். அமெரிக்க மேட்டுக்குடியினர் வசிக்கும் பகுதிதான் அது. கார் பார்க்கிங் எல்லாம் பதினைந்தாவது மாடியில் இருந்தது. பென்ஸ் வைத்திருந்தான். அவனுடைய அண்ணனும் நீண்ட நாளாக சாஃப்ட்வேரில் இருப்பதால் இது சாத்தியமானது. சட்டைப் பாக்கெட்டில் வைத்துக்கொள்ளக் கூடிய அளவுக்குச் சின்ன நாய்க்குட்டி வைத்திருந்தான். போன்சாய் விலங்கு. இந்திய மதிப்பில் ஒரு லட்சத்துக்கு மேலே விலை சொன்னான். பிரபாஷின் அப்பா அமெரிக்காவில் எங்கே விபூதி கிடைக்கிறது என்று ஆச்சர்யம் ஏற்படுத்தினார்.

“விபூதி கொண்டாந்தா ஒவ்வொரு தரம் விட்டுர்றான்... ஒவ்வொரு தரம் ஆந்த்ராக்ஸானு உக்கார வெச்சுட்றான்.. எதுக்கு வம்புனு மொகத்துக்கு அப்பிக்கிற பவுடரையே தீட்டிக்கிறேன்.. எல்லாத்தையும் மாத்திட்டான்... வொயின் சாப்பிட்டாத்தான் உயிர் பொழைப்பே அடிக்கிற குளுருக்குனு அதைப் பழக்கிவிட்டுட்டான்... எக் சைவம் தான்னு தலையில கட்டிட்டான்... கேக்கு, பிஸ்கட் எல்லாத்திலயும் தான் முட்டைய பிழிஞ்சு விட்டுர்றானே.. கண்றாவி சாப்பிட்டுத் தொலைக்க வேண்டியத்தான்” என்று வெளிப்படையாகப் பேசினார்.

அண்ணனுக்குக் கல்யாணமாகியிருந்தது. காதில் பாப் மியூசிக் கேட்டுக்கொண்டே விருந்தோம்பும் பழக்கத்தில் பிரிட்ஜில் இருந்து கோக்கை “கேட்ச்” என்று வீசிவிட்டுப் போனாள் அவன் அண்ணி.

மாமனாருக்கு ஒரு ஹாய் சொன்னாள். “இவ பொறந்ததே இங்க தான்.. மாமனார்னு இல்ல.. வயசுல பெரியவர்னு ஒரு மரியாதை வெச்சிருக்கா.. நீ எந்த ஊரு?”

“மயிலாப்பூர்..”

“அப்பிடியா? அங்க எங்க?” பவு கமாகவும் நெருங்கி வந்தார். “விவேகானந்தா காலேஜ் பக்கம்”

“ஆமாமாம்.. ஐயர் பசங்க காலேஜ்னு அங்க சேரலைனு சொன்னான்...”

“ஐய்யய்யோ நா இல்ல.. எங்கப்பா.. பச்சையப்பாஸ்லதான் படிப்பேன்னு அடம்பிடிச்சார்னு சொன்னேன். தி.மு.க.காரர்” “ஓ.. உன்னை கம்ப்பல் பண்ணலையா?”

“நா படிக்க வந்த காலத்தில கொஞ்சம் நிலமைய புரிஞ்சுக்கிட்டாரு..” தமிழ்ச்செல்வன் சிரித்தான்.

பிரபாஷின் அப்பா சீரியஸாக முகத்தை வைத்துக்கொண்டு கீழ் உதட்டைப் பற்களால் கவ்வி யோசித்துக்கொண்டிருந்தார்.

“சட்டசபை எங்க கையில இல்ல, நீதித் துறை எங்க கையில இல்ல,

நிர்வாகமும் எங்க கையில இல்ல... பாப்பான் ஒக்காந்திருந்த இட மெல்லாம் இப்ப அவங்க கையில.. ராஜாஜி இல்ல, வக்கீல் வரதாச்சாரி இல்ல, கலெக்டர் காமேஷ்வரன் இல்ல.. ஆமாவா? இல்லையா?"

அதான் ஜெயலலிதா இருக்காங்களே.. என்று சொல்ல நினைத்தான். மத்தியில் நிரந்தரமாக பண்டிட் ஆட்சிதானே?.. என்றும் யோசித்தான். இப்போது அப்படிச் சொல்லுவதும் சரியில்லை. ஆன்டானியோ கான் ஆட்சி.. அவருடைய கேள்விக்குப் பதில் சொல்வதற்கு நீண்ட நேரம் எடுத்துக்கொள்கிற பிரக்ஞை ஏற்பட்டு, பொதுவாக "அதுசரி" என்று மட்டும் சொன்னான் தமிழ்ச்செல்வன்.

மனதைப் படிப்பவர் மாதிரி சொன்னார்.

"ஜெயலலிதா பிராமின்தானேனு சொல்லலாம். அந்தம்மாவே 'நான் ஒரு பிராமின்'னு சொல்லிக்கலாம் பெருமையா. ஆனா சங்கராச்சாரிய அரெஸ்ட் பண்ண முடியுதே.. கலைஞரால முடியுமா? எதுக்குச் சொல்றேன்னா கம்யூனலா யோசிக்கிறது போய் இப்ப சுயநலமா யோசிக்கிறாங்க.. இல்லையா?"

தமிழ்ச்செல்வன் சிரித்தான்.

"எங்களைத்தான் நாட்டைவுட்டே வெரட்டி அடிச்சிட்டாங்களே.. இந்த கோட்டா, அந்த கோட்டா, ரிஸர்வேஷன்னு.. செரி அதவுடு... ஷேமமாத்தான் இருக்கோம். இல்லாட்டி போனா அங்கத்தான் கோயில்ல மணி ஆட்டிக்கிட்டு இருக்கணும்.. அம்மாவும் பெரியார் கட்சியா?"

"இல்ல.. பேருதான் நாகம்மா.. சாய்பாபா பக்தையாய்ட்டாங்க.. அவங்க தம்பிக்கு அடிபட்ட பின்னாடி.."

"என்ன அடி?"

தமிழ்ச்செல்வனுக்குச் சொல்லலாமா வேண்டாமா என்று யோசனை யாக இருந்தது. தமிழ்நாட்டில் இதைச் சொல்லிக்கொள்கிற விஷயமாக அவன் நினைத்ததில்லை. யாரிடமும் சொல்லக்கூடாது என்றுதான் கட்டளை இட்டிருந்தார்கள்.

"மாமா கொஞ்சம் டைகர்ஸ் ஆதரவா இருந்தாரு. ராஜீவ் காந்தி அஸாஸினேஷனுக்கு அப்புறம் அவரோட இருந்தவங்கல்லாம் ஒதுங்கிக்கிட்டாங்க.. வெரம் பத்தாம ஏதோ மேடையில பேசிட்டாரு. தமிழ்ப் பெண்களின் கற்பைச் சூறையாடிய இந்திய ராணுவமே டைப்ல ஏதோ.. அதுக்குக் கொஞ்ச நாள் முன்னாடி 'கற்பு என்ன அவ்வளவு பெரிய விஷயமா'ன்னு சோ பேசினதுக்குப் பதிலடி கொடுக் கறதா நினைச்சுப் பேசிட்டாரு.. அது பிரச்சினையா போச்சு... க்யூ பிராஞ்ச்லருந்து விசாரணைக்கு வந்துட்டாங்க.. சுப.வீ.கூட நெருக்கம் வேற. அவரை பொடாவுல போட்டுடவே கிலியாகிப் போச்சி இவருக்கு. மாமாவுக்குக் கல்யாணமாகி ஆறு மாசம்கூட ஆகலை.. ஜெயில்ல கொண்டு போய் சித்ரவதை பண்ணப் போறாங்கன்னு பயந்துட்டாரு..

ஒழுங்கா விஷயத்தைச் சொல்லியிருந்தா ஒரு பிரச்சினையும் இருந்திருக்காது.. அப்ப எல்லாரும் மேடையில பேசிக்கிட்டிருந்த விஷயம்தான்.. ஏதாவது பொய் கேஸு போட்டு உள்ள தள்ளிடுவாங்கன்னு பயந்துட்டாரு."

"பிரபாகரன் செரி கிடையாதுப்பா.. கூட இருந்த ஆளுகளைக்கூட கொன்னுட்டானே.. அப்பவே அவன்மேல மரியாதை போச்சி.. ராஜீவ் விஷயத்தில மன்னிக்கவே முடியாது.. அது ஒரு துன்பியல் நாடகம்னா சரியா போச்சா?.. ம்...?" என்றார் பரிதாபமாக முகத்தை வைத்துக் கொண்டு.

"ஊர்ல கிணத்துல குதிச்சிட்டாரு.. எல்லாம் எண்பதடி, தொண்ணூறு அடி கெணறு.. சுத்தமா தண்ணி இருக்காது... அதுக்குக் கீழ போர் போட்டுத்தான் தண்ணி எடுப்பாங்க.. ஆத்து மணல அள்ளிட்டானுங்க.. தண்ணி பாதாளத்துக்குப் போயிடுச்சி.. மாமாவுக்குத் தலையில நல்ல அடி.. சுயநினைவே இல்லாமப் போய்ட்டாரு.. பத்து வருஷத்துக்கு மேல ஆய்டுச்சு. ஏதோ நடமாடிக்கிட்டு இருக்காரு.. அவரையே அவருக்குத் தெரியாது. அதான்... என்னமோ கேட்டீங்க.. இந்தக் கதைய சொல்லிட்டேன்.."

"அதான்.. அம்மாவப்பத்தி கேட்டேன்."

"இப்ப சாய்பாபா கோயில்தான் கதி.. பாவம்! தம்பி மேல ரொம்ப பாசம் அவங்களுக்கு.. மயிலாப்பூர்ல வந்துதான் படிச்சாரு.. பச்சயப் பாஸ்ல. சொந்த சாதியில கட்டிக்க மாட்டேன்னு கூட படிச்ச ஷெட்யூல் காஸ்ட் பொண்ணத்தான் கட்டிக்கிட்டாரு.. ஒரு கொழந்த இருக்குது.."

அவர் பரிதாபப்பட்டார்.. ஆழ்ந்த சிந்தனை வயப்பட்டவராக இருந்தார். தமிழ்ச்செல்வனும் பிரபாஷும் புறப்பட இருந்த நேரத்தில் "இந்தியாவுல சுதந்திரப் போராட்டத்தில உசிர விட்டாப்ல எத்தனையோ லட்சியத்துக்கு உசிர விட்டுக்கிட்டுத்தான் இருக்காங்க.. எது சரினு யார் சொல்றது?" என்றார் ஆங்கிலத்தில்.

"இந்தியா பல நூற்றாண்டுகளையும் நிறைய சம்பவங்களையும் கொண்ட தொகுப்பு. இதுவரை ஆண்ட யாராலும் இதை முழுமையாகப் புரிந்துகொள்ள முடிஞ்சதில்லை. விவேகானந்தர் சொன்னது போல கிணற்றுத்தவளை சமுத்திரத்தை அளந்த கதையாகத்தான் முடிந்திருக்கிறது எல்லாம்" என்றார் வாசல்வரை வந்தபடி.

"போதும் விடுப்பா அவனை" என்றார் பிரபாஷ்.

2

அதிகாலை மூன்று மணிக்கு லட்சுமண ரெட்டியாருக்கு முழிப்புத் தட்டியது.

எங்கே இருக்கிறோம் என்று வெறித்துப் பார்த்தார். இடம் புலப்படு வதற்கு முன்னால் வாசனை காட்டிக் கொடுத்துவிட்டது. ஆஸ்பத்திரி. இந்த வாசனை அவருக்குப் பிடிப்பதே இல்லை. மயங்கி விழுந்தால், ஜுரம் வந்தால் இங்கே தூக்கிக்கொண்டு வந்து போட்டுவிடுகிறார்கள். காப்பற்றுகிற இடமாகத் தெரியவில்லை. எதற்குத் தன்னைக் காப்பாற்ற நினைக்கிறார்கள் என்றும் அவருக்கு யோசனையாக இருந்தது. எழுந்து சுதாரித்து தாம் யார் என்ற பிரக்ஞை ஏற்படுவதற்கே சிரமப்படுகிற ஆளைக் காப்பாற்றுவது ஏதற்கு? சொன்னால் பெண்கள் இருவருமே கேட்பதில்லை. கண்ணம்மாவுக்குப் பாசம் அப்படி. கூட்டி வந்து தன் வீட்டிலேயே இரண்டு மாசமாக வைத்துக்கொண்டாள். அவசரத்துக்கு ஆஸ்பத்திரி போவதற்கு இங்க இருந்தாத்தான் வசதி என்று. பூந்தமல்லியில் அப்படி என்ன வசதி இருக்கப்போகிறதோ என்றுதான் நினைத்தார். பளிங்குக் கல் போட்டு இழைத்து வைத்திருக் கும் ஆஸ்பத்திரிதான்.

கட்டிலிலிருந்து காலைக் கீழே இறக்க கைகளின் உதவி தேவையாக இருந்தது. ஒவ்வொரு காலாக எடுத்து இடப்புறம் கட்டிலிருந்து கீழே தொங்கவிட்டார். காலைத் தரையில் ஊனும் நேரத்தில் விசாலாட் சியைப் பார்த்தார். அவள் வெறும் தரையில் சுருண்டு படுத்துக்

கிடந்தாள். அதட்டி போர்வை விரித்துப் படுக்கச் சொல்லலாம் என்று நினைத்தார். அவள் கேட்கப்போவதில்லை என்று நிறுத்திக் கொண்டார்.

அறையிலேயே பாத்ரூம் இருந்தது. ஒன்றுக்காவது போவோம் என்று நினைத்தார். வேறு என்னதான் முடிகிறது? முதன்முதலாக மாமனார் வீட்டுக்குப் போனது ஞாபகம் வந்தது. மாமனாரின் பேச்சில் இருந்து விடுபட்டு வெளியே ஒரு நடை போய்விட்டு வந்தார். வந்தவர் அமைதியாக வீட்டில் உட்கார்ந்தார். மீண்டும் ஒரு நடை போனார். ஆட்டுத்தொட்டி வரை மக்கள் நடமாட்டம் அதிகமாகவே இருந்தது. மீண்டும் வந்து உட்கார்ந்தார். மாப்பிள்ளை எங்கே அடிக்கடி போய்விட்டு வருகிறார் என்று புரியவில்லை. பீடி கீடி பிடிப்பாரோ என்று சந்தேகப்பட்டிருப்பார். பீடி நாத்தம் ஏதும் வராததால் அவருக்கு வெறென்னவெல்லாமோ கற்பனை ஓடி அடங்கியிருக்க வேண்டும்.

மாப்பிள்ளை முகம் தவித்துப்போயிருந்தது. அடுத்த முறை மாப்பிள்ளை வெளியில் கிளம்ப எத்தனித்தபோது “என்ன மாப்பிள்ள எங்க கெளம்பிட்டீங்க?” என்றார்.

“ஒண்ணுக்குப் போவணும். வெளிய போனா ரொம்ப நடமாட்டமா இருக்குது..” என்றார் ரகசிய குரலில்.

“அட சாமி.. ஏம்மா இதெல்லாம் சொல்றதில்லையா?” என்று விசாலாட்சியைக் கேட்டுவிட்டு, “வீட்டுக்கு நுழையும்போதே வெளிய சைக்கிள் பக்கத்துல ஒரு கதவு இருக்குதில்ல..? அதுவுள்ள போங்க” அதுக்குள்ள போனா பேக்கடைக்குப் போக வழி இருக்கும் என்றுதான் நினைத்துப் போனார். அந்த அறைக் கதவைத் திறந்ததுமே முடிந்து விட்டது. விசாலாட்சிதான் ஓடிவந்து “இதில போய்ட்டு தண்ணி ஊத்திட்டு வந்துடு” என்றாள்.

போய்விட்டு தண்ணீர் ஊற்றிவிட்டு வந்து மீண்டும் படுக்கையில் சாய்ந்தார். பல்லெல்லாம் ஜிலுஜிலுவென்று வலித்தது. கம்பளி எடுத்துப் போர்த்திக்கொண்டார்.

“தூக்கத்துல தனாவோ.. குனாவோ.. என்னமோ சொன்னியே இன்னாது?” விசாலாட்சி எழுந்து உட்கார்ந்து முந்தானையை இறுக்கிக் கொண்டு கேட்டாள்.

காது எங்கே சரியாகக் கேட்கிறது?

“இன்னாடி சொல்றே.. உள்ளயே இழுத்துக்குனு போனா எனக்கு ஒண்ணும் கேக்க மாட்டன்து..”

“க்கும்.. கேக்காகாட்டி படுத்துக்குனு தூங்கு.. அத தெரிஞ்சுக்கலைனா இப்ப ஒண்ணும் குடிமுழுவிடாது..” மீண்டும் படுத்துக்கொண்டாள்.

“ஒடம்பு இப்ப பரவால்ல.. காலைல வீட்டுக்குப் போயிட்லாம்” என்றார் லட்சுமண ரெட்டியார்.

"நம்ம வூட்டுக்கா, பொண்ணு வூட்டுக்கா?"

"வூடுன்னா, நம்ம வூட்டுக்குப் போறதத்தான் சொல்றேன்.. பின்ன?"

தேவகிதான் வீட்டைக் கட்டி மல்லுக் கட்டிக்கொண்டிருந்தாள். புருஷனைப் பார்த்துக்கொண்டு பதினைந்து வருஷம் ஓட்டிவிட்டாள். எப்போதாவது கண்ணைத் திறந்து பார்க்கிறான். சூன்ய பார்வை. உன்னைத் தெரிகிறது என்கிறானா, சும்மா பார்க்கிறானா என்பதைப் புரிந்துகொள்ளவே முடியாது. நாற்காலி, கட்டில், தேவகி எல்லாவற்றையும் சமமாக ஒரு பார்வை பார்ப்பான். ஏதோ பேச நினைத்து சப்திப்பான். நடப்பதாக நினைத்துப் பாதங்களை இழுத்து இழுத்து வைப்பான்.

குழந்தை ராஜேஷ் இப்போது ஒன்பதாம் கிளாஸுக்கு வந்துவிட்டான். அப்பாவை அவனுக்குப் படுக்கையில் இருக்கும் ஒரு அடையாள மாகத்தான் தெரியும். ராஜேஷ் என்று பெயர் வைத்தபோது லட்சுமண ரெட்டியாருக்கு நாராசமாகத்தான் இருந்தது. அவர் ஒன்றும் சொல்லவில்லை. அமைதியாக இருந்துவிட்டார்.

விசாலாட்சி வந்த களைப்பில் ஹாலிலேயே பாயில் சுருண்டு கிடந்தாள். லட்சுமண ரெட்டியார் ஈஸிசேரில் கண்களை மூடிக் கிடந்தார். தேவகி சமையல்கட்டில் இருந்தாள். டி.வி.யின் சானல்களைப் புரட்டிப் பார்த்துவிட்டு, வெறுப்பேற்றிய ஒரு சானலில் அப்படியே விட்டுவிட்டு வெளியே ஓடினான் ராஜேஷ். டி.வி. மட்டும் ஓடிக் கொண்டிருந்தது.

தேவகிக்கு இதுதான் என்ற விருப்பம் எதுவும் இருக்கவில்லை. ஓடிக்கொண்டிருந்த சானலையே வெறுமையாகப் பார்த்துக் கொண்டிருந்தாள்.

படுக்கையில் இருக்கும் கணவனைப் புரட்டிப் படுக்க வைத்து வெந்நீர் ஒத்தடம் கொடுத்துத் துடைப்பது, பவுடர் போடுவது என்று அவளுக்கு வாய்த்த வாழ்க்கை. கல்லூரியில் கிருஷ்ணப்ரியாவை உதறிவிட்டு தேவகியை மணப்பதற்கு நடராஜனுக்கு ஒரு காரணம் மட்டுமே இருந்தது. 'பாப்பாரமூட்டு பொண்ணு தகாது' என்று மனசு அவனைத் தடுத்துவிட்டது. அதன் எதிர்வினையாக தேவகியை நேசிக்க முடிந்தது. இது தேவகிக்கு நன்றாகவே தெரியும். ஏன்.. கிருஷ்ணப்ரியாவுக்கும் தெரியும். இந்தப் பத்தாண்டுகளில் அவனுடன் படித்தவர்களில் வருஷத்துக்கு ஒரு முறையாவது வந்து பார்த்துவிட்டுப் போகிறவளாக அவள் மட்டுமே இருந்தாள். அவனுக்குப் பிடித்ததெல்லாம் அவளுக்குப் பிடித்திருக்கவில்லை என்றாலும், அவனுடைய பிடிவாதம் அவளுக்குப் பிடித்திருந்தது. யார் புதிதாக வந்தாலும் மலங்க மலங்கப் பார்த்துக் கொண்டிருப்பான்.

இந்தியா முழுக்கவே பிரபாகரனுக்கு ஆதரவாக இருந்த ஒரு காலம் தேவகிக்குத் தெரியும்.

ராஜீவ் காந்தி, இலங்கை கப்பல் படை அணிவகுப்பில் துப்பாக்கிக் கட்டையால் பின் மண்டையில் தாக்கப்பட்டு இறந்திருந்தால், நடராஜனுக்குத் தலையில் அடி ஏற்பட்டிருக்காது. இலங்கை அரசியல் காட்சிகள் வேறுவிதமாக மாறிப்போயிருக்கும். இன்றைக்கு இலங்கைத் தமிழினமே சீரழிந்து சின்னா பின்னமாகி வதைமுகாம்களில் கிடக்கிறது.

தேவகிக்கு இன்னொன்றும் நன்றாகத் தெரியும். மக்களுக்கு ஜெயிக்கிற கட்சிக்கு ஓட்டுப் போடுகிற மனப்பான்மை உண்டு. இலங்கைத் தமிழர்களுக்கு இனி வெற்றியில்லை என்று நினைத்தோ என்னவோ, காமெடி சானல் பார்க்க ஆரம்பித்துவிட்டார்கள்.

நடராஜன் அவ்வப்போது எழுந்து நடமாடுவான். நான்கைந்து தப்படிகள் வைப்பான். மீண்டும் படுக்கைக்கு வந்துவிடுவான். நடப்பதும் அவன் முயற்சி இல்லாமலேயே நடப்பது மாதிரி இருக்கும். யாரோ இயக்குவதுபோல இருக்கும் அந்த நடை. உதாரணத்துக்குக் காலை ஒரு எட்டு எடுத்து வைப்பதற்கு முன்பாகவே முன்னோக்கி நகர்ந்து விடுவான். அதனால் நிலைகுலைந்து கீழே சாய வேண்டியிருக்கும். வாசற்படியிலோ, அம்மிக் குழவி மீதோ, வாஷிங் மிஷின் மீதோ விழுந்து இன்னும் சிக்கலாகிவிடுமோ என்று பயமாக இருக்கும். சுவரையோ ஏதாவது கயிற்றையோதான் பிடித்துக்கொண்டு நடக்க வேண்டும் என்று டாக்டர் சொல்லியிருந்தார். தேவகிக்குப் புரிந்தது நடராஜனுக்குப் புரிய வேண்டுமே?

கோர்வையற்ற ஒலி. அதுதான் அவனுடைய பேச்சு. மற்றவர்கள் சொல்வதும்கூட கோர்வையில்லாமல்தான் காதில் விழுமோ என்னவோ.. புரிந்துகொள்வதாகத் தெரியவில்லை. பல நாட்கள் படுக்கையிலேயே இருப்பான். திடீரென்று எழுந்துகொள்ள விரும்புவான். சிறுநீர் கழிக்க வேண்டியிருந்தாலோ, மலம் கழிக்க வேண்டியிருந்தாலோ அறைக் கதவைச் சாத்தச் சொல்லுவான். அதற்கு ஒரு வினோத சப்தம் வைத்திருந்தான். 'ஹே பின்னு.. ஹே பின்னு' என்பான். அப்படியென்றால். கதவைச் சாத்துங்கள் என்று அர்த்தம். அவனே 'ஃபேனை' எடுத்து வைத்துக்கொள்வான். புத்தகங்களை எடுத்து மேலும் கீழுமாகப் பார்ப்பான். அவனால் வாசிக்க முடிவதில்லை என்பது அவன் புத்தகத்தைப் பார்க்கிற பார்வையிலிருந்தே தெரியும். ஆனால், புத்தகங்கள் முக்கியமானவை என்ற உணர்வு அவனுக்குள் இருந்தது. அதைப் பத்திரமாகக் கையாள்வதிலிருந்து மூளையில் ஏதோ ஒரு பகுதியின் விழிப்பை அறிய முடிந்தது. எதுவுமே தொடர் ஞாபகங்களாக இல்லாமல் துணுக்குகளாக இருந்தன. சிறுநீர் வந்தால், பசி எடுத்தால் ஏற்படும் நிகழ்வு சார்ந்த நினைவுகள். உடல் பிரயாசையால் உருவாக்கப்படும் ஞாபகங்களாக இருந்தன.

அவனுடைய தலைவர்கள், இயக்கங்கள், புத்தகங்கள் எதுவுமே அவன் நினைவில் இல்லை. நினைவில் இருந்து அதை வெளிப்படுத்து வதில்தான் அவனுக்குச் சிக்கல் இருந்ததா என்பதும் தெரியவில்லை.

தேவகி அவனையே பார்த்துக்கொண்டிருந்தாள். அவளை அவனுக்கு மனைவியாக ஞாபகம் வருமா என்பது அத்தனை உறுதியாகத் தெரியவில்லை.

அவனுடைய அப்பாவையோ, அம்மாவையோ அடையாளம் தெரிகிற அளவுக்குத் தம்மையும் தம் குழந்தையையும் அவனால் அடையாளப்படுத்த முடியவில்லை என்று நினைத்தாள். ரெட்டியாரும் தன் பையனைக் காப்பாற்ற எத்தனையோ ஆஸ்பத்திரிகளுக்குத் தூக்கிக்கொண்டு அலைந்து பார்த்துவிட்டார். ஐந்தாறு வருஷங்கள் ஆஸ்பத்திரியில்தான் கழிந்தன . தேவகியே பாதி டாக்டராகிவிட்டாள். ட்ரிப்ஸ் ஏற்றவும், மருந்துகள் கொடுக்கவும் சுத்தப்படுத்தவும் பழகிப் போனாள்.

செங்கல்பட்டில் அனுமந்தபுரத்துக்கு அருகே ஏதோ கிராமம் அவளுக்கு. பிறந்த வீட்டுக்கே வந்துவிடுமாறு கூப்பிட்டுப் பார்த்தார்கள். அவளுக்கு எங்கிருந்தாலும் ஒன்றுபோலத்தான் இருந்தது.

ரிஜிஸ்டர் ஆபீஸில் எந்த நேரத்திலும் நான் உன்னைக் கைவிட மாட்டேன் என்று நடராஜன் சொன்னான். அவளுடைய ஒரே பிடிமானம் அதுதான். அவன் உயிர் வாழ்ந்துகொண்டிருக்கும் வரை அவன் நம்மைக் கைவிடவில்லை என்று அர்த்தப்படுத்திக்கொண்டாள். இந்த நிலைமையிலும் அவன் தொடர்ந்து வாழ்ந்துகொண்டிருப்பதே தனக்காகத்தானோ என்றும் நினைத்தாள்.

சமையல் அறையில் ஏதோ கருகும் வாசனை உணர்ந்து உள்ளே ஓடினாள்.

நடராஜன் டி.வி.யை நோக்கமில்லாமல் பார்த்துக்கொண்டிருந்தான். அதன் வண்ணச் சலனங்கள் பொழுதெல்லாம் பார்த்துக் கொண்டிருக்கக் கூடியதாகத்தான் இருந்தது. யாரோ ஒரு மனிதன் தலையில் வெட்டுக் காயத்தோடு கிடப்பதை டி.வி.யில் காட்டிக் கொண்டிருந்தார்கள். வழக்கமான காட்சிகள் போலன்றி அதைத் திரும்பத் திரும்பக் காட்டிக்கொண்டிருந்தார்கள். நடராஜனை ஈர்க்கக் கூடியதாக இருந்தது அது. கட்டிலை விட்டிறங்கி நெருங்கிச் சென்று பார்த்தான். ஒரு நினைவை இன்னொரு நினைவால் கோர்க்க முடிந்தது. மின்னல் கீற்றுபோலத் தலைக்குள் ஒரு பாய்ச்சல்போல இருந்தது. வெட்டுப்பட்டு இருந்த மனிதனைஅவனால் நினைவுபடுத்த முடியும் என்று தோன்றியது. டி.வி.யில் காட்டப்படும் மனிதனையும் தம் ஞாபக இடுக்கில் புதையுண்டு போயிருந்த மனிதனையும் ஒப்பிட்டு இனம் காண முடிந்தது. வெகு காலங்களுக்குப் பிறகு அவன் முகத்தில் அதிர்ச்சியின் ரேகைகள்... முன்னால் தன் தந்தையும் தாயும் தூங்கிக் கொண்டிருப்பதைப் பார்த்தான். ஒருவன் வெட்டுப்பட்டு இறந்து கிடக்கும்போது எப்படி இவர்களால் தூங்கமுடிகிறது என்பது அவன் இறந்துபோனதை விட பேரதிர்ச்சியாக இருந்தது.

யுகங்கள் கடந்த விழிப்பே போல் அவன் தடுமாறிப் பார்த்தான்.

தமிழ்மகன் | 373

ஊழி இருள் விலகியதுபோல இருந்தது. அணை உடைந்து... காய்ந்து வெடித்த பள்ளங்களில் வெள்ளம் பாய்வதுபோல அவன் ஞாபக வெடிப்புகள் நிறைந்துகொண்டிருந்தன.

அவனால் தொடர்ந்து நிற்க முடியவில்லை. கால்களில் நடுக்கம். மீண்டும் கட்டிலில் வந்து படுத்தான். அவன் கண்களில் நீர் வழிந்து கொண்டிருந்தது.

புத்தாயிரம் - 2009

ஏர்போர்ட்டில் கனிமொழி தில்லி விமானத்திற்காக காத்திருப்பதைப் பார்த்தோம். மிகவும் எளிமையாக இருந்தார்.

"மினிஸ்டர்தானே?" என்றான் பிரபாஷ்.

"அழகிரிதான் மினிஸ்டர்" என்றேன்.

விமானம் மேலெழுந்தபோது கட்டடங்கள் மறைந்து, கடல் மறைந்து மேகப் பொதி மட்டும் தெரிந்தது.

மனிதர்கள் ஏற்படுத்தும் தடயங்களைக் காலம் அரித்து நிர்மூலமாக்கும் அழகிய விளையாட்டை நினைத்துக்கொண்டேன். பற்றில்லாமல் பறந்துகொண்டிருந்தது விமானம். "வைகோ பெசாமா இங்கயே இருந்திருக்கலாம், தமிழ்."

"எங்கயே இருந்திருக்கலாம்.\? பெசாம தூங்குடா" என்று பெர்னாண்டஸைத் தூங்க வைத்தான் பிரபாஷ்.

சென்னை செங்கையில் சில பிரயோகங்கள்

அதனம் பண்ணாதே	-	அதிகமாகச் செலவழிக்காதே
ஆனவரைக்கும்[1]	-	முடிந்தவரைக்கும்
ஜவுரிக்கினு	-	எடுத்துக்கொண்டு
உசிர்கோல்	-	சுருக்குக் கயிறு
ஒட்ட சாப்புடு	-	மீதம் வைக்காமல் சாப்பிடு
ஒப்பிடி	-	அறுவடையான பயிரை நெல் அடித்துச் சீராக்குவது
கதனைகதனையா	-	துண்டுத் துண்டாக
கரம்பு	-	பயிர் செய்யப்படாத நிலம்
கிரிமிட்	-	அக்ரிமென்ட்
கீனி எடுத்தான்	-	கீறி எடுத்தான்
குதுரிபோச்சு	-	அமைந்துவிட்டது
கேவுராங்காட்டியம்	-	கேழ்வரகாக இருந்தால்
கொட்டி	-	ஆண்மையற்றவன்
கொனையில் (கொனை கிளை)	-	நுனியில்
சாவகாசமா	-	நிதானமாக
சிக்கலக்கா	-	கிச்சுகிச்சு மூட்டுதல்
செவபடுத்தி வை	-	சுத்தப்படுத்தி வை
சொச்சமா	-	சுத்தமாக
தொளுப்பிட்டான்	-	கலக்கிட்டான்
தாராக்காம	-	தொலைத்துவிடாமல்
திரவுஸு	-	திறமை
திரியடிக்காதே	-	சுற்றியடிக்காதே
தெளிக்க ஒக்காந்தான்	-	பட்டும் படாமல் உட்கார்ந்தான்
தெனத்திக்கும்	-	தினமும்
நவுரு	-	நகர்ந்து செல்
நீசல் குட்டை	-	கோவணம்
நெக்கித் தள்ளு	-	பிடித்துத் தள்ளு
நெய்னா	-	அப்பா
பிச்சாந்து	-	பிய்த்துக்கொண்டுவந்து
பெந்நெய்னா	-	பெரியப்பா
பெருதனக்காரர்	-	குடும்ப வரவு, செலவு பார்ப்பவர்
மத்தன்	-	மந்தமானவன்
மத்தி	-	மந்தமானவள்
மஜிலு	-	சாரையாக மாட்டுவண்டி செல்லுதல்
மெத்தாதியானவன்	-	மென்மையானவன்
ரவூண்டு	-	கொஞ்சம், சிறிதளவு
ஜால் சிக்குனு	-	காலி செய்து கொண்டு